आपल्या स्नेहीजनांना पुस्तके भेट द्या

घरभिंती

आनंद यादव

मेहता पब्लिशिंग हाऊस

All rights reserved along with e-books & layout. No part of this publication may be reproduced, stored in a retrieval system or transmitted, in any form or by any means, without the prior written consent of the Publisher and the licence holder. Please contact us at **Mehta Publishing House**, Pune.

Email : production@mehtapublishinghouse.com

Website : www.mehtapublishinghouse.com

◆ *या पुस्तकातील लेखकाची मते, घटना, वर्णने ही त्या लेखकाची असून त्याच्याशी प्रकाशक सहमत असतीलच असे नाही.*

GHARBHINTI by ANAND YADAV

घरभिंती : आनंद यादव / चरित्रात्मक कादंबरी

Email : author@mehtapublishinghouse.com

© स्वाती आनंद यादव

प्रकाशक : सुनील अनिल मेहता, मेहता पब्लिशिंग हाऊस,
१९४१, सदाशिव पेठ, माडीवाले कॉलनी, पुणे – ४११ ०३०.

मुखपृष्ठ : मिलिंद मुळीक

प्रकाशनकाल : ऑगस्ट, १९९२ / ऑगस्ट, १९९४ / जानेवारी, २००१ /
ऑगस्ट, २००५ / मार्च, २००८ / मार्च, २०११ /
जानेवारी, २०१४ / पुनर्मुद्रण : ऑक्टोबर, २०१७

P Book ISBN 9788177665932

E Book ISBN 9789386454355

E Books available on : play.google.com/store/books
www.amazon.in/b?node=15513892031

लक्षावधी भारतीय खेड्यांतील
सुशिक्षित होत असलेल्या
भूमिपुत्र तरुण पिढीस...

चार शब्द

एस. एस. सी पर्यंतचा माझा शिक्षणकाल
'झोंबी'मध्ये आला आहे. त्यानंतरचा
एम. ए. पदवी मिळेपर्यंतचा काळ
'नांगरणी'मध्ये आहे. 'घरभिंती'मध्ये
मी प्राध्यापक झाल्यापासूनचा अठरा वर्षांचा
म्हणजे १९६१ ते १९७८ हा काळ आहे. या काळात मी माझं गावाकडचं
घर उभं करण्याचा प्रयत्न केला.
हे घर उभं करताना आम्हां सर्व भावंडांची,
आई-दादांची जी वाताहत झाली,
परिस्थितीच्या वादळात जी पडझड झाली
तिला साकार करण्याची धडपड
'घरभिंती'त सामावली आहे. मला या
पडझडीत भारतीय जनसामान्यांचा
सनातन आणि भीषण जीवनसंघर्ष
दिसतो आहे.

'घरभिंती'चे लेखन करताना मला
गुरुतुल्य असलेले प्रा. गो. म. कुलकर्णी,
मित्र प्रा. अरविंद वामन कुलकर्णी
आणि माझी कन्या चि. कीर्ती यांच्याशी
झालेल्या चर्चेची खूपच मदत झाली.
'प्रेसकॉपी' तयार करताना माझ्या अनेक
विद्यार्थी-विद्यार्थिनींनी मला आत्मीयतेने
लेखन करून मदत केली.
तसेच श्रीमती वासंती भोपटकर यांनी
मुद्रिते चांगल्या पद्धतीने तपासली
याशिवाय इतरांचीही कमी-अधिक प्रमाणात
मदत झालेली आहेच.

या सर्वांचा मी ऋणी आहे.

आनंद यादव

'घरभिंती'च्या अगोदरचे
'झोंबी' व 'नांगरणी' आणि नंतरचे 'काचवेल'
हे तीन भाग प्रसिद्ध झालेले आहेत.

एक

पंढरपुरातील पहिली अंघोळ पहाटे चंद्रभागेत केली. यापूर्वी चंद्रभागा कधी पाहिली नव्हती की विठ्ठलमंदिर बघितलं नव्हतं. स्नानासाठी गावातले तुरळक लोक येत होते. स्नान आटपून श्लोक म्हणत उजव्या हातात गंगाजलानं भरलेला तांब्याचा कलश नि डाव्या खांद्यावर अंघोळीचं ओलं वस्त्र घेऊन परतत होते. वळण घेऊन आलेली, शांत वाटणारी चंद्रभागा. पलीकडच्या काठावरचा छोटा बांधीव घाट आणि त्याच्या पाठीमागची शांत, गूढ वाटणारी पाषाणवस्तू. अलीकडचे मोठाले घाट नि विस्तीर्ण वाळवंट आणि त्यावर उभी असलेली लहानमोठी अनेक देवळं.

कितीतरी दिवसांनी नदीवर अंघोळ करणारा मी – तीही चंद्रभागेत. भोवतालच्या वातावरणातून कानावर पडणारे संस्कृत मंत्र आणि मराठी अभंग... 'विठ्ठल विठ्ठल'... मन सात्त्विक उत्साहानं भरल्यागत झालं. मंदिराकडं जाताना पायाखालची वाळू खुसखुस वाजू लागली. गार वाळू. काळ्या खडकांचे कण अतिशय टणक असले तरी त्यांचे कंगोरे झिजून गोल, वाटोळे झालेले. वाळू बाहेरून टणक असली तरी पायांना अबोल, मऊ वाटणारी... वारकरी भक्तांच्या निष्ठावान पायांचा निकट स्पर्श झालेली. नाचणाऱ्या आत्म्यांचा, टाळ-मृदंगांचा, भजन-कीर्तनांचा भगवा संस्कार अंगा-खांद्यावर वागवणारी चैतन्यमयी वाळू...मी तिच्यावरून माझ्या पायांची कमळं करून हळुवार चालू लागलो.

सूर्य उगवला होता. मृगाचे ढग आड आल्यानं दिसत नव्हता तरी त्याच्या कोवळ्या प्रकाशाची प्रभा ढगांवरून खाली सांडत होती. देवादिकांनी आकाशातून रुपेरी अर्घ्य चंद्रभागेत सोडावं तशी भासत होती... वातावरण वेगळंच, काहीसं दैवी वाटत होतं.

...भारलेल्या अवस्थेत विठ्ठलमंदिराकडं चाललो. कुठला तरी मधला आडवार होता. मंदिरात गर्दी नव्हती. लोक येत होते, जात होते... फुलं, तुळशीची पानं, पेढे घेऊन मी मंदिरात चाललो. प्रथम नामदेवाच्या पायरीला हातांनी स्पर्श केला. शेजारी थोड्याच अंतरावरची चोखोबाची बसण्याची जागा मला दाखवण्यात आली... हे संतात्मे काहीही तक्रार न करता अजून तिथंच, डोळे मिटून विठ्ठलाचं ध्यान करीत निवांत बसले आहेत. मन कारुण्यानं ओलं झालं. पायऱ्या चढून सभामंडपात गेलो नि काहीशा दूर वाटणाऱ्या समोरच्या गाभाऱ्यातून झळझळीत प्रकाशातली काळीभोर विठ्ठलमूर्ती माझ्याकडं अनिमिष नेत्रांनी पाहते आहे, असा भास झाला. मला गलबलून आलं.. 'ये असा जवळ ये. तुझा दोन तपांचा वनवास संपला आहे. राम-लक्ष्मणापेक्षाही जास्त सोसलंस.'

ओठ थरथरले. मी जाणाऱ्या-येणाऱ्यांकडं बघून आवंढा गिळला. पिशवीतील नारळ, ऊद, कापूर चाचपत देवाकडं गेलो. दोघे सेवक मुकटा नेसून काहीबाही करत होते. मला तिथला रीतिरिवाज काहीच माहीत नव्हता. मी सगळं काही त्यांच्या स्वाधीन करून मूर्तीकडं एकटक पाहत गहिवरून येत उभा राहिलो. मूर्तीचे डोळे बारीक होऊन दूरवर बघणारे, जणू बाहेरून ओळखीचा भक्त सभामंडपात आला आहे, या जाणिवेनं मुखावर प्रसन्न हास्य विलसलंय, असं वाटणारी बोलकी जिवणी. कमरेवरचे अठ्ठावीस युगांचे हात आणि लहान मुलांच्या पावलासारखे गुबगुबीत गोंडस वाटणारे कोमल चरण... मी ती दोन्ही पदकमळं हातात घेतली. वरच्या बाजूला झिजून खड्डे पडल्याचं जाणवलं... ज्ञानेश्वर, त्यांची भावंडं, नामदेव, जनाई, चोखोबा, गोरोबा, सावता, नरहरी, रोहिदास, एकनाथ, तुकोबा या सगळ्या-सगळ्या संतांचे माथे या पावलांवर, माझ्या तळमळत्या बोटांचा जिथं स्पर्श होतोय, नेमक्या त्याच जागेवर टेकलेले. शिवाजी महाराज इथं येऊन गेलेले. याच समचरणांवर त्यांचे भव्य कपाळ टेकलेले... हीच ती जागा... हे देवाधिदेवा, हे विश्वचैतन्या, मला तुझ्यात घे!

मी अनावर होऊन त्या पावलांवर ढळलो. पंचवीस वर्षं कष्टांनी थकलेलं माझं कपाळ त्यांच्यावर घातलं. हळूच पुढं सरकून दोन्ही गाल त्या गार स्पर्शावरून फिरवले. डोळे गाढ मिटवले. झुकलेला माथा वर उचलण्याचंही त्राण राहिलं नाही. खूप गलितगात्र झालो.

"चला," सेवकानं सूचना केली. माझ्या गदगदलेल्या गळ्यात तुळशीहार घातला. धन्य-धन्य वाटलं.

भारलेल्या बाहुलीसारखा सभामंडपात बराच वेळ बसून राहिलो नि उठलो. कॉलेज सुरू व्हायच्या आत तिथं पोचायचं होतं.

गावाशेजारी कैकाडी महाराजांच्या मठात कॉलेजचं दुसरं वर्ष चालू होतं.

मठाच्या लहान-मोठ्या खोल्यांत वर्ग भरत. एका छोट्या खोलीत गाद्या पसरून केलेलं छोटं स्टाफरूम. तिच्यात प्राध्यापक जानवसा घरात बसावेत तसे गर्दी करून बसत. आदल्या वर्षी आलेल्या सर्व प्राध्यापकांना पंढरपुरात राहायला जागा मिळाल्या होत्या. मला दिलासा मिळाला.

चर्चा करता करता प्रा. कुरुंदवाड म्हणाले, "तुम्ही जागा मिळेपर्यंत माझ्याकडे राहा. मिळाली तर किंवा जावंसं वाटलं तर जा. नाहीतर आपण एकत्रच राहू."

"चालेल. खोली मोठी असेल, स्वतंत्रपणे दोघांना राहता येत असेल, तर एकत्र राहू. ते अशक्य झालं तर मी दुसरी खोली बघेन."

कॉलेजच्या पहिल्या दिवशीच राहण्याची सोय झाली. देवळाजवळच्या भागातच राहायला गेलो. आदल्या दिवशी कॉलेजात शिपायाच्या झोपडीत बॅगा आणि वळकटी ठेवली होती, आणि स्टाफरूममध्येच झोपलो होतो. आता सोय झाल्यानं कॉलेज सुटल्यावर प्रा. कुरुंदवाड यांच्याबरोबर टांगा करून बॅग, वळकटी घेऊन गेलो. जेवणाची सोय खाणावळीत होतीच. कुरुंदवाड यांनी घरगुती स्वरूपात चालवली जाणारी खानावळ पकडली होती. तिथं मला मध्येच जाता येणं शक्य नव्हतं. म्हणून मी आठ-दहा दिवस बाहेर नेहमीच्या खाणावळीत जेवण घ्यायला एकटाच निघून गेलो. जेवलो.

गावाची रचना वेगळी वाटत होती. म्हणून एकटंच भटकावंसं वाटू लागलं. गावात घरांपेक्षा दुकानांची संख्या जास्त वाटत होती. कुंकू, बुक्का, तुळशीमण्याच्या माळा, प्रपंचवस्तू, खेळणी, लहान मुलांचे तयार कपडे, चहा-चिवडा, भजी, भोजनावळी यांची दुकानं जास्त. रस्त्यांना, चौकांना दिलेली संतांची नावं गंमतशीर वाटली. आतापर्यंत देशभक्त, नेते, पुढारी, शिवाजी-संभाजीसारख्या ऐतिहासिक महान व्यक्ती यांची नावं रस्त्यांना दिलेली पाहिली होती. भरपूर मठ, धर्मशाळा, जुन्या वळणाचे वाडे, बोळवजा वेडेवाकडे कच्चे रस्ते, उघड्या गटारी, एकदम साधी वाटणारी माणसं पाहिल्यावर मला एक प्रकारचा दिलासा मिळाला. वाटलं आपण कुठल्यातरी दुसऱ्या पांढरपेशा गावात येऊन पडलेलो नाही. गाव साधं; तरी महत्त्वाचं तीर्थक्षेत्र आहे. माणसंही वारकऱ्यांसारखीच मराठमोळी वाटताहेत. आपणाला मानवण्यासारखं वातावरण आहे.

संध्याकाळी पुन्हा प्रा. कुरुंदवाड यांच्याबरोबर वाळवंटावर फिरायला गेलो. वर्षभराचा त्यांचा गावाविषयीचा, कॉलेजविषयीचा अनुभव विचारला. त्यांना तो चांगला आला होता. ते सुखी होते.

पण त्यांची एक अडचण होती. त्यांना नोकरीवर घेताना संस्थेनं 'एक वर्षात त्यांना मराठी माध्यमातून मुलांना शिकवलं पाहिजे,' अशी अट घातली

होती. त्यांनी ती मान्य केलेली; त्यामुळं त्यांनी मला तत्परतेनं आपल्या खोलीत घेतलं, हे मला त्यांनी दुसऱ्या दिवशी सांगितलं. मी मराठी आणि संस्कृत शिकवणारा प्राध्यापक झालेलो. त्यांना वाटलं, हा प्राध्यापक खोलीत असेल तर आपलं मराठी झपाट्यानं सुधारेल. मीही त्यांना त्याबाबतीत मदत करण्याचं अभिवचन दिलं. ते कर्नाटक भागातले असले तरी मराठीशी त्यांची घसट होती. आरंभी कन्नड आणि नंतर इंग्रजी माध्यमातून त्यांचं शिक्षण झालेलं आणि नोकरी तर महाराष्ट्रात मिळालेली. महाराष्ट्रात नुकतंच इंग्रजीऐवजी मराठी माध्यम हे महाविद्यालयीन पातळीवर सुरू झालेलं. त्यामुळं प्रा. कुरुंदवाड यांनी लवकरात लवकर मराठीतून शिकवण्याची अट मान्य केलेली. ती माझ्याही पथ्यावर पडली नि जागेच्या दृष्टीनं तूर्त तरी मी निश्चिंत झालो.

रात्री 'सुखरूप पोहोचल्याचं पत्र' गावाकडं लिहायला बसलो. सगळी व्यवस्था लागल्याचं नि खोली मिळाल्याचंही कळवलं.

आईला लिहिलं, ''ज्या पंढरीच्या विठ्ठलाच्या साक्षीनं नोकरीला लागलो, त्याच्याच साक्षीनं कॉलेजच्या सेवेतही रुजू झालोय. आता मला रेडिओच्या नोकरीपेक्षा जास्त पगाराची आणि चांगली नोकरी लागलीय. आता आपल्या घरादाराचा वनवास संपेल, असं वाटतंय. आई, तू आता माझी काहीच काळजी करू नको. मी सुखात आहे. मळ्यात मात्र तुम्ही चांगलं कष्टपाणी करा. मळा तुमची काळजी घेईल. तोच तुमचा विठ्ठल समजा. मी नेमानं पैसे पाठवत जाईन...'' पाकीट मिटलं.

पंढरपूरला येऊन दोन दिवसही झाले नाहीत, तोवर मनात सारखं 'विठ्ठल विठ्ठल' येतंय हे माझ्या लक्षात आलं. खरं तर कागललाही विठ्ठल-रुक्मिणीचं देऊळ आहे. तिथं मी फारसा कधी गेलो नव्हतो आणि जावंसं वाटतही नव्हतं. मग पंढरपुरात आल्यावर विठ्ठलाविषयी एवढं का वाटावं? आपल्या मनात खोलवर भाबडी श्रद्धा तर नसेल? खरं तर कागलचा 'विठ्ठल' आणि हाही 'विठ्ठलच'. मुळात एकाच देवाच्या दोन मूर्ती. शिवाय मूर्तीत देव असतो यावर तर आपला कधीच विश्वास नाही. मग इथल्या विठ्ठलाचा एवढा ओढा एकाएकी कसा लागलाय...?

मी अस्वस्थ झालो. पदवीपूर्व वर्गाला ज्ञानेश्वरीतला उतारा शिकवताना ज्ञानदेवांच्या गणेशस्तवनाची आठवण झाली. त्यांनी गणेशाला ज्ञानाचेच मूर्त प्रतीक मानलं आहे... मी विठ्ठलमय झालोय, याचं कारण विठ्ठलाच्या रूपातील परमेश्वराला मीही मूळ चेतनाशक्तीचं मूर्त प्रतीक मानत असेन?... तर मग त्याची मूर्ती डोळेभरून पाहावी, त्याचे पाय कुरवाळावेत, त्याच्या नजरेला नजर भिडवताना व्याकुळ व्हावं, असं होण्याचं काहीच कारण नव्हतं. मोठमोठ्या संतांनी, युगपुरुषांनी

त्या मूर्तीला स्पर्श केलाय. तिला आपणही स्पर्श करावा असं वाटलं... गांधीजी, सुभाषबाबू, आंबेडकर ही माणसं आपल्या हयातीत जिवंत असूनही आपल्याला बघता आली नाहीत, याचं आपल्याला दुःख झालं होतं. त्यांचे ग्रंथ, भाषणं, लेख आपणाला उपलब्ध आहेत. त्यांच्या छायाचित्रांतून, फिल्म्समधून त्यांना पाहता येतं. 'तरीही त्यांना प्रत्यक्ष पाहता आलं असतं, तर बरं झालं असतं, त्यांचा स्पर्श झाला असता तर आनंद झाला असता', असं मनोमन सतत वाटत होतं.

...विठ्ठलाच्या दर्शनानं माझं तेच झालं असावं. त्याला स्पर्श करणं म्हणजे ज्ञानदेवांना, एकनाथ-तुकोबांना स्पर्श करणं, शिवाजी-शाहूसारख्या युगकर्त्यांना स्पर्श करणं. त्यांचा माथा जिथे टेकला त्या पावलांवरच आपला माथा टेकवणं, विठ्ठलाच्या ज्या नजरेत संतमहात्म्यांच्या नजरा मिसळल्या त्या नजरेत आपलीही नजर मिसळून धन्य होणं होय. ज्या मूर्तीकडं बघून संतांनी समृद्ध भक्तिसाहित्य निर्माण केलं, त्या मूर्तीचा कुरवाळा घेण्याचा, तिला उराशी लावून त्वचेवर स्पर्शाची सुगी अनुभवण्याचा तो प्रकार होता... ती माझी अंधश्रद्धा नव्हती. माझ्या रक्तात शिरलेल्या पूर्वसंचिताचा तो उठाव होता. त्या संतमहात्म्यांसारखं होण्याची ती स्वाभाविक सुप्त इच्छा होती.

मला हे कळल्यावर मी समाधानी झालो. माझ्याही पलीकडं सुदूरच्या भूतकाळात मी किती खोलवर रुजलो आहे, याचा गूढसर प्रत्यय आला. 'देवाची मूर्ती' या वस्तूकडं पाहण्याची माझी नजर पालटून गेली.

उभ्या पावसात आषाढी वारीचा अनुभव घेतला. पाऊस प्रचंड लागला होता. चंद्रभागा दुथडी भरलेली. देवळं नि वाळवंट पाण्याच्या पोटात गेलेली. तरीही वारकऱ्यांच्या महापुरानं पंढरपूर तुडुंब भरलेलं. भरपूर पैसे देऊन घराघरांत दाटीवाटीनं वारकरी झोपत होते.

घरमालकिणीच्या घरातही बरेच वारकरी उतरलेले. त्यात एक बोलके शिक्षक भेटले. मी त्यांना सहज गप्पा मारता मारता विचारलं, ''एवढ्या उभ्या पावसात आलात. कार्तिकीला आला असता तर नसतं का चाललं?''

''कार्तिकीला पण यायचंच की.''

''दोन्ही वेळी?'.

''दोन्ही वेळी कडाडून भूक लागते. काय करता! तुम्ही तरी उपाशी राहू शकाल का? बाराच्या ठिकाणी एक वाजला तरी स्वयंपाकघर आपण डोक्यावर घेतो. नाही का?''

बुक्का लावल्यामुळं भोळसट दिसणारे शिक्षक मोठे हुशार दिसले. त्यांच्या मुखात रसाळ वाणी नाचत होती.

"हुशार दिसता तुम्ही, गुरुजी."

"आमच्या गुरुजींची कृपा, काय करता!" त्यांनी विठ्ठल मंदिराच्या दिशेनं बोट केलं होतं.

मी मुकाट झालो. काहीच बोलता येईना... एवढं कळलं की 'विठ्ठल' त्यांची तहानभूक झाला आहे नि पंढरपूर हीच त्यांची खरी शाळा आहे.

नवतीचे दिवस भोगताना पहिली टर्म कधी संपली कळलं नाही. या चार-पाच महिन्यांत अनेक गोष्टी घडल्या. दरम्यान मला प्रा. कुरुंदवाड यांच्या खोलीत राहायला हळूहळू नको वाटू लागलं. खोली काहीशी अंधारी वाटत होती. नीटपणे वाचन करता येत नव्हतं. त्यामुळं राहायला उत्साह वाटत नव्हता. दुसरं एक महत्त्वाचं कारण घडलं. माझ्या लक्षात एक गोष्ट आली, की तत्त्वज्ञान घेऊन एम. ए. झालेले प्रा. कुरुंदवाड हे गंभीर प्रकृतीचे आहेत. त्यांना विनोद आवडत नाही किंवा तो त्यांना समजून घेणंही जमत नाही. ते प्रत्येक गोष्ट गंभीरपणानं घेत होते आणि मराठीत बोलण्याचा प्रयत्न करू लागले की त्यांच्या अनेक गमतीदार चुका होत.

वाळवंटावर आम्ही दोघं फिरायला गेलो होतो. बसल्या बसल्या ते मला म्हणाले, "आपण बोटावर बसून फिरू या का?"

मला त्यांच्या या बोलण्याचा प्रथम अर्थच कळेना. मी त्यांना 'काय?' म्हणून विचारलं, तर पुन्हा त्यांनी तेच वाक्य उच्चारलं. मग चंद्रभागेत तरंगणाऱ्या छोट्या-छोट्या होड्यांकडं त्यांनी बोट दाखवलं. मग माझ्या डोक्यात प्रकाश पडला. मला हसू आलं; कारण खेड्यात 'बोटावर बसवीन' अशी लैंगिक अर्थ सुचविणारी शिवी दिली जाते; तिची आठवण झाली. मी हसत त्यांच्या बोलण्यात सुधारणा केली. 'बोटीवर बसू या का?' असं म्हणायचं म्हणून सांगितलं. लिंगभेद स्पष्ट केले. 'बोटावर'चा अर्थ काय होतोय तेही सांगितलं.

जुलैचा शेवटचा आठवडा असावा. संध्याकाळी फिरायला जायची वेळ झाली होती. घराची मालकीण माळवदावर जाऊन उगवलेलं तण काढत होती. माळवदावर जाण्याचा जिना आमच्याच खोलीतून होता पण मालकीणबाई आज माळवदावर गेल्यामुळं खोलीला कुलूप घालता येणं अशक्य होऊन बसलं. संध्याकाळची चहाची तलफ आलेली. जाणं तर आवश्यक वाटत होतं. मालकीणबाई विधवा. ऐन तारुण्यात त्यांना वैधव्य आलेलं. दोन मुलांना घेऊन जीवन जगत होत्या. दोन्ही मुलं पुण्याला शिकायला गेलेली नि त्या एकट्या घरात राहणाऱ्या. कमी बोलत. प्राध्यापकांवर त्यांचा विश्वास, म्हणून अशा परिस्थितीतही त्यांनी एक खोली आम्हां अविवाहित तरुण प्राध्यापकांना भाड्यानं दिलेली. आर्थिक परिस्थितीमुळं त्यांना असं करावं लागलं होतं. मला त्यांच्याशी बोलताना संकोच

वाटे. कुरुंदवाड त्यांच्याकडं प्रथम राहायला आलेले असल्यामुळं ते एकमेकांशी बोलत.

मी कुरुंदवाडना म्हणालो, ''वरती 'मोहनच्या आई' आहेत. त्यांना 'आम्ही फिरायला जाऊ का म्हणून विचारून या. म्हणजे त्या माळवदावरचं काम झाल्यावर खोलीला बाहेरून कडी घालून जातील.'' मी बाहेर जाण्यासाठी कपडे करत त्यांना बोललो.

ते नेहमीच्या सवयीप्रमाणं ट्रंकेच्या किल्लीची साखळी फिरवत माळवदावर गेले आणि त्यांनी जिन्यात उभं राहून विचारलं, ''मोहनची आई, आम्ही फिरायला जाऊ या का?''

''आँ?''

त्यांनी एकदम मोठा 'आँ केला...'

मला वाटलं झाला घोटाळा. त्यांचा गैरसमज नक्की होणार.

मी धावत वरती गेलो आणि तडकाफडकी म्हणालो, ''नाही, मी आणि कुरुंदवाड फिरायला जाणार आहोत. तसं विचारायला ते आलेत. तुम्ही वरती आल्यामुळं खोलीचं दार उघडंच ठेवावं लागणार आहे. जाताना तुम्ही कडी लावली तरी चालेल.''

मी घाईघाईनं त्यांना स्पष्टीकरण केलं.

''हां हां!'' त्यांच्या लक्षात आलं. ''माझं काही इथं तसं काम नाही. तण वाढलं म्हणजे खाली गळतं; म्हणून मी ते काढायला आले होते. झालंच माझं. उरलेलं उद्या काढीन. तुम्ही जा फिरायला.'' असं म्हणून त्या उठल्या.

फिरायला जाताना मला हसू अनावर झालं.

''एवढं हसायला काय झालं?'' प्रा. कुरुंदवाड.

''अहो प्रचंड घोटाळा झाला होता.'' असं म्हणून मी त्यांना त्यांच्या बोलण्यातून कोणता गैरसमज झाला असता, ते खो-खो हसत स्पष्ट केलं. त्यांच्या बारीकसारीक चुकांनी अर्थाचे अनर्थ होत होते, नि मला हसायला होत होतं. त्यातून त्यांचा मजविषयी गैरसमज झाला.

एके दिवशी ते मला चिडीनं म्हणाले, की मी त्यांची चेष्टा करतोय. त्यांच्या मराठी बोलण्यातल्या चुका गंभीरपणे समजून द्यायच्याऐवजी उथळपणे हसतोय नि त्यांना मी हास्यास्पद बनवतोय.

माझा त्यांना हास्यास्पद बनविण्याचा हेतू नव्हता; तरी मला खूप वाईट वाटलं. त्यातून आम्हा दोघांत काहीसा अबोला निर्माण झाला. कारणापुरतेच आम्ही बोलू लागलो. मला वाटू लागलं, आपण दुसरी खोली बघावी.

कॉलेजपासून जवळच मला दुसरी जागा मिळाली. त्या दोन छोट्या-

छोट्या खोल्या होत्या. भाडं थोडं जास्त असलं तरी जागा चांगल्या वस्तीत आणि स्वच्छ होती. प्रकाश आणि निवांतपणा भरपूर होता.

काही दिवस गेले नाहीत तोवर पित्तविकार जोरकस झाला. चार-पाच दिवस अंथरुणाला खिळलो. खाल्लेलं अन्न उलट्या होऊन पडत होतं.

नव्या घराच्या मालकीणबाईंनी लहान भावाचं करावं तसं माझं सर्व काही केलं. मी त्यांना 'आक्का' म्हणत होतो.

या आजारपणात एकटेपणाची जाणीव फार झाली. परकं गाव. गावात ना कुणाची ओळख, ना कुणाशी संबंध. घरापासून, मित्रांपासून दूर. त्यामुळं आपणास काही झालं तर आपलं बघायला कुणीच नाही, याचा पडताळा आला. मी नव्या मालकांच्या म्हणजे महीमकरांच्या घराशी अधिकच जवळीक साधली.

थोड्या दिवसांनी प्रा. एस्. एस्. भोसले आजारी पडल्याचं कळलं. माझा तो गाववाला शाळासोबती. मी पंढरपूरला आल्यावर पंधरा-वीस दिवसांनी आलेला. आम्ही दोघं एकदमच एम्. ए. झालेलो. त्याची सातारला नेमणूक झालेली. तेथून लगेच पंढरपूरला बदली झालेली. त्याला ताप आणि खोकला येत होता.

मी त्याला पाहण्यासाठी त्याच्या खोलीवर गेलो तर तो एका साध्या सतरंजीवर झोपलेला. खोलीच्या भोवतीनं बाहेर काळ्या सांडपाण्याची उघडी गटारं वाहणारी. त्यात डुकरं बसलेली. सांडपाण्यावर घोंगावणारी डास-चिलटं, पांढऱ्या मातीच्या कच्च्या विटांची साधी खोली. तशा खोलीत तो आजारी पडलेला बघून अतिशय वाईट वाटलं.

भोसलेची घरची परिस्थिती मला माहीत होती. त्यानं अजूनही झोपण्यासाठी गादी विकत घेतली नव्हती. दाढीही तो रोजच्या रोज करत नव्हता. कपड्यांचीही काटकसर करून वागत होता... त्यालाही एकाकीपणाची जाणीव होत असावी, असं मला वाटलं. 'आपण दोघं एकत्र राहू या' म्हणून मी सुचवलं नि तोही कबूल झाला.

आम्ही दोघं माझ्या खोलीवर एकत्र राहू लागलो. दोघांनाही एकमेकांचा आधार झाला.

शिक्षणासाठी आजवर घेतलेले कष्ट, प्राध्यापकाची नोकरी मिळवण्याची झालेली पूर्तता आणि मानसिक विसाव्याची वाटणारी गरज यांमुळं मी काही काळ काहीसा सैलावून गेलो. या काळात पंढरपूर शहराच्या आसपासच्या भागात विद्यार्थ्यांबरोबर भटकलो. ट्रीपबरोबर वेरूळ-अजिंठा, देवगिरीचा किल्ला इत्यादी बघून आलो.

सकाळी साडेअकरापर्यंत कॉलेज झालं, की खाणावळीत जेवण करी नि तासभर झोप काढी. मग मनासारख्या कथा वाचायला घेई. आरामात गादीवर

पडून वाचन करी. गंगाधर गाडगीळ, अरविंद गोखले, पु. भा. भावे यांचंही कथासाहित्य वाचत होतो. पण विशेष जोर होता तो ग्रामीण कथाकारांवर. व्यंकटेश माडगूळकर, शंकर पाटील, रणजित देसाई, द. मा. मिरासदार यांच्या बहुतेक सगळ्या ग्रामीण कथा मोठ्या आवडीनं वाचून काढत होतो. त्यावर विचार करत होतो. या काळात ग्रामीण कथा विशेष लोकप्रिय होती. प्रत्येक दिवाळी अंकात तिचं दर्शन होई. तिचं भरपूर कौतुक चाललं होतं... मला मात्र तिची वैशिष्ट्ये आणि मर्यादा दोन्हीही जाणवत होतं. या ग्रामीण कथाकारांच्या कथा एकाच धाटणीच्या वाटत होत्या. ते जी ग्रामीण सुखदु:ख सांगत होते ती खरी असली तरी काहीशी वरवरची आहेत, ते सुखदु:खाचा तळ ढवळून काढत नाहीत, असं वाटत होतं. शिवाय प्रत्येक कथाकार सरधोपटपणे तृतीयपुरुषी निवेदनपद्धतीच स्वीकारतो आहे, पात्रांविषयी स्वत:च बोलत राहतो आहे, पात्रांना नीट बोलू देत नाही, त्यांना त्यांचं मत मांडू देत नाही, त्यांना बाजूला ठेवून स्वत:च पुढे सरसावतो आहे, असं सारखं जाणवू लागलं. तपशील आणि निसर्गवर्णने नेहमी फुगल्यासारखी वाटत. कथा सतत बहिर्मुख वाटे, – आपण कथा लिहून ग्रामीण माणसांना बोलकं करावं, त्यांच्या सुखदु:खांत खोल उतरावं, त्यांनाच प्रत्यक्ष वाचकांसमोर आणावं नि आपण पार मागं राहावं; असं काहीबाही मनात पुष्कळच येऊ लागलं...

संध्याकाळी दोघे-चौघे विद्यार्थी मिळून येत. त्यांच्याबरोबर गप्पा होत. सर्वांना घेऊन रेल्वेलाईनवरून, वाळवंटात किंवा आजूबाजूला फिरायला जाई. गप्पाविनोदात रमून जाई. तरीही प्राध्यापक झाल्यामुळं नकळत एक प्रौढपणा आला होता. विद्यार्थ्यांशी बोलताना तो विशेष जाणवे. विद्यार्थी सकृद्दर्शनी तरी आदर दाखवत असल्यानं आणि माझं बोलणं ऐकून घेत असल्यानं माझ्या बोलण्याविषयी नकळत माझ्या मनात आत्मविश्वास निर्माण होत होता. हा आत्मविश्वास प्रौढपणाचं अधिकच पोषण करत होता. हे दोन्हीही गुण शिकवताना विशेष उपयोगी पडत होते. स्वतंत्र विचार मांडायला प्रवृत्त करत होते. त्यामुळे शिकवताना फुलून येत होतो. विशेषत: साहित्यकृती वाचताना जाणवलेली अनेक सौंदर्यस्थळे, त्यातील बारकावे शिकवताना नाना तऱ्हांनी सांगत होतो. इकडच्या-तिकडच्या साहित्यकृतीतील उदाहरणं देत होतो. धुंद होऊन जात होतो. कारण आजवर जाणवलेलं साहित्यकृतींचं आकलन माझ्या विद्यार्थिदशेत मित्रांसमोर मांडताना मतभेद येत. त्यामुळं मी आकसून जाई. तसं इथं काहीच होत नव्हतं. उलट समोरचे विद्यार्थी डोळे माझ्यावर खिळवून, कानांत प्राण आणून नि:शब्द शांतपणानं ऐकत. भारावून जाणाऱ्या या विद्यार्थ्यांचे चेहरे बघताना मी अधिकच मुक्त होऊन मनाची आजवर भरलेली मापं भराभर त्यांच्यापुढे

रिती करत होतो. तास कधी संपून जाई कळत नव्हतं. आजवर कोमेजलेलं मन उमलून आल्यासारखं होऊ लागलं नि माझ्या शक्तींचा मलाच पडताळा येऊ लागला.

औदुंबर कापसे नावाच्या विद्यार्थ्याचे थोरले बंधू पंढरपुरात 'कापसे गुरुजी' म्हणून ओळखले जात. ते प्राथमिक शाळेत शिक्षक होते त्यांचा परिचय झाला. त्यांचं व्यक्तिमत्त्व मजेशीर होतं. साहित्याविषयी त्यांना प्रेम होतं. थोडं साहित्याचं वाचनही होतं. लहान मुलांसाठी कविताही करीत होते. त्यांचा परिचय झाला आणि माझा संध्याकाळचा वेळ मजेत जाऊ लागला. सगळ्या पंढरपुराशी त्यांचा परिचय, सगळ्या पंढरपुराचा इतिहास त्यांना ज्ञात. पंढरपूरकर नामांकित व्यक्तींची बिंग त्यांना माहीत. त्यांच्या वाणीला रोचक शैली लाभलेली, प्रपंच-वस्तू आणण्यापासून तो पोस्टाच्या पेटीत टाकावयाच्या पत्रांपर्यंत त्यांची मदत करण्याची तत्पर वृत्ती. कोणत्याही कामाला ते माझ्याबरोबर यायला तयार असत. माझी वाङ्मयीन क्षेत्रात चाललेली लुडबूड त्यांना मोहवीत होती. त्यांच्या बरोबरचा माझा काळ चांगला जाई. मन हलकं-फुलकं होई.

प्राध्यापक झाल्यामुळं वाटत होतं, की आपण इतर प्राध्यापकांप्रमाणे राहिले पाहिजे. तसं राहण्याचा कटाक्षानं प्रयत्न करीत होतो. पुण्यातल्या रेडिओवर असताना कपड्यांना इस्त्री करण्याची सवय लागली होती. आठवड्यातून दोन-दोन जोड्या इस्त्री करून आणत होतो. खायला फळे आणत होतो. रोज दाढी करून, भांग पाडून प्राध्यापकाची बॅग घेऊन कॉलेजला जात होतो. गादीवर खुशाल लोळत नुसतं वाचन करीत होतो.

एस. एस. भोसले मात्र आतल्या खोलीत बसून गंभीरपणे काही वाचत होता, काही टीका-टिप्पणी करीत होता. वैचारिक लेखही तयार करीत होता. एके दिवशी माझ्याकडं येऊन कापसे गुरुजी खूप गप्पा मारीत होते. आम्ही दोघे हसतखिदळत होतो. आत भोसलेचं गंभीरपणे लेखन चाललेलं. मला काहीच भान राहिलं नाही.

गुरुजी बराच वेळ गप्पा मारून निघून गेल्यावर भोसले आतून बाहेर आला नि मला म्हणाला, "तू महाआळशी आणि खुशालचेंडू झाला आहेस. एवढं शिकून प्राध्यापक झालास; आता असंच आयुष्य घालवणार का?"

माझा अपराध माझ्या लक्षात आला. काहीतरी बोलायचं म्हणून मी बोललो, "नाही रे! आतापर्यंत सोसलेल्या खस्तांचा विसर पडावा म्हणून नुसताच उंडारून, झोपून दिवस काढतो आहे. हळूहळू लागेन कामाला."

मला माझ्या आळसाची नि निष्क्रियतेची चरचरीत जाणीव झाली.

बाळ भोसलेच्या या बोलण्याचा इतका खोलवर परिणाम झाला की

चारच दिवसांत मी लेखनाकडं गंभीरपणे वळलो. हळूहळू 'कथा' लिहू लागलो. सप्टेंबरच्या दरम्यान अशा प्रकारची दोन-तीन छोटी लेखनं केली. वाचनातून झालेली नवी जाणीवही कवितालेखनातून व्यक्त करू लागलो.

'सत्यकथा', 'मौज'च्या वाङ्मयीन अधिसत्तेचा हा काळ होता. मी 'सत्यकथा' मासिक नेमानं वाचत होतो. तिच्यातील लेखनावर चिंतन करीत होतो. आपल्या जाणिवांचं बदललेलं वळण 'सत्यकथे'तूनच तपासून घ्यावं, असं वाटलं. मी माझे लेखन प्रमुख संपादक प्रा. श्री. पु. भागवत यांच्याकडे पाठविले. त्यांचं आस्थेनं आणि आत्मीय भावनेनं पत्र आलं.

'सत्यकथा', आणि 'मौज' दिवाळीच्या दोन्ही अंकांत माझ्या नव्या वळणाच्या ग्रामीण कथा आणि कविता एकदम प्रसिद्ध झाल्या. ते अत्युत्कट आनंदाचे क्षण होते... त्या लेखनांनी पंढरपुरातल्या वाङ्मयीन वातावरणात माझी शान वाढली. साहित्यनिर्मितीचा आणि साहित्यविषयक चिंतनाचा माझा आत्मविश्वास बळावला. प्रतिष्ठित लेखकाच्या तोऱ्यात मी वावरू लागलो.

●

दोन

सुटीतली दिवाळी कागलात मोठ्या आनंदात गेली. सगळ्या भावंडांना आईच्या पसंतीप्रमाणे कपडे घेतले. मनासारखे दिवाळीचे पदार्थ केले.

माझा मित्र जगन्नाथ नाळे याचं कापड-दुकान होतं. गणपत गाताडे हेही किराणामालाचे गावातले जुने व्यापारी होते. त्या दोघांना सांगितलं, "आईनं काही उधार मागितलं तर तिला द्या. पैसे मी आठवड्याच्या आत पाठवून देईन. खात्री असू द्या."

त्यांनी आनंदानं माना हलविल्या. हेतू असा होता की केवळ हातात पैसा नाही म्हणून घरी कुणी उघडंवाघडं राहू नये, की त्याची उपासमार होऊ नये... नाळे आणि गाताडे यांनी मी पैसे देईन याची खात्री माझ्या नोकरीमुळं आणि रेडिओवरील लौकिकामुळंही होती. त्यांची नि आमच्या घरची ओळख जुनी अनेक वर्षांची होती.

घराचा मधला सोपा मोहरममधल्या डोलाऱ्यागत पोकळ उंच होता. दादानं कडीपाटाची योजना केली होती; पण गेली पंधरा सोळा वर्षं कडीपाटाच्या फळ्या घालता आल्या नव्हत्या. त्यामुळं घर खालनं देवळासारखं उंच दिसत होतं...वाटलं; आता दिवाळीच्या नि उन्हाळ्याच्या सुटीत वर्षातले तीन एक महिने आपण कागलात असणार. जिना आणि कडीपाट केला तर वरती वाचन–लेखन करत निवांत बसता येईल. कुणी मित्र वगैरे आले तर त्यांच्याशी गप्पा-गोष्टी करायला स्वतंत्र जागा होईल.

खाली भावंडांची, गावातल्या माणसांची, शेतसामानाची सतत वर्दळ आणि दाटी असते, तिचा आपल्या कामात व्यत्यय येणार नाही. आई नि दादापुढं मी हा विचार मांडला. दोघांनाही तो आवडला. मी झटक्यासरशी

उद्योगाला लागलो. निपाणीहून लाकूडसामान खरेदी करून कडीपाटाच्या कामाला लागलो.

सुटी संपता संपता कडीपाटाचं काम संपत आले. वीस-पंचवीस दिवस सोप्यात सुताराची ठाकठोक सुरू झाली होती. बांधकाम करताना भिंतीत काही कपाटाच्या जागा सोडल्या होत्या. त्यांनाही दारं आणि कप्पे करून घेतले. जिना केला. खिडक्यांना झडपा केल्या.

धाकटा मामा वरचेवर आमच्या घराकडे येत होता. आईशी गप्पा मारून जात होता. माझ्याशीही कधी गप्पा मारत बसत होता. जमेल तसं मीही त्याच्या घराकडं जात होतो.

माझी थोरली बहीण आनसाबाई वारल्यावर मामानं एकदोन वर्षांत रखामाबाईंशी लग्न केलेलं. मी तिला आनसाच्या ठिकाणी मानत होतो. तिलाही भाऊ नसल्यामुळं ती मला भाऊ मानत होती. मी शिकलेला म्हणून तिला माझं कौतुक. भरपूर खाऊपिऊ घाली. भाऊबीजेला न्हाऊमाखू घालून ओवाळी. मी आनसाला जसा 'आनसाबाई' म्हणत होतो तसाच तिला 'रखमाबाई' म्हणत होतो.

शेठजीच्या मळ्यात मामाचं मिस्त्रीपण सुरळीत चाललेलं. वीसभर इंजिनं ड्रायव्हरसह त्याच्या ताब्यात होती. शिवाय एका मळ्याचे कारभारीपण तो बघत होता. त्यामुळं मळ्यातलं पिकेल ते मूठपसा मिळत होतं. एका म्हशीची वैरण भागत होती. घरचं बरं चाललं होतं. तशात एक वाळले शेत केलं होतं. त्यात सालाची बेजमी होईल एवढं पिकत होतं. दुसरं लग्न होऊन नऊ-दहा वर्षं झालेली. दीड वर्षाच्या अंतरानं त्याला मुलं होत होती. आनसाबाईच्या पोटचं एक पोरगं.

"मामा, आईला नावं ठेवता ठेवता तुलाबी आईइतकीच पोरं हुणार असं दिसतंय." मी एके दिवशी गमतीला येऊन म्हणालो.

"होऊ द्यात तिच्या आयला. राबत्यात आणि ज्येची ती खात्यात. शिवाप्पा जाधवाचा येलइस्तार हुतोय तर होऊ दे." मामाचं जुन्या चालीचे उत्तर. मुलं त्याला आवडत होती. पोरी दोन तर पोरगे चार; अशी त्याची अवस्था झालेली.

अजूनही मुलं होणारच होती. पोटाला पोरगे जास्त असल्यानं त्याचा संसाराचा उत्साह वाढला होता. पाचसहा वर्षांची झाली की पोरं शाळेत जात होती. आक्काताई, आण्णा, शिवा हे शाळेत जात होते. मोठा मुलगा बाळू सातवीत शिकत होता.

थोरल्या मामालाही पाच-सहा मुलं होती. तो उदगावात बायकोच्या गावी मजुरीची कामं करून जगत होता. काटकसरीनं संसार करून त्यानं आपली मुलं

शाळेला घातली होती. मोठा मुलगा सातवी पास होऊन, शिक्षकाचा वर्षभराचा कोर्स घेऊन नुकताच नोकरीला लागला होता. त्याच्यापेक्षा धाकटी मुलगी तिचंही नाव आक्काताई. तीही हायस्कूलला शिकत होती. उदगावला हायस्कूल नव्हतं; म्हणून धाकट्या मामानं तिला कागलला आणून हायस्कूलला घातली होती. आता ती एस. एस. सी. ला होती.

धाकट्या मामाची मुलं तशी लहान. म्हणून रखमाबाईला स्वयंपाकपाण्यात थोडी मदतही होईल; असाही मामाचा हेतू आक्काताईला कागलला आणण्यात होता. ती अधूनमधून आमच्या घराकडं येत होती. आईशी गप्पागोष्टी करून जात होती... तिच्याकडं बघून आईच्या मनात नि माझ्याकडं बघून मामाच्या मनात एक स्वप्न फुलत होतं.

त्यांच्या स्वप्नाला मी सुटीवरून पंढरपूरला जायच्या चारपाच दिवस अगोदर वाचा फुटली. घरातलं सगळं सुतारकाम झालं होतं. कडीपाट, जिना, कपाटं, खिडक्यांची दारं नवी नवी झाल्यामुळे एरवी भिकारणीगत वाटणारं घर नटल्यागत झालेलं. त्याला ताजी टवटवी आली होती. मी उत्साहित झालेलो. हळूहळू आता सगळेच घरदार, मळादळा सुरळीत लागेल असं सगळ्यांना वाटू लागलं होतं.

रात्रीची जेवणं झाल्यावर मी, मामा नि आई बोलत बसलो. मामा मनाशी काही तरी निर्णय करून आलेला. आईशी बराच वेळ तो स्वतंत्रपणे बोलत बसला होता.

"एवढ्या गडबडीनं कडीपाट का करून घेतला म्हणायचा ह्यो?" मामा मला म्हणाला.

"गडबड कुठली? पंधरा-सोळा वर्षं झाली की कडीपाटाच्या तुळया टाकून. मधी धडगत नव्हती; म्हणून आता केला."

"आणि?" मामा गालांत हसत म्हणाला.

"आणि काय?"

"आणि बी काय तरी मनात असणार की तुझ्या."

"काय न्हाई बा." मी हसत म्हणालो "सुटीवर आलो की जरा निवांतपणानं लिहायला-वाचायला मिळावं एवढीच इच्छा हाय."

मावळभाच्याचा हुतुतूचा खेळ चाललेला बघून आई म्हणाली,

"हे बघ आन्दा, आता उगंच आडपडदा कशाला ठेवायचा? लिंगाप्पाला वाटतंय; तुझ्या मनात आता लगीन करायचं हाय, म्हणून तू कडीपाट केलास. लगीन झाल्यावर तुम्हा दोघास्नी राजाराणीगत ऱ्हायला बरं म्हणून ह्यो रंगम्हाल तू बांधलास."

"भले! आणि काय न्हाई का वाटत?.. खरं म्हंजे तुझ्याच मनात तसं आलेलं असणार." मी आईला म्हणालो.

"माझ्याबी मनात आलंयच. मी का दडवून ठेवतोय? गल्लीतल्या तुझ्या वारगीच्या पोरांची लगनं होऊन त्यास्नी एकदोन पोरंबी झाली. अजूनबी तू असाच ऱ्हायाचा?" आई.

"आता तुझी किती वरसं पार पडली म्हणायची ही?" मामा.

"सव्विसावं पुरं हुईल आता. सत्ताविसावं लागंल."

"म्हंजे लग्नाचं वय होऊन गेलं. आन्दा, तुझं ह्या वर्सी लगीन केलंच पाहिजे. सगळ्या गोष्टी येळंसरी झाल्या म्हंजे बरं असतं." मामा.

"इतकींदी म्हणत हुतास; शिक्षेण पुरं झाल्याबिगार लग्नाचा इचार न्हाई. आम्ही तुझं ऐकून गप्प बसलो. आता शिक्षेण पुरं झालंय. सोन्यासारखी नोकरी लागलीय. लग्नाचं वय उलटून गेलंय... मग घोडं कुठं अडलंय म्हणायचं हे?" आई.

काही बोललो नाही. आजवर हा प्रकार मी टोलवत आणला होता. आता वाटत होतं; आणखी एखादं वर्ष जाऊ द्यावं. नोकरीत कायम झाल्याची ऑर्डर मिळाल्यावर लग्न करावं... पण हे आई-मामांना सांगण्यात काही अर्थ नव्हता. त्यांना वाटणार मी काही तरी निमित्त काढून टोलवतोय... त्यांना हे कसं पटवून द्यावं, या विचारात मी गुमान होतो.

"आन्दा, तुझी एक पोराची जात हाय. पर आक्काताई आता वयात आलीय. सतरा-आठरावं वरीस तरी तिला चालू असंल. ह्या वर्सी तिचं शिक्षणबी पुरं हुतंय. तुमचं दोघांचे लगीन झालं की आमच्या तिघांचाबी जीव सुखसंतुष्ट हुईल. तवा यंदाच्या वर्सी हे लग्नाचं घोंगडे भिजत पडायला नगं." मामा.

मी पेचात पडल्यासारखा झालो होतो. यांना कसं नि किती वेळा समजून सांगायचं, हेही मला कळेना. मी एस.एस.सी.ला असल्यापासनं आईच्या मनात माझं लग्न आक्काताईशी लावावं, असं होतं. थोरला मामा उदगावासनं कागलला एक-दोन दिवसांसाठी आला की आईचं नि त्याचं जे बोलणं चाले, त्यात हा विषय नेहमी असायचा. आईनंच आपण होऊन हा शब्द प्रथम टाकला होता. मामानं त्याला होकार दिला होता. धाकट्या मामाचीही तशीच इच्छा होती. आपल्या मुलाबाळांचे नातेसंबंध पुन्हा जोडून द्यावेत, आपलीच माणसं आपल्या घरात निरनिराळ्या नात्यांनी यावीत नि आपण जी काही भाजीभाकरी मिळवतो, ती सगळी आपल्याच माणसांच्या वाट्याला यावी, बाहेरून आपल्या गोत्रात कुणी येऊ नये नि सुखदुःखात वाटेदारही होऊ नये. बाहेरचं माणूस सुखस्वार्थासाठी येतं. गोतावळ्यातलं माणूस गोतावळ्यातच राहिलं तर ते सुखात नि दुःखातही वाटेदार होतं. चुकलं,

खुपलं समजून घेतं. गोतावळ्यातलं माणूस माहितीचं असतं. त्याची चालचलणूक अनेक वर्षे जवळून पाहिलेली असते. त्याचा अंदाज आलेला असतो. ते हिताचं वाटलं नाही, तर अगोदरपासनंच आपण त्याच्या वाटेला जात नाही; हिताचे वाटलं तर अगोदरपासनंच त्याला आपलंसं करून ठेवलं पाहिजे, असा आईचा होरा होता. आईच्या घराण्यात या गोष्टीचा पडताळा येत होता. तिची आत्ती उदगावाला दिली होती. तिच्या आत्तीनंच आपली मुलगी थोरल्या मामाला दिली होती. आईनं आपली थोरली मुलगी आनसा आपल्या भावाला दिली होती नि धाकटी मुलगी हिरा आपल्या मामाच्या लेकाला दिली होती. आताही तिचा असाच विचार होता. आपल्या भावाची मुलगीच आपल्या घरात सून म्हणून आणायची. त्यात तिला आपल्या भावाचे कल्याण होईल, त्याचं ओझं उतरल्यासारखं होईल असंही वाटत होतं. थोरल्या मामालाही वाटे की आन्दा शिकला आहे, जोडा शोभण्यासारखा आहे, आकणीचं नि आन्दाचं लग्न व्हावं. त्यात मजुरी करणाऱ्या मामाची जबाबदारी कमी होणार होती. लग्नाला खर्च येणार नव्हता नि मुलगी आपल्याच धाकट्या बहिणीच्या घरात जाणार होती. त्यामुळं मुलीला सासुरवास होणार नव्हता; झाला तर आपण आपल्या धाकट्या बहिणीला दटावून गप्प बसवू; असंही त्याला वाटत होतं. मी शिकत चाललो होतो; तसा आई-मामांच्या मनातला हा विचार अधिकाधिक पक्का होत चालला होता.

मी शिकत जात होतो; तशी आक्काताईही एक-एक वर्ग पार करत नुकतीच एस. एस. सी.ला आली होती. तिचीही या गोष्टीला अनुकूलता होती. आईवडिलांच्या, आपल्या चुलत्याच्या आणि आत्तीच्या मताबाहेर ती जाऊ शकत नव्हती. तशात मुलीची जात.

माझ्या मनात मात्र काही वेगळं येत होतं. आक्काताई तशी नाकी-डोळी नीटस, रंगानं उजळ गहूवर्णी, स्वभावानं शालीन, आवाजात गोडवा, कष्टाळू अशी होती. तिच्यात कोणती उणीव काढता येणार नव्हती; हे खरं होतं. पण ती माझ्यापेक्षा नऊ-दहा वर्षांनी लहान होती. माझ्या लहानपणी तर मी तिला उचलून कडेवर घेत होतो. इकडं तिकडं हिंडवून आणत होतो. तिचं बालपण मी माझ्या डोळ्यांनी पाहात होतो. चिमुरडी, पाचसहा वर्षांची मुलगी असल्यापासून तिचा वाढविकास बघत होतो. मामाची मुलगी म्हणून आपुलकी वाटत होती... कदाचित यामुळं असेल; तिच्याविषयी माझ्या मनात पत्नीपणाची भावना कधी रुजलीच नाही. मला माझ्या लहानग्या बहिणीसारखी ती वाटत होती. माझी तीच भावना वाढीला लागलेली. धाकट्या मामानं तिला सातवीनंतर शिकण्यासाठी कागलला आणली. धाकट्या मामाचं घर हे माझं विसाव्याचं ठिकाण. मामाचा मला लहानपणापासनं लळा. तिथं मी अधनं-मधनं जात असे. आक्काताईशी गप्पागोष्टी

करत असे. लग्नाविषयीचं बोलणं यशस्वी करण्याचं काम धाकट्या मामाकडं सोपवलं असावं.

आक्काताई कागलला शिकायला आल्यावर वर्षभरातच धाकट्या मामानं मला आक्काताईविषयी विचारलं. त्याच वेळी मी मामाला मनातलं सांगितलं.

''मला ती बायकोच्या ठिकाणी बघताच येत न्हाई. ती मला भणीसारखी वाटती.''

''अजून ती लहान हाय. तूबी तसा काय अजून वयानं लग्नाजोगा न्हाईस. हळूहळू दोघंबी मोठं हुईत जाशीला; तसं तुझ्या मनात तिच्याबद्दल बायकूपणाची भावना वाढीला लागंल. तू तिच्याकडं त्या नजरेनं बघायला शीक. मी तुझ्यापेक्षा चार पावसाळं जास्त काढल्यात. बापयपणाचा माझा अनुभव जास्तीचा हाय. नात्यातलं माणूस केलं की असं पैल्यांदा थोडं वाटतंय, मग सगळं जमून जातंय. जास्त फासणून सांगत बसत न्हाई. आनशी माझ्यापेक्षा चौदा-पंधरा वर्सांनी लहान हुती.''

नंतर दीड-दोन वर्षांचा काळ गेला. मी बी. ए. झालो. आई-मामाला वाटलं मी आता पुढचं शिक्षण बंद करून नोकरी करावी. त्या वेळी धाकट्या मामानं पुन्हा लग्नाचं बोलणं काढलं.

''आता बी.ए. झालास; लगीन करून टाकू या.''

''मामा, मी तुला पहिल्यांदाच सांगितलं हुतं आक्काताईबद्दल मला काय वाटतंय ते. माझी ती भावना जात न्हाई. तिला माझ्यासाठी खुळांबून ठेवू नका. तिचं लग्न करून टाका. मी अजून फुडं शिकण्यासाठी धडपड करणार हाय. अजून दोन वर्सं तरी मी लगीन करणार न्हाई.'' मी म्हणालो.

जमेल तसं मी मामाला सांगत होतो नि त्याचं मन वळवण्याचा प्रयत्न करत होतो. मामाही जमेल तेवढं माझं मन वळवण्याचा प्रयत्न करत होता. मला मामाला दुखवायचं नव्हतं; म्हणून मी समजुतीनं सांगत होतो. तर मामाला वाटत होतं 'पोरगं समजुतदार हाय,' आज ना उद्या आपलं ऐकंल. आईही त्याल साथ देत होती. काळ मागं पडत चालला होता नि प्रश्न तसाच लटकून राहिला होता. तो पुन्हा आता निघाला.

बोलण्याच्या ओघात मामा मला म्हणाला, ''न्हाईतरी आता तू पंढरपूरला पोफेसर म्हणून ऱ्हाणार. लगीन झाल्यावर तुझी बायकू तुझ्यासंगं ऱ्हाणार. ती तू कुठली तरी अशाच सायबाची लेक करून घेणार. तिचा काय ह्या कुणब्याच्या घरात पाय टेकल असं वाटत न्हाई. म्हंजे तूबी तिकडंच नि तुझी बायकूबी तिकडंच.''

''मामा, संसार मला करायचा तर बायकू हितं नि मी तिथं; असं किती

दिवस करता येईल?'' मी म्हणालो.

''आन्दा, माझ्या नशिबाचं कष्टपाणी काय चुकत न्हाई बघ. वाटलं हुतं इतकी वर्सं खस्ता खाल्ल्यावर सून तरी हाताबुडी येईल; सुखाचं चार दीस बघायला मिळतील.'' आईला उमका फुटला.

''उगंच काय तरी बोलू नको. वर्सातलं तीन साडेतीन म्हैने तरी मी कागलातच असणार. अजून सून म्हणून कोण येणार तिचा पत्त्या न्हाई; पर तू हे काय सुरू केलंईस?''

''आन्दा, ती बरोबर बोलतीय. तिचं म्हणणं तू का समजून घेत न्हाईस? तिचं म्हणणं, कुठली तरी नटरंगी, शिकलेली बायकू तू आणशील नि तीच तुला ह्या घरातनं उखडून घेऊन कुठं तरी जाईल. आपलं गरिबाचं घर हाय. गरिबाघरचीच लेक या घरात सून म्हणून आली तर ती हे घरबी बघंल नि तुझ्यासारखा शिकलेला न्हवरा मिळाला म्हणून तुलाबी फुलावाणी जपंल... आपली आक्काताई ह्याबाबतीत बरोबर बसणारी पोरगी हाय. ती अक्कालाबी बघंल नि तुलाबी बघंल. गोतावळ्यातली हाय. भावाला जोडल्यागत हुईल– ह्यो सरळ साधा इचार सोडून तू डोस्क्यात काय नि बायच घेऊन बसलाईस. मर्दासारखा मरद हाईस. ती बाईसारखी बाई हाय. उगंच मला असंच वाटतंय नि तसंच वाटतंय, असलं चऱ्हाट कशाला चालवलाईस? मर्दाम्होरं बाई म्हंजे इस्त्याम्होरं लोणी. कसलंबी असलं तरी घटकंत न्हाई निदान तासानं तरी पाघळतंयच– आत्ता ह्येच्यापेक्षा तुला जास्त काय सांगू?'' मामानं सविस्तर सांगितलं.

''मला ते जमणार न्हाई.'' मी निक्षून म्हणालो.

''न जमायला का नामर्द हाईस?''

मी अवाक् होऊन मामाकडं तोंड वासून बघू लागलो. माझे डोळे विस्फारल्यागत झाले.

''मामा, बस झालं आता. उद्या बोलू. माझं तोंड खवळंल असं वाटतंय.''

''आरे, इंग्रज सरकारच्या काळात म्हाळुंगीचा एक पाटील हुता. त्येनं चार बायका केल्या हुत्या. लग्नाच्या यळंला त्येची चौथी बायकू बारा वर्सांची हुती नि त्यो पन्नास वर्सांचा हुता. चाळीस वर्सांचं अंतर. त्येचं पैलं लगीन झालं तवाच त्येला पोरं झाली असती तर त्येची नातवंडं चौथ्या लग्नात बारा-चौदा वर्सांची झाली असती आणि तू आक्काताईबद्दल मातूर निमित्त सांगतोस व्हय?... तुझ्या मनात दुसरंच काय तरी वळवळत असणार. शिकून शाणा झालाईस आता; म्हणून तुझं हे थ्यार चालल्यात.''

''न्हाई मामा, मी खरंच सांगतोय. तुला खरं वाटण्यासाठी डोस्कं फोडून घेऊ का त्या जात्यावर?''

तो माझ्याकडं बघत क्षणभर थांबला. मी पाणी प्यायच निमित्त करून उठलो नि पाणी पिऊन दार उघडलं. दगडी उंबऱ्यावर रस्त्याकडं बघत बसून राहिलो. दोघां भणीभावंडांची सवतीच बोलणी चालू झाली.

घटकाभरानं मामा घराकडं जायला उठला नि दारात आला. "हे बघ आन्दा, तुला एक शेवटचं सांगतो. दादाला सांगून आक्काताईला आम्ही तुझ्यासाठी ठेवली. तुझ्यासाठी शिकीवली. वाटीतलं ताटातच सांडावं अशी आमची भावना. दादा रोजगारी माणूस. त्येला झाली तर आपूण मदत केली पाहिजे. 'तिच्या लग्नाची काय काळजी करू नगं', म्हणून मीच त्येला सांगितलंय. लईच तुला अवघड वाटत असंल तर त्येच्यातनंबी वाट निघंल. तू आक्काताईसंगं लगीन कर. दोन-तीन वरसं काय हुतंय ते बघू आणि न्हाईच तुला तिच्याबद्दल बायकूपणाची भावना वाटली तर मग दुसरं लगीन कर. एकाला दोन बायका असल्या तर तोटा न्हाई. एक हितं कागलात आक्काच्या हाताखाली ऱ्हाईल नि दुसरी तुझ्यासंगं नोकरीच्या जागी यील. लई तर एक नोकरी करंल नि दुसरी घरदार संभाळंल... ह्येचा इचार कर नि मला उद्या काय ते सांग."

मी नुसती मान हलवली.

"चलतो मी आता. उशीर झालाय." तो अंधारात निघून गेला.

आईनं आपलं आंथरायचं पटकूर नि पांघरायची वाकळ अडदणीवरनं खाली ओढलं... माझं आंथरूण सोप्यातच उंबऱ्याशेजारी टाकलेलं.

दार झाकून मी आंथरूणावर पाखाड्याकडं बघत पडलो... आई-मामा अडाणी असले तरी जगण्याचे त्यांचे काही मार्ग होते. अनेक वर्षांच्या चालत आलेल्या अनुभवांनी, रूढी-रिवाजांनी, नफ्यातोट्यांचा हिशेब करून त्यांनी काही ठोकताळे बसवले होते. ते मोडून काढणं मला कठीण जात होतं. त्यांचं काय करावं मला सुचेनासं झालं. गुंतागुंत चिवट नि घट्ट होत होती. दुसऱ्या दिवशी मामाकडं गेलोच नाही. मनाशी माझा काहीच निर्णय झाला नव्हता. वाटलं निवांतपणे पंढरपूरला जाऊन विचार करू नि निर्णय घेऊ.

सकाळी उठून मळ्याकडं जाऊन फिरून आलो. पाऊसपाणी भरपूर होतं. आसपासच्या रानात पिकं ठेल लागली होती. पण आमच्या रानातली पिकं खुरटल्यागत झाली होती... बरीच वर्षं रानाला खत मिळालं नव्हतं. गेली आठदहा वर्षं रानातला नांगर नुसता दोन बैलांचाच होता. रान वरच्यावरच रेघोट्या मारून नांगरलं जात होतं. खोडव्याच्या रानात तेवढा नाइलाजानं चावराचा नांगर असे. अशी तऱ्हा झाल्यामुळं खालचं ताजं रान वर येणं नि वरचं बाटलेलं निकस रान खाली जाणं ही क्रिया जवळजवळ बंद झाली होती. रानातली काशाची ठिगळं काढली नव्हती. तो काशा हळूहळू पसरत चाललेला. बांधाकडचं

रान खोल नांगरून बांध प्रत्येक वर्षी नीट, खोलवर कातरावा लागे. तेही दोन बैलांच्या नांगराला झेपत नव्हतं. त्यामुळं गवताचं, हराटीचं, काशाचं गड्डं रानात शिरून बांधाकडचं काखवाव रान चारी बाजूंनी निकामी झालेलं. वेळच्यावेळी खुरपणी, कोळपणी, पाणी पाजणं होत नव्हतं... त्यामुळं रान बेवारशी जंगलासारखं झालेलं. ना लागवड, ना मशागत. मनाला आलं तर उगवावं, पोसावं नि पिकावं; नाहीतर तसंच राहावं; अशी रानाला अवकळा आलेली.

...एवढी सुगी झाल्यावर रानात पार ह्या कडनं त्या कडंपर्यंत आठ बैलांचा नांगर घालायचा. माणसं लावून काशाची ढेकळं मुळासकट खणून काढायची, मिळंल तेवढं गावातलं उकीरडं खरेदी करून खत वडायचं. सल्फेट घालायचं, बांधबंदिस्ती करून पाणलोट अडवायचं नि रान पुन्हा हाताबुडी आणायचं. त्याबगार घरादाराच्या पोटापाण्याला मिळणार न्हाई, आपला उक्ता पगार हातात देऊन पोटला खाण्यापेक्षा, त्योच ह्या रानात घाटला तर मळा दामदुपटीनं परत देईल. सगळी कामाला लावली पाहिजेत, न्हाईतर सगळीच माझ्याकडं कानाडोळा करून घरात इकतचं आणून खाईत बसतील. घर पांगळं हुईल. मला ते परवडायचं न्हाई...अजून खूप लांबचा पल्ला गाठायचा हाय...

विचार करत अस्वस्थ होऊन घराकडं आलो.

सुटी संपली.

पंढरपूरला आलो नि कॉलेजच्या कामात गुंतून गेलो. गावाकडून आल्यापासनं मनात लग्नासंबंधीचा विचार जोरात सुरू झाला होता. आजवर ज्या धाकट्या मामानं अनेक वर्षे जिवलग प्रेमानं वागवलं त्याचा विचार कसा बाजूला सारायचा याचा प्रश्न पडला होता. मामाचा आग्रह मला मान्य नव्हता, तरी तो मोडायचं जिवावर येत होतं. थोरला मामाही त्यामुळं दुखावला जाणार होता.

आई, थोरला मामा नि धाकटा मामा ही तिन्ही भावंडं लहानपणापासनं आई वडिलांशिवाय वाढली होती. अकाली पोरकी झाल्यामुळं एकमेकाला चिकटून आधार देत, प्रसंगी एकमेकांसाठी धस सोसत, इतरांचे गैरसमज नि रागलोभ ओढवून घेत, एका जिवाटीनं जगत होती. म्हणून आईला वाटत होतं मी आक्काताईंशी लग्न करावं. त्यामुळं त्या तिघांचा एकोपा भक्कम होणार होता. थोरल्या मामाला वाटत होतं, लेकीला कुठं परक्या घरी दिली; तर तिचं काय हुईल ते सांगता येणार न्हाई... ती अंधारातली उडी असती. पडली तर सफय जाग्यावर पडती, न्हाई तर काट्याकुट्यांतबी पडती. पोरीलाबी भणीच्या घरात अवघड वाटणार न्हाई. या सगळ्यांत माझी एकट्याचीच कुचंबणा होत होती. माझ्या सुखासाठी या तिघाचौघांना दुखवायचं का; असा अवघड प्रश्न पडला होता.

दुसऱ्या लग्नाचा विचार तर माझ्या बाबतीत अशक्य होता. मला तो कोणत्याही परिस्थितीत पटणारा नव्हता. मामानं ज्या कारणानं सुचवला त्याच्या मागची मामाची भूमिका मला ठार अडाणीपणाची वाटली.

कदाचित मामानं मतलबीपणानं तर हा डाव टाकला नसेल? लग्नापूर्वी बहिणीसारखी वाटणारी मुलगी लग्नानंतर, एकमेकांच्या सहवासात नरमादीचं शरीर एकत्र आल्यावर 'ते वाटणं' मनातून निघून जाईल; असा त्याचा अंदाज असावा... म्हणूनच त्येनं म्हाळुंगीच्या पाटलाचं उदाहरण दिलं. आनसाचं त्येच्यासंगं लगीन झालं तवा त्येच्या मनात असंच आलं असणार. आनसा तर त्येच्यापेक्षा चौदा-पंधरा वर्सांनी ल्हान हुती. त्येच्यासमोरच ती ल्हानाची मोठी झाली. त्येच्या अंगाखांद्यावर वाढली. 'मामा, मामा' म्हणून ती त्येच्या पाठीमागं लागत हुती. लगीन झाल्यावरबी वरीसभर त्येला मामाच म्हणत हुती...त्यावेळी त्येच्या मनात असंच इचार आलं असतील. हळूहळू निघून गेलं असतील... धाकट्या मामानं भणीची लेक करून घेतली तर थोरल्यानं आत्तीची लेक करून घेतली. तीबी थोरल्या मामापेक्षा वयानं कितीतरी ल्हान हुती. थोरल्या मामाच्या मनातबी असंच इचार असतील, नि हळूहळू निघून गेलं असतील.

...आक्काताई आपल्याला 'भैणीसारखी वाटती' एवढं सोडलं; तर ती सगळीकडनं आपल्याला नि ह्या घराला शोभून दिसणारी हाय. मामा म्हणतोय तसं माझं झालं; तर मग तिच्यासंगं लगीन करण्यात अडचण काय हाय? घरात आली तर सगळ्यांचाच जीव सुखावणार हाय. मग आपणच कशाला ह्यो सोवळेपणा पाळायचा?... सवयीनं सगळं सुरळीत होऊन जाईल.

तरीही बहिणीशी...

...आतेभैण, मामेभैण ही नाती मोठी चमत्कारिक हाईत. बाळपणापासनं एखादीला भैण मानायचं. तसं मानत मोठं होत जायचं. मग तिच्याशीच लग्न करायचा प्रसंग आला तर तिलाच बायकू म्हणायचं नि भैणीचं नातं बाद ठरवायचं. असं रक्ताचं नातं बाद ठरवता येईल? तिच्यासंगं बायकू म्हणून जन्मभर संसार करता येईल? जेवायच्या भांड्याचीच पिकदाणी केल्यासारखं वाटतंय! कुणाला ते जमलंबी, पर माझ्या मनाला हे सोसणार न्हाई... आई-मामाला हे नीटपणानं समजून सांगितलं पाहिजे.

●

तीन

संध्याकाळी विद्यार्थी येत, तसा विद्यार्थिनींचाही एक ग्रुप येत असे. त्यात चारपाचजणी असत. मोकळेपणानं गप्पा मारत. कधी त्यांच्या घरी चहाला बोलवत. घरच्यांशी ओळख करून देत. पण विद्यार्थिनीच्या बरोबर मी कधी बाहेर फिरायला गेलो नाही. पंढरपूर गावाचे सांस्कृतिक वळण लक्षात आलं होतं. मुलंमुलं किंवा मुलीमुली मिळून फिरायला बाहेर पडत असत. पण मुलं-मुली मिसळून कुठं फिरताना दिसत नव्हती. लग्नानंतर पति-पत्नी फिरताना दिसत. पण लग्नापूर्वी कुणी तरुण-तरुणी एकत्र फिरू शकत नसत. गावाच्या नैतिक चौकटीत ते बसत नसे. प्राध्यापक-विद्यार्थिनी असोत वा अविवाहित एखादा पुरुष प्राध्यापक आणि एखादी प्राध्यापिका असो, गावाला ते मानवणारं नव्हतं... बदलीवर आलेल्या एका अधिकाऱ्याची मुलगी पायात पांढरे कापडी बूट घालून सायकलीवरून कॉलेजला येत असे. तर तीही गावच्या चर्चेचा विषय झाली. ती कॉलेजला येण्याच्यावेळी काही तरुण आपल्या दारात येऊन तिला डोळे भरून पाहत नि घरात निघून जात... धार्मिक वृत्तीचं गाव. जुन्या परंपरांना, रूढी-रिवाजांना जपणारं. म्हणून मी मुली आल्या की खोलीवरच गप्पा मारत बसे. मुलींचा हा ग्रुप कॉलेजच्या पहिल्या वर्षाचा म्हणजे पी. डी.चा होता.

ह्या ग्रुपला टाळून एफ. वाय. बी. ए. ची एक मुलगी एकटीच मला भेटायला हळूहळू येऊ लागली. उजळ रंग-रूप असलेली, बांधा काहीसा दणकट, ठसठशीत. वाङ्मयप्रेमी. बोलण्यात उत्साह असलेली. काहीशी लाजाळू, काहीतरी निमित्त काढून भेटायला येई. कविता, कथा यांचे लेखन करून दाखवायला आणि होमवर्क, अभ्यास- पाठातील शंका घेऊन येई. या निमित्तानं गप्पा होत. वाङ्मयाच्या आवडीनिवडीवर चर्चा होई.पुष्कळ वेळ गप्पा मारत बसे. तिच्याशी

गप्पा मारताना मला हुरहुरता आनंद मिळे. माझं पुरुषी, तरुण मन फुलून येई.

ती भेटीला येताना छान नटून नीटनेटका पोषाख करून येई. एकदा तर कुठल्या तरी घरगुती कार्यक्रमाला जाऊन परस्पर खोलीवर आली – नऊवारी नेसलेली, छानसर अंबाडा घातलेला. तिला नऊवारी, अंबाडा कसा दिसतो हे विचारण्याचं निमित्त करून आलेली.

तिचं ते तारुण्यातलं नऊवारीमधलं रूप पाहून मी प्रभावित झालो. तिच्याविषयी मनात उत्कट प्रेमभाव वाटू लागला.

गॅदरिंग होऊन नाताळची सुटी पडली, ती आईबरोबर पाहुण्यांकडे परगावी निघून गेली. सुटी पडल्यानं मलाही पुण्याला जाऊन मित्रांना भेटावं, तसंच कोल्हापूर, कागल असं दोनचार दिवस करून यावंसं वाटलं.

पुण्याच्या होस्टेलमध्ये मला एक वर्ष ज्युनिअर असलेले तीनचार मित्र होते, सुधाकर पाटील पुण्यातच नोकरीला लागला होता. डॉ. अनुराधा पोतदार म्हणजे उषाताई यांची भेट घेतली. प्रा. सरोजिनी कुळकर्णीनाही भेटून घेतलं... या सर्वांशी गप्पा मारताना लग्नाचा विषय थट्टेच्या स्वरूपात आवर्जून निघत असे. मीही तो पुष्कळवेळा प्रत्यक्ष-अप्रत्यक्ष स्वरूपात काढत असे. हेतू असा होता की माझ्या मनात जळजळत असणाऱ्या प्रश्नांना उत्तरं मिळावीत. अशा प्रश्नांच्या अंगांनी मी सूचकपणे चर्चा सुरू करीत असे. माझ्या जिवलगांचे, मित्रांचे मजविषयीचे असलेले वस्तुनिष्ठ आकलन समजून घ्यावं, असा माझा प्रयत्न होता. मला निर्णय घ्यायला तो मदत करणारा होईल असं वाटत होतं.

बहुतेकांच्या मनात माझ्या वाङ्मयीन गुणांविषयी, माझ्या बुद्धिमत्तेविषयी आस्था होती. साहित्याच्या आणि प्राध्यापकीच्याही क्षेत्रात मी नाव मिळवीन, यशस्वी होईन, असं त्यांना वाटत होतं. त्यामुळं वाङ्मयीन जाण असलेली, साहित्याविषयी रसिकता, प्रेम असलेली, बुद्धिमान, चिंतनशील मुलगी मला पत्नी असावी, असं त्यांना वाटत होतं.

"समजा, तशी नाहीच मिळाली तर माझं काय नुकसान होणार आहे?"

"खूपच नुकसान होईल. साधीसुधी, कमी शिकलेली बायको केलीस तर ती तुला जेवूखाऊ घालील; पण संसारात तू एकटा पडशील. साहित्यिकाचं मन संवेदनशील असतं. एकान्तप्रिय असतं. चिंतनशीलतेमुळं ते जसा जगाचा उत्कटपणे विचार करतं, तसा स्वत:चाही बारकाईनं विचार करतं. आपल्या आवडीनिवडी घरातल्या माणसांनी समजावून घ्याव्यात, आपलं नवीन लिहिलेलं साहित्य त्यांनी वाचावं, किंवा ज्याला आपण वाचून दाखवावं, त्या माणसानं त्याला मनापासून दाद द्यावी, त्याचं तात्काळ रसग्रहण करून प्रोत्साहन द्यावं, असं साहित्यिक मनाला वाटत असतं... तसं घडलं नाही तर हळूहळू साहित्यिकाचं मन

एकलकोंडं, अबोल, स्वत:शीच स्वत: संबंध साधत बसणारं होतं. बायकोपासून दूर जाऊ शकतं. पत्नी सर्वार्थानं अर्धांगिनी असावी. संसारात ती केवळ शारीरिक दृष्ट्या अर्धांगिनी नसते तर मानसिक दृष्ट्या खरीखुरी अर्धांगिनी असते. तसे नसेल तर मग खटके उडतात, संघर्ष होतात, पुष्कळवेळा नीरसता, बेचवपणा येतो.''

''पण आजही मी साहित्य थोड्याबहुत प्रमाणात लिहितोच आहे की. एकटाच असूनही मी साहित्यात रमतो, मित्रांना वाचून दाखवतो, प्रसिद्धीला पाठवतो, क्वचित व्याख्यानांना निमंत्रण आलं तर तिकडं जातो... सगळं ठीकच चाललं आहे. तुम्ही म्हणताय तशी बायको असली काय नि नसली काय; काही फरक पडेल, असं मला वाटत नाही.''

''आत्ताच हे जाणवणार नाही. आताशा तर तुझी सुरुवात आहे. सुरुवातीला उत्साह प्रचंड असतो. या उत्साहाला बाकी कशाची फिकीर नसते. असं मन स्वत:मध्येच दंग झालेलं असतं... पण आयुष्य अजून पुढं पुष्कळच आहे. पुढच्या टप्प्यावर उत्साह कमी होतो. मन आणि शरीरही थकतं. प्रौढतेमुळे संथपणा येतो. अशावेळी साथीदाराची खरी गरज असते आणि ती योग्यता नसेल तर मग शोकांतिका होते.''

''तुम्ही सांगताय हे मला पूर्णपणे पटतंय. पण माझी एक वेगळीच अडचण आहे. तुमच्यापुढं मी जो आहे, तो एक साहित्यिक, प्राध्यापक, एक उमेदीतलं, उमलणारं व्यक्तिमत्त्व म्हणून. पण माझं घर एका छोट्या शेतकऱ्याचं आहे. हा शेतकरीसुद्धा स्वत:ची टिचभरही जमीन नसलेला, दुसऱ्याचं रान फाळ्यानं म्हणजे खंडानं करणारा. मी जर अशी सुशिक्षित, मध्यमवर्गातली मुलगी पत्नी म्हणून केली; तर ती माझ्या घरात खपू शकेल, असं वाटत नाही. माझ्या घराविषयी तिला तिरस्कार वाटू लागेल.''

''तुझ्यावर प्रेम करणारी व्यक्ती तुझ्या घरावरही प्रेम करू शकेल, पण यापेक्षा तू पुढच्या वस्तुस्थितीचा नीट विचार कर. आता तर प्राध्यापक झालास. म्हणजे तुला स्वतंत्र संसार थाटावा लागेल. बदली होईल, प्रगती असेल तिकडं जावं लागेल. फार तर सुटीवरच तू पत्नीसह गावी जाणार. तेव्हा बायकोच्या संदर्भात तू घरादाराचा विचार करण्यापेक्षा तुझा विचार प्रथम कर. तोच महत्त्वाचा आहे. घरदार मागं पडत जातं ही उद्याची वस्तुस्थिती विसरू नको.'' ...श्री. बा. रानड्यांसारख्या ज्येष्ठ साहित्यिकांचे हे अनुभवांचे बोल होते.

मला त्यांनी खूपच अंतर्मुख केलं. उषाताईही जवळपास असंच बोलल्या. त्यांनाही मी स्वतंत्रपणे याच अडचणी सांगितल्या. शेवटी म्हणालो; ''उषाताई, आमच्या समाजात अशा शिकलेल्या मुली अजून फारशा दिसत नाहीत. त्यात पुन्हा अशी वाङ्मयीन आवड असलेली मुलगी मिळणं तर महाकठीण. शोधतच

बसावी लागेल."

"अरे, तू तर आता प्राध्यापक झाला आहेस. कॉलेजमध्ये अनेक मुली येतात. आवडेल अशी एखादी मुलगी शोध ना. कुणीही समंजस मुलगी तुझ्या प्रेमात पडू शकेल. मुलगी शोधायला तुला काही अडचणी येईल असं वाटत नाही. मुलगी काही आपल्याच जातीची पाहिजे, असं नाही ना?" उषाताई थट्टेच्या सुरात बोलल्या.

मी कोल्हापुरास निघालो. प्रवासात विचारांना अधिकच गती आली... पुण्याच्या एकदोन साहित्यिकांची उदाहरणं मनासमोर पुन:पुन्हा येऊ लागली. दोघांनीही आंतरजातीय विवाह केलेले. एका उच्चवर्णीय साहित्यिकानं त्यापेक्षा खालच्या जातीतील मुलीशी प्रेमविवाह केलेला तर दुसऱ्या एका मध्यम जातीतील साहित्यिकानं उच्चवर्णीय मुलीशी प्रेमविवाह केलेला... दोघंही गावाकडच्या आपल्या घरापासून मनानं दूर गेलेले. आपापल्यात रमलेले. गावाकडची घरं उसासे टाकून मोकळी झालेली... मला माझ्या घरानं असं माझ्या नावानं उसासे टाकत बसलेलं मानवणार नाही. घरापासून मनानंही वेगळा होणं मला अशक्य आहे... श्री. बा. रानड्यांनी अतिशय आत्मीय भावनेनं सांगितलं असलं तरी माझ्या घराची कल्पना त्यांना येणार नाही. अर्धंअधिक गाळात रुतलेलं घर त्यांना माहीत नाही. वाळकी, घामेजलेली, उन्हानं करपलेली, लक्तरं अंगावर घातलेली माझी भावंडं, त्यांची त्यांना कल्पनाही नाही. माझ्याकडं बघून त्यांना वाटलं असणार कमीअधिक फरकानं माझी सगळी भावंडं माझ्यासारखीच असतील. अशा भावंडांत सुशिक्षित मुलीला दोनचार दिवस राहणं काहीच अवघड नाही. पण तेवढ्यानं संबंध संपणार नाही. भावंडांसाठी खूप खूप करण्याची गरज आहे. याची कल्पना श्री. बा. ना आणि नव्यानं मध्यमवर्गातनं घरात येणाऱ्या मुलीलाही येणार नाही.

...मला शेण काढताना, नांगर मारताना बघून ती माझा तिरस्कार करील...मला अशी मुलगी नको. मला जोडीदार म्हणून अशी मुलगी हवी की जी माझ्या घरादाराशीही मनानं लग्न करील. माझ्यातल्या कुणब्याच्या पोराशीही लग्न करील नि प्राध्यापकाशीही लग्न करील. शेणाची पाटी उचलणाऱ्या माझ्या हातात हात देईल नि लेखणी धरणाऱ्या साहित्यिक हातातही हात देईल. तिचा वसा अवघड असेल. मला काहीतरी गावल्यासारखं झालं.

रात्री घरी गेल्यावर मी आईला सगळं समजून सांगितलं नि शेवटी म्हणालो; "हे सगळं मामाला समजून सांग. आक्काताईसंग लगीन करणं मला पाप वाटतंय; म्हणून स्पष्ट सांग. आणि मी कुठली शेरातली, नटरंगी मुलगीबी करून घेणार न्हाई. आपल्या घरादासारखं ज्येचं वळण हाय, आरंभी खेड्यात नि नंतर शहरात राहून शिकलेली अशी एखादी मुलगी मिळाली तरच मी लगीन

करणार... आता हे सगळं मी तुलाबी सांगतोय नि मामालाबी सांगतोय असं समज. ह्यात सगळ्यांचंच हित हाय.''

दुसऱ्या दिवशी संध्याकाळी वसंत पाटलाकडं बसायला त्याच्या पेंटिंग कामाच्या दुकानात गेलो. गप्पा मारता मारता लग्नाचा मूळ विषय निघाला. फोटोची फ्रेम कापता कापता तो सांगू लागला.

''माझे मामा डॉक्टर हाईत. कोयनानगरला सध्या बदली होऊन आल्यात. त्यांच्या दोन मुली सध्या लग्नाच्या हाईत. त्येंच्यासाठी मी प्रयत्न करू काय?... तुला बघायच्या असतील तर दोन्हीबी मुलींचं फोटो आमच्याकडं हाईत.''

मी त्याला मला हवी ती माहिती विचारली. त्यानं ती सविस्तर सांगितली. त्याचे मामा जरी डॉक्टर असले तरी डॉक्टरांचे वडील साधे कंपाउंडर होते. कंपाउंडरनं जिद्दीनं आपल्या मुलाला शिकवून डॉक्टर केलं होतं. मंडळी कागलचीच होती. कागलात त्यांचं घर होतं. बदलीमुळं डॉक्टर रायबाग, मुरगूड, पाचोरा यांसारख्या गावी राहून शेवटी कोयनानगरला आले होते. त्यांची पहिली पत्नी पूर्ण अशिक्षित. ती वारल्यानंतर त्यांनी तिच्याच दुसऱ्या बहिणीशी लग्न केलेलं. दुसऱ्या पत्नीचं शिक्षण फक्त चौथीपर्यंत झालेलं. दोघींचं माहेर रेंदाळसारखं खेडंच होतं. डॉक्टरांची 'शेंडूर' सारख्या खेड्यात थोडी शेती होती. त्यांना आमच्या घरातल्याप्रमाणंच मुलंही भरपूर होती... सगळी मुलं शिकत असली तरी कागलसारख्या किंवा त्याहून लहान गावात वाढलेली नि शिकलेली. त्यांचं आजोळ खेडं असल्यानं आणि मुख्य म्हणजे त्यांचे गणगोत मध्यम शेतकरी समाजातलेच असल्यानं मला ते घर आपल्याच घरासारखं वाटलं. ह्या घरात वाढलेली मुलं मला समजून घेतील, तशी माझ्या घरालाही समजून घेतील; असं वाटलं. वसंतच्या घरी जाऊन मी मुलीचे, त्यांच्या कुटुंबाचे, डॉक्टरांचे फोटो पाहिले आणि वसंताला चौकशी करण्यासाठी, माझं स्थळ सुचवण्यासाठी माझी हरकत नाही, म्हणूनही सांगितलं.

पंढरपूरला परत आलो. खोलीवर येणाऱ्या मुलीशी संकोचानं, थंडपणानं वागू लागलो. ती येई; गप्पा मारून निघून जाई. चार मुलींत आणि तिच्यात भेद करेनासा झालो. कागलहून वसंतानं त्वरेनं हालचाली केल्या नि एकदोन महिन्यांतच या प्रकरणाला परिपूर्णता आली. मुलीला एकट्यानेच पाहून पसंत केली नि आई-दादांच्या कानावर ही गोष्ट घालण्यासाठी पुन्हा कागलला गेलो. बरोबर मुलीचा फोटोही घेतला. आईला सविस्तर सांगितलं. डॉक्टर घाटुगडे हे मूळचे कागलचेच असल्यानं दादाला नि आईलाही त्या घराविषयी माहिती पूर्वीच होती. तरी आई गडबडून गेली.

''एवढी का गडबड केलीस ही? पाठीमागं काय वाघ लागला हुता?''

“गडबड करून एकदा हे उरकून घेटलं पाहिजे; म्हंजे आक्काताई तिच्या लग्नाला मोकळी हुईल. मामा तुला म्हणत हुता न्हवं, ‘आक्काताईला मी आन्दासाठी ठेवलीय’ म्हणून?”

“व्हय. त्येला अजूनबी वाटतंय तू तिच्यासंगट लगीन करशील म्हणून.”

“मग त्येला तू आता सांग; की ‘मी दुसरी मुलगी बघितलीय नि सुटीत तिच्यासंगं लगीन करणार हाय’, म्हणून. म्हंजे त्येची खात्री हुईल.”

“ते एक झालं. पर तू एकटाच जाऊन पोरगी बघून आलास. परभारी पसंतबी करून आलास. आम्ही काय मेलो हुतावं? काय बिनआईबाऽचा तू जन्माला आलाईस?” आई संतापत चालली.

“हे बघ आई, ‘आता वादंगण घालत बसू नको. मूळ मुद्द्याची गोष्ट तुला सांगतो. मी स्वतंत्रपणे मुली बघतोय, ह्येचा गवगवा होऊन मामा काही तरी अडथळं आणंल असं मला वाटलं; म्हणून एकटा जाऊन पसंत करून आलो. शिवाय ती शिकलेली माणसं; आपूण सगळी अडाणी माणसं. रीतीभातीत फरक पडतो. म्हणून मी एकटाच जाऊन आलो. तुम्ही जाऊन काहीतरी घोळ घालशीला नि माझं लगीन आक्काताईसंगटच करायचा घाट घालशीला म्हणून माझा मी एकटाच जाऊन आलो... आणि हितनंबी फुडं तुम्हास्नी सांगतो; काय तरी गडबड करून ह्या लग्नात मोडता घाटलासा तर मी तिकडं पंढरपुरात परभारी कुणासंगट तरी लगीन करून घेईन. तुम्हास्नी त्येचा पत्त्याबी लागणार न्हाई. मग आन्दूबी जाईल नि आक्काताईबी जाईल. हातात मोकळं धुपाटणं घेऊन मग सगळीच बसशीला वरडत.” मी आईला जरा तावानं बोललो.

“आगं, त्यो का आता ल्हानगा हाय का? त्येच्या पसंतीनं त्येचा त्यो बघतोय तर बघू दे तिकडं. पर्पंच त्येला करायचा हाय; आपल्याला न्हाई... एवढं मुलूख फिरलेला गडी, त्येला काय आता कळत न्हाई? कशाला उगंच गणागोतास्नीच मिठ्या मारत बसतीस? कवा कल्याण केलंय त्येनी आपलं?”

दादानं आईची समजूत काढण्याचा प्रयत्न केला. घटकाभर त्यांचीच जुंपली. दोघांनीही एकमेकांचे गणगोत किती काडी किमतीचे आहेत, हे तावातावानं सांगितलं.

सकाळी उठून राखुंडी लावत होतो. मामा शेठजींच्या घराकडं जाताजाता सहज आईला भेटून जायला आला. मला हे अनपेक्षित होतं. दहा-साडेदहा वाजता मी पंढरपूरला जायला निघणार होतो. मी दुसऱ्या मुलीसाठी शोध चालवणार याची अंधुक कल्पना आईनं त्याला पूर्वीच दिली होती.

माझ्याकडं बघून मामा एकदमच थांबला,

“तू कवा आलास?”

"कालच आलोय!"

"आणि मधीच?"

"कोल्हापूरला जरा काम हुतं; म्हणून आलो हुतो."

"कसलं?"

"दोस्ताला भेटायचं हुतं." मी वेळ मारून नेतोय, हे मामाच्या लक्षात आलं.

"हे बघ, आता तू अधीमधी हिकडं तिकडं का फिराय लागलाईस हे ध्येनात न येण्याइतका मी काय बोळ्यानं दूध पीत न्हाई. आकणीला तुझ्यासाठी आम्ही ठेवलीय. माझ्या थोरल्या भावाची ताकद न्हाई म्हणून तिला मी हिकडं आणली नि एस. एस. सी.पर्यंत शिकविली. कशासाठी? तुझ्यासाठी. माझ्या भाच्याचा जोडा शोभून दिसावा म्हणून. आजवर तुझ्यावर मी पोरासारखी माया केली. त्या मायेपोटीच पुतणीला शिकवाय लागलोय... तर तू आमच्यावर टांगडी वर करून मुतून चाललाईस. मी हे चालू देणार न्हाई."

मामाला दुखवणं माझ्या जिवावर येत होतं. त्याच्या मायेत मी वाढलो होतो; ही खरी गोष्ट होती. तरी मी जरा निक्षूनच बोललो. "आक्काताईबद्दल मला काय वाटतंय ते मी तुला सांगिटलंय, आईनंबी तुझ्याजवळ सांगिटलंय. पुन्हा पुन्हा तेच कशाला उगळत बसायचं?"

"मी न्हाई तुझं दुसऱ्या पोरीसंगं लगीन होऊ देणार. मीबी शिवाप्पा जाधवाच्या बीजाचा हाय. ऐन लग्नात मांडवाला आग लावीन."

मी काहीसा हसलो नि विनोदावारी नेण्याच्या उद्देशानं बोललो.

"जाळलास तर दुसरा घालू. तुलाच घालावा लागंल. भाच्याच्या लग्नात दुसरा कुणी घालायचा तर? मांडवाला काय कमी?"

"असं गुळावाणी गुळमाट बोलाय लागलास म्हंजे मी गप्प बसीन असं तुला वाटतंय? सगळ्या जगाला सांगून बसलोय; ही आन्दाची हुणारी बायको हाय म्हणून. तीन-चार वर्सं घराकडं येऊन तिच्यासंगं गुलूगुलू गोष्टी बोलत बसत हुतास. माझ्याकडं जाणायेणाऱ्या सगळ्या गावाच्या नजरंला हे पडलंय. आता इजार झाडून मोकळं हुतोस व्हय... पाय मोडून ठेवीन गुडघ्यातनं. कोण तुला लंगड्याला पोरगी देतंय ते बघू."

मी अवाक् होऊन त्याच्याकडं बघाय लागलो. तो असं काही बोलेल, असं वाटलं नव्हतं. मला काहीच सुधरेना... भलतेसलते आरोप तो माझ्यावर करत होता, मी आतनं संतापत चाललो, तरी घुम्यासारखा गप्प बसलो.

आईही हे सगळं ऐकत होती.

तिला म्हणालो, "मला धाच्या गाडीनं कोल्हापूरला गेलं पाहिजे. फुडं

पंढरपूर गाडी पकडायची हाय. न्हारीला काय देणार असशील तर दोन भाकरी थापट.'' मी मामाशी बोलायचं टाळलं.

''तू जा पंढरपूरला. पर मी काय बोलतोय तेवढं ध्येनात धरून जा म्हंजे झालं... चलतो मी अक्का.'' तो तापल्या मनानं निघून गेला.

मला वाद घालत बसायला वेळ नव्हता आणि मामाच्या ह्या अवतारापुढं काय करावं ते सुचेनाही झालं होतं... आडाण्याचा गाडा घसरतीला लागला होता. आवरता येणं कठीण वाटत होतं. तो गडाडत कुठं जाऊन धडकेल याचा अंदाज बांधता येत नव्हता. बिनबोलताच आई भाकरी करत होती.

झुणका, भाकरी नि दही खात मी आईला म्हणालो;

''तुला तुझा ल्योक पाहिजे का भावाची लेक पाहिजे ह्येचा काय तरी ठाम इचार कर आणि पुन्ना एकदा सांगतो, एकदा का ल्योक घरातनं गेला तर ल्योकबी मिळणार न्हाई नि भाचीबी मिळणार न्हाई; हे ध्येनात ठेव. मामाला काय सांगायचं नि कसं सांगायचं ते तुझं तू बघ.''

न्याहारी करून मी पंढरपूरला जायला उठलो. मनात एक योजना शिजत गेली. ...तडकाफडकी साखरपुडा करायचा जो विचार होता तो काही तरी निमित्त सांगून पुढं ढकलला. 'टर्म संपल्यावर मार्चच्या शेवटच्या आठवड्यात करू' असं सांगितलं. तो जर मी सुटी नसताना एकदोन दिवसांची रजा काढून कागलला केला; तर वादावादी होईल. सगळ्या गोष्टी चिघळत जातील, गावभर तमाशा होईल नि त्याचा परिणाम आपल्यावरही होईल नि आक्काताईवरही होईल. कदाचित डॉक्टरांच्या मनातही विकल्प येईल, अशी काळजी वाटू लागली. थोडे दिवस जाऊ द्यावेत. मामाला थोडं थंड करावं. त्याची समजूत काढण्याचा प्रयत्न आईला करण्यास सांगावं, असा विचार आला.

मार्चमध्ये सुटी पडली नि प्रथम डॉक्टर घाटुगड्यांच्याकडं जाऊन आलो. त्यांना काहीही लपवून न ठेवता सगळी वस्तुस्थिती सांगितली. ''असं असूनही मला तुमच्या मुलीशीच लग्न करायचं आहे,'' हेही सांगितलं. शेवटी त्यांना म्हणालो; ''सगळ्या गोष्टी आपण सबुरीनं घेऊ या. माझे मामा अडाणी आहेत. अडाणी माणसाचा अंदाज लागत नाही. रागाच्या भरात तो काहीही करू शकतो. तेव्हा आपण लग्न कागलमध्ये करायला नको. तुमच्या सासुरवाडीला-रेंदाळला-करू या. तिथं तुमच्या सासुरवाडीची माणसं भक्कम आहेत. तुमजे दोन-तीन मेहुणे, त्यांचे इतर शेतकरी मित्र आहेत. माझ्या मामानं तिथं येऊन काही गडबड करण्याचा प्रयत्न केला तर प्रसंग रेंदाळात निभावून नेता येईल; तसा तो कागलात निभावून नेता येणार नाही. अडाण्यासंगं भांडायला अडाणीच असंल; तर तो काबूत येईल.''

डॉक्टरांनी ती गोष्ट मान्य केली. विचारविनिमय करून साखरपुड्याची तारीख ठरवली. "घरगुती स्वरूपात साखरपुडा करायचा. त्याची वाच्यता न करता तो कागलात करता येईल. त्यानिमित्तानं आमचं घर, माणसं, तुम्हाला बघता येतील नि आमच्याही माणसांना मुलगी बघता येईल. मुलीलाही आपण कोणत्या घरात जातोय याची कल्पना येईल."

डॉक्टरांनी मान्यता दिली नि मी कागलला निघून गेलो. कागलात गल्लीतल्या नि गावातल्या चार-पाच कणखर दोस्तांना गाठलं. लग्न करणार असल्याचं सांगितलं. संभाव्य संकटाचीही कल्पना दिली. मामानं ऐन लग्नात काही गडबड केली तर त्याला फक्त आवरायचं. बाकी काही करायचं नाही." असंही त्यांना सांगून ठेवलं. सगळ्यांनी आनंदानं होकार दिला.

साखरपुड्याच्या निमित्तानं डॉक्टर घाटुगडे आणि काही निवडक मंडळी कागलला आली. डॉक्टरांना आणि त्यांच्या थोरल्या मुलाला सगळं घर, माणसं, मळा दाखवला. ओळखी करून दिल्या. मळा स्वत:चा नसल्याचं, फाळ्यानं केला असल्याचंही मुद्दाम सांगितलं नि शेवटी म्हणालो,

"या सगळ्या पार्श्वभूमीवर प्राध्यापक झालेला मी उभा आहे. माझी जशी पदवी मला कायमची चिकटली आहे, तसं हे घरदार, ही माणसं, हा आटालाही मला कायमचा चिकटलेला असेल. तुमचा होणारा जावई हा असा असेल. माझ्याविषयी आणि आमच्या घरादाराविषयी कागलात संपूर्ण चौकशी करा नि मगच आपण पुढच्या गोष्टी निश्चित करायच्या की नाही ते ठरवू."

डॉक्टरांनी रीतसर चौकशी केली.

बायकामंडळींचा त्यांना थोडा विरोध झाला. "शेतमळा स्वत:चा नाही. नुसतं रोजगाऱ्याचं घर दिसतंय. मोठा मुलगाच तेवढा शिकलेला. अजून दोन बहिणींची लग्नं व्हायची आहेत. दोन भावांची शिक्षणं व्हायची आहेत. सगळा भार थोरल्या मुलावरच पडणार... पोरीला सुख लागणार नाही. तिच्यासाठी दुसरी जागा शोधा. जाणून बुजून तिला संकटात घालू नका. त्यांची घरगुती भांडणंही दिसतात."

"मुलगा कर्तृत्ववान आहे. सगळं निभावून नेईल. आताच त्याचा लौकिक झालाय. गावातल्या प्रतिष्ठित लोकांच्या मनात त्याच्याविषयी कौतुक आहे. घरदार रोजगाऱ्याचं असलं तरी सगळी फाळ्याच्या रानात राबून खातात. कुणी उपाशी नाहीत... मुलाकडं बघूनच मुलगी द्यायची आहे. ती काही या घरात फार काळ राहणार नाही. तिच्या नवऱ्याबरोबर तिला नोकरीच्या जागी स्वतंत्र घर थाटावं लागणार... आपलं जसं आहे तसंच त्यांचंही आहे." डॉक्टरांनी घरच्यांना समजावून सांगितलं.

याद्या, साखरपुडा झाला. लग्नाची तारीख ठरवली नि सगळी मंडळी कोयनानगरला निघून गेली.

मामाला ही बातमी कळली नि तो रात्री दारू पिऊन आला. घरात खूपच धांगडधिंगा घातला. आईला नि मला खूपच शिव्या दिल्या. 'लग्न होऊ देणार नाही' अशी पुनःपुन्हा प्रतिज्ञा करू लागला... समजून सांगावं, अशा अवस्थेत तो नव्हता. म्हणून मी म्हणालो,

"मामा, उद्या सकाळी मी तिकडं येतो. मग निवांतपणे बोलू या. आता खूप रात्र झालीय. तू घरात जाऊन झोप जा. शिवा, मामाला एवढं घरापतोर घालवून ये रे.''

शिवा मामाला घेऊन त्याच्या घराकडं गेला. नंतर मी मामाकडं गेलो नाही. तो अपमानित झाला होता. त्याच्या भावना मी समजू शकत होतो. त्याच्या दृष्टीनं तसं करण्यात सर्वांचं कल्याण आहे असं त्याला वाटत होतं.

निमंत्रणपत्रिका छापल्यावर मी मामाला सविस्तर पत्र लिहिलं. सोबत निमंत्रणपत्रिका. त्या पत्रात पुन्हा एकदा माझी मनःस्थिती स्पष्ट केली. मला समजून घेण्याविषयी विनवलं. पंढरपूरला एक फेरी मारून सर्वांना प्रत्यक्ष निमंत्रणपत्रिका देण्याचा विचार केला. त्याप्रमाणं गेलो. सर्व संबंधितांना निमंत्रणपत्रिका दिल्या. निवडक विद्यार्थी व विद्यार्थिनींनाही दिल्या नि लग्नास येण्याची विनंती केली.

माझ्याकडं एकट्या येणाऱ्या मुलीलाही निरोप पाठवून बोलावून घेतलं. तिला निमंत्रणपत्रिका दिली नि सर्व काही सांगितलं.

ती शोकाकुल झाली. म्हणाली, "तुम्ही माझा विश्वासघात केलात.''

"तसं नाही. उलट तुझा विश्वासघात होऊ नये, फसवल्याची जाणीव तुला नंतर होऊ नये; म्हणून मी विचारपूर्वक हा निर्णय घेतला. माझं घर हे एका अतिशय सामान्य शेतकऱ्याचं आहे. दरिद्री, अज्ञानी, शेतात कष्टणारी माणसं तिथं आहेत. तू केवळ माझ्यावर, बुद्धिमत्तेवर, माझ्या वाङ्मयीन व्यक्तिमत्त्वावर प्रेम करतेस. पण तुला आमच्या घरच्या दारिद्र्याची कल्पना येणार नाही. प्रत्यक्ष ते पाहिलंस तर तुला मी फसवल्याची, विश्वासघात केल्याची जाणीव नक्कीच होणार नाही? म्हणून हा निर्णय घेतला आहे.''

"असं मुळीच नाही. गावाकडे आमचीही शेती आहे. शेतकऱ्यांची कुटुंब मला जवळून माहीत आहेत. आम्हीही काही श्रीमंत नाही आहोत. दरिद्री सारस्वत ब्राह्मण आहोत. तुम्ही मला न विचारता हा निर्णय घेतलाच कसा?''

"मुद्दामच घेतला. विचारविनिमय केला असता तर मला जो हा कठोर निर्णय घ्यावा लागला, तो घेता आला नसता. तुला कल्पना नाही; दारिद्र्य सगळीकडंच असलं तरी ब्राह्मणाघरचं दारिद्र्य वेगळं नि शेतकरी-कामकरी

माणसाच्या घरचं वेगळं. त्याची कल्पना सांगून, चर्चा करून येणार नाही, इतकं ते भीषण असतं. तुझ्या भल्यासाठीच मी हा निर्णय घेतलाय.'' आणखी खूप काही बोललो. ती मुसमुसून रडली.

एखाद्या ब्राह्मण मुलीला अकारण आपल्याशी जोडून होरपळून काढण्यात आणि तिच्याबरोबर आपलीही जन्मभर उलघाल करत राहण्यात अर्थ वाटत नव्हता. म्हणून मी तो मोह आवरला... घराकडचं वास्तव मला विसरता येणं शक्य नव्हतं. कदाचित माझा तो न्यूनगंडही असेल. भावी काळात येणाऱ्या त्या प्रापंचिक संकटाला मी नकळत भ्यालोही असेन.

लग्नाचा दिवस.

मनावर खूप ताण. मामा काही करील का, याची भीती. पण मामा रेंदाळला आलाच नाही. अक्षतांच्या वेळी अनेक कारणांनी मन दाटून आलं. एवढ्याशा लग्नासाठी केवढं रामायण घडलं हे!

अक्षता पडल्यावर आम्ही उभयतां माच्यावर बसलो नि मामा एकदम समोरच दत्त झाला. क्षणभर माझ्या अंत:करणाचं पाणी झालं. पण मामानं क्षणभरात आम्हां दोघांची भरल्या डोळ्यांनी 'सेस' भरली. दोघांवरून रुपया ओवाळून ताटात टाकला. मी पाहतच राहिलो.

"आन्दा, शेवटाला मी तुझा मामाच हाय. अक्षताला येणार न्हाई, असं कसं हुईल?... सुखानं संसार करा.'' त्यानं आशीर्वाद दिला.

माझ्या डोळ्यांत पाणी डबडबलं. थोरल्या मामाची आठवण तीव्रतेनं झाली. त्याच्या घरचं कुणीच आलं नव्हतं. येणंही शक्य नव्हतं.

सगळं लग्न सुरळीत झालं. वरातीच्या वेळी मनात आनंद, उत्साह निर्माण व्हायच्या ऐवजी चमत्कारिक उदास विचार येत होते. कागलला दोन देवस्थानं आहेत. तिथं गैबीला नवसाचा बोकड सोडला जातो नि मरगाईला रेडा सोडला जातो. देवाला सोडताना त्यांना नटवून सजवून गावातनं मिरवलं जातं; मग सोडलं जातं. काही दिवसांनी बळी दिलं जातं...वरातीच्या वेळी मी अनिच्छेनं सजलो होतो. नटण्याची आवड मला कधीच नव्हती. लहानपण ज्या अवस्थेत गेलं त्याचाही हा परिणाम असावा. पण मला नटताना संकोच वाटतो. आपण उथळपणा करतोय असं काहीसं वाटतं. त्या दिवशी खूप संकोचून गेलो. नटलेल्या अवस्थेत मला मोटारीत बसताना, सगळे लोक माझ्याकडं बघताना, वरातीच्या मोटारीबरोबर स्त्रीपुरुषांची गर्दी चालताना, वाजंत्री आपली वाद्ये जोरजोरात वाजवताना, देवळाच्या दिशेने गाडी जाताना; मला देवाला सोडल्या जाणाऱ्या जनावरांची आठवण पुन:पुन्हा तीव्रतेनं होत होती. आपलं काहीतरी हरवलेलं आहे, आपण कशाला तरी मुकलो आहोत, या निमित्तानं त्याचा आपण बळी

देत आहोत, या भावनेनं आतून उन्मळल्यासारखा होत होतो... रामदासस्वामी त्या बालवयातही ऐन लग्नातून का पळून गेले असावेत, त्यांची मन:स्थिती काय असावी याचं एक वेगळं ज्ञान मला त्या क्षणी होत होतं. चिंतेत बुडून गेलो होतो.

लग्नानंतर घरी परत आल्यावर मी मामाला म्हणालो; "मामा, झालं ते सगळं इसरून जायचं. आक्काताईच्या मनाचा विचार या गडबडीत कुणालाच करायला जमलं नाही. तिला यातना झाल्या असतील, खूप अपमानित झाली असेल. तिच्यासाठी एखादी उत्तम जागा मी बघतो. मला अजून तीन भाऊ हाईत; तिलाबी अजून तीन बहिणी हाईत. त्यातली एक ना एक ह्या घरात नक्की येईल नि तुम्हां तिघा भावंडांचं हे बेलाचं पान अखंड टवटवीत ऱ्हाईल. मीच त्येच्यासाठी धडपड करणार."

मामाचे डोळे भरून आले होते... तो फक्त 'नाही नाही' म्हणून नकारात्मक मान हलवत होता. त्याला हाच संबंध जोडायचा होता; पण त्यानं भाच्याच्या प्रेमापोटी माघार घेतली होती.

●

चार

भाड्याच्या दोन बैलजोड्या नि घरची एक जोडी अशी आठ दिवस लावून सगळ्या रानाच्या कडांवरून आत घुसलेलं गवत, कुंदा काढून घेतला. रानातली काशाची ठिगळं माणसं लावून खंदून काढली. वेडेवाकडे झालेले बांध नीट केले.

कितीतरी वर्षांत रानाला खोल नांगरट लाभली नव्हती, ती लाभली. आतलं कोरं रान वर आल्यानं रानाचे आवड कसे टवटवीत वाटू लागले. जेवढं जमेल तेवढं गावातलं खत ओढलं नि रानात ढीग सोडले.

पावसाळ्यात सल्फेट लागेल म्हणून थोडे पैसे बँकेत ठेवले.

आईनं पन्नाशी ओलांडली होती तर दादा आता साठी ओलांडणार होता. तरीही सगळ्यांचा उत्साह वाढला. कष्टाला लागणारा पैसा दोन-तीन वर्षं आपण घातला की मळा उजगाराला येईल याची खात्री वाटत होती. एकदा जम बसला की मग घरादाराची काळजी करावी लागणार नव्हती. मग थोडे थोडे पैसे दिले तरी चालणार होतं.

आप्पा नुकताच सातवीला नि दौलत दुसरीला गेलेला. वीस-बावीस वर्षांच्या शिवानं अंग धरलं नसलं तरी त्याचा आजार नष्ट झाला होता. आता तो धोतर-पटका नेसून मळ्याला जात-येत होता. हिरा कायमचीच सासरहून माहेरला आल्यासारखी झाली होती. जमेल तशी कामं ओढत होती.

सुंदराच्या घरात सासू-सुनेचे वाद चालले होते. लक्ष्मीचं वय आता पंधरा वर्षांचं झालेलं. सुंदरानंतर तिची लग्नाची पाळी आलेली. लक्ष्मीचा बांधा अटकर, उंची कमी. माणसांशी हसून खेळून राहायची, रंगानं आईसारखी, काहीशी सजगुरा वाणाची वाटणारी. कामाला हुशार. त्यामुळं आईची स्वयंपाकाची काळजी मिटलेली. सकाळी दोघी मिळून स्वयंपाक करायच्या नि लौकरच मळ्याला

जायच्या. आईला डोईवर जेवणाची बुट्टी नि लक्ष्मीच्या ताब्यात दोन दुभती म्हसरं. दहा-अकरा वर्षांच्या आनसाच्या ताब्यात शेरडं. पुष्कळ वेळा म्हसरं, शेरडं लौकरच मळ्याकडं येत नि उनाच्या आधी साराच्या कडंनं, उसाच्या कडंनं पाटाच्या पाण्यावर आलेल्या हिरव्या दङ्गाला दात घासत. अशा वेळी आनसाबरोबर दौलाही आलेला असे. कुणीतरी मोट, अवजार चालवी, कुणी पाणी पाजी, कुणी बैलांसाठी, म्हसरांसाठी उसाचा हिरवा पाला काढी. कुणी भाजीपाल्यात, माळव्या-दळव्यात खुरपण-भांगलण करी. त्यामुळं कामं उनाच्या आधी होऊन जात. उनाचा सगळ्यांनाच तासभर इस्वाटा मिळे.

व्यवहारशीर कामं चाललेली बघून मनात भविष्यातलं एक चित्र आकार घेई. शिवा अडाणी राहिल्यामुळं त्याला शेती बघावी लागणार होती... दौला-आप्पा यांना आपल्याएवढं शिकवायचं नि आपल्या तोडीस तोड होतील; असं घडवायचं. उरलेल्या दोन्ही बहिणींची लग्नं करून त्यांना जरा बऱ्यापैकी सासर मिळालं तर पाहायचं. आम्ही सगळेजण भाऊ एकत्र राहिलो तर आम्हा भावांची सगळी पोरंटारं एकत्र राहतील नि शिकतील. शिवा अडाणी राहिला तरी त्याची पोरं शिकून शहाणी होतील नि शिवाचं पांग फेडतील... आपण ही पेंडी गच्च बांधून ठेवली पाहिजे. ती सुटली की काडी काडी वाऱ्यावर उडून जायला उशीर लागणार नाही. जाग्याला काहीच उरणार नाही...

मी घरादारासाठी उत्साहानं रानाच्या लागवडीला पैसा घालत होतो. सगळा जीव रानात ओतावा नि ते गारेगार करून टाकावं, भावंडं त्याच्या सावलीत विसावलेली दिसावीत, त्यांच्या अंगावर मूठमूठभर मांस आलेलं दिसावं, त्यांचा कोळपून-करपून गेलेला रंग जरा तरी उजळ व्हावा, असा ध्यास लागलेला.

स्मिताच्या रूपानं अनेक वर्षांनी बाहेरचं माणूस आमचं होऊन घरात आलं होतं. आई जाधवांच्या घरातून ह्या घरात सून होऊन आली नि त्यानंतर पन्नास एक वर्षांनी घाटुगड्यांच्या घरातून शिकलेली सून या घरात आली... एक नवं माणूस आपलं झाल्याचा आनंद सगळ्या भावंडांना झाला होता. त्यांचा उत्साह वाढला होता. बहिणींना वाटत होतं 'वहिनीच्या' रूपानं आपलंच एक शिकलेलं रूप आकाराला आलंय. त्या 'वैनी वैनी' म्हणत तिच्याभोवती गर्दी करत होत्या. तिला आपल्याबरोबर नेत होत्या.

आपल्या साहेब झालेल्या लेकाच्या निमित्तानं एक शिकलेली सून तिचं घराणं सोडून आपल्या घराण्यात आली. ती ज्या घराण्यातून आली ते डॉक्टरांचं घराणं असलं तरी आपला पोरगाही त्याच तोडीचा हाय, त्यामुळं आपलं घराणंही शेतकऱ्याचं असलं तरी त्या घराण्यापेक्षा काय कमी न्हाई, या उन्मादक आनंदात आई होती. तिच्या शेजारणींशी होणाऱ्या बोलण्यातनं ते उमटत होतं.

मोठ्या घरची मुलगी लेकाच्या निमित्तानं आली, तिला जपली पाहिजे. शेतकऱ्याघरचा धबडगा तिला सोसणार न्हाई, धसाकसाची कामं तिला झेपणार न्हाईत, उगंच आपलं हिकडं तिकडं हिंडून फिरून खाऊ दे; असं दादाला वाटे. कुलदैवत जोतिबा, कोल्हापूरची अंबाबाई, आमच्या भागातलं जागृत देवस्थान म्हणून ओळखला जाणारा वाडीचा 'हलसिद्ध आप्पा' यांच्या दर्शनासाठी लग्नानंतर वावरजत्रा काढली.

बघता बघता पंधरा जून उजाडला नि मला वीस जूनला कॉलेजवर हजर होण्याचे वेध लागले... स्मिता फक्त एस. एस. सी. झाली होती. तिला पुढे शिकवून निदान बी. ए. तरी करावी अशी माझी इच्छा होती. तिच्या घरच्यांची नि तिची त्याला अनुमती होती. डॉक्टरांच्या बदल्या ज्या तालुक्याच्या ठिकाणी होत तिथं कॉलेज नसल्यानं नि मुलींना शहरगावी स्वतंत्रपणे ठेवणं डॉक्टरांना अनेक कारणांनी गैरसोयीचं वाटल्यानं त्यांनी स्मिताचं शिक्षण थांबवलं होतं. पंढरपूर कॉलेजमध्ये पदवीपूर्व वर्गात आर्ट्सला तिचं नाव घालण्याचं निश्चित केलं.

आमच्या संसाराचा खरा प्रारंभ पंढरपुरात सर्वार्थानं होणार होता. त्यासाठी मला स्वतंत्र घर बघावं लागणार होतं. मी जी दोन खोल्यांची जागा प्रथम घेतली होती, तीत प्रा. भोसलेला मी पार्टनर केलं होतं. त्याला 'दुसरी जागा बघ' कसं म्हणायचं! अवघड वाटत होतं. त्यापेक्षा आपणच स्वतंत्र जागा बघावी, असा मनात विचार केलेला. ती जागा मिळेपर्यंत स्मिताला पंढरपूरला आणता येणं शक्य नव्हतं. म्हणून मी पंढरपूरला एकटंच जायचं नि जागा मिळाल्यावर स्मिताला पंढरपूरला घेऊन जायचं ठरविलं होतं. माझा हा सगळा बेत मी आईला सांगितला. पण तिला तो पसंत पडला नाही. तिला वाटत होतं; निदान एक वर्षभर तरी मी स्मिताला कागलमध्ये ठेवावी. मी येत-जात राहावं. तिला आता शिकण्याची काही गरज नाही. तिनं संसार करावा.

पण माझा बेत वेगळा होता. स्मितानं पदवीधर व्हावं. नोकरी करावी. शहरात राहायचं तर खर्च जास्त असतो. आमच्या घरात फुटका पैसाही शिल्लक नाही. गावाकडचं एवढं मोठं घर उभं करायचं तर माझा एकट्याचा पगार चहा-चिवड्यालाही पुरला नसता. त्यात माझाही संसार शहरात उभा करायचा होता. त्याची तयारी चटणी-मिठाच्या बरण्या विकत घेण्यापासनं करावी लागणार होती. माझ्यापुढं माझं आयुष्य प्रचंड पसरलं होतं. मला अनेक आघाड्यांवर एकट्याला तोंड द्यावं लागणार होतं. म्हणून स्मिताला शिकवण्याच्या बाबतीत दिरंगाई करून किंवा निरुत्साह दाखवून भागणार नव्हतं. हे सगळं काही मी आईला सांगू शकणार नव्हतो. तिला ते कळणं अशक्य होतं. येणाऱ्या काळातील जीवनाची

गुंतागुंत, जीवनाविषयीचा वार्धक्यापर्यंतचा विचार, मुलंबाळं व त्यांचं शिक्षण, चांगल्या जीवनाची कल्पना, हे सर्व तिला समजणं कठीण होतं. ती फक्त उद्याच्या दिवसाचा जगण्याचा विचार करू शकत होती. तिच्या जीवनाच्या रीतीत तेच योग्य होतं आणि शक्यही.

स्मिताच्या शिक्षणाचा माझा बेत मी आईला सांगितल्यावर ती म्हणाली, "आन्दा, तू अर्धा जल्म जाऊस्तवर नुसता शिकलास. ते अजून पुरं झालं न्हाई व्हय? आता तिला कशाला बायकाच्या जातीला शिकीवतोस?"

"आई ते तुला कळायचं न्हाई. तिला शिकीवलं पाहिजे. आपल्या घरादाराला ते उपयोगी पडंल."

"ती जर शिकत ऱ्हायली तर संसार कवा करायचा तू, दाढी गळ्यात आल्यावर?" आईला लगेच पोराबाळांचं सुचवायचं होतं. घरात नुकतंच पोरं जन्माला येणं बंद झालेलं. सगळ्या भावंडांना वाढवून मार्गी लावण्याची जबाबदारी शेवटी मलाच उचलावी लागणार होती. पोराबाळाचं घरात लेंढार असल्यावर काय-काय यातना भोगाव्या लागतात याचा मला चांगलाच अनुभव आलेला.

"हे बघ आई, या वक्ताला तू काय तरी घोलम्याड करत बसू नगं. तिला शिकवायची म्हंजे शिकवायची. तिला फुडच्या म्हैन्यात मी पंढरपूरला घेऊन जाणार." मी वैतागलो.

"काय तरी कर जा तिकडं." आई उठून कामाला गेली.

मधल्या सोप्यात भाजी निवडत बसलेल्या स्मिताच्या कानावर हे शब्द पडत होते. मला वाटू लागलं, हा वाद स्मितासमोर होऊ नये. तिच्याकडं माझं लक्ष गेल्यावर मी गप्प झालो. माडीवर जाऊन बसलो. वाटू लागलं; उद्या आपण पंढरपूरला गेल्यावर स्मितामध्ये आणि आईमध्ये वादावादी होणार. एखाद्या वेळेस आई स्मिताला भरवील. 'मी शिकणारच न्हाई', म्हणून सांग म्हणील. स्मिता तर अजून नवीन. तिला इथं येऊन साताठ दिवसही झाले नाहीत. तोवर घरातले वाद तिच्या डोळ्यांदेखत घडताहेत. आईला एवढं कळत नाही की नाही म्हटलं तरी घरात परकं माणूस आलं आहे. अजून तिला ह्या घराविषयी आपुलकी निर्माण व्हायची आहे. अशावेळी आपण जर तिच्यासमोर वाद घालत बसलो तर ह्या घराविषयी असलेलं तिचं कोरं मन प्रेमानं भरायच्या ऐवजी शंकाकुशंकांनी मळून जायचं. तिला या घराविषयी जिव्हाळा वाटायच्याऐवजी परकेपणाच वाटू लागेल अशानं. घरात आई नेहमी दादाबरोबर वाद घालते. भांडणं काढते. पोरांवर वैतागल्यावर त्यांना मनात येईल ते बोलते.

आईचा स्वभावच तसा आहे. असं समजून आतापर्यंत मी तिकडं दुर्लक्ष करत होतो... पण स्मिताला हे काही अजून माहीत नाही. अशावेळी ही भांडणं;

आईचा तोंड सोडण्याचा स्वभाव बघून स्मिता बिचकून जाईल. माहेरी गेल्यावर कदाचित त्यांच्या घरी याच्यावर चर्चा होईल आणि गैरसमज होतील. अडाणी घरातली माणसंही भांडखोर नि आडदांड आहेत म्हणून डॉक्टर स्मिताला पाठवूनही देणार नाहीत. आपण इथं आहोत तोवर या वादावादीवर अंकुश ठेवतो. पंढरपूरला गेल्यावर आईला सांगणारं कुणीच नाही...

मी स्मिताला काही दिवसांसाठी माहेरी पाठवण्याचा निर्णय घेतला. पंढरपुरात मला जागा मिळाली की मग तिला पंढरपूरला न्यायचं ठरवलं.

आईला मी दुसऱ्या दिवशी म्हणालो, ''आई, स्मिताला मी थोड्या दिवसांसाठी कोयनानगरला लावून देतो. आता आम्ही एकदा पंढरपूरला गेलो की अभ्यासात वरीसभर तिला माह्यारला जाता येणार न्हाई. दिवाळीला थोडे दिवस नि गुढीपाडव्याच्या टिपणाला परक्षा झाल्यावर आम्ही हिकडं परतणार.''

''मला काय इचारतोस? तुला काय करायचं असंल ते कर तुझं तू.''

ती गप्प बसली. आतल्या आत धुमसत राहिली.

मी काही बोललो नाही. बोललो तर भांडणाला तोंड फुटणार होतं. स्मितासमोर तमाशा व्हावा, असं वाटत नव्हतं. शिवाय हातात फक्त दोनच दिवस बाकी होते. मनाचा धडा करून निर्णय घेतला नि मी स्मिताला कोयनानगरला घेऊन गेलो. दुसरे दिवशी कोयनेहून कराडला गेलो नि पंढरपूर-गाडी गाठली.

पंढरपुरात कॉलेज सुरळीत सुरू झालं. या वर्षी कॉलेज कैकाडी महाराजांच्या मठातनं गावाबाहेर स्वत:च्या इमारतीत गेलं. त्यामुळं गेल्या वर्षी घरापासनं दोनतीन मिनिटांच्या अंतरावर असलेलं कॉलेज आता चालत अर्ध्या तासाच्या अंतरावर गेलं. कॉलेज मोकळ्या हवेत नि विस्तीर्ण जागेत गेल्याचा आनंद झाला. कॉलेजला काहीतरी आकार आल्यासारखं वाटलं. मठातल्या कॉलेजात शिकवण्या घेतल्यासारखं वाटत होतं.

जागेसंबंधी एस. एस. भोसलेजवळ बोललो.

''बाळ, आता मी पत्नीला पंढरपूरला आणण्याचा विचार करतो आहे. त्यामुळं मला दोन खोल्या असणं सोयीचं जाणार आहे. तुला भाड्याच्या दृष्टीनं एकच खोली असणं सोयीचं जाणार आहे. तेव्हा आपण दोघे जागेच्या शोधात राहू या. तुला एखादी खोली मिळाली तर तू तिथं राहायला जा. दोन खोल्या मिळाल्या तर मी तिथं राहायला जाईन. मी इथनं गेलो तर मात्र तुला इथल्या दोन्ही खोल्यांचं भाडं द्यावं लागेल. तेव्हा तू एका खोलीच्या शोधात राहा.''

पण जागेची फार शोधाशोध करावी लागली नाही. पंधरा-वीस दिवसांच्या आत भोसलेची बदली साताऱ्याला झाली. त्याच्या जागी मराठीचे प्रा. ह. कि. तोडमल यांची प्राचार्यपदी नेमणूक होऊन ते पंढरपूरला आले. पहिले प्राचार्य

चौगुले बदली होऊन इतरत्र गेले. स्मिताला पंढरपुरात आणण्याचा माझा मार्ग मोकळा झाला.

रविवारला धरून दोन दिवसांची रजा काढून मी गावी गेलो. वेळ घालवून भागणार नव्हतं; कारण पोर्शन पुढं सरकत होते नि स्मिताचं नाव पदवीपूर्व वर्गात अजून नोंदवायचं होतं.

एक दिवस कागलात राहून कोयनेला जायला निघालो. आईला बाळ भोसलेची बदली झाल्याचं नि माझी मूळच्याच जागेत सोय झाल्याचं सांगितलं, "उद्या मी स्मिताला घेऊन पंढरपूरला जातोय." पण आई माझं ऐकण्यात काहीच रस घेईना.

शेवटी मी तिला म्हणालो, "मला आता तिथं संसार सुरू करायचा हाय. संसार म्हणजे नुसती दोन वक्ताच्या जेवणाची येवस्था करणार. माझा संसार ह्या संसाराचाच एक भाग असणार. तवा मला ह्या संसारातली एक कळशी, माझं ताटवाटी-तांब्या नि बसायचा पाट पाहिजे."

"घोंगड्याची एक दशीसुदीक मिळणार न्हाई ह्या संसारातली तुला. वाहवा रं खेळ्या! शिकून शाणा झालास व्हय? हळूच पिंजऱ्यातनं गॉड बोलून सटकलास. आणि आता जाता जाता उपाटा मारून जातोस व्हय? जा की तिकडं भयाभया करत. चांगला पगारदार झालाईस. चांगला डॉक्टर सासरा मिळीवलाईस. तुझ्या भणी म्हणणाऱ्या हितं गांडीतोंडात माती जाईस्तवर राबराब राबत्यात नि पोटाला मिळीवत्यात. त्या अशाच हिकडं मातीत मिसळून जायच्या नि तिकडं तू तुझ्या बायकूला आयती शाळा शिकवायचास. हितं मी रक्ताचं पाणी करून चतकोर तुकडा पोरांसाठी मिळीवणार नि तिथं गादीवर बसून ती खाणार नि नटूनथटून कालीजाला जाणार... भणी भावंडांनी पोटं आवळून तुला शिकीवलं. त्यो तू आता ही कालची आलेली टिकली कपाळावर मिरवत पंढरपुरातनं हिंडणार नि माझी पोरं अशीच भीक मागत फिरणार. का रं बाबा?... झालं एवढं रग्गड झालं. आता आमच्या नशिबाचं काटंकुटं काय चुकत न्हाईत." आई भडाभडा बोलू लागली. तिचा माझ्यावरचा विश्वास उडाला.

"तू काय तरी बडबडत बसलीयास. आई, आगं मी तिला शिकीवणार ते आपल्या घरादाराच्या कल्याणासाठीच का न्हाई? काल सांगिटलं न्हवं तुला?"

"नगं रं बाबा, आता आगीची परक्षा. तुला शिकून शाणा केला, तेवढं रग्गड झालं."

"काय वंगाळ झालं, मला शिकवून तुझं?'

"चांऽगलं कोटकल्याण झालं माझं. लगीन करून चाललास न्हवं आता सवता ऱ्हायाला?... हिकडं माझ्या पोराबाळांनी पोटासाठी टाचा घासायच्या नि

तिकडं तुम्ही राजाराणीगत ऐटीनं ऱ्हायाचं.''

"खुळी हाईस तू. म्हैन्याला पैसे लावून देतोय न्हवं?''

"कुठं पुरायच्या त्या निमताला दिलेल्या चार रुपड्या? एकाला आठ तोंडं खाणारी हाईत हितं पेटलेल्या खाईसारखी. तीन म्हैनं झालं एक तरी हातावर हगलास काय?.. आता तर सवता संसार थाटणार तू. हितनं फुडं काय लावून देशील ते ठावं हाय मला.''

"आगं, तीन म्हैने मी काय दिलं न्हाई, हे खरं, – पर मळ्यात आठशे रुपयं लागवडीला, कष्ट-मशागतीला घातलं, लग्नाचा खर्च झाला, त्यो केला कुणी?''

"एकदम एवढी लागवड घालायला का सारा मळा वसाड पडला हुता? एवढं निघतील का पैसे त्या पिकातनं? का एवढी घाई केलीस? एका शब्दानं तरी इचारलास मला?''

"घाई करायला पाहिजेच हुती. तुला काय इचारायचं त्यात? मला काय शेतकीतलं कळत न्हाई? धाबारा वरसं त्या मळ्याची नीट नांगरट न्हवती, खतमूत न्हवतं. कशानं पिकल त्यो? आता पिकला तर पोरंबाळंच खाणार हाईत न्हवं तुझी? त्येच्यासाठीच घाटलं मी ते पैसे... आता पंढरपूरला गेल्यावर पगार झाला की थोडं तुझ्या खर्चाला पुन्ना लावून देतोयच की.''

"मला नगं बाबा आता तुझं उपकाराचं पैसं. पोरंबाळं घेऊन माझी मी राबून खातो. आजवर काय तुझ्या पैशांची वाट बघत मी संसार केला?''

"मी कुठं म्हणतोय तू केलास म्हणून?''

तिची भावना दुखवू नये म्हणून आणि तिला मोठेपणा द्यावा म्हणून मी बोललो, तर तिनं तेच खरं धरलं.

"मग झालं तर. तुझ्या प्रपंचाचं बघ जा आता. अजून माझी पाचसात कच्ची बच्ची हाईत. तुला ह्या संसारातलं दिलं तर त्यास्नी काय देऊ?''

"नको देऊस. ऱ्हायलं. माझा मी घेतो संसार इकत.''

मी वाद बंद करायच्या हेतूनं बोललो. आईशी वाद घालू लागलो की फाटे फुटतात, याचा मला अनुभव होता. बोलण्याच्या भरात ती दाही दिशा भडकत जाते. तिला आवरणं कठीण होतं. प्रसंगी माझाही तोल सुटत जातो. काय करावं सुचेना. भावना अशी होती की घरातल्या एकदोन वस्तू तरी मला हव्या होत्या. माझ्यासाठी म्हणून घेतलेलं पितळेचं ताट, पितळेचा तांब्या, दुधाचा पेला नि बसायचा पाट; एवढं तरी मला हवं होतं. त्यात जेवताना घरात अगदी आपल्या स्वयंपाकघरात बसून जेवल्यासारखं मला वाटणार होतं.

मी उठलो आणि मामाकडं गेलो. माझ्या लग्नाचं निश्चित झाल्यावर

आक्काताई थोरल्या मामाकडं म्हणजे आपल्या गावी गेली होती. माझ्या लग्नाच्या प्रकरणात तिला विनाकारण त्रास झाला होता. तिच्या मनाचा, भावनांचा मी विचार केला नाही. मुलीची जात. वडीलधाऱ्या माणसांनी मुलगा पाहायचा, त्याचा विचार करायचा नि पसंत करायचा की नाही ते ठरवायचं. त्यांनी पसंत केला तर मुलीनं लग्नाला मुकाट उभं राहायचं. मुलानंच नापसंत केलं तर मुलीनं गप्प बसायचं, ही जनरीत.

पण आक्काताई अकरावी एस. एस. सी. पास झालेली. तिला तिच्या आशाआकांक्षांची, भावभावनांची स्वतंत्र जाणीव झालेली. पण त्या माझ्यासह कुणीच विचारात घेतल्या नाहीत; याचं वाईट वाटलं. माझ्या मनातलं वादळ तिला कधीच निवांतपणे, सविस्तर सांगता आलं नाही. तशी संधीच मिळाली नाही. मामाचा उशिरा का होईना पण गैरसमज गेला होता. आता मी मोठ्या विश्वासानं त्याच्याकडं चाललो होतो.

मामा घरात नव्हता; म्हणून मळ्याकडं त्याला भेटायला गेलो. आईचा नि माझा झालेला वाद सांगितला. माझी भावनाही सांगितली. माझ्या जेवायच्या वस्तू तरी मला हव्यातच म्हणूनही सांगितलं.

तसंच त्याला घेऊन घराकडं आलो. मामा आईला म्हणाला, "दे की ग आक्का, त्येला काय दोनतीन वस्तू पाहिजेत त्या."

"मी का म्हणून त्येला देऊ?"

"तुझा ल्योक हाय म्हणून द्यायच्या." मामा हासत बोलला.

आई गंभीर होती. तिच्या मनाला कुठं तरी खोल वेडेवाकडे तिढे पडले होते. "माझा ल्योक असता तर माझ्या शब्दाच्या बाहीर गेला नसता. माझी पोरंबाळं उपाशी ठेवून आता बायकूच्या शिक्षणासाठी येणारा पगार खर्ची घालणार ह्यो. उरलेला तिकडं पंढरपुरात चैनीत उडीवणार नि मला चार रुपड्या दिल्या म्हणायला मनीआडरनं लावून देणार. माझा पोरगा असता, तर असा मतलबीपणा केला नसता ह्येनं." ती भडाभडा बोलली.

"हे हिच्या मनाचंच खेळ चालल्यात बरं काय मामा." मी हासून बोललो.

"मनाचं खेळ करायला का मला खूळ लागलंय? का मी 'व्हन्यार' सांगतोय, माझ्या आन्दू. तू जर माझा ल्योक असतास तर चाळीस-पन्नास वर्सांनी आलेली सून निदान वरीसभर तरी ह्या घराला लाभू दिली असतीस. एवढा तुला सात नवसानं जन्माला घातला, धोंड्यादुखळात तोंडातला घास काढून तुझ्या व्हटात घातला, कामांनी आतडी तुटली तरी शिकविला; एवढं हाल सोसलं कुणापायी?"

"माझ्यापायीच की. मी काय न्हाई म्हणतोय काय?"

"मग असं बरं तुला वाटलं न्हाई की माझ्या आईनं माझ्यासाठी लई हाल सोसलंय तर निदान सालभर तरी तिला सुनंच्या हातच सुख लाभावं. कालीज सुरू हुयाच्या वक्ताला बायकू म्हायारला घालवून पंढरपूरला गेलास. हितं का तिला वनवास केला असता व्हय मी? का मी तिची कुणी न्हवं? माझ्या हाताखाली तुझी बायकू ठेवायला तुला कमीपणा वाटला. माझा ल्योक असतास तर बायकूला चुटकीसरशी म्हायारला लावून गेला नसतास... मी का खुळी हाय व्हय, आन्दू? उडत्या पाखराची शेटं मोजणारी अवलाद हाय ही."

"तू तुझ्या मनाला येईल तसा अर्थ लावतीस. आगं, स्मिताला थोडे दिवस म्हायारला लावून एवढ्यासाठी दिलं की एकदा का पंढरपूरला आम्ही गेलो की परीक्षा होईपतोर म्हणजे नऊधा म्हयने तिला म्हायारला जायला यायचं न्हाई. म्हणून तिला म्हायारला लावून दिली." मी समजूत काढण्याचा प्रयत्न केला.

"तुझ्याच मनाचा इचार तेवढा खरा व्हय? पोट उसवून जलम देणारी तुझी आई म्हणून, तिची सासू म्हणून माझ्या मनाचा काय इचार असंल का न्हाई?... एका तरी गोष्टीनं इचारलंस मला?"

"चुकलं माझं." मी बोललो.

मामा थंडपणानं सगळं ऐकून घेत होता.

"हे बघ आक्का, आता 'चुकलं' म्हणतोय न्हवं त्यो?"

"मतलबीपणानं म्हणतोय त्यो. मला का कळत न्हाईत असली बहुरूप्याची सोंगं? आईच्या हिताचा इचार बाजूला ठेवून कल आलेल्या बायकूच्या हिताचा इचार करतोय त्यो... कशाला तू माझी समजूत काढायला आलाईस? तुझ्याबी हातावर हळूच माणकं म्हणून तुरीचं दाणं ठेवलं, ते तू इसरलास वाटतं?" आई आता मामालाही बिथरवून आपल्या बाजूला ओढून घेण्याचा प्रयत्न करू लागली.

तिच्या भावना दुखवू नयेत म्हणून गप्प बसत होतो, पण मलाही आता स्पष्ट बोलणं भाग होतं.

मी म्हणालो, 'उगंच तोंडाला येईल ते बडबडू नको. धोतऱ्याच्या ब्या पेरायला अवघड नसतंय. माणसानं जमलं तर दुसऱ्याच्या मनात मोती पेरावंत, आई. तुला वाटलं तर दे. मला काय ताट, तांब्या, पाट इकत घ्यायला अवघड न्हाई. माझी एक भावना हुती, मी ह्या घरचाच संसार वाढवतोय, असं वाटत हुतं. दोन गोष्टी ह्यातल्या त्यात असाव्यात म्हणून मी मागतोय."

"एक वस्तू मिळणार न्हाई. सांगिटलं न्हवं तुला? नवा संसार बायकूच्या गावासनं आणायचा असतोय. तिकडं जाऊन आण जा. सासरा मोठा तालेवार हाय. आमच्या घरात खापरंबी धड न्हाईत. कुठलं देऊ मी?"

मामा एकदम आईवर खवळला. त्यानं तिला बऱ्याच शिव्या दिल्या.

हट्टाला नि ईर्षेला पेटून, कशी स्वत:चं वाटोळं करत होती, त्यासंबंधी बोलू लागला.

शेवटी मला म्हणाला, "आन्दा, कुठाय त्यो पाट नि ताटतांब्या? तुझा तू जा घेऊन. काय करती? खाती का गिळती ते बघू."

"तिची इच्छा न्हाईतर मला जास्त काय नको. नुसता माझा बसायचा पाट नि एक पाणी प्यायचा तांब्या जरी दिला तरी फुरं."

"तू ऊठ नि घे. ती काय करती बघू." मामा म्हणाला.

मी उठलो नि तांब्या घेऊन पिशवीत घातला. पाट घेतला नि वाचायला म्हणून आणलेल्या 'पुढारी'चा कागद त्याला गुंडाळून तो सुतळीनं बांधला.

आई मामाबरोबर बडबड करीत बसलीच होती.

"फुरं झालं की आता. ऊठ नि त्येला न्ह्यारीला घाल. त्येला फुडं जायचं हाय."

बडबडतच ती उठली नि तिनं न्याहारीची ताटली माझ्यासमोर सारली.

मी न्याहारी करून कोयनेला जायला उठलो. आईचा, मामाचा निरोप घेतला. बाकीच्यांचा सकाळीच घेतला होता. पोरंटोरं सगळी मळ्याकडं गेली होती. मामाला म्हणालो; "चलतो मी. आईचा इन्नाकारण काय तरी गैरसमज झालाय; तिची समजूत जरा काढ."

"बरं." मामानं मान हलवली. आई सोप्यात बसलेली उठलीसुद्धा नाही.

मी निघालो... आईशी झालेल्या भांडणामुळं अस्वस्थ झालो होतो. आतापर्यंत बारीकसारीक वादावादी, किरकोळ भांडणं होत; पण ती तेवढ्यापुरती होऊन मिटत. पुन्हा दुसऱ्या दिवशी सगळं सुरळीत चाले. पण असं भांडण आईचं माझ्याशी पूर्वी झालं नव्हतं. तिच्या मनात खोलवर काही बिघडल्याची जाणीव झाली...

दुसरे दिवशी कोयनानगर-पंढरपूर गाडीनं स्मितासह पंढरपूरला येऊन पोचलो. दोन-तीन दिवस हॉटेलात जेवलो. घराच्या मालकीणबाईंना म्हणजे आक्कांना बरोबर घेऊन सगळ्या प्रकारच्या प्रपंचवस्तूंची खरेदी केली. स्टोव्ह, भांडी, पोळपाट-लाटणं इथपासून तो पाण्यासाठी पीप, कळशी, रॉकेलचा डबा इथपर्यंत खरेदी झाली.

नवा चकचकीत संसार सुरू झाला. चारपाच दिवसांत स्मिता कॉलेजलाही जाऊ लागली... दोघांचाही उत्साह ओसंडत होता. सकाळचं कॉलेज असल्यामुळं दोघांनाही लौकर उठून तयारी करावी लागे. कांदा-पोहे, शिरा, उप्पीट यांपैकी एक बशी आणि चहाचा एक कप घेऊन आम्ही बाहेर पडत असू. पुष्कळवेळा

मला पहिला तास नसे. अशावेळी मी मागं राहत असे. ती पुढं जात असे.

पंढरपूरची मानसिकता लक्षात घेऊन आम्ही वागत होतो. कॉलेजच्या मुख्य रस्त्याला लागेपर्यंत एकत्र जात होतो. मुख्य रस्त्याला अनेक मुलं, मुली, प्राध्यापक चालत कॉलेजला जाताना भेटत. मग आम्ही दोघे अलग होत असू. स्मिता एखादी मैत्रीण गाठे नि मी एखादा प्राध्यापक किंवा विद्यार्थी गाठे.

कॉलेज संपवून परत आलो की ती स्वयंपाकाला लागे. भात, चपात्या आणि एक भाजी. पुष्कळ वेळा तीही मूग, चवळी, मटकी, मटार यांसारख्या कडधान्यांची किंवा फळभाजी, पालेभाजी असे. दुपारी तासभर विश्रांती. नंतर चहा घेऊन ती अभ्यासाला बसे. मी वाचनाला, क्वचित लेखनाला बसे. दुपारचा चारएक तासांचा वेळ निवांत मिळे. गेल्या वर्षी विद्यार्थिनीची गर्दी जी तिसऱ्या प्रहरानंतर होत असे, ती आता नसे. गेल्या वर्षी मी अविवाहित आणि नुकताच प्राध्यापक झालेलो. आता जाणीव झाली की गेलं वर्ष तसं वाया गेलं आहे. आता लेखन केलं पाहिजे. गंभीरपणे मी लेखनाकडं वळलो. स्मिताला दुपारचा वेळ तेवढा अभ्यासाला निवांतपणे मिळत होता. संध्याकाळी तिची स्वयंपाकाची गडबड सुरू होई. त्यामुळं आमच्याकडं येणाऱ्या विद्यार्थ्यांचा, विद्यार्थिनींचा राबता कमी झाला. कॉलेजात भेटू लागलो. रविवारी मात्र वाचन-लेखन टाळून स्मिताबरोबर इकडं तिकडं भटकत होतो. नवविवाहित असल्यामुळं कुणा ना कुणाकडं चहापानाला अधूनमधून जाऊ लागलो, स्मिताला आसपासची स्थळं, ठिकाणं दाखवू लागलो. त्यावेळी विद्यार्थी, क्वचित स्मिताची एखादी मैत्रीण बरोबर असे. विशेष म्हणजे माझ्या विषयीच्या प्रेमभावनेमुळं ज्या मुलीची मला आत आत काळजी वाटत होती, ती आता अतिशय आनंदी, खिलाडू वृत्तीनं स्मिताशी वागू लागली. तिची मैत्रीण झाली. एकंदरीत दिवस आनंदात जात होते.

पहिली टर्म संपली. दिवाळीची सुटी लागली. लग्नानंतरची ही पहिली दिवाळी. दिवाळीसाठी कोयनेला बोलावलं होतं. चीनशी चाललेल्या युद्धाचा सगळ्या देशाच्या दिवाळी-वातावरणावर परिणाम झालेला. एका भयाकुल काळात दिवाळी आलेली. ती साजरी करण्याचा उत्साह कुणाही सुजाण माणसाजवळ नव्हता. माझ्याजवळही नव्हता. पण गावाकडच्या परिस्थितीची आठवण झाली. आईशी भांडण करून आलो होतो. तिनं अबोला धरला होता. भावंडांची इच्छा होती की मी दिवाळीला त्यांच्या वहिनीला घेऊन कागलला यावं. मला वाटत होतं की माझ्या भावंडांची माझ्या लग्नानंतरची पहिली दिवाळी मोठ्या आनंदात जावी... त्यांना आणि माझ्या घरादाराला चीन-भारत युद्धाचं काही कळत नव्हतं. वर्तमानपत्रं त्यांच्यापर्यंत पोचत नव्हती. मी कागलला दिवाळी साजरी करण्याचा

निर्णय घेतला. तसं कोयनानगरला कळवलं. स्मिताला म्हणालो, ''दिवाळी करून कोयनेला जाऊ. तिथं तुला सलग राहता घेईल. तेथूनच पुढं मी पंढरपूरला जाईन. नंतर तू ये.''

तिनं ते मानलं. आम्ही कागलला आलो. आल्या आल्या मळ्याकडं गेलो. पाऊस मनासारखा झाला होता. लागवड, मशागत मनासारखी केली होती. आता पिकं कशी आली आहेत, हे बघण्याची उत्सुकता शिगेला पोचली होती... पंढरपूरला रोज सकाळी कॉलेजला जाताना मळ्याची हटकून आठवण होत होती. कॉलेज गावाबाहेर नव्या इमारतीत गेलेलं. तिकडं जाणाऱ्या रस्त्याच्या दोन्ही बाजूंना रानं पसरलेली. शेतकरी रानाला कूप घालताना पिकांच्या भांगलणी, खुरपणी, करताना दिसायचे नि माझ्या मनासमोर माझं रान उभं राहायचं. तिथं आता काय काय चाललं असेल याची कल्पना करत मी कॉलेजला जायचो... मळ्याच्या बांधावर पोचलो आणि हिरव्यागार उसानं डोलून स्वागत केलं. अगोदर रानाच्या सभोवार फेरी मारली. पिकं दर सालापेक्षा कितीतरी बरी आली होती. खतामुळं त्यांच्यावर काळोखी धरली होती. मन भरून आले. माझं घरदार सुखानं चार घास खाणार, दिवस सुखाचे येणार.. शिवा बांधावर, एकटाच गवत कापत होता. मला बघिटल्याबरोबर म्हणाला; ''हिकडनं कुठनं आलासा?''

''बांधावर फिरत फिरत असाच हिकडं आलो. अजून खोपीतबी गेलो न्हाई– एकटाच गवात कापाय लागलाईस? दादा कुठाय?'' मी विचारलं.

''कुठाय कुणास ठावं! बसला असंल खोपीत चिलीम वडत. न्हाईतर कुणासंगट चकाट्या पिटत.''

शिवा दादाविषयी नाराजीनं बोलला.

...दादाच्या आळशीपणात नि दुसऱ्याला कामं लावून खुशाल खोपीत बसण्याच्या त्याच्या स्वभावात फरक पडला नव्हता. तो आता पडेल असंही वाटत नव्हतं... रानातली माझी जागा शिवानं घेतली होती. दादाच्या शिव्या आणि दणकेही त्याला खावे लागत होते. मी गेल्या वर्षी पंढरपूरला गेल्यावर दोनच महिन्यांत दादाच्या माराला नि शिव्यांना कंटाळून शिवा उदगावला मामाकडं पळून गेला होता. दोनतीन दिवसांनी मामानं त्याला परत आणून घालवलं होतं... मी पळून गेल्यावर आई-दादानं शोक केला होता. त्यानंतर ते माझ्याशी सरळ वागू लागले होते. शिवानंही हेच हत्यार उपसलं होतं...पण त्याचा हवा तसा परिणाम झाला नव्हता.

दिवाळी अगदी दोनतीन दिवसांवर आलेली. आई कारणापुरतीच माझ्यासंगं बोलत होती. मी आईला विनंती केली. ''आई, आज पोरांसाठी दिवाळीचा थोडा कपडा-चोपडा खरेदी करू या. सांजचं दुकानला जाऊ या.''

"तुझ्या पैशानं कापडं इकत घेऊन दिवाळी साजरी करायला का माझी पोरं लुळीपांगळी हाईत? का आजवर तुझ्याच पैशांनी आम्ही दिवाळी साजरी केली?" तिच्या बोलण्याला पीळ होता.

"दिवाळीचा सण हाय. करायचा असला तर सरळ मनानं साजरा करू. तू कापडं खरीदी करायला येणार नसशील तर मी एकटा जाणार हाय. येणार असशील तर बोल." मीही थोडा आवाज चढवला.

"माझ्या पोरांसाठी तुझा सुतळीचा तोडाबी आम्हांला नको. सांगून ठेवतो."

"ठेव ठेव." मी उठलो.

स्मिता घरात होती. मला वाद घालत बसायचं नव्हतं. स्मिताला बरोबर घेतलं नि पैसे घेऊन तिच्याबरोबर कापड-दुकानला गेलो. लग्नात सगळ्यांना कपडे केलेले असले तरी भावंडांना दिवाळीतही कपडे घ्यायचे, त्यांच्या कष्टणाऱ्या जीवांना उल्हसित करायचं; असं पंढरपुराहून येताना मी ठरवलं होतं. दुसराही हेतू होता की आईच्या तुंबलेल्या रागाचा बांध या निमित्तानं फुटेल. तिचं मन स्वच्छ मोकळं होईल. पण आता वळण वेगळंच लागेल असा रंग दिसू लागला.

सगळ्या भावंडांना कपडा उक्ता खरेदी करून आणला.

तासरातीला शिवाही मळ्यासनं आला; तेव्हा मी सगळ्यांना एकत्र बोलावलं.

"या रे सगळे सोप्यात. ही बघा तुम्हास्नी दिवाळीची कापडं आणल्यात. यंदा दिवाळी जोरात साजरी करायची."

आई स्वयंपाकघरात काहीबाही करत होती.

"खबरदार जर त्या कापडांस्नी हात लावशीला तर. एकएकाचा हातच तोडून टाकीन." आई गरजली.

सगळी भावंडं बावरी होऊन एकमेकांकडं बघू लागली. त्यांना त्या अवताराचा काही अर्थच कळेना. तिला न जुमानता मी कपडे आणल्यानं ती जास्तच डिवचल्यागत झाली होती. क्षणभर मला काय करावं कळेना.

शिवाला कपडे पाहण्याचा मोह अनावर झाला. त्यानं सरळपणानं आईला विचारलं,

"का हात लावायचा न्हाई? दादा-वैनीनं तर आणल्यात."

"एऽकामाच्या शिवू, गप्प कुत्र्यावाणी बसायचं. तू काय घिरणा होऊन घरात बसलाईस? लईच हौस असंल तर कुठं तरी कामाला जा. चार पैसे कमवून आण नि नवी कापडं घे. त्येची उपकाराची कापडं घालायला का भिकारी हाईस का नाचारी हाईस?" शिवाला तिनं सुनावलं. "चला रं जेवायला." असं म्हणून सगळ्यांना आत हुसकलं.

सगळी मुकाटपणानं गेली. माझा राग अनावर झाला. पण स्मिता समोर

होती. तिच्यासमोर आपला गावठी अवतार बाहेर पडू नये, असं वाटत होतं. म्हणून गप्प बसलो. ती माझ्याकडं बघत गप्प बसली होती.

"ठीक हाय. नको असतील तर नका घेऊ. मी हितं ह्या व्हनावरच्या दिवळीत गठडं ठेवतोय. ज्येला जवा पाहिजेत, तवा घ्या." आईला नि भावंडांना ऐकायला जाईल अशा बेतानं बोललो.

भावंडं आत जेवू लागली. मी नि स्मिता मधल्या सोप्यात चिमणीच्या मिणमिणत्या उजेडात बसलो. आईच्या मनाला जास्तच गाठी बसल्या होत्या. मनाला उदासीनता आल्यागत झालं. लग्न झाल्यानंतरच्या दोन-तीन महिन्यांत मी एकदाच पैसे लावून दिले होते.

पगार वेळेवर होईनासा झालेला. विद्यार्थी कमी झालेले. पंढरपूर गाव जुन्या ब्राह्मणी संस्कृतीचं वर्चस्व असलेलं. रयत शिक्षणसंस्था बहुजन-समाजाची. शिकवणारे बहुतेक प्राध्यापकही बहुजन-समाजातून आलेले. त्यामुळं गावानं मनोमन कॉलेजवर बहिष्कार पुकारल्यासारखं केलेलं. त्याचा परिणाम म्हणजे, ज्यांना शक्य होतं, अशी मुलं सोलापूरला शिकायला गेलेली. विद्यार्थी-प्रवेशाच्या वेळी जो काही पैसा गोळा होतो, त्यातून करावयाचा पगार कॉलेजला नीटपणे करता येईनासा झालेला. प्राचार्य तोडमल गावात सद्भावनेचं वातावरण निर्माण करण्याचा प्रयत्न करत होते.

लग्नाचा खर्च, मळयात कष्ट-मशागतीसाठी घातलेला खर्च बराच झाला होता. नवा संसार खरेदी केलेला. त्यासाठी बराच खर्च झालेला. पुंजी सगळी संपलेली. पगार दोनशेवीस रुपये मिळत होता. त्यातील आम्हां दोघांना काटकसरीनं राहूनही घरभाडं, भांडीवाली व घरखर्च यांसाठी शंभर ते एकशेदहा रुपये लागत होते.

दुसरं असं की पंधरावीस दिवसांनी येणाऱ्या गावाकडच्या पत्रात 'पैसे पाठवून दे, पैसे पाठवून दे.' असा तगादा असे, म्हणून एका पत्रात मी लिहिलं होतं की, "तूर्त माझ्याकडं पैसे नाहीत. तुम्ही प्रत्येक महिन्याला माझ्या मनिऑर्डरची वाट बघू नका. सगळयांनी मिळून मळयात कष्ट केले तर मळा पिकेल. आळस करून घरातच बसून खाऊ लागलात तर मळा पिकणार कसा? मळा चांगला पिकावा म्हणून मी ह्या वर्षी लागवडीला नि मशागतीला भरपूर पैसे घातले आहेत. त्यातूनच तुम्ही आता विचारपूर्वक माळवंदळवं करून वेळच्यावेळी बाजारात भाजीपाला विकून पोटापाण्याची तरतूद केली पाहिजे... दिवाळीच्या वक्ताला मी आल्यावर खर्चाला पैसे देईन."

माझ्या या पत्राचा उलटा परिणाम आईवर झालेला. मला माझी चूक झाल्यागत वाटू लागलं... पण आईनं स्मिता इथं पहिल्याच दिवाळीला असताना

असं वागायला नको होतं, दिवाळी उत्साहात साजरी करून नंतर काय ते भांडण काढलं असतं, तरी चाललं असतं; असंही वाटू लागलं.

भाऊबीजेचा दिवस. धोंडू-सुंदरा माहेरला आलेल्या. हिरा घरातच होती. लक्ष्मी, अनसा अजून तशा लहान. उत्साहानं सगळ्यांच्या वतीनं हिराबाई म्हणाली "दादा, अंगावरची कापडं काढा. सगळ्याजणी तेल-उटणी लावतावं; मग आंघूळ घालतावं."

तिच्यावर आई गरजली. "एऽऽनाण्णं घालवून घरात बसलेल्या रांडं, आंघुळीला पाणी आणणार कुठनं? घरात बसून ब्येस सगळीजणं आयत्या पाण्यावर आंघूळ करतील."

माझ्या काळजाचा एकदम लचका तोडल्यागत झालं.

...ही माझी आईच बोलते काय?... ही कोण! माझ्या मनाला अनेक इंगळ्या डसू लागल्या. पण मी गप्प राहिलो. मला ऐन सणात भांडणं करायची नव्हती. आईनं सरळ मला वाळीत टाकायचं ठरवलं होतं. ती अहंकारी नि अतिशय जिद्दी होती.

मी म्हणालो, "हिराबाई, घरातलं पाणी वापरू नका. माझी जुनी कावड कुठं हाय ती काढ. दोन घागरी मोकळ्या करून दे. आम्हा दोघांसाठी मी चार खेपा आणतो; मग मी आंघूळ करीन...कुठाय माझी कावड?" म्हणून उठलो. कावड हुडकू लागलो.

आईच्या लक्षात आलं की मी भांडण टाळतोय. आणि तिच्या हेही लक्षात आलं की आपण रागाच्या भरात नको ते बोलून गेलोय. तरीही ती माघार घेण्याचं टाळून बोलू लागली.

"तू पाणी आणायला घरातल्या 'बायका' मेल्या काय? 'तिला' काय देव्हाऱ्यात पुजून ठेवून माझ्या लेकींस्नी पाणी आणाय लावणार हाईस?" आईच्या सखोल मनातली परंपरागत सासू जागी झाली होती. सून म्हणजे पोराचा वंश वाढवायला नि कामाधामाला आणलेली मोलकरीण असं तिच्या रुढिग्रस्त जुनाट रक्ताला वाटत होतं.

"तिला डोईवरनं, काखंतनं घागरी भरून आणायची सवं न्हाई. आलेल्या चावीचं घरातल्या घरात पाणी भरायची तिला सवं हाय. मी आणतो पाणी. मला काय धाड भरली न्हाई. माझा जलम ह्या गावात कावडीनं पाणी आणण्यातच गेलाय."

मला खोलीत ठेवलेलं कावडीचं कांबट सापडलं. "हिराबाई, दोन घागरी मोकळ्या करून आण."

"गप बसा आता. सगळी शाणी हाईसा. आम्हास्नी काय धाड भरलीया?

आणतो की आम्ही पाणी. आई, तू जा बघू आदुगर चुलीफुडं.'' हिराबाईनं माझी नि आईची समजूत काढली.

आई चुलीपुढं गेली. तिथं जाऊन स्वत:शीच बडबड करू लागली.

गावात सार्वजनिक ठिकाणी पाण्याचे हौद बांधले होते. त्या त्या भागातली गोरगरीब माणसं तिथं जाऊन पाणी आणत असत. आमच्या घरापासनं चार एक फर्लांगावर पाण्याचा हौद होता. पाळीला ताटकळत बसून मिळेल तेवढं पाणी आणावं लागे. त्यात सकाळी एखाद-दुसरं माणूस गुंतून जाई. मला आणि माझ्या बहिणींना हे पाणी आणण्याचा सराव होता. गावाचे रस्ते, गल्ल्या पार करत बायकांना डोईवर नि काखेत घागरी घेऊन घराकडं यावं लागत होतं. स्मिताची इच्छा असली तरी तिनं गावभर फिरत डचमळणारं पाणी केसावर, अंगावर सांडून घेत, घामाघूम होत, भरलेल्या घागरी आणाव्यात, असं मला वाटत नव्हतं. पण आईची तशी इच्छा होती.

बहिणींनी मला पाणी आणू दिलं नाही. तिघीजणी मिळतील त्या घागरी, बादल्या घेऊन पाण्याला गेल्या.

त्यांना वाईट वाटू नये म्हणून मी अंघोळ केली. पण उत्साह मावळला होता. स्मितालाही आग्रह करकरून बहिणींनी अंघोळ घातली. इतक्यात धाकटा मामा ओवाळून घ्यायला आला.

मांडामांड झाली. आईनं अंघोळ केली होती. मामाही अंघोळ करूनच आला होता. सण, वार असला तरी आई त्यात रुंजी घालत बसत नाही. काय असतील उपचार-विधी ते ती चटकन करून घेते आणि नेहमीच्या कामाला जाते. त्यात वेळ घालवायला तिला सवड नसते.

बहिणींच्या आंघोळी झाल्या, भावांच्या त्यांच्या अगोदर झाल्या. सगळ्या बहिणींनी सगळ्या भावांना ओवाळलं. आईनं आपल्या भावाला ओवाळलं, त्यात तिच्यासाठी यंदा लुगडं आणलं होतं. हिरानं फराळाच्या ताटल्या करून सगळ्यांना एक एक दिली. चटक्यासरशी फराळ करून सगळी पोरं ढोरं, शेरडं घेऊन मळ्याला गेली. स्मिताही सगळ्यांच्या बरोबर मळ्याला गेली. मामाकडं आदल्या दिवशी मी जाऊन आलो होतो. त्याला झालेला वाद सांगितला होता.

चहा घेऊन आई आली. गमतीला आल्यागत मामानं मला विचारलं, ''माझी लाडाची आक्का, बोलती का न्हाई आन्दा अजून तुझ्यासंगं?''

''बोलती का न्हाई ते तूच इचार. माझा मी आता एवढा उरूस झाल्यावर चाललो पंढरपूरला.'' असं म्हणून मी उठलो नि मधल्या सोप्यातनं बाहेरच्या सोप्याकडं चाललो.

''कुठं चाललास?'' मामा.

"कुठं जाऊ? बाहीर सोप्यात काय तरी वाचत बसतो झालं... भणीला भाऊ भेटलाय; तर माझी नि कशाला मधी लुडबूड?"

मामा नि आई एकमेकांकडं बघून हासली... आईचा घाव माझ्या वर्मी बसला होता. त्यामुळं माझा चेहरा नि आवाजही पडल्यासारखा झाला होता. मामाच्या ते लक्षात आलं.

"सारखं त्येच्यासंग भांडतीस का गं, तुझ्या आयला तुझ्या? त्यो का आता ल्हानगा हाय व्हय? त्येचं आता लगीन झालंय. सोन्यासारखी तुला सून आलीया घरात." मामानं तिला प्रेमानं शिवी दिली नि समजून सांगायचा प्रयत्न केला.

"कुणाला सून आली? एक दिस तरी मला सासूपण भोगायला मिळू ने हुतं? माझी सून म्हणणारी एकदा तरी माझ्यासंगं गावातनं हिंडू ने फिरू ने हुती? गावातल्या बायका इचारत्यात, 'लेकाचं लगीन झालं म्हणं.' मी म्हणतो, 'झालं की.' 'आगं, मग सून कुठाय?' ह्या बायकांस्नी मी काय सांगू? लगीन झाल्याबरोबर गेली लेकासंगं पंढरपूरला म्हणून सांगू?... ह्यो ल्योक म्हणणारा माझ्या पोटचा असता तर म्हणाला असता, "आई, तुला सूनसुख मिळू दे. एवढं तू मला नवसासायासानं वाढीवलंईस, ल्हानाचा मोठा केलास; मी काय मळ्या-दळ्यात कामं करून तुला सुख दिलं न्हाई; निदान माझी बायकू तरी तुला सासूपणाचं सुख देईल- असं एकदा तरी ह्येनं म्हणू ने हुतं?"

"आगं, त्येनं काय गमजा करायला बायकूला तिकडं न्हेलीया? त्येच्या पोटापाण्याची तिकडं येवस्था कुणी करायची? का जलमभर त्येनं खानावळीचंच खायाचं? अर्धकच्चं सतरा जागचं अन्न खाऊन आधीच त्येचं पोट बिघडलंय; तुला ठावं हाय न्हवं?... शिकून एवढा पगारदार झालाय, म्हैन्याच्या म्हैन्याला मनीआर्डर करतोय; तेच सुनंचं नि लेकाचंबी सुख म्हणायचं."

"नगं रं बाबा, मला त्येचा पगार. लगीन झाल्यापासनं किती पैसे लावून दिल्यात इचार त्येला. त्यो उडालाय आता पाखरू होऊन."

"व्हय रे आन्दा, पैसे लावून देत न्हाईस हिकडं?"

"लावून देईना तर. गेल्या तीन महिन्यांतच लावून दिलं न्हाईत. खर्च झालाय. भांडीकुंडी घ्यावी लागली. अजून म्हैन्याच्या म्हैन्याला पगार हुईत न्हाई. शिवाय दिवाळीला म्हणून थोडं साठीवलं. ते बरोबर आणल्यात. पोरास्नी कापडं घेतली. खर्चाला शंभर रुपये देत हुतो; तर तिनं ते फेकून दिलं... मळ्यात लागवडीला भरपूर खर्च झालाय... हिचं तर म्हणणं 'माझ्या हातात सगळा पगार पाहिजे.' कसाकाय देणार मी?"

"व्हय गं?"

"नको तर? माझ्या पोटाला काय ह्यो एकटाच हाय? ह्येला मी कशासाठी एवढा दांडगा केला? घरादाराची पोटं आवळून ह्येला आम्ही का शिकीवला असंल? आत्तापतोर माझ्या पोरांनी ह्येच्या शिक्षणासाठी माती खाल्ली माती, नि ह्येला शिकायला मोकळा सोडला. मग ह्येनं द्यायला नको पगार घरात?"

"सगळाच्या सगळा?"

"सगळाच्या सगळा दिला पाहिजे...शाण्या आन्दू, तू काय देतोस मला पगार? मीच घाटलेलं मला परत मिळतंय. त्येला तू तुझा पगार म्हणतोस. का घाटलं असंल आम्ही एवढं सगळं तुझ्यात? जरा तरी भणीभावंडांचा, आईबापाचा, इचार तुला का सुचू ने?" सगळ्या पांडवांना समान मानणाऱ्या कुंतीच्या वृत्तीनं आईनं सरळ गणित मांडलं. कोणत्याही लेकराची कमाई सगळ्यांनी वाटून खावी, या बुद्धीनं ती बोलत होती.

मला चक्रावल्यागत झालं. तरीही मी स्वत:ला सावरत म्हणालो, "अगं, पर सगळा पगार तुला हिकडं देऊन मी तिकडं काय खाऊ?" परिस्थितीतील बदल तिनं ध्यानात घ्यावा, ही माझी इच्छा होती.

"त्येनं तिकडं काय खायाचं गं? खुळ्यासारखी अशी का बोलाय लागलीयास?"

"आरं लिंगाप्पा, तसा सगळाच्या सगळा पगार मागायला मला काय खूळ लागलंय? ही दोन माणसं तिथं खाणार, समज ह्येला दोन सव्वा दोनशे काय असंल ते पगार मिळतोय. घरात आता एकूण माणसं हाईत बारा. धोंडी, सुंदरी नांदाय गेली तर धा उरत्यात. त्या सव्वादोनशे रुपयच्या धा वाटण्या कर. दोन वाटण्या ह्येला दे. आठ वाटण्या ह्या घराकडं आल्या पाहिजेत का नको?"

"आरं बाबा! तुझा पठाणी हिशोब दिसतोय." मामा आश्चर्यचकित झाला...

"का तुला पठाणी हिशोब वाटावा? आज ह्या कागल गावात बापयाला एक रुपया नि बायकांस्नी धा आणे रोजगा मिळतोय. म्हैना एका बापयाला तीस रुपयं रोजगार हितं मिळतोय. हितली माणसं तेवढ्यात हितं पर्पंच करत्यात न्हवं?"

"करत्यात की."

"मग ह्येनं लई लई तर पन्नास साठ रुपय ठेवून घेऊन मला हिकडं उरलेलं पैसं लावून दिलं पाहिजेत बघ. आठ माणसांचा संसार हितं मला वडावा लागतोय. ह्येच्या दोघांच्या संसाराला म्हैना शंभर दीडशे रुपयं नि हितं आठ जणांच्या संसाराला पन्नास साठभर रुपयं व्हय? का रं बाबा? कशासाठी तुला आम्ही मोठा केला? तू खुशाल घडीची झुळझुळीत कापडं घालायचा नि माझ्या पोरांच्या अंगावर सत्तर गाठी मारलेल्या चिंध्या, ईस रुपयं भाड्याचं तुला रंगीत

घर नि हितं आमच्या घराची हगणदार झालेली, सावलीला बसून तू दूध-भात खायाचा नि हितं आम्हास्नी रातध्याड राबूनबी शिळ्या भाकरीचं सुकं तुकडं. तुझी बायकू छापीव फुलाच्या साड्या नेसून चुटुक चुटुक चप्पल वाजवत तिकडं कालेजला जायाची नि माझ्या लेकी हिकडं ढोरामागनं शेणाचं पू गोळा करायच्या; असं का? माझा ल्योक होऊन ह्येचा कवा इचार केलाय का ह्येनं?''

''पुष्कळ केलाय, आई. तिथं मला आता प्रोफेसर म्हणून ऱ्हावं लागतंय. म्हणून ही इस्त्रीची कापडं घालावी लागत्यात. चार चांगली माणसं घराकडं येणार-जाणार. तवा बऱ्यापैकी घर असावं लागतंय आणि आम्ही काय तिथं सोनं-रुपं खात न्हाई. भाजी-भाकरीच खाऊन ऱ्हातोय आणि स्मिता ही शिकणारच. मला शिकलेल्या माणसाच्या, प्रोफेसरमाणसाच्या रीतिरिवाजाप्रमाणंच जगावं लागणार. रोजगारी माणसाचं घर नि प्रोफेसराचं घर एकाच मापानं कसं मोजतीस?''

''का आम्ही माणसं न्हवं? का आम्हांला तसलं घर, तसली कापडं, ताजंताजं पोटभर खायला नको हाय?''

''ते सगळ्यांस्नीच पाहिजे हाय. हळूहळू तेबी मिळंलच. पर दम धरला पाहिजे. संस्था मला पगार देती; त्यो नुसता घरादाराच्या पोटाला खायाला न्हाई. संस्थेला वाटतंय ह्या पगारातनं नोकरदार माणसानं चांगली कापडं घालून शिकीवलं पाहिजे, ह्या माणसाला चार पुस्तकं इकत घ्यायला पैसं उरलं पाहिजेत, ह्येला चांगलं घर मिळालं तर ह्येचा अभ्यास चांगला हुईल नि ह्यो पोरांस्नी चांगलं शिकवील, म्हणून ह्येला चांगलं घर मिळण्यासाठी भाड्याचं पैसं देता आलं पाहिजेत; म्हणून एवढा पगार संस्था देती... त्यासाठी एवढा पगार असतोय, आई. न्हाईतर संस्थेनं मला तीस-चाळीस रुपयंच पगार दिला असता.''

''मी अडाणी बाई. तू शिकून शाणा झालेला. पुस्तकं वाचणारा नि लिवणारा माणूस. मला काय बोलाय ऐकणार हाईस? तू कायबी बोललास तरी आम्ही 'हूं'च म्हणणार. खरं-खोटं आम्हांला काय म्हाईत असतंय त्यातलं!...पर एक ध्यानात ठेव; हितं माझ्या हुरद्यात ह्या घरादारापायी, माझ्या पोराबाळांपायी आगीची खाई पेटलेली हाय. आता लगीन झाल्यावर सावलीला बसून तू एकटाच तुझ्या जल्माचा इचार करू नको.''

''तसा मी करणार न्हाई हे तुला कसं सांगू?''

मला चक्कर आल्यासारखी झाली. मी भिंतीला टेकून गप्प बसून राहिलो. माझी विचारशक्ती खुंटल्यागत झाली होती.

दिवाळीनंतर लगेच गावचा उरूस होता. तीन-चार दिवस उरसासाठी राहून मी आणि स्मिता कोयनेला गेलो.

माझ्याही मनाचा असा निश्चय झाला होता की माझ्यामागं स्मिताला

कागलात एकटी ठेवायची नाही. आईचा स्वभाव हे त्याचं मुख्य कारण होतं. तिला आपल्या व्यथा, वेदना दुसऱ्याजवळ सांगत बसण्याची सवय होती. त्यामुळं तिची दु:खं हलकी होत. पण आपली दु:खं सांगताना ती घरातल्या इतरांच्या उण्यादुण्यांवर नकळत भर देई. उणीदुणी गडदभडक होत. त्यामुळं ऐकणारं माणूस तिच्या सोशिक मनावर फुंकर घाली. तिला बरं वाटे. अधिक बरं वाटावं म्हणून भावनेच्या भरात तिच्या तोंडून प्रसंगी खऱ्याचं खोटं होऊन बाहेर पडे. त्यामुळं तिला अधिकच सहानुभूती मिळे. तिचा अहंकार गोंजारला जाई. त्यातनं तिला जगण्याचं बळही मिळे. पण घरातल्या इतरांविषयी ऐकणाऱ्याचे गैरसमज होत. गावातली वडीलधारी माणसं प्रसंगी आम्हां घरातल्यांना बोलत. तीही बिचारी अडाणी असल्यानं मोकळेपणानं आईच्या सहानुभूतिपोटी कानउघाडणी करत. त्यातनं गैरसमज होत. हे सगळं मला माहीत होतं. अशा प्रकारचं काहीतरी ती स्मिताजवळ सांगत बसेल अशी मला काळजी वाटत होती. म्हणून मी आईची नाराजी, रोष पत्करूनही स्मिताला कागलात एकटी ठेवू इच्छित नव्हतो.

तिला कोयनेला घेऊन गेलो. एक दिवस तिथं मजेत काढला. कोयनेचं नुकतंच पूर्ण झालेलं धरण. पोफळीभोवतालचा निसर्ग पाहताना स्वत:ला विसरून गेलो.

स्मिताला भावंडं खूप होती. पोराबाळांनी भरलेलं घर. सगळी एकमेकांशी आनंदानं, खोडकरपणानं, स्वाभाविक वृत्तीनं खेळत. एकदम स्वयंपाकघर भरून जेवायला बसत. डॉक्टर शांत आणि प्रांजळ वृत्तीचे होते. अगदी साधेपणानं राहात. सामान्य माणसांशी मिळूनमिसळून वागत...मला हे घर आवडलं. अगदी माझ्या घराचीच पण सुखी, समाधानी आवृत्ती होती.

दोन दिवस राहून मी पंढरपूरला परतलो. सुटी संपली नव्हती तरी गावाकडं राहण्यात रस वाटेनासा झाला. कधी नव्हे इतकी कठोरपणानं आई माझ्याशी वागली होती.

भावना, अपमान, राग, शोक इत्यादींनी माझं मन ढवळलं जात होतं. कढ अनावर होत होते. आई असं वागायला नको होती असं राहून राहून वाटत होतं.

कोड्यात टाकणाऱ्या तिच्या वागण्याचा अर्थ लावत पंढरपुरात बसलो. तो नीटपणे लागणं कठीण झालं... आईच्या मनात अनेक गोष्टी खदखदत होत्या, ती माझ्याकडून अनेक गोष्टींची अपेक्षा करीत होती. त्यांची थंडपणानं चर्चा करणं, त्या सरळपणानं मला सांगणं तिला अपमानास्पद वाटत होतं. घर-दार, आई-वडील यांना वाऱ्यावर सोडून मी फक्त माझाच विचार करतोय, आता तर मला नोकरी मिळाल्यानं नि माझं लग्न झाल्यामुळं मी पटकन वेगळा होईन,

पंढरपुरात स्वतंत्र संसार थाटीन, पुन्हा गावाकडच्या माणसांच्या नशिबी वनवास, उपवास, फरफट आणीन अशी तिला भीती वाटत होती.

हे सगळं मी तिचा शिकलेला थोरला मुलगा या नात्यानं आपण होऊन समजून घेऊन वागावं, अशी तिची आई म्हणून इच्छा होती. मी तसं वागत नाही, अशी तिची समजूत झालेली. तिला वाटत होतं, तिनं माझ्यासाठी जे तनमनधनाचं सर्वस्व वेचलं होतं ते वायाच गेलं. तिचा प्रचंड अपेक्षाभंग झाला नि ती मनोमन उद्‌ध्वस्त झाली. तिच्या उद्‌ध्वस्तपणाचा तो वेडावाकडा, अडाणी आविष्कार होता.

आई त्याक्षणी जे काही मनात येईल, ते जसंच्या तसं बोले. त्याक्षणी ते तिला सगळं पटलेलं असे. आपणाला जे वाटतं ते सगळंच्या सगळं खरं आहे, अशी तिची मनापासूनची धारणा असे. त्यात आपला राग, लोभ, वासना, आपल्या मनाची होणारी समजूत आणि प्रत्यक्षातली वस्तुस्थिती यांतला फरक तिला कधी कळत नव्हता. मन मानेल तशा वाढलेल्या, कधीच बेनणी-सवळणी न केलेल्या, जंगली झाडासारखी तिच्या मनाची वाढ झालेली. ना संस्कार, ना संयम, ना घडई, ना पढई, असं तिचं काहीसं आदिम राहिलेलं मन. मी पगार मिळवून आणत असलो तरी त्या धनावर सिंहासारखा मन मानेल तसा प्रथम मी ताव मारावा आणि उरलेलं उपकारी भावनेनं घरादाराला द्यावं, ही वृत्ती तिच्या लेकुरवाळ्या मनाला मानवत नव्हती.. प्राध्यापक झाल्यावर, विवाहित झाल्यावर मी तसं वागतोय असा तिला संशय आला नि ती मांजरीसारखी माझ्यावर उलटली.

तिच्या या सनातन मनाचा भडका गेल्या चार-पाच महिन्यांत होत होता नि माझ्या वाट्याला येत होता.

मला वाटलं, काही झालं तरी ही आपलीच आई आहे. हिच्याच पोटी आपण जन्माला आलो आहोत. हिनं आपल्या मनाच्या कितीही चिंध्या केल्या तरी तिचं मन समजून घेतलं पाहिजे. समजून घेता घेताच तिच्या या अवघड दगडी मनाची कठीण असली तरी घडई केली पाहिजे. ती करताना एखादी कपरी उडून आपलं कपाळ फुटलं तरी चालेल.

मी निवळल्यासारखा झालो. उठून उद्योगाला लागलो.

●

पाच

सारखे वाद आठवू लागल्यानं घराचा विचार मनात नकोसा वाटू लागला. भावंडं हवीशी वाटत असली तरी आईनं टाकलेल्या बहिष्कारामुळं आतल्या आत मी दुखावलो होतो. मनाची समजूत काढण्याचा प्रयत्न केला 'तरी आईनं मला टाकून दिलं' या जाणिवेनं मन शोकाकुल झालं होतं.

विरंगुळा म्हणून कोल्हापूर, रत्नागिरी, पुणे इथल्या मित्रांना पत्रे लिहू लागलो, त्यांची हालहवाल, नोकरीसाठी चाललेली धडपड समजून घेऊ लागलो. पत्रांतून त्यांच्याशी गप्पा मारू लागलो. स्वत:ला वाचनात अधिकाधिक गुंतवून घेऊ लागलो. वाचन करताना लेखनाचे विचार उचल घेत. लेखनाविषयीच्या नव्या नव्या कल्पना मनात येत. त्यांना आकार देऊ लागलो. ते आकार देताना जुने प्रसंग, घटना, अनुभव रसरसून उमलून येत. त्यांतील अनेक बारकावे नव्याने कळल्यासारखे होत. त्यांच्याशी एकजीव होऊन जाई. त्यामुळं लेखनाची चटक लागली. मी 'सत्यकथे'कडं नव्या वळणाच्या ग्रामीण कथा वेगानं पाठवू लागलो.

संपादक श्री. पु. भागवत यांची माझ्या लेखनाविषयी आत्मीयतेनं पत्रं येऊ लागली. माझ्यापेक्षा गांभीर्यानं माझ्या लेखनाचा ते विचार करीत आहेत, असा अनुभव पत्रांतून येऊ लागला. त्यामुळं मी माझ्या लेखनाविषयी अधिकाधिक गंभीर होऊ लागलो.

श्री. पुं.च्या सारखे साहित्य-जाणकारही आपल्या लेखनाविषयी आत्मीयता बाळगतात, गांभीर्यानं विचार करतात, त्वरेनं प्रसिद्धी देतात, असं दिसून येऊ लागल्यानं माझा साहित्य-निर्मितीविषयीचा आत्मविश्वास वाढला. वाङ्मयीन जाणीव अधिकाधिक वाढावी, सुदृढ व्हावी, सूक्ष्म, साक्षेपी व्हावी म्हणून मी ललित

आणि वैचारिक साहित्याचं अधिक अभ्यासपूर्वक वाचन करू लागलो. साहित्यातील अनुभव आणि त्याची अभिव्यक्ती यांची काटेकोर पाहणी करू लागलो. वाङ्मयात रमल्यामुळं दिवस छान जाऊ लागले.

१९६३ च्या एप्रिलमध्ये स्मिताची पी. डी. आर्टसची परीक्षा झाली. कॉलेजला अगोदरच सुटी लागली होती. पंढरपूरच्या उन्हाळ्याची सवय नसल्यामुळं तो असह्य होई. पहिल्यावर्षी उन्हाळ्याचा परिणाम होऊन माझ्या अंगावर फोडासारख्या पुटकुळ्या उठल्या होत्या. म्हणून त्वरेनं आम्ही पंढरपूर सोडलं. स्मिताच्या परीक्षा-काळात मदतीसाठी आलेल्या विमलला आणि स्मिताला 'कोयने'ला पोचवून मी कागलला आलो.

भांडणं झाल्यामुळं आणि नोव्हेंबरची सुगी घरात आल्यामुळं पैशांची मागणी चार-पाच महिने कुणी केली नव्हती. दादाचं, आप्पाचं एखादं पत्र सोडलं तर आईचं एकही पत्र आलं नव्हतं. मीही काहीसा आईवरच्या रागामुळं पंढरपुरात मुकाट राहिलो होतो. फारशी पत्रं गावाकडं पाठवली नव्हती... घुश्श्यात होतो.

कागलला आलो नि व्हनाजवळ बॅग ठेवली. सहज व्हनावरच्या दिवळीत नजर गेली; तर मी दिवाळीत भावंडांना घेतलेल्या कपड्यांचं गाठोडं तसंच धूळ खात पाचसहा महिने पडलेलं. मी चाचपून पाहिलं नि खात्री करून घेतली. मनाचा भडका उडाला. नेहमीप्रमाणं आईला हाक न मारता मी हिराबाईला हाक मारली नि हातपाय धुवायला पाणी मागितलं.

तिनं पाणी आणलं.

"...आणि एकटंच आलासा? वैनी आली न्हाई?" तिनं सहज विचारलं.

"तिला कशाला आणायची? घराला आणखी आग लावायला?... आणखी एक तुला सांगतो. परवा दिवशी मी पुण्याला जाणार हाय. तिथनं फुडं मुंबईला जाईन. चार-पाच दिवसांनी परत येईन. तोपर्यंत ही ह्या दिवळीतली कापडं हलली तर बरं. न्हाईतर दाराम्होरच्या रस्त्यात ही कापडं नि माझीबी कापडं जाळून राख करतो का न्हाई बघ. हे चारशे रुपये माझ्या पगारातलं उतलेलं. हे तुझ्या 'आई' म्हणणारीला दे. तिला नगं असतील तर दादाला दे. त्येलाबी नगं असतील तर ते कापडासंगं जाळू म्हणं... ती सगळी राख अंगाला लावून मी बाहीर पडीन. मला मग हे घरबी नगं नि पर्पंचबी नगं. जाईन कुठं तरी तोंड घेऊन माझ्या चुलत्यागत." मी दणक्यासरशी तावातावानं बोललो. राग अनावर झालेला.

हिरा एकदम चकित झाली.

"असू दे आता. आल्या आल्या भांडणाला जुपी कशाला करतासा? बघू म्हणं उद्या... अजून जेवायचं असशीला न्हवं?"

"काय असलं तर आण हितंच सोप्यात. त्या स्वयंपाकघरात जायची माझी इच्छा न्हाई."

हिरानं आग्रह केला तरी मी आत गेलो नाही. एखाद्या परक्या माणसासारखा मधल्या सोप्यात बसून जेवलो. माडीवर जाऊन, घोंगडं टाकून खुशाल झोपून गेलो... ह्याला भेट, त्याला भेट, सगळ्यांची चौकशी कर; असं केलंच नाही.

संध्याकाळी उठून मित्रांना भेटायला बाहेर पडलो.

रात्री उशिरा परत आलो. दादा, शिवा वाट बघून मळ्याकडं वस्तीला गेले होते. हिराबाईनंच जेवायला घातलं. जेवलो नि पुन्हा झोपून गेलो.

दुसरे दिवशीही मळ्याकडं न जाता कोल्हापूरला गेलो. प्रा. जी. व्ही. कुलकर्णी, व. ह. पिटके, कमलाकर दीक्षित आणि इतर अनेक मित्रांना भेटण्यात दिवस साजरा केला.

रात्री कागलला परत आलो. कुणाशीही न बोलता तिसरे दिवशी पुण्याला गेलो.. वाटलं आपलाही एक हिसका घरात दाखवावा, म्हणजे सगळी वठणीवर येतील.

मेहुणे आनंद घाटुगडे पुण्यातील एस. पी. कॉलेजच्या हॉस्टेलला राहत होते. पदवीचा अभ्यास करत होते. त्यांच्याकडं एक दिवसाचा मुक्काम ठोकला नि पुण्यातील मित्रांना भेटलो. सरोजताई आणि उषाताई यांची भेट घेतली. मित्रांच्या व संबंधितांच्या संगतीत मनाला विरंगुळा वाटला.

दुसऱ्या दिवशी मुंबईला विजया राजाध्यक्ष आणि मं. वि. राजाध्यक्ष यांना भेटण्यासाठी गेलो. ते कुलाब्याला राहत होते. राजाध्यक्ष कुटुंबाविषयी जवळीक निर्माण झाली होती. या कुटुंबाचा आणि भाईंचा म्हणजे पु. लं.चा घनिष्ठ मैत्रीसंबंध होता. राजाध्यक्षांचे वाङ्मयविषयक लेख खमंग वाटत होते. विजूताईंच्या कथा मला विशेष आवडत होत्या. त्यांच्या स्त्री-पुरुषसंबंधविषयक कथा वाचताना माझ्या मनात खूप खोलवर दडपून टाकले गेलेले काहीतरी वर-वर आल्यासारखं वाटत होतं. त्यामुळं त्या कथा वाचून मी खूप अस्वस्थ, बेचैन होऊन जात होतो. कथा आवडल्याचं त्यांना आवर्जून कळवत होतो. शिवाय त्या मूळच्या कोल्हापूरच्या. कोल्हापूरची साहित्यिक मंडळी त्यांच्या अनेक आठवणी सांगत. त्यामुळंही विशेष जवळीक वाटत होती.

त्यांच्या घरी दोन दिवस आनंदात गेले. खूप वाङ्मयीन गप्पा झाल्या. त्यांच्याकडंच द. ग. गोडसे, चित्रकार दलाल, गोपालकृष्ण भोबे, जयवंत दळवी यांना प्रथम पाहिले. त्यांच्या चाललेल्या वाङ्मयीन गप्पा, कलेविषयी त्यांची मतं कानांत प्राण आणून ऐकली. काही तरी उदंड घेऊन परतल्यागत वाटत होतं.

कोल्हापूर, पुणं, मुंबई इथं सगळ्यांना भेटल्यावर मनाला आलेली मरगळ

झडून गेली. उत्साहानं मी कागलला परतलो.

त्या पाचसहा दिवसांत कागलला खूप काही घडून गेलं होतं. पंढरपुराहून आल्या-आल्या मी काय काय बोललो ते हिरानं दादाला, भावंडांना सांगितलं होतं. आईनं तर ते आपल्या कानांनी ऐकलं होतं. माझ्या अशा बोलण्यानं नि वागण्यानं आई नि दादा यांची कडाक्याची भांडणं झाली. एस. एस.सी.च्या वेळी आणि त्यानंतर मी घरातून निघून गेल्यापासनं दादा माझ्या बाबतीत हळवा झाला होता. त्याला वाटू लागलं की घरात पुन्हा असा त्रास होऊ लागला तर मी या घराला कंटाळून कायमचा घराबाहेर पडेन. डोक्यात राख घालून घेईन. माझ्या स्वभावात अचानक उसळणारा काहीसा तापटपणाही आहे, याची जाणीव सगळ्यांनाच होती. रागाच्या भरात मी स्वत:लाच काही करून घेईन असंही दादाला वाटत होतं. आता मी मिळवता झालो आहे, खोपीच्या आढंमेढीसारखा माझा उपयोग घराला होतो आहे, म्हणून मला जपलं पाहिजे, माझं काही चुकलं तर सांभाळून घेतलं पाहिजे, असा दादाचा सूर होता.

भावंडांनाही मी निघून जाईन, पुन्हा परत येणार नाही; अशी भीती वाटू लागली. मी कोल्हापूर, पुणे, मुंबई इकडं गेल्यामुळं आणि पाचसहा दिवस बाहेरच काढल्यामुळं सगळेच चिंतेत राहून माझी वाट बघत होते. मी आलो नि सगळ्यांचा जीव भांड्यात पडला. आईनं मी हिराजवळ दिलेले पैसे दादाला न देता आपल्याजवळ ठेवले होते. मुख्य म्हणजे व्हनावरच्या दिवळीतलं कापडाचं गठळं तेथून हललं होतं.

दुसऱ्या दिवशी सकाळी आंघोळी करून सगळ्यांनी ते कपडे घातले नि ऐन उन्हाळ्यात दिवाळी साजरी केली... मी खुद्‌कन हसलो.

"आता असाच हितं एकटा ऱ्हाऊ नगं. सुमिताला घेऊन ये."

जेवायच्या वेळी आईनं आपण होऊन विचार मांडला. माझा आनंद घरात मावेनासा झाला. सगळे सगळे ढग वितळून आभाळ स्वच्छ झालं होतं.

मी पंढरपुरात असताना श्री. पु. भागवतांनी एक बेत कळवला होता. 'मे'च्या सुटीत ते कोकणात त्यांच्या गावी देवरुखला जाणार होते. परतताना अनेक साहित्यिकांना भेटत मुंबईला जाणार होते. या प्रवासात कधी तरी ते कागलला येऊन धडकणार होते.

मी त्यांना अवश्य येण्याविषयी कळवलं. त्याचबरोबर घराच्या आणि गावाच्या मर्यादाही कळवल्या. गावात कच्चे रस्ते होते. 'कार'ला ते सोयीचे नव्हते. आमच्या घरात वीज नसल्यानं असल्या उन्हाळ्यात पंख्याची वगैरे सोय नव्हती. मुख्य म्हणजे आमच्या घरी किंबहुना आमच्या भागातील पाच-सहाही गल्ल्यांत संडास नव्हते, ते फक्त ब्राह्मण गल्लीला होते.. त्यामुळं या मंडळींना

सकाळच्या विधीसाठी उघड्यावर, रानोमाळी, ओढ्या-वताडात जावं लागणार होतं. हे मी मुद्दामच कळवलं. कारण शहरातील माणसांची त्यामुळं गैरसोय होते, याची मला कल्पना होती.

तरीही श्री. पु. आले. त्यांना ती अडचण महत्त्वाची वाटली नाही. कागलात आल्यावर कळलं की, श्री. पुं.चा कोकणाशी लहानपणापासूनच संबंध होता. बालपणातील बराच काळ त्यांचा कोकणात गेलेला. कोकणाविषयी, तेथील माणसं, निसर्ग, शेती याविषयी त्यांना सखोल प्रेम होतं. पुष्कळ वेळा ते विरंगुळा म्हणून कोकणात आपल्या देवरूखच्या घरी राहून येत होते.

श्री. पुं.च्या बरोबर विमलताईही होत्या. शिवाय व. ह. पिटके, प्रल्हाद वडेर, श्रीनिवास कुलकर्णी ही साहित्यिक मंडळीही होती... खरं तर मी या सगळ्या मोठ्या लोकांचं नीटपणे स्वागत करू शकेन की नाही, याची काळजी वाटत होती... माझी अडाणी आई, दादा, भावंडं, घरातनं सगळीकडं पडलेला शेतकीचा पसारा, वेडवाकडं ढाबळी घर, शेणामुताचा वास मारणारा गोठा, जळणाच्या शेणी लावलेलं परडं, गावभर उडणारी धूळ आणि अस्वच्छता बघून यांना माझ्याविषयी काय वाटेल; अशी दाट शंका आली होती.

आईला सांगितलं, "म्हंबईचं पावणं हाईत. उत्तम स्वैपाक कर. काय लागला तर मीठ-मसाला, तेल, डाळी जाऊन झटक्यानं इकत आण. पैशाची काळजी करू नको.''

आई उत्साहित झाली... माझं सगळं काही चांगलं झालं आहे, ते पुण्या-मुंबईच्या माणसांनी केलं आहे असं तिला वाटे. ते खरंही होतं.

कोयनानगरहून मी स्मिताला नुकताच घेऊन आलो होतो. त्यामुळं स्वैपाकाची चिंता नव्हती. स्मिताला मदतीला घेण्यास आईला सांगितलं.

स्वयंपाक होईपर्यंत आम्ही सगळे गावातनं फिरून आलो. गावातली देवळं, गैबीपीर, जयसिंग तलाव, शाळा, हायस्कूल हे सगळं निवांतपणे दाखवून आणलं. जाता जाता गावचा इतिहास सांगितला. गोपाळ कृष्ण गोखल्यांचं घर, घाटगे घराण्याचा बंगला, गावातले जुने राजवाडे, दत्तक गेलेल्या राजर्षी छत्रपतींचं औरस गाव कागल हे असल्यानं गावावर त्यांचा कसा जीव होता, रयतेचाही त्यांच्यावर कसा जीव होता, त्यामुळं गावाला कुस्त्यांचा कसा नाद लागला, गल्लीच्या प्रत्येक टोकाला तालमी कशा आहेत, शर्यतीच्या गाड्यांचं कसं गावाला वेड आहे, बकऱ्यांच्या टकरी कशा जोरात होतात, वर्षाला आर्वजून कुस्त्यांचं मैदान कसं होतं, राजघराण्याविषयी गावाला कसं अतोनात प्रेम आहे, हे सगळं सांगितलं. राजघराण्याच्या जागोजागच्या ऐतिहासिक खुणा दाखवल्या... सगळे गुंग होऊन ऐकत होते. वेळ कसा निघून गेला कळलं नाही. खूप

चालल्यानं सगळ्यांना कडाडून भुका लागल्या होत्या.

परत आलो तेव्हा स्वयंपाक तयार झाला होता. आईनं जेवणासाठी मांडामांड सुरु केली. घरात नुसता एक पाट होता. पाट नव्हेच तो; ते 'बसणं' होतं. आईला भाकरी करताना ते खाली आधारासाठी लागायचं. फूटभर रुंद नि पावणेदोन फूट लांब अशी ती फळी होती. तिला खाली दोन पट्ट्या मारल्या होत्या. शेवटी मी दोन घोंगड्यांच्या लांब घड्या केल्या. त्या अमोरासमोर मांडल्या. पंगत करून बसायला सांगितलं. एका चांगल्या घरची ताटं, वाट्या, तांबे मागून आणले होते.

आईनं दोन ताटांत मावेल एवढा ऐवज एक-एक ताटात भरून आपल्या गावरान पद्धतीनं एक-एक ताट आणून पाव्हण्यांपुढं ठेवलं. पदार्थांची गर्दी झालेल्या, भरपूर भाताचे ढीग घातलेल्या त्या ताटात कुणालाच जेवता येणं अशक्य होतं, म्हणून मी पंगतीतनं उठून आत जाऊन आमच्या नेहमीच्या जेवणाच्या जर्मनीच्या ताटल्या आणल्या. प्रत्येकाला एक-एक देऊन त्यांत भजी, सांडगे काढून घेऊन तोंडी लावण्यास सांगितलं... पिटके, श्रीनिवास यांच्याशी गप्पा मारत मी एका बाजूला अमोरासमोर बसून जेवत होतो.

जेवणं मधल्या सोप्यात सुरू होती. मधल्या सोप्यात दारातनं जो काही येईल तेवढाच उजेड. बाकी सगळा सोपा अंधुक प्रकाशात होता. म्हणून आम्ही दाराची वाट सोडून जरा आत सरकून पंगती घातल्या होत्या. मी दाराशेजारी काहीसा उजेडात बसलो होतो. समोरच्या माणसाचा चेहराच तेवढा अंधुक दिसत असे. जवळ गेल्यावर तो स्पष्ट दिसे.

श्री. पु. दुसऱ्या टोकाला बसलेले. जेवण चमचमीत, कडक फोडणी देऊन भरपूर तेल टाकून केलेलं. त्यामुळं मी चवीनं जेवत होतो नि उल्हसित होऊन गप्पा मारत होतो. स्मिता वाढायला होती. ती डॉक्टरांची मुलगी. तिच्या घरी भरपूर भावंडं. येणार-जाणारी भरपूर सुशिक्षित माणसं. म्हणून ती सर्वांना व्यवस्थित हवं-नको पाहील याची खात्री होती म्हणून मी निर्धास्त जेवत होतो.

मंद अंधारातून श्री. पुं.चा आवाज आला. "यादव!"

"आऽ" मी ओ दिली.

"जरा गूळ मिळेल का गूळ?"

"मिळेल की." मी लगेच आईला हाक मारून सांगितलं. "आई, जरा गुळाचे खडे लावून दे."

स्मिता बाहेर आली नि म्हणाली, "काढलेला गूळ संपलाय. दुसरं भेलकांड फोडायला पाहिजे. जरा फोडून देता का?"

"देतो की." मी चटकन उठलो.

हात धुऊन भेलकांड फोडलं नि सगळ्यांसाठी गुळाचे खडे घेऊन आलो. श्री. पुं. समोर गेलो तर श्री. पु. घामानं चिंब झालेले. त्यांच्या डोळ्यांत पाणी आलेलं. त्यांचा गोरा चेहरा तापलेल्या लोखंडागत लालबुंद झालेला. तिखटानं त्यांचं तोंड भाजत होतं नि जीभ होरपळून निघाल्यासारखी झाली होती. आईनं कोल्हापुरी तिखट घालून चमचमीत केलेल्या भाज्या आणि आमटी खाणं त्यांना अशक्य होतं. घासानंतर पाणी पिऊनही ते जमण्यासारखं दिसेनासे झाल्यावर श्री. पुं. नी गूळ मागितला होता. नंतर त्यांनी गुळाबरोबर चपाती खाल्ली. मी गडबडीनं दूध, दही वगैरे आणून दिलं. सोसेल तसं आमटीत, भाजीवर दही घालून खाण्यास सांगितलं...मला अपराध्यासारखं वाटू लागलं. सगळ्यांनाच गूळ खाण्याविषयी विनंती केली. वडेर, श्रीनिवास यांना अशा प्रकारच्या तिखटाची सवय होती. पिटके यांनाही सवय होती. पण ते म्हणाले, ''आमच्या आमटी-भाजीत आम्ही गूळ नेहमी टाकतो. तिखट याच्यापेक्षा थोडंसं कमी असतं. त्यात पुन्हा गूळ घातल्यानं तिखटाचं काही वाटत नाही.''

जेवणं झाली, सगळ्यांची विश्रांती सुरू झाली. तरीही माझ्या मनाची रुखरुख जाईना. मला वाटलं; माझ्या लक्षात यायला पाहिजे होतं की आपल्याकडं जेवणारे सगळे ब्राह्मण आहेत, त्यांच्यासाठी आवश्यक तिथं गूळ घालून स्वयंपाक करायला आईला सांगायला पाहिजे होतं. श्री. पुं.ना स्वयंपाक खूप तिखट लागला याचं मनाला लागून राहिलं. पिटक्यांच्या जवळ मी तसं बोललोही.

पिटके म्हणाले, ''तसं मनाला लावून घेण्याचं काही कारण नाही. श्री. पुं.ना तिखटापेक्षा गोड जास्त आवडतं; म्हणूनही त्यांनी गूळ मागून घेतला असेल. मला वाटलं, तुम्ही श्री. पुं.ची आवड-निवड अगोदरच विचारून घेतली असेल आणि तशा स्वयंपाकाच्या सूचना दिल्या असतील.''

''नाही हो. जेवणापूर्वी असं काही विचारायचं असतं आणि त्याप्रमाणं स्वयंपाक करायला सांगायचं असतं हे मला काही माहीत नाही. आपणासारखी साहित्यिक मोठी माणसं, एवढी ब्राह्मण मंडळी प्रथमच आमच्याकडं जेवताहेत. मी आपलं नेहमीप्रमाणं आईला उत्तम स्वयंपाक करायला सांगितला.''

पडल्या पडल्या पिटके बोलले, ''बरोबर आहे तुमचं, पण येथून पुढं लक्षात ठेवा. नाही म्हटलं तरी थोडं विचारून घेतलं की बरं असतं.'' असं म्हणून त्यांनी डोळे मिटले. जेवणाचा असर हळूहळू सगळ्यांवर चढत होता.

मीही डोळे मिटून पडलो. पण झोप काही लागेना. मनातून तो विचार जाता जाईना...आतापर्यंत आमच्याकडं जातीगोतीची, शेतकरी, गावरान माणसं प्रसंगी जेवत होती. सगळ्यांचं खाणं-पिणं सारख्याच वळणाचं, त्यामुळं कुणाला काही विचारण्याचा प्रश्न येत नव्हता. ताटलीत पडेल ते खायाचं. भुकेच्या

दणक्यात तिखट-गोड, तुरट-आंबट असा काही फरक करायला कुणाला सवय नसे. कुणाच्या ध्यानात आलं तरी असल्या किरकोळ गोष्टीकडं लक्ष द्यायला कुणाला वेळ नसे. ताटातलं अन्न हातात घेऊन पोटात ढकलायची सरळ साधी रीत होती. उलट एरवीपेक्षा जास्त तिखट नि जास्त मसाला, तेल घातल्यामुळं खावंसं वाटे. त्यात पुन्हा खोबरं मिसळलेलं असेल तर ते पक्वान्नच वाटे. पंगतीच्या, सणाच्या प्रसंगी ते पोटभर मिळणार असल्यानं स्वर्ग दोन बोटं उरलेला असे.

... मिळेल ते अन्न पोटभर खाण्याची ही रीत आपली झाली. आपण शेतकरी, कष्टकरी, रोजगारी माणसं. अन्नासाठी धडपडणारी, म्हणून शिळ्यापाक्या, बेचव, अळणी, अशा कोणत्याही अन्नाला नावं न ठेवता खाण्याची आपली रीत. खालच्या थरातनं वरच्या सामाजिक थरात गेलोय. आता आपल्याकडं आली तरी याच थरातली भली माणसं जास्त जेवायला येणार. या वर्गाचे रीतिरिवाज आपण पाहून पाहून शिकून घेतले पाहिजेत. जाणीवपूर्वक लक्षात ठेवले पाहिजेत. तरच हा वर्ग मला आपला मानेल. माझ्या आशा-आकांक्षाची पूर्तता होईल. नाहीतर माझं गावरान पितळ या पांढऱ्या चंदेरी संस्कृतीत उघडं पडेल. नुसतं अन्न खाणं म्हणजे जेवण, ही कल्पना इथं लागू पडत नाही. ते मिळण्याची सोय झाल्यानं ते खाताना आवड-निवड बघणं या वर्गाला परवडतं. आवडीनिवडीचाच परिणाम हळूहळू सवयीत होतो. आवडीची गोष्ट सवयीनं सोसते. नावडीची गोष्ट नकोशी वाटते. सोसेनाशी होते आणि हळूहळू हेही परवडतं. तसं परवडण्यासारखी त्याची परिस्थितीही असते म्हणून इथं जसा खाणारा आवडी-निवडीचा विचार करतो तसा खाऊ घालणाऱ्यानंही त्याचा विचार केला पाहिजे. ही गोष्ट लक्षात ठेवली पाहिजे...आपण आता एक सुशिक्षित मध्यमवर्गीय प्राध्यापक, एक लेखक झालेलो आहोत.

मी डोळे उघडून पाहिलं तर सगळे तृप्तपणे झोपलेले. प्रत्येकाच्या चेहऱ्यावर तृप्तीचा गोडवा गुळासारखा पसरलेला. मला समाधान वाटलं.

"बरं झालं नुकतंच गुऱ्हाळ होऊन गेल्यानं गूळ शिलकीला आहे ते!" मी स्वत:शीच पुटपुटलो.

संध्याकाळी चारच्या सुमाराला चहा पिऊन सगळेजण मळ्याकडं गेलो. मळ्यात जाईपर्यंत पाच वाजले. दादानं मोट धरली होती. शिवा पाण्याकडं होता. विहिरीचं पाणी उन्हाळ्यामुळं उडालं होतं. दिवसभरात जे काही थोडं जिव्हाळ्यातून पाझरून तळात साठलं होतं, ते दादानं सांजेचं पाच-साडेपाच वाजेपर्यंत संपवलं.

सहाच्या सुमाराला आम्ही सगळेजण खळ्यावर बसलो होतो. दादानं गाईची धार काढली. आलेल्या पाहुण्यांना दुसरं काही देण्यासारखं नव्हतं, म्हणून

दादा खोपीतनंच मला म्हणाला, "आन्दा, पावण्यांस्नी कुणाला दूध प्यायला चालत असंल तर ताजं ताजं दे रे."

मी सगळ्यांना विचारलं. विमलताईंनी सोडून सगळ्यांनी होकार दिला. शिवाला मी आणण्यास सांगितलं. शिवा मळ्यात ठेवलेल्या एकुलत्या एका जुनाट कपबशीतनं कप भरून निरसं दूध घेऊन बाहेर आला. मी ते प्रथम श्री. पुं.ना देण्यास सांगितलं.

श्री. पु. पिता पिता पहिल्याच घोटाला म्हणाले,

"छान! मळ्यात तुम्ही साखरही ठेवता?"

"बहुधा नाही. पण का?" मी.

"दुधात घातेलली दिसते; म्हणून म्हटलं."

"असं? कदाचित आईनं आज आपण इथं येणार म्हणून आणूनही ठेवली असेल,–दादा, दुधात साखर घातली?" मी खळ्यावरनंच दादाला विचारलं.

"न्हाई बा. बिनसाखरंचंच दूध हाय ते." दादानं खोपीतनंच सांगितलं.

मी श्री. पुं.च्याकडं बघून नुसतं हासलो.

"निरसं दूध किती गोड लागतं. कितीतरी वर्षांनी मी हे पितोय." ते उद्गारले. त्यांनी दूध संपवलं.

माझ्या एक गोष्ट लक्षात आली की कोल्हापूर सोडलं तर महाराष्ट्रात निरसं, धारोष्ण दूध शहरातल्या लोकांना जन्मातून एकदाही मिळणं अशक्य आहे. मूळ दुधाची चव त्यांना माहीत नसावी... 'दुधात साखर' ही मराठीतली म्हण, 'नेहमीच्या शहरी दुधात साखर' अशा अर्थाची नसून 'निरशा, धारोष्ण दुधात साखर' अशा अर्थाचीच असणार; याची खात्री झाली. 'दुधाच्या गोडव्यात साखरेचा अधिकतर गोडवा' असाच तिचा अर्थ असणार, असाही गमतीचा विचार आला नि मी तो सर्वजण दूध पीत असताना हासत हासत सांगितला....माझ्या वाट्याला रत्नागिरी, पंढरपूर, पुणे इथं कोणतं दूध येत होतं; यावरूनही तो सुचला असावा.

सूर्य बुडण्याच्या बेतात असताना चालू साहित्यावर गप्पा मारत आम्ही घराकडं परतलो. रात्रीच्या जेवणाच्या वेळी आईनं गूळखोबरं घालून उकडीचे कानवले केले होते. श्री. पुं. ना गोड आवडतं म्हणून आईनं हा बेत केलेला...सकाळच्या जेवणाच्या पार्श्वभूमीवर ते श्री. पुं. च्या लक्षात कायमचं राहून गेलं.

●

सहा

जून महिन्याच्या पहिल्या पंधरवड्यात काही घटना घाईनं घडल्या. पुण्याच्या अखिल भारतीय मराठा शिक्षणपरिषदेनं श्री. शाहू मंदिर महाविद्यालय तीन-चार वर्षांपूर्वी सुरू केलं होतं. उषाताई म्हणजे डॉ. अनुराधा पोतदार यांनी त्या कॉलेजची नोकरी सोडून एस. पी. कॉलेजमध्ये स्वीकारली होती. त्यामुळं मराठीच्या प्राध्यापकाची एक जागा मोकळी झाली होती. शिक्षणपरिषदेच्या कार्यकारिणीवर असलेल्या आक्का म्हणजे डॉ. सरोजिनी बाबर यांचं मला पत्र आलं. त्यात त्यांनी मला 'शाहू कॉलेजात येऊ शकाल का?' अशी विचारणा केली होती. मी तिथं यावं, अशी कार्यकारिणीचे अध्यक्ष दादांची म्हणजे विठ्ठलराव घाट्यांचीही इच्छा होती. ही दोन्ही माणसं माझी हितचिंतक. आक्कांना आणि त्यांचे वडील कृ. भा. बाबर यांना माझं रेडिओवरून आणि नियतकालिकांतून प्रसिद्ध होणारं ग्रामीण साहित्य मनापासून आवडत होतं. त्या वाङ्मयीन प्रेमापोटी त्यांनी आपल्या 'समाज शिक्षणमालेतून' माझं काही साहित्य प्रसिद्धही केलं होतं. स्नेहसंबंध वाढले होते. दादांना माझ्या कविता अतिशय आवडत होत्या. असा मी उषाताईंचा आवडता विद्यार्थी आहे, याचा त्यांना अभिमान होता. मी पुण्यात आलो तर माझ्या वाङ्मयीन विकासाला चालना मिळेल; असं या दोघाही ज्येष्ठ साहित्यिकांना वाटत होतं. मलाही त्यांचा हा विचार पटला. 'मी येतो' म्हणून कळवलं.

ताबडतोब हजर होण्यासंबंधीचं पत्र मला आलं. पुण्याचं असं विचारणा करणारं पत्र आल्यावर माझ्या मनानं पंढरपूर सोडण्याचा निर्णय घेतला. या पत्रव्यवहाराच्या काळातच रयत शिक्षणसंस्थेनं मला असिस्टंट प्रोफेसरची दोनच वर्षांत बढती देऊन कराड येथील कॉलेजवर नेमणूक केल्याचं पत्र पाठवलं. मी

बुचकळ्यात पडलो. पंढरपूरपेक्षा कराड हे कागल-कोल्हापूरला किती तरी जवळ होतं. त्यामुळं आपल्या भागात आल्याचा आनंद मला मिळाला. पगारही एकदम वाढला. पुण्याची नेमणूक ही 'फ्रेश लेक्चरर' म्हणून मुळारंभ पगारावर होती. त्यामुळं आर्थिक नुकसान होणार होतं. पण मला पुण्याचं आकर्षण होतं.

अनेक मित्रांशी चर्चा केली तर उलटे सल्लेच जास्त मिळू लागले. 'नुसत्या आकर्षणाला काहीच अर्थ नसतो. तो एक मोह असतो. 'रयत'मध्ये राहिलात तर फायदा होईल. बहुजन समाजाची सर्वांत मोठी शिक्षणसंस्था आहे. पश्चिम महाराष्ट्रभर पसरलेली आहे. ग्रामीण विभागात आहे. त्यामुळं खेड्यापाड्यांतून पसरलेल्या ग्रामीण समाजासाठी खूप काही करता येण्यासारखं आहे. पटकन प्रमोशन मिळालं आहे. पगार वाढला आहे. असं दुसऱ्या कुठल्याही संस्थेत होणं शक्य नाही.' माझे विचार त्याच दिशेनं सुरू झाले... पुण्यात एक तर राहायला जागा मिळणं महाकठीण. मिळाली तर भरमसाठ भाडी, अॅडव्हान्स, डिपॉझिट, पागडी यांसारखी झंजटं पाठीमागं लागणार. त्यात 'फ्रेश लेक्चरर' म्हणून अपॉइंटमेन्ट. त्यामुळं आर्थिक नुकसान. स्मिताच्या शिक्षणासाठी खर्च होणार. या सगळ्या गडबडीत पगारही पुरे होईल की नाही शंकाच आहे. मग घराकडं काय पाठवणार?

थंड डोक्यानं आठ दिवस विचार केला. तरीही माझं पुण्याचं आकर्षण कमी होईना. ...वाटू लागलं; हे सगळं खरं असलं तरी माझ्या वाङ्मयीन व्यक्तिमत्त्वाचा विकास खऱ्या अर्थानं पुण्यात जसा होऊ शकेल तसा ग्रामीण विभागात होऊ शकणार नाही. पुण्याच्या सांस्कृतिक वातावरणात माझ्या साहित्यिक महत्त्वाकांक्षेची पूर्तता सर्वार्थानं होऊ शकेल.

पुण्याच्या या वातावरणाला बाहेर कुठंही तोड नाही; याचा मला अनुभव आला होता. मी सर्वप्रकारचे तोटे पत्करून पुण्यास येण्याचा निर्णय घेतला.

पुण्याच्या श्री. शाहूमंदिर महाविद्यालयात १९६३च्या जूनमध्ये दाखल झालो.

तरीही पंढरपूर सोडताना वाईट वाटलं. गावाच्या जशा मर्यादा जाणवल्या होत्या, तसं गावानं प्रेमही दिलं होतं. माणसं साधेपणानं जगणारी. त्यामुळं जीवघेणी स्पर्धा तिथं नव्हती. ती नसल्यामुळं माणसं माणसाला 'माणूस' म्हणून ओळखत होती. इतरांविषयी आस्था, सहानुभूती, प्रेम, आदर दाखवत होती. त्यामुळं परस्परांना जगायला बळ येत होतं; अपुऱ्या तरतुदीत संसार करतानाही आनंद होत होता, एकमेकांशी होणाऱ्या गप्पांत घरगुती अडीअडचणी, व्यथा-उणिवा विसरल्या जात होत्या. या सगळ्या सोशिकतेला पंढरपूरचा विठोबा हे मूळ अधिष्ठान होतं. वातावरणात भाविकता काठोकाठ भरलेली होती. विठ्ठलाचे

अस्तित्व विशेष जाणवत होतं. त्याचा कितीतरी आधार माणुसकी जागवण्यासाठी होत होता.

...या सगळ्याचा अनुभव मला तिथं भेटलेल्या माणसां-मित्रांतून, विद्यार्थि-विद्यार्थिनींतून येत होता. महाविद्यालयाच्या प्राध्यापकांनी शेवटच्या भेटीत आपापल्या घरी नेऊन प्रेमानं निरोप दिला.

रयतनं मला प्राध्यापकपदाचा अभिमानास्पद शिक्का मारला. सामान्य ग्रामीण जनतेवर प्रेम करायला शिकवलं. संस्थेसाठी आर्थिक, शारीरिक, बौद्धिक झीज सोसून सेवावृत्ती वाढवायला शिकवलं. 'रयतमध्ये होतो' हा मान उंचावणारा वारसा दिला. प्राचार्य तोडमल यांना पुण्यात माझ्या अभ्यासू वृत्तीचा व लेखन-शक्तीचा निश्चितपणे विकास होईल, याची खात्री होती. त्यांनी प्रेमळपणे काही सूचना दिल्या.

पंढरपूरचं संचित घेऊन पुण्यात आलो. एका लॉजमध्ये उतरलो. प्रथम खटपट करून एम. इ. एस. (गरवारे) कॉलेजमध्ये स्मिताला एफ. वाय. बी. ए.च्या वर्गात प्रवेश घेतला नि मुलींच्या वसतिगृहात तिची व्यवस्था केली. तिचा राहण्याचा प्रश्न तात्पुरता मिटला.

दोघांचीही तात्पुरती व्यवस्था लागल्यावर जागेच्या शोधासाठी भटकू लागलो. वर्तमानपत्रांतील जाहिराती पाहून जागा शोधू लागलो. 'हाऊस एजंट'ना गाठून बऱ्याच जागा बघितल्या... एक गोष्ट लक्षात आली की सदाशिव, नारायण, शनिवार या पेठेत मला जागा मिळणं जवळ जवळ अशक्य आहे. चौकशी झाल्यावर माझं हळूच आडनाव विचारलं जाई आणि मी ब्राह्मण नाही, असं लक्षात येताच; "चार दिवसांनी या; विचार करून सांगतो." असं प्रेमळ भाषेत सांगितलं जाई. उगीच भाबड्या आशेपोटी दोन-तीन ठिकाणी गेलो.

...चांगल्या वस्तीत जागा घेण्याचा विचार होता. वाटत होतं; आपणाला आता पुण्यातच राहायचं आहे. मुलाबाळांवर चांगले संस्कार होण्यासाठी चांगल्या वस्तीत राहिलं पाहिजे. आपल्या शेजारी सुसंस्कृत माणसं असली तर त्यांचा त्रास आपणाला होणार नाही. झाला तर फारच कमी होईल...

पण निराशा पदरी पडली. माणसं प्रत्यक्ष-अप्रत्यक्ष जात पाहतात. माझा पेशा आता जातीचा राहिला नाही. मी आता सुशिक्षित आणि संस्कारित होऊन प्राध्यापकाचा पेशा पत्करलाय हे कुणीच बघत नाहीत.

मनात वेळोवेळी अनेक गाठी बसत होत्या. त्यांत आणखी एक सूक्ष्मशी गाठ बसली. समाज बदलू लागलाय, हे यांच्या लक्षात का येऊ नये?

...जाऊ द्या. आपणच मोठं झालं पाहिजे. आपण त्यांचा जातीयवादी म्हणून राग-द्वेष करू लागलो, तर त्यांच्यात नि आपल्यात फरक काय राहिला?...खरं

तर माणसं केवळ जातीयवादी नसतात. तशीच असती तर एकाच जातीत अंतर्गत भांडणं झाली नसती. भाऊ-भाऊ एकाच घरात वादावादी करत बसले नसते. एकाच जातीच्या भाडेकरूंनी आणि घरमालकांनी एकमेकांवर खटले भरले नसते. खरा प्रश्न संस्कृतीचा येतो. जातिजातींच्या परंपरागत स्वभाववैशिष्ट्यांचा आणि रूढीनं निर्माण केलेल्या तथाकथित श्रेष्ठ-कनिष्ठतेचा येतो. त्यातून संघर्ष निर्माण होण्याची प्रथमदर्शनीच सामान्य माणसाला शक्यता वाटते. म्हणून नवा शेजारी स्वीकारताना शक्यतो आपल्या संस्कृतीचा, आपल्या जातीचा असावा, असं परंपरेनं उच्चस्थानी असलेल्या माणसांना, जातींना वाटणं स्वाभाविक आहे. समाजव्यवहार हा असाच असतो. प्रवाहपतित सामान्य माणसं अशीच असतात.. मीही आपल्या जातीपेक्षा वरच्या पातळीवर असलेल्या संस्कृतीत प्रवेश करण्याचा प्रयत्न करतोच आहे ना?

...हळूहळू हे बदलेल. प्रथम आपल्या ठिकाणी आपणच आतून मोठं झालं पाहिजे...आपली योग्यता ओळखणारे आपले अनके चांगले मित्र ब्राह्मणच आहेत. ते कुठं आहेत जातीयवादी?...त्यांना आठवत राहिलं पाहिजे.

मी ब्राह्मणी पेठा सोडून जागा शोधू लागलो. भांबुर्ड्याच्या शिरोळे गल्लीत शिरोळ्यांचीच एक चांगली जागा पहिल्याच मजल्यावर मिळाली. एकूण चार खोल्या आणि भरपूर मोठी गच्ची.

...ऑगस्टमध्ये आम्ही तिथं बिऱ्हाडही केलं नि पुण्यातला आमचा संसार सुरू झाला.

तिकडं सौंदलगे गावात बहिणीचा संसार उद्ध्वस्त होऊ घातला होता. सुंदरचं लग्न होऊन कशीबशी दोन वर्षं पूर्ण झाली होती.

तिचं लग्न करण्याची आईनं घाई केली. खेडेगावच्या चालीरीतीप्रमाणं ते बरोबरही होतं. चौदापंधराव्या वर्षी पोरींची लग्नं व्हावीत अशी आयांची इच्छा असे. सुंदराचं लग्न सतराव्या वर्षी झालं. धोंडूबाईचं लग्न झाल्याबरोबर सुंदरासाठी जागा पाहायला सुरुवात झाली होती. सुंदरा देखणी होती. तिला शोभेल असा एकही जागा येत नव्हता; म्हणून मी नाकारत होतो. पण मी बी. ए. झाल्यावर पुण्याला नोकरीसाठी आणि शिक्षणानिमित्त गेल्यावर तिचं लग्न आईनं उरकून घेतलं; कारण तिच्या मागोमाग लक्ष्मी लग्नाला आली होती. तिला चौदावं संपत होतं.

सुंदरासाठी दादानं सौंदलग्याचा जागा काढला होता. आई दादावर सतत राग करत होती. 'त्येला पोरींच्या लग्नाची काळजी न्हाई' असा तिचा सतत आरोप असे. म्हणून दादानं हा जागा काढलेला. सौंदलग्यात दादाची मावशी होती तिच्याकडं तो वरचेवर जात असे. सौंदलगं हजारभर वस्तीचं खेडं. कागलपासून

सहासात मैलांवर कर्नाटक राज्यात होतं. दादाच्या आईकडचे सख्खे पाहुणे एवढेच होते. त्यामुळं त्याला मावशीचा ओढा अधिक. तिच्या ओळखीनं हा 'जागा' निघाला.

एकुलता एक मुलगा. अर्धा एकर रान. त्यात तंबाखू पिकलेला. मुलाचे वडील वारलेले. गावात घर होतं. मुलाची आई एकदोन म्हशी पाळून तिच्यावर जगत होती. सालभर राबून खाणारं घरं. मुलगा रंगानं उजळ होता; म्हणून 'जोडा जमला' असं माझ्या आई-दादाला वाटलं...सुंदरा राबून खाईल, ही त्यांची अपेक्षा. कागलपासनं जवळच गाव आहे. मावशीची नि तिच्या पन्नाशीतल्या मुलाची वडीलधारी नजर आपल्या मुलीवर राहील, असं दादाला वाटत होतं.

आई सुंदरासाठी दोन वर्षं जागं हुडकून हुडकून कंटाळली होती. त्या अगोदर धोंडूसाठी जागं शोधण्यात तिनं वनवन केली होती. त्यानंतरही लक्ष्मीसाठी तिला कमर कसावी लागणार होती. त्या कल्पनेनंच तिची मानसिक शक्ती संपुष्टात आली होती. अशा वेळी तिला हा जागा बरा वाटून तिनं होकार दिला. सुंदराला या बाबतीत काही विचारण्याचा, तिच्या पसंती-नापसंतीचा प्रश्नच नव्हता. ती काहीशी अबोल होती. धाकटा मामा आणि माझा मित्र मधू सणगर यांच्या मदतीनं सगळं ठरवून लग्न सौंदलग्यातच झालं.

वर्षभराच्या आतच सुंदराला सासुरवास जाचू लागला. सुंदराला तिच्या घरची स्थिती आतून कळली. आसपासच्या सयाशेजारणींनी त्या घराचा इतिहास सुंदराला सांगितला. सुंदरा तो वेळोवेळी कागलला आल्यावर सांगू लागली.

लग्नाच्या अगोदरपासनंच सासूचं नि तिचा मुलगा रामा यांचं सतत भांडण होत होतं. एकुलता एक मुलगा म्हणून लाडात वाढवला होता. त्याची फळं ती भोगत होती. त्याला कसलं ते कामाचं वळण नव्हतं. तो नुसता गावातनं हिंडून, कधी मनाला वाटलं तर म्हस हिंडवून आणून आयता चरत होता. सौंदलगं हे मोटार-रस्त्याला लागून असलेलं गाव. तिथं येणाजाणाऱ्या किरकोळ मोटारी थांबत असत. त्यामुळं रस्त्याला लागून चहाचं हॉटेल, किरकोळ वस्तूंच्या विक्रीचं दुकान, दोन किरकोळ गाडे असत. कुणी शेंगदाणे, चिरमुरे विकत बसे. तर एका बाजूला हातभट्टीची दारू चोरून विकली जात असे. तिथं ट्रक आणि तसलीच भाडोत्री वाहनं थांबत...नेहमी माणसं जा-ये करत. रामाचा बराच वेळ त्या रस्त्याकडेच्या टपऱ्यांत, हॉटेलात, नाहीतर हातभट्टीच्या खोपटात जात असे. रिकामटेकड्या माणसांशी गप्पा मारता मारता त्यालाही पिण्याचा नाद लागला होता.

वय वाढत जात होतं. सासूच्या हातापायांतल्या शक्ती कमी कमी होऊ लागल्या होत्या. सतत कष्ट करून ती सुकून चालली होती. शेतातली तंबाखूची

खुरपण, तुटआळी, भांगलण, खुडामोडणी तिलाच बघावं लागत होतं. घरात येऊन सकाळसंध्याकाळ स्वयंपाकाचं बघावं लागत होतं. म्हशीचीही उसाभर तिलाच करावी लागू लागली. रामा कोणत्याच कामाला हात लावेनासा झाल्यामुळं तिची कुतरओढ होऊ लागली. भरीत भर रामा घरातले पैसे उचलून दारू पिऊ लागला. कुणाच्यातरी खोपटात बसून जुगार खेळू लागला. वय वाढेल तशी त्याची ताकद आणि उर्मटपणाही वाढत होता. आई पैसे देईनाशी झाली की प्रसंगी तो घरातल्या कपाटाच्या कड्या उचकटून कपाटं धुंडू लागला.

एका बाजूला आईच्या शक्ती कमी होत चाललेल्या आणि दुसऱ्या बाजूनं मुलगा कुचकामी निघालेला. आई चिंतेत पडली. तिला जन्माचा कंटाळा आला. तिला वाटू लागलं... लेकाचं लगीन करावं. सगळं सुरळीत हुईल. ऐन तरुणपणात आलंय. मस्तावल्यासारखं झालंय. घरात बायकू आली की त्येची मस्ती जिरंल. आज ना उद्या त्येचं लगीन हे केलंच पाहिजे. येळंसरी केलं तर वळणावर तरी येईल. बायकू मागूमाग तिच्या नादानं रानात तरी जाईल. एखादं पोरगं पोटाला आलं की पर्पंच करावासा वाटंल, मिळवून आणावं, पोराला अंगड्या टोपड्यानं नटवावं, असं वाटंल नि कामाला लागंल.

...सून घरात आली की मलाबी इस्वाटा मिळंल. फुडं घालून तिला कामाला न्ह्यायला येईल. माझ्यावरचा ताण कमी पडंल नि सुखानं चार घास घरात बसून मी खाईन... कनकनीत बघून पोरगी आणली पाहिजे. आता माझं असंच हळूहळू हातपाय वट्यात यायला लागणार. पोरगी दोघांस्नीबी आधार हुईल. तरणं माणूस घरात आलं तर रानाला, घराला नवी कळा येईल. पोराचं लगीन हे केलंच पाहिजे. उगंच उंडगं हिंडतंय म्हणून किती दीस थांबायचं. वंसाला दिवा ह्यो लागलाच पाहिजे... न्हाई तरी काय लेकाला यल्लमाचा जोगता करून सोडायचा? गाव तरी मला काय म्हणंल?

तिला लग्नाचा विचार पटला नि तिनं तो आमच्या दादाच्या मावशीजवळ बोलून दाखवला. दादा असाच आपल्या मावशीकडं गेला असता नि सुंदराच्या 'जाग्याचा' विषय निघाला असता मावशीनं त्याला हा 'जागा' सुचवला.

सुंदराचं लग्न रामाबरोबर करून दिलं. अंगापेरानं दणकट असलेली सुंदरा सासूच्या मनात भरली नि तिनं तिला सुनंच्या रूपानं राबून घालायला आपल्या घरात आणली. या निमित्तानं लेकाच्या बोटात तोळ्याची अंगठी नि सुनंच्या कानांत दोन तोळ्यांची घसघशीत फुलं नि मंगळसूत्र विनासायास तिला मिळालं. कारण एकुलता एक मुलगा शिवाय अर्ध्या एकराचा वतनदार...स्वत:च्या नावावर लंगोटीएवढीही जमिनीचा कधी तुकडा नसलेल्या माझ्या आईदादाला हा जागा सोन्यासारखा वाटलेला. त्यांनी मोठ्या आनंदानं लग्न करून दिलं.

सून घरात आली. तिचं नवेपण संपलं नि वर्षभरातच घरात तिघांचीही भांडणं पोटापाण्याच्या प्रश्नावरून सुरू झाली. रानातल्या तंबाखूची कामं संपली की दुसरं काम नसे. रोजगाराला जावं तर गावात दुसराही काही उद्योग नसे. पावसावर येणारा तंबाखू आणि पावसावरचीच कोरडवाहू शेती मोठ्या प्रमाणात असल्यानं दिवाळीनंतर शेतातली कामं संपलेली असत. माणसांना मग पावसाळा येईपर्यंत पाचसहा महिने काहीच कामं नसत. ज्यांची रानं छोटी, ज्यांची हातावरची पोटं त्यांना रोजगार शोधत आसपासच्या बागायती रानांच्या गावी जावं लागे. बरीच माणसं निपाणीला जाऊन बिगारी कामं करून पोट भरत. त्यांच्या बायका मग घरात बसून राहत. म्हसरं, शेरडं सांभाळत. आसपासच्या गावांत मिळाला तर रोजगार करत.

सुंदराचा नवरा रामा काहीच कामं करत नव्हता. घरात तर आता दोनाला तीन तोंडं झालेली.

रामाची आई म्हणाली, ‘‘रामा, आता पर्पंचाचा माणूस झालाईस. कुठं तरी कामाधामाचं बघ की. किती दीस असा हिंडून खाणार?’’

‘‘का कुणाच्या बापाचं भ्या हाय? का कुणाच्या ताटातलं मी वडून खातोय? माझ्या बाऽचं वतन हाय. ते अजून तरी फुरं हुतंय. तुम्ही दोघीबी राबतासा. तेवढ्यात चालतंय. कवा पोरंबाळं हुतील तवा बघू म्हणं.’’

‘‘आरं, माझ्या शेणी गेल्यात आता वाड्यावर. किती दीस हाडं उगळू मी तुझ्यासाठी?’’

‘‘लगीच सून हाताबुडी आली न्हाई तवर हाडं वड्यावर गेली वाटतं? बरं नाटक करतीस की. म्हंजे माझ्या बायकूनं नि मी राबून तुला खायला घालायचं नि तू गावाचं हुंबरं पुजत बसून खायाचं. बाऽस कर ही हाडं उगळायची सोंगं.’’

त्याच्या बोलण्याला मेळ नव्हता. मनात येईल ते तो बोलत होता नि कामं चुकवून गावातनं हिंडत होता.

पोरगा कामाला जायला ठाम नकार देतोय असं दिसल्यावर रामाच्या आईनं सुंदराला सांगितलं; ‘‘तुझ्या न्हवऱ्याचं कसं पॉट भरायचं ते तुझं तू बघ. मी काय तुला घरातलं जेवायला घालणार न्हाई.’’

असं म्हणून स्वयंपाकघराच्या दाराला कडीकुलूप लावून ती म्हसरं घेऊन बाहेर पडली.

आतापर्यंत रोजगाराचं काम असलं की ती सुंदराला कामाला लावून देत असे आणि आपण म्हसरं घेऊन जात असे. पण आता गावातली कामं संपली होती. त्यामुळं पैशांची चणचण भासत होती. तंबाखूचा आलेला चिमूटभर पैसा

पुरवून पुरवून खाण्याची गरज होती. म्हणून तिनं हा निर्णय घेतला. सुंदराला घरात उपाशीच ठेवलं. सुंदराच्या नवऱ्याला हे कळावं हा तिचा हिशेब.

जेवायच्या वक्ताला रामा भटकून हलत डुलत आला. घरात येऊन बघतोय तर जेवणाला कुलूप. सुंदरानं त्याला सगळं सांगितलं. रामानं भडाभडा आईला शिव्या दिल्या. शेजारपाजारच्या घरातनं त्यांच्या कुलपांच्या किल्ल्या मागून आणल्या नि आपल्या कुलपाला चालतात का बघितल्या. त्या चालत नाहीत असं दिसल्यावर सरळ त्यानं धोंडा घालून कुलूप मोडलं नि दार उघडलं. घरात दोन भाकरी नि आमटी शिलकीला होत्या. त्या प्रथम दोघांनी मिळून खाल्ल्या. रामाचं पोट भरलं नाही; म्हणून त्यानं आणखी दोन-तीन भाकरी, भात करण्यास सांगितलं. घरात होतं तेवढं पीठ संपवून सुंदरानं तीन भाकरी, भात केला नि दोघांनी मिळून खाल्ला.

दुपारची तासा दीडतासाची झोप घेऊन रामा तासभर दिसाला बाहेर पडला.

सुंदराची सासू दीस बुडताना परत आली. तिनं सगळा इस्कोट झालेला बघितला. सुंदरा सोप्यातच बसली होती. तिला तिनं म्हशी राखायच्या काठीनं धमाधमा बडवून काढली.

"रांडं, घरात आयतं बसून खातीस. तुला कुठलं घालू? तूच त्या वाघाला बरोबर घेऊन संगनमतानं माझं कुलूप तोडलंस. माझं घर फस्त करून खाल्लंस."

तिला तिच्या लेकावर राग काढता येत नव्हता; म्हणून तिनं लेकाला अद्दल घडावण्यासाठी सुनेवर राग काढला. सुंदरा स्वभावानं अबोल. एक-दोन वाक्यं मुद्द्याची बोलली की पुढं तिला बोलायला जमत नसे.

सासूनं तिला घराच्या बाहेर काढलं. सुंदरा वळचणीलाच रडत बसली. सासू घरातनं म्हशीची धार काढत बडबडत होती.

"चालती हो वाघाच्या मागनं. त्या सुडक्याला कामं जमत नसतील तर भीक मागून झोळी भरून आण; मगच खा' म्हणावं."

ती सुंदराला घरात घ्यायला तयार नव्हती. शेजारणींनी तिला घरात घेण्याविषयी विनवण्या केल्या. तिचा काही अपराध नाही, म्हणून सांगितलं; तरी ती आत घेईना.

"ही घुमी रांड हाय. गोगलगाय नि पोटात पाय अशी हिची करणी हाय. भसाऽसा मणमणभर दोघांस्नी लागतंय. ह्या नोडीला न्हवऱ्याला मिळवून आण म्हणून सांगायला येत न्हाई काय? मी मेल्यामागं संसार कसा करायची ही?" सासूनं शहाणपण सुनवलं.

रामा रात्री आल्यावर आईची नि लेकाची खूप भांडणं झाली.

रामानं भाकरीचं पीठ संपलेलं बघून सुंदराला भरपूर भात शिजवायला सांगितलं. सासू ते सुंदराला करू देईना म्हणून रामानं आईच्या थोबाडीत मारली नि तिला स्वयंपाकघरातनं बाहेर ढकलली. आरडाओरडा करून आईनं आक्रोश मांडला. लेकाला नि सुनेला शिव्या देऊ लागली.

रात्री सासू जेवलीच नाही. मारामारीत चुलीशेजारचं दूध सांडलं होतं. रामा पोटभर भात खाऊन उठला. सुंदरा उपाशीच झोपली.

सकाळी उठून पुन्हा भांडणं सुरू झाली म्हणून एका म्हाताऱ्या शेजाऱ्यानं रामाला समजून सांगितलं. "बायकूला एक आठ दीस म्हायारला घालीव. मग सगळं थंड हुईल. ते झाल्यावर तिला परत आण म्हणं."

सुंदरालाही हा विचार पटला.

रामानं सुंदराला कागलला आणून सोडली.

महिना होऊन गेला तरी सुंदराला न्यायला कुणी आलं नाही. सुंदरा निवांतपणे आमच्या मळ्यात राबून खात होती. पण आईला चिंता वाटू लागली. हिरा नांदणं हरवून घरात बसली होती. धोंडूबाईच्या गावाकडंनही आरंभी आरंभी अशाच तक्रारी येत होत्या. एकदा-दोनदा ती सिद्धनेर्लीसनं निघूनही आली होती. पण तिला एक मुलगी झाल्यावर ती सिद्धनेर्लीत आणि नवऱ्याच्या संसारात अडकली. आईनं सुटकेचा श्वास सोडला होता.

सुंदराची सासू वांड होती. त्यामुळं आईला जास्त काळजी वाटू लागली. तशात सुंदरा अबोल असल्यामुळं तिला भांडायला, मारामारी करायला जमत नव्हतं. मुसकं बांधलेल्या गाईसारखी ती मुकाट मार खाई नि रडत बसे. म्हणून आईच्या पोटात भीतीचा गोळा उठलेला. सुंदरा नांदणं गमावून घरात बसली तर घर बदनाम होईल; "ही तारा आपल्या लगन झालेल्या पोरींस्नी घरातच घेऊन बसती, पोरी लाडात वाढलेल्या दिसत्यात, म्हणून सारख्या म्हायाराला पळून येत्यात, त्यांस्नी कामाचं वळाण नसावं, झोल्यांची कामं निभत नसावीत; असल्या घरची पोरगी नको गं बाई आपल्या लेकाला बायकू." असं लोकं म्हणतील अशी आईला काळजी वाटू लागली.

या काळजीपोटी तिनं महिन्यानंतर दादाला बरोबर घेऊन सुंदराला तिच्या सासरला पोचवलं. दोघांनी मिळून सासूला जरब दिली. रामालाही कामं करून, राबून घरात पैसापाणी आणण्यास सांगितलं. सुंदरालाही "हितंच राबायचं; नि हितंच खायाचं." म्हणून ताकीद दिली. पण आठच दिवसांत सुंदरा परत आली. यावेळी ती एकटीच आली. सासूनं तिला काळी होईपर्यंत मारली होती. माझ्या काय काय चहाड्या, खऱ्याचं खोटं, खोट्याचं खरं करून सांगितल्या, गं

रांडं?.. तुझं आईबा मला बोलणारं कोण? अजून मी कवा शेजाऱ्यांचा, भाऊबंदांचा दिखील शबूद लावून घेटला न्हाई नि तुझ्या नाण्ण्यापायी मला तुझं आईबा बोलून गेलं. का गं नोडे, माझी बेअब्रू केलीस?'' असं बोलून तिला बदडून काढली. ''जा तुझ्या आईबाऽच्याच घरला; त्या भाड्याला घेऊन'' म्हणून तिला घरातनं हकलून दिली.

...रामा भटकायला गेला असतानाची ही गोष्ट.

पुन्हा आठ दिवसांच्या आत सुंदरा दारात बघून आईचं टाळकं सरकलं नि तिनं तिला दारातच धमाधम बडवून काढली. ''माझं घर बुडवायला बसलीस, व्हैमाले! का आलीस पळून? तुला तिथं डोंबी देऊन ऱ्हायाला सांगितलं हुतं का न्हाई? काय?'' असं म्हणून तिनं हातातली लोखंडी फुंकणी चारपाच वेळा तिच्या पाठीत घातली.

मार्चचे शेवटच्या आठवड्यात दुसरी टर्म संपवून मी कागलला आलो. सुंदरा नुकतीच आलेली. तिनं मला अंगावरचं, पाठीवरचं काळंनिळं वळ दाखवलं.

''मला ह्यो दाल्ला नको, मला ते घर नको. मला दुसरीकडं कुठंबी वाट्टंल तिथं लगीन करून द्या... मी तिकडं जातो; खरं आता मी सौंदलग्याला जाणार न्हाई.'' असं म्हणून माझ्यासमोर रडू लागली.

चार दिवसांनी तिची सगळी हकीगत पुन्हा एकदा नीट ऐकून घेतली.

आईच्या पोटातलं भय जास्त जास्तच वाढत होतं. आईलाच मी उलटे प्रश्न टाकले तर आई मला म्हणाली, ''आन्दा, सासुरवास ह्यो असाच असतोय. मी किती सोसलं? जीव जाऊस्तर मला माझा न्हवरा नि नणंद मारत हुती. मी मनाचा दगूड केला म्हणून हे दीस मला बघायला मिळालं. तसा हिनं तिथंच मेटा द्यायचा बघ. सतरांदा हिकडं पळून यायचं न्हाई. ही रांड मेलमुशी हाय. नुसती अंगानं वाढलीया, हिच्या मनात आलं, जरा जिवावर उदार झाली तर सासूला एका घटकंत खोपड्यात घालंल. अशी असूनबी नुसती रडत येती. हिचं तोंड सदाकदा शिवलेलं...रांडं, जरा उलट बोलायला शीक. सासूच्या हातातलं ठेंगं हिसकावून घ्यायला शीक. थोबाडात मारली तर तिच्या झिंज्या धरून चार हिसाडं मारायला जरा शीक. बघू ती सासू खाती का गिळती! त्यो तुझा न्हवरा म्हणणारा वाद्या धड असता, तर तुला सवतं ऱ्हायाला आलं असतं. पर ते फुटकं गाडगं तुझ्या नशिबावर पडलं... माझ्या दाल्ल्याच्या त्या मावशी म्हणणाऱ्या रांडंनं फसवून गळ्यात बांधलं गं. मी तरी काय करू? तू तिथं एखादं पॉर हुईस्तवर डोंबी दे बघ, मग फुडचं फुडं मी बघतो.''

आई मला नि सुंदराला एकदम सांगत होती. तिची भीती मलाही खरी वाटत होती. मी सुंदराला आईचं म्हणणं कसं बरोबर आहे, हे समजून दिलं.

सासूसंगं चातुर्यानं, गोडी-गुलाबीनं, जरा पडती बाजू घेऊन वागायला सांगितलं. घडाबडा बोलत जा, जरा बोलून तिला खूश करत जा; म्हणून समजावलं.

"चार दिवसांनी सौंदलग्याला जाऊ या. मी तुझ्या सासूला सगळं समजून सांगतो. जरा गोडीगुलाबीत घेऊ या. रामालाबी कामाला जायला सांगतो. बघू काय हुतंय ते. तोंड दिलंच पाहिजे. तुला पळून येऊन भागणार न्हाई." असं बोललो.

चार दिवसांनी तिला सौंदलग्याला घेऊन गेलो. सासूनं प्रथम बराच काळ तुंबलेल्या पाण्याचा तुंब काढावा तसं सैरावैरा तोंड सोडलं... आपण एकदम थंड राहायचं. तिचं बोलून झाल्यावर हासत खेळत, तिच्या गळ्यात पडतच तिला सगळं समजून द्यायचं; असं मी ठरवलं होतं.

ह्या प्रमाणं मी थंडपणानं सगळं ऐकून घेतलं. तिचं सगळं म्हणणं, सगळ्या अंगांनी समजून घेतलं. "सुंदरासाठी कुठं तरी तुम्हीच कामं काढा. ती कामाला जाईल."

रामालाही कामाला जाण्याची विनंती केली. तसा तो गेला नाही, तर संसार होणार नाही, बायको जवळ राहणार नाही, आई जेवायला किती दीस घालणार? ती आता म्हातारी होऊ लागलीय, नंतर तुला कोण बघणार न्हाई. म्हणून निदान बायको जवळ असावी म्हणून तरी कामाला जा, पुरुषासारखा पुरुष हाईस; घर चालवायला शीक, असं विश्वासात घेऊन बोललो.

त्यानं मुकाट मान हलवली.

सुंदराला पुन्ही धीर देऊन मी कागलला परतलो. तिच्या डोळ्याचं पाणी खळत नव्हतं.

मे महिन्यात माझ्या लग्नाची गडबड सुरू झाली. लग्न पुढं आठ दिवस आहे म्हणताना सुंदराला दादा घेऊन आला. या निमित्तानं आपल्या मावशीला भेटून लग्नाला येण्याची विनंती करूनही आला.

सुंदरा जवळ जवळ दीड एक महिन्यांनी भेटत होती. एरवी दणकट आणि कांतिमान वाटणारी सुंदरा थकून पांजार झाली होती. तिच्या गालावर खबदाडं पडली होती. भाजलेल्या कणसागत करपल्यासारखी वाटत होती. तिच्या तोंडावर, दंडावर काळसर करपटपणा आला होता.

मनात आलं वैशाखाच्या उन्हामुळं अशी झाली असेल. तरीही कधी नव्हे तो सुकलेल्या खारकेसारखा तिचा देह बघून अतिशय वाईट वाटलं, पण काहीच बोललो नाही. बोललो तर ती गळ्यात पडून रडायला लागेल, जन्माचा खेळखंडोबा कसा झाला म्हणून शोक करू लागेल; अशी भीती मला वाटू लागली, म्हणून तिला खुशीत ठेवण्याचा प्रयत्न केला. बहिणींना लग्नासाठी कपडे घेताना तिला

त्यातल्या त्यात बऱ्यापैकी लुगडं-चोळी घेतलं. तिच्या आवडीची पुणेरी हिरव्या घडीची नि गुलाबी रंगाची चोळी घेतली. लग्नात तिनं ती सुखानं मिरवली.

लग्नानंतर ती चारपाच दिवस राहिल्यावर तिची पाठवणी केली. तिला न्यायला कुणीच येत नव्हतं. सगळी काळजी आम्हांलाच. जायच्या वक्ताला सवडीनं तिच्याशी बोललो.

सौंदलग्यात रोजगाराचं काहीच काम नव्हतं. उन्हाळ्यामुळं म्हसरंही कुठं चारायाला नेता येत नव्हती. अधनंमधनं रामा कुणातरी दोस्ताच्या संगतीनं निपाणीला कामाला जात होता; पण त्याला मुळातच कामाचं वळण नसल्यामुळं त्याला धसाकसाची कामं करता येत नव्हती. तो सरावलेल्या माणसाच्या तुलनेत कमी पडत होता. मधूनच अंग दुखतंय, छातीत दुखतंय, बकुटं दुखत्यात, कनकन आली; अशी काही तरी कारणे काढून घरात राहत होता. त्यामुळं कामाला जाण्यात नियमितपणा नव्हता. वीस-पंचवीस दिवसांतच त्याचं मागचं तसं पुढं सुरू झालं. तो गावात चकाट्या पिटत हिंडू लागला. आलेला पैसा नीटपणे आईच्या हातात न देता दारूत नि जुगारात घालत होता. त्यामुळंही कामाला जाऊन न गेल्यातच जमा होत होती.

कसंबसं एक वर्ष रखडत गेलं. सौंदलग्यापासनं चारपाच मैलांवर सासूचा भाऊ म्हणजे रामाचा मामा राहत होता. त्याची आठदहा एकर बागाईत शेती होती. विहिरीवर चार-पाच एकर रान भिजत होतं. ते सगळं रान तो आलटून-पालटून वापरत होता. बहिणीला भेटायला म्हणून तो आला असताना घरातली सगळी परिस्थिती बहिणीनं भावाला सांगितली. 'रामाला निपाणीत कामं मिळत न्हाईत' असं भासवलं. मामानं मदत करण्याची तयारी दाखवली. ती अशी की रामानं मामाच्या मळ्यात टाकीनं कामाला जायचं. गड्याबरोबर सकाळी उठल्यापास्नं दीस बुडूस्तवर काय असेल ते काम करायचं. तिथंच जेवायचं-खायचं नि मळ्यातच वस्तीला पडायचं. आठ दिवसांतनं एकदा बाजारच्या दिवशी तेवढं सौंदलग्याला जाऊन आईला, बायकूला भेटूनसवरून यायचं. रामानं ते मान्य केलं.

ही घटना सौंदलग्यात घडत असतानाच दादाला मी सौंदलग्याला जाऊन सुंदराला आठ दिवस माहेरला घेऊन यायला सांगितलं. मनात असं होतं की मे मध्ये सुटीवर आलेल्या मला भेटायच्या निमित्तानं तिला आठ दिवस माहेरात राहायला मिळेल. दादालाही या निमित्तानं सौंदलग्यातल्या वृद्ध मावशीला जाऊन भेटल्यागत होणार होतं.

दादा सौंदलग्याला गेला; त्याच्या अधल्याच दिवशी रामाचा मामा घरी येऊन रामाच्या कामाविषयी बोलणी करून गेला होता. दुसरे दिवशी बाजार

होता. बाजारहाट नि सगळी तयारी करून रामा तिसरे दिवशी मामाच्या गावाला जाणार होता. म्हणजे सुंदरा कागलला आली त्याच्या दुसऱ्याच दिवशी तो जाणार होता... 'आपूण तर मामाच्या गावाला जाणार. पुन्ना आठ दिवसांनी परत येणार. तवर बायकू म्हायाराला जाती तर जाऊ द्या.' असा त्यानं विचार केलेला.

सुंदरा माहेराला आली.

सुकून अगदीच लाकडागत झाली होती. हाल चाललेच होते.

आठ-दहा दिवस राहिली नि दादा तिला पुन्हा सासरला घालवून आला.

जूनच्या दुसऱ्या आठवड्यात मी पुण्याला आलो. पंधरा जूनला मला कॉलेजला जॉईन व्हायचं होतं. नवी नेमणूक, नवी जागा; त्यामुळं मी दोन दिवस अगोदर पुण्याला आलेलो. आलो नि कामांच्या धबडग्यात गुंतून गेलो. स्मिताला कॉलेजमध्ये घालायचं होतं. धडपड करून तिला वसतिगृहात परवानगी मिळवायची होती. तशी ती मिळवल्यावर तिला 'कोयने'हून पुण्याला आणायची होती. नवं कॉलेज, नवा अभ्यासक्रम सुरू करायचा होता. नव्या लोकांशी जुळवून घ्यायचं होतं. मिळेल तो वेळ घालून घराची शोधाशोध करायची होती.

हे सगळं मी करत असतानाच सहा महिन्यांपूर्वीपासून घरादारावर एक भीषण संकट हळूहळू पसरत होतं, याचा माझ्यासह कुणालाच पत्ता नव्हता. मळ्याचा निकाल डिसेंबर १९६२च्या अगदी शेवटच्या दिवशी आमच्या विरोधात लागला होता. याचा पत्ता दादाला जूनमध्ये मी पुण्याला गेल्यावर लागला.

पुण्याला आल्या आल्या मला गावाकडनं ताबडतोब परत येण्याविषयी व कोर्टातली कामं निभावून नेण्याविषयी पत्र येऊ लागली.

मला लगेच परतणं शक्य नव्हतं. नव्यानंच रुजू झाल्यामुळं निदान पंधरा दिवस तरी सलग राहणं आवश्यक होतं. म्हणून जून महिना संपल्यावर जुलैच्या पहिल्या तारखेला तिकडं गेलो.

मळा आमच्या ताब्यातून कायमचा जाणार म्हणून घरात सगळ्यांचे जीव घाबरेघुबरे झालेले. दादाचं धाबं दणाणून गेलेलं.

अशा परिस्थितीत सुंदरा थोड्याच दिवसांत कुणालाही न सांगता पुन्हा कागलला निघून आलेली.

जून महिन्यात तिच्या बाबतीत तिकडं बरंच रामायण घडलं होतं. मे महिन्यात जेव्हा ती परत गेली होती तेव्हा रामा मामाच्या गावासनं एक आठवड्यानं जे परत आला होता ते तो गेलाच नाही. मामानं त्याला 'येऊ नको' म्हणून सांगितलं होतं. पहिल्या चार-पाच दिवसांतच त्याच्या अंगच्या नाना कळा त्याला दिसल्या होत्या. एकतर तो जड हाताचा होता. त्याच्या हातून कामं अतिशय संथ गतीनं होत होती. अंगात हलपिलीपणा नव्हता, अजगरासारखी कामाची चाल

होती. तशात गड्याबरोबर कामं करताना तो घटकेघटकेला मटाक करून बसत असे. त्यामुळं कामाला रुंदावा पडत असे, तासाच्या कामाला दोन तास लागत. सतत बडबड, त्यामुळं स्वत:चंही कामाकडं ध्यान नाही नि बरोबरीच्या गड्यालाही ऐकण्याची जबरी झाल्यामुळं त्याचंही काम हातातल्या हातात राही. खायला मात्र भरपूर लागे. बिडीचं व्यसन दांडगं. त्यामुळं मळ्यात त्याचा कामामध्ये अडथळाच जास्त होऊ लागला. म्हणून मामानं रामाला 'आता परत येऊ नगं' म्हणून सांगितलं. आठवड्याचं जे काय खाऊनपिऊन ठरलं होतं ते त्याच्या हातावर बाजारासाठी म्हणून टिकवलं नि मामा त्याच्या लोडण्यातनं मोकळा झाला.

उलट रामाचं म्हणणं असं की "त्यो सुकाळीचा मावळा असला तरी लई काडीव हाय. लंबर एकचा खडूस. ढोरागत राबवून घेतोय. कामाला घटकंचाबी सांदा खाऊ देत न्हाई. पाक पिळून पिळून घेतोय नि गड्याचं अन्न मला खायला घालतोय. नुसत्या ताककण्या नि कोरड्यास-भाकरी. तेबी पोटभर न्हाई. मागायला गेलं तर मामी एक-एक डोळा बचकंएवढा करून अर्ध्याच्या ठिकाणी चतकूर भाकरी टाकायची... मनाला म्हटलं माझ्या तोंडाकडनं काय काळं पाणी चाललं न्हाई. कसंबी असलं तरी आपलं घर, आपलं गाव नि आपलं वडलार्जित रानच बरं म्हणून आलो झालं."

त्याचं असं कायमचं परत येणं बघून रामाच्या आईचं डोसकं भडकलं. दोघांच्या भांडणाचा तमाशा गल्लीला बघायला मिळाला.

सुंदरा परत गेल्यावर सासूनं तिच्यासमोर जालीम उपाय मांडला. सुंदरानं सासूच्या भावाच्या मळ्यात नोकरी करायची; नाहीतर रामानं रोजच्या रोज निपाणीस कामाला जाऊन सगळेच्या सगळे पैसे आईच्या हातात द्यायचे. ज्या दिवशी सुंदराचा किंवा रामाचा रोजगार नसंल त्या दिवशी सुंदराचं जेवण बंद.

सुंदराच्या काळजाचं पाणी झालं; तरी ती म्हणाली; "मी रोजच्या रोज चार-पाच मैल जातो नि भावाच्या मळ्यात राबतो; पर सांजच्याला परत येतो."

"चालंल. तसं कर."

सुंदरा मामाच्या गावाला कामाला जाऊ लागली. रोजच्या रोज चार-पाच मैल जायचं नि दिसभर राबराब राबून दीस बुडताना चार-पाच मैल परत यायचं.

तीन-चार दिसांतच तिच्या पायाच्या खुंट्या मोडून गेल्या. ती अंगात कनकन घेऊन कामाला जाऊ लागली. मामाच्या बायकोला सुंदराचे हे हाल बघवले नाहीत.

तिनं तिची समजूत काढली नि तिला सांगितलं, "पोरी, अशा ढोरकष्टानं म्हैनाभरात मरून जाशील. कशाला उगाच जिवाचं चंदन करू लागलीयास. हे घर तसं तुझ्या आईबाऽचं असल्यागतच हाय. दीसभर कामं करत जा नि हितंच

न्हात जा. आठ दिसांनी बाजारच्या दिशी जात जा म्हणं सौंदलग्याला. काय हाय ह्या सौंदलग्यात तुझं? त्यो न्हवरा म्हणणारा असा ऐतखाऊ हाय; हे तुला आगुदर ठावं न्हवतं? निदान तुझ्या आईऽबांनी तरी चौकशी करायची नव्हती काय? काय हे तुझ्या जल्माचं पोतिरं केलंय सगळ्यांनी मिळून.''

सुंदराला मामीचा विचार पटला. सासूचीही मुळात तीच इच्छा होती. तिनं मग सासूला सांगितलं नि ती आठ-आठ दिवस मामाकडंच राहू लागली. आठ दिवसांनी बाजारच्या दिवशी परत येऊ लागली.

सुंदराच्या ह्या करणीनं रामाला बायको असून नसल्यासारखी झाली. थोडे दिवस वाट बघून त्यानं आईजवळ आकाशपाताळ एक केलं. तिची नि त्याची पुन्हा मारामारी झाली. तो तिला काय वाट्टेल ते बोलू लागला. ''माझ्या बायकूला तुझ्या भावाची रांड केलीस. व्हैमाले, तुला लाज कशी वाटली न्हाई? तुझा भाऊ कारटखाऊ हाय. त्येची नजर बोकडाची हाय. माझ्या बायकूला तिकडं लावून द्यायचं न्हाई.'' असा त्याचा हेका सुरू झाला.

पण आई काहीच ऐकायला तयार नव्हती. म्हणून तो स्वत: उठून मामाच्या गावाला गेला नि त्यानं तिथं त्याच्याशी भांडण काढलं.

सुंदराला म्हणाला, ''मला भाड खायाला घालतीस काय रांडं? ह्या कडूच्या मळ्यात कशाला न्हायलीयास हितं? चल घराकडं आधी.'' असं म्हणून त्यानं सुंदराच्या दोन थोबाडीत दिल्या. तिला पुढं घालून सौंदलग्याला घेऊन आला.

सौंदलग्यात आईनं दाराला कुलूप घातलं नि ती दारात बसली. ''तुम्ही दोघंबी ह्या घरातनं चालतं व्हा.'' म्हणू लागली. तिथं पुन्हा रामाची आणि त्याच्या आईची जुंपली.

रात्री सगळं गाव झोपलं तरी ह्यांची भांडणं सुरूच होती. आई म्हणत होती, ''माझ्या मुडद्यावरनंच तुला ह्या घरात जावं लागंल.''

शेवटी सुंदराला दादाच्या मावशीच्या सुनेनं आपल्या घरी झोपायला नेलं. तिथं सुंदरा रातभर झोपली नि सकाळी उठून कागलला निघून आली.

नेमका त्याच्या दुसऱ्या दिवशी मी पुण्याहून कागलला कोर्टाच्या कामासाठी आलो होतो. माझ्या मनात मळ्याचे विचार घोंगावत होते. त्या गडबडीत दोन दिवस गेले.

तिसऱ्या दिवशी परत पुण्याला यायला निघालो तर आईनं मला कोलदांडा घातला.

''आन्दा, ही रांड सारखी न्हवऱ्याच्या घरातनं पळून येती. माझ्या गळ्याला फास लावायलाच ही टपलीया. हिचं एवढं नाण्णं सुरळीला लाव नि मगच त्या

पुण्याला जा. त्या सासूला नि न्हवरा म्हणणाऱ्याला चांगला दम देऊन ये.''

माझं डोकं मळ्याच्या काळजीनं किडल्यागत झालं होतं. सुंदराच्या जाचाची आतापर्यंतच्या तपशिलातनं मला कल्पना आली होती. वाटलं होतं. सौंदलग्याच्या प्रवासातच तिच्याशी सविस्तर बोलावं, तिच्यामुळं माझी एक दिवसाची रजा वाढणार होती. मी काहीसा वैतागून गेलो होतो.

सुंदराला मी म्हणालो, ''चल गं, सुंदरे, आटीप; सगळी तयारी कर. ती रांड सासू नि त्यो सुक्काळीचा काय म्हणतोय बघू या.''

''मी तिकडं आता नांदायला जाणार न्हाई बघा.''

''का?''

सुंदरा गप्पच बसली.

''का गं? का जाणार न्हाईस?''

''मला तिथं जाच लई हुतोय, सासू मारती, उपाशी ठेवती. कामाला जा म्हणती, कामाला गेलो तर न्हवरा नको म्हणतोय. मला एवढं मरमर मरूनबी दोन दोन दीस अन्न मिळत न्हाई...मला हिकडं कुठंबी हिरीत ढकलून द्या. मी जीव देतो. पर मी तिकडं जाणार न्हाई.''

''तुला तिकडंच गेलं पाहिजे. तू हिकडं आम्हाला असं भ्या घालू नकोस. तू ह्या घराला तिकडं दिली तवाच मुकलीस. जीव द्यायचा असंल तर त्या सासूच्या नि न्हवऱ्याच्या फुड्यात दे. चल आधी, ऊठ.'' मी निक्षून सांगत होतो.

''मी जाणार न्हाई बघा.'' ती बसल्या जाग्यासनं उठलीच नाही.

आई तिला कडाकडा बोलली. तरीही उठली नाही.

माझं डोसकं भडकलं नि मी तिला खच्चून एक थोबाडात दिली. ''उठतीस का आणखी एक देऊ?''

तरीही ती उठली नाही; म्हणून तिला दुसरी थोबाडात देताना तिची मान थोडी कलली नि माझ्या हाताचा दणका किंचित खाली बसला. तिच्या मानेतनं अनपेक्षितपणे रक्ताची चिळकांडी उडाली.

ती एकदम किंचाळली. तिची मानेखालची चोळी आणि लुगडं लालेलाल रक्तानं भिजू लागलं. काय झालं मलाच कळेना. थप्पड मारल्यानं रक्त कसं आलं हे मला कळेना. मी एकदम गडबडून गेलो. काहीसा घाबरलो नि तिच्याजवळ गेलो, तर तिच्या मानेत तिच्या कानातला बाभळीचा काटा घुसला होता. तिच्या कानांत आम्ही लग्नात घातलेली फुलं तिच्या सासूनं काढून आपल्या ताब्यात ठेवली होती. फुलं नसल्यावर कानांची भोकं बुजून जाऊ नयेत म्हणून तिनं दोन्ही कानांच्या त्या भोकांत बाभळीचं काटं थोडी थोडी टोकं मोडून घातलं होतं.

डाव्या गालावर थप्पड बसताना ती कानाच्या पाळीवर लागली होती नि

काटा बरोबर मानेत खसकन घुसला होता. मानेत घुसल्यावर कानातनं उलटा निघाला होता. मी तो चिमटीत गच्च धरून मानेतनं बाहेर काढला नि तिच्या जखमेवर अंगठा ठेवला.

माझ्या हातून हे काहीतरीच होऊन बसलं; म्हणून माझं मन गलबलून गेलं. आतून भडभडून आल्यासारखं झालं. पण वरून मला ते दाखवता येईना.

मी तिच्या जखमेवर थोडावेळ दातवण घालून गप्प बसलो. प्रेमाच्या सुरात तिला समजून सांगितलं. "एवढ्या डाव चल. त्या दोघांस्नीबी मी तिथं सरळ करतो का न्हाई बघ. पर तुला तिथंच नांदणं केलं पाहिजे, हे ध्यानात ठेव. तुझं नशीबच फुटकं हाय त्येला मी तरी काय करू? सासू हाय तवर तुला जाच सोसावा लागणारच. ती एकदाची मेली की मग तुझा हात कोण धरणार हाय तिथं?... आणि एवढं करूनबी ह्या डाव न्हाईच जमलं; तर मग तू ये कागलला. बघू म्हणं मग फुडं काय करायचं ते."

मी तिची समजूत काढली.

तासभर सगळेच शांत बसलो. तिचा रक्तस्राव थांबला. तिनं चोळी आणि लुगडं बदललं. अंगावरचं आईनं धुवून टाकलं. परड्यातल्या उन्हात फडफडतं ठेवून वाळवलं नि थोडं थोडं खाऊन आम्ही उठलो. बळंबळंच तिला सौंदलग्याला नेलं.

गावात आल्यावर घराकडं जाताना पायात शिसं भरल्यागत ती चालत होती.

दोघंही घरात जेवणं करून आडवे झाले होते. दोघांची चांगली खरडपट्टी काढली. "अंगात धमक नव्हती तर लगीन करून पोरीचं वाटुळं का केलंस?" म्हणून विचारलं. "जर का आता पोरीला उपाशी मारलं नि उपाशी ठेवलीसा तर न्हाई तुम्हास्नी पोलिसांच्या ताब्यात देऊन तुरुंगात टाकलं तर कुळाचं नाव सांगणार न्हाई." म्हणून दम दिला.

उभ्या उभ्या निघून आलो. मी शिकून साहेब झालो होतो, पुण्याच्या हापिसात मोठ्या नोकरीवरचा अधिकारी होतो, माझ्या हातात अधिकार होते; अशी त्यांची समजूत होती; तिचा मी दम देण्यासाठी उपयोग करून घेतला.

मी पुण्याला आलो. पुण्याला घर शोधण्याच्या उद्योगाला लागलो. घर मिळालं. ते मिळालं म्हणून ऑगस्टच्या पहिल्या आठवड्यात भरपावसाळ्यात पुन्हा कागलला आलो. आमचा तीन एक पोती भरून कागलात टाकलेला पंढरपूरचा संसार पुण्याला न्यायच्या इराद्यानं तयारी केली.

सुंदराची चौकशी केली. आता तिला शेतावरच पावसात चिखल तुडवत, उभं भिजत कामं करावी लागत होती. वादावादी, भांडाभांडी सुरूच होती. सुंदरा

शिव्या खात, मार खात, उपास काढत डोंबी देत होती... वाटलं आता सगळं रांगेला लागेल.

संसार घेऊन पुण्याला आलो नि नव्या घरात संसार थाटला.

गावाकडची पत्रं येत होती. पेरण्या जास्तानाला लागल्या होत्या. पाऊसपाणी मनासारखं झालं होतं. नद्या-नाले पूर येऊन दुथडी भरून वाहात होते. अशा वेळी धाकटा मामा घर हुडकत ऑगस्टच्या शेवटच्या आठवड्यात आला नि त्यानं एक चिठ्ठी हातात दिली.

...सुंदराबाईनं जाचाला कंटाळून वेदगंगा नदीच्या भर पुरात उडी टाकली होती नि आत्महत्या केली होती.

मी हबकून गेलो. तिच्या लग्नानंतर अडीच वर्षांत सगळा कारभार आटोपला. शारीरिक नि मानसिक छळ असह्य झाल्यावर तिनं हा निर्णय घेतला.

आप्पाच्या हस्ताक्षरातली चिठ्ठी होती. आईनं आप्पाकडनं ती लिहवून घेतली होती. मामानं सविस्तर हकीगत सांगितली. तो आणि दादा सौंदलग्याला जाऊन चौकशी करून आले होते.

दोन दिवस सुंदरा उपाशी होती. तशातही ती कामं करत होती. नवऱ्याची नि आईची भांडणं सुरूच होती. शेतावर जायचं निमित्त करून सुंदरा वेदगंगा नदीवर गेली. काठावर पायांतल्या दोन्ही चपला, गवत आणण्यासाठी घेतलेलं विळा-दोरी, मंगळसूत्र आणि बोटांतली जोडवी काढून तिनं पावसात पांघरायच्या पोत्याच्या घडीवर ठेवली आणि अंगावरच्या चोळी-लुगड्यानिशी नदीत उडी टाकली.

वेदगंगेच्या पुराचं घोंघावत जाणारं पाणी नजर पोचेल तिकडं पसरलेलं. पाण्यात खळखळत भोवरे निर्माण होणारे, त्यात वेगानं पुढं सरकणारा सुंदराचा देह. मुकाटपणे गटांगळ्या खाणारा. हात वर करणारा; लांब लांब जाणारा...

ती मोकळी मोकळी गेली. सासूनं तिच्या कानातली फुलं अगोदरच काढून घेतलेली. पोत्याच्या घडीवर चपल्या. चेपल्यांच्या मधे पायांतली जोडवी आणि सोन्याच्या दोन मण्यांचं मंगळसूत्र. चेपल्यांच्या टाचापाशी डोईवरची चुंबळ. हे सगळं तिनं सासूला, नवऱ्याला, सौंदलगे गावच्या दारिद्र्याला दान केलं होतं... आत्मविसर्जनापूर्वी वेदगंगामाईच्या काठावर जाऊन आपली दुःखपूजा उरकून घ्यावी, अशा त्या वस्तू पोत्याच्या घडीवर मांडलेल्या.

सगळं संपवून वयाच्या एकोणिसाव्या वर्षीच मोकळी झाली.

●

सात

मळ्याच्या मालकानं आमच्याविरुद्ध कोर्टात निरनिराळ्या कलमांखाली अनेक दावे लावले होते. सरकारनं शेतीसंबंधी, शेतकऱ्यासाठी, कुळासाठी जे नवे कायदे आणले होते, त्यांचा हा परिणाम होता. आम्ही मालकाला खंड किती द्यायचा, हे कायद्यानं ठरवून दिलं होतं. त्या केसच्या निकालानुसार दादा वेळच्या वेळी फाळा म्हणजे खंडाची रक्कम मालकाला देत होता. मालक ती घेऊन पावती देत होता; पण सरकारनं ठरवून दिलेला हा फाळा मूळ कबुलायतीत ठरलेल्या फाळ्यापेक्षा कितीतरी कमी म्हणजे चारशे सव्वीस रुपये होता. कबुलायतीत ठरलेला फाळा एक हजार साठ रुपये होता. शिवाय गुळाची ढेप, रसाची घागर, उसाची मोळी, गाडीच्या दोन वेठी, मळ्यात पिकेल तो थोडे थोडे नमुन्यासाठी देणं, झाडाचे आंबे देणं असं बरंच काहीबाही होतं.

पण या मोबदल्यात मालकानं आम्हाला विहीर फोडून देण्याची कबुलायतीत अट होती. विहिरीला पाणी खूपच कमी होतं. ती आणखी सात-आठ हात खोल केली तर तिचे झरे मोठे होतील, पाण्याचा साठा पण मोठा होईल, असा दादाचा अंदाज होता. एका वर्षात विहीर फोडून लगेच देतो. या मालकाच्या विश्वासावर दादानं एवढा मोठा फाळा कबूल केला होता. पण मालकानं विहीर कधीच फोडून दिली नाही. त्यामुळं आमचं अतोनात नुकसान झालं. आम्ही जवळ जवळ भिकेला लागलो. कारण मळ्यात पिकेल ते सर्व विकूनही मालकाच्या फाळ्याची बेजमी होईना. जनावरं विकावी लागली. रात्रं-दिवस राबूनही पोरं उपाशी राहू लागली. अंगावर कपडा मिळेना की कुणाला घामाची पाठ खाजवायलाही फुरसद मिळेना.

त्यामुळं गोपातात्याच्या सांगण्यावरून दादानं कोर्टात दावा गुदरला.

दरम्यान कूळकायदा आला होता. त्याच्याआधारे सुरक्षित कूळ म्हणून मान्यता मिळावी, म्हणूनही आम्ही दुसरा दावा गुदरला. आमच्या उलट मालकानंही एका मागोमाग एक असे चार-पाच वर्षांत दोनतीन दावे गुदरले.

सरकारी कायद्यानुसार निम्म्यापेक्षाही कमी फाळा ठरवून मिळाला. वेठबिगारीसह बाकीच्या सगळ्या अटी काढून टाकण्यात आल्या. त्यामुळं मालक चरफडला. त्याचं खूप नुकसान झालं. त्याला तो फाळा नगण्य वाटला. तो वरच्या कोर्टात जात राहिला. दादा त्याच्या मागोमाग फरफटत राहिला. तरीही फाळ्यात बदल झाला नाही. मालकाला प्रचंड अपमान वाटू लागला. तो मुकाट राहून मग नाइलाजनं ठरवून दिलेला फाळा स्वीकारू लागला.

वेठबिगारीच्या अटी काढून टाकल्या तरी दादा मालकाच्या घरी मळ्यात पिकेल तो भाजीपाला; ऊस-गूळ थोडा थोडा नेऊन देत होता. 'त्यांच्या रानात पिकतंय ते त्यास्नी थोडं थोडं खावंसं वाटणारच. ते दिलं पाहिजे. सगळंच सरकारचं ऐकलं तर माणुसकी ऱ्हाईल का मग?' असा दादाचा हिशेब असे.

तरीही अधनंमधनं मळ्याची मालकीणबाई म्हणजे मळ्याच्या मालकाची आई दादाला बोलता बोलता मनाची तडफड सांगे... 'ब्राह्मणाच्या ताटातलं ओरबाडून खातो आहेस. तुझ्या मुलाबाळांच्या ते अंगी लागणार नाही. माझा विधवेचा तुला शाप आहे.' असं म्हणाली. दादानं तिला गुळाची मोठी ढेप द्यायच्या ऐवजी एक पाचसहा शेराची शेरणी दिली होती, याचा तिला राग आला... त्या घरात आमच्याविषयी काय शिजत होतं; याची त्यावरून थोडी कल्पना येत होती.

मालकीणबाई विधवा होती. तिला मुलगे तीन. मोठ्या मुलग्याचा कोल्हापूरला कसला तरी स्वतंत्र उद्योग. तो अविवाहित होता. तरी त्याचा संसार मात्र सुरू होता. धाकटे दोन्ही भाऊ नोकऱ्या करत होते. तिघांपैकी कागलात फक्त मोठा भाऊ येऊन जाऊन होता. मालकीणबाई कागलातच होती. मोठा भाऊ सगळ्या इस्टेटीचा मुखत्यार होता.

तो दादाला म्हणे, ''रत्नाप्पा, आता आपलं भांडण कोर्टात गेलंय, तेव्हा सरकार काय ठरवील ते आपणाला मान्यच करावं लागणार आहे. तूही आणि मीही आपल्याला न्याय मिळेपर्यंत कोर्टात जायला कधीही मोकळे आहोत. तेव्हा कोर्टाबाहेर तुझे-माझे वाद होण्याचं कारण नाही. माझी आई रागाच्या भरात काही बोलली तर ते मनावर घेऊ नकोस. घरी येत जा... मीही काही मनात ठेवत नाही. शेतात पिकणारं तुला काही द्यावंसं वाटेल ते देत जा. मी तुझ्या घराकडं येत राहीन. मात्र मी कोर्टात तुझ्याशी लढणार. कारण तू प्रथम कोर्टात गेला आहेस.''

दादा हसून बोले, ''लढा की. सरकार काय ठरवील ते दोघास्नीही कबूल

करावं लागणारच की हो. मी कुठं न्हाई म्हणतोय.'' असं म्हणून घराकडं आलेल्या मालकांना दादा दुधाचा पेला देई.

मालक अधनं-मधनं घराकडं येत. दादाला खूष ठेवत. 'मळ्यात काय केलं आहेस?' म्हणून विचारत. 'पिकणाऱ्या भाजीपाल्यातलं थोडं थोडं आणून दे.' म्हणून सांगत.

दादा ते आनंदानं मान्य करी. त्याला माहीत होतं की आता आलेलं सरकारी नवं कायदं कुळाच्या बाजूंनी हाईत. मालकानं आपल्या विरुद्ध कोर्टात कितीबी दावं लावलं तरी शेवटाला आपला मळा काय जाणार न्हाई. आपल्याला दुसरा मळा न्हाई का वाळलं रान न्हाई. सरकार मला दुसरीकडं कुठं लावून देणार हाय? आपूण 'सौरक्षित कूळ हाय.'

मालकाची एकूण तीन गावांवर रानं होती. त्यातलं आमचं रान तेवढं विहिरीचं बाकीची रानं पावसावर पिकणारी.

मालक उत्तम इंग्रजी बोलत असे. त्याचे अनेक वकिलांशी मैत्रीचे संबंध होते. कागलात त्यांच्या नात्यातले दोन वकील होते. ते नामांकित होते. कोल्हापूरचा प्रांतही त्यांच्या नात्यातला किंवा जवळच्या ओळखीचा होता; असं बोललं जात होतं. अनेक सरकारी अधिकाऱ्यांशी त्यांचे उद्योग-व्यवसायामुळं संबंध आले होते. त्यांची वाणी गोड होती. कधी कधी ती मायावी वाटावी, इतकी गोड होती. आपल्या हुशारीनं ते कोर्टात आमच्याविरुद्ध लढत होते.

कुळाविषयी सरकारी कायदे आल्यापासून ते शेती सोडवून घेण्याच्या उद्योगात लागले होते. दोन गावच्या कुळांना गोड बोलून त्यांना काही नगद रकमा देऊन त्यांनी स्वखुशीनं त्यांच्याकडून 'शेती नको' म्हणून राजीनामे लिहून घेतले होते. राजीनामे लिहून घेतल्यावरही एक-दोन वर्षं त्यांना शेतावरून हाकलून दिलं नव्हतं. मात्र पीकपाणी आपल्या नावावर लावून घेतलं होतं. तरी ते त्यांचं त्यांना परत दिलं जात होतं. नंतर मात्र त्यांनी दोन्ही गावच्या जमिनी हळूच दुसऱ्यांना रोख रकमा घेऊन विकल्या होत्या. आता फक्त कागलची जमीन राहिली होती. तिच्यासाठी त्यांची धडपड सुरू होती.

कोणत्या ना कोणत्या दाव्याच्या तारखा कोर्टात अधूनमधून चालूच असत. दादा एरवी निर्धास्त असला तरी आतून त्याला काळजी वाटत असे. तारखेसाठी कोर्टात गेला की तो संशयग्रस्त होई. मळ्याचा मालक प्रत्यक्ष केस सुरू व्हायच्या अगोदर निर्धास्तपणे कोर्टाच्या निरनिराळ्या विभागांतून हिंडत असे. अनेक वकिलांना, कारकुनांना, नकलणीसांना, रजिस्ट्रारना सहज भेटत असे. नकलणीस-कारकुनांसाठी चहा मागवीत असे. दादा कुठंतरी कोपऱ्यात जाण्यायेण्याच्या वाटेवर खुळ्यासारखा एकटाच बसलेला असे. त्याच्या नजरेत

ती गोष्ट येई नि तो काळजीनं ग्रस्त होऊन जाई. त्याला वाटे; ह्येच्या वळकी सगळीकडं हाईत. सगळ्यांच्या गाठी घेत, सगळ्यास्नी च्या-पानी देत हिंडतोय. बायला! ही जात जातीला सामील असती... आपल्याला हितं कुणी कुत्रंबी वळखत न्हाई. योकबी आपल्या जातीचा कारकून न्हाई का वकील न्हाई... माझ्या मळ्याचं काय हुतंय कुणाला दखल?

असे विचार त्याच्या मनात येत असल्यामुळं दादानं कुणी वकीलही दिला नाही. सगळे वकील मालकाच्या जातीचे नि मालकाच्या ओळखीचेही. ते आपल्याकडनं वकील फीबी घेतील नि आपली सगळी अंडीपिल्ली मालकाला सांगतील. मालकाला हवं तसं आपल्याला वागायला लावून माझं घरदार गोत्यात आणतील; असा त्याला संशय येई. मालक कोर्टात वकिलांशी हासत-खेळत बोलताना दादाचा हा संशय बळावत जाई.

गावातल्या अनेक शेतकऱ्यांच्या केसीस कोर्टात जालू होत्या. त्यांनी कोल्हापूरचे मोठमोठे वकील दिलेले होते. त्यांतल्या बऱ्याच शेतकऱ्यांकडं दादा गप्पा मारायला जाई. त्यांच्या केसेस कशा लढवल्या जातात, कसंकसं बोलायला वकील सांगतात; हे समजून घेई. ज्या शेतकऱ्याची केस त्याच्या बाजूनं झाली आहे, अशा शेतकऱ्याला दादा प्रथम गाठून सगळं समजून घेई नि त्याच्यावर रात्रंदिवस विचार करी.

त्याचा ध्यास दादाला इतका लागलेला असे की एकान्तात मोट मारताना, पिकात पाणी पाजताना, उसात पाला काढताना किंवा रात्री काळोखात अंथरुणावर पडल्या पडल्या बोलत राही. प्रतिपक्षाचे प्रश्न स्वत:च स्वत:ला विचारी आणि त्यांची उत्तरंही 'साहेब' असं म्हणून स्वत:च देई.

रात्री त्याला स्वप्नं पडत. त्या स्वप्नांत निरनिराळ्या पोशाखांतली, जाति-धर्मांची माणसं येत. काही तरी बोलून त्याला धीर देत. या स्वप्नांना दादा दृष्टांत म्हणे. स्वप्नांत येणाऱ्या माणसांना तो निरनिराळ्या वेशांत आलेले देव मानी. घोंगडं घेतलेला एखादा धनगर स्वप्नात आला तर दादा त्याला 'वीरदेवाचा दृष्टांत' झाला म्हणे. दाढीवाला कुणी स्वप्नात आला तर 'गैबी पिराचा दृष्टांत' झाला असं मानी. असा देवावर भरवसा ठेवून कार्टातल्या तारखांना एकटाच उभा राही. कोर्ट विचारील त्या प्रश्नांची प्रामाणिक उत्तरं देई. आतून मात्र गांगरून, घाबरून गेलेला असे. उत्तरात थरथर असे.

मी कोल्हापूरला असताना पुष्कळ वेळा त्याला धीर देण्यासाठी, कोर्टात चाललेले इंग्रजी संवाद समजून देण्यासाठी त्याच्याबरोबर जात असे.

दादाला किती जरी समजावून सांगितलं तरी वकिलांवर त्याचा विश्वास नव्हता. "कामात रुंदावा पाडत्यात नि सारखी 'फी' वसूल करत्यात. पुन्ना पुन्ना

वाढवत बसत्यात, अपील करायला सांगत्यात. त्येची येगळी फी मागत्यात... आपल्या बापजाद्यालाबी ते परवडायचं न्हाई.'' असं त्याचं मत.

वकील देणं आम्हांला परवडण्यासारखं नसलं तरी कठीण प्रसंगी वकिलाशिवाय निभावणार नाही, याची मला जाणीव होती. पण दादाच्या पुढं माझं काही चालत नव्हतं. मी परस्पर वकील दिला तर ''घात हुईल. सगळ्या केसचा इचका हुईल नि घरदार रसातळाला जाईल.'' असं दादाला वाटत असल्यानं मीही स्वतंत्रपणे त्या उद्योगाला कधी लागलो नाही.

या सगळ्या कोर्टकचेऱ्याच्या उद्योगात दादाला काळजीनं अल्सर झाला होता. पोटात भयंकर कळा करत. खाल्लेलं अन्न न पचता उलट्या होऊन पडे. दादा तसंच चालवत होता. ऑपरेशन नको म्हणत होता. 'मी मरून जाईन त्या आप्रिसनात' असं म्हणत होता.

आतापर्यंतच्या बहुतेक केसीस आमच्यासारख्या होत आल्या होत्या. तरी मालक वरच्या कोर्टात नेत होता. दादा त्याच्या मागोमाग 'तारखांना' जात होता.

१९५६ साली मालकानं एक केस कोर्टात लावली होती. स्वत:ला कसण्यासाठी त्यानं आम्हांला लावलेला मळा आपल्या ताब्यात मागितला होता. दरम्यानच्या काळात त्यानं उरलेल्या दोन्ही गावची रानं युक्तिप्रयुक्तीनं आपल्या ताब्यात घेऊन विकून टाकली होती. इतर केसीस बरोबर हीही केस अनेक वर्षं चालली होती.

सहा वर्षांनी म्हणजे १९६२ च्या डिसेंबरच्या शेवटच्या दिवशी तिचा निकाल आमच्या विरुद्ध लागला होता. या निकालाचा नीटसा पत्ता दादाला नव्हता.

निकालाच्या दुसऱ्या-तिसऱ्या दिवशी बाजार होता. त्या दिवशी सकाळीच मालक घराकडं आला होता.

आल्या आल्या दादाला म्हणाला, ''रत्नाप्पा, आपल्या केसचा निकाल लागला. आमची जिरली. निकाल लागला पण आमच्या डोस्क्यात पाचर मारून ठेवलंय. मी आता वरच्या कोर्टात अपील करणार नि स्पष्टपणे आदेश मागणार.

दादाला मग त्यानं निकाल समजून सांगितला. निकाल स्पष्ट नाही. त्यात फारसा काही दम नाही. 'कुळाने मालकाला जमीन परत द्यावी.' अशी नुसती मोघम भाषा आहे. केवळ शिफारस केली आहे. ऑर्डर नाही... म्हणून मालक वरच्या कोर्टात जाणार होता.

दादा ते ऐकून खूश झाला. त्याला वाटलं कोर्टाचा निकाल आपल्यासारखाच आहे. आपूण नुसतं मालकाच्या मागोमाग तो न्हेईल तिकडं कोर्टात जात ऱ्हायाचं.

जानेवारी महिन्यात मी पंढरपूर कॉलेजात होतो. तिथं दादानं मला तसं कळवलं. मी काहीसा निश्चिंत झालो... दादाला कळवलं; "निकालाची नक्कल काढून घ्या. एप्रिलमध्ये मी आल्यावर ती पाहीन."

स्मिताची पी. डी. ची परीक्षा झाल्यावर मी एप्रिल १९६३ मध्ये कागलला गेलो. 'सत्यकथे'तून लेखन प्रसिद्ध होऊ लागलं होतं. त्यामुळं लेखनाचे अनेक संकल्प मनात शिजत होते. त्यात गुंग होतो. नंतर 'मे'मध्ये श्री. पु. भागवत येणार होते. कोल्हापूरच्या मित्रांना तिथं जाऊन भेटून वाङ्मयविषयी चर्चा करत होतो.

या सर्व गडबडीत निकालाची नक्कल मी अतिशय वरवर वाचली. 'Land should be handed over' असं त्यात शेवटी लिहिलं होतं. अगोदरचा सगळा मजकूर कायद्याची अवतरणे आणि त्यांचा काढलेला कीस, अशा प्रकारचा होता. त्यातला काही भाग मला कळत होता नि काही कळत नव्हता. मी काही कायद्याचा तज्ज्ञ नव्हतो. मुख्य म्हणजे दादाच कोर्टाचं सगळं पाहत होता.

आलेले सरकारी कायदे कुळांच्या हिताचे आहेत, शेतकऱ्याचं राज्य येऊ लागलं आहे; अशी माझीही धारणा झाली होती. आजवरचे कोर्टाचे निकाल त्या धारणेला अनुकूलच होते; त्यामुळं मी निकाल वाचल्याची दादासमोर ऐट मिरवली नि 'तशी काय ऑर्डर न्हाई; नुसती शिफारस हाय. त्यामुळं निकालात काय तसा दम न्हाई' असं दादाला खुशाल सांगितलं नि मोकळा झालो. माझा हा गाढवपणाा झाला.

मालक दादाकडं अधनंमधनं येत होता. गप्पाटप्पा करून तासाभरानं निघून जात होता... "समजा पुढच्या कोर्टात निकाल माझ्यासारखा जरी झाला तरी रत्नाप्पा, मी तुला मळ्यातून जायला सांगणार नाही. फक्त नोकरनामा लिहून दिला तरी चालेल. नाहीतरी आम्ही शेती कधीच कसू शकणार नाही. भाऊ नोकरीत आहेत नि मी उद्योगात. कागलात राहायला कुणाला वेळ आहे?" असं बोलून जात होता.

दादा त्यांचं बोलणं मला हासून सांगत होता. "मळ्याचा मालक उद्याची सपनं रंगवतोय. कोरट काय आपल्या ताब्यातला मळा 'मालकाला द्या!' म्हणून ऑर्डर काढायला खुळं हाय? सरकारनं आपल्याला 'सौरक्षित कूळ' कशाला ठरवून दिलंय मग?

"व्हय की." मी दादाचं म्हणणं बरोबर आहे, असं दाखवण्यासाठी मनापासून मान हलवत असे... जूनच्या बारा-तेरा तारखांपर्यंत हे असंच चाललं होतं.

मी त्यानंतर पुण्याला गेलो. मागून चारपाच दिवसांतच दादाचं एक पत्र

आलं. मी गडबडून गेलो. आठदहा दिवसांत मी तिकडं येतोय; असं कळवलं.

जुलैच्या पहिल्या आठवड्यात मी कागलला गेलो.

दादाच्या तोंडून सगळी वस्तुस्थिती ऐकून घेतली. दादाला मालक म्हणाला; "रत्नाप्पा; कोर्टात मी जाऊन निकालासंबंधी सगळी माहिती मिळवली; तर कोर्टानं सांगितलं आहे, या निकालावर मला जमीन ताब्यात घेता येते. अपील करण्याची गरज नाही. या निकालासंबंधी मी माझ्या दोघां भावांपाशी बोललो; तर धाकटा भाऊ म्हणाला; जमीन ताबडतोब ताब्यात घ्या; रत्नाप्पानं आपणास खूप त्रास दिला आहे. त्याच्याकडं जमीन नको." मधला म्हणाला, "मी स्वतः जमीन कसणार आहे." तेव्हा मी कब्जा मिळावा; म्हणून कोर्टात अर्ज केला आहे. कारण मी वटमुखत्यार आहे. भावांच्या पुढं मला जाता येणार नाही. त्यांच्या मताप्रमाणं मला वागलंच पाहिजे. तेव्हा तू आता जमीन सोडण्याची तयारी ठेव. कोर्टातून तुला तशी नोटीस येईल."

दादाच्या जिवाचा ठाव सुटला. मालकानं एकदम विश्वासघात केला होता. निकालानंतरचे सहा-एक महिने दादाचा भावरती स्वभाव लक्षात घेऊन, दादाशी गोड बोलून, त्यानं दादाला बेसावध ठेवलं होतं. निकाल लागल्यानंतर अपिलाची मुदत पुरेशी टळल्यावर त्यानं कब्जा घेण्यासाठी कायदेशीर उद्योग सुरू केले होते. नातेसंबंध, ओळखी, वशिले, लाचलुचपती इत्यादी खटपटी करत आपलं पाताळ-यंत्र कार्यशील ठेवलं होतं. 'अचानक आपला घात झाला. मालकानं दगा दिला;' असं दादाला वाटू नये म्हणून कब्जाविषयी माहितीही देऊन मोकळा झाला.

घरादाराच्या हातापायतलं बळ गेलं.

...मालकाचा पाठीमागून वार करण्याचा कावा आमच्या लक्षात आला तेव्हा वेळ निघून गेली होती.

दादानं हाय खाल्ली. त्याच्या पोटात साधारणपणे संध्याकाळच्या वेळेस कळा उठत पण आता त्या अधूनमधून केव्हाही सुरू होऊ लागल्या. उलट्यांचं प्रमाण वाढलं. हातपाय आखडून पोटाशी धरून तो सारखा झोपून राहू लागला. मला नोकरी लागल्यानंतरच्या दोन्ही उन्हाळ्यांत मळ्यात मी पैसा घालून भरपूर कष्ट-मशागत केली होती. बांधबंदिस्ती सगळ्या बाजूंनी करून रानात येणारं माळाचं पाणी बंद केलं होतं. त्यामुळं धूप थांबली होती. देशी खतं भरपूर ओढली होती. उसाला सल्फेट घालून ऊस काळा डोह आणलेला, दुःखात सुख म्हणजे दोन्ही वर्षं पाऊस-पाणी वेळेवर झाल्यानं पिकं ठेल लागली होती.. दादाच्या मनासमोर मळा नाचू लागला.

पण मालकाच्या ताब्यात तो ऑगस्टमध्ये देण्याविषयी पंचवीस जुलैला

नोटीस लागू झाली.

दादानं हाय खाल्लेली बघून मी धाकट्या मामाला आधारासाठी घेतलं. मामा अतिशय धडपड्या स्वभावाचा आणि वास्तवाला धीटपणानं तोंड देणारा. दादाला बरोबर घेऊन त्याला मी एखाद्या चांगल्या वकिलाला गाठण्यास सांगितलं. वकील जर स्टे आणून पुढं केस चालवणार असेल तर तो म्हणेल ती फी आपण देऊ असं मी मामाला सांगितलं.

पण वकिलानं सांगितलं की "काम कधीच मुदतीच्या बाहेर गेलं आहे. आता स्टेही आणता येणार नाही नि कामही चालवता येणार नाही. फार तर ज्या वेळी कब्जा घेतील नि मगदूर ठरवतील तो मगदूर आपणास मान्य नाही, म्हणून स्टे आणता येईल. नव्याने मगदूर करण्यास किंवा उभे पीक तेवढे आमचे आम्हांस घेण्यासाठी एवढे वर्ष मळा आमच्याकडे ठेवावा; अशी विनंती करता येईल."

वकिलाचं म्हणणं आम्हांला पटलं. त्याप्रमाणं योग्य ती कागदपत्रं आम्ही तयार ठेवली.

तोल सुटलेल्या आईची नि शिवाची समजूत मामानं काढली.

"घरातल्या कुणीबी आरडा-वरडा करायचा न्हाई. आक्का, तू आलेल्या माणसापुढं पोरंबाळं घेऊन डोसकं फोडून घ्यायचं कारण न्हाई. असल्या रानटी उपायांनी काय साधणार न्हाई. कायद्यापर्माणं गेलं तरच कायतरी फूल न्हाई फुलाची पाकळी आपल्या हातात पडंल. शिवा, तूबी कुऱ्हाडीला दांडा घालण्याचं कारण न्हाई. ती सरकारी माणसं हुकमाची ताबेदार असत्यात. जसा हुकूम असंल, तसं त्यास्नी केलंच पाहिजे. त्येंच्यासंगं भांडाभांडी, मारामारी केली तर आपल्याच हातात हातकड्या पडतील नि दुसरीच बैदा आपल्यावर गुदरंल. तवा शांतपणानं घ्यायचं. आम्ही काय करायचं ते बरोबर करतो."

मामानं अनेक सुज्ञ माणसांना विचारून निर्णय घेतला होता. धीरानं वागत होता.

मलाही त्यानं कुणाकडून तरी लिहिलं, "तू चार-एक दिवसांची रजा काढून इकडं आलास तर बरं होईल. तू शिकलेला माणूस आहेस. कब्जाचे वेळी शांत राहून जो काही मगदूर होईल त्यात भाग घे. त्याप्रमाणे लिहून घे; किमती नीट झाल्या पाहिजेत. त्यासाठी तुझ्यासारख्यानं येणं गरजेचं आहे. तू आता मुख्य कारभारी आहेस. तेव्हा कायद्याच्या चाकोरीत राहून जास्तीत जास्त जे काही त्या त्या वेळी करता येईल ते कर."

मला कब्जा देण्याच्या तारखेला तिकडं जाण्याचं धाडस झालं नाही. वकिलाकडनं होणारी धडपड ही शेवटचे आचके देण्याचा प्रकार होणार होता.

एकदा लवादानं किंमत ठरविल्यावर ती अमान्य करणं, तिच्याविरुद्ध तक्रार करणं, आणि ती मान्य होणं; मग मळा सालभर आमच्या ताब्यात राहणं, हे मला फार कठीण काम वाटत होतं. मळा जाणार याची खात्री मला मनोमन झाली होती. तिनं मी अतिशय व्याकुळ होऊन गेलो होतो.

मळा जरी फाळ्यानं केला असला तरी वयाच्या बाराव्या वर्षापासनं मी त्यात वाढलो होतो. बांधावरचं प्रत्येक झाड माझ्याबरोबर वाढलं होतं. त्यांच्या फांद्या नि फांद्या भावंडासारख्या एकमेकांत गुंतून गेलेल्या. मी मळा इतका अनुभवला होता की माझ्या अंगावरच्या खाणाखुणा जशा मला माहीत होत्या तशा त्याच्या अंगावरच्या खाणाखुणा मला माहीत होत्या, इतका तो नि मी एक होतो. त्याच्यावरची पिकं ही माझ्या डोईवरच्या, अंगावरच्या केसांसारखी होती... दिवाळीच्या सुटीत माझी वाट बघणार होती.... त्या सुटीसाठी ऊस अधिकाधिक गोडवा धारण करत होता. जोंधळा कणसांना हुरड्यासाठी तयार करत होता. शेंगा नव्या नवरीसारख्या अंगानं भरत होत्या. गवतं डोलत होती.

हे सगळं माझं रूप होतं. हेच माझं घरदार होतं. माझ्या घरादारात हा मळा घुसला होता. आमचं हाड, मांस, रक्त, अश्रू ह्या मळ्यात एकजीव झाले होते. आमचं सुख-दु:ख मळाच होता. आमचं आंथरूण-पांघरूण मळाच होता. अन्नपाणी, कपडालत्ता मळाच होता. मळा आमचं आभाळ होता. मळा आमची आयमाय होती... आणि त्या मळ्याची लवादातर्फे किंमत होणार होती आणि ती किंमत बरोबर नाही; कमी होतेय, ती अशी अशी झाली पाहिजे, असं वाद घालून ठरवण्यासाठी मला जायचं होतं...मला तेथे जाणं अशक्य होतं.

"मी येऊ शकत नाही. मला ते सोसणार नाही." म्हणून मामाला कळवलं.

मी गेलो असतो तर एखाद्या वेळेस सुरुंगासारखा फुटून गेलो असतो.

मी स्वत:ला वाचवण्यासाठी गेलो नाही. मी त्या सुरुंगाला भ्यालो.

मळ्याच्या केसच्या बाबतीत वकील देण्याविषयी मामानं दादाला किती वेळा विनंत्या केल्या, पण दादानं शेवटपर्यंत वकील दिलाच नाही. मळ्याचा कब्जा घेण्यासाठी सगळे आले तेव्हा दादानं सर्वांना हात जोडले. झोपायचं घोंगडं त्यांच्यासाठी धावेवरच्या आंब्याखाली आंथरलं. पंच बसल्यावर त्यांचेसमोर जमिनीला डोकं टेकलं नि विनंती केली, "मी शेतकरी हाय, रगात नि घाम आटवून हे मी पिकीवलं. तुम्हीबी माणसं हाईसा. तुमच्यांत तर तिघं शेतकरी हाईत. तुमच्या शेतकीला समरून तुम्हास्नी ह्येची काय किंमत करावीशी वाटती ती करा. मला ती कबूल हाय."

दादाच्या डोळ्यांत पाणी भरलं होतं. सगळे अबोल होऊन मातीवर गुडघं

टेकलेल्या नि दीनपणे बोलणाऱ्या दादाकडं बघत उभे राहिले... गावातले एक प्रतिष्ठित शेतकरी रामुआण्णा चौगुले यांनी दादाला दंडाला धरून उठवलं नि त्याची समजूत काढली.

"रत्नाप्पा, येईल त्या गोष्टीला तोंड दिलं पाहिजे. लवाद मनापासून पीकपाण्याची किंमत करण्याचा प्रयत्न करील. तुला ते मानलं पाहिजे."

"मी मानतो."

दादाचं हे बोलणं मामाला अनपेक्षित होतं. दादानं मामाचा अवसानघात केला, असं मामाला वाटलं. ऐनवेळी कुणालाच पत्ता नाही अशी दादानं पटली खाल्ली; असं घरच्यांनाही वाटलं... मामा पीक बचावण्यासाठी एक डाव खेळत होता नि 'त्या डावात काय राम न्हाई; आजचं आपलं मराण उद्यावर जाणार हाय,' असं दादाच्या अंतर्यामात वाटत होतं.

किंमत तीन हजार रुपयांच्या आसपास झाली. आई नि सगळी भावंडं मळ्याकडं आली होती. पण त्यांना "खोपीतनं बाहीर पडायचं न्हाई," अशी मामानं ताकीद केली होती. आई खोपीत पोरांना एकाजागी घेऊन रडत बसली होती.

पंचांनी सगळ्या मळ्याभोवतीनं फेरी मारली. कोणतं पीक किती एकरात, किती गुंठ्यात आहे; यांचं मोजमाप घेऊन स्थूल अंदाज केला.

नंतर धावेवर येऊन; चर्चा-चिकित्सा करून पंचांनी मळ्यातल्या पीकपाण्याचा मगदूर केला.

"रत्नाप्पा, मान्य आहे का तुला?" असं पंचांनी प्रथम दादाला विचारलं.

"साहेब, पंच म्हंजे पाचमुखांचा परमेसूर असतोय. तुम्ही म्हणता ते मला मान्य हाय. जास्त काय बोलू?"

मामा मात्र अस्वस्थ होऊन गेला. पण त्याला मधे मधे बोलायला पंचांनी बंदी केली होती. अधिकाऱ्यांनीही त्याला ताकीद दिली होती.

मळ्याच्या मालकानं हा मगदूर मान्य केला नाही. पंचातल्या शेतकऱ्यांनी पक्षपात केला; असं सुचवलं. बराच वेळ वाद घालून लवादाचा निर्णय मान्य न होताच सगळे परत गेले.

मामाच्या हे सोयीचं झालं. आईचा नि भावंडांचा जीव भांड्यात पडला.

दादा म्हणाला, "असंल देवाच्या मनात तर देव मला मारणार न्हाई, तारणार हाय. त्यो कसा तारणार हे त्येचं त्येला ठावं." दादा असं काही तरी अंगात वारं भरलेल्या माणसासारखं बोलला. अलीकडं तो देवाला नि स्वप्नातल्या दृष्टान्तात त्याला होणाऱ्या आदेशाला फार चिकटून वागत होता. त्यामुळं तो कोणत्या क्षणी कसा वागेल, काय बोलेल याचा कुणालाच अंदाज नव्हता...

घरदार त्याच्या बोलण्याकडं दुर्लक्ष करू लागलं होतं.

लवादानं केलेला मगदूर मालकालाच मान्य न झाल्यामुळं कब्जाचं घोंगडं भिजत पडलं.

मालकानं मधला मार्ग काढण्यासाठी धडपड सुरू केली. मालकाच्या नात्यातले एक नामांकित वकील तात्यासाहेब नाडगोंडे कागलमध्ये होते. ते पुष्कळ वेळा दादाला काही गोष्टी समजून सांगत. दादाही त्यांना काही प्रमाणात मानत होता. मळ्याचा मालक त्यांना मध्ये घालून थोडक्या रकमेवर तडजोड करण्याचा प्रयत्न करू लागला. त्यानं दादाला तात्यासाहेबांच्याकडं बोलावून नेलं. "तात्यांनी बोलीवलंय, तर गेलं पाहिजे. निदान काय म्हणत्यात ते ऐकून तरी आलं पाहिजे."असं म्हणून गेला.

झालेल्या मगदुरात दादानं निम्मे पैसे कमी करावेत अशी तात्यांनी विनंती केली. उलट दादानं अशी विनंती केली की; "तुम्हास्नी जर ही रक्कम जादा वाटत असंल तर एवढं वरीस माझं मला पीकपाणी घेऊ द्या. माझा मी ते घराकडं घेऊन जातो. पर ह्यात काय मला कमी कराय सांगू नका."

पण पीकपाणी घेऊन घरी जाण्याची दादाची ही तडजोड मालक आणि तात्या यांना मान्य नव्हती.

दादाला पंधरवड्यात तीन वेळा बोलावून नेलं. पहिल्या खेपेपेक्षा दुसऱ्या खेपेला तडजोडीची रक्कम थोडी वाढविली होती. दुसऱ्या खेपेपेक्षा तिसऱ्या खेपेला आणखी थोडी वाढविली.

शेवटी दादानं त्यालाही नकार दिला नि शेवटी सांगितलं, "तात्या, माझा सगळा घात झालाय. तरीबी मी पंचांनी ठरवलेलं मगदुराचं पैसे घेऊन जायला तयार हाय."

"तसं नाही, रत्नाप्पा. पंचांनी भरपूर मगदूर ठरवलाय म्हणून जायला तयार झाला आहेस तू. मला काय कळत नाही?"

"न्हाई मालक! पंचांस्नी मी मान दिला. पंचांनी माझा मगदूर पाच पैसे जरी केला असता, तरी ते मी मानलं असतं. त्येच्या तोंडानं देव बोलत असतोय."

दादा निघून आला. काही दिवस गेल्यावर मळ्याच्या मालकानं दुसऱ्यांदा पंचनामा करण्याची नोटीस बजावली.

मामाचे वकिलाच्या मार्फत परस्पर प्रयत्न सुरूच होते. पण कब्जा देण्याची तारीख पंधरा दिवस पुढं ढकलण्यापलीकडं यश आलं नाही.

मळ्याच्या मालकाला दादाच्या स्वभावाचा पुरा अंदाज आला होता. तडजोडीसाठी दोनतीन वेळा केलेल्या खटपटीत मालकाच्या एक लक्षात आलं

की दादा पंचांनी ठरवलेला मगदूर स्वीकारायला तयार आहे. पंचांना तो परमेश्वर मानतो आहे. संकटकाळात त्याचा देवावरचा विश्वास अधिक वाढला आहे. येणारे संकट देवाच्या मनात काही असेल, म्हणूनच निर्माण झालं आहे, असं त्याला वाटतं आहे.

मालकानं फायदा उठवायचं ठरवलं. त्यानं विनंती करून दुसरा लवाद नेमून घेतला. अधिकारी व्यक्तींना सामील करून घेऊन आपल्याला हवी ती माणसं लवादातील पंच म्हणून कशी येतील आणि हवा तसा पंचनामा कसा करतील याची त्यानं व्यवस्था करून ठेवली.

दुसऱ्यांदा नेमलेल्या पंचांनी कब्जा देताना पिकाची किंमत पहिल्या लवादाच्या किंमतीच्या निम्म्यापेक्षाही कमी केली. तेराशे रुपयांपर्यंत खाली आणली.

अपेक्षेप्रमाणं दादानं तीही मान्य केली. "तुम्ही शिकलेली मंडळी हाईसा. सरकारनं तुमच्यावर पुरेपूर इस्वास ठेवून तुम्हांस्नी नेमलंय. खुद्द न्याय देणाऱ्या जज्जाचा इस्वास तुमच्यावर हाय, तर मग मी तुमच्यावर माझा इस्वास न्हाई, असं कसं म्हणू? देवाच्या मनात जे हाय तेच तुमच्या तोंडातनं आलंय, असं मी मानतो. तुम्ही ह्या सोन्यासारख्या पिकाची एक पै जरी किंमत केली असती तरी मी देवावर भरवसा ठेवून मानली असती... कुठं अंगठा करू सांगा."

दादाच्या डोळ्यांतनं पाणी वाहात होतं. पंच, अधिकारी, पोलीस तोंडात मारल्यासारखे मुकाट बसले होते. तलाठी मगदुराचा मजकूर पूर्ण करून दादाच्या अंगठ्यावर शाई लावण्याच्या बेतात होता.

दादाच्या ध्यानात आलं होतं की आपल्याला कुणी वाली नाही.

दादानं अंगठ्यावर शाई लावून घेण्यासाठी डावा हात पुढं केल्यावर मामा म्हणाला, "भाऊजी, घाई करू नका. पाच मिंटं थांबा. आक्का खोपीत बसलीय. तिच्या कानावर तरी ह्या मगदुराची रक्कम घाला. चला दोन मिंटं खोपीत. तिचा इचार घ्या नि मगच अंगठा करा."

कुणी तरी म्हणालं, "जा, जा रत्नाप्पा. बायका मंडळींशी बोलणी कर. त्याही मळ्यात राबत असतात. त्यांच्या कानावर हे सही करण्यापूर्वीच गेलं पाहिजे. नाही तर नंतर तक्रारी होतात."

"बऽऽरं." दादा उठला.

मामा त्याच्याबरोबर खोपीत गेला.

मामा दादाला ठासून सांगू लागला, "आम्हाला मगदूर कबूल न्हाई. पैल्या मगदुरापर्माणंच आम्हास्नी पैसा पाहिजे; असं धरून बसा. अंगठा करू नका."

"तसं मला धरून बसता येणार न्हाई. तात्या नाडगुंड्यास्नी मी 'काय

हुईल त्यो मगदूर घ्यायला तयार हाय,' असा शबूद देऊन बसलोय. त्यो मगदूर नाकारला तर पुन्ना मगदूर करतील; पुन्ना मग कमी झाला तर? मालकाच्या वळखी कोर्टकचेऱ्यांत भरपूर हाईत. हाताला जे काय आज लागतंय ते घेऊ या. उद्या तेबी मिळणार न्हाई. कारण कोर्टानं कायद्याचा पाइंट काढलाय. जानेवारीत निकाल हातात पडला तवाच फुडं केस गुदरायला पाहिजे हुती; न्हाई तर पिकं रानात पेरायची तरी बंद केली पाहिजे हुती. 'जमीन मालकाच्या ताब्यात द्यावी. असा निकाल झाल्यावरबी त्या रानात पिकाची पेरणी-लावणी करण ह्यो गुन्हा ठरतोय.' असं कोर्टाचं म्हणणं हाय. तरीबी कोर्टानं लवाद नेमून हुब्या पिकाचा मगदूर करून दिलाय. त्यो कसाबी असला तरी घेटला पाहिजे. रात्री तसा मला दृष्टांत झालाय. मगदूर जर मी 'नको' म्हणालो तर त्योबी जाईल नि सालभर टाचा घासून मरायची पाळी येईल.''

''भाऊजी कोर्टाची भाशा ही अशीच असती. आपूण काय अवचित उठून कुणाच्या शेतात पेरायला गेलो न्हाई नि तिथं पिकं घेटली न्हाईत. सरकारनं आपल्याला कूळ म्हणून ठरवून दिलंय, त्याच रानात पेरलंय.

''माणसं सांगत्यात की मालकानं काय तरी भानगडी करून, तुमच्या भोळसटपणाचा नि आडाणीपणाचा फायदा घेतलाय. हे सगळं कारस्थान करून जमवून आणलंय. 'एवढं कायदं असून मालकाला ही जमीन कशी काय मिळाली?' म्हणून माणसं आचीट कराय लागल्यात. आपूण कमी पडलोय. मऊ गावलंय म्हणून मालक खोपरानं खणाय लागलाय. तवा तुम्ही जरा ताणून धरा. निदान एवढं वरीस तरी आपल्या पदरात पाडून घेऊ या.'' मामानं जीव तोडून सांगितलं.

दादाला ताणून धरायची भीती वाटली. त्याला वाटलं आपल्या हातात पोलीस हातकड्या घालंल नि गावातनं आपली अब्रू जाईल, म्हणून त्यानं पहिल्या मगदुरापेक्षा निम्म्याला कमी किंमत केली असूनही मगदूर मान्य केला. कागदावर सहीसाठी अंगठा करून मोकळा झाला. अंगठा करताच तो अधिकाऱ्याला उद्देशून म्हणाला; ''असंल देवाच्या मनात, तर अजूनबी ह्यो मळा माझ्याकडं आपूआप चालून येईल. वरीसभरात सरकार उलट हुकूमनामा काढतंय का न्हाई बघा.''

माणसं गुळणी तोंडात धरून बसल्यासारखी एकमेकांकडं बघत गप्प बसली होती.

उभ्या पिकावर मालक मळ्याचा कब्जा घेणार हे घरात दोन-अडीच महिने चाललं होतं. आरंभी सगळी हवालदिल झाली होती. पण आता मळ्याविषयीच्या रोजच्या बोलण्यामुळं घरातल्या सगळ्यांची मानसिक तयारी झाली होती. दुसऱ्या मगदुराच्या वेळी कुणी रडारड केली नाही की आईनं ऊर बडवून घेतलं नाही.

सप्टेंबर महिना संपत आला होता. म्हणजे पावसाळा जवळ जवळ संपत आलेला. ऊस महिनाभरात गुऱ्हाळाला येणार होता. जोंधळ्याची पोटरी अगदी गळ्यात आली होती. पावसाळी मिरचीची हिरवी तोरणं लोंबत होती. भुईमुगाच्या फुलांनी धरलेल्या आऱ्या मातीत घुसत होत्या. शेंगांची बारीक बुटकं तयार होत होती. ओढ्याला, बांधाला गवतं गादीसारखी पसरलेली... मातीचा कण नि कण हिरवागार झालेला. सालभर कष्ट करून, उपासतापास काढून, थंडी-पावसात भिजून भावंडांनी हे सारं भराला आणलेलं. सुगी-सराईला हे सगळं घरादारात येईल; दिवाळी-पाडवा सुखासमाधानात जाईल, असं त्यांना वाटलेलं.

पण नियतीची करणी वेगळी होती. आठ दिवसांच्या आत मळ्यातलं सगळं सामान हलवण्याविषयी दादाला सांगण्यात आलं.

गाड्या भरून सगळं सामान दादा, शिवा, मांगाचा शिर्पा घराकडं आणत होते.

शेवटचे दोन दिवस वैरणीची व्हळी गावात आणण्याचं काम चाललं होतं. सगळी पोरंटारं कामाला लागली होती. दुसऱ्या दिवशी दीस डोक्यावर आला नि शेवटची वैरणीची गाडी आवळण्यात आली.

सगळे मिळून भाकरी खायला धावेवर बसले. भराला आलेल्या पिकांकडं बघत दादा भाकरी खात होता. त्याच्या घशात तिचा कोरडा बुकणा होत होता... तरीही तो भाकरी गिळत होता. बारक्या पोरांना आपल्या तोंडातला घास इथंच राहणार आहे याचं काहीच वाटत नव्हतं. ती एकमेकांशी बोलत भाकरी खाणारी.

आई व्हळीच्या रिकाम्या झालेल्या जागेकडं बघत तुकडा चावत होती. व्हळीच्या वैरणीच्या तळात जागा करून उंदरं व्याली होती. त्यांची दहाबारा कोवळी, डोळे मिटलेली मांसाच्या गोळ्यांसारखी दिसणारी पिलं आईनं व्हळीचा कडबा, गवत काढताना तशीच बाजूला सारली. ती तिथल्या तिथं उताणीपाताणी वळवळत पडलेली.

सगळीजणं तिथनं उठून धावेवर गेल्यावर अचानकपणे घारी त्या पिलांवर झडप घालून, झपाटे मारून ती नेत होत्या नि आभाळात उंचावर अंतराळी फिरत पायांत गच्च पकडलेले मांसाचे जिते गोळे दयामाया न करता फस्त करत होत्या... आईची नजर तिकडं गेलेली.

जेवणं झाली.

सगळीजणं विहिरीवर जाऊन पोटभर पाणी प्याली. नव्या पाण्यानं तुडुंब भरलेल्या नि उपशासाठी वाट बघणाऱ्या विहिरीचा सगळ्यांनी निरोप घेतला. पोरं नि आई खाली मानेनं जेवणाची मोकळी पाटी घेऊन मुकाटपणानं परतली.

गाडीवर शिर्पा बसला. त्यानं बैलं दबवली. गाडीचा कल धरण्यासाठी

शिवा गाडीच्या मागोमाग जाऊ लागला.

दादा मागंच खळ्यावर उभा राहिला.

"येत न्हाईस काय? चल की आता." शिवानं त्याला विचारलं.

"तुम्ही माळानं गाडी घेऊ या. तवर मी मधनं घराकडं चलतो."

बैलांची पावलं नि चाकोऱ्या उठवत गाडी निघून गेली.

दादानं मळ्यात घातलेली नि लांबच लांब असलेली घनसर खोप मोडली नाही. मालकानं 'न्हे जा' म्हणून सांगितलं; तरी 'नको. असू दे हितंच जागच्या जाग्याला' म्हणून सांगितलं. तिच्या दारात तो घटकाभर एकटाच बसला. मग गुडघ्यावर हात टेकून उठला. सुनसान झालेल्या खोपीला हात जोडून घराची वाट चालू लागला. त्याच्या हातांत काही नव्हतं. दोन्ही हात मोकळे, सडसडीत.

●

आठ

मळ्याच्या मगदूर सप्टेंबर अखेरीला झाला. तरी दोन अडीच महिने मी गेलो नाही. मनातली भीती काही कमी होत नव्हती. सगळ्यांची दुःखं ताजी आहेत. वर्मावर घाव बसून खोलवर गेलेले आहेत. घायाळ झालेलं माझं घर मला बघवणार नाही. मीही त्यांच्याबरोबर हातपाय गाळून बसेन. सगळ्यांनीच हाय खाल्ली तर घर बुडायला उशीर लागणार नाही. निदान मला तरी उसनं अवसान आणून ताठ उभं राहिलं पाहिजे... सगळ्यांच्या मनाची भळभळ कमी झाली की मग जाता येईल. अर्धबेशुद्ध अवस्थेत त्यांना बघणं नको.

पैशांचा मात्र सतत मारा करत राहिलो. पत्रांतून लिहीत राहिलो. "कुणीबी धीर सोडू नका. मळा गेला. त्यो आपला न्हवताच. सरकारी कायद्यानं जरी आपल्याला त्यो मिळाला हुता तरी त्यो काय आपून खरीदी केलेला न्हवता. त्यामुळं मालकानं संधी साधून घात केला. आता आपून जमेल तेवढं एखादं वाळलं रान खरीदी करू. जमला तर एखादा दोन-चार एकराचा मळा खरीदी करू... तूर्त बारका असला तरी चालेल. देवाच्या दयेनं मला नोकरी हाय. उद्या तिच्या आधारानं धा एकराचा मळा मालकीचा करू नि कागलातल्या मोठ्या मोठ्या शेतकऱ्यांच्या पंगतीला दादाला, शिवाला बसवू.

प्रसंग बाका हाय; तवर धीरानं घ्या. पैसे लावून देतोय. आणखी लागलं तर कळवा. जमंल त्येनी रोजगाराला जावं. जमंल त्येनं कुणाच्या तरी उसातला पाला कापून आणावा. जमंल त्येनं घर सांभाळावं; पडीक माळावर ढोरं चारायला न्ह्यावीत... पर, घरात कुणी बसू नका. कामाला लागा, हातपाय गाळू नका.

मी डिसेंबर महिन्यात येतोय. माझ्या नुसत्या पगारावर धड माझाबी संसार चालणार न्हाई नि तुमच्याबी पासंगाला त्यो पुरणार न्हाई. काय तरी दुसरी

कमाई केली पाहिजे म्हणून मी काय थोडी कामं घेतल्यात... ती झाली की तिकडं येतोच.''

पुण्यात घर थाटलं पण महागाई भराभरा वाढू लागली होती. अन्नधान्याचा तुटवडा देशात निर्माण झाला होता. परदेशी निकृष्ट धान्य रेशनवर मिळत होतं. तेच आणून खात होतो. एरवीचं धान्य विकत घेणं परवडणार नव्हतं. महिन्याचा तांदूळ तर आठ दिवसही पुरत नव्हता. तो अगदीच बेचव. भात खाण्याची वासना उडाली होती. दोनशे-वीस रुपये पगारातील शंभर रुपये घरभाडं जात होतं. उरलेल्या एकशे-वीस रुपयांतील मला घराकडं पैसे पाठवावे लागत होते. त्यातलेच थोडे उरवून आमचा दोघाजणांचा संसार चालवावा लागत होता. स्मिताचं कॉलेज सुरूच होतं. ती सकाळी कॉलेजला जाऊन बारा-साडेबाराला परत येई नि स्वयंपाकाला लागे. माझंही कॉलेज सकाळी असल्यामुळं मलाही लौकर उठून जावं लागत होतं. मी राहत होतो काँग्रेस भुवनच्या मागं नि कॉलेज होतं सुभाषनगरला लागून असलेल्या शिवाजी मराठा हायस्कूलच्या कंपाउंडमध्ये. बस कधी वेळेवर मिळे आणि कधी मिळत नसे. त्यामुळं ओढाताण होऊ लागली. दोनएक किलोमीटर चालत जाणं शक्य असलं तरी वेळ खाणारं होतं. म्हणून काटकसर करून एक सायकल घ्यावी लागली. तिच्यामुळं कॉलेजला पंधरा मिनिटांत जाता येऊ लागलं. कॉलेजवरून परतताना मंडईत थांबून भाजीपाला आणता येऊ लागला. महिनाभराचं रेशनिंग हँडेलला पिशव्या अडकून आणता येऊ लागलं. इकडं तिकडं कामासाठी जाता येऊ लागलं. सायकलीमुळं पुणं सगळं पायाखाली आल्यागत वाटू लागलं.

तीनचार महिने गेले तरी बस्तान नीट बसेना. महिन्याच्या शेवटच्या आठवड्यात एकही पैसा हातात नसे. प्राध्यापक मित्रांकडून थोडेथोडे पैसे उसने मागून घेऊ लागलो. नवा भाडेकरू असल्यानं घर-मालकाचं भाडं प्रत्येक महिन्याच्या एक तारखेला आगाऊ देणं भाग होतं.

पगारातनं भाडं गेलं की एकदम खड्डा पडल्यागत होई.

स्मिता म्हणाली, ''अहो, आपण आपल्या घरच्या माणसांना मिळवून घालायला पुण्यात आलो की घरमालकाला मिळवून घालायला?''

तिचं म्हणणं मला कळत होतं. निम्मा पगार घरमालकाला जात होता नि निम्म्या पगारात माझा पुण्यातला संसार नि माझ्या गावाकडच्या अटाल्याचा संसार चालवावा लागत होता. पानशेत नुकतंच होऊन गेल्यामुळं पुण्यात पाणी पंधरावीस मिनिटं एकदम बारीक, निर्जीव धारेनं येई. त्याच्यासाठी मारामारी करावी लागत होती. पहिल्या मजल्यावर माझी जागा. तळमजल्यावर जाऊन वादावादी करून पाणी भरून वर आणावं लागत होतं.

सारखी धावपळ. प्रत्येकाची ओढाताण असल्यानं कुणी कुणाविषयी

फारशी सहानुभूतीही दाखवू शकत नसे. आर्थिक बाबतीत तर ही सहानुभूती शून्याच्या बिंदूवर गेलेली... मन हताश होऊन जाई. पुण्यात आलो कशासाठी नि झालं काय; असं वाटे. सगळं निष्फळ झालं आहे, आपण पंढरपूर सोडून फसलो आहोत, असं वाटू लागलं. पंढरपुरात घरभाडं नुसतं महिना वीस रुपये. इथं शंभर रुपये. मोलकरणीला तिथं तीन रुपये, तर इथं दहा रुपयांच्या खाली मोलकरीण नाही. तिथं कॉलेजला चालत, तर इथं बसला पैसे; तरी स्मिताची पळापळ सुटत नाही. इथं सगळं महाग. चपलाचा तुटलेला अंगठा लावायला सुद्धा तिथल्यापेक्षा दुप्पट पैसे.

खूपच निराश आणि नाउमेद होऊन मी आणि स्मिता एक दिवस बोलत बसलो होतो.

स्मिता म्हणाली, "आपण ही कॉलेजच्या नोकरी सोडून देऊ या नि पुन्हा पंढरपूरला जाऊ या. तिथली माणसं आपल्याला पुन्हा नोकरी देतील. इथं आपल्याला कुणी कुत्रंही किंमत देत नाही. तिथं लोक मानायचे. पगार वेळेवर नाही मिळाला तरी दुकानदार उधार द्यायचे. किती आदरानं वागायचे ते! आणि इथं सगळा रोखीचा व्यवहार. दुकानदार चार दिवसही उधारी द्यायला तयार नाही."

"...खरं आहे. पण आपल्याला परत जाता येणार नाही. तिथं राजीनामा दिला आहे. तरीही ते आपणाला परत घेऊ शकतील. पण तसं जाणं नामुष्कीचं आहे. आपणाला आता इथंच तोंड दिलं पाहिजे. निदान जून एकोणीसशे चौसष्टपर्यंत तरी इथंच राहू. उन्हाळ्यात फेब्रुवारी-मार्चमध्ये प्राध्यापकांच्या जागांच्या जाहिराती येऊ लागतील. त्यावेळी पुण्याबाहेरच्या जागांसाठी अर्ज करू. बाहेर मिळाली तर पुणं सोडू."

डिसेंबर उजाडला. शेवटच्या आठवड्यात गावाकडं जायचं होतं. तिकडच्या घराची धूळधाण झाल्यामुळं पैशाची निकड होती. पण हातात एकही पैसा नव्हता. स्मिताच्या नावावर कन्याधनाचे तीन हजार रुपये असल्याची आठवण मनाला सारखी डिवचत होती.

लग्न झालं तेव्हा साखरपुड्याच्या अगोदर माझे सासरे डॉ. घाटुगडे यांना मी सांगितलं होतं. "मुलगी एस. एस. सी. आहे. मी तर एम. ए. आहे. पुढं मला पीएच. डी. ही व्हायचं आहे. माझी इच्छा अशी आहे की मुलीनं निदान बी. ए. पर्यंत तरी शिकावं. पदवीधर व्हावं."

"तिला शिकवा. ती शिकेल. शिक्षणाची तिला आवड आहे."

"तिला मी शिकवणारच. पण तुम्हाला माहीत आहे की माझ्या घरची परिस्थिती कशी आहे. मला तिच्या शिक्षणाबरोबर हे सारं घर उभं करायचं आहे. माझ्या दोन भावांना शिकवायचं आहे. दोन बहिणींची लग्नं करायची आहेत..."

"मी माझ्या मुलीच्या कॉलेजच्या शिक्षणाचा खर्च म्हणून आपणास तीन हजार रुपये देतो. वाटलंच तर ते कन्याधन माना. तिच्या अंगावर योग्य ते अलंकार घालतो. लग्न करून देतो...यापेक्षा आणखी काही मदत तुम्हाला पाहिजे?"

"काही नको. मी आर्थिक दृष्ट्या गरीब आहे. दुसऱ्याची रानं करणाऱ्या शेतकऱ्याचा मुलगा आहे. तुम्ही आणि तुमच्या मुलीनं मला सांभाळून घेतलं पाहिजे."

"तसं घेऊ. आमचं घरही तुमच्या घरासारखं पोराबाळांचं, शेतकऱ्यांशी नात्यानं बांधलेलंच आहे."

स्मिताजवळ तिला मिळालेल्या या कन्याधनातले मी कागलला जाण्यापूर्वी पैसे मागितले. एकदम खडकावर पडलेल्या घरादाराला थोडा आधार व्हावा म्हणून. सुरू होणाऱ्या सुगीतच थोडं धान्य खरेदी करायची योजना मनाशी आखली होती; ती तिला सांगितली. तिनं आनंदानं सगळे पैसे मला वापरायला परवानगी दिली. त्यातली थोडी रक्कम घेऊन मी नाताळच्या सुटीत कागलला गेलो.

कागलात काय पाहायला मिळेल याची कल्पनाही करवत नव्हती. मीच मला चंद्रबळ आणून धीर देत होतो, की आपण एखाद्या पर्वतासारखं थंड आणि स्थिर राहिलं पाहिजे, तरच आपला आधार सगळ्यांना निर्धास्त करणाऱ्या कृष्णाच्या गोवर्धनासारखा वाटेल.

मी शांतपणे कागलला जाऊन पोचलो.

घरात कुणीच नव्हतं. नुसता दादा तेवढा एकटाच परड्यात बसलेला. मला बघितल्यावर त्याच्या डोळ्यांत पाणी आलं.

"एकटाच बसलाईस?" मी व्यावहारिक प्रश्न विचारला.

"ढोरागुरांची देखभाल करायला नि ह्या पसरलेल्या आटाल्याची राखण करायला कुणी तरी पाहिजे, म्हणून बसलोय झालं."

"बाकीची कुठं गेली?"

त्यानं कोण कुठं गेलंय ते सांगितलं– आप्पा आणि दौलत शाळेला गेले होते. आप्पा आठवीत तर दौलत तिसरीत होता. हिरा कुणाच्या तरी ओढ्याला म्हसरं घेऊन गेली होती. हातापाया पडून ती दुसऱ्या शेतकऱ्याच्या ओढ्याला दड्डाला म्हसरं चारत होती. तिच्या नवऱ्यानं तिला नांदवायचा विचार सोडून दिला होता. तिची तब्येत पुन्हा पूर्वी होती तशी रोगट झालेली. कधी दगा देईल त्याचा पत्ता नव्हता. तरी ती म्हसरांची देखभाल करत होती. तिच्या बरोबरच अकरा वर्षांची आनसा शेरडं घेऊन गेलेली. आई, शिवा आणि लक्ष्मी कदमाच्या रानात रोजगाराला गेली होती.

दादा एकटाच शून्यात बघत बसलेला बघून मला आठवण झाली...

मळ्यात सकाळी सकाळी तो माझी वाट बघत खोपीसमोर, खळ्यावर किंवा धावेवर असाच बसलेला असायचा. सकाळी मी घराकडनं चहा घेऊन आलो की मोट धरायचा. कधी कधी तसाच बसून चहा प्यायचा नि मला मोट धरायला सांगायचा... ठेल लागलेल्या पिकाकडं, उसाकडं बघताना दादाच्या मनात एक हिरवंगार स्वप्न फुलायचं. त्याला वाटायचं यंदाची सुगी भरपूर येईल... जुंधळा झेकास आलाय... मिरचीला तोरणं लोंबाय लागल्यात. भुईमुगाला चिक्कार फूल धरलंय. रान पिवळं हडूळ झालंय. ऊस बघून वाटे, गूळ पाचसा गाड्या हुईल. तेवढा झाला तर कोट-कल्याण हुईल. आणि मग त्याचा उत्साह वाढे. उत्साहात तो सगळ्या पीक-पाण्याचा हिशोब मला सांगे. तो मणांत, खंडीत, पोत्यांत, गाड्यांत असे. त्याचे किती पैसे होतील हे तो मला विचारी. मी अंदाजानं रकमा धरून गुणाकार बेरीज करी. दलालाचं कर्ज, मालकाचा फाळा वजा करी नि एवढे एवढे उरतील म्हणून सांगे.

दादाचा आणखी उत्साह वाढे आणि तो मोटेवर पहाडी आवाजात गाणी म्हणत मोट मारी... मला गंमत वाटे. कारण साल-आखिरीला त्यातलं चौथाईही पिकलेलं नसे. तरी दादाची स्वप्नं प्रत्येक वर्षी आकार घेत आणि त्याचा कष्टासाठी उत्साह वाढवीत.

...पण आता तसं काहीच नव्हतं. समोर नुसतं शून्य होतं... दादा त्या 'शून्याची' किंमत करत बसलेला.

त्याच्याशी मी काहीतरी इकडतिकडचं बोलू लागलो. बोलता बोलता मगदुराचा विषय काढला. सगळं विचारून घेतलं. मगदुराचे पैसे तीन महिने झाले तरी अजून हातात आले नव्हते. ते कधी मिळतील सांगता येत नव्हतं.

दादाबरोबर तासभर बोलत बसलो. पाच वाजले होते. घरातली सगळी माणसं यायला अजून दोन तास तरी लागणार होते.

मी दादाला म्हटलं, ''मामाकडं जरा जाऊन येतो. मग रातचं सगळीजणं निवांत बसू या.''

मी सरळ मामाच्या गिरणीकडं गेलो. त्यानं नुकतीच पिठाची गिरणी, चटणीकांडपाचं मशीन चालू केलं होतं. त्याच्या घरची वाताहत याच वर्षांच्या आरंभापासून सुरू झाली होती; पण त्यानं चिवटपणानं तिला तोंड दिलं होतं. मामाला पूर्वीपासनं दारू पिण्याचा नाद होता. ते व्यसन त्यानं हाताबाहेर कधीच सोडलं नव्हतं. पण एकाक्षणी ते सुटलं.

शेटजींच्या एका मोठ्या मळ्यात तो कारभारी होता. मळ्याची सर्व प्रकारची देखभाल करण्याचं काम त्याच्याकडं होतं. शिवाय शेटजींची वीस इंजिनं त्याच्या ताब्यात होती. त्यांच्यावर वीसभर ड्रायव्हर होते. त्या सगळ्यांची

काळजी वाहण्याचं मेस्त्रीचं काम त्याच्याकडं होतं.

हे कारभारीण सांभाळत त्यानं स्वतंत्रपणे थोडं रान केलं होतं. घरात एक दुभती म्हैस कायम ठेवलेली. त्याचं सगळं बरं चाललेलं. मामाची बायको रखमाबाई कष्टाळू होती. ती सगळं घरातलं पाही. म्हशीचं बघे. माणसं लावून घेऊन शेतातलं बघे.

मामा कारभारी असल्यामुळं मळ्यात जे काही पिकेल त्यातलं मूठपसा आपल्याही घराकडं काखेतनं आणी. शिवाय थोडा पगार मिळे. म्हशीला प्रसंगी मळ्यातली वैरण मिळे. घर खाऊनपिऊन सुखी होतं. शिल्लक काही उरत नसलं, वर्षाचं वर्षाला संपत असलं तरी उपासमार होत नव्हती. पोराबाळांच्या तोंडात वेळेसरी घास पडत होता.

पण मामाला हवी तेव्हा हातभट्टीची दारू मिळेना. पिंपळगावच्या ज्या ओढ्यात चोरून हातभट्ट्या लावलेल्या असत तिथं वरचेवर 'धाडी' पडू लागल्या होत्या नि तिथल्या भट्ट्या बंद पडल्या होत्या.

मामाची पंचाईत झाली; म्हणून त्यानं उसाच्या फडात लांब एका बाजूला एका दोस्ताला हातभट्टीची दारू गाळण्याची चोरून परवानगी दिली. मामाला मग हवी तेव्हा दारू मिळू लागली. त्याचं पिण्याचं प्रमाणही वाढलं. दारू फुकट मिळू लागली.

शेटजींच्या लक्षात ही गोष्ट आली नि त्यांनी पंधरा वर्षं नोकरीत असलेल्या मामाला कामावरनं तडकाफडकी काढून टाकलं.

मामाला काहीच बोलता आलं नाही. त्यानं गयावया केलं पण जमलं नाही. मामाच्या हुशारीपोटी, धाडसापोटी, कामं ओढण्याच्या सराईतपणापोटी शेटजींनी त्याच्या अनेक चुका पोटात घातल्या होत्या. पण हा फारच मोठा गुन्हा शेटजींना वाटला. मामाच्या पापाचा घडा भरल्यागत झाला नि त्याचं घर अचानक खडकावर पडलं.

पण त्याचा स्वभाव हाय खाऊन हातपाय गाळून बसण्याचा नव्हता. त्याच्या ताब्यात चार एकरांचं वाळलं रान होतं, दुभती म्हैस होती. त्याच्याजवळ कोणतंही इंजीन दुरुस्त करण्याची हुन्नर होती. पण इंजिनं आता कमी होऊ लागली होती. गावात नुकतीच वीज आली होती. विजेवर चालणारी पिठाची गिरणी आणि चटणीमशीन चालवावं असं त्याला वाटू लागलं.

त्यासाठी त्यानं मटण-मंडईसमोर शेड बांधायला जागा विकत घेतली. पिठाची चक्की, चटणी-मशीन, मोटर, वीजमीटर, शेडच्या बांधकामाचं साहित्य नि बांधकाम यांचा अंदाजे खर्च काढला. बहुतेक सगळं त्याचं त्यानंच काम पूर्ण करून घेतलं. बायकोचे दागिने विकून खर्च भागवला. अगदी शेवटी शेवटी

त्याला दीडदोन हजारांची गरज वाटू लागली. वर्षारंभी म्हणजे गेल्या संक्रांतीलाच त्यानं माझ्याकडं पैशांची मागणी केली.

मी काटकसर करून दोनतीन वर्षांत उरवलेले माझे दीड हजार रुपये त्याला देऊन टाकले. मला ती संधी वाटली. अधनंमधनं घरगुती भांडणं होत असली तरी मामानं माझ्यावर प्रेम केलं होतं. त्याचा माझ्यावर जीव होता. अधूनमधून त्यानं मला लहानपणी खाऊ दिलेला, रत्नागिरीला जाताना पाच रुपये दिलेले, सगळं आठवत होतं. माझ्या शिकण्याचं त्याला कौतुक होतं. मला थोडं उतराई होण्याची ती संधी होती.

मी माझा खिसा झाडून मोकळा केला नि मामाला सांगितलं; "एवढं माझ्याजवळ हाईत. हे घे. कवा सवड हुईल तवा दे. ही माझी ठेव म्हणूनच तुझ्याकडं असू दे."

मामाला खूप बरं वाटलं. तो कामाला उत्साहानं लागला.

पुढं सुंदरानं जीव दिला, मळा गेला. या काळात मामानं पुढं होऊन खूप मदत केली. सुंदराच्या प्रेताचा शोध लावण्याचा प्रयत्न केला. मळा निदान वर्षभर तरी आमच्याकडं राहील म्हणून धडपड केली. त्याला त्यात यश आलं नाही, तरी मदतीमुळं घरादाराला धीर, आधार मिळाला.

मळ्याचा मगदूर कसा काय झाला, नेमकं काय काय घडलं, ते त्याच्या तोंडूनच ऐकावं, असं वाटू लागलं. दादाला ते काही नीटपणे सांगायला जमत नव्हतं. तो सारखा भावनाविवश होऊन बोलत होता. मूळ मुद्दा त्याच्या बोलण्यात सारखा सुटत होता. दृष्टान्त काय काय झाले यावरच तो भर देत होता. म्हणून मी मामाकडं गेलो.

त्यानं ते सविस्तर आणि तपशीलवार सांगितलं. "फुडं आता काय करता येणार न्हाई. सगळीकडं मालकाचीच माणसं हाईत. आपल्याला ते झेपणार न्हाई. मळ्यातनं पाय काढायच्या आधीच काय तरी केलं असतं, धडपड. केली असती, खर्च करून वरपर्यंत गेलो असतो तर मळा हातचा गेलाबी नसता. पर एवढं धाडस भाऊजींजवळ न्हाई." शेवटी मामानं सांगितलं.

गिरणी चांगली चालली होती. रखमाबाई चटणीमशीन चालवीत होती. मामाचा मोठा मुलगा बाळू दहावीतनं शाळा सोडून देऊन पिठाच्या चक्कीवर उभा होता... मेलेल्या माझ्या थोरल्या सख्ख्या बहिणीचा एकुलता एक मुलगा. हुशार पण मामानं त्याची शाळा बंद केली नि चक्कीवर ठेवला.

"असं का केलंस मामा?"

"अरे, मला बारा नि बारा चोवीस तास हितं चक्कीवर बांधून घाटल्यागत ऱ्हाता येत न्हाई. कुणाची इंजनं दुरुस्त करायची असत्यात. लांब लांबच्या गावची

माणसं दुरुस्तीसाठी बोलवायला येत्यात. त्यो धंदा मला सोडून भागणार न्हाई आणि ही चक्की आता चालती तशी चालू लागली तर घरादाराचं पोटपाणी तिच्यावर चालंल. बाळू चक्की चालवंल नि बाकीची पोरं शिकतील. दुसरं काय तरी पोटापाण्याचा धंदा बघतील.'' मामानं आपला घरगुती हिशोब मांडला. मला वाईट वाटलं.

''पोरगं शिकलं असतं तर बरं झालं असतं. घरादाराची कळा बदलून गेली असती. रोजगाऱ्याचं येडंबागडं घर नोकरदारांच्या नीटनेटक्या घरागत झालं असतं.'' मी बोललो.

पण मामाला ते काही पटलं नाही. त्याचा हिशोब पैशांच्या भाषेतला, पोटापाण्यापुरता मर्यादित असलेला होता... माझा दूरचा होता. माझ्या बाबतीत त्याला तो एके काळी पटलेला होता.; पण स्वत:च्या मुलाच्या बाबतीत त्याला तो का पटू नये याचं कोडं मला पडलं.

मी मामाला म्हणालो, ''मामा, आज आमचा मळा गेला. घरदार ढाणकंला लागलं. मी जर शिकलेला नसतो; तर सुंदरा जशी पुराच्या पाण्यासंगं व्हावून गेली तसं घरबी व्हावून गेलं असतं. पर मी शिकलो म्हणून ते तगलं– आता हे तुझ्या डोळ्यांसमोरच तू बघतोयस. असं असूनबी तू बाळूला शाळंतनं का काढलास? पोरगं हुशार हाय. फुड शिकलं तर समद्यांचं कल्याण हुईल.''

''आन्दा, सगळीच पोरं तुझ्यासारखी असती तर मग हे बाळूच्या नशिबाला कशाला आलं असतं? हुशार हाय; खरं लई खोडील हाय. पैल्यापैल्यांदा संध्याकाळी शाळा सुटल्यावर येत जा म्हणून सांगिटलं, तर येऊ लागलं. मला जरा मोकळीक मिळू लागली. कवा अर्जंट कामं आली तर शाळा बुडवून चक्कीवर ऱ्हायाला सांगू लागलो. त्येच्या हातात पैसा खेळू लागला. मग हाटेलची चमचमीत खाण्याची चटक लागली. अधनंमधनं शाळा चुकवून चक्कीवर मला ऱ्हाता यायचं न्हाई नि शिकताबी यायचं न्हाई, म्हणून माझी मी चक्की बघतो. तुमची तुम्ही कामं बघा.'' असं आता म्हणतोय. काय करू मग? म्हटलं, ''करतोस तर कर.'' मी शाळा बळंनं वडून त्येच्या बेंबीला कशाला लावू?''

मामाला काय म्हणायचं ते माझ्या ध्यानात आलं. बाळूला गिरणीत काम करता करता पैसे हातात येऊ लागले नि मनासारखं चैनीत राहता येऊ लागलं म्हणून शाळा नकोशी वाटू लागली. मामालाही वाटू लागलं की त्याच्या इच्छेनुसार गिरणीत काम करतोय, तर करू दे. आपणाला कामातून मुक्तता मिळतेय. राजासारखं आरामात इकडं-तिकडं फिरता येईल, एखाद इंजीन-दुरुस्तीचं काम आलं तर करायचं. आपली पोरं हाताबुडी येऊ लागल्यात. सुखाचे दीस आता आपल्याला येतील म्हणजे बाळूची समजूत काढून, त्याची गिरणीतली कामं बंद करून किंवा त्याच्या हातात गिरणीतले पैसे जाणार नाहीत, याची दक्षता घेऊन

मामा बाळूला शाळेला पाठवू शकला असता किंवा त्याची समजूत काढून त्याला शाळेला जाण्यास तो प्रवृत्त करू शकला असता, पण मनोमन तसं त्यालाही करायला नको वाटत होतं.

बाळूलाही अभ्यासाची दगदग, रोज नेमानं शाळेत जाणं, सतत लक्ष देत वर्गात पाच तास बसणं, नको वाटत असावं. त्याला गिरणीच्या वातावरणाचा मोकळाढाकळा वारा लागला. वयात आलेल्या तरुण मुली, स्त्रिया यांचीच गर्दी गिरणीत दळणासाठी असायची. त्या 'माझं दळण अगोदर घाल' म्हणून सतत विनवायच्या. 'बाळू', 'बाळासाहेब' म्हणून अजिजी करायच्या. त्याच्या तरुण मनाला ते आवडत असावं. त्यांच्याशी गप्पा मारताना त्याच्या सुप्त तरुण भावभावना गोंजारल्या जात असाव्यात. तशात हातात पैसा खेळू लागला. चैन करता येऊ लागली. एखाद्या तरुण मुलीचं दळण 'उदार' घालून देता येऊ लागलं... त्याला तिथंच राहावंसं वाटू लागलं. डोक्याला ताप नाही की परीक्षांची कटकट नाही. त्यानं या प्रवृत्तीवर एका प्रौढ विचाराचं पांघरूण घातलं. "गिरणी नीट चालाय पाहिजे. एकाला दोन माणसं कामाला असली की कामं उरकत्यात. शिकून शेवटी कामच करायची हाईत तर मग आताच येळंसरी कामाला लागलं तर काय वंगाळ हुणार हाय?" असा जबाबदारीचा आव आणणारा विचार बाळूनं मांडला.

मामाच्या परंपरागत विचार करणाऱ्या मनाला तो आतल्या आत हवा होता. 'पोरगं हाताबुडी आलं की बापानं आरामात फिरून खायचं' असं कष्टाळू शेतकरी मनाला पन्नाशीच्या आसपास शरीर थकू लागलं की वाटू लागतं. मामाचं तसंच झालं. चार दिवस बाळूची आणि मामाची मी समजूत काढण्याचा खूप प्रयत्न केला... दोघेही 'हूं हूं' म्हणाले. पण त्याचा पुढं काहीही उपयोग झाला नाही.

मामाशी गप्पा मारून ती तास रातीला परत आलो. घरात सगळीच गोळा झाली होती. मी येण्याची वाट बघत होती. माझं उंबऱ्यात पाऊल पडलं नि आईनं हंबरडाच फोडला.

"माझा मळा गेला रंऽऽआन्दा...

बांधावर तू पोरासारखी वाढवलेली झाडं गेली रंऽऽआन्दाऽऽ.

पंढरपूरला जाताना 'नांगरून लोण्यासारखी माती करू देतो' म्हणालास; ती माती गेली रंऽऽआन्दाऽ.

माझ्या चिल्यापिल्यांनी घाम गाळून आणलेली पिकंऽऽ गेली रंऽऽ आन्दाऽ.

माझ्या घरादारावरची आंब्याची सावलीऽगेली रंऽऽ आन्दाऽ.

तुझं उन्हाळ्यातलं वस्तीचं खळंऽ गेलं रंऽऽआन्दाऽ.

प्रलयकाळाच्या सागर-लाटेत पिलांसह घरटं बुडालेल्या टिटवीसारखी

ती आक्रोश करू लागली. आईचं हे अनपेक्षित हंबरणं ऐकून पोरंही 'हूंऽ' म्हणून रडू लागली. सगळा हलकल्लोळ माजला... मलाही भडभडून आलं. हुंदके येऊ लागले. गल्लीला वाटलं आमच्या घरात काही तरी अशुभ घडलं; म्हणून माणसं पटापटा घरात येऊ लागली. सोप्यात एकदम गर्दी झाली.

माझ्या हे लक्षात आलं नि मी आईला गप्प केलं, "गप्प बस आताऽ. घरात कुणी काय मेलं न्हाई. न्हवरा हाय. वाघासारखं चार ल्योक हाईत. तुला तोडीस तोड सवाई मळा आम्ही इकत घेऊन दाखवू...गल्लीची माणसं काय म्हणतील आईऽ! रडू आवर बघू. ग ऽ ऽ प."

तिनं शोक आवरला.

मी गल्लीतल्या सगळ्या लोकांना घरी जाण्यासाठी विनंती केली.

घर शांत झालं.

तासभर तसाच गेला.

धोंडूबाईनं स्वयंपाकघरातनं सगळ्यांना जेवायला हाक मारली. सिद्धनेर्लीहून तीन-चार वर्षाच्या पोरीला घेऊन ती नुकतीच आली होती.

"जेवायला जावा रं." आईनं पोरांना सांगितलं.

"सगळीच बसू या की एकदम." मी आईला सुचवलं.

"नगं. पोरं जेवून घेऊ द्यात आदूगर. तूबी जेव जा. भुकेजून आला असशील."

"न्हाई. मी तुझ्यासंगंच जेवतो."

रीतीप्रमाणं पोरं अगोदर जेवायला बसली. परड्यातल्या खोपटात बसलेल्या दादालाही धोंडूबाईनं जेवयाला बोलवलं.

तिनं मग सगळ्यांना वाढलं.

मी आणि आई सोप्यातच बोलत बसलो.

"गवळ्याच्या माळाला वाऱ्या-वादळात पडलेली ईज त्या मळ्यात माझ्यावर पडली असती तर बरं झालं असतं म्हणंनास. जीव समाधान झाला असता. हे बघायचं नशिबाला आलं नसतं."

"खुळी हाईस तू. का ऽ य तरी बोलतीस."

"न्हाई रं बाबा. खरं खरं खरं तुला सांगतोय. असं रोज एकाच्या बांधाला भीक मागायला जाण्यापरास अशी मेलो असतो, तर जीव गंगाजळ झाला असता."

मी तिची समजूत काढत होतो; पण ती विवश झाली होती. अखंड बोलत होती. मनात जे येईल त्याला वाट करून देत होती. सुंदराच्या मृत्यूपेक्षा मळा गेल्याचं दुःख तिला अधिक झालं होतं. सुंदराचं दुःख दोन-तीन महिन्यांत जिरलं गेलं. सुंदराविषयी दादाला दृष्टांत झाला होता. त्याला वाटत होतं; सुंदरा

अजून जिवंत हाय. ती 'खालतीकडं' गेलीया. तिला कुणी हुडकत बसू नये म्हणून तिनं नदीच्या काठावर चपल्या, डोरलं, जोडवी ठेवली आणि आत्महत्या केल्याचं नुसतं दावलंय. सोता मातूर पै-पावन्याकडं गेलीया. दोन म्हैन्यांत ती येणार हाय. तिनं जीव दिला म्हणून सौंदलग्यात खोट्या आवया उठवल्यात.'' असं काहीतरी सांगू लागला. सगळ्यांच्या मनाला दादाचं सांगणं विरंगुळ्यासारखं वाटत होतं. मनाला आत आत वाटायचं; ''..दादाचा दृष्टान्त खरा ठरावा.. सुंदरा जीव देणार न्हाई. ती खरोखरच कुठं तरी असंल.'' –दादाच्या सांगण्यावर विश्वास ठेवून आई पै-पाहुण्याकडं माणसं लावून देत होती. सगळ्यांना प्रेमानं आणि खडसूनही विचारत होती. ''तुमच्याकडं जिवाला बरं वाटावं म्हणून आली असंल, तर थोडं दीस ऱ्हाऊ दे. पर खरं सांगा.'' म्हणत होती.

...वाट बघता बघता तिचं सुंदराविषयीचं दु:ख निवत चाललं होतं मात्र मळा गेल्याचा घाव तिच्या काळजावर खोल खोल बसला होता. तिचं शेतकरणीचं मन दुखावलं गेलं होतं...जिनं आपल्या हातांनी नवऱ्यामागोमाग मोगना धरून पेरणी केली होती, त्याच हातांनी लोकांच्या पिकात खुरपण–भांगलण करण्याची तिला पाळी आली. ज्या तोंडानं तिनं गावातल्या बायका आपल्या मळ्यातल्या कामाला मिनतवारीनं कारभारणीच्या डौलानं सांगितल्या होत्या, त्याच तोंडानं दीनवाणं होऊन ती आता शेतकऱ्याकडं काम मागत होती, रोजगारी बायांतलीच एक होऊन कामाला जात होती. तिला हे कमीपणाचं वाटत होतं. फाटका-तुटका कसा का असेना स्वत:च्या कष्टाच्या मळ्यावरच तिनं जन्मभर कामं केली होती. आता पन्नाशी ओलांडल्यावर ते सगळं अचानक गेलं नि नशिबात रोजगार आला. तिला हे अनपेक्षित होतं. या वयात तिला ते झेपेनासं झालं होतं.

''हे बघ आई, तुला हे सोसत नसंल, तर तू रोजगाराला जाऊ नको. खुशाल घरात बसून खा. मी आणखी पैसे लावून देतो. घरदार संभाळलंस तरी रगड झालं. पोरं जातील कामाला.''

दादासह पोरांची जेवणं झाली नि धोंडूबाईनं आम्हा दोघांना जेवायला बोलावलं. आम्ही दोघेही उठलो.

बहिणींबरोबर गप्पा मारत जेवलो. धोंडूबाईची चौकशी केली.

हात धुऊन ढेकर देत भावंडांत येऊन बसलो. त्यांनी आंथरूण टाकून त्यावर आता गुजूगुजू गोष्टी सुरू केल्या होत्या.

मी त्यांच्यात जाऊन बसलो. गप्पा मारत झोपून गेलो.

सकाळी लवकर उठून परड्यात गेलो. एका रांगेत खुंटं रोवून जनावरं बांधली होती. पाचसात जनावरं नि तीनचार शेरडं. दादानं नुकतंच उठून त्यांची शेणं भरलेली. त्यांच्यासमोर वैरणी टाकलेल्या. त्यांच्यावर ना मांडव, ना

सावली...एखाद्याच्या खोपीला अचानक आग लागल्यावर तिच्यातलं मिळेल तेवढं सामान आणि जनावरं बाहेर काढून त्यांची कशीबशी तात्पुरती व्यवस्था करावी आणि त्या भ्यालेल्या जीवांना धीर द्यावा, म्हणून त्यांच्या पुढ्यात वैरणीच्या पेंढ्या सोडाव्यात, तसं दिसतेलं.

दोन बैलं सोडली तर सगळ्या जनावरांचा जन्म मळ्यात झालेला. बैलंही अगदी तरुणपणी वजवली जात असताना या मळ्यात आणली होती. आता ती म्हातारी झाली होती. त्यांच्याकडं बघताना मळ्यातली खोप, गोठा, वैरणीची व्हळी, धाव, विहीर, खळं मनासमोर दिसू लागलं.

गाडी ऊन खात तशीच पडलेली. नांगर, कुळव, इसाडं, जू वळचणीला लावलेली...काहीतरी आठवत मुकाट बसलेली.

माडीवर गेलो.

एका खुंटीला टांगून मोट ठेवली होती. तिथंच खोपड्यात सोंदोर नि नाडा कोपरी करून ठेवलेले. एक कपाट बिनदाराचं होतं. त्यात खुरपी, कुऱ्हाडी, विळे, कोळप्याच्या फासा, नांगराचा फाळ दाटीवाटीनं ठेवलेलं. चाबूक, कासरं, जुपण्या, सापत्या, काढण्या, वडण्या, दोऱ्या सगळ्या मिळेल त्या खुंट्यांवर लोंबकळत होत्या... बळी देऊन सोललेल्या बकऱ्याची आतडी, कोथळा, फरं, टांगावंत तसं दिसतेलं...मन अस्वस्थ झालं. मळा हाका मारू लागलाय असं वाटू लागलं.

आंघोळपांघोळ सगळं आवरून चहा प्यालो नि "वसंत पाटलाला भेटून येतो" म्हणून बाहेर पडलो.

मनात वसंताकडं जायचंच नव्हतं. गावभर सुसाट हिंडावं, गावच्या आसपासचे मळेदळे बेफाटपणे पायांखाली घालावेत, असं वाटू लागलं.

भटकलो.

शरीराला नि मनाला भटक भटक भटकून एवढं शिणवलं तरी माझ्या मळ्याकडं गेल्याशिवाय चैन पडेना. "...कशाला जायचं, कशाला जायचं?" असं मन विचारत असतानाही शरीर तिकडं खेचलं जात होतं.

"कोण पाहिजे? काय पाहिजे?" असं मळ्याच्या मालकानं राखणीला ठेवलेला माणूस तिथं विचारत असतानाही मी त्याला न जुमानता मळाभर भटकलो. जाता जाता त्याला सांगितलं; "आनंद जकाते येऊन गेला म्हणून आप्पासाहेब उपाध्यांस्नी सांगा."

माझ्या अंगावर मॅनिला, पँट, सँडेल्स, हातात घड्याळ, खिशात रुमाल असा प्राध्यापकी ढंगाचा पोशाख होता.

राखणदार माझ्याकडं नुसता बघतच उभा राहिला.

मळ्यातली पिकं भरघोस आली होती. गेली दोन वर्षं कष्ट-मशागतीसाठी

पगारातला भरपूर पैसा ओतला होता. त्याचा परिणाम मळ्याच्या पिकांवर सायीसारखा साकळला होता.

परतताना मळ्यातला पाय उचलेनासा झाला. तरी हट्टी पोराला थोबाडात देऊन सरळ करावं तसं शरीराला वाटेवर ढकलून दिलं. अंगावरचं चमडं कुणी तरी सुरीनं सोलत होतं. कुणी तरी काळीज कुऱ्हाडीनं खापलत होतं नि त्याचे तुकडे पिकापिकावर फेकत होतं.

"...गाढवा, कशाला गेलास तिकडं, तुझं मराण तूच बघायला?"

"चुकलं माझं. जीव ऱ्हायला न्हाई. आता पुन्ना येणार न्हाई. रक्त-मांसाचं खत करून पिकवलेला मळा मालक खाऊ दे. कष्टकऱ्याच्या उपाशी तोंडातला घास काढून त्यो चैन करू दे. त्येचा जयजयकार!"

मीच माझ्याशी उलटसुलट बोलत घायाळ पराभूतासारखा परतलो.

रात्री चमत्कारिक स्वप्न पडलं... मी नुकताच पुण्याहून आलो आहे. आई मळा गेला म्हणून सारखा शोक करते आहे. गल्लीतली माणसं हळूहळू गोळा होत आहेत. त्यांची गर्दी वाढून घरात मावेनाशी झाली आहे...त्या माणसांची हळूहळू विराटसभा होते आहे. तिच्यासाठी ग्रामीण भागातील गरीब जनता प्रचंड संख्येनं येऊ लागली आहे. त्या सभेला महाराष्ट्राचे लाडके नेते यशवंतराव चव्हाण येणार आहेत. तरीही सभेच्या स्टेजवर बसून आईचा शोक चालूच आहे. तो बंद व्हावा म्हणून दटावणाऱ्या अधिकाऱ्यांनी आपल्या लांब लेखण्यांच्या जादूच्या कांड्या एकदम फिरवून आईची बाहुली करून टाकली आहे. तरीही आई शोक करतेच आहे.

यशवंतराव चव्हाण आले आहेत. धीरगंभीर आवाजात शेतकऱ्याच्या जीवनात नवं युग निर्माण करणाऱ्या शेतीसुधारणांविषयी काही बोलताहेत. आईचा आवाज मात्र त्यात ऐकू येईनासा झाला आहे. क्वचित तो दोन वाक्यांच्या मधल्या शांततेत क्षीण होऊन ऐकायला येतो आहे. तिच्या म्हणण्याकडं कुणाचंच लक्ष नाहीये. सभेला श्रोते होऊन बसलेले पांढरे शुभ्र लोक यशवंतरावांच्याच व्याख्यानाला जोरजोरात टाळ्या वाजवत आहेत.

भल्या पहाटे कुणाची तरी मोटर-सायकल टर्ररर आवाज करत जात होती. तिनं माझी झोपमोड केली. मला तिचा आवाज नव्या युगाच्या टाळ्या वाजत असल्यासारखा वाटला... आईची झोप टाळ्यावाल्या सुधारणांनी कधीच उडाली होती.

●

नऊ

नाताळच्या सुटीतले पाच-सहा दिवस कागलात काढले नि परत पुण्याला आलो. येण्यापूर्वी सगळ्यांना पुन्हा एकदा धीर दिला. आईच्या नावावर बँकेत चारशे रुपये ठेवून आलो.

आईच्या देखत आप्पाला सांगितलं, ''आप्पा, तुला आता शाणं झालं पाहिजे. आई सांगंल तसं समजून घेऊन मला पतर लिहीत जा. शुद्धलेखन सुधार. अक्षर चांगलं काढ आणि अभ्यास भरपूर कर. सातवीत व्ह. फा.च्या परीक्षेत नापास झालास तसं आता चालायचं न्हाई. तुला आणि दौलतला अभ्यासाशिवाय दुसरी वाट न्हाई. त्या वाटेनं दोघंबी नीट गेलासा तरच तुमची सुटका हुईल. न्हाईतर तुमच्या नशिबालाबी ह्यो असा रोजगार येईल. आपूण काय इनामदार-वतनदार न्हाई. आपली पोटं हातावरची. ती नीट भरायची असतील तर गावातल्या अर्धपोटी रोजगारापेक्षा शहरातली मास्तरकी, कारकुनकी बरी. पोटाला तरी घालती. चांगलं शिकलास तर माझ्यासारखं साहेब हुशीला; न्हाईतर गांडीत माती जाईस्तवर घासत हितंच बसावं लागंल रोज एकाच्या रानात.''

आप्पाचं तसं वय नव्हतं तरी त्याला थोडं जोरानंच मी सांगितलं... त्याची आणि दौलाची मला आता जास्त काळजी वाटत होती. आजवर हक्काचा रोजगार मिळणारा मळा होता. त्यामुळं चिंता नव्हती पण तोही आता गेल्यामुळं घरात पोटासाठी भांडणाचा, वादावादीचा, उपासमारीचा गदारोळ उठेल आणि त्यात या पोरांचा अभ्यास नीट होणार नाही, अशी भीती वाटत होती. सुटी पडल्यावर आणि रविवारी रोजगाराला जावं लागेल म्हणून त्यांना ताकीद दिली. ''त्यांतनंच पैसे मिळवा नि पोटाचं भागवा. तुमची पुस्तकं, वह्या, फी, कापडं

आणि बाकीचा खर्च मी बघतो.'' म्हणून सांगितलं.

शिवाला आता चोविसावं वर्ष सुरू होणार होतं.

''शिवा, आता तूबी ल्हानगा न्हाईस. आई-दादांचा दम आता सुटल्यासारखा झालाय. मळा हुता तवर सगळं निभावून जात हुतं. आता तसं जाणार न्हाई. आता हे तुलाच निभावून न्ह्यायला पाहिजे. आता तू ऐन पंचविशीत आलाईस. आपली गाडी-बैलं हाईत. मळ्यातली औतअवजारं हाईत ती घेऊन वाळल्या शेतकऱ्याची रानं नांगरून, कुळवून दे. खताच्या गाड्या वडून दे. कुणाचं गाडीभाडं आलं तर जात जा. तेवढेच चार पैसे चढं येतील नि चतकोराच्या ठिकाणी अर्धी भाकरी मिळंल.

गाडीबैलंबी शाबूत ऱ्हातील. थोडं दीस तुला असाच उद्योग करावा लागंल. हे घर आता खरं म्हंजे तुझ्याच जिवावर चालणार हे ध्यानात ठेव. दोनतीन वर्सं तरी अशीच काढावी लागतील, असं वाटतंय. तवर माझ्याजवळ चार पैसे साठतील. मग कुणाचं तरी वाळलं रान न्हाईतर मिळाला तर बारकासा मळा खरीदी करू. मग पैलंपेक्षा कमी कष्टाचं दीस येतील. समदं जीव सुखाला लागतील तवर आप्पादौलाबी तुझ्या आधारासाठी मोठं हुतील. इचार करून वाग नि हे गाडं मुक्कामाला न्हे. इल्लंनं वागलास तर मलाबी हुशारी वाटंल नि मग मीबी तुला आणखी रानं खरीदी करून दांडगा शेतकरी करीन... सगळ्यांस्नीच सुखानं भाकरी खायला मिळंल.''

''दादा, कायबी काळजी करू नका मी सगळं निभावून न्हेतो. मला का आता कळत न्हाई? तुम्ही बिनघोर पुण्याला जावा.''

मी पुण्याला आलो. एकोणीसशे चौसष्ट साल उजाडलं होतं. नोकरीशिवाय आणखी काहीतरी उद्योग केला पाहिजे. नुसत्या पगारावर आपलं मुळीच भागणार नाही. घराकडं पहिल्यापेक्षा जास्त पैसे पाठवले पाहिजेत याची तीव्रतेनं जाणीव झाली.

पुणे विद्यापीठाच्या परीक्षांचे पेपर्स तपासण्याचं काम मिळावं म्हणून अर्ज केला. त्याचवेळी मराठवाडा विद्यापीठाकडंही अर्ज करून ठेवला. संबंधित ज्येष्ठ प्राध्यापकांना भेटून, पत्रे लिहून परीक्षक म्हणून नेमणूक करा; म्हणून विनंत्या केल्या.

आकाशवाणीकेंद्रावर गेलो; ''मी पुन्हा पुण्याला आलो आहे. रेडिओच्या नोकरीचा मला अनुभव आहे. स्क्रिप्ट्स लिहिण्याचाही भरपूर अनुभव आहे. रेडीओसाठी कोणत्या प्रकारचं लेखन करावं लागतं, त्यात कोणती पथ्यं पाळावी लागतात, सरकारी धोरणाच्या बाहेर कसं जाता येत नाही त्यात राहूनच उत्तम

स्क्रिप्ट कसं तयार केलं पाहिजे, रेडिओचं राष्ट्रीय धोरण काय; हे सगळं मला माहीत आहे. तेव्हा ऐन वेळी कुणाचंही स्क्रिप्ट आलं नाही किंवा रद्द करावं लागलं तर मला सांगा. मी पटकन तुम्हाला हवं तसं स्क्रिप्ट लिहून देईन. ऐन वेळी काही कार्यक्रम धोरण म्हणून करावे लागले तर सांगा; मी चटकन स्क्रिप्ट लिहून देईन. तुम्हाला ते वाचून बघण्याचीही तकतक लागणार नाही. मी रेडिओ-स्टेशनपासून अगदी जवळ काँग्रेस भवनच्या मागच्या शिरोळेगल्लीत राहतोय. कुणालाही पाठवून द्या; मी येईन.''

'सत्यकथे'तून माझ्या कथा भराभर येऊ लागल्या होत्या. नव्या वळणाची ग्रामीण कथा असल्यामुळं तिच्याकडं अनेक वाचकांचं संपादकांचं आणि प्रकाशकांचं लक्ष वेधलं होतं. वाचकांची पत्रं येत होती. म्हणून आल्या आल्या मासिकांच्या आणि दैनिकांच्या बहुतेक संपादकांना सहज भेटून घेतलं. मी इथं पाचसात महिन्यांपूर्वी आलोय. माझा पत्ता असा आहे. तुमच्याकडं असू द्या. म्हणून पत्ता दिला. त्यांच्याकडं गप्पाटप्पांसाठी म्हणून खेपा वाढवल्या. मी 'सत्यकथे'चा लेखक असल्यामुळं माझी प्रतिष्ठा त्यांच्या लेखी होती. तिचा फायदा घेऊन मी योग्य त्या मानधनाची अपेक्षाही करू लागलो. तिला प्रतिसाद मिळू लागला.

माई किर्लोस्कर पुण्यात असतात, असं कळलं. रत्नागिरीच्या सर्वोदय छात्रालयात मी असताना त्या शेजारी राहत. सर्वोदयाच्या त्या पूर्णवेळ कार्यकर्त्या होत्या. आजही तेच कार्य त्या पार पाडत होत्या. गांधीवादी आणि आचार्य विनोबाजींच्या सर्वोदयवादी वृत्तीनं त्या प्रत्यक्ष जगत होत्या. त्याच वृत्तीनं कार्यही करत होत्या. माझ्या मनात त्यांच्याविषयी गाढ आदर होता. गूढ आकर्षण होतं.

स्थिरस्थावर झाल्यावर त्यांना घरी घेऊन आलो. कॉलेजला नुकत्याच उन्हाळी सुट्या लागल्या होत्या.

स्मिताची त्यांना ओळख करून दिली. माझा संसार सुरळीत सुरू झालेला बघून त्यांना आनंद झाला. माझी तब्येतही आता सुधारली होती. प्राध्यापक म्हणून मी स्थिर झालो होतो. पुण्यासारख्या ठिकाणी येऊन नोकरी, घर, प्रपंच हे प्रश्न सोडवले होते.

माझी सगळी माहिती विचारून झाल्यावर त्या म्हणाल्या, ''हे सगळं छान झालंय. तुम्ही यशस्वीपणे अपेक्षित मजल गाठली आहे. मानसिक दृष्ट्याही स्थिर झालेले आहात. आता तुम्ही सर्वोदयाच्या कार्याकडं लक्ष द्यायला हरकत नाही. हळूहळू ते कार्य तुम्ही आत्मसात केलं पाहिजे. समाजात तुमच्यासारख्या सुशिक्षित तरुणांनी असं त्यागपूर्वक समाजकार्य करण्याची नितांत गरज आहे... रत्नागिरीत आलात तेव्हा तुमचं हे ध्येय होतं ना?'' त्यांनी आठवण करून दिली.

"हो." जुन्या आठवणींनी मी काहीसा शरमल्यागत झालो... नंतरच्या काळात सर्वोदयाशी आणि तेथील व्यक्तींशी प्रत्यक्ष संपर्क राहिला नव्हता. काहीसं अपराध्यासारखं वाटू लागलं.

"मग, आमच्या कार्यालयात कधी येता? मी तुम्हाला इतर कार्यकर्त्यांचा परिचय करून देते. पुणे जिल्ह्यात चाललेल्या कामांची माहिती देते. इथं अधूनमधून बौद्धिकं होतात, बाहेरून काही कार्यकर्ते येतात; त्यांच्याशी तुमचा संपर्क वाढला पाहिजे." त्या कार्यकर्त्याच्या वृत्तीनं लगेच प्रारंभ करण्याविषयी सूचनाही देऊ लागल्या. मला क्षणभर संकोचल्यासारखं झालं. पण असंही लक्षात आलं की यांना सगळी वस्तुस्थिती सांगितली पाहिजे.

"माई, मला समाजकार्य हे तर करायचं आहेच. पण त्यासाठी माझी अजून तयारी झालेली नाही. अजून काही काळ गेल्यानंतर मी या कार्याला प्रारंभ करीन म्हणतो."

"समाजकार्याला काळ-वेळ यांचं बंधन नसतं. नोकरीसारखं ते काय वेळेनं बंदिस्त झालेलं असतं? ती एक वृत्ती असते. कार्यकर्त्यांचा तो एक स्वभाव असतो."

"तेही खरंच. पण मला गावाकडचं घर प्रथम उभं करायचं आहे."

"सर्वोदयी व्यक्तीनं स्थावर इस्टेट वगैरे करण्याच्या भरीस पडू नये. तिला अंत नसतो. भडकलेल्या अग्नीसारखी तिची तृष्णा वाढत जाते."

"नाही नाही. त्या अर्थानं मी म्हणालो नाही. माझं घर म्हणजे माझे आईवडील, भावंडं यांना नीटपणे उभं करायचं आहे. घरात प्रचंड दारिद्र्य आहे. अज्ञान आहे. खुळ्याभोळ्या समजुती आहेत. बहिणींची लग्नं करायची आहेत. भावांची शिक्षणं करायची आहेत. एक भाऊ अडाणी राहिला आहे; त्याला जगण्याचं काही साधन मिळवून द्यायचं आहे... या घरादारासाठी प्रथम मला काही वर्षं तरी द्यावीच लागणार आहेत. मोठ्या अपेक्षेनं हे घरदार माझ्याकडं बघतंय. हा सुद्धा मी समाजकार्याचाच एक भाग मानतो. मी तर घरातला सर्वांत मोठा मुलगा आहे. शिकलेलो आहे."

"अच्छा. पण मग हे घर उभं करण्यात तुमची काही वर्षं जाणार. घरी किती भाऊ, किती बहिणी आहेत? कोण कोण काय काय करतं?"

मी सविस्तर माहिती सांगितली.

"तुमचा सर्वांत लहान भाऊ तुमच्यापेक्षा एकोणीस वर्षांनी लहान आहे?" त्यांना आश्चर्य वाटलं.

"हां! ग्रामीण कुटुंबव्यवस्थेची ही फळं आहेत." मी ओशाळून विनोद करण्याचा प्रयत्न केला.

"तेही खरंच. तुमचा सर्वांत लहान भाऊ चौथीत आहे; म्हणजे नऊदहा वर्षांचा असणार."

"हो"

"म्हणजे त्याला पदवीधर करून नोकरी वगैरे मिळेपर्यंत त्याची पंचविशी येणार."

"नक्कीच."

"म्हणजे तुम्हाला घर उभं करण्यासाठी अजून पंधरा-एक वर्षं तरी द्यावी लागणार?"

"हो."

"देणार का एवढी?"

"द्यावीच लागतील. त्याच घरात मी जन्माला आलोय.... हे घर मी उभं केलं नाही; तर माझा जन्मच निरर्थक होईल. देवानं म्हणा, निसर्गानं म्हणा एवढी बुद्धी दिलीय. तिनं मला आजवर इथं आणलंय. ही बुद्धी त्याच घराण्याच्या रक्तानं मला दिलीय, असंही मी मानतो. ते ऋण फेडलंच पाहिजे."

"ते ठीक आहे, पण तुमच्या संसाराचं काय मग?"

"हे करता करताच माझाही संसार मी करणार आहे आणि 'माझा संसार' याचा अर्थ जरा आपल्या संस्कृतीला धरून केला की झालं."

"म्हणजे?"

"म्हणजे असं की 'माझा संसार'मध्ये माझे आईवडील आणि माझी भावंडं हेही आपण समाविष्ट करतो."

"पण हे स्मिताला मान्य आहे का?– काय स्मिता?" एवढा वेळ शांतपणानं ऐकत बसलेल्या स्मिताला त्यांनी विचारलं.

"मान्य नसायला काय झालं? मोठ्या मुलाचं हे कर्तव्यच असतं."

मी जरा मिस्किलपणे म्हणालो; "माई, तिलाही हे मान्य करावंच लागेल. माझ्यापेक्षा तिचं कुटुंब मोठं आहे. मोठं म्हणजे संख्येनं मोठं."

"असं?" मग त्यांनी स्मिताच्या घरची चौकशी केली.

स्मितानं सविस्तर माहिती सांगितली.

"भारतीय कुटुंबव्यवस्थेत मोठ्या मुलाला वडिलांच्या कुटुंबाची संपूर्ण जबाबदारी ही उचलावीच लागते. तो एका अर्थी त्या कुटुंबाचा तरुण बाप असतो. पण तरुण पिढीला ही जबाबदारी नको वाटते. नको असलेली ती एक कटकट वाटते. मग ही कर्ती मुलं ऐन तारुण्यात या सर्वांतून अंग काढून बाहेरच पडतात... तुम्हा दोघांचीही यात आता सत्त्वपरीक्षाच होणार आहे."

"पण मला यात कटकट वगैरे काही वाटत नाही. उलट सामाजिक कार्य

करण्याला मी योग्य आहे की नाही; याची 'सत्त्वपरीक्षा' होईल असं वाटतं. माणूस म्हणून हा अनुभव मला प्रौढ आणि समृद्धही करील."

"असं वाटत असेल तर ही गोष्ट खरोखरच चांगली आहे... चॅरिटी बिगिन्स ॲट होम. तरीही तुम्ही 'होम'पासून जरा दूरच आहात." त्या हसत हसत म्हणाल्या.

"दूर असलो तरी मनानं माझ्या गावाकडच्या घरातच असतो. वर्षातून तीनचार वेळा तरी गावाकडं जाऊन तिथले प्रश्न, अडचणी सोडवून येतो."

माई बराच वेळ गप्पा झाल्या नि त्या उठता-उठता म्हणाल्या, "तुमचा हा सगळा विचार फार चांगला आहे. अर्थात तुम्ही तो प्रत्यक्षात कसाकसा आणणार आहात, हे मी नजर ठेवून पाहत राहीन. मला तुमच्या क्रियाशीलतेविषयी जिज्ञासा आहे. नव्या पिढीत गांधीजी, विनोबाजी यांचे गाभ्याचे विचार रुजले पाहिजेत, त्यांची नितांत गरज आहे. तुमचं मन संवेदनशील आहे. तुम्ही साहित्यिक आहात. त्या भाषेतच बोलायचं तर तुम्ही जे घरदार उभं करीत आहात; ती तुमची सर्वांत मोठी सामाजिक आणि सर्जनशील निर्मिती आहे. तरीही या सर्व गडबडीत समाजकार्य विसरू नका. तुमच्या सारख्यांची समाजाला फार गरज असते. या कार्यात तुम्हाला अधिक महत्त्वाचे अनुभव येतील. त्यामुळं तुम्ही आणखी समृद्ध व्हाल."

"होय!"

"बरंय. येते मी." माई निरोप घेऊन जाण्यासाठी उभ्या राहिल्या. पांढरी शुभ्र खादीची साडी, नि तसाच ब्लाऊझ. गळ्यात काहीही नाही. चेहऱ्यावर सात्त्विकता. बोलण्यात एक प्रेमळपणा आणि एक धारदार तेज...त्याग, सतत कार्यमग्नता, राहणीतील, खाण्यातील साधेपणा, वागण्यातील नियमितता, जनसामान्यांविषयी आतून कळवळा, आचरणातील तत्त्वनिष्ठा यांची त्या मूर्तिमंत प्रतिमा होत्या. त्या घरी आल्या ते सर्वोदयाचे संस्कार घेतलेला एक तरुण प्राध्यापक झालेला पाहायला. माझ्या घरात त्यांची सहज नजर इकडेतिकडे फिरताना मला त्या एखाद्या पवित्र रखवालदारासारख्या वाटल्या. त्यांच्या येण्यानं अतिशय आनंद झाला.

मी त्यांना पोचवून येऊन एकटाच बसलो.

स्मिता स्वयंपाकघरात गेली होती... माईंशी झालेल्या चर्चेनं आतून नकळत ढवळला गेलो होतो. बरंच काही वर आलं होतं. मनावर एक फार मोठं ओझं आहे, ते उचलून अलगद बाजूला करायचं आहे, त्यासाठी खूप तयारी करावी लागणार आहे; असं काहीतरी जाणवू लागलं आणि हे सर्व मी किती सचोटीनं करतोय, हे पाहणारा कोणी एक अज्ञात दैवी डोळा माझ्या आसपास

फिरतो आहे, असंही वाटू लागलं. मी खुर्चीत रुतल्यासारखा नुसताच बसून राहिलो.

शैक्षणिक वर्ष संपलं नि एका लेखनाच्या उद्योगाला लागलो. 'बुवा'चे संपादक ग. वा. बेहेरे यांच्याशी चर्चा करून एक लेखमाला लिहायचं कबूल केलं होतं. वर्षभर ती लिहायची होती. तिचे निदान पहिले सहा लेख तरी मी लिहून एकदम द्यावेत, अशी बेहेऱ्यांची अपेक्षा होती. 'प्लॅस्टिकची संस्कृती' हे मालेचं नाव मी निश्चित केलं होतं. पेपर्स तपासण्यासाठी येणार होते. म्हणून लेखनात दंग झालो.

'गावाकडं पैसे पाठवून देण्याविषयी' तगादा लावणारी आईची पत्रं सारखी येत होती. डिसेंबरच्या शेवटच्या आठवड्यात चारशे रुपये देऊन आलो होतो; ते संपले होते. सुगीत गवत, कडबा अशी जनावरांना थोडी वैरण घातली होती. थोडा वरखर्च झाला होता. मी काहीसा हैराण झालो होतो.

एरवी मी लागतील तसे पैसे पाठवत होतो. ते कशासाठी पाहिजेत हे विचारून घेत होतो. त्याच कामासाठी खर्च झाले की नाही, हे विचारून घेत होतो. पैसा काटकसरीनं आणि योग्य कारणासाठी वापरला जातोय की नाही हे पाहावं लागत होतं.

आई काही चैन करत नव्हती, की उधळमाधळ करत नव्हती. पण जास्त महत्त्वाची गरज कोणती, कमी महत्त्वाची गरज कोणती याचा विचार न करता ती एकदम पैसे खर्च करून टाकत होती... मग पैसे लौकर संपत होते. याबाबतीत तिला काही विचारण्याची सोय नसे. विचारलं तर तिचा अहंकार दुखावला जाई. 'आपल्यावरचा पोराचा विश्वास ढळला,' असं मानून ती वाट्टेल तशी बोले.

सुंदरानं आत्महत्या केल्यामुळं, मळा गेल्यामुळं ती खूपच हळवी झाली होती. तिला मानसिक आणि शारीरिक विसाव्याचीही गरज होती. म्हणून एकदम चारशे रुपये देऊन आलो होतो. "देवानं माझी नोकरी ह्योच मळा दिलाय, असं समज आणि बसून खा." असं बोलून आलो होतो.

त्यामुळं दोनअडीच महिने तरी घरीच राहिली होती. ते सुगीचे दिवस होते. गूड खुडणं, शेंगा काढणं, तूर बडवणं, खपल्या, कांदे काढणं यासारखी कामं गावात भरलेली असत. त्या काळात रोजगाराला चणचण नसे, घरात मूठ-पसा जोंधळे, शेंगा, तूर, कांदं इत्यादी येऊ शकत. पण या काळात आई जाऊ शकली नाही आणि ती नाही गेली की पोरंपोरीही घरीच राहत. जायला टंगळमंगळ करत. त्याचा परिणाम तात्पुरतं घरात बसून खाण्यात झाला होता. आमच्या घराला हे कधीही परवडण्यासारखं नव्हतं. 'काम कर, तवा खा' हे म्हणणं प्रत्येकाच्या पाचवीबरोबर पुजलेलं होतं.

आईला मी धीर दिला, तेव्हा तिला मनोमन वाटलं, 'मळा गेल्याच्या निमित्तानं आन्दा वठणीवर आला. आधीपासनंच मी त्येचा पगार हातात मागत हुतो. पर द्यायला तयार न्हवता. आता त्येला गिन्यान आलं.'

माझा पुण्यातला संसारखर्च वजा जाता मी सगळा पगार तिला नेमानं पाठवीन; असं ती मनोमन समजून होती. पण मला ते अशक्य होतं. सगळ्यांच्या आयुष्याचं गणित मला मांडावं लागत होतं... तिचा अडाणी स्वभाव फक्त उद्या-परवाचं गणित मांडत होता.

ती 'पैसे पाठवून दे' हा तगादा पत्रातनं सारखा करत होती... 'पैसे पाठवले नाहीस तर मग औतअवजारं नि बैलं सोडून बाकीची जनावरं इकून आम्ही पोटाला खातो.' असं तिनं कळवलं.

मी तिला पत्र पाठवलं. 'घरात बसून सगळ्यांना खायला हे काही वतनदाराचं किंवा जहागिरदाराचं घर नाही. आपण सगळी बिनजमीनवाल्या शेतकऱ्याच्या पोटी जन्माला आलेली माणसं आहोत. मला महिन्यातनं एकदाच पगार मिळतो. इथली पुण्याची राहणी महागडी आहे. घरं भाड्यानं मिळत नाहीत. मला जे मिळतंय त्यातला माझा अर्धा पगार जातोय. तरीही मी काटकसरीत संसार करतोय. दुसरा काही उद्योग जमतो आहे का ते पाहतोय. तुम्ही जर सगळेच माझ्या पगाराची वाट बघू लागलात तर उद्या सगळंचं विकून खाण्याची पाळी येईल. घरदार भिकेला लागेल... तेव्हा तू सगळ्या पोरींना घेऊन नियमित रोजगाराला जात जा. आप्पा-दौला शाळेला जाऊ देत. त्यांना आता सुटी लागेल. सुटी लागल्यावर जमलं तर त्यांनाही कामाला घेऊन जा. तेवढेच आठबारा आणे पदरात पडतील.'

पत्र खरमरीत होतं. पण असं लिहिल्याशिवाय घरच्या लोकांच्या मनावर परिणाम होत नाही याचा मला अनुभव होता. घरी गेल्यावरही मला पुष्कळ वेळा तावातावानं बोलून सगळ्यांची अशीच कानउघाडणी करावी लागे.

साताठ दिवस राहून पुण्याला येत होतो. 'गप बसा, तुम्ही. दादाचं कोण ऐकतंय? त्यो काय चार-आठ दीस हितं असतोय. तवर सगळ्यांनी जे काय त्यो बोलंल ते 'हूं हूं' म्हणायचं. त्यो गेल्यावर आपलंच राज्य हाय. बोलतोय बोलतोय नि मग शेवटाला पैसे लावून देतोय.' असं शिवा मी घरातनं बाहेर फिरायला गेल्यावर किंवा पुण्याला आल्यावर सगळ्यांना मिस्किलपणे सांगे.

आप्पा मला हे घरातलं गौडबंगाल मी पुन्हा परत कागलला गेल्यावर एकांतात सांगे... सगळ्यांनी माझं पाणी जोखलेलं होतं.

पण मी यावेळी पाठवलेलं पत्र आईच्या जिव्हारी लागलं. ती फार दुःखी झाली.

माझ्या लग्नानंतर आक्काताई सांगलीला डी. एड. झाली. उदगावापासनं सांगली चारपाच मैलांवर होती. डी. एड. नंतर तिचं लग्न झालं. जागा चांगली मिळाली. नवरा कणकवलीला हायस्कूलमध्ये अध्यापक होता. आक्काताईलाही लग्नानंतर लगेच तिथंच हायस्कूलमध्ये नोकरी मिळाली. नवराबायको दोघेही नोकरीला लागल्यानं घरी सगळ्यांना आनंद झालेला.

अशा आनंदाच्या काळात आई तिकडं गेलेली. आक्काताई लग्न होऊन नोकरीलाही लागलेली आणि इकडं पुण्यात मी मात्र स्मिताला अजून शिकवतोच आहे, हे बघून आईला वाईट वाटलं. "....आन्दानं आक्काताईसंगं लगीन केलं असतं तर घरात दुप्पट पगार आला असता नि साऱ्या घरादारानं त्यो सुखानं बसून खाल्ला असता. नातं जोडून बसलो असतो. माझ्या ह्या घरातलं माणूस त्या घरात आलं असतं नि कूळ उजळून निघालं असतं. ...आता ह्यो माझा ल्योक म्हणणारा नोकरीसाठी म्हणून पुण्याला गेला. तिथं शंभर रुपयं भाडं असलेल्या बंगल्यात राजागत ऱ्हाऊ लागला. पैसे मागताना मातूर मला म्हणतोय रोजगाराला जा नि पैसे मिळीव. एक पैसा गावाकडं लावून द्यायला तयार न्हाई...दादा, माझ्या जल्माचं खोबरं झालं बघ. वाऱ्यावर पाचोळा उडावा तसा माझा जलम झाला." असं म्हणून तिनं आपल्या दादासमोर रडायला घातलं.

"तारे, तुझं नशीबच घोड्याच्या अवलादीचं निघालंय. तुझ्या नशिबात मसणात जाऊपतोर कष्टच हाईत, त्येच्या भणं. न्हाईतर हे असं वाटुळं का झालं असतं?... सोन्यासारखी लेक गेली. रानासंगं पोराबाळांची भाकरी गेली नि ह्यो तुझा ल्योक असा शिकून चातूर झाला. त्या रत्न्यानं हाडं मोडून खुर्दुळा होईपतोर तुला मारली ह्या लेकाच्या शिक्षणाच्या पायी. त्येचं चांगलं पांग आता ह्यो फेडाय लागलाय. शिकून शाणा झाला गंऽ त्यो. ह्येचा बाप इनामदार लागून गेला म्हणून ह्यो शंभर रुपयंच्या बंगल्यात ऱ्हातोय, व्हैमालीचा. त्यो आता माझ्यासमोर कवा येईल तवा न्हाई पायताणानं फोडला, तर शिवाप्पा जाधवाचं नाव सांगणार न्हाई. आगं, ह्यो सुक्काळीचा शाणा असता, तर ह्यो मळा गेला असता काय? एवढा शिकून बालिस्टर झालाय, ह्येला काय कायदंकानू ठावं न्हाईत काय? सायबाचा पगार मिळीवतोय; ह्येला एकाला तीन वकील द्यायला काय धाड भरली हुती?...अगं, ह्येला पैसं सुटत न्हाईत. ह्यो नुसता आपल्या ऐटीत ऱ्हायाला सोकावलाय. आईबा नि त्येची पोरंबाळं तिकडं भिकंला लागली, तरी त्येला त्येची केसाइतकीबी कदर न्हाई... असला दिवा तुझ्या वंसाला आलाय."

मामा आईची समजूत काढत होता. बोलण्याच्या भरात मनात येईल ते बोलत होता. त्यामुळं मजविषयीच्या त्याच्या मनातील सुप्त रागालाही वाट

मिळत होती.

आईनं सोसलेल्या खडतर जीवनाची जाणीव मामानं व्यक्त केल्यामुळं तिचा अहंकार गोंजारला जात होता. त्यातून तिचा मजविषयी एक खोलवर गैरसमजही होऊ घातला होता.

दोन-तीन दिवस मामाकडं राहून ती परत आली.

मामानं मला शहाणपणाचे चार शब्द सांगणारं पत्र लिहिलं. आई येऊन गेल्याचं त्याच पत्रात सांगितलं... आई कोणत्या परिस्थितीत जगते आहे, अशावेळी मी तिला मदत करण्याची कशी गरज आहे, हे त्यात त्यानं लिहिलं होतं.

मी गडबडून गेलो, आई तिकडं काय बोलली असेल याचा अंदाज आला. तिचा मला थोडा रागही आला. आईचा स्वभाव भडभड्या आहे, याची मला कल्पना होती; पण या स्वभावामुळं आणि आपल्याला इतरांची सहानुभूती मिळावी म्हणून ती पुष्कळवेळा मला आणि इतरांनाही खर्ची घालत होती, याचं दुःख होई. संतापही येई.

चार दिवस गेले की मन थंड होई. विचार करून मी ते अधिक थंड करी... आईच्या या स्वभावावर औषधं नव्हतं. तिला सहानुभूती मिळवण्याचा दुसरा मार्गही कळत नव्हता. अडाणी आईची कणवच येई, पण तिच्या या बोलण्यामुळं माझी सगळीकडं बदनामी होते, याची वेदनाही होई. खोलवर मी व्याकुळ होऊन जाई.

एप्रिलच्या शेवटच्या आठवड्यात कागलला गेलो. दादा परड्यात छपरातली शेणं काढत होता. सहज जाऊन त्याची चौकशी केली. गोठ्यातली जनावरं दुष्काळातनं आल्यागत दिसत होती. पार सगळी रोडावून मरतुंगडी झाली होती.

आई घरात होती. पोरं सगळी कामाला गेलेली दिसली. दौला हिराबरोबर ढोरासंगं शेळ्या घेऊन गेला होता. आप्पा आपल्या बहिणीबरोबर रोजगाराला गेला होता. तेरा-चौदा वर्षांचा आप्पा, तरीही बायकांबरोबरीचा रोजगार घेऊन कामाला जात होता.

आईनं चहा करून दिला.

चहा घेता घेता मी मामाच्या पत्राचा विषय काढला नि आईला सगळं समजून सांगितलं... "मी शिकलो असलो तरी कायद्याची मला काही माहिती नाही. त्याचा स्वतंत्र अभ्यास करावा लागतो. माझा बी.ए, एम.ए.चा अभ्यास वेगळा नि हा अभ्यास वेगळा असतो. शिवाय कोर्टात मालकानं दोन लावलेलं खटलं, आमचं दोन खटलं अशा चार खटल्यांच्या तारखांना पंढरपूर-पुण्याहून प्रत्येक वेळी येणं मला शक्य नव्हतं. रजेचा प्रश्न असतो. नव्या नोकरीत सारखी रजा काढली तर एक वर्षानंतर नोकरीत ठेवत नाहीत. हाकलून देतात. तेव्हा

प्रथम नोकरी सांभाळणं जरूर असतं. वकील द्यावेत म्हटलं तर दादाचा त्यांच्यावर विश्वास नाही. ते कोर्टात इंग्रजीत बोलू लागले की दादाला त्यांचा संशय येतो. ब्राह्मणाला ब्राह्मण सामील झाला असं वाटतं. त्याची किती समजूत काढली तरी पटत नाही.

"पुण्यात जागेची टंचाई फार आहे. पानशेतचा पूर येऊन गेल्यापासनं जागाभाडं खूपच वाढलं आहे. घरं मिळतच नाहीत. मिळाली तर भाडं भरपूर द्यावं लागतं. घरमालकानं तरी माझ्यावर भरपूर मेहरबानी केलीय. आगाऊ पैसा, पागडी वगैरे काही घेतली नाही. महिन्याच्या महिन्याला भाडं फक्त आगाऊ घेतो. त्याचीही पावती देत नाही. मला शंभर रुपये देणं जिवावर येतं. तरी ते द्यावेच लागतात. माझा नाइलाज झालाय म्हणून मी एवढं भाडं देतोय. चैनीसाठी घर घेतलेलं नाही.

"मला नोकरी सांभाळूनच घरादाराकडं बघायला पाहिजे. तुझ्या पत्रात सारखं 'चार दिसांची रजा काढून गावाकडं ये' असं असतं. वाट्टेल तेवढी रजा मिळत नाही. वर्षातनं फक्त पंधरा दिवसांची मिळती. ती वर्षभर पुरवून-पुरवून वापरावी लागती. म्हणून प्रत्येक वेळेला गावाकडं येऊ शकत नाही. शिवाय माझा संसार नि हे गावाकडचं गाडं चालवण्यासाठी नुसता माझा पगार पुरं पडणार नाही. म्हणून दुसरी काही कामं मी करतोय. त्यातनं चार-दोन पैसे मिळतात. त्यासाठी सुटीत तिथं थांबावं लागतं." अशा आशयाचं ते बोलणं होतं.

शेवटी तिला म्हणालो, "... ह्या घरादाराबद्दल मला काय वाटतंय ते तुला कसं सांगावं, मला कळत न्हाई. तू भडाभडा कुणाजवळ कायबी बोलत जाऊ नगंस."

"त्यो काय 'कोणबीण' हाय? माझा भाऊच हाय न्हवं?... आणि आता ह्या वयात मला तू रोजगाराला जायाला सांगाय लागलाईस? ... अजून किती राबू मी?"

"प्रसंग पडला तर जायाला नको आई? मी काय तुला सुखानं जा म्हणतोय? असं सांगताना माझ्या जिवाला लाज, शरम वाटत नसंल? पर येळच आलीय. मी तरी काय करू?"

थोडावेळ आई गप्प बसली. मग म्हणाली, "तुला काय सांगू, आन्दा? रोजगाराला गेल्यावर शेतकरी ठोसण्या मारत्यात. रोजगाऱ्यागत सकाळी धा वाजल्यापासनं दीस बुडूस्तवर सलग कामं करायची आमच्याघरात कुणालाबी सवय न्हाई. जरा हिकडं, जरा तिकडं, कट्टाळा आला की भाकरी खा, चार वाजलं की च्या कर, मोटा धरल्या की धुणं धू, दीस बुडायला घटकाभर हाय

म्हणतानाच धारंला जा; असं कायबाय करतसवरत भांगलण, खुरपण करायची आमची सवय. तसं केलं म्हंजे कामाचा कट्टाळा येत न्हाई. रोजगाराला गेल्यावर सलग दीसभर तेच ते काम करण्याचा कट्टाळा येतो. खुरपं मंद चालतं. त्यात पुन्ना नीट भांगलण करण्याची सवय. रोजगाऱ्यागत वरच्यावर खुरपं पळवायची, तण न काढता त्येच्यावर माती ढकलत फुडं सरकायची मला सवय न्हाई, माझ्या पोराटोरांचंबी तसंच. म्हणून ती मागं पडत्यात. शेतकरी मग बोलाय लागतो. जिवाला ते सोसत न्हाई. रोजगाऱ्यांत जाऊन कामं करायचंच जिवावर येतं. नको नको वाटतं. त्यात असं दीड दमडीचा कुणीबुणी बोलला तर आतनं भडभडून येतं. कशी जाऊ मी दुसऱ्याच्यात कामाला?''

''मनावर दगूड ठेवायचा. आपल्या घरात एवढी गुरंढोरं, एवढी पोरं पिकल्यात मग बसून कसं भागंल?''

मी असं बोलल्यावर आई एकदम उसळली, ''त्यो परड्यात जाऊन घिरण्यासारखा बसतोय बघ. एक दीस कधी रोजगाराला गेला न्हाई. त्येला लावून दे कामाला. त्येनंच माझा सोन्यासारखा मळा बघता बघता घालीवला. आता नुसताच बाईलभाड्यागत घर धरून बसतोय नि माझी पोरं राबून आणून त्येला घालत्यात... का तू त्येला बोलू नयेस कामाला जा म्हणून?''

मला एकदम काय बोलावं सुचेना. मी खालच्या आवाजात बोललो, ''त्येनंबी जायाला पाहिजे कामाला. पर त्यो आता साठीच्या फुडं गेलाय. मळा गेल्यापासनं त्येनं हाय खाल्लीय; तू बघतीस न्हवं?''

''मला काय 'हाय' खायाला येत नसंल? मी काय साठीच्या पाचपन्नास वर्सं अलीकडं हाय? जलमभर मी हाडं चंदनासारखी उगळल्यात. ह्येनं काय केलंय? नुसत्या झोपा काढत मळा धरून बसला; म्हणून तुला त्येचा लई पुळका येतोय व्हय?... त्येला माझा मळा आण म्हणावं परत. मग बस म्हणावं असा साळसुद्यागत.''

आईचं म्हणणं मला बरोबर वाटत होतं. ते नाकारणं शक्यच नव्हतं.... दादाच्या बाबतीत मी हळवा झालो होतो खरा. पण त्यानंही आता उठून काही तरी केलं पाहिजे, काही ना काही मिळवून आणलं पाहिजे; नुसतं बसून भागणार नाही. असं झुरत नुसतं बसलं की जास्त झुरायला होतं; असं मला वाटू लागलं. मी चिंतेत मुकाट बसलो. काय करावं कळेना.

आई दादाला शिव्याशाप देत धाडकन उठली. मोकळ्या झालेल्या पाण्याच्या घागरी घेऊन तोंड करतच ती पाण्याला बाहेर पडली. ...जणू तिनं माझा सूक्ष्मसा निषेध केला. माझ्या म्हणण्यावर बहिष्कार टाकल्यासारखं केलं.

मी हळूच परड्यात गेलो. दादा शेणाचे हातपाय धुऊन चिलीम भरत

बसला होता.

मी सहज विचारलं; “मुटाऱ्याचा किंवा देसायाचा मळा मिळतोय का बघ म्हणून मी मागच्या वक्ताला पत्रातनं लिहिलं हुतं. त्येचं काय जमतंय काय?”

“त्याच वक्ताला बघिटलं की. मुटाऱ्याचं पोरगं सोताच मळा कसायला लागलंय. देसाई तर सगळा मळाच इकायच्या इचारात हाईत. त्येंच्या नशिबानं सगळं करदे त्यातनं बाहीर पडल्यात. आता दुसरा कुणी शेतकरी मळ्यात घालायच्या बदली मळाच इकून टाकायचा त्येंचा इचार हाय.. कोर्ट-कटेऱ्याचं रिकामं झंझाट मागं नको म्हणत्यात.”

“गावात आणि कुणाबुणाचं बारकंसारकं मळं असतील ते बघायचं.”

“तसं कागलात मळं रग्गड हाईत. पर ह्या नव्या कायद्यानं माणसं फाळ्यानं मळं लावायला भित्यात आता. ह्यो कसेल त्येच्या जमिनीचा कायदा आल्यापासनं जमिनी कोण कुणाला रीतसर लावत न्हाईत. बऱ्याच शेतमालकांनी आपल्यासारखं आडगं शेतकरी कायबाय घोलम्याड करून काढून लावल्यात नि गडीमाणसं ठेवून सोता जमिनी कसाय लागल्यात... आता रानं करदाव्यानं मिळणं मुसकिल.. सरकार कसलं आलंय हे घोड्याच्या अवलादीचं.”

“मग काय करायचं आता? ...एवढी गुरढोरं, पोरंटारं, औतअवजारं कुठं न्ह्यायची नि पोटाला तरी काय खायाचं?” मी हळुवारपणानं विचारलं.

दादा जमिनीकडं बघत गप्प बसला.

घटकाभरानं म्हणाला, “आन्दा, ह्यो भटाचा मळा मला पुन्ना परत मिळणार हाय. त्यो कुठं जाणार न्हाई. आज ना उद्या त्यो चालत येतोय का न्हाई बघ.”

“कशावरनं?”

“मला सारखं दृष्टान्त पडत्यात... मी बारा नि बारा चोवीस तास मळ्यातच असतोय. मालक माझ्याकडनं रोज थोडी थोडी भाजीभाकरी मागून न्हेतोय. एक घोंगडं घेतलेला धनगर घोड्यावर बसून माझ्या शेताची राखण करतोय.”

“ते दृष्टान्ताचं झालं गा. पर प्रत्यक्षात मालकानं आता खटपटी करून मळा ताब्यात घेतला त्येचं काय? त्यो काय आता पुन्हा तुला ‘फाळ्यानं मळा कर’ म्हणून इचारायला येणार हाय?”

ते मला ठावं न्हाई... ते आप्पाच्या वाडीच्या हलसिद्ध आप्पाला ठावं.”

...दादाची भक्ती नरसोबाच्या वाडीच्या ‘दत्ता’ वर आणि आप्पाच्या वाडीच्या ‘हलसिद्ध आप्पावर’ होती. हलसिद्ध आप्पा हा प्रामुख्यानं धनगर समाजाचा देव. आम्ही धनगर गल्लीशेजारीच पिढ्यान् पिढ्या राहतो. कदाचित त्याचा परिणाम होऊन माझ्या आजोबापासनं त्या देवाच्या ध्यानी आमचं घरदार लागलेलं.

...हलसिद्ध आप्पा धनगराचा देव असल्यानं त्याची गादी घोंगड्याची आहे, त्यांचं अंगावरचं पांघरूण घोंगड्याचं आहे, तो घोड्यावर बसलेला आहे... तेच रूपडं दादाच्या स्वप्नात येतं.

सगळी भावंडं दादाच्या दृष्टांत-प्रकरणाला हसतात. मीही हासत होतो. दादाला त्यातून बाहेर काढण्याचा प्रयत्न करीत होतो. पण जेव्हा मानवी श्रद्धांचं स्वरूप, अडाणी माणसाची मानसिकता मला वाचनातून समजून आली तेव्हापासनं दादाला त्यातनं बाहेर काढण्याचा प्रयत्न मी सोडून दिला. दृष्टांताला बगल देऊन वास्तवात काय करता येईल; हेच दादाला सुचवू लागलो.

मी म्हणालो; "जवा कवा हलसिद्ध आप्पाच्या मनात येईल तवा त्यो मळा आपल्याला मिळलंच. पर तूर्तास काय करायचं? एक तर जनावरांच्या पोटाला काय तरी घालण्यासाठी तूर्त का होईना कुणाचा तरी मळा केला पाहिजे. त्यो मिळत नसंल तर जनावरं तरी इकून टाकली पाहिजेत, न्हाईतर दुसरी काय तरी तजवीज तरी केली पाहिजे."

"आता पाच-सात म्हैने चाललंयच की."

"ते खरं. मधी शंभर रुपयाची वैरण इकत घ्यावी लागली. तीबी संपत आलीया. जनावरांस्नी वल्ला चारा, उसाचा पाला कायबी मिळत न्हाई... ही बघ की जनावरं. नुसती हाडं नि कातडंच उरलंय त्येंच्या अंगावर. सगळी पोट-म्हतारी झाल्यात. अशीच एक दीस उपाशी ऱ्हाऊन दाव्याला मरतील. माझ्या पगारात घरातल्या माणसांचं पोट भरंल. ह्यो पर्पंच नि माझा पर्पंच चालंल. पर मळ्याशिवाय जनावरं पोसणं अवघड जाईल."

"मग ही घरातल्या माणसासारखी असलेली जनावरं इकून टाकू?" दादानं उलटा प्रश्न केला. त्याला सुचवायचं होतं की, काही दिवस कळ सोसली पाहिजे.

पण मी वास्तवाचा विचार करून मन घट्ट केलं होतं. "समजा आपूण आज इकली; आणि उद्या मळा मिळाला; तर पुन्ना घेता येतीलच की. आता हे खरं की आपून पोराबाळासारखी वाढवलेली जनावरं इकायची नि कुठलीबुटली, आपल्याला ज्यांच्याबद्दल कायबी म्हाईत न्हाई, अशी जनावरं पुन्ना इकत घ्यायची म्हंजे अंधारउडीच असती. पर पर्संग आलाय तर उडी माराय पाहिजे... दोन बैलं, एक म्हस तेवढी ठेवू या. बैलं घेऊन शिवा गाडीभाडं करंल. म्हशीचं दुभतं इकून घर चालवायला येईल."

दादा काहीच बोलेना.

"कसं?" मी पुन्हा उत्तरासाठी विचारलं.

"मी काय तरी तजवीज करतो. तू नको देऊस वैरण इकत घ्यायला

पैसं.'' दादा थोडासा अटून बोलला.

''कशी तजवीज करणार?''

''मी जाईन रोज कुणाच्या तरी मळ्यात नि मागून आणीन उसाचा पाला... रग्गड माझं दोस्त शेतकरी हाईत. रोज एकाच्या मळ्यात पाला काढला तरी पंधरा-पंधरा दिसांतनं एकाएकाची पाळी येईल. मला का कुणी न्हाई म्हणायचं न्हाई.''

''दादा, ही काय आठ-पंधरा दिसांची बाब न्हाई. हलसिद्ध आप्पा काय मळा अमुक दिसाच्या आत देतो; अशी काय चिठ्ठी लिहून देणार न्हाई. कायदेकानू असं आल्यात की कोणताच मळा आपल्याला मिळणं कठीण हाय. म्हणून म्हणतो जनावरं इकून टाकू या. तू ज्यो काय तुझ्या इष्टमैतरांच्या मळ्यात जाऊन पाला कापून आणशील, त्यो दोन बैलांस्नी, म्हशीला घालायला येईल. निदान तुझी घरादाराला तेवढी तरी मदत झाली पाहिजे...''

''बघू म्हणं; आता पावसाळ्याचं दीस येतील. माळ हिरवं हुतील. लोकांच्या बांधावर, कुरणात, वड्यास्नी, गवतं येतील. मी कायबाय करून जनावरांची पोटं भरीन. कुणाचीतरी गवतं कापायला जाईन. मग मळा न्हाईच मिळाला तर दिवाळी झाल्यावर एक-एक इकून टाकू. त्या दिसांत चार पैसे जास्त येतील. जनावरांच्या अंगावर हिरवा चारा खाऊन मूठभर मांस आलेलं असतंय. बसून बसून जनावरं त्या दिसांत तेज झालेली असत्यात तवा किंमतबी येईल.''

''ठीक हाय. निदान जनावरं परसंग पडला तर आज ना उद्या इकावं लागणार एवढं ध्येनात ठेवून वाग, म्हंजे झालं.''

...दादाला अजून मळा आपल्याला परत मिळेल असं वाटत होतं, याचं मनोमन आश्चर्य करत मी घरात गेलो.

जाता जाता आणखी एक गोष्ट लक्षात आली. दादा मळा असताना गावात शेतकरी मित्रांना जाऊन भेटत असे. कसलीबसली बोलणी करून येई. न्हाव्याच्या दुकानात हजामत-दाढी करण्याच्या निमित्तानं आलेल्या शेतकऱ्यांबरोबर त्याच्या तासन्‌तास गप्पा चालत असत. पण आता तो कुठंच जात नाही. पंधरा-पंधरा दिवस दाढीही करायला न्हाव्याकडं जात नाही. नुसता जनावरांसमोर एकटाच चिलमीशी चाळा करत बसलेला असतो. ...बाहेर जाणंही त्याला अपमानास्पद वाटत असावं. त्याचा शेतकऱ्याच्या मानाचा पटका मालकानं हिसकावून घेतला होता. त्याला बोडकं करून टाकलं होतं.

रात्री सगळी बोलत बसलो. दादा जेवून जनावरांच्या नि पडलेल्या शेतसामानाच्या राखणीला परड्यातल्या छपरात एकटा झोपे. तिकडं तो जेवून निघून गेला.

भावंडासंगट माझ्या गप्पा सुरू झाल्या.

...सगळी उन्हाळ्यामुळं घामटून गेलेली, रोजगारी कामाच्या ताणामुळं चोपून गेलेली नि विहिरीचं बारमाही पाणी कायमचं गेल्यामुळं मळकट कळकट कपडे घातलेली दिसत होती...घरादाराला अवकळा आली होती.

आईनं दादाविषयी पुन्हा तक्रार केली. शिवानं आणि बाकीच्या भावंडांनीही "दादा कामं करत न्हाई. नुसतं बसूनच खातोय. त्येलाबी रोजगाराला जायला सांगा." म्हणून माझ्याजवळ धरणं धरल्यागत केलं.

"काळजी करू नका. त्येला मी सगळं समजून सांगिटलंय. हळूहळू त्यो रोजगारालाबी येईल. आता त्यो रोज दोस्ताच्या मळ्याकडं जाऊन एक-एक भारा उसाचा हिरवा पाला काढून आणायला कबूल झालाय. त्येचा त्यो 'रोजगार' त्यातनं काढंल."

एक-एक जण मग रोजगाराला गेलेल्या रानावरच्या, शेतकऱ्यांच्या स्वभावाच्या गमतीजमती सांगू लागलं... आई उंबऱ्याजवळच्या खोपड्याला परभारी बसून सगळं ऐकत होती.

चार-पाच दिवस राहिलो. सकाळी दीस उगवायला मळ्याकडं जाणारी सगळी जणं घरातच राहिलेली बघून मन अस्वस्थ होत होतं. शिवा गाडी-बैल घेऊन भाड्याला जात होता. वास्तविक तो सकाळी लौकर उठून जाणं जरुरीचं असतं. गाडीबैल-भाड्याची तशी रीत असती. कारण दुपारी तास दोनतास बैलांना वैरण-पाण्यासाठी सुटी द्यावी लागती. पण शिवाला लौकर उठायचा कायम कंटाळा असे. सावकाश तासभर दीस आल्यावर तो गाडी-बैलं घेऊन कामाला जाई. भावंडं न्याहाऱ्या करून नऊ वाजता कामाला जात... मग घरदार ओसाडल्यागत शांत होई.

गावातल्या अनेक मित्रांना भेटून घेतलं. कुणी चौथी-पाचवीतनं, कुणी सातवीतनं तर कुणी एस. एस. सी. नापास झाल्यावर शिक्षण सोडून आपाआपल्या उद्योगधंद्याला लागलेले. त्यांना भेटलं की बरं वाटे. चहा वगैरे देऊन मला ते मैत्रीचा पाहुणचार देत. खूप शिकत गेलो. प्राध्यापक झालो म्हणून कौतुक करत. मोठेपण देत...मला बरे वाटे, गोंजारल्यासारखं होई. खूष होऊन मी घरादाराची सुखी दिवसांची भावी स्वप्नं रंगवीत परत फिरत असे.

पण यावेळी आतून मन पोखरलं जात होतं. यांच्यासारखीच आपली भावंडं कुचंबत राहणार की काय असं मनात सावट येत होतं. निदान दोन्ही भावांची शिक्षणं पूर्ण करायचीच, त्यांना ग्रॅज्युएट करायचंच असा हिय्या बांधून मी यावेळी परतलो... घरादाराची नवी व्यवस्था मलाच लावली पाहिजे. आपण थोडं कठोरपणानं वागून सगळ्यांना कामाला जुंपलं पाहिजे. वस्तुस्थितीची जाणीव

ठेवून नको ती जनावरं विकून काढलीच पाहिजेत. नाहीतर सगळीच आपण खड्ड्यात जाऊ.

पुण्याला परतताना एक कळून आलं की मळा हा माझ्या घराच्या जगण्याचा आत्मविश्वास होता. शेतकरीपण असलेलं हे घर होतं. राबून खाणारं, कुणाच्या अध्यात ना मध्यात असलेलं, आतून गरीब असलं, प्रसंगी उपाशी राहत असलं तरी आमच्या घरात आम्ही, असं त्याचं वळण होतं. मळ्यामुळं उपाशीपणा गावभर उघडा पडत नव्हता. पण मळा गेला नि रोजगारासाठी घराला बाहेर पडावं लागलं. रोजगाराचे पैसे आण तेव्हा पोटाला खा अशी परिस्थिती झाली. घराची सगळी रया जाऊन त्याला रोजगारपण आलं. परंपरेनं गावात चालत आलेलं त्याचं शेतकरी व्यक्तिमत्त्वच नष्ट झालं. पार खोलवर गेलेली त्याची शेतकीची कुळीमुळी उखडली गेली.

...घराच्या पाठीचा कणा नि बरगड्या काढून घेण्यात आल्यात. आमची परंपरा नष्ट करून आमचं अस्तित्वच उद्ध्वस्त केलंय.

...बरं झालं मी या सर्वनाशातनं बचावलो. शिकलो नसतो, एम. ए. पर्यंत रेटत नेलं नसतं, नोकरी मिळाली नसती तर माझी गत महापुरातल्या ओंडक्यासारखी झाली असती. शेतकऱ्याची चाकोरी सोडून माझी गाडी बाहेर गेली म्हणून तर या मुक्कामाला मी येऊन पोचलो... ह्या बुडत्या घराला आता आपलाच एकुलता आधार. मला झेपेल हे सारं? ...कसं कसं निभावून न्यायचं हे?

...मनासमोर एक मोठं प्रश्नचिन्ह उभं राहिलं. गावाची हद्द संपत आली. लक्ष्मीच्या डोंगराचा चढाव दिसू लागला. एस. टी. गिअर बदलून जिकिरीनं चढ चढू लागली.

●

दहा

पुण्यात आलो नि पेपर्स तपासण्याच्या कामाला जोरात लागलो. आठ दिवस गेले नाहीत तोवर गावाकडनं पत्र आलं. वाचून पाहिलं तर त्यात एक नवी बातमी होती. आपण होऊन एक शेत चालून आलं होतं. पावणेदोन एकरांचं वाळलं रान गावाशेजारीच कुंभारकीत होतं.

तीनशे रुपये फाळा आगाऊ दिला तर एक वर्षाच्या बोलीनं मिळणार होतं. पुढंही दोघांचं जमलं तर वर्षावर्षाच्या बोलीनं मिळणार होतं. मात्र त्याची चिठीचपाटी काही नाही. एकमेकांच्या विश्वासानं चालायचं होतं. खुद्द कुंभारणीच्या नावावरच पीकपाणी असणार होतं. म्हणजे कायदेशीर दृष्ट्या आम्ही शेत केलं, अशी नोंद कुठंच होणार नव्हती. एकमेकांच्या विश्वासाचा मामला होता. नव्या कायद्याचा हा परिणाम.

मी दोन दिवस विचार केला. स्मिताशी चर्चा केली नि फाळ्यानं शेत करण्याचा निर्णय घेतला. कारण शेताची मालकीण असलेली कुंभारीण ओळखीची होती. ती विधवा होती. तिला दोन मुलगे होते. त्यांतला एक मुलगा प्राथमिक शाळेत माझ्या वर्गात होता. मला त्या कुंभारणीची माहिती होती. पावसाळ्यात ती म्हैस घेऊन ओढ्याला चारायला येत असे. स्वभावानं गरीब होती. विधवापण आल्यामुळं तिनं आपल्या भावाकडं जाऊन राहण्याचा निर्णय घेतल्यानं शेत कुणाला तरी लावणं भाग होतं.

शेत गावाशेजारी असलं तरी शेताला लागूनच मांगवाडा होता. तिथली शेरडं, मेंढरं एखाद्या वेळी म्हसरंही शेताच्या पिकात घुसत असत. त्यामुळं शेतात पिकं आली की राखणीला चोवीस तास माणूस ठेवण्याची गरज असे. कुंपण लावून घेण्याची निकड भासे. लोक शेतातच परसाकडंला येऊन बसत.

मूग, भुईमूग, चवळी यांच्या शेंगा आल्या की पोरं हळूच कुपातनं घुसून शेंगांचे वेल उपटत, मूग-चवळीच्या शेंगा खुडून नेत. त्या पोरांना शिव्या देण्याची अगर एखादा झपाटा देण्याची सोय नसे. त्यांचे आईबाप लगेच भांडत येत. त्याचा परिणाम रात्री वगैरे पिकं चोरण्यात होई... त्यामुळं कुंभारकीतलं रान फाळ्यानं करायला फारस कुणी धजत नसे. रान तांबूळ होतं. मावळतीच्या बाजूला तर जांभाचंच रान बरंचसं होतं. त्यात फार पाऊस लागला तरच बाटकापुरती पिकं येत. खरं पिकाऊ रान दीड एकराचं होतं.

हे सगळं मला माहीत असूनही मी 'शेत पत्करा' म्हणून कळवलं. कारण आम्हांला दुसरा आधार नव्हता.

आठदहा दिवसांनी दुसरं एक पत्र आलं. 'वाळल्या शेतावर बिनचिठ्ठीचे पैसे द्यायला दादा तयार न्हाई. शिवाय 'पीकपाणी आपल्या नावावर चावडीत चढत नसंल तर आपल्याला ते शेत नको' असं म्हणतोय. 'हे सगळं बेकायदेशीर हाय. कुणीबी सुगीत ऐनवक्ताला येतील नि ढुंगणावर लाथ देऊन बांधाबाहीर ढकलून देतील,' असं त्येचं म्हणणं हाय. तवा काय करू ते कळवा. जमलं तर तुम्हीच पैसे घेऊन या.'

पत्र वाचून थोडा त्रस्त झालो. दादानं विनाकारण आडकाठी आणलेली. त्याच्या निष्क्रियपणाची क्षणभर चीड आली... भटाच्या मळ्याचा निकाल झाल्यावर आणि 'रान मालकाला परत करावे' असं निकालात लिहिल्यावरही दादानं पिकं पेरली होती, ऊस लावला होता. आठनऊ महिने कष्ट-मशागत वाया गेलं होतं. त्याचा परिणाम अजून त्याच्या मनावर होता. हे लक्षात आल्यावर वाटलं आपण त्याला समजून, सांभाळून घेतलं पाहिजे.

मगदुराचा आलेला पैसा बँकेत दादाच्या नावावरच ठेवला होता. 'त्याला कुणी हात लावायचा न्हाई. आज ना उद्या मला त्यो मळा परत मिळणार हाय. ते पैसे जसंच्या तसं परत करायचं.' असं त्याचं म्हणणं होतं.

म्हणून मग काहीतरी खटपट करून मी आईला तीनशे रुपये ताबडतोब पाठवून दिले. शेत कष्टासाठी ताब्यात घ्यायला सांगितलं. शिवाला ताबडतोब नांगर जुंपून नांगरून घ्यायला, लगेच कुळवून घ्यायला, मशागत करायलाही सांगितलं. शेत दोन जागी थोडं थोडं होतं. मला ह्या शेताची संपूर्ण माहिती पूर्वीपासनं असल्यामुळं मोठ्या पट्टीत तंबाखू लावायला नि बारक्या पट्टीत जोंधळा, तूर, चवळी घ्यायलाही सांगितलं. हेतू असा की मोठ्या पट्टीत गुराढोरांची नि पोरांची वर्दळ असल्यानं तंबाखूच लावला तर बरं पडणार होतं. कुणीही त्याला हात किंवा तोंड लावणार नाहीत. कष्टपाण्यासाठी नि बियाणासाठी म्हणून पन्नासभर रुपये जादा पाठवून दिले.

घरात सगळ्यांना आनंद झाला. आप्पानं पत्रातनं लिहिलं, 'तुमच्या पत्रानं आम्हा भावंडांस्नी तर आनंद झालाच, पर बैलांस्नीबी झाला. ती गोठ्यात शेत मिळालं म्हणून नाचायला लागली... त्यांस्नी आता पावसाळ्यात हक्काची हिरवी वैरण मिळणार.'

आप्पाच्या पत्रानं मनाला बरं वाटलं. घरात सगळ्यांच्या आधारासाठी शेत येणार या कल्पनेनं मला अतिशय आनंद झाला. शेतामुळं फार मोठा आधार मिळणार होता, असं मुळीच नाही. मळ्याची सर त्याला कधीच येणार नव्हती. पण सगळ्यांच्या निराधार मनाला तो हक्काचा अल्पसा आधार होता. आधाराचा मानसिक चाळा करायपुरता तो पुरेसा होता. माझ्या मनावरचं एक फार मोठं ओझं थोड्या काळापुरतं तरी उतरल्याचा मला भास झाला.

या आनंदात असतानाच माझं मनोधैर्य कोलमडून टाकणारी एक बातमी वर्तमानपत्रात आली. राष्ट्राला हादरून टाकणारी होती. २८ मे १९६४ च्या दैनिकात बातमी होती. आदल्या दिवशी दुपारच्या पावणेदोनच्या सुमारास भारताचे पहिले पंतप्रधान पंडित जवाहरलाल नेहरू यांचं निधन झालं होतं.

...सगळा भारत शोकात बुडाला होता. सर्व सार्वजनिक संस्था, सरकारी कार्यालये, व्यापार, उद्योग, सेवा, आपोआप बंद झाले. नेहरूंनंतर देशाला कुणीच समर्थ नेता नाही, याची जाणीव नेहरू असतानाच देशात पसरली होती; पण नेहरू अनपेक्षितपणे तडकाफडकी गेल्यानं आणि अनेक महत्त्वाचे निर्णय थोड्याच दिवसांत घ्यावयाचे होते ते तसेच राहिल्यानं सर्वच भारतीय जनतेला निराधार वाटू लागलं. चीननं नुकत्याच दिलेल्या जबरदस्त दणक्यानं आणि केलेल्या दारुण पराभवानं जगात भारताची नामुष्की झाली होती. माझ्या मनात चीनविषयी एक खोलवर भीषण भयगंड निर्माण झाला होता. या भयगंडातून भारताला नेहरूच बाहेर काढतील, अशी आशा होती. ती विफल झाली... स्वतः नेहरूच या तडाख्यातून सावरले नाहीत. आता काय होणार? या कल्पनेनं मला गांगरून जायला होत होतं. मी अतिशय भावनाविवश झालो. सगळ्या शिक्षणसंस्था बंद ठेवण्याचं वर्तमानपत्रातून जाहीर झालं होतं.

कशीबशी न्याहारी करून मी घरातच अस्वस्थ होऊन येरझारा घालू लागलो. झाड तोडताना तोडकरी झाडाच्या बुंध्यावर अनेक बाजूंनी कुऱ्हाडीचे घाव घालू लागतात. ते अंगावर घेताना झाडाला जसं वाटत असेल; तसं काहीतरी मनाला वाटू लागलं. अंतरंगात वाहणाऱ्या रक्तातून यातनांचे विंचू पळू लागले आहेत, असा भास होऊ लागला.

"जेवणासाठी माझी वाट बघू नका." म्हणून बाहेर पडलो.

एकटाच गल्लीबोळातून भटकत राहिलो. आपणाला कुणी ओळखीचं

भेटू नये, असं वाटू लागलं, म्हणून भांबुर्ड्यातून चालत चालत बंड गार्डनला गेलो. तिथं झाडाबुडी उदासवाणेपणानं तासभर बसून राहिलो. रेसकोर्सकडं चालत गेलो. तिथं इकडं तिकडं रेंगाळलो. पुन्हा चालत स्वारगेट स्टँडकडं आलो. तिथनं टिळकरोडनं चालत कर्वे रोड, फिल्म इन्स्टिट्यूट, बी. एम. सी. सी. कॉलेज, जिमखाना, संभाजी उद्यान असा भटकत राहिलो... शरीराला खूप खूप ताप द्यावा, त्याला फोडून काढावं, स्वत:च्या तोंडात मारून घ्यावी, उन्हात अनवाणी चालावं, पोटाला अन्न-पाणी काहीच देऊ नये; असे चमत्कारिक विचार मनात येत होते.

हुंदके येत होते... तुम्ही होता म्हणून मी आहे. तुम्ही पंचवार्षिक योजनेत शिक्षण-योजना आखल्या म्हणून आमच्यासारख्या कचऱ्यातल्या पोरांना शिक्षण मिळालं. तुम्ही समाजवाद स्वीकारला म्हणून खेड्यापाड्यांत शिक्षणसंस्था पसरल्या. त्या पसरल्या म्हणून मला नोकरी मिळाली. प्राध्यापक होता आलं. तुम्ही शेतीसुधारणा कायदे केले, कसणाऱ्याला जमीन दिली म्हणून माझं घर वाचलं. त्याला शेतीसाठी कायदेशीर तेवढाच फाळा द्यावा लागला. शेती सुधारली, अन्नधान्याची वाढ झाली नि घरच्यांच्या तोंडात चार घास पडू लागले. तुमच्यामुळं कोयनेचं धरण झालं नि माझ्या अंधाऱ्या गावात वीज आली.

...तुम्ही नसता तर मी नसतो. तुम्ही नसता तर 'शांततामय सहजीवनाचा' सिद्धान्त आधुनिक जगाला मिळाला नसता, तुम्ही नसता तर युद्धग्रस्त जगाला शांतिदूत मिळाला नसता, तुम्ही नसता तर उदयोन्मुख राष्ट्रांची 'तिसरी शक्ती' निर्माण झाली नसती. युद्धखोरांची गटबाजी जगभर फैलावली असती. तुम्ही नसता तर तिसरे महायुद्ध अटळ होते. तुम्ही नसता तर आम्ही भस्मसात झालो असतो.

तुमचा चीननं विश्वासघात केला. त्यामुळं तुमची नामुष्की झाली. तुमच्या सुसंस्कृतपणाला समजून न घेता भराभर तुमच्या चुका पश्चात् बुद्धीच्या वर्तमानपत्री विद्वानांनी काढल्या. उशिरा जाग आलेल्या विरोधी पक्षांनी तुमच्यावर अविश्वासाचा ठराव लोकसभेत आणला...आयुष्य झिजवून तुम्ही भारत उभा केला तरी शेवटी करंटे लोक तुम्हालाच नावे ठेवू लागले... तुमची कमर खचली. तुम्हाला आयुष्य विफल वाटलं. तुम्ही स्टेजवर ज्या गतीनं धावत वर जात होता, त्याच गतीनं तडकाफडकी आयुष्याच्या व्यासपीठावरून खाली उतरून निघून गेलात... आम्ही आता काय करावं?

मन प्रचंड वेगानं घोंगावत होतं...नुसता चालत होतो. शरीर थकवत शून्यावर नेत होतो.

रात्री अंधार पडल्यावर परतलो. दिवसभर तोंडात ना पाण्याचा थेंब, ना अन्नाचा कण. आत इतके घाव बसूनही कसा जगलो, कळलं नाही.

नंतरच्या काळात वर्तमानपत्रांतून नेहरूंच्याविषयी भरपूर लेखन आलं. त्याच्या वाचनात मनाचे कढ हळूहळू निवून गेले.

एम. ई. एस. कॉलेजमधून स्मिता एफ. वाय. बी. ए. पास झाली. तिच्यासाठी एस. वाय. बी. ए.ला श्री. शाहू मंदिर कॉलेजात प्रवेश घेतला. त्यामुळं कॉर्पोरेशन बिल्डिंगपासून तिला स्थानिक बस मिळवून कॉलेजला येणं सोयीचं झालं. ती बसनं आणि मी सायकलनं जाऊ लागलो. त्यामुळं स्मिताची रोज सकाळची पळापळ थांबली.

ही पळापळ थांबायला आणखी एक घटना कारणीभूत झाली. स्मिताची तीन भावंडं शिकण्यासाठी पुण्यात आली. तिचा भाऊ आनंद पूर्वीपासूनच पुण्यात एस. पी. कॉलेजला शिकायला होता. तो होस्टेलमध्ये राहायला होता; पण आता घरी राहायला आला. अशोक आणि बहीण कमल कॉलेजला आले. हे सगळेच आमच्या घरी राहू लागले. या सर्वांसाठी स्वयंपाकपाणी बघायला म्हणून स्मिताची थोरली बहीण पण आली. त्यामुळं स्मिताला जे रोज सकाळी स्वयंपाक करून जावं लागे त्यातून तिची सुटका झाली... भरपूर मोठ्या चार खोल्यांची जागा आणि दोनशे चौरस फूट गच्ची असल्यामुळं आम्ही सगळे व्यवस्थित सामावून गेलो.

स्मिताच्या भावंडांच्या येण्यामुळं माझ्यावरचा घरभाड्याचा अर्धा ताण कमी झाला. त्याहून आनंदाची गोष्ट म्हणजे स्मिता आपल्या भावंडांत चांगली फुलून आली. आनंदित दिसू लागली. तिच्यावर संसाराचा आणि शिक्षणाचा दुहेरी ताण होता तो एकदम कमी झाला. आता फक्त शिकत राहणं आणि प्रापंचिक गोष्टी दुकानातून आणणं; एवढंच ती करू लागली. सगळी भावंडं एकमेकांना सहजपणे सांभाळून घेत, हसतखेळत राहत होती. त्यामुळं घरात वातावरण नेहमी प्रसन्न, खेळकर, सरळ, सोज्वळ राही.

स्मिता धरून घरात पाचजणं असलेल्या या भावंडांत तसा मीच एकटा, एका अर्थी उपरा होतो. आरंभी आरंभी तो उपरेपणा माझा मलाच जाणवत होता. त्यात माझ्याच मनाची कुवत कमी पडत होती. पण दोनअडीच महिन्यांत मी सर्वांमधला एक होऊन गेलो. आमचं एकजीव असं सहाजणांचं एक कुटुंब बनलं.

ही पाचही भावंडं इतकी सरळमनस्क आणि प्रसन्नवृत्तीची होती की त्यांची मैत्री शेजारच्या शिरोळे कुटुंबीयांतील स्त्रीपुरुषांशी आपसुख झाली. येणीजाणी वाढली. एकमेकांची एकमेकाला कौटुंबिक मदत होऊ लागली. प्रसंगी मानसिक आणि प्रसंगी आर्थिक, व्यावहारिकही मदत होऊ लागली. त्यामुळं आम्हां सर्वांचे

दिवस पुण्यात सुखासमाधानात जाऊ लागले.

कौटुंबिक, आर्थिक आणि गावाकडचा घरगुती ताण कमी झाला. मनाला काहीशी उसंत मिळाली. त्याला नैसर्गिक मोकळी हवा मिळाल्यासारखं वाटू लागलं. त्यामुळं जून ते नोव्हेंबर या काळात लेखन भरपूर झालं. लेखनाच्या अनेक कल्पना सुचत होत्या. शिवाय त्याच्यामागील आर्थिक गरजेची प्रेरणाही कार्य करतच होती.

ऑक्टोबरच्या आरंभापासूनच 'चालू जमाना' हे ग्रामीण विभागातील सद्य:स्थितीवर आधारित सदर श्रुतिकारूपात सुरू झालं. त्याचा पंधरवड्यातून एक कार्यक्रम होऊ लागला. चाळीसभर रुपये महिन्याकाठी सुटू लागले. मासिकांच्या एरवीच्या अंकांसाठी जसा लिहू लागलो तसा त्यांच्या दिवाळी अंकासाठीही भरपूर लेखन केलं. विशेष म्हणजे विनोदी कथांना मागणी असल्यामुळं तशा प्रकारचं लेखनही जमेल तसं करू लागलो. दैनिकांच्या साप्ताहिक आवृत्त्यांत पुस्तक-परीक्षणंही लिहू लागलो. 'प्लॅस्टिकची संस्कृती' ही 'ललित लेखमाला' बुवा मासिकातून नियमित सुरू होतीच.

...थेंब थेंब पाणी ओंजळीत पडू लागलं. ती ओंजळ गावाकडच्या घरासाठी रिती करू लागलो. मनावरची सगळ्या प्रकारची ओझी सुसह्य होऊ लागली. यंदाची दिवाळी बरी जाईल असं वाटू लागलं. दिवाळीच्या अगोदर वीस-एक दिवस गावाकडं पैसे पाठवले. दिवाळीसाठी सगळ्यांना कपडे खरेदी करण्यास आणि दिवाळीच्या पदार्थांसाठी लागणारं धान्य, साखर, रवा, तेल खरेदी करण्यास सांगितलं.

यंदाची दिवाळी पुण्यातच साजरी करण्याचा आणि दिवाळीनंतर गावाकडं जाण्याचा संकल्प केला. यावर्षी मी अनेक दिवाळी अंकांतून कथा लिहिल्या होत्या. त्याची दिवाळी अंकांतील सचित्र, सुशोभित छापील रूपडी पाहण्यास मी अतिशय उत्सुक होतो. या काळात पोस्टमन रोज मनिऑर्डर किंवा चेकचं पाकीट किंवा अंकाचं रजिस्टर पार्सल घेऊन येणार होता. त्यासाठी घरात मी असणं मला जरूर वाटत होतं. ते अपेक्षित आनंदाचे क्षण चाखण्यासाठी दिवाळीचा नेमानं येणारा आणि भावंडांत साजरा होणारा वार्षिक आनंद मी टाळला. काही दिवाळी अंक गावाकडं घेऊन जावेत नि घरातल्या लोकांना आपलं सजवलेलं छापील नाव दाखवावं, शिकलेल्या गावाकडच्या मित्रांकडून कौतुक करून घ्यावं; अशीही मनात एक इच्छा होती. ती पुरी करून घेण्याचाही विचार होता.

दिवाळीत फराळासाठी म्हणून अनेक मित्रांना बोलावण्याचं ठरवलं. पुण्यात तरुण, प्रौढ, अनेक साहित्यिक माझे मित्र झाले होते. इतर कॉलेजचे आणि शाहू

कॉलेजचे अनेक प्राध्यापकही मित्र झाले होते. एरवी कामासाठी किंवा सहज एकेकटे येत असले तरी या सर्वांना पुण्यात घर झाल्यापासून एकदाही रीतसर आमंत्रण देऊन बोलवू शकलो नव्हतो, त्यांचं साग्रसंगीत स्वागत करू शकलो नव्हतो; ते आता दिवाळीच्या निमित्तानं करायचं मनात आणलं.

घरात बसायलाही नीट काही नव्हतं. गावाकडचं खास घोंगडं वापरण्याची माझी सवय. भारतीय ग्रामीण बैठक घालूनच त्यांना तीवर विराजमान होण्यास सांगायचं; अशीही त्यामुळं मनाची समजूत काढली. तरीही घरात एरवी उपयोगाला येतील व प्रत्येक येणाऱ्या माणसाला 'खालीच' बसवणं योग्य नाही; म्हणून पत्र्याच्या दोन खुर्च्या विकत आणल्या. एक जादा स्टोव्ह खरेदी केला. स्मिताच्या नि माझ्या अंगावरचे कपडे खरेदी केले नि पुण्यातली पहिली दिवाळी मनासारखी साजरी केली.

ऐन दिवाळीच्या काळात 'मातीखालची माती' या व्यक्तिचित्रांच्या संग्रहाचं हस्तलिखित तयार केलं. 'साधना प्रकाशन'चे प्रकाशक प्रभाकर सिद्ध यांनी माझ्या लेखनावर मी पुण्यात आल्यापासनं नजर ठेवली होती. जूनपासूनच त्यांनी संग्रह प्रसिद्ध करायचा संकल्प माझ्याजवळ बोलून दाखवला. मला अतिशय आनंद झाला. पण त्याचं स्क्रिप्ट तयार करीपर्यंत दिवाळी उजाडली होती. ते स्क्रिप्ट दिवाळी संपल्यावर लगेच त्यांच्या हवाली केलं. त्यांनी बाळ ठाकूरांची उत्तम रेखाचित्रं काढून ते लगेच प्रेसलाही दिलं.

लेखनातून होणाऱ्या निर्मितीचा आनंद विलक्षण होता. संसारातल्या आणि व्यावहारिक जीवनातल्या कटकटी, त्रास, दु:खे यांवर तो मात करत होता. तो सतत घेत राहण्याची जणू मला चटक लागली.

...लेखन करताना आतून फुलून आल्यागत, भरून आल्यागत होई. ते लिहून पूर्ण झालं की मन दिवाळीचं अभ्यंगस्नान केल्यागत ताजं, टवटवीत, तरतरीत होई. हलकं हलकं वाटे. या लेखनकाळात सगळं काही विसरून जायला होई. व्यवहारात भूतकाळात स्वत:च्या जीवनात घडलेला किंवा पाहिलेला, फारतर ऐकलेला घटना-प्रसंगच लेखनात निराळं रूप धारण करून येई. त्याला हे निराळं रूप मीच माझ्या मनाप्रमाणं माझ्या भावनानुकूलतेप्रमाणं देत असे. त्यांतील पात्रांना मला हवं तसं वागायला सांगत असे. ही पात्रंही मी किंवा माझ्या आयुष्यात आलेल्या अनेक व्यक्ती असत. त्या आपलं थोडं आणि माझं थोडं असं एकत्र करून अंतिमत: माझ्या मनाप्रमाणं वागत असत. त्यामुळं वास्तवात कधीच न भेटणारा एक विलक्षण अनुभव मला कल्पनेच्या पातळीवर अनुभवायला मिळे. तोच मी व्यक्त करी. त्यातील अनेक जिवंत बारकावे टिपण्यासाठी शब्दांची अचूक आणि मार्मिक मांडणी करावी लागे. लढाईत यश मिळावं म्हणून एखादा

सेनापती जसा शस्त्रास्त्रांची, सैन्याची व्यूहात्मक मांडणी करून विजय आत्मसात करतो आणि त्या विषयाचा आनंद भोगतो, तसं काहीसं अनुभव आणि त्याचा आशय, शब्द, भाषा आणि त्यांची मांडणी निवडपूर्वक करताना माझं होत असे... मी त्यात गुंगून जात असे. गतायुष्यास पुन्हा एकदा सूक्ष्मतेनं, तीव्रतेनं मला हवं तसं वळण-वाकण देऊन मी भोगतो आहे असं वाटे.

त्याची एक धुंदी चढत होती. फिरणं-भटकणं नको, कुणा मित्राला भेटणं नको, लेखन-वक्ताला कुणी आला की बोलायला नको, असं वाटे.

पाठीमागच्या खोलीत जाऊन, गादीवर मांडी घालून बसून मी लेखन करी. कुणी आलं तर परस्पर 'नाही; म्हणून सांग' म्हणून सांगे...लेखन पूर्ण होईपर्यंत एक हुरहूर लागून राही.

दिवाळी संपल्यावर मला आणखी एक हुरहूर लागून राहिली. स्मिताला दिवस गेले होते. तिचं बाळंतपण जवळ आलं होतं. कागलला जाऊन चार दिवस राहायचं आणि परतताना तिला कोयनानगरला माहेरी पोचवून परत पुण्याला यायचं, अशा बेतानं मी कागलला गेलो.

कागलात दिवाळी आनंदात साजरी झाली होती. याचं खरं कारण नव्यानं केलेल्या शेताच्या कुंभारणीचा भाचा कागलला येऊन गेला होता. शेत केल्यावर आई आणि शिवा कुंभारणीच्या मुलाच्या लग्नाला जाऊन आली होती. त्यावेळी कुंभारणीच्या भावाचा मुलगा शिवरुद्र याचा परिचय झाला होता. तोच घरचा कारभार पाहत होता. तो कागलला येऊन गेला होता.

त्यानं आईला सांगितलं. "शेत येत्या पाडव्याला विकायचा विचार आहे. तुमचं पीकपाणी निघालं की विकायचं. पाच एक हजार रुपयांपर्यंत विकायचा विचार आहे. तुम्ही घेणार असाल तर कळवा, नाही तर मग दुसऱ्या कुणाला तरी विकतो."

"माझा ल्योक पुण्यासनं आठधा दिवसांत आला की मी त्येला तुमच्याकडं घेऊनच येतो. आम्हास्नी शेताची गरज हाय."

आईनं आल्या आल्या मला ही बातमी सांगितली. मला अत्यानंद झाला. खरेदी खताचा खर्च धरून दोनएक वर्षांचा माझा पगार मला एकरकमी मोजावा लागणार होता. मोठी जबाबदारी होती. तरी मी कबूल झालो.

एक दिवस विश्रांती घेऊन लगेच रामपूरला जाऊन भेटून आलो. "यंदाच्या उन्हाळ्यात शेताचं खरेदीखत करू. पाडव्याला फार तर मी तुम्हांला 'सस्कार' देतो. संपूर्ण खरेदी 'मे' महिन्यात नक्की करू. एक तर मला उन्हाळ्याची सुटी असती. त्यामुळं खरेदीसाठी मला इथं चारआठ दिवस राहावं लागलं तरी राहता येईल आणि दुसरं असं की खरेदीची रक्कम मला प्रयत्न करून उभी करावी

लागेल. त्यासाठी थोडी सवलत असू द्या.''

शिवरुद्र कुंभार सरळ गृहस्थ होते. ''करू की हो. एवढी सवडबी आम्ही तुम्हांला देणार नाही काय हो?'' असं कानडी वळणाचं मराठी बोलून आनंदानं त्यांनी माझा हात हातात घेतला.

मी आणि आई परत आलो.

चारसहा दिवस राहून स्मिताला कोयनानगरला पोचवली आणि परत पुण्याला आलो. फार दिवस कागलात राहून भागणार नव्हतं. पैशांची काही तरी तजवीज करण्याची गरज होती.

सुटीत सगळे कोयनानगरला गेले होते. मी एकटाच घरात होतो... मनात सारखे स्मिताचे विचार येऊ लागले. तिचे वडील डॉक्टर असल्यामुळं काहीही चिंता नव्हती. पण मी 'वडील' होणार या कल्पनेनं मला काहीसं अवघडल्यासारखं झालं होतं. नुकतंच एकोणतिसाव्या वर्षात मी पदार्पण केलं होतं. प्राध्यापक झालो होतो. विद्यार्थि-विद्यार्थिनी वडीलकीच्या भावनेनं पाहत असले तरी त्यांच्याबरोबर चहासाठी हॉटेलात जाण्यात, त्यांच्याशी बरोबरीनं वागण्यात कमीपणा वाटत नव्हता. अजून कळत-नकळत पोरकटपणा हातून घडत होता. त्याचं काही वाटतही नव्हतं.

...पण आता आपल्या वर्तनावर आपणच नजर ठेवली पाहिजे, आता आपण बापासारखं वागायला शिकलं पाहिजे. प्रौढ झालं पाहिजे, याची जाणीव होऊ लागली.

कुणी तरी मित्र घरी येत. गप्पा मारता मारता सहज विचारत, ''घरात कुणीच दिसत नाही?''

सांगावं लागे; ''स्मिता बाळंतपणासाठी माहेरी गेली आहे.''

सांगायला संकोच वाटे.

एकान्तात मी आनंदितही होत असे. आपल्याला मूल होणार...मूल म्हणजे संतती...संतती म्हणजे मालिका...आपणच आपल्यातून पुन्हा जन्माला येतो. आपलंच बालरूप धारण करतो. पुन्हा त्यातून पुढे अनेक वर्षांनी बालरूप, असं सतत चालू असतं म्हणून संतती. चैतन्याच्या सूत्रात गुंफलेली जीवात्म्यांची माला. तिच्यातलं मी एक फूल. माझ्या फुलातून जन्माला येणारं दुसरं फूल... तेच माझं मूल.

मी या आनंदानं फुलून येत होतो. मुक्तछंदातलं काव्य करत होतो. एकटाच घरभर हिंडत होतो. घर शांत. या शांततेत स्मिताच्या आठवणी. ती तिथं काय करत असेल? आज तिचं पत्र यायला पाहिजे होतं. अजून कसं आलं नाही?...सुरवंटाचं फुलपाखरू होताना थरथरावं तशी हुरहूर लागत होती.

दुसरी टर्म सुरू झाली नि नियमितपणे कॉलेजला जाऊ लागलो. स्मिताची भावंडं आपली सुटी उशिराच संपवून कॉलेजला जाण्यासाठी आली. आक्काही बरोबर आल्या होत्या. स्मिताचा अहवाल विचारून घेतला. कामाला जुंपून घेतलं. एकवीस डिसेंबरच्या सोमवारी पत्र हातात पडलं नि मला अठरा डिसेंबरला मुलगी झाल्याचं कळलं. मायलेक सुखरूप होती.

'बाप' झाल्याच्या आनंदात बेहोष झालो. आक्कांना आवडीचा उत्तम स्ट्राँग चहा करण्यास सांगितलं. ताबडतोब जाऊन सगळ्यांना वाटण्यासाठी बर्फी घेऊन आलो.

यथाकाळ सगळे सोपस्कार झाले. बारसं झालं. नक्षत्रांची नावं मला आवडतात म्हणून 'स्वाती' नाव ठेवलं.

पण स्वाती एका प्राध्यापकाची मुलगी म्हणून जन्माला आली. आई बी. ए. ची विद्यार्थिनी. एक आजोबा डॉक्टर, तर दुसरे शेत गमावून बसलेले अडाणी शेतकरी. एक मामा एम. ए.ची परीक्षा देणारे, तर एक काका गाडीबैलं घेऊन रोज एकाच्या रानात कामाला जाणारा. एक आजी घराच्या उंबऱ्याबाहेर न पडणारी गृहिणी, तर दुसरी रानोमाळ भटकून पोरांच्या पोटासाठी कणकण गोळा करणारी. एक मावशी इंग्रजी शिकणारी, तर आत्ती बांधोबांध मजुरी करणारी. या सगळ्यांच्या संस्कारांनी स्वाती घडणार होती. त्या मोबदल्यात ती सगळ्यांना एक-एक नवं नातं देणार होती.

तरीही तिला तिची आई नि तिचे बाबा जास्तीत जास्त घडवणार होते. आईचं ठीक आहे. पण तिचे बाबा एक अपूर्व मिश्रण होतं...एका बाजूला पुण्यासारख्या विद्यावती नगरीत प्राध्यापक होते, पण सगळं अंतरंग कुणब्याचं होतं. शहरात असले, तरी लक्ष गावाकडं होतं. मध्यमवर्गीय पांढरपेशी राहणी असली, तरी रानमातीची अनावर कुणबट ओढ होती. बैठे बुद्धिजीवी असले, तरी घामाची नदी हृदयात स्पंदन पावत होती. धड शेतकऱ्याचं, तर शिर साहित्यिकाचं. असा गुंता असलेला बाप तिला कसं घडवणार होता कुणास ठाऊक!

●

अकरा

स्मिताला आणि बाळाला पुन्हा एकदा पाहावं म्हणून जानेवारीत शनिवारी आलेली कसली तरी सुटी धरून आणि दोन दिवसांची रजा काढून कागलला गेलो. कागलात एकदोन दिवस राहून कोयनेला जाण्याचा विचार केला.

तास-रात्रीची वेळ. आई, धोंडाबाई, हिराबाई आत स्वयंपाक करत बोलत होत्या. काहीतरी कारणावरनं आई पोरींना स्वयंपाक करता करताच बोलत होती. आईचं हे नेहमीचंच असतं म्हणून मी तिकडं दुर्लक्ष केलं. भावंडांशी गप्पा मारत बसलो. दौला-आप्पाच्या अभ्यासाची चौकशी करत होतो.

आईचा आवाज खूपच चढला नि तिनं दाण्णकरून धोंडूबाईच्या पाठीत दणका दिला. धोंडूबाई आरडत ओरडत आईला शिव्या देत स्वयंपाकघरातनं बाहेर आली. तिच्या मागोमाग आई धावत आली.

"आन्दा, ही रांड सिद्धनेर्लीसनं मला गिळायलला कागलला येऊन बसलीया. पैली हिची वाट लाव मग त्या पुण्याला जा बघ." आई मला म्हणाली.

"वादिनी, तूच माझ्या जल्माचं वाटुळं केलंस नि मला वसाड गावात अडकून ठेवलंस. त्यो बशा बैल मला कुकवाचा धनी करून दिलास नि माझ्या जल्माची राख राख केलीस. मेलं तर त्या भिकनुशा गावात काम न्हाई का धंदा न्हाई. उपाशी मरायला पाहिजे; न्हाईतर वांडरंवाल्यागत रोज एका गावाला जाऊन भिक्षा मागत हिंडलं पाहिजे. आता ह्या एका पोरीवर मी कसा हुबा जलम काढू? अजून ईस-बाईस वर्संबी मला धड झाली न्हाईत; तवर माझं कुक्कू पुसून टाकलंस नि जोगतीण होऊन फिरायचं नशिबाला आणलंस." धोंडूबाई आईवर उसळून बोलू लागली.

"रांडं, मी पुसलं व्हय गं तुझं कुक्कू?... का घालू लाथ?" आई धावून गेली. मी मधे उठून उभा राहिलो.

"तूच तूच पुसलंस. मला त्यो घणताडा न्हवरा 'नको नको' म्हणत हुतो; तरी माझ्या गळ्यात त्यो लोडणा तूच बांधलास."

"आगं, मी बांधला म्हणून तर तुझ्या अंगाला हळद लागली; न्हाई तर कुणी कुत्र्यानंबी तुझं लगीन केलं नसतं."

आईची शेवटची शिवी वडिलांना उद्देशून होती. दादाच्या नाकर्तेपणाचा उद्धार ती घरातल्या भांडणात असा अधूनमधून करत असे.

...आतासुद्धा तिला असं सुचवायचं होतं : धोंडूबाईसाठी 'चांगलं जागं धडाधडा हुडकलं असतं तर तिला बरा जागा मिळाला असता. घरात चार पैसं शिलकीला पडलं असतं तर हुंडा देऊन चांगला न्हवरा इकत घेतला असता.' पण असं काहीच दादाकडनं झालं नाही. त्यामुळं आईला-एका बाईमाणसाला जागं शोधावं लागलं. पदरी पडलं ते पवित्र झालं; म्हणून या सिद्धनेर्लीच्या जाग्याला स्वीकारावं लागलं. 'कसं का असंना पोरीचं लगीन हे झालं पाहिजे.' अशा विचारानंच आईनं धोंडूबाईचं लग्न केलं होतं.

पण धोंडूबाईला हे पटत नव्हतं. नवरा अगदी सामान्य, घरात दारिद्र्य भरपूर, माळरानाची खडकाळ जमीन, तीही तिघा भावांत दोन-अडीच एकर, गाव एकदम छोटं, त्यामुळं रोजगाराची कामं फारशी नाहीत. अशा घरात नि गावात आईनं तिला द्यायला नको होतं; असं तिला वाटत होतं. त्यात तिला एक मुलगी झालेली. लग्न झाल्यावर वर्षभरात धोंडूबाईला नि तिच्या नवऱ्याला सासूनं आणि थोरल्या दिरानं सवतं काढलं. वाटणीचं एकर–पाऊण एकर माळरान स्वतंत्र करून दिलं. याला कारण धोंडूबाईचा नवरा महाआळशी होता. घरात लग्नाच्या पूर्वी तो इकडं तिकडं हिंडून, कधी तरी काम करत खात होता. धोंडूबाई सासू आणि दिराची बायको यांच्याबरोबर कामाला जात होती, सतत काही ना काही मिळवून आणत होती. म्हणून सासूनं नि दिरानं तिला नि तिच्या नवऱ्याला आपल्यातच ठेवलं होतं.

पण वर्षभरात धोंडूबाईला दिवस गेले. तिचं पोट वाढून ती अवघडल्यासारखी झाली. मग सासू, दीर, जाऊ यांनी पुढचा विचार करून तिला अगोदरच सवतं राहण्यासाठी घराचा एक जाप्ता ताब्यात दिला. त्यांच्या लक्षात आलं की; आता धोंडू अवघडली. आता काय ही कामाला येणार न्हाई, का मिळवून आणणार न्हाई. घरात बसूनच हिला खायाला घालावं लागणार. मग ही बाळत हुणार. म्हंजे हिची उसाभर आम्हांस्नीच करावी लागणार. न्हवरा म्हणणारा एकबी दिवस कधी सरळ रोजगाराला जात न्हाई. आयतं खायाला मागतोय. म्हंजे एकाला तीन

तोंडं घरात बसून खाणार...कसं परवडणार हे?

असा विचार करून धोंडूबाई गरोदर असतानाच तिला वेगळं काढलं. त्यामुळं धोंडूबाईचं हाल होऊ लागलं. तिला बाळंतपणासाठी कागलला आणलं. 'पोरगी झाली.' म्हटल्यावर नवरा एकदाच येऊन गेला. पण बाकीचं कुणी तिला बघायलाही आलं नाहीत. "बघायला गेलो तर लचांड गळ्यात पडंल नि निस्तरावं लागंल." असा भीतीचा गोळा त्यांच्या पोटात उठला असावा.

चार महिने ठेवून घेऊन आईनं तिला सासरी घालवली. नवरा घेऊन जायला आला होता. त्याला कुठं ना कुठं कामाला, गुऱ्हाळाला, फडकरी म्हणून ऊस तोडायला, सुगीत भात, जोंधळा कापायला जात जा म्हणून सांगितलं.

पोरगी वर्षाची झाल्यावर धोंडूबाईनं अर्धलीनं गावातलीच एक रेडी घेतली. माळामुरडीनं, ओढ्यानं ती पोरीला घेऊन रेडीला हिंडवून फिरवून आणू लागली. लोकाच्या उसात जाऊन पोरीला पातीला बसवून उसाचा पाला कापून आणू लागली. रेडीला घालून मोठीधाटी करू लागली. जमेल तेव्हा रोजगाराला जाऊ लागली. पोरीला मधूनच पाजून पुन्हा कामाला पळू लागली.

दोन वर्षांत रेडी फळून व्यायला झाली. अर्धलीनं आणलेली किंमत करून अर्धे पैसे तिनं मालकाला द्यायचे नि रेडी ठेवून घ्यायची किंवा मालकानं तिला अर्धे पैसे द्यायचे नि म्हैस न्यायची अशी बोली. धोंडूला वाटलं होतं; दोन वर्षांत नवऱ्यानं कुठं काम करून थोडा पैसा शिलकीला टाकावा म्हणजे म्हैस व्यायला झाल्यावर निम्मी किंमत मालकाला द्यायची नि म्हैस संपूर्ण ताब्यात घ्यायची. मग बारक्या पोरीला नि घरादारालाही दूधदुभतं मिळेल. थोडं डेअरीला घालता येईल किंवा दही-ताक करून विकता येईल.

पण पैसा घरात साठलाच नाही. 'आज काय? तर माझं अंग दुखतंय. आज काय? तर माझं बोट कापलंय. आज काय? तर आज कामच कुठं नाही;' अशी निमित्तं सांगून 'आठ दीस काम नि म्हैनाभर थांब;' असं नवरा करू लागला होता. त्यामुळं मालकालाच अर्धी किंमत घेऊन म्हैस द्यावी लागली. नवऱ्यानं तिला असं करण्यास भाग पाडलं.

आलेला पैसा वर्षभरात खाऊनपिऊन नवऱ्यानं संपवला. कामकडं ढुंकून बघितलं नाही. यात त्याची नि धोंडूबाईची भांडणं जोरात होऊ लागली. पोरगी निर्जीव अशक्त झाली. आमटी, भाकरी, भात याशिवाय काहीच मिळत नव्हतं. तिचे हाल होऊ लागले. कामावरून घरातली भांडणं वाढतच गेली. त्याबरोबर नवऱ्याचा हटेलपणा वाढला. गावभर हिंडणं नि घरात येऊन खाणं, असं सुरू झालं. धोंडूला कष्ट करून मिळवून आणून नवऱ्याला नि पोरीला घालावं लागू लागलं.

गावातनं हिंडणाफिरणाऱ्या नवऱ्याला गावात आलेल्या एका देवरसिणीचा नाद लागला. ही देवरसीणही दूरच्या कोकणातल्या कुठल्यातरी गावातून गावकऱ्यांनी हाकलून दिल्यामुळं आली होती. तिला सिद्धनेर्ली गाव धंद्यासाठी बरं वाटलं असावं.

सिद्धनेर्ली गाव तसं शांत होतं. तालुक्यापासनं पाचसहा मैल अंतरावर, वर्दळीपासनं दूर. गावाला पायीच जावं लागत होतं. माळामाळानं फार तर सायकल जाई. पाणंदीन फक्त ती उन्हाळ्यात जाई. पावसाळ्यात पांदीला चिखल झाल्यावर तीही जात नसे. मग पायी किंवा बैलगाडीनंच प्रवास करावा लागे. गाव माळावर वसलेलं असलं तरी एका बाजूला माळ आणि दुसऱ्या बाजूला दूधगंगा नदीचा सुपीक काठ होता. या काठानं रानं पसरलेली. नदीच्या पाण्यावर ऊस, भात ही पिकं येत. झाडझाडकांड या बाजूला भरपूर वाढलेलं.

थोड्याच दिवसांत आसपासच्या पंचक्रोशीत देवरसणीचं नाव झालं. तिनं अगोदर गावंदरीकडेला एक खोप बांधली होती. ती खोप सोडून तिनं गावात एक घर घेतलं. ते सजवलं. तिथं बस्तान बसवलं. तिच्या सेवेला धोंडूबाईचा नवरा गुंतला.

थोडे दिवस गेल्यावर धोंडूबाईला तो म्हणाला, "माझं मन आता संसारात रमत न्हाई. मला झाड लागलंय. मला ते संसारात बसू देत न्हाई. सारखं आपल्याकडं वडून न्हेतंय. झोपलो तर येऊन थपडा मारतंय नि उठवतंय. आपली सेवा करायला चल म्हणतंय. "मागच्या जलमी तू माझा भगत हुतास. तू ह्या जलमात येऊन लगीन का केलंस? मला का अंतरलास?" असं म्हणतंय. म्हणून ही बकुळा देवरसीण कुठनं कुठनं हुडकत ह्या गावात आली. ह्या गावात तिचा मागच्या जलमीचा भगत हाय, असं म्हणाली. "ह्या गावाला आई न्हाई का बाऽ न्हाई. हे पोरकं गाव हाय. त्येची देखभाल करायला, दुखलं-खुपलं बघायला मी आलीय." असं ती म्हणती... मी तिच्या भाकंला आता गुतलोय. मला आता ह्यो संसार नको. तुझी तू ह्या गावात ऱ्हायाचं असंल तर ऱ्हा. पोरीवर संसार करायचा असंल तर कर; न्हाईतर दुसरं लगीन कर. माझं काय म्हणणं न्हाई."

असं तो पुन:पुन्हा धोंडूबाईला सांगू लागला. धोंडूबाईचं काळीज काढून घेतल्यागत झालं. थोडे दिवस तिनं त्याची समजूत काढण्याचा प्रयत्न केला. "कसा का असंना कुकवाचा धनी असला तर आपण कुठंबी मिळवून खाऊ." असं तिला वाटत होतं.

ती जेवायच्या वक्ताला त्याला दुपारी, रात्री बोलवायला जाऊ लागली. आरंभी तो येत असे. पण हळूहळू जेवायला यायचं बंद झाला. तिथंच राहू लागला. धोंडूबाईला "तुझा-माझा संबंध न्हाई. असं देवरशी माणसात गुतू

नकोस. ते देवाला सोसत न्हाई. पाप हाय ते. देव तुला शिक्षा करंल. पुन्ना हिकडं येऊ नको.'' असं सांगू लागला.

हताश होऊन धोंडूबाईनं त्याचा नाद सोडला.

ती पुन:पुन्हा कागलाला येऊन हे सगळं सांगत होती. ''माझ्या न्हवऱ्याला ह्या गंडांतरातनं काढ'' असं आईला म्हणत होती.

सुटी गाठून मी कागलला गेलो होतो. धोंडू पोरीला घेऊन कागललाच येऊन राहिली होती. महिना-दीड महिना झाला होता. तिनं सगळी हकिकत सांगितली. घटना फारच पुढल्या टप्प्यावर गेल्या होत्या... धोंडूबाईचा संसार गटांगळ्या खात होता. वेळीच त्याला हात देण्याची आणि वर खेचण्याची गरज होती.

मी धोंडूबाईला धीर दिला.

दुसऱ्या दिवशी एकटाच तिच्या नवऱ्याला भेटण्यास सिद्धनेर्लीला सायकल घेऊन गेलो. शोधत शोधत देवाच्या घरातच गेलो... माणसं जात-येत होती. बाहेरच्या सोप्यात गर्दी. बाहेरही दाराजवळ काही माणसं बसलेली.

चौकशी करत सरळ आत गेलो.

देवादिकांचे अनेक फोटो लावून थोडासा उंचवटा करून मोठा देव्हारा तयार केला होता. उंचवट्यावर भरपूर मोठा जग ठेवलेला. त्यात देवीचा पितळी स्वच्छ मुखवटा. धुपाचा धूर कोंडलेला. सान्यतनं पडणारा स्वच्छ उजेड.

एका बाजूला धोंडूबाईचा नवरा दाढीमिशा नि डोक्यावर झिंज्या वाढवून बसलेला. त्यानं डोक्यावरून आंघोळ कधी केली होती, याचा अंदाज बांधता येत नव्हता. केसांतून पिवळा भंडारा पसरलेला दिसत होता. त्या केसाच्या जंगलात त्याचे दोन्ही मोठे डोळे तेवढे स्पष्ट दिसत होते. बाकी ओळखच लागत नव्हती. तो सुटल्यासारखा, सुखावल्या शरीराचा वाटत होता. दुसऱ्या बाजूला तांबड्या लाल धडीच्या हिरव्या पातळातली एक तरुण बाई नुकतीच डोईवरून आंघोळ केल्यासारखी मोकळे केस सोडून बसलेली. कपाळावर मोठं ठळक कुंकू आणि पिवळाधमक भंडारा लावलेला. बाई देहानं चांगली भरलेली. काळसर रंगाची, तरी चेहऱ्यावर तारुण्याची कांती जाणवणारी. वाकून नमस्कार केल्यावर दशरथनं मला भंडारा लावला. त्याचा आवाज मात्र ओळखीचा वाटला.

बाई माझ्याकडं प्रश्नांकित चेहऱ्यानं बघू लागली. ''कोण?'' म्हणून तिनं दशरथला विचारलं. ''आमचं पाव्हणं हाईत. बसा.'' त्यानं मला बसायला सांगितलं.

मी भिंतीला टेकून निवांत बसलो.

येणाजाणाऱ्या माणसांची नि देवाची बोलणी ऐकू लागलो. खेड्यापाड्यांची माणसं आपणाला पडलेलं साकडं सांगत होती. आसपासच्या गावांतून ती आली

होती. प्रत्येकाचा प्रश्न वेगळा. उत्तरंही तशी वेगळी. देवीचं पाणी नि अंगारा हेच औषध. 'देवाचं' काही करायला सांगणं, हाच उपाय देवी सांगत होती.

बाध्या घातला, मूठ मारली, सुई घुसवून लिंबू दारात टाकला, पोराला हगवण लागली, हातपाय वळत्यात; असं बरंच सांगितलं जात होतं. भाऊबंदकीही निघत होती. भुतं निघत होती. आजारी पडलेल्या स्त्रिया, पोरं गाड्यांत घालून आणली जात होती... एखाद्या नामांकित डॉक्टराकडं नसेल अशी गर्दी.

बाई सगळं मन लावून ऐकून घेत होती. त्यावेळी तिचे डोळे मिटलेले असत. सांगण्यापूर्वी आलेल्या व्यक्तीला ती चारी बोटांनी भरपूर भंडारा लावी. देवीच्या मुखवट्याला नमस्कार करून माणूस सांगायला बसे. तो सगळं सादिलवार सांगे. बाई डोळे मिटूनच हूं हूं म्हणे. ऐकून घेतल्यावर उपाय सांगे. पाणी आणि भंडाऱ्याची पुडी देई. पुडी बांधताना न कळणाऱ्या भाषेत काहीतरी स्वत:शीच मंत्रासारखे शब्द ती बोलत असे.

पाणी-पुडी घेऊन उठण्यापूर्वी माणूस कुवतीनुसार देवीपुढं चार-आठ आण्यांपासून ते सव्वा रुपाया, अडीच रुपये असे पैसे ठेवीत असे. देवीच्या निवदाला त्यानं ज्वारी, तांदूळ, गहू, डाळ इत्यादी आपल्या शेतातलं किंवा कमावलेलं मूठपसा धान्य आणलेलं असे. ते देवासमोर ठेवलं जाई.

बाई पैसे आपल्याजवळ ठेवून घेई. दशरथला व्यवस्थेनुसार धान्य ठेवण्यास सांगे. मग पुढचा माणूस बोलावला जाई. बाईजवळ तो पडलेलं सांकडं सांगत बसे.

दशरथ आतबाहेर सतत करत असे. नव्या आलेल्या माणसाला हातपाय धुऊन आत यायला सांगत असे. त्याला तयार करून कोळशाच्या शेगडीवर ठेवलेल्या पितळी मोठ्या बंद भांड्यातनं कपभर चहा काढून देत असे. माणसांच्या चौकशा करत असे. 'बरं हाय का न्हाई?' विचारत असे. कुणी खाणारा असेल तर त्याला आपली चंची सोडून पान खायला देत असे. घरातल्या कारभाऱ्यासारखं त्याचं वागणं दिसत होतं.

तासभर बसलो. माणसं येत होती, जात होती. दशरथबरोबर निवान्तपणे बोलायला वेळ मिळेल असं मला वाटेना. मी आल्याची फक्त त्यानं नोंद घेतली होती. मग तो माणसांत रमून गेला. तास झाला तरी त्याला माझ्याबरोबर काही कौटुंबिक बोलावं; असं वाटेना. त्यानं बायकोची नाही निदान मुलीची तरी चौकशी करावी, अशी माझी इच्छा होती. पण तीही त्यानं पुरी केली नाही. माझ्याशी काही बोलायला तो उत्सुकच दिसेना. ते सगळं वातावरण, त्याच्या दाढीमिशा, झिंज्या भंडाऱ्यानं पिवळटलेलं कुडतं, विजार बघून माझ्या मनात त्याच्याविषयी किळस निर्माण झाली. अशा माणसाबरोबर माझ्या बहिणीनं संसार

करावा; असं वाटेना.

मी उठलो. दशरथ सोप्यात कुणाला तरी पान खायला देत चौकशी करत बसला होता.

"दशरथ, मी येतो."

"येता? या. आज देवीचा वार हाय. असं कवा तरी आडवारी या. मग सवडीनं बोलू. सगळी हाईत बरी?"

"हाईत." मी त्याच्याकडं बघून मान हलवली नि सणकेसरशी बाहेर पडलो.

उगीचच वाटलं त्याच्या आईला नि थोरल्या भावाला भेटून यावं. तसाच जाऊन तासभर वाटसरासारखा बसलो. बोललो नि पाणी पिऊन जायला उठलो.

आकणी आत्तीकडं जाऊन बसलो. तासभर दशरथबद्दलच बोलणी केली. त्याच्या घरादाराविषयीही बोलणी झाली. आत्तीचा दीरही घरीच होता. त्यानंही बरीच माहिती दशरथाविषयी नि त्या बाईंविषयी सांगितली. आकणी आत्ती 'गप गप' म्हणत होती, तरी त्यानं सांगितलंच.

तिथनं बाहेर पडलो आणि प्राथमिक शिक्षक झालेल्या एका मित्राला भेटलो. तासभर गावातल्या देवीविषयी त्याच्याकडंही गप्पा मारल्या.

चहा घेऊन कागलला परत जायला निघालो.

बरीच काहीबाही माहिती मिळाली. बाईला कुणीतरी पुरुष आधारासाठी हवा होता. गावभर हिंडणारा आणि बराच वेळ देवीच्या घरात गप्पा मारत बसणारा धोंडूबाईचा नवरा देवीनं बरोबर हेरला. तो आता बाकीची सगळी देखभाल करतो. बाईकडंच जेवतो आणि झोपतो. दोघे एकत्रच राहतात. सकाळी दशरथ नदीसनं पाणी कावडींनी आणतो. येणाऱ्या भक्तांना हातपाय धुवायला बाहेर एक मोठं पीप ठेवलेलं आहे; ते तो भरतो. आतलं पाणी भरतो. निवदाला आलेलं धान्य एका दुकानात आणून विकतो. घर लोटून झाडून काढतो.

तो सुखी आहे. आता त्याला कुठंही कष्टाची कामं ओढायला कुणाच्या शेतावर, गुऱ्हाळावर, खळ्यावर जावं लागत नाही. घरी बसून भरपूर खायला-प्यायला मिळतं. जाणायेणारी परगावची खेडवळ माणसं त्याला 'बाईचा मालक' म्हणून मान देतात. गावातली त्याच्या वाइटावरची माणसं आणि त्याची टिंगल टवाळी करून त्याला हटकणारी माणसंही त्याच्या भंडाऱ्याला आता टरकून असतात. गावात त्यामुळं तो वर मानेनं हिंडतो. सुखाचा डोंगर जिंकल्याचा आविर्भाव त्याच्या बोलण्याचालण्यात असतो.

धोंडूबाईची सासू, दीर, जाऊ यांना असं वाटतंय की, "धोंडीनं आता हिकडं येऊच ने. आता काय तिचं हितं? व्हय; आधीच सांगतो. तिच्या पोटाला

पोरगा असता तर गोष्ट येगळी. पोरीला घेऊन जलम काढू दे; न्हाई तर समरथ भाऊ हाईसा; दुसरं लगीन करून द्या जावा तिकडं. आम्ही काय तिला ह्या घरात थारा देणार न्हाई नि वाटणीचं श्यातबी देणार न्हाई; तिचा न्हवरा तर आता राख फासून बावा झालाय. त्यो काय आता आमचा ऱ्हायला न्हाई, देवाचा झालाय.'' ...त्यांना धोंडूचं घर, रान परत घ्यायला आता पळवाट मिळाली.

हे सगळं ऐकून नि बघून डोकं भणाणल्यासारखं झालं होतं.

सायकल माळानं भन्नाट चालली होती... डोक्यात देव, देवी, अंगात येणं, भंडारं, धुपारं, खेडी, अज्ञान, दारिद्र्य अशांविषयी चित्रविचित्र विचार मनात येत होते नि जात होते. काहीच स्थिर होत नव्हतं. आकाश-पाळण्यासारखं नुसतं खालवर होत होतं.

या जाऊन येण्यात एकच विचार तेवढा पक्का झाला की; आता धोंडूबाईला तिच्या सासरला पाठवून द्यायची नाही.

पण धोंडूबाईच्या वेदना पाहून मन अस्वस्थ होत होतं. पोटात खोलवर कळ येत होती नि पार डोक्यात शिरत होती.

दीस बुडताना धोंडूबाई कामासनं परत आली. तिच्या अगोदर अर्धा तासच मी सिद्धनेर्लीसनं येऊन पोहोचलो होतो.

घटकाभर गेल्यावर म्हणालो; ''धोंडूबाई, मला जरा च्या कर नि घेऊन माडीवर ये. मी आताच तुझ्या गावाला जाऊन आलोय.''

चहा घेऊन ती वर आली. माडीवर कुणीच नव्हतं. ''धोंडूबाई, मी सगळं डोळ्यांखाली घालून बघून आलो. सिद्धनेर्लीला तू पुन्हा जावंस नि त्या हागणदरीत संसार करावास, असं मला मनापासनं वाटत न्हाई. तू तिकडचा विचार मनातनं बिलकूल काढून टाक. ते गाव आता तुझं उरलेलं न्हाई. तुझा न्हवरा तर कामातनं ठार गेलाय. त्यो जरी आता तुझ्यासंगं संसार करतो म्हणू लागला, तरी मला काय तू त्येची बायकू म्हणून त्येच्या जवळ ऱ्हावंस, असं वाटत न्हाई.''

''दादा, मग मी असंच एका पोरीवर जलम काढू? अजून मला पंचईस वर्सबी नीट झाली न्हाईत.''

''हे बघ, कुणाच्या नशिबात काय लिवलंय हे काय कुणाला सांगाय येणार न्हाई. एकाला चार भाऊ तुझं ह्या घरात हाईत. आज ना उद्या ह्या घराची परिस्थिती सुधारंल. ह्या घरातनं तुला कुणी बाहीर काढणार न्हाई. तिथंबी जाऊन चारपाच वर्शं राबलीसच. तेच हितं राबायचं नि मिळवून खायाचं. आता वरीस झालं तेच करतीस न्हवं?''

''मला हितं ऱ्हायाला नको वाटतंय.'' तिच्या डोळ्यांना धारा लागल्या.

''रडू नको. काय ते मला सरळ सांग. तिथं जाऊन तू काय करणार?''

"माझी मी न्हवऱ्याच्या गावात राबून खाईन. मला हक्काचं घर नि बसायपुरतं रान तरी हाय तिथं."

"तिथं तुला तुझी सासू-दीर काय देणार न्हाईत. मी त्येचाबी इचार केला हुता. पर तुझ्या सासूनं नि दिरानं 'धोंडीला हिकडं लावून देऊ नका. तिकडंच ठेवा, वाटलंच तर दुसरं लगीन करून द्या.' म्हणून स्पष्ट सांगितलंय. एवढंच न्हवं तर 'तिला पोटाला पोरगा नसल्यामुळ आम्ही काय तिला घरादारात नि रानातबी वाटणी देणार न्हाई, असंबी मला ठणकावून सांगितलंय. म्हणून म्हणतो, तू तिथं राबायचं ते हितं राबून खा."

"नको. मी तिथं भाड्यानं कुणाच्या तरी खोपटात ऱ्हाईन. माझ्या जिवाला शांतता तरी मिळंल तिथं."

"आणि हितं मिळत न्हाई?"

"न्हाई मिळत."

"का?"

"...?"

"स्पष्ट सांग की मला. अशी घुम्यासारखी गप बसू नको."

तिला रडू कोसळलं.

"दादा, आई मला हितं कुत्र्यानिपट वागीवती. 'रांड, जड हाताची हाईस, फुटक्या नशिबाची हाईस. कुणाचं 'सर' म्हणून घेत न्हाईस, फाड्दिशी बोलतीस, तुझ्या ह्या फाटक्या तोंडाला कट्टाळूनच तुझा न्हवरा बावा होऊन गेला. आत्ता मला गिळायला हिकडं आलीस व्हय?' असं म्हणती. त्यो शिवा म्हणणारा भाऊ तर ऊठसूट मला 'जा सिद्धनुर्लीला. जा तुझ्या न्हवऱ्याकडं, हितं काय हाय तुझं?' अशा ठोसण्या मारतोय; – काय उत्तर देऊ मी ह्यांस्नी? ह्येंचं ऐकून बाकीचीबी मला असंच बोलत्यात. अगदी कचरा करून टाकलाय माझा ह्या घरात."

"हे बघ धोंडे, आईचा स्वभाव तुला माहितीच हाय. ती सतत पोरींस्नी बोलत असली, एखादा दणका देत असली, तरी तिच्या मनात माया असती. जलमभर तिच्या नशिबाला कष्टं नि कष्टंच आल्यात. दादानं तर संसारातलं मनच काढून घेतल्यागत केलंय. अशा वक्ताला चार-दोन शिव्या आईनं दिल्या, कुठं हात उगारला, तर समजून घेत जा. किती केलं तरी ती आई हाय. शिवज्या अडाणी हाय. त्येला अजून अक्कल आलेली न्हाई. रागाच्या भरात काय बोलला तर त्येला सांग; 'म्हणावं, तू जसा रत्नू जकत्याचा ल्योक हाईस, तशी मीबी त्येची लेक हाय.' जरा उलट बोल नि हे घर आपलंच हाय म्हणून हितं ऱ्हा."

"किती दीस मी ऱ्हाऊ? आज आईबाऽ हाईत तवर मला ह्या घरात थारा मिळंल. ह्यो शिवू आजच असं बोलतोय; तर उद्या ह्येची बायकू ह्या घरात येणार.

तुम्ही तिकडं परमुलखाला. ह्योच ह्या घरातला कर्ता हुणार. बायकू आल्यावर मला ह्यो खेटराची तरी किंमत देईल काय?''

''अगं, तवर आप्पा, दौला दांडगं हुतील. सगळंच भाऊ काय शिवासारखं निघणार हाईत.''

''नसलं तरी ज्येची त्येची लगनं झाली, बायका आल्या की त्यास्नी नण्दा घरात नको असत्यात. त्या मालकिणी हुत्यात नि आम्ही मोलकरणी हुतोय. त्या वक्ताला मग मी कुठं जाऊ?''

धोंडूबाईनं मला फार लांबवरचा पेच टाकला. तिला खूप काही कळतंय याची मला जाणीव झाली. मला काहीच सुचेना. मी विचार करत करत बोलू लागलो नि बोलत बोलत विचार करू लागलो. ''हे बघ धोंडूबाई, तुझी अडचण समजली. न्हवऱ्याशिवाय ऱ्हाणाऱ्या बाईचा जलम अवघडच. तशात तू कुणब्याच्या पोटाला आलीयास. तरीबी तुझ्या नशिबानं तुझा थोरला भाऊ नोकरीला लागलाय. शिवा सोडला तर बाकीचं दोन भाऊ शिकाय लागल्यात. आज ना उद्या घरात चार पैसे येतील नि परिस्थिती सुधारंल. हे बघ दादानं जसं कमळा आत्ती रांडमुंड झाल्यावर तिच्या नावानं समोरचं घर केलं, तसं एखादं घर मी तुला परड्यात बांधून देईन. मग तर झालं?... पर आता काय तू त्या सिद्धनेर्लीला जाऊ नकोस. कायबी झालं तरी हितंच ऱ्हा. तुझ्या पोरीला मोठी कर. तिला आपूण शाळंला घालू. लईलई तर जरा ती डगळ झाली नि तुझी इच्छा असली तर तुझं दुसरं लगीनसुद्धा करून टाकू. पर आता तू आईसंगट भांडू नको. मन घट्ट करून हितंच डोंबी देऊन ऱ्हा. तूर्त तरी दुसरा उपाय न्हाई. कुणी कायबी बोलत असलं तरी मी ह्या घरात सांगितल्याशिवाय कायबी निर्णय घ्यायचा न्हाई नि कुठबी जायचं न्हाई.''

मी तिची समजूत काढण्याचा प्रयत्न केला. पण ती निघाली असावी, असं मला वाटेना. तिनं मला होकारही दिला नाही नि नकारही दिला नाही. कपबशी घेऊन खाली गेली नि मी विचारात गढून गेलो.

रात्री जेवणं झाल्यावर सगळी आंथरुणावर पडली. इतर कुणाला ऐकायला जाऊ नये म्हणून मी आईला घेऊन बाहेर अंबऱ्यावर बसलो. दार बाहेरनं ओढून घेतलं. धोंडूबाईविषयी तिला सगळं समजून सांगितलं.

''आन्दा, ह्या सगळ्या रांडा घरातच घेऊन बसू काय? हिरीच्या दाल्ल्यानं हिरीला टाकून दिली. त्यो म्हणतोय 'मला ही बायकूच नको. मी दुसरी करून घेणार हाय.' ती सुंदरी रांड; तिला सांकडं पडलं नि जीव देऊन कायमची मोकळी झाली. आणि आता धोंडीचं नाण्णं हे असं. वरीस झालं ती हितंच हाय. सगळं गाव माझ्याा तोंडात श्याण घालाय लागलंय. म्हणतंय, 'तारा सगळ्या लेकी घरातच घेऊन बसतीस काय गं? किती लाडावून ठेवलीस ह्या? एकबी

धड नांदायला तयार न्हाई.''

''गाव म्हणू दे. गावाला इचकून बघायचीच सवं असती. कोण बोललं तर, 'तुमच्या तुम्ही घवची काळजी करा, म्हणावं; आमचं आम्ही बघतो.'– गावाला भिती?''

''गावाला भ्यायला पाहिजे रं बाबा. माझ्या अजून दोन लेकी लग्नाच्या हाईत. लक्षीमी लग्नाला आलीया. तिला आता जागं हुडकायलाच पाहिजेत. आनशीचं लगीन तिच्या मागनं दोन वर्सांत करायला पाहिजे. बघता बघता दीस उडून जात्यात. आता जर लक्षीला बघायला कुणी आलं तर वरच्या दोन्हीबी लेकी लगीन होऊनबी घरातच हाईत हे दिसलं तर लक्षीला कोण करून घेणार? जागं येतील नि ही तऱ्हा बघून 'नको गं बाई अशा घरची पोरगी' म्हणून बाहीरच्या बाहेर निघून जातील... माणूस एखादा जागा बघायच्या अदूगर गल्लीत, गावात त्या जाग्याइशिक चौकशी करतं. अशा वक्ताला गल्ली नि गाव सांगायला टपलेलंच असतंय. गावाच्या मनात आलं तर घराचं वाटुळं व्हायला एक दीसबी लागणार न्हाई...गावाला भिऊ नको तर काय करू? जनरीतीनंच जायला पाहिजे.''

''बरं ते कळलं मला. धोंडीचं काय करायचं तुझ्या मनात हाय ते सांग.''

''हे बघ, कसंबी असलं तरी धोंडीचा दाल्ला अजून जिता हाय. त्यो काय मेला न्हाई. बायकाचा जलम हाय. तिच्या जल्मात कायबी झालं तरी बाईनं दाल्ल्याचं घर सोडायचं नसतंय. संसारात कायबी हुतंय. एखाद्या दाल्ल्याला काही कारणानं खूळ लागतंय, एखादीचा दाल्ला म्हारोगी हुतोय, कुणाच्या दाल्ल्याचा खून हुतोय; तर कुणाचा दाल्ला त्याच गावात रांड ठेवून तिच्याकडंच खातोयपितोय, तिथंच ऱ्हातोय; तर बाईच्या जातीनं सीतासायित्रीगत दाल्ल्याच्या गावातच, दाल्ल्याच्या घरातच आपलं घर म्हणून ऱ्हायाचं असतंय नि पोराबाळाकडं बघत जलम ढकलायचा असतोय. त्यातच बाईची इज्जत असती. आता ह्या रांडंचा दाल्ला अंगाला राख फासू न्हाईतर कपाळाला भंडारा लावून देवरसपण करत असंल. मी म्हणतो, त्या जोगतिणीला ठेवून तिचा मालक तिथंच ऱ्हाईत असंल, तरीबी ह्या घोडीनं आपलं तिथलं घर सोडायचं न्हाई. तिथंच जलम काढायचा. ती तिथं ऱ्हायली तरच पुढच्या भणींच्या वाटा मोकळ्या हुणार हाईत.''

''सिद्धनेर्लीत धोंडूबाईला जुन्या घरात ठेवायला तयार न्हाईत नि वाटणीचं श्यातबी द्यायला तयार न्हाईत– मगाशी सगळं सांगितलं न्हवं तुला?''

''कुणाच्या तरी घरात भाड्यानं ऱ्हाईल. आज ना उद्या तिच्या म्हेणत्याला अक्कल आली तर त्यो देवरसपण सोडूनबी देईल.''

''खुळी हाईस तू! रेड्याला कितीबी आंघुळ घातली तरी बैल हुणार हाय काय त्येचा?''

"निदान ती राबून तरी खाईल की रं त्या गावात."

"नको."

"का?"

"अगं, तिचं वय काय? तिच्यावर जबाबदारी काय टाकतीस तू! तिचा दाल्ला असला दळभद्री. दुसऱ्यांच्या घरात ती भाड्यानं जागा घेऊन ऱ्हायची. तिथं ती एकटी पोर. ऐन उमेदीतली. काय तरी झालं म्हंजे मग? कुणी निस्तरायचं ते? गावात टपलेलं टोळभैरव थोडं आसत्यात व्हय? त्येंच्या तावडीत देतीस पोरीला?"

"आपल्या पायांत चेपली धड तर दुनिया धड असती. आपूण सरळ ऱ्हायलं तर वाकडा डोळा कोण करणार हाय?"

"असू दे, असू दे तुझी चेपली... पोटच्या पोरी हाईत तुझ्या ह्या; ध्येनात ठेव. त्या काय आपल्याला जड झाल्याल्या न्हाईत. नुसती लगनं करून दिली की झालो मोकळी; असं म्हणू नको. दाबून, कुस्करून सासूच्या घरात सुंदरीला घालायला गेलीस नि कायमची गमावून बसलीस. तसं धोंडूबाईचं झालं म्हंजे?"

"मग लक्षीचं लगीन कसं हुयाचं? निदान मी म्हणतो धोंडीनं लक्षीचं नि आनसीचं लगीन होऊस्तवर तरी दोनचार सालं त्या सिद्धनेर्लीत काढावीत. मग वाटलंच तर आण तू तिला हिकडं."

"तसंबी नकोच. लक्ष्मी आणि आनसीच्या लग्नाची उगंच काळजी करू नको. ज्येला लगीन करायचं असंल, त्येला लक्ष्मी पसंत पडली तर त्यो करंल. उगच घरात लगनं झालेल्याबी पोरी हाईत म्हणून जर लक्ष्मीसंगं लगीन करणार नसंल; तर त्यो जागा आपल्याला नकोच. ती वरवरचा नि खोटा इचार करणारी माणसं असत्यात. आज ना उद्या ती पोरीला तरास देणारीच असत्यात. इचारानं वागणारी माणसं असं वागत नसत्यात जगाचं ऐकून."

"कुठली आणतोस ती आण मग तुझी तू माणसं नि कर तुझ्या भणींची लगनं." असं म्हणून आई उठून दार उघडून आत गेली.

मला तिचा विचार पटत नव्हता. मी रागारागानं आईला गुरकावत तो खोडून काढला. त्याचा आईला राग आला होता.

एकटाच उंबऱ्यात बसलो.

डोकं भणाणत होतं.

हवेत गारवा होता. भोवतीनं काळाभोर अंधार दाट होत चालला होता; तरीही एकटंच बसावंसं वाटत होतं. कण्हून कण्हून घरदार गाढ झोपी गेलं होतं.

●

बारा

मे महिन्यापर्यंत पाच हजार रुपयांची जमवाजमव शेताच्या खरेदीसाठी करायची होती. घरात तर माझ्याकडं काहीच शिल्लक नव्हतं. पगार किती, इतर जमा किती, घरखर्च किती, घरभाड्यात किती जातील आणि हे सगळं जाऊन हातात किती उरतील, याचा अंदाज घेतला होता. उरणारी रक्कम फारच थोडी होती. म्हणून मला निदान अडीच-एक हजार तरी इकडनं-तिकडनं उभे करावे लागणार होते.

मामाला दोन वर्षांपूर्वी चक्कीचं सामान घ्यायला म्हणून मी दीड हजार रुपये दिले होते. ''वर्सा-दीडवर्सात सगळं चुकतो करतो. एकदा गिरण सुरू झाली की पैशाला तोटा न्हाई.'' असं म्हणाला होता. पण दोन वर्षं झाली तरी पैसा परत मिळाला नाही. मधेच एकदा सहज सुचवलं होतं. पण काहीबाही कारणं सांगितली होती. मी गप्प बसलो होतो. ''...सवड हुईल तवा दे!'' असं मीही पैसे देताना थोर तोंडानं म्हणालो होतो.

तरीही यावेळी ''काही झालं तरी मला पैसे पाहिजेतच. एक शेत आलंय. घरच्यासाठी मला ते इकत घ्यायचं हाय. कायबी कर नि येत्या चार महिन्यांत तेवढी पैशांची तजवीज कर. एप्रिलमध्ये निदान शेवटच्या आठवड्यात मला पैसे पाहिजेत.'' असं मामाला सांगायचं असं ठरवलं होतं.

म्हणून सिद्धनेर्लीसनं आल्यावर दुसरे दिवशी सकाळी उठून मी मामाकडं गेलो. बारा वाजता मला कोयनेला जायला निघायचं होतं. घाई होती.

सोप्यात मामा भिंतीला टेकून बसला होता. चहा घेता घेता दाराच्या उंबऱ्याकडं नजर लावून बघत होता. मनात काही तरी विचार चालला असावा असा लांबट झालेला चेहरा.

"आन्दा!"

मला अचानक उंबऱ्यात बघून तो चकित झाला. मी न कळवताच कागलला आलो होतो. जायचं अचानक मनात आलं होतं.

मामानं आनंदानं आत हाळी घातली, "रकमेऽ, हे बघ कोण आलंय? माझा देव आलाय. रत्नागिरी डोंगराचा माझा जोतिबा आलाय...कसा आलास रं आन्दा?"

"मनात आलं, कागलाला जावं म्हणून आलो झालं."

"अगदी देव आल्यागत आलास बघ. परमेसुराला सुमरून तुला सांगतो, हे अमृत हाय माझ्या बशीत, माझ्या मनात या घटकंला तुझीच आठवण झाली हुती. वाटत हुतं; तुझ्याकडं पुण्याला जाऊन तुझी गाठ घ्यावी."

"खरं?"

"खोटं वाटतंय तुला? अरे, हणुमंतागत ह्या घटकंला मी छाती फाडून घेतली तर तिच्यातनं तुझीच आठवण निघंल." ...आनंद झाला की असं बोलायची मामाला सवय होती. तो कल्पनेच्या भराऱ्या मारी.

"एवढं काय झालं माझी आठवण निघायला?" मी विचारलं.

"अरे, बँकेची नोटीस आलीया. कायबी करून हप्त्याची तजवीज केली पाहिजे. घरात तर एक पैसा न्हाई. चक्कीचं पैसे सगळं खर्चालाच जात्यात. इजबिल एवढं येतंय की निम्मा पैसा त्यातच जातोय. घरात धा तोंडं खाणारी. एकबी कामाचं न्हाई. पैली तिन्हीबी शिकत्यात. बाकीची नुसती खायला धनी. एकबी बंदा रुपया न्हाई. सगळी नुसती चिल्लर हाईत. किती राबू? घरावर पैसे काढल्यात. न्हाई हाप्तं दिलं तर उद्या जप्ती येईल घरावर. तर ह्या वक्ताची तू एवढी नड काढ. तुझ्याशिवाय कोण देणार मला ह्या गावात पैसे?– मला ह्यो नाद एक घोड्याचा मूत प्यायचा लागलाय. चाकरी गेली बोंबलत. न्हाई तर मी गावात कुण्या गब्रूला ऐकलो असतो? काय बिशाद हाय कुणाची?"

मला अवघडल्यासारखं झालं. मला बघून मामा एवढा आनंदित झाला होता की त्याला मनोमन वाटत असावं, मी त्याला नक्की पैसे देणार– या विचारानं माझ्या मनावर दडपण आलं. नकार कसा द्यावा हे कळेना. तरीही मी म्हणाले; "मामा, परिस्थिती अवघड झालीया."

"अवघड व्हायला काय झालं रे? सायबाचा पगार मिळतोय तुला. रान खरीदी करायला उठलाईस. मग माझी एवढी पाचशे रुपयांची नड निघत न्हाई तुला? मी काय बुडीवणार हाय का? येत्या मिरगाला माझ्या खंडाच्या रानात नुसता तंबाखू लावतो नि फुडच्या सक्रांतीला तुझं सगळंच पैसे एकरकमी देतो."

"पैसे देण्याबद्दल न्हाई; पर मामा आता माझ्याजवळ पैसा न्हाई." मी

कुचंबत बोललो.

"आता नको मला. पगार झाल्यावर लावून दे."

"तसं न्हवं. मला मे म्हैन्यात शेताची खरीदी करायची हाय. तिच्यासाठी मला पैशाची जुळवाजुळव करायला पाहिजे. तिच्या गडबडीत मी हाय."

"जुळवाजुळव कसली त्यात? मगदुराचं तेराशे रुपयं आल्यात. तुझ्या बायकूच्या लग्नात तुला तीन हजार नि सात तोळं सोनं मिळालंय. हेच चारसव्वाचार हजार झालं. गेल्या तीन-साडेतीन वर्सांत काय थोडी शिल्लक पडलीच असंल की. मग जुळवाजुळवीची भाशा कशाला करतोस?"

मामा धडाधडा बोलत होता. त्याला वाटत होतं; की मी 'तीन हजार नि सहा तोळं सोनं' यासाठीच स्मिताशी लग्न केलं नि ते थोरल्या मामाकडं मिळणार नाहीत म्हणून आक्काताईला नाकारलं. मामानं असा अर्थ काढायला आईही काहीशी कारणीभूत होती. "माझ्या दादाची लेक जर माझ्या घरात सून म्हणून आली असती; तर मला सुख मिळालं असतं; भाड्यानं पैशाला नि सोन्याला फशी पडून दुसरीसंगं लगीन केलं." असं मामाजवळ ती बोलली होती.

मामाच्या या बोलण्याचा मला मनोमन प्रथम राग आला. 'माझ्या मी पैशाचं काहीही करीन. ह्यानं त्या पैशाचा हिशेब ठेवण्याची गरजच काय?' असं मामा बोलतानाच मला वाटू लागलं. पण मी तो राग आवरला. खेडवळ माणसाला आपल्या बोलण्याचा दुसऱ्यावर काय परिणाम होईल, याची फारशी जाणीव नसते. पुष्कळ वेळा पर्वाही नसते. एका भरात तो बोलून जातो. त्याच्या अपेक्षा सरळ आणि उघड असतात. 'आपल्या' माणसानं आपल्या अपेक्षा पूर्ण कराव्यात, अशी त्याची इच्छा असते. त्या माणसाचा विचार न करता तो अशी इच्छा व्यक्त करतो. आपण ती समजून घेतली पाहिजे. वेड्यावाकड्या पडणाऱ्या शब्दांमागचा सरळ भाव समजून घेतला पाहिजे; हे माझ्या लक्षात आल्यामुळं मी मामासमोर थंड राहून बोलत होतो. मामाची अपेक्षा फक्त समजून घेत होतो.

मी म्हणालो; "स्मिताचं पैसं तिच्या शिक्षणासाठी दिल्यात. त्यावर माझा अधिकार न्हाई. तिच्या दागिन्यांवरही तिचाच अधिकार हाय. तिचा संसार म्हणून तिला तेवढा तरी मानसिक आधार पाहिजेच. माझ्या घरच्या गोष्टी किंवा तुमच्या घरच्या गोष्टी यासाठी मी माझ्या पैशातनं जेवढी हुईल तेवढी मदत करणार. मगदुराचं आलेलं पैसे दादानं दिलं तर घेणारच हाय. पण त्यो देईल असं वाटत न्हाई. त्येला वाटतंय मळा परत मिळंल. त्यावेळी ते पैसे परत करावं लागतील. त्येला दृष्टांत हुत्यात. त्येच्या मनाची धडगत न्हाई. म्हणून मी पैसे मागणार न्हाई. थोडं साठलं हुतं ते पैसे तुला दिल्यात. बरंच पैसे घरादारासाठी सारखं पाठवावं लागत्यात. अडीचशेच्या आसपासचा पगार पुरणार किती? तशात आमचा

संसार तिकडं पुण्यातला. खर्च जास्त...पैसे आणू कुठनं? हुतं तवा दिलंच की.''

''तरीबी तू एवढ्या पावटी माझी अडचणी काढलीच पाहिजेस. काय माझ्या घरावर जप्ती आल्यावर बघत बसणार हाईस? माझी ही चिल्लीपिल्ली भीक मागून खाऊ द्यात काय सांग?...''

''माझी अडचण समजून घे मामा तू. मी तरी कुठनं आणू पैसे? खरेदीसाठी माझीच जुळवाजुळव चाललीया.''

''निदान एवढं कर. त्यातलंच मला पाचशे रुपय दे. मी तुला त्या तुझ्या खरीदीच्या वक्ताला परत करतो.''

''त्या वक्ताला कुठनं आणणारं?''

''मी कुठनंबी आणीन. वाटलंच तर म्हस इकीन, पर तुला पैसे परत करीन.''

मला काय बोलावं सुचेना. त्याचे माझ्यावर उपकार होते. आईला त्याचा मोठा मानसिक आधार होता. मळा जाऊ नये; म्हणून त्यानं आपल्या परीनं धडपड केली होती.

''मी आताच काय सांगत न्हाई. पुण्याला गेल्यावर कितपत जमवाजमव हुती बघतो नि मग काय ते पत्रानं कळवतो.''

''येगळं नि काय कळवत बसू नको. चेक पाठवूनच दे. तुला ते जमंल; मला खात्री हाय.''

''हं.'' मी मान हलवली.

चहा घेतला. घटकाभर गप्प मारल्या नि उठलो. उठताना मामानं पुन्हा आठवण करून दिली.

आमच्या घराकडं निघालो... आलो कशासाठी नि झालं काय?

भोवऱ्यात अडकलेल्या माणसागत खोलातच चाललोय, असं वाटू लागलं.

सगळ्यांचा निरोप घेऊन कोयनेला जायला निघालो. पावसाळा नुकताच संपला होता. तरी जनावरं सगळी रोडावलेलीच दिसत होती. बैलगाडीचं भाडं फारसं सांगून येत नव्हतं.

बैलं घरात बसून राहत. ती बसून आहेत; म्हणून दादा त्यांना फारसा चारापाणी करत नसे. ''आयतं कुठलं घालायचं?'' असा त्याचा हिशोब. शिवाय घरची पावसाळी वैरण नसल्यामुळंही त्यांच्या अंगावर तजेला आला नव्हता... जनावरांविषयी मन उदास झालं.

दोन दिवस स्मिताच्या आणि बाळाच्या संगतीत आनंदात, मजेत घालवावेत म्हणून पुण्याहून बाहेर पडलो होतो. पण कोयनेत गेलो तरी गावाकडचेच विचार मनात घोंगावत होते. धोंडूबाईचं काय होणार? मामाची अडचण कशी निभावून न्यायची? एप्रिल अखेरपर्यंत पैसे जमले नाहीत तर आलेलं शेत जाणार की

काय? जनावरांचं काय करायचं? – मन चिंतेत पार बुडून गेलं. एवढा सुंदर कोयनेचा हिरवागार गच्च निसर्ग, सूर्य किरणांत चमकणारा धरणाचा प्रचंड जलाशय, तांबडगुलाबी माती, गमतीची वळण घेतलेले रस्ते, झाडाझुडपांआडच्या घरवस्त्या, हे सगळं मन भुलवून टाकणारं. पण मला यात जराही रस वाटेना...कसाबसा एक दिवस तिथं काढला.

मान न धरलेल्या गुबगुबीत बाळाला दोनतीनदा घेऊन घटकाघटका बसलो नि परत पुण्याला आलो.

शांतपणे आठ दिवस जाऊ दिले. आमच्या नि मामाच्या अशा दोन्ही घरी सविस्तर पत्रं लिहिली.

पत्रातून आमच्या घरी सर्वांना सांगितलं. 'मे महिन्यात शेताची खरेदी करायची आहे. त्यासाठी मलाच एकट्याला सगळी रक्कम उभी करावी लागणार आहे. तेव्हा येत्या चार-पाच महिन्यांत घराकडं मी एकही पैसा पाठवू शकणार नाही. सगळ्यांनी कसून आणि एक दिवसही खाडा न करता कामाला जात राहा. दादानंसुद्धा हातपाय गाळून गळ्यात घेऊन घरात बसू नये. नुसतं बसून खाऊन राजेमहाराजांनाही आपली संस्थानं गमवावी लागली. तेव्हा दादानं आता कंबर कसून कामाला लागावं. रोजगाराचा कमीपणा मानू नये. पांडवाना सुद्धा वनवास आला होता. कुठंही पोटासाठी कोणतंही काम करण्यात कमीपणा नाही. महार, मांग, चांभार, ढोर, भंगी, यांना लाजिरवाणी कामं पोटासाठीच करावी लागतात. तशी तरी आपल्या वाट्याला येत नाहीत, हे नशीब समजावं.

शिवानं बैलभाडं जास्तीत जास्त मिळवण्याचा प्रयत्न केला पाहिजे. त्यानं रोज पहाटे उठून बैलांना वैरण घालून बैलं कामासाठी तयार केली पाहिजेत. दीस उगवायला कामावर बैलं घेऊन हजर राहिलं पाहिजे; तरच त्याला बैलभाडं येईल. नाहीतर फुकट बैलं पोसायची पाळी येईल.

घरात आता नुसती दोन बैलं, एक गाभणी म्हैस आणि शेळी; अशी चार जनावरं ठेवा. बाकीची सगळी जनावरं झटाझटा विकून टाका. आरतीपरती विकली तरी चालतील, पण त्यांना आता फुकट पोसत बसू नका. त्या जनावरांच्या विक्रीतून जो पैसा येईल त्या पैशातनंच घरप्रपंचाचा खर्च चालवा. तंबाखू काळजीनं विका. येईल तो पैसा बँकेत ठेवा. तंबाखू केवढ्याला विकला ते मला कळवा.

सगळ्यांनी नेट लावून कामं केलीसा तरच शेत विकत घेता येईल. एवढं लक्षात ठेवून सगळ्यांनी वागा म्हणजे झालं.'

मामाला लिहिलं. 'इकडं आल्यावर मी पैशांच्या जमवाजमीवाचा अंदाज घेतला. मला शेतीसाठी पैसा जमवायला खूपच त्रास पडणार आहे असं दिसतं. तो उभा राहिला नाही तर शेत हातचं जाणार आहे, याचीही भीती वाटते.

कुळपरंपरेनं रयतावा आमच्या घरात चालत आलाय. तो आता एकाएकी गेल्यामुळं घरदार अंतराळी फेकून दिल्यासारखं झालंय. त्याच्यासाठी मला शेत विकत घेणं आवश्यक आहे. खरं तर या बाबतीत तुम्हीच मला मदत केली पाहिजे. तुमच्याकडं असलेले माझे दीड हजार रुपये परत दिले पाहिजेत; पण तुम्हीही पैशाकडून संकटात सापडलेले आहात, याची परवा घरी येऊन गेलो तेव्हा कल्पना आली. म्हणून मी ते आताच मागत नाही. तूर्त माझी हीच मदत समजावी. याशिवाय मला आणखी पाचशे रुपये देता येणं अशक्य आहे. तुमची तुम्ही काही तरतूद करावी, ही कळकळीची विनंती. कृपया गैरसमज करून घेऊ नये.'

आठ दिवसांतच या पत्राला उत्तर आलं. बाळूकडून मामानं तावातावानं पत्र लिहून घेतलं होतं. 'तुम्ही शिकलेली माणसं लई शहाणी असता. गुळमाट बोलून अडाणी माणसाचा घात करता. मळा जाऊन तुमचं जसं झालं तसं मामाचं वाटोळं झालेलं बघावं, असं तुमच्या मनात हाय. पर मी काय रत्नू जकात्यासारखा घरात शेपूट घालून बसणारा न्हाई. उद्या इकायची ती आजच माझी गाभणी म्हस इकून मी बँकेचं तटलेलं हप्तं भागीवणार हाय. तुम्ही मदत केली असती तर माझ्या पोराबाळांच्या तोंडात दुधाची धार पडली असती. पर ती त्येंच्या नशिबात न्हाई; असं दिसतंय.'

मामाकडनं अशा प्रकारचं पत्र येईल याची मला कल्पना होती. त्याच्या रागाचा अनुभव आईशी भांडताना अनेक वेळा आला होता.

गप्प बसलो. मला खात्री होती की मामाला काहीतरी करून पाचशे रुपये आता दिले आणि मेमध्ये परत करायला सांगितले तर त्याच्याकडनं प्रत्यक्षात तसं होणार नाही आणि शेत घेणं तर मला सर्वांत निकडीचं वाटत होतं.

पैशाच्या जुळवाजुळवीत माझे दिवस चालले.

स्मिता बाळाला घेऊन फेब्रुवारीच्या पहिल्या आठवड्यात आली. तिनं एस. वाय. बी. ए.चा परीक्षेचा फॉर्म भरला होता. आता घरी बसून ती अभ्यास करणार होती. कोयनेपेक्षा इथं तो नीटपणे होणार होता. महागाई आगीसारखी भडकत चालली होती. मळा तर गेलेला. विकतचं धान्य आणणं अशक्य झालं होतं. म्हणून गेले सात-आठ महिने कागलातल्या घराला रेशनचं कार्ड मिळावं म्हणून धडपडत होतो. जानेवारीत जाऊन संबंधित अधिकाऱ्यांना लागणारे कागद व दाखले सादर करून नवा अर्ज केला होता. आतापर्यंत आमचं घर 'शेतकरी' या सदरात मोडत होतं. त्यामुळं रेशन मिळत नव्हतं. पण आता ते शरीरकष्ट करणारे 'रोजगारी' या सदरात घालून घेतलं नि रेशनकार्ड मिळवलं. त्याची बातमी आप्पानं मार्चमध्ये कळवली. सरकारच्या कागदोपत्री 'रोजगारी' अशी आमच्या घराची नोंदणी झाली. कुळकायद्यानं रीतसर कुळाला दिलेला हा विपरीत दणका होता.

सोन्यासारखे कायदे केले पण भरपूर पळवाटाही ठेवल्या. अज्ञानी असलेल्या कुळांना वाऱ्यावर सोडलं. सज्ञान्याबरोबर, पैसेवान मालकांबरोबर अनपढ दुबळ्यांची कुस्ती लावून दिली नि 'तुझी तू जिंक; नाहीतर मर;' म्हणून सांगितलं.

एप्रिलमध्ये परीक्षा संपल्या नि वर्षभर घरात असलेली स्मिताची चारही भावंडं कोयनेला निघून गेली. पुन्हा आम्ही दोघेच त्या घरात राहिलो. पुढच्या वर्षी अनेक कारणांमुळं कुणी पुण्याला येणार नव्हतं. त्यामुळं पुन्हा मलाच शंभर रुपये भाडं भरावं लागणार होतं.

मला सुटी लागली होती. स्मिताची परीक्षा संपली होती. स्वातीच्या संगतीत दिवस छान चालले होते. पोर मोठी खेळकर झाली होती. कारणापुरतीच रडे. दूध प्याली की पुन्हा खेळे. खेळून पुन्हा पिता पिता झोपून जाई.

शेताच्या पैशाची रक्कम तयार होत नव्हती. एप्रिल संपला होता. मेमध्ये खरेदी-खत करायचं कबूल केलं होतं. अजून दीड-एक हजार कमी पडत होते. मनाला सारखी चुटपूट लागून राहिली की मामानं तेवढे दिलेले पैसे परत केले असते; तर बरं झालं असतं.

पुण्यात आल्यावर अनेक नवे मित्र झाले होते. त्यांत इतर कॉलेजांचे प्राध्यापक होते, गुरुजन होते तसे माझ्या कॉलेजचे प्राध्यापकही मित्र होते. वर्गबंधू होते. शहरातले साहित्यिक होते. ज्यांच्याकडं उसने पैसे मागावेत असं वाटलं त्यांच्याकडं मागितले, पण फारसा प्रतिसाद मिळत नव्हता. स्पष्ट नकारही मिळत नव्हता. 'बघतो, पगार झाल्यावर बघू, आठ दिवसांनी या' अशी भाषा होत होती. पुन:पुन्हा जाणं प्रशस्त वाटत नव्हतं. तरीही दीड हजार गोळा केल्याशिवाय पर्यायच नव्हता. म्हणून निर्लज्जपणे जात होतो.. आर्थिक बाबतीत मदत करायला फारसं कुणी उत्साह दाखवत नाही असाच अनुभव पदरी पडला. स्मिताचा बहुतेक पैसा तिच्या शिक्षणासाठी आणि थोडा इतर कारणासाठी खर्च करून बसलो होतो. वास्तविक तो तसाच शाबूत ठेवला असता तर बरं झालं असतं. काही तरी करून आपल्या पगारातनंच रेटलं असतं तर आज तिची रक्कम उपयोगाला पडली असती; असं वाटू लागलं.

आजचं मरण उद्यावर ढकलून बघावं म्हणून मी, 'मे'च्या शेवटच्या आठवड्यात खरेदीखत करू, असं काही तरी दुसरीच कारणं देऊन घरी आणि रामपूरला कळवलं.

चिकाटीनं उद्योगाला लागलो. मे संपत आला तरी जुळवाजुळव होईना... एक म्हण सारखी आठवत होती. 'सगळी सोंगं आणता येतात पण पैशाचं सोंग आणता येत नाही' पदोपदी हे पटत होतं.

'मे' च्या शेवटच्या आठवड्यात मला कागलला निघावं लागणार होतं;

इतक्यात रामपूरहून पत्र आलं की 'शेताची मालकीण भागूबाई कुंभार हिचा भाऊ म्हणजे शिवरुद्र कुंभार यांचे चुलते फार आजारी आहेत. तेव्हा शेताची खरेदी नंतर कधीतरी करू. तूर्त नको.' या पत्रानं मला अतिशय आनंद झाला.

मी ताबडतोब त्यांना लिहिलं की, 'आपण मुळीच चिंता करू नये. आपल्या चुलत्यांच्या प्रकृतीची नीट काळजी घ्यावी. त्यांना हॉस्पिटलमध्ये निपाणीला दाखल करावे. आवश्यक वाटले तर कळवावे; म्हणजे मी काही पैसे खर्चासाठीही पाठवून देऊ शकेन. आपल्या सोयीनुसार आपण सवडीनं खरेदीखत करू.' मध्यमवर्गीय बारीक-सारीक चतुरपणा हळूहळू जमू लागला होता.

थोड्याच दिवसांत मला कागलहून पत्र आलं, शिवरुद्र यांचे चुलते-भागूबाईचे बंधू वारले. तुम्ही एक दिवस येऊन जावे.

मी तातडीनं कागलला आणि तेथून आईला घेऊन पुढं रामपूरला गेलो. चुलत्याचा मृत्यू होऊन आठवडा मागं पडला होता. सगळ्यांची आस्थेवाईकपणे चौकशी केली.

"पैशाची काही गरज हाय का?" असंही विचारलं.

"तशी काही गरज न्हाई. धन्यवाद." शिवरुद्र कृतज्ञतेनं बोलले. ते सातवीपर्यंत शिकलेले गृहस्थ होते.

आई उतावीळपणे म्हणाली, "शिवरुद्र, लौकरात लौकर तेवढं खरेदीखत करून टाकू. म्हणजे तुम्हीबी मोकळं नि आम्हीबी मोकळं."

...आईचं हे अनपेक्षित बोलणं ऐकून मी अस्वस्थ झालो.

"मावशी, सावकाशीनं करू आता ते. कशासाठी गडबड करतीस? शेत तुझ्याच ताब्यात हाय न्हवं?"

"हाय की."

"मग? – मी नि आनंदराव खरेदीचं बघून घेतो. तू त्येची कायबी काळजी करू नको. फुडं बघू म्हणं. एवढा पावसुळा होऊन जाऊ दे आता. काय थोड्या घरगुती गोष्टी हाईत, त्या सुटल्या पाहिजेत."

"आई, तू गप्प बस. आम्ही बघतो त्याचं. अण्णा, तुम्ही तिचं काही मनावर घेऊ नका. अगदी तुम्ही 'करू या' म्हणाल्यावरच करायचं. नाही तर नाही." मी आईला गप्प केलं.

परतताना मला अत्यानंद झाला... अंगावर आलेलं संकट अलगद दूर झालं होतं. आता ते पूर्णपणे निवारण करण्यासाठी मला पुरेसा वेळ मिळणार होता.

कागलला आलो.

बैलं फारच थकलेली दिसत होती.

"आई, बैलं लईच थकल्यागत दिसत्यात. कामाचा चाप लई पडतोय

काय ग? का वैरण कमी पडती?''

''आन्दा, तू संक्रातीला येऊन गेलास तवापासनं बैलं एकदाबी भाड्याला गेली न्हाईत. नुसती बसूनच हाईत. त्यांस्नी आठवण झाली तर मालक कडब्याची चार धाटं टाकतोय. न्हाईतर तशी तारताळ्या देत बसत्यात. येळंसरी त्यांस्नी कुणी पाणीबी दावत न्हाई. मळा गेल्यावर औतअवजारं जशी खोपड्यात टाकून दिल्यात, तशी ही बैलंबी छपरात टाकून दिल्यागत झाल्यात.''

''शिवा बैलांस्नी भाडं हुडकून आणत न्हाई?''

''असल्या मरतुंगड्या बैलांस्नी कुणी भाड्याला बलवतच न्हाई आणि शिवालाबी बैलभाडं नको असतंय. हेलपाट्याचं काम असतंय ते. शिवाला झोलं सोसत न्हाईत; म्हणून नांगराचं, दिडांचं काम असलं तर शिवा जाईत न्हाई. त्यो रोजगार करायला सोकावलाय. त्येला गाडीबैलांचं काम न्हाई झेपायचं.''

''म्हंजे बैलं बिनकामाचीच पोसायची पाळी आलीय.''

''तसंच झालंय. 'त्येंच्या' मनरंजनासाठीच ती ऱ्हायल्यात. 'त्यांस्नी' दुसरं काय करायला नको. म्हणून आपलं ऊठसूट गोठ्यात येऊन बसत्यात. कवा आठवण झाली तर पाणी पाज, कुठं शेणाची पोवटी खराट्यानं ढकलून बाजूला लाव... असं केलं म्हंजे त्यांस्नी मळ्यातच असल्यागत वाटतंय; म्हणून ही बैलं. न्हाई तर ठेवायची कशाला ती?''

''आता उन्हाळा हाय. पावसुळा आल्यावर जरा हिरवीदुरवी वैरण कुणाला तरी गवतं कापू लागून आणत ऱ्हायाचं. उसाचा पाला मागून आणायचा नि बैलांस्नी घालायचा. बैलं जरा टणटणीत करा. दिवाळीच्या टायमाला ती इकून टाकू. दादालाबी मी आखिरीचं सांगून टाकतो. येवार कुणाला सुटालाय?''

मी दादाला बैलंही विकून टाकण्याविषयी शेवटचं बोललो. ''बघू म्हणं, कवा मळा परत मिळाला तर ताज्या दमाची, तरणी बैलं घेऊ.''

दादानं त्याला कुचंबत मान्यता दिली.. दादा हळूहळू खचलेल्या मनातनं बाहेर पडून उभारी धरत होता. कामाला रोजगारानं कुठं जात नव्हता. पण कुणाबुणाच्या मळ्यात उसाचा पाला कापायला जात होता नि दिवसाकाठी बिंडाभर वैरण आणत होता. जनावरांना तेवढीच होत होती.

यंदा रानात काय पिकं पेरायची ते सविस्तर सांगून पुण्याला आलो.

स्मिता एस. वाय. बी. ए. पास झाली होती. शाहू कॉलेजात या वर्षी मराठी विषयाचे टी. वाय. बी. ए. निघेल असं वाटलं होतं; पण ते निघालं नाही. प्राचार्य मंगुडकर पॉलिटिक्स विषयाचे प्राध्यापक होते. त्यामुळं त्यांनी त्या विषयाचं टी. वाय. बी. ए. काढलं. त्याचवेळी मराठीचंही काढलं असतं तर बरेच विद्यार्थी मराठीला गेले असते आणि त्यांच्या विषयाला फारसं कुणी राहिलं नसतं, असं

त्यांना वाटत असावं. म्हणून त्यांनी मराठी विषय चालू केला नसावा. त्यामुळं स्मिताला पुन्हा यावर्षी कॉलेज बदलावं लागलं. ती फर्ग्युसन कॉलेजला मराठी टी. वाय. ला रुजू झाली. स. शि. भावे, गंगाधर जोगळेकर हे मराठीचे प्राध्यापक मित्र तिथं होते. शिवाय डॉ. वि. रा. करंदीकर विभागप्रमुख होते.

वीस जूनला कॉलेज उघडलं नि माझी चुळबूळ सुरू झाली. घरात आम्ही दोघे आणि पाचसहा महिन्यांची स्वाती. तिला सांभाळायला कुणीच नाही. म्हणून आईला कागलला पत्र लिहिलं. सगळी परिस्थिती सांगून शेवटी लिहिलं; "कुणातरी एका बहिणीला पुण्याला लावून दे. आनसाबाई सगळ्यांत लहान आहे. तिचा तुम्हांला तिकडं आता काही उपयोग नाही. कारण हिराबाई म्हसरांबरोबर शेरडंही घेऊन जाऊ शकेल. आनसाचं काम वाचेल. मग तिला इकडं लावून द्यायला काहीच अडचणीचं नाही. इथं ती स्वातीला खेळवील. स्मिता तीनचार तासांनी परत घरी येते. तेव्हा आनसाबाईला रोज तीन-चार तासच स्वातीला सांभाळावं लागेल."

उत्तरादाखल आईचं पत्र आलं. "आनसा अजून बारीक हाय. तरी हिराबाईला घेऊन जाण्यासाठी यावे."

मी जुलैच्या पहिल्या आठवड्यातला शनिवार धरून रजा काढून गेलो नि हिराला पुण्याला घेऊन निघालो.

गावाकडच्या घरात हिराच्या वाटणीचं काम चुकत नव्हतं. वाटलं; आता तिचे कष्ट चुकतील. सुखाचे दिवस येतील. पाचसहा महिन्यांच्या स्वातीला घरात घेऊन ती सुखानं बसेल. भरपूर खायला प्यायला मिळेल. कागलात मिलो जोंधळ्याची भाकरी नि आमटीशिवाय दुसरं काहीच मिळत नाही. इथं निदान वेळेवर अन्न तरी खायला मिळेल. तब्येत ठणठणीत होईल हिची.. मग पुन्हा हिचा नवरा हिला नांदवायला तयार होईल.

मला कोल्हापुरातले हिराचे दिवस आठवले. त्या सरकारी हॉस्पिटलमध्ये तिची तब्येत सुधारली होती; तशीच आता पुण्यात सुधारेल. डॉक्टरांना तिची तब्येत दाखवून औषधं चालू करू. बरं झालं या निमित्तानं ती पुण्याला येतेय. जन्मात तिनं कोल्हापुराशिवाय दुसरं कोणतंही शहरगाव बघितलं नाही... आता तिला येता-जाता कराड, सातारा बघायला मिळेल. पुणं फिरवून दाखवू. आसपासच्या देहू-आळंदीला दिवाळीच्या सुटीत जाऊन येऊ. तिची चिंध्याबोतरं झालेली लुगडी फेकून देऊन तिला नवी लुगडी नेसवू. घरात बसून हिच्या अंगावर कांती येईल. ती माणसात येईल... एका प्राध्यापकाची बहीण म्हणून शोभायला लागेल. घरबैठ्या राहणीच तेज तिच्या चेहऱ्यावर येईल... वर्षभरात आईला मग ती ओळखूसुद्धा येणार नाही.

एस. टी. कागलहून कोल्हापुरात येऊन पोचली नि आम्ही कोल्हापूर-पुणे

गाडीत बसलो. रिझर्वेशन होतं.

हिराबाईला मुद्दाम कडेची सीट दिली...लहानपणी काही ना काही कारणानं कोल्हापूर, जोतीबा, आप्पाची वाडी असा बसमधून प्रवास करण्यास मला मिळाला. अर्ध्या-पाऊण तासात हा प्रवास संपे नि लगेच मला बसमधून उतरावं लागे. त्यावेळी वाटत असे, हा प्रवास दिवसभर चालावा. गाडी पळत राहावी नि भोवतालचा मुलुख नजरेत येत राहावा; जात राहावा. गाडी जोरजोरानं पळत राहावी. प्रवास संपूच नये. गाडीत पोटभर बसायला मिळावं.

...हिराबाईच्या मनातही असंच काहीतरी लहानपणी आलेलं असणार. निदान कोल्हापूरचा पंचवीस तीस मिनिटांचा प्रवास जेव्हा तिनं आजारी असताना केला होता; तेव्हा नक्कीच आलेलं असणार. तिची इच्छापूर्ती नक्कीच आज होणार.

मी उत्साहानं येणारी, जाणारी गावं, नद्या, आसपासची रानं, डोंगर तिला दाखवू लागलो.

ती बघू लागली. 'हूं हूं' करू लागली.

दीडएक तासानं कराड दिसू लागलं नि गाडी शहरात घुसली.

हिरा म्हणाली, "आलं का पुणं?"

"न्हाई. हे कराड हाय. हितं गाडी पाच-धा मिटं थांबती नि मग फुडं जाती. तुला काय च्यापाणी प्यायचं हाय? इरागतीला जाऊन यायचं असंल तर चल; तुला कुठं जायाचं ते दावतो."

"न्हाई." एवढंच ती बोलली. जागची हललीसुद्धा नाही.

आणखी दीड तासांनी सातारा आल्यावर तिन हाच प्रश्न केला. "आलं वाटतं पुणं?"

"न्हाई; हे सातारं हाय."

तिथं अर्धा तास गाडी थांबली तरी जागेवरनं उठायला तयार नाही. हॉटेलात 'चहापाणी प्यायला चल;' म्हटलं तरी यायला तयार नाही. त्याच जागेवर निश्चल बसलेली. माझ्या लक्षात आलं की ती प्रवासाला खूप कंटाळली आहे. म्हणून मी शेंगदाणे, फुटाणे, तिच्या आवडीची रसदार मोसंबी घेतली.

ती प्रवासात हातात घेऊनच बसली. साताऱ्यानंतर अजून तीन तासांचा प्रवास होता. तिच्या प्रश्नांचा भडिमार माझ्यावर सुरू झाला. एकच प्रश्न ती मला शब्द फिरवून किंवा दुसरे वापरून विचारू लागली... "आलं का पुणं?... कवा यायचं हे पुणं?...लई लांब दिसतंय? ...कट्टाळा आलाय मला. लईऽऽ लांब चालल्यागत वाटाय लागलंय. कागल किती लांब गेलं हे? एवढ्या लांब कशाला आलासा? कोल्हापुरात नोकरी बघा... लईऽऽ लांब हाय हे पुणं!" असं तिचं

बोलणं सुरू झालं.

शेवटी मी सांगितलं. "पुन्हा पुन्हा तेच तेच काय इचारतीस, पाच-पाच मिंटाला? 'अर्धातास' हुतोय? तास रात झाली की पुणं येतंय. गप बस. डोळे मिटून झोपून जा."

तिला झोप कसली ती येत नव्हती.

"अंधारून आलंय; दीस बुडाला वाटतं."

"हिरा, पावसाळी ढग आल्यामुळं असं अंधारलंय. आताशा साडेपाच वाजल्यात. अजून दीड तास प्रवास हाय. माणसाला माणूस दिसंना झालं की पुणं येतंय. पुणं आलं की मी तुला सांगतो. मुकाट्यानं गप बस आता."

तिनं मला जाम वैताग आणला.

मी जरा दम दिल्यावर ती गप बसली.

मग गप्पच गप्प बसली.

मी भाऊ असलो तरी तिला तिच्या गोतावळ्यातनं उचलून नेत होतो. भांडणतंटा करणारी असली तरी तिच्या आईच्या उबीत तिला सुरक्षित वाटत होतं. तिच्या गळ्यात कायमची म्हसरं, शेरडं बांधलेली असली तरी तिला ती अतिसहवासामुळं 'आपली' वाटत होती. त्यांच्याशिवाय लांबलांब जाण्यात तिला चुकल्यागत वाटत होतं. तिचा फार मोठा मानसिक आधार असलेलं घर तिच्यापासनं भलतंच दूर दूर चाललंय, असं तिच्या मनात खोलवर, धूसर जाणवत होतं.... या सगळ्यापासनं कधी नव्हे इतकं आपण खूप खूप लांब चाललोय या कल्पनेनं ती मनात भयभीत झाली होती. नोकरीनिमित्त आणि शिक्षणानिमित्त अनेक वर्षं सतत बाहेर असलेला मी तिचा मोठा भाऊ असलो तरी गावाकडचे गावरान भाऊच तिला आपले, खरे जवळचे असे वाटत होते.

...मी तिला मोसंबं सोलून देऊन एकएक फोड देऊ लागलो...कोल्हापुरात आजारी असताना तिला मोसंबी फार आवडायची.

पुण्यात आलो नि दुसऱ्या दिवसापासून सगळे कामाला जुंपले गेलो.

जुलै महिना मोठ्या आनंदात गेला...

गावाकडं नदीच्या कुरणातील गवताचा लिलाव सुरू झाल्याचं मला पत्रातून कळताच मी पन्नास रुपयांची वाटणी ठेवण्यासाठी चेक पाठवून दिला. मनात होतं म्हैस गाभणी आहे. व्याल्यावर तिला कुरणाचं हिरवं गवत मिळालं तर दूध भरपूर देईल नि रतिबाचे मनासारखे पैसे येतील. शिवाय बैलंही अतिशय रोडावली होती. त्यांनाही चाराचंदी घालून धडधाकट करावीत आणि दिवाळी झाल्यावर विकून टाकावीत; असाही इरादा होता. पीकपाण्यासंबंधीही सारखी चौकशी पत्रातून करत होतो. कारण तंबाखूच्या बेवडात जोंधळा, तूर, मूग

लावला होता. बारक्या पट्टीत भुईमूग लावला होता. पिकं चांगली यावीत म्हणून थोडं सल्फेटही विकत घेऊन घातलं होत... पिकं चांगली आल्यामुळं हे वर्ष सुखात जाईल; असं वाटत होतं.

ऑगस्टच्या पहिल्या आठवड्यात एके दिवशी संध्याकाळी हिराबाईला एकदम जोरकस उलट्या झाल्या. शौचाला आल्यासारखं झालं; म्हणून कशीबशी जाऊन आली. पुन्हा परत आल्यावर उलट्या झाल्या.

काहीतरी अपचन झालं असावं; असं वाटल्यानं तिला गल्लीतल्या डॉक्टरांनी झोपेच्या गोळ्या नि औषध दिलं.

पण दुसऱ्या दिवशी पहाटे तिला जोरदार उलट्या आणि ढाळ सुरू झाले. तिला चक्कर मारू लागली. 'कसंसंच हुतंय' म्हणून जमिनीवर पालथी पडू लागली. तिला इतक्या उलट्या झाल्या नि इतके ढाळ झाले की तिच्या पोटात एवढं पाणी कोठून आलं, असा आश्चर्यचकित नि भयभीत करणारा मला प्रश्न पडला.

उलट्या आणि ढाळ थांबेनात म्हणून मी शेजारी राहणाऱ्याा नानींना बोलावून आणलं.

नानी म्हणाल्या, "हिला ससूनमध्ये घेऊन जाऊ या. गल्लीतल्या डॉक्टरला दाखवण्यात अर्थ नाही."

दरम्यान हिरा बेशुद्ध पडली. निपचित झाली. डोळे पांढरे झाले. माझ्या काळजाचं पाणी झालं.

दोन रिक्षा करून मी, नानी, स्मिता आणि आठनऊ महिन्यांची स्वाती; असे ससूनला गेलो.

तिथं माझा कुणाशीच परिचयही नव्हता. पण नानींनी पुढे होऊन चौकशी केली. त्यांचे एक दोन ससूनचे डॉक्टर ओळखीचे होते. ड्यूटीवर असलेल्या डॉक्टरांना त्यांनी त्यांची ओळख सांगितली. 'केस सीरिअस आहे. ताबडतोब उपचार सुरू करा.' अशी विनंती केली.

त्यामुळं हालचाली सुरू झाल्या. वेड्यासारखा मी बॅग घेऊन हिंडत होतो.

हिराबाईवर उपचार सुरू केले. जनरल वॉर्डात तिला एका कॉटवर टाकून एकदोन इंजेक्शन्स दिली. तिला लगेच सलाईन लावलं. तिच्या अंगावरचे कपडे बदलले. ती बेशुद्धच होती.

इंजक्शनं दिल्यावर, सलाईन लावल्यावर डॉक्टर मला म्हणाले, "तुम्ही तिचे भाऊ काय?"

"हो. आईवडील कोल्हापूरला आहेत."

"त्यांना ताबडतोब बोलावून घ्या. आमच्या परीनं आम्ही प्रयत्न करतोच आहोत, पण केस सीरिअस आहे. काही सांगता येत नाही. पण प्रयत्नात आम्ही कसूर करणार नाही एवढं लक्षात घ्या."

माझं धाबं दणाणून गेलं.

"नानी, मी कागलला तार करून आईला बोलावून घेतो, तार ऑफिसवर जाऊन येतो. हिरा शुद्धीवर येईपर्यंत तुम्ही जाऊ नका. स्मिता तूही इथंच बैस. मी आलोच."

मी इतका भ्यालो की ससूनमधून बाहेर पडल्यावर माझी दिशाभूल झाली. कोणता रस्ता कोणत्या दिशेनं आलाय काहीच कळेना. एका माणसाला विचारून घेतलं नि तार-ऑफिसमध्ये जाऊन तार करून परतलो.

हिराचं आज काय होणार, याचं स्पष्ट चित्र माझ्यासमोर उभं राहिलं...माझ्या हातून ही दुसरी बहीण मरणार. सुंदरानं जीव दिला. त्याला मीच थोडा जबाबदार आहे अशी माझी समजूत झाली होती. तिला मी थोबाडीत मारायला नको होती. 'तू दिलीस तिकडं मेलीस' अशी भाषा तिला उद्देशून करायला नको होती. तिला मी मारलं नसतं, बोललो नसतो, तर ती नेहमी जशी निघून यायची तशी परत आली असती नि वाचली असती. असं पुन:पुन्हा मनात येई. आता हिराबाईला मीच कागलातून इथं आणली. पंधरा दिवस गेल्यावर हिरा म्हणाली, "माझा जीव हितं गमत न्हाई. मला कट्टाळा आलाय. मला कागलात न्हेऊन सोडा." – तर मी तिचं न ऐकता तिला दडपून इथंच ठेवली... ते आता मला असं निस्तरावं लागणार. मी दोन भणींचा काळ ठरणार..

...मला चालता येईना. हातापायातलं बळ गेलं. लघवीला जोरात आलं. मुतारी शोधून जाऊन आलो. दरदरून घाम सुटला नि क्षणभर टेलिफोनच्या खांबाचा आधार घेऊन तसाच पाच मिनिटं उभा राहिलो.

हॉटेलात जाऊन चहा प्यालो.

स्वत:ला सावरल्यासारखं वाटलं.

धावत हॉस्पिटलमध्ये गेलो.

डॉक्टर पुन्हा नाडी तपासत होते. पुन्हा काही तरी त्यांनी नर्सला करायला सांगितलं.

नानींनी स्मिताला रिक्षा करून घरी पाठवलं होतं. घरगुती निरोप दिले होते. स्मिताला "पुन्हा येऊ नका, घरीच बसा. इथं काही झालं तर मी कळवते किंवा भाऊजींना पाठवून देते.' म्हणून सांगितलं.

नानी कॉटजवळ बसून राहिल्या नि कॉरिडॉरमध्ये हातपाय गाळून सरळ जमिनीवर भिंतीचा आधार घेऊन मी बसलो. हिरा शुद्धीवर येण्याची वाट पाहू लागलो.

कॉरिडॉरमधून पश्चिमेच्या दिशेनं डॉ. अनिल गांधी कुणाशी तरी बोलत, काही चर्चा करत येताना दिसला.

मला एकदम प्रचंड धीर आला. माझा तो फार जवळचा मित्र होता. लांबूनच त्यानं मला निराधारपणे भिंतीकडेला बसलेलं पाहिलं होतं. त्याच्याकडं माझं लक्ष गेल्यावर मी कसाबसा उठून उभा राहिलो.

तो पाहत होता. म्हणाला, ''अरे तू इथं कसा काय आला आहेस?'.

मी त्याला सगळं सांगितलं.

लगेच तो हिराबाईकडं आला. त्यानं स्वतंत्रपणे हिराची पुन्हा तपासणी केली. अगोदर तपासणाऱ्या ड्यूटीवरील डॉक्टरांना बोलावून घेतलं. त्यांच्याशी इंग्रजीत चर्चा केली. काही गोष्टी सांगितल्या. काही गाईडलाईन्स दिल्या नि शेवटी सांगितलं,''बी केअरफुल. धिस इज माय केस.'' नर्सलाही त्यानं काही सूचना दिल्या. मला म्हणाला, ''काही काळजी करू नको. सगळं ठीक होईल. काही कमीजास्त असलं तरी मला लगेच फोन कर. मी येतो.''

माझी हताश मन:स्थिती त्याच्या लक्षात आली. मग पंधराएक मिनिटं इकडतिकडच्या गप्पा मारून त्यानं ठार निराश झालेल्या मला खुलवण्याचा प्रयत्न केला. त्याचे वडील नुकतेच वारले होते. त्याचं सावटही त्यानं आपल्या बोलण्यात दिसू दिलं नाही. त्याक्षणी तो मला परमेश्वर भेटावा तसा भेटला.

त्याच्या प्रयत्नामुळं नि त्यानं वैयक्तिक लक्ष घातल्यामुळं हिराबाई बचावली. नाहीतर अगोदरच्या सरकारी नोकरीची ड्यूटी बजावणाऱ्या डॉक्टरांनी सांगितल्याप्रमाणं हिरा हातातून कधीच निघून गेली होती. कर्तव्य आणि आत्मीयता यांतलं जन्म-मृत्यूइतकं प्रचंड अंतर मला त्याक्षणी जाणवलं. इहलोक आणि परलोक यांच्याइतकं ते अनंत कोटी मैलांचं होतं.

तारेनुसार आई नि मामा दुसऱ्या दिवशी आले. माझ्या भावनाविवश मनात भलतेच विचार आल्यामुळं मी दोघांनाही यायला सांगितलं होतं. इथं काही घडलं तर आईला धीर, आधार द्यायला मामाच अत्यंत उपयोगी पडेल, अशी माझी खात्री होती. म्हणून त्यालाही मी यायला तारेतून सांगितलं होतं. हिराला आता काही धोका नाही, असं नक्की झाल्यावर तीनचार दिवसांनी मामा निघून गेला.

हिराला पूर्ण बरे वाटेपर्यंत आठदहा दिवस आई राहिली. ती बरी झाल्यावर तिला नि आईला मी चोळी-लुगडं केलं. औषधाला पैसे दिले. घ्यायची ती औषधं पुण्यातच घेऊन दोघींची कागलला रवानगी केली.

एका महादिव्यातून गेलो. घरात पुन्हा आम्ही तिघेच उरलो. मी, स्मिता आणि स्वाती.

तेरा

हिरा परत गावी गेल्यावर स्मिताच्या थोरल्या बहिणीला म्हणजे आक्कांना पुण्याला बोलावून घेतलं. स्मिताचा दुसऱ्या क्रमांकाचा भाऊ अशोक हा पुण्यात उशिरा शिकण्यासाठी येऊन दाखल झाला होता. आक्कांच्यामुळं सगळ्यांनाच सर्व प्रकारचा आधार झाला. स्मिताला मानसिक दृष्ट्या अधिक मोकळीक मिळाली.

कागलला गेल्यावर आईचं पंधरा-एक दिवसांनी पत्र आलं. म्हैस व्यायल्याची आनंदाची बातमी त्यात होती. तिनं मला पोस्टानं रजिस्टर पार्सल करून खरवस पाठवला. तीन दिवसांनी मला ते पार्सल मिळालं. सगळा गिन्ना आंबून गेलेला. मी पार्सल घेतलं नि कचऱ्याच्या पेटीत सगळा गिन्ना तसाच टाकून दिला.

मला आईच्या वेडेपणाचा राग आला. ती पुष्कळ वेळा कुरड्या, खारट सांडगे, तिखट सांडगे, शेवया उन्हाळ्यात केल्यावर मला पाठवत असे. या सगळ्या वस्तू माझ्या आवडीच्या. लहानपणी मी याच गोष्टींचा खाण्यासाठी हट्ट केलेला. आईला हे माहीत होतं. तिला मी पुष्कळ सांगितलं होतं की; ''मला त्या पाठवून देत जाऊ नकोस. मी उन्हाळ्यात किंवा दिवाळीत सुटीवर आलो की खाईत जाईन.''

''आन्दा, ह्या घरात सगळी भुतं हाईत. हितं भोकराचं लोणचं जरी केलं तरी तासाभरात संपून जातंय. मग असल्या गोष्टी तू येण्याची वाट बघत कशा शिलकीला ऱ्हातील?''

''शिलकीला न्हाई ऱ्हायल्या तरी काय बिघडत न्हाई. ह्या गोष्टी आता पुण्याच्या बाजारात, मंडईत, दुकानात मिळत्यात. तू पाठवण्यासाठी जेवढं पैसे खर्च करतीस तेवढ्या पैशातच तेवढे पदार्थ तिथं इकत मिळत्यात... म्हंजे तू

पाठवलेलं पदार्थ हितं पोराबाळांस्नी खायलाबी येतील नि मीबी खर्च झालेलं पैसे वाचवून ते पदार्थ तिथं इकत घेऊन खाईन.''

''असू देत. उगंच चार पैसे वाचवायचा चेंगटपणा करू नको. घरच्याची चव बाजारच्याला येती का कवा?''

''बरं.''

या बोलण्यामागं लपलेलं 'आईपण' मला दिसून येत होतं. त्याला धक्का लावणं माझ्या जिवावर येई. प्रत्येक वेळा मी कागलला गेलो की, ''किती बारीक झालास रं, आन्दा! त्या पुण्यात काय खायला अन्नबी मिळतंय का न्हाई रं?'' अशी तिची नेहमीची तक्रार. त्या तक्रारीमागची भावना मला समजे. ती मी तशीच सांभाळत होतो... मी कागलला गेल्यावर तिनं तसं काही म्हटल्याशिवाय मलाही चैन पडत नसे. पण ह्या गिन्र्याच्या पार्सलानं मात्र डोकं भडकलं. आईला नि पार्सल पाठवणाऱ्या आप्पाला ही साधी गोष्ट कळली पाहिजे होती की गिन्ना ही काही तीनचार दिवस टिकणारी वस्तू नाही. दोन दिवसांत ती आंबून जाते. मी तावातावानं आईला पत्र पाठवलं. त्यात सगळा गिन्ना कसा वाया गेला व पाठविण्यात तुम्ही किती मूर्खपणा केला, हेही सांगितलं. शेवटी लिहिलं की, ''मी आता तीस वर्षांचा घोडा झालो आहे. लहानगा राहिलो नाही. तेव्हा येथून पुढं मला कोणतीही खाण्याची वस्तू पोस्टानं पाठवत जाऊ नको. तिचा विनाकारण खर्च होतो. मी इथं पै-पै गोळा करण्याचा प्रयत्न करीत आहे आणि तुम्ही वाटेल तसा खर्च करीत आहात. तुम्ही पाठवत असलेले सगळे पदार्थ पुण्यात मिळतात. मी ते आवडीप्रमाणं सतत विकत घेऊन खात असतो. तुम्ही पाठवण्याची काही गरज नाही.''

मला ह्या सगळ्याच प्रकाराचा राग आला होता. आईनंही आता मन आवरतं घ्यावं, असं वाटत होतं. तिचं प्रेम मला समजत होतं; पण मला त्यापेक्षा व्यवहार सांभाळणं, पैसा थेंब थेंब सांभाळून सगळं घर रांगेला लावणं महत्त्वाचं वाटत होतं. त्यासाठी मी माझ्या कितीतरी आवडीनिवडी, भावना बाजूला ठेवून धडपडत होतो; त्याला घरादारानंही तशीच जिकिरीनं साथ द्यावी, असं वाटत होतं.

''गिन्ना ताजा ताजा करून लगीच पोस्ट सुरू झाल्याबरोबर पोस्ट-पार्सल पोस्टात दिलं होतं. वाटलं होतं की ते दुसऱ्या दिवशी सकाळच्या टपालाबरोबर तुला मिळेल. एका दिसाचं शिळं अन्न आपूण तर रोज खातो.''

आईच्या या लगेच आलेल्या पत्रानं माझा राग कुठच्या कुठं गेला नि स्वत:शीच खुदूखुदू हसू लागलो. तिला आणि आप्पालाही वाटलं होतं की पोस्टात लवकर पार्सल दिलं की लवकर पुण्याला जाईल.. पोस्टाच्या 'पेटी उघडण्याच्या' वेळांचा आईला पत्ता असणं शक्य नव्हतं; पण नववीत असलेल्या आप्पालाही तो नव्हता... खरं तर मलाही एस. एस. सी. होईपर्यंत त्याचा नेमका

अर्थ कळत नव्हता.

महिनाभरानं आप्पाचं पत्र स्वतंत्रपणे आलं. कुणालाच न सांगता त्यानं ते लिहिलं होतं. मळा गेल्यानंतर प्रथमच घरात म्हैस व्याली होती. मळा होता तोपर्यंत आई सकाळचं म्हशीचं बहुतेक दूध रतिबाला घालत होती नि रात्रीचं दूध घरात ठेवत होती. त्यामुळं दुधाचा प्रश्न घरात कधी निर्माण झाला नव्हता. पण आई आता म्हशीचं दूध घरात फक्त चहापुरतं ठेवून सगळंच रतिबाला घालायला लागली होती. त्याशिवाय घरात खर्चाला पैसा येत नव्हता. दादाचं म्हणणं असं की 'घरात खायला एक वक्ताचं दूध ठेवावं. रेशनिंगच्या निकृष्ट धान्याचं अन्न खाऊन सगळ्यांच्या तब्येती खराब झाल्या होत्या. अधनं-मधनं कुणाचं ना कुणाचं पोट बिघडत होतं. आजवर घरात दूध-दुभतं फार ना थोडं असायचं. त्यामुळं दूध, ताक, दही काही ना काही जेवणातनं मिळायचं. त्यामुळं तब्येती ठीक असायच्या. म्हणून दादानं आईला सांगितलं;

"एक वक्ताचं दूध घरात ठेव."

"बरं सांगता की. आयतं घरात बसून खायला चटावलाईसा. बाजार कशानं करू? पोराबाळांस्नी कंट्रोलातलं धान्य कशानं आणू? त्येंच्या अंगावर धडुती कशानं घेऊ?.. जरा पोराबाळांचा बाप होऊन घसाघसा मिळवून आणा. घरात धान्याची पोती आणून टाका. मग घरात बसून दूध-धई वरपा. कवा तरी आठ दिसांतनं कुणाकडनं तरी भीक मागून पाल्याची पेंडी आणायची नि तिच्या जिवावर आठ दीस बसून गिळायचं." आईनं दादावर तोंड सोडलं.

दादाचा पिंड लहानपणापासनं दुभत्यावर पोसलेला. काही काळ त्यानं पैलवानकी केल्यामुळं तर दुधा-दह्याशिवाय त्याचं जेवण होत नसे. विशेषत: त्याचा दुधावर जास्त जोर असे. दूधभात, दूधभाकरी हे त्याचं नेहमीचं खाणं. आमटीत, भाजीत दही घेऊन तो नेहमी खात असे. त्याला नंतर अल्सर झाल्यामुळं तर दुधाची गरज नेहमी वाटे. मळा होता तोपर्यंत त्याचं जेवण नीट चाललं.

पण मळा गेल्यावर वैरणीचा एकदम तुटवडा पडला. प्रत्येक पेंडीसाठी पैसे मोजावे लागू लागले. ते परवडेनासं झालं नि भाकड किंवा नुकतीच आटलेली जनावरं, रेडकं, वासरं, करडं विकून टाकावी लागली. पूर्वी घरात सलग दुभतं राही ते त्यामुळं बंद झालं. स्वाभाविकच एकुलती एक ठेवलेली म्हैस व्याल्यावर दादाला 'एक वक्ताचं तरी दूध घरात राहावं', असं वाटू लागलं. बाकीची पोरं ताकाच्या मचूळ पाण्यावर, आमटीच्या ढोळकणीवर निभावून नेऊ शकत. पण दूध नसल्यामुळं दादाची खरी अडचण होत होती.

आईनं दादाची जणू पुरती खोड मोडण्याची मनोमन शपथ घेतली होती. दादाचं नि आईचं भांडण झाल्यावर आईनं दुसऱ्या दिवसापासनं दादानं मागून

आणलेली वैरण म्हशीला घालायचीच बंद केली. "एक जरी पेंडी म्हशीला घाटलीसा तर ती उकिरड्यावर फेकून देईन. तुमची तुम्ही बैलास्नी घाला; न्हाईतर बाजारात इका नि दूध दुभतं आणून खुशाल खावा." म्हणून दादाला सांगितलं.

आप्पानं याविषयी सविस्तर लिहिलं. शेवटी विनंती केली. "आईला जरा शहाणपण सांगा. दादाला ती सारखी हिडीसफिडीस करून बोलती."

त्यानं सांगितलं तरी मी आईला लिहिलं नाही. लिहिलं असतं तर तिनं आन्दाला काय काय कळवलंस म्हणून आप्पाला धारेवर धरलं असतं. तिला काही सांगितलं तरी त्याचा उपयोगही झाला नसता.

पुढं आठच दिवसांत बाळा बैलं ढंढाळ्या रोग होऊन मेल्याचं पत्र आलं. मला अतिशय वाईट वाटलं. बैलांच्या समोरच उभं राहून गेल्या मे महिन्यात मी त्यांना विकण्याची भाषा केली होती... त्यांस्नी ती कळली तर नसंल?

जनावरं माणसांच्या डोळ्यांतला भाव बरोबर वळीखत्यात. त्यांस्नी बोलाय येत न्हाई एवढाच फरक. त्यांस्नी भवतीनं पिकं असलेल्या खोपीत ऱ्हाण्याची सवं हुती. वसाड परड्यातल्या डगडगणाऱ्या त्या छपरात त्यांस्नी वनवासी वाटत असंल? का त्येंनीबी मळा गेल्याची हाय खाल्ली?...

पत्र वाचून तासभर मन विवश झालं. बैलांनी पंधरा-वीस वर्षं मळ्याची नि आमची सेवा केली होती.

तिसरे दिवशी मी लिहिलं. "बैल गेल्याचं वाचून वाईट वाटलं. आता आहे तो बैल ताबडतोब विका. मांगवाड्यातल्या हेड्याला सांगून गिऱ्हाईक काढा. नाहीतर त्याचंही पैसे पाण्यात जातील."

मला व्यवहार सुटला नव्हता... कुठल्याशा पुराणकथेत दुष्काळात जगण्यासाठी गरीब ब्राह्मणानं आपला सर्वात लहान मुलगा बळी देण्यासाठी विकल्याचं वाचलं होतं... जगण्यासाठी माणूस काय काय करतं? बिरबलाच्या कथेतल्या माकडिणींनही आपला जीव वाचवण्यासाठी पिलू पायाबुडी घेतलं होतं.

त्याच पत्रातनं आणखी लिहिलं, "हळूहळू आता भुइमुगाच्या शेंगात दाणं भरतील. जोंधळा पोटरीला येईल. शेजारी मांगवाडा आहे. तिथली गुरंढोरं पिकात घुसून पीक शेंडलतील. पोरं अवचित येऊन भुईमुगाचं वेल उपटू लागतील. तरी एका माणसाला पुरेल एवढी लहानगी खोप रानाच्या उशाला घाला. तिथं राखणीला कायमचं कुणीतरी एकजण बसत चला. दादाला तिथं बसता येईल."

पंधरा एक दिवस गेल्यावर आप्पाचं पुन्हा पत्र आलं. "खोप घालताना दादाचं आणि शिवाा आण्णाचं चांगलंच भांडाण झालं. आण्णा दादावर धावून

गेला.

“तुझं शाणपण घाल त्या वड्यात. हितं मला शिकवू नको. मी दोन आखणी खोप घालणार. कुणी मेढी, वासं, कुडाचं सामान न्हेलं तर न्हेऊ द्यात माझं. मी सांगतोय ते ऐकायचं नसंल तर जा तिकडं भटाच्या मळ्याकडं. हितं काय न्हाई तुझं.” असं आण्णा दादाला म्हणतोय. दादाला वाटतंय राखणीला माणूस बसण्यापुरती एक आखणी खोप रग्गड झाली. एखाद्या वक्ती खोपीत कुणी न्हाईस बघून मांगं खोपीचं सामान, मेढी, वासं हळूहळू काढून न्हेतील. पर शिवा म्हणतोय, रात्री वस्तीला ऱ्हायाला पाहिजे. म्हणून खोप ऐसपैस पाहिजे. ह्यात दोघांची भांडणं लागली नि आण्णा दादाच्या अंगावर धावून गेला.

दादाला लई वंगाळ वाटलं. त्येच्या डोळ्यांत पाणी आलं. त्यो म्हणतोय, “आता माझं ह्या घरात काय ऱ्हायलं न्हाई. मी जातो कुठं तरी.” मी ‘जेव’ म्हटलं तर जेवला न्हाई. कालधरनं उपाशी हाय. तुमचं पत्तर आलं; तरच जेवीन म्हणतोय– तुम्ही एक दिवस येऊन शिवाला जरा वटणीवर आणा. शिवा दादाला ऊठसूट वाट्टेल तसं बोलतोय. दादाची समजूत काढा नि मग जावा.”

घरात सतत भांडणं चालली होती. वर्षभरापूर्वी माझ्या लक्षात एक गोष्ट आली होती. भावंडं आता मोठी झाल्यात. त्या सगळ्यांना आईच सांभाळती. घरचा कारभार आता तीच बघती. प्रत्येक पोराचं होय-नव्हं करती. आई-दादाचं भांडण जुनं. दादा मळ्यात पोरांना कामाला जुंपत असे नि पुष्कळ वेळा आपण कुणाबरोबर तरी गप्पा मारत बसे. ‘पहाटेपासनं तंगतोय’ म्हणून एकटाच खोपीत तासभर झोप काढत असे. ‘आलो जरा गावातनं’ म्हणून गावात जात असे. त्याच्या या करणीमुळं पोरांना वाटे; “दादा आम्हास्नी कामाला जुंपतोय नि आपून खुशाल असतोय.” ती दादावर चिडत, चरफडत; पण काही करू शकत नसत. कारण मळ्यावर दादाचं राज्य होतं.

पण आता मळा गेल्यावर दादाचं राज्यही गेलं. पोरं कुठंही रोजगाराला जाऊन मिळवून आणू लागली. ती आईबरोबर जात नि आईबरोबर येत. कधी आता एकटीही जात नि मिळवून आणत.

घरात आईचं राज्य सुरू झालं होतं. दादा काही मिळवून आणत नव्हता. त्यानं मागून आणलेली वैरणही आता आई नाकारत होती. नकळतच पोरं नि आई एक झाली होती नि दादा हळूहळू एकटा पडत गेला होता.

शिवा ऐन तारुण्यात आला होता. त्याची पंचविशी सुरू झाली होती. त्याला वाटत होतं; घरचं कारभारपण आता आपल्याकडंच आलंय. दादानं त्याला मळ्यात आजवर खूप तंगवलं होतं, त्याचं उट्टं तो आता कळत-नकळत काढत होता. दादाची अवस्था दात पडलेल्या म्हाताऱ्या सिंहासारखी झाली होती.

मी आप्पाला सविस्तर पत्र लिहिलं. त्यात दादासाठी मजकूर होता. शिवाचा उल्लेखही केला नव्हता. पत्रात शेवटी आप्पाला लिहिलं की, "आता आक्टोबर महिना सुरू झालाय. लौकरच आम्हाला दिवाळीची सुटी पडेल. मी तिकडं प्रत्यक्षच येतो आहे. दिवाळी झाल्याबरोबर शेताची खरेदी करून टाकू. तसं शिवरुद्र कुंभार यांनाही लिहिलं आहे. भेटीत घरातील वाद मिटवू."

दिवाळीसाठी गावी चाललो. बॅगेत आप्पासाठी एक-दोन ताजे दिवाळी अंक घेतले होते. त्यात माझ्या कथा होत्या. कागलात वसंत लोले, वि. म. बोते, जी. डी. गुरव, वसंत पाटील हे माझे वाङ्मयप्रेमी मित्र होते. त्यांनीही त्या वाचाव्यात आणि कथेविषयी कौतुकाची चर्चा करावी, अशीही इच्छा होती.

लेखनाच्या दृष्टीनं हे वर्ष यशस्वी गेलं. जानेवारीच्या एकवीस तारखेला पुण्यातल्या महाराष्ट्र साहित्य परिषदेच्या कार्यक्रमात माझ्या 'मोट' कथेवर के. नारायण काळे यांनी कसून लिहिलेलं एक टिपण वाचलं. आस्वादन, विश्लेषण, मूल्यमापन ही वैशिष्ट्ये एकजीव होऊन चांगल्या समीक्षकाच्या लेखनात कशी येतात त्याचा तो नमुना होता.

१९६४च्या 'सत्यकथेच्या' दिवाळी अंकात ही कथा आली होती. मी नवखा लेखक होतो. एकही संग्रह प्रसिद्ध झाला नव्हता. त्यामुळं दीड-एक वर्षापासून पुण्यात होतो; तरी त्याचा पत्ता ज्येष्ठ साहित्यिकांना असण्याचं काही कारण नव्हतं. के. नारायण काळे त्यांतील एक होते. त्यांना कथा आवडली. 'कथेच्या परिणामाच्या प्रभावाची पकड सैल झाली नाही. एक प्रकारचा चटका मनाला लागून राहिला. तो तात्पुरता नव्हता. तो सारखा पछाडतो आहे. 'हाउट' करतो आहे, असं वाटत होतं.' ही अवस्था दीर्घकाळ टिकली म्हणून त्यांनी 'मोट' वर टिपण लिहिलं. ते चर्चेसाठी खुलं ठेवलं.

कार्यक्रमाला मान्यवर मंडळी आली होती. विठ्ठलराव घाटे, डी. डी. वाडेकर, प्रा. अरविंद मंगरूळकर आणि मुख्य म्हणजे पु. ल. देशपांडे हेही आले होते. त्यांनी या चर्चेत भाग घेतला.

कार्यक्रमाला खूप गर्दी होती. त्या गर्दीत अगदी मागच्या बाजूला संकोचून मी बसलो होतो. कुणालाही माहीत न होता पोटभरून चर्चा ऐकावी अशी इच्छा होती. चर्चा ऐकत होतो. माझ्या कवितांवर अनौपचारिकपणे एक घरगुती कार्यक्रम प्राचार्य य. द. भावे यांच्या घरी रत्नागिरीला भाई आणि सुनीताताई यांच्या संगतीत साजरा झाला होता. त्याची आठवण तीव्रतेनं झाली. आज त्याला अधिक व्यापक रूप आलेलं आणि पुण्यातील नामवंत साहित्यिकांच्या संगतीत तो साजरा होत असलेला. भाई त्याला साक्षी असलेले.

"मोट'ची भाषा ग्रामीण आहे; ही गोष्ट खरी. पण ती वाचताना त्रास

होतो. ती काहीशी कृत्रिमपणे लिहिली आहे, असे वाटते.'' असा मुद्दा टिपणाच्या वाचनानंतर प्रा. अरविंद मंगरूळकरांनी उपस्थित केला. तर माझे मित्र प्रा. अरविंद वामन कुलकर्णी म्हणाले; ''ती अगदी स्वाभाविक आहे. आजवरच्या ग्रामीण साहित्यातील ग्रामीण भाषेवर शहरी भाषेचे संस्कार झाल्यामुळे आणि तीच भाषा वाचण्याची आपणांस सवय झाल्याने 'मोट'मधील अतिशय स्वाभाविक भाषाही कृत्रिम वाटत असावी, असं मला वाटतं.'' असा उलट विचार मांडला.

या उलटसुलट चाललेल्या विचारातून वाट काढण्यासाठी माझे दुसरे मित्र प्रा.गंगाधर जोगळेकर यांनी अनपेक्षितपणे एक गौप्यस्फोट करून मला संकटात टाकलं.

''इथे प्रत्यक्ष आनंद यादव आलेले आहेत. त्यांनाच आपण कथा वाचण्यास सांगू या. त्यावरून ती भाषा कृत्रिम आहे की स्वाभाविक आहे याचा पडताळा येईल.''

या अनपेक्षित संकटाला मी 'नाही' म्हणालो. मग भाईंनी आग्रह केला. तो मोडणं मला शक्य नव्हतं. मी यापूर्वी असं सार्वजनिक वाचन कधीच केलं नव्हतं. एवढंच काय घरी मोठ्यानं वाचायचीही मला कधी सवय नव्हती. पुण्याच्या अशा मान्यवरांसमोर पूर्वतयारी काहीही नसताना मोठ्यानं वाचायचं या कल्पनेनं मी काहीसा घाबरून गेलो.

पण वाचताना न कळत वाचनावर लक्ष केंद्रित झालं नि समोरच्या श्रोत्यांना विसरून गेलो... वाचन पूर्ण होताच प्रा. मंगरूळकर त्वरेने उठून म्हणाले की; ''माझा आक्षेप मी पूर्णपणे मागे घेतो. या कथेची ग्रामीण भाषा अतिशय स्वाभाविक आहे, याचा साक्षात प्रत्यय मला आला.'' आणि ते बसले.

श्रोत्यांनी उत्स्फूर्त टाळ्या वाजवल्या. पण मग लगेच प्रा. मंगरूळकर 'कथावाचन कसे असावे? यासंबंधी बोलत राहिले.

या कार्यक्रमानं आणि सप्टेंबरमध्ये आलेल्या प्रा. वा. ल. कुलकर्णी यांच्या पत्रानं मला वाङ्मयक्षेत्रात फार मोठा धीर दिला. प्रसिद्ध होणाऱ्या माझ्या साहित्याविषयी मान्यवरांच्या मनात नेमक्या काय प्रतिक्रिया होतात, याचा अंदाज आला. मी ग्रामीण साहित्याच्या क्षेत्रात नवं काही करू पाहत होतो. व्यंकटेश माडगूळकर, शंकर पाटील, रणजित देसाई यांच्या कथा वाचून ज्या मर्यादा आणि चाकोऱ्या मला जाणवत होत्या, बहिणाबाईंचा अपवाद सोडला तर इतर पूर्वसूरींच्या जानपद कवितेविषयी माझं जे मत फारसं अनुकूल नव्हतं, त्यांच्या बाहेर आपणाला कसे जाता येईल यासाठी मी वाङ्मयीन धडपड करत होतो. तिची योग्य नोंद मान्यवरांच्या मनात होतेच याची साक्ष या दोन घटनांनी दिली. के. नारायण काळ्यांचं टिपण मार्च १९६५च्या 'सत्यकथे'तून प्रसिद्ध झालं.

प्रा. वा. ल. कुलकर्णी हे तर १९६५च्या डिसेंबरात होणाऱ्या अखिल भारतीय मराठी साहित्य संमेलनाचे नियोजित अध्यक्ष होते. नवसाहित्याचे हिरिरीचे पुरस्कर्ते होते. 'सत्यकथा' मासिकात सातत्यानं माझ्या कथा-कविता छापून संपादक श्री. पु. भागवत माझ्या या वाङ्मयीन धडपडीची जणू प्रत्यक्ष पावती देत होते. माझ्या कथासंबंधी पत्रातून मला आत्मीयतेनं लिहीत होते.

पुण्यातल्या अनेक प्रतिष्ठित लेखकांचा परिचय होऊन त्याचं स्नेहात रूपान्तर होत होतं. सत्यकथेच्या ग्रुपमधील शंकर पाटील, वि. शं. पारगावकर, विद्याधर पुंडलीक, प्रा. अरविंद वामन कुलकर्णी, प्रा. स. शि. भावे यांच्याशी होणाऱ्या एखाद्या साहित्यकृतीवरील किंवा एकूण वाङ्मयावरील चर्चा मला अधिक जाणकारी आणीत होत्या. मी यांच्या सहवासात अधिकाधिक रमत होतो. नकळत अनेकांगांनी घडला जात होतो. छान छान ग्रामीण कविता लिहिणाऱ्या नि नव्यानं परिचय झालेल्या ना.धों. महानोरांची उत्साही पत्रं येत होती. रा. रं. बोराडे आरंभीच्या लेखनापेक्षा अधिक गंभीर प्रकृतीचं कथा-लेखन करत होते... वाटत होतं काही नवं घडत आहे. ग्रामीण साहित्यिकांची नवी, दुसरी पिढी आकाराला येत आहे.

या वाटण्यामुळं लेखनाविषयी उत्साह वाढला होता. 'प्लॅस्टिकची संस्कृती' ठरल्याप्रमाणं वर्षभर म्हणजे जुलैअखेरपर्यंत उत्साहानं लिहिली. 'चालू जमाना' रेडिओवर मोठ्या प्रमाणात लोकप्रिय होत होता. तो चालूच होता. सप्टेंबरात 'मातीखालची माती' हा व्यक्तिचित्रांचा संग्रह साधना प्रकाशनानं प्रसिद्ध केला. माझं हे पहिलं गद्य पुस्तक बाळ ठाकूरांच्या उत्तम चित्रांच्या सजावटीनं प्रसिद्ध झालं.

बी. ए., एम. ए. शिकत असताना झालेल्या अनेक मित्रांची पत्रं येत होती. माझं साहित्य वाचून ते कौतुक करत होते. त्यांतील बहुतेक प्राध्यापक होऊन नोकरी करत होते.

हळूहळू मी आर्थिक टंचाईवर मात करून तिची झळ कमी जाणवावी, म्हणून धडपडत होतो. तिच्यात थोडं थोडं यश येत होतं.

या सगळ्यामुळं मन सुखावून जात होतं. पुण्यात आल्याचं सार्थक झालं, असं वाटत होतं.

वर्षभरातल्या वाङ्मयीन घडामोडींचं आणि केलेल्या लेखनाचं मोठं समाधान घेऊन मी कागलला दिवाळी साजरी करण्यासाठी चाललो होतो.

हातातील ताजा दिवाळी अंक वाचता वाचता तसाच हातात राहिला होता. वर्षभराच्या साहित्यिक आठवणी सहजपणे येत होत्या. त्यांच्या तंद्रीत कागलला फारच लौकर येऊन पोचलो, असं वाटलं.

बॅग ठेवली.

"प्रथम शेताकडं जाऊन येतो." म्हणून सांगितलं.

वर्षभर शेत डोळ्यांसमोर होतं. गेल्या वर्षी शेताचं काही वाटत नव्हतं. कारण बहुतेक सगळा तंबाखूच केला होता. बेवड करून पुढच्या वर्षी उत्तम पिकं घ्यावीत, असं स्वप्न होतं. म्हणून या वर्षी बेवडात पेरलेली पिकं कशी काय आली आहेत, हे पाहण्याची इच्छा तीव्र झाली होती.

शेतात गेलो नि काहीसा भ्रमनिरास झाला. पिकं फारशी चांगली नव्हती. वेळच्या वेळी भांगलणी, खुरपणी झालेल्या नव्हत्या. म्हणजे या वर्षीही सुगीत धान्य विकत घेऊन ठेवावं लागणार होतं. शेताच्या खेरदीसाठी पैसा राखून ठेवावा लागला. त्यामुळं चार-पाच महिने घरी फार थोडा म्हणजे कामापुरता पैसा पाठवला. बियाणं, नांगरट, खतं, कपडे खरेदीसाठीच फक्त दिला. त्यामुळं रोजगारावरच पोट भरणं घरच्यांना भाग पडलं. त्यात घरच्या शेताकडं दुर्लक्ष झालं.

असं झालं तरी शेतातली दोन आखणी खोप बघून मनातल्या झाडावर सुखाच्या कळ्या फुलून आल्या....खोप भटाच्या मळ्यातल्या खोपीपेक्षा कितीतरी लहान होती. पण तिला आता कुणीच हलवू शकणार नव्हतं. ध्रुवबाळासारखी ती हक्काच्या आणि स्वत:च्या जागेवर उभी होती.

तिच्या दारात उभा राहून सहज शेतावरनं नजर फिरवत होतो...रान आमच्या घरापासनं अर्ध्या हाकेच्या अंतरावर होतं. अनेक कुंभारांच्या पट्ट्या एकमेकीला लागून. कुंभारकीचा पंचवीसभर एकरांचा डाग तयार झालेला. गरीब कुंभारं प्रसंग पडला तर पट्ट्या चौथाईनं देत. गहाण टाकत, प्रसंगी विकत. मनात आलं हळूहळू आपल्या रानाच्या दोन्ही बाजूंची रानं मिळतील तशी चौथाईनं, गहाणवाट किंवा विकत घ्यावीत नि एक सलग मळा तयार करावा. आपल्या रानात खोलवर विहीर काढावी नि आसपासच्या रानात बागायती करावी. भटाच्या मळ्याच्या दुप्पट मळा करावा नि शिवाच्या ताब्यात देऊन त्याला नव्या पिढीचा तरुण शेतकरी करावा. नव्या पद्धतीची सुधारलेली शेती करावी. घरदार सुखानं या मळ्यात राबत राहील नि आपली परंपरा पुन्हा उजगाराला येईल.

ऐन दिवळीत मनात हेच स्वप्न फुलवीत होतो. दिवाळी झाल्यावर लगेच आठदहा दिवसांनी शेताचं खरेदी-खत केलं नि त्याच स्वप्नाच्या तंद्रीत अत्यानंदानं गैबीसमोर पेढे वाटले.

●

चौदा

धोंडूबाईचं कामाला जायचं नि मिळवून पोटाला खायचं असं रखडणं आमच्या घरात चाललंच होतं. दही विकायला आणि बाजारासाठी कागलला येणाऱ्या सिद्धनेर्लीच्या बायका तिला सिद्धनेर्लीची बातमी अधनंमधनं देत. तिनं सिद्धनेर्लीचं नाव टाकलं होतं. पण दाल्ला तिथं काय काय करतोय, याची उत्सुकता तिला होती.

धोंडूबाई इकडं आल्यावर वर्षभरात ती देवरसीण सिद्धनेर्लीहूनही निघून गेली होती. तिच्या देवरसपणाचा पडताळा आसपासच्या गावांना कमी कमी येऊ लागला. हळूहळू तिच्याकडं कुणी येईनासं झालं. पुढं पुढं तिला नुसत्या देवरसपणावर पोट भरणंही कठीण जाऊ लागलं; म्हणून ती धोंडूच्या दाल्ल्याला तिथंच सोडून कुठंतरी दूरच्या मुलखाला अचानक निघून गेली.

धोंडूच्या दाल्ल्याची दोन वर्षं देवरसणीच्याजवळ बरी गेली होती. कामाची सवय कधीच सुटून गेलेली. बसून खाणं, झोपणं नि देवीची सेवा करणं, एवढंच त्याला करावं लागे. याच काळात हळूहळू त्याला हातभट्टीची दारू पिण्याची सवय लागली. रात्री तो हमखास प्यालेला असे.

पण देवरसीण अचानक निघून गेल्यावर तो एकदम खडकावर पडल्यासारखा झाला. म्हणून त्यानं माळावरच्या आपल्या शेताच्या घळणात हातभट्टी लावली. गावाबाहेर शेतातच एक छोटीशी खोप बांधून तिच्यात राहू लागला. रात्री हातभट्टी लावून दिवसा विकण्याचा धंदा करू लागला. येणाजाणाऱ्या परगावच्या लोकांना वाटे; हा देवरसी विरक्त होऊन गावाबाहेर येऊन राहिला आहे.

एक दिवस तो त्याच खोपीत मरून पडलेला लोकांना आढळला. कदाचित हातभट्टीच्या दारूच्या अनावर पिण्यामुळं त्याला विषबाधा झाली असावी, असा

लोकांनी अंदाज केला. ही गोष्ट घडून गेल्यावर धोंडूबाईला महिनाभरानं कळली. तिच्या मनात खोलवर असलेल्या अपेक्षांना गेली दोन-अडीच वर्ष एक धुगधुगी होती, तीही संपली. ...तिला वाटत होतं; आज ना उद्या त्येला उपरती हुईल. झालेली चूक कळंल नि परत त्यो संसारात येईल.

पण तसं काही झालं नाही. ती मोकळी मोकळी झाली.

आईच्या नजरेसमोर 'दोन्हीही लेकी दाल्ल्यांनी टाकून दिलेल्या' असं चित्र होतं. 'तिन्ही-चारी' लेकींचा संसार नीट झाला न्हाई, अशी रुखरुख तिच्या मनाला होती. 'अजून खालच्या दोन लेकी आणि तीन ल्याक लगनाचं हाईत. कसं हुयाचं ह्यंच्या जल्माचं?' अशी भीती तिच्या मनात घर करून होती. म्हणून धोंडूबाईचा दाल्ला मरून गेल्यावर आईनं धोंडूबाईसाठी पुन्हा धडपड सुरू केली.

तिच्या धडपडीला यश आलं. आईच्या माहेराच्या गल्लीला पिराजी मान्याचं घर होतं. त्याची दोन्ही पोरं मिळवून खात होती. धाकटा शंकर अतिशय कष्टाळू, सरळ मनाचा. काटकसरीनं नि विचारानं संसार करणारा. पण त्याची पहिली बायको कोणत्या तरी दीर्घ आजारानं मरून गेली होती. जागा नजरेसमोरचा होता. माणसं पूर्वीपासनं ओळखीपाळखीची होती. आईनं मामाकडनं चौकशी केली. शब्द टाकला नि सगळं जुळून आलं.

फेब्रुवारी १९६६ला धोंडूबाईचं दुसरं लग्न झालं. शंकरची स्वत:ची जमीन काही नसली, मजुरी करून खाणारा असला तरी दुसऱ्यांची वाळली शेतं खंडानं, भागानं फाळ्यानं करत होता. घर-शाकारणी, गुऱ्हाळात आडंसोडी करणं, मळण्या करून देणं, असली चार पैसे जास्त मजुरी देणारी कामं तो करत होता. त्याच्या कष्टाळू वृत्तीमुळं त्याला गावात शेतकऱ्यांची, शेतमालकांची मागणी सतत असे. त्यामुळं आईला वाटलं दोघं सुखानं राबून खातील. पोरीचा संसारही नजरेसमोर राहील. काही कमी-जास्त झालं तर लगेच त्या त्या वेळी निपटून काढता येईल.. धोंडूबाईच्या या लग्नामुळं आईच्या जिवाचा घोर कमी झाला.

धोंडूबाईची मुलगी फुला आमच्याकडं राहिली. आईची तिच्यावर खूप माया. आम्ही सगळ्या भावंडांनी तिला धोंडूच्या ठिकाणी मानली. लहान होती. अंदाजानं तिची जन्मतारीख ठरवली नि तिला शाळेला घातली.

धोंडूबाईचं लग्न झालं त्यावेळी ती पहिलीत होती.. वय लहान असूनही अतिशय समजूतदार आणि शांत, सालस स्वभावाची वाटणारी. 'आजी आजी' म्हणून आईच्या भोवतीनं घोटाळणारी...तशी ती आईची पहिली नात.

लग्न होऊन धोंडूबाई मार्गी लागली न लागली तोच हिराबाईच्या दाल्ल्यानं

उचल खाल्ली. त्यानं सोडपत्र मागितलं.

आईनं ते देण्याचं नाकारलं. हिराबाईचं लग्न होऊन तेराचौदा वर्षं होऊन गेली होती. या काळात आरंभीची दोनअडीच वर्षं आणि नंतरच्या काळात हिरा कोल्हापुराहून हॉस्पिटलमधून बरी होऊन गेल्यानंतर दोन-एक वर्ष तिची कशीबशी नांदणूक झाली होती. बाकीची सगळी वर्षं तिनं माहेरात काढलेली. "तिचा गुन्हा काय हाय, ते तिच्या पदरात घाल; मग माग सोडपत्र." असं आईनं हिराच्या दाल्ल्याला आणि त्याच्या बहिणीला बजावलं.

...आईचं म्हणणं असं होतं की हिराबाईला नीटपणे सासरला नांदवलीच नाही. नवराबायको सुखानं संसारात कधी एकत्र आलेच नाहीत. कागलातच असलेल्या हिराच्या नणंदेनं या दोघांत सक्तीनं अंतर ठेवलं. हिराचं हालहाल करून तिची प्रकृती दुबळी, रोगट केली. तिला चांगलं अन्न, चांगला कपडा आणि चांगली वागणूक, मिळाली असती तर हिरा सुदृढ झाली असती... कोल्हापूरच्या दवाखान्यात तिला काही महिने ठेवून तिची अशी सुदृढ प्रकृती करूनच तिला नंतर सासरला पाठवली होती. पण वर्षभरात तिला नणंदेनं मक्याच्या कण्या नि नुसतं ताकाचं पाणी खायला घालून नि ढोरासारखी कामं लावून पुन्हा तिची तब्येत खराब करून माहेरला पाठवली ...असं असूनही आता तिचा दाल्ला सोडपत्र मागतोय नि 'दुसरं लग्न करून घेतो;' म्हणतोय हे आईच्या मनाला पटेना.

"त्येनं माझ्या लेकीच्या हुब्या जल्माचं वाटुळं केलंय, ते भरून देऊ दे आदूगर. एकीचं सरळ केलं तवर ह्यो दुसरीसाठी माझ्या पायात सापाचं भेंडोळं सोडाय लागलाय व्हय?" तडजोड करायला आलेल्या सिद्धबाला आई म्हणाली.

सिद्धबा हा हिराच्या नणंदेचा नवरा. हिराला सासू-सासरा कुणी नव्हतं. थोरली नणंद गावात होती. तीच हिराच्या नवऱ्याला म्हणजे शंकरला बघत होती. त्याच्याच घरात तिनं आपला संसार थाटला होता. ती मुलखाची वांड नि भांडखोर होती. तिच्या नवऱ्याला म्हणजे सिद्धबालाही हे माहीत होतं. तो हिराला अतिशय आपुलकीनं आणि धीरानं वागवून घेत होता. त्या घरातली आपली मजबुरी मानत होता. एक तर स्वभावानं गरीब आणि राहायला बायकोच्या बाऽचं घर त्याला आयतं मिळालं होतं. पोरं-बाळं मामाच्या मळ्यातलं खाऊन आयती पोसली जात होती. अशावेळी आपल्या बायकोच्या किंवा तिच्या भावाच्या चुका काढणं त्याच्या जिवावर येत होतं. त्यामुळं तो बायको सांगेल ती कामं करत होता. तिच्या सांगण्यावरनंच 'सोडपत्र' मागायला आला होता. आईनं ते देण्याचं साफ नाकारलं...सिद्धबाची बायकोच त्यात कशी दुष्टावा करती ते दाखवून दिलं.

"हे बघ ताराक्का, तिचा सोभाव तुला ठावं हाय. तू जर सोडपत्र दिलं

न्हाईस तरी शंकर दुसरं लगीन करून हे घेणारच हाय. माझी बायकू काय गप्प बसणारी हाय व्हय?'' त्यानं समजूत काढण्याचा प्रयत्न केला.

''हे बघ सिद्धबा, ती 'एक' तर मी 'दिडीची' हाय. तिचीच भण हाय. माझा ल्योक सायब हाय तिकडं पुण्याला. त्येला समदं कायदं ठावं हाईत. एक बायकू असताना दुसरी केली तर समद्यांस्नी हातबेड्या घालून तुरुंगात खडी फोडायला न्हेतील म्हणावं. आणि तशी फोडायला लावल्याबिगार मी शिवाप्पा जाधवाच्या पोटची म्हणून नाव सांगणार न्हाई. बघ वाटलंच तर. कुठंबी लगीन करून घेऊ दे त्यो. भर मांडवात पोलीस हातकड्या घालायला आणलं न्हाईत तर इचार.''

आईचा हा अवतार बघून सिद्धबा आला तसा निघून गेला. त्यानं आईचं हे म्हणणं आपल्या घरात सांगितलं.

हिराची नणंद उठून माझ्या धाकट्या मामाकडं गेली. मामाला तिनं सविस्तर सांगितलं. त्याला पान्हा फोडला.

हा सगळा नात्यागोत्यातला मामला होता. हिराचा सासरा हा आईचा मामा. त्यामुळं हिराचा नवरा मामेभाऊ नि नणंद मामेबहीण लागत होती.

तिचं ऐकून धाकटा मामा आईकडं आला. घटकाभर इकडतिकडच्या गप्पा मारून त्यानं आईला अगोदर खूश केलं नि मग हळूच विषय काढला.

''त्या शंकऱ्याला तेवढ मोकळं करून टाक की आता. सोडपत्तर मागतोय म्हणं त्यो हिरीचं?''

''तू काय त्येचं मुखत्यार-पत्तर घेऊन आलाईस वाटतं?'' आईला मामाचा एकदम संशय आला.

''आगं, लई दिसांपासनं शंकर नि त्येची भण माझ्याकडं हेलपाटं माराय लागल्यात. मी म्हटलं; तुमचं तुम्ही आक्काकडं जाऊन काय हुतंय ते बघा जावा. मला त्यात पाडू नका. तर ते गळ्यातच येऊन पडायला लागल्यात.''

''म्हणून आलाईस व्हय? किती फी घेतलीस ह्या वकिलीची?''

''आयला! खुळ्याच्या पोटची हाईस का तू? जरा थंड डोसक्यानं इचार तरी करू या का नको? का सारखी कायद्यावरच येऊन टेकणार हाईस?''

''सरळ इचार करणार असशील तर बोलू की. नुसती त्येची वकिली माझ्याम्होरं करू नको... हिरी काय कुणा वाटच्या वाटसराला कोरभर भाकरी देऊन मागून आणलेली न्हाई. तुझी ती भाची हाय; एवढं ध्येनात ठेवून काय बोलायचं ते बोल.''

''ते कसं इसरीन मी आक्का? आगं, ती जशी माझी भाची हाय, तशा शंकऱ्या माझा मामेभाऊ हाय, तुझाबी त्यो भाऊ हाय, हेबी इसरू नको. त्येच्या

जल्माची आता तीस वर्स मागं पडली. त्येला ना भाऊ, ना पोर, ना बाळ. त्येच्या वंसाला मागं कोण तरी पाहिजे का नको? का निपुत्रिक म्हणून मरू दे? सगळ्या पिढ्या नरकात जातील की त्येच्या. त्येच्या म्हंजे तुझ्या-माझ्या आईच्या म्हायेराच्याच न्हवं? म्हंजे आपलीच कुळीमुळी न्हवं?'' मामानं प्रश्न केला.

''मग? माझ्या हिरीला का पोरबाळ हुणार न्हाई? त्येनं नीटपणानं नांदीवलं, ती भण म्हणणारी रांड त्या संसारातनं उठून कुठं तरी तोंड घेऊन गेली की हिरीला मुलं हुतील माझ्या! ती गत्तकनोडीच त्या दोघांस्नी एका जागी येऊ देत न्हाई.''

''तसं न्हाई आक्का. हिरीला पोरं हुणार न्हाईत. मी तुला सांगतो. शंकऱ्याला मी सगळं इचारून घेतलंय. त्येनं मला सगळं सांगितलंय. ती एक झाली न्हाईत, असं न्हाई. तू हिरीला नीट इचारून बघ वाटलंच तर.''

''तू डाक्टर नि कवापासनं झालास? तू मला सांगतोय व्हय? आरं, पदूर आल्यावर सात वर्सांनी पोरं व्हायला लागली मला. हिरी सगळी मिळून तीनचार वर्संबी नीट नांदली न्हाई. उगंच काय तरी निमतं सांगू नको मला.''

''आक्का, हिरी कायमची आजारी असती. तिला नेमानं पाळी हुईत न्हाई. तिच्या अंगात रगात न्हाई... अशा माणसाला मूल हुईत न्हाई. झालं तरी टिकत न्हाई. कारण ते नाळरोगीच हुतंय. शिवाय हिरा बाळंतपणात टिकल असं मला वाटत न्हाई... तुझ्या नि हिराच्या कल्याणाचं मी तुला सांगतोय. तुझी लेक पाचसा वर्सं झाली हिकडंच हाय. निभंल तेवढं काम करती नि खाती. सुखानं झोपती. अशीच ती आबूट ऱ्हायली तरच तिचा नीट जलम हुईल. न्हाईतर मधीच कुठंतरी बाळंतपणात गचकून जाईल. उगंच कुठंतरी पोरी जड झाल्यागत कसाबसा इचार करू नको. जरा पोरीच्या जल्माचं धड कोणचं नि फाटकं कोणचं, हे ध्येनात घे. मी, मी तुझा पाठचा भाऊ म्हणून तुला सांगतोय.'' मामानं तिला सविस्तर सांगितलं नि समजूत काढण्याचा प्रयत्न केला.

''मीबी तुला पाठचा भाऊ म्हणूनच सांगतो...जरा हिराच्या जल्माचा मन निर्मळ ठेवून इचार कर. बाईची जात हाय ती. तिलाबी आपला संसार व्हावा, आपूण नि आपला दाल्ला एकजागी ऱ्हावं, पोटाला दोन पोरं व्हावीत नि आई म्हणून आपली कूस उजवावी; काखंत तान्हं बाळ घेऊन देवाला जावं नि त्येच्या म्होरं जल्माचं चीज झाल्याबद्दल पेढं-बत्तासू वाटावंत असं वाटतंय.''

''मला ते काय नको हाय काय? पर ती कायम आजारी असती, त्येला आता कोण काय करणार?''

''न्हवरा म्हणणाऱ्या बापयानं फुडं यायचं असतं. आपली बायकू आजारी पडती तर जरा धस सोसून तिला औशीदपाणी बघायचं असतं. दवाखान्यात

न्हेऊन डाक्टरला दावायची असती नि बरी करून आणायची असती. फुकट संसार हुईत नसतो दुसऱ्याच्या जिवावर...तू केलंस न्हवं, तुझ्या पैल्या बायकूसाठी?''

''मी केलं की. पर माझी बायकू हिरागत नाळरोगी न्हवती गं. ती मधीच आजारी पडली; म्हणून मी जिवाचं रान करून तिला वाचवण्यासाठी खटपट केली. पर तिला टीबी झाला; त्येला मी तरी काय करणार?''

''तुझी त्यात चूक न्हाई रं. पर ह्या माझ्या जावाई म्हणणाऱ्या शंकरनंबी हिरीला तशीच दुरुस्त करावी. आम्ही तिला कोल्हापुरात न्हेऊन धडधाकट करून आणली हुती का न्हाई?...तशी त्येनंबी तिला धडधाकट पुन्ना करावी नि संसार करावा. मी त्येला सोडचिठ्ठी देणार न्हाई.''

आईनं आपला ठाम निर्णय सांगितला. तिनं मामाला त्यांच्या बाजूनं आला म्हणून शिव्या दिल्या. 'हिराच्या बाजूनं सांग;' म्हणून त्याची कानउघाडणी केली. मामा आला तसा निघून गेला.

मार्चच्या दुसऱ्या आठवड्यात मला आप्पानं कळवलं की, 'लक्ष्मी, फुला, दौलत तिघेही आजारी आहेत. औषधांसाठी खूप खर्च आला आहे. डॉक्टरांची फी तटली आहे, पैसे पाठवून द्या.'

पत्र वाचून मला काळजी वाटू लागली. रेशनिंगचं निकृष्ट अन्न खाऊन घराकडची माणसं वरचेवर आजारी पडत होती. काय करावं काही सुचत नव्हतं. शैक्षणिक वर्ष वीस मार्चच्या आसपास संपलं. म्हणून मी पंचवीस मार्चच्या आसपास तडकाफडकी कागलला गेलो. आठवडाभर राहून परतावं, असा विचार होता.

कागलात जाऊन पोचलो. तर आईनं हिराबाईच्या सोडपत्राचा तगादा लावल्याचं सविस्तर सांगितलं. काय काय घडलं, कोण काय बोललं, तेही सांगितलं. मी थोडा बेचैन झालो.

दुसऱ्या दिवशी शांतपणानं मामाकडं गेलो. त्याच्याकडून सगळं काही तपशीलवार समजून घ्यावं, अशी इच्छा होती.

त्यानं सगळं काही सांगितलं.

त्याच गल्लीत शंकर-समाचं घर होतं. तिथं धाडसानं गेलो. सिद्धू, शंकर, समा तिघांचंही बोलणं शांतपणे ऐकून घेतलं.

''सोडचिठ्ठी न्हाई मिळाली, तरी पत्त्या न्हाई ते दुसरं लगीन करून घेणार. मग माझं कोण काय करतंय ते बघू. माझा जलम असाच वांझुटा घालवायचा का ते सरकारला, कोर्टाला इचारू की. मी काय भिणार हाय का?'' असा शंकरचा सूर होता.

मी दोन दिवस थंड डोक्यानं वस्तुस्थितीचा उलटसुलट विचार केला. हिराचा काहीच प्रश्न नव्हता. ती गुरंढोरं राखत, त्यांची गोठ्यातली शेणं भरत, माळाचं शेण गोळा करून आणत, सांजसकाळ घरात पडणारी भांडी घासत दिवस ढकलत होती... मामा सांगत होता त्यात मला बरंचसं तथ्य दिसत होतं.

म्हणून मी आईला सरळ विचारलं; तर आई 'सोड' द्यायला तयार नव्हती. तिचं माउलीचं आतडं लेकीच्या संसारासाठी तळमळत होतं.

शेवटी मी आईला म्हणालो; "समज आई, तू सोडपत्र देत न्हाईस आणि या बाबतीत तू ठाम हाईस, हे जर शंकरला कळलं आणि उद्या शंकर म्हणाला की, 'माझ्या बायकूला लावून द्या.' तर तू काय काय म्हणणार?"

"घेऊन जा, म्हणून सांगीन. मलाबी तेच पाहिजे हाय."

"समजं त्येनं न्हेली आणि हाल हाल करून, उपाशी ठेवून, मरणाची कामं लावून तिला झिजवून झिजवून ठार मारली तर?"

"झिजवून ठार मारायला का आमचं डोळं फुटल्यात? कागलातच हाय न्हवं त्योबी नि मीबी?"

"दोघंबी कागलात हाईसा हे खरंच. तर मग शंकर हिराचं हाल करू लागला तर ती आता जशी लग्नापासनं जवळजवळ आपल्याकडं हाय, तशीच हितनं फुडंबी ऱ्हाणार. म्हंजे त्या दोघांचा एकत्र संसार काय हुणार न्हाई आणि समजा नांदायला तिकडं बळंनं घातली किंवा त्येनं न्हेली तर तिकडं ते हिराचं हाल करणार आणि हितनं फुडं तर 'तुझ्यामुळं माझ्या संसाराचं वाटुळं झालं. मला दुसरं लगीन करता येत न्हाई' म्हणून ते सगळेचजण हिराच्या जिवावर टपणार... मग हुईल काय; सुंदरा ज्या वाटनं गेली त्याच वाटनं हिरा जाणार."

"तू कायबी नीट बघत न्हाईस माझ्या लेकीचं."

"मी आणि काय नीट करू?"

"त्या शंकऱ्याला नि त्या रांडंला सरळ करायचं काय तरी बघ जरा. त्येंचा बाक काढ. त्यांस्नी कोर्ट-कचेऱ्यांचा, तुरुंगाचा धाकदपटशा दाखीव; म्हंजे ती वठणीवर येतील रं."

"धाकाखाली माणूस सरळ ऱ्हाईत न्हाई आई. दम देऊन फुडं गेलं की मागं करायचं तेच माणूस करतंय आणि ती काय आता ल्हानगी न्हाईत. त्यांस्नीबी कोर्ट-कचेऱ्या माहीत हाईत... कोर्चकचेऱ्यांनी कुणाचं सरळ केलंय? मळा गेलाच न्हवं आपला?"

"मग सोडपत्र देऊन काय लेकीला 'टाकून दिलेली' म्हणून जल्माची घरात बसवून घेऊ? सगळ्या कुळाला बट्टा लागंल माझ्या. आन्दा, हे घर गरिबीतलं असलं तरी धुतल्या तांदळासारखं जगतंय. मग ह्यो डाग कसा लावून

घ्यायचा? तिचं काय आता दुसरं लगीन हुईल, असं वाटत न्हाई.''

मला पेच पडल्यासारखा झाला. मी गप्प बसलो. क्षणभरानं ती जिद्दीनं बोलली. ''माझ्या जिवात जीव हाय तवर मी काय माझ्या लेकीचं सोडपत्र घेणार न्हाई नि देणारबी न्हाई बघ.''

आईच्या या निर्णयात हिराचा काहीच फायदा नव्हता नि शंकरचा मात्र तोटा होणार होता. त्याच्या आयुष्याचा त्याच्या बाजूनं, थोडा माणुसकीनं विचार करण्याची गरज होती. त्याचं वय तीस-एकतीसच्या आसपासचं होतं. तो माझ्याबरोबरीचा होता. पण अजूनही त्याला कसलं ते संसारसुख मिळालं नव्हतं. हिरा जन्मभराची निःसत्त्व, रोगट होती. अशा स्त्रीबरोबर जन्मभर संसार करणं त्याला उत्साहवर्धक वाटत नव्हतं.

विचार करता करता मला एक मधला मार्ग सुचला. ''आई, ह्यातनं एक मधला मार्ग काढला तर?''

''कोणचा?''

''समजा, हिराला सोडपत्र न देता शंकरला दुसरं लग्न करण्याची परवानगी दिली तर? त्यात सगळ्यांचंच कल्याण हाय. शंकरचा वंस म्हंजे तुझ्या आईकडचाच वंस हाय. त्यो काय तुझ्या हातानं बुडवला जावा नि तुला ते पाप लागावं, असं मलाबी वाटत न्हाई. आखिरीला त्यो आपलाच माणूस. त्येलाबी आपली बायकू धडशी, चांगली असावी, असं वाटत असणारच. हिरा त्येच्या मनात भरत न्हाई. मग त्येला बळंनं कशाला घोड्यावर बसवायचं?'' आईला मी समजून सांगितलं.

दोन दिवस पुन्हा पुन्हा समजूत घालत होतो. शेवटी ती तयार झाली. मामाला ही गोष्ट बोललो. मामानं शंकरला तयार केलं. शंकरचं त्यात काही नुकसान नव्हतं. हिराला शंकरच्या घराची उत्तरेकडची एक खोली मालकीची करून द्यायची. हिरा हयात असेपर्यंत तिला वर्षाला मणभर जोंधळं शंकरनं पोटगी म्हणून द्यायचं. हिरानं वाटलंच तर त्या खोलीत राहावं किंवा आमच्या घरी राहावं. ती पोटगी तिला प्रत्येक वर्षी सुगी झाल्यावर शंकरनं चुकती करायची; असं ठरलं.

हिरानं शंकरला लिहून द्यायचं, ''लग्न झाल्यापासून आजवर मला मूल झालं नाही. येथून पुढं होईल का नाही सांगता येत नाही. माझी तब्येत बरी नसते. म्हणून माझ्या नवऱ्यास दुसरी बायको करण्यास व तिच्याबरोबर संसार-सुख घेण्यास मी अनुमती देत आहे.'' असा दोघांमध्ये लेखी करार झाला. पंचांच्या त्यावर सह्या झाल्या. शंकर आणि हिरा यांचेही अंगठे झाले, मग कोर्टात जाऊन कागदोपत्री सोडपत्र घेतलं. कारण त्याशिवाय दुसऱ्या लग्नाला रीतसर परवानगी मिळत नव्हती.

एप्रिलमध्ये सगळं व्यवस्थित झालं नि शंकर दुसऱ्या लग्नाला मोकळा झाला.

...पुढं त्यानं कधीही घर किंवा पोटगी दिली नाही नि आम्हीही ती कधी मागितली नाही...हिरानं पोटगीचा कागद मात्र आईच्या ठेवणीच्या पेटीत जीव जतन करावा तसा सांभाळून ठेवला.

शिवाला सव्वीसावं वर्ष चालू झालं होतं. बाळा बैल मेल्यावर मी घरात दुसराही बैल विकून टाकण्यास सांगितलं होतं. पण माझा हा विचार घरात कुणालाच मानवला नव्हता. एकदा का गाडीबैलं मोडीत निघाली की ती पुन्हा जुळवाजुळव करून घेणं कठीण जाईल; असं सगळ्यांना वाटू लागलं आणि ते काही खोटं नव्हतं. म्हणून सोन्या बैलाच्या जोडीला अशाच एकाचा एक बैल कुठनं तरी निम्म्या कमाईनं आणला होता नि गाडीबैलाचं भाडं चालू ठेवलं होतं. शिवा ती घेऊन कामाला जात असे.

कारभारी आहोत, या जाणिवेनं शिवा इतरांशी वागे. विशेषत: भावंडांशी त्याचं वर्तन अशा प्रकारचं असे. शेतातली कामं बघणारा तोच एकमेव पुरुष. आप्पा आणि दौलत शाळेला जात होते. मी रत्नागिरीला गेल्यापासनं मळ्यात तो आणि दादा असे दोघेच मळेकरी होते. तेव्हापासनं त्याला शेतीतली सगळी माहिती झालेली. सगळ्या प्रकारची शेतकामं तो करू शकत होता. आप्पा आणि दौलत यांना त्यातली तेवढी जाणकारी नव्हती. आई नि सगळ्या बहिणी शेतात कामं करीत असताना हा तिथं असे. कोणती कामं कधी आणि कशी करायची ते सांगे. शेतात त्याचा शब्द प्रमाण मानला जात होता. घराकडं मी जरी नेहमी पैसे पाठवत असलो तरी तो पैसा एका अर्थी अदृश्य होता. शिवा गाडीभाड्याला गेल्यावर, रोजगाराला गेल्यावर येणारा पैसा ताजा आणि प्रत्यक्ष दिसणारा होता. गाडीभाड्याचा पैसा माणसाच्या रोजगारापेक्षा जास्त असल्यानं शिवाचा घरात येणारा पैशाचा प्रवाह हा प्रमुख आणि महत्त्वाचा वाटत होता... या सगळ्यांमुळं कारभारीपणाचा, आपल्यामुळंच हे घर चाललंय, अशा जाणिवेनं शिवाचा अहंकार नकळत पोसला जात होता. त्याच्या वर्तनातून तो दिसत होता.

या वस्तुस्थितीमुळं आई सोडली तर त्याच्यावर कुणाचा अंकुश थोडाही चालत नव्हता. आई ही शेवटी बाईमाणूस. तिच्या अंकुशाला तो फारशी दाद देत नव्हता.

शिवाच्या स्वभावात दादाचे बरेच गुण उतरले होते. दादा आईवर किंवा पोरांवर चिडला की सगळ्यांना घाणेरड्या शिव्या देत असे. पोरांना धावून हातात काय असेल त्यानं मारत असे. शिवा भावंडांना अशाच शिव्या देई. त्यांच्यावर धावून जाई. प्रसंगी बहिणींच्या पाठीत खुरप्याची मूठ मारी. आईला काही प्रसंगी

आक्रमक बोलून तो गप्प करी. आपल्या मताप्रमाणं सगळ्यांनी वागलं पाहिजे, असा त्याचा आग्रह असे. त्यामुळं बाकीच्या भावंडांना आपले विचार, आग्रह सोडून द्यावे लागत.

आईच्या किंवा दादाच्या आग्रहानुसार वागणं यात भावंडांना फारसं काही वाटत नसे; पण भावाच्या अरेरावीपुढं झुकताना त्यांना वेदना होत. त्यांचा अपमान होई. विशेषत: बहिणींना हे जास्त सोसावं लागे.

त्याला घरच्या शेतातली कामं करण्यापेक्षा दुसऱ्याच्या शेतावर रोजगाराची कामं करण्यास मनापासनं आवडत होतं. घरच्या त्याच त्या माणसांत राबणं त्याला नको वाटे. तिथं सगळ्यांत मोठा असल्यामुळं नि कारभारीपणाची जाणीव झाल्यामुळं भावंडांत रमणं त्याला कमीपणाचं वाटत असावं. त्यांच्यात गप्पागोष्टी करत रमण्यापेक्षा त्यांच्यावर अंकुश ठेवण्याच्या जाणिवेमुळं त्याचं मन फुलून येत नसावं. दादा-आईची भांडणं काही तरी जुनंपानं काढून शेतात कामं करताना सतत होत असत. ती कुणाही भावंडांना ऐकायला नको असत. त्यांना ती नाइलाजानं ऐकावी लागत. गप्पागोष्टी बंद करून मुकाटपणानं तोंड शिवून कामं करावी लागत. या वातावरणाला ती कंटाळून जात. पण ती हे चुकवू शकत नसत. शिवा कारभारी असल्यामुळं भावंडांना घरच्या शेतावर कामाला लावून स्वत: मात्र दुसऱ्यांच्या शेतावर कामाला जाऊ शकत असे.

असं जाण्यामागं त्याची ठराविक कारणं असत. "दुसऱ्याची कामे पुरी करून दिली पाहिजेत. अर्ध्यात सोडून भागत न्हाई. माझी हितं काय गरज न्हाई. तुम्हांस्नी हे काम पुरं हुईल; मी बाहीर जाऊन येतो. तेवढंच चार पैसं सांजच्याला घरात येतील. घरातल्या कामातनं पैसा हुबा ऱ्हाईत न्हाई; त्येच्यासाठी मला बाहीर जावं लागतंय. बैलास्नी पेंड, भरडा थोडा आणायचा हाय, पैसा तर घरात एक न्हाई. मग घरच्या शेतात जाऊन काय करू?" अशी अनेक कारणं सांगून तो दुसऱ्याच्या शेतावर कामाला जाई.

दुसऱ्याच्या शेतावर कामाला गेलं की त्याचं मन उल्हसित होई. घरच्या शेतातील कामाचा मानसिक ताण जो मनावर येई, तो दुसऱ्यांच्या शेतावरच्या कामाचा येत नसे. ते काम जेवढं होईल, जसं होईल तेवढंच करायचं. बाकीचं मालकाचं मालक बघून घेईल; अशी भावना होई. त्यामुळं कामाचा शिणवटा वाटत नसे. दुसऱ्यांच्या शेतावर वेगळी माणसं नि मनावर ताण नसल्यामुळं वातावरण उल्हसित राही. त्याला गप्पा मारण्याचाही नाद भरपूर होता. त्याच्या स्वभावात एक अडाणी बेरकीपणा, विनोदी बोलण्याची, गमज्या करण्याची हातोटी होती. त्यामुळं त्याच्या गप्पांना उधाण येई नि कामाला आलेली माणसं त्याच्यावर खूश असत. मालकाला त्याच्याकडनं कामं करून घ्यायची असल्यानं

मालकाच्या तोंडी नेहमी खुशीची भाषा असे. ती ऐकताना बरं वाटे. कामाचा शिणवटा जायला मदत होई. त्यामुळं शिवाला घरच्यापेक्षा बाहेरची कामं जास्त आवडत. बाहेरच्या कामाला काही घरच्या कामासारखं सकाळी दीस उगवल्यापासनं जुंपून घ्यावं लागत नसे नि दिवसभर नेटानं ओढत किनीट पडेपर्यंत ते करावंही लागत नसे. न्याहारी करून जायचं. दुपारची सुटी, मधला जरा इस्वाटा, तण खोलवर न काढताच त्याच्यावर माती ढकलणं, दीस बुडता बुडता सुटी करणं; असं असल्यामुळं बाहेरची कामं बरी वाटत.

रोजगारावरून आला की तो हक्कानं आपली सेवा घरच्या माणसाकडनं करून घेई. घरचं काम हे अनुत्पादक आणि बाहेरचं काम ताजा पैसा घरात आणणारं; त्यामुळं आपण काही खास कामगिरी घरच्यासाठी केली, असं त्याला वाटे. त्याची वसुली तो नाना प्रकारांनी माणसाकडून प्रत्यक्ष किंवा अप्रत्यक्ष करून घेई.

महत्त्वाची गोष्ट म्हणजे रोजगाराची कामं केल्यावर शेताचा मालक जे हातात रोजगाराचे पैसे देतो ते सगळे पैसे शिवा घरात देत नसे. त्यातले चैनीसाठी ठेवून घेत असे. पुष्कळ वेळा तो घरात इतके कमी पैसे देई की आई त्याच्याशी भांडण काढी. आठ दिवसांचे पैसे द्यायच्या ऐवजी चारपाच दिवसांचे तो देई. कधी कधी त्यापेक्षा कमी देई... हॉटेलात चैन करी. शेव, चिवडा, लाडू, जिलेबी खाण्याची त्याला चटक लागली होती. सातत्यानं चहा घेई. आपल्या दोस्तांना हॉटेलात घेऊन जाई. सिनेमाला जाई. त्यामुळं त्याला बाहेरची कामं घरच्यापेक्षा सोयीची वाटत. घरी कुणाचाच दाब-दबाव नसल्यामुळं तो घरच्याबद्दल बेफिकीर राही.

आई नि बहिणी मात्र घर आणि लोकाच्या शेतावर सतत राबत. त्यातून मिळणारी पै नि पै संसाराला लावत.

शिवा रोजगाराचे पैसे हातात येऊ लागल्यानं हॉटेलात जाऊन चहा-भजी, किंवा चहा चिवडा खाऊन येई. एकवेळच्या चहाभज्याला किंवा चहाचिवड्याला पुरुषाची अर्ध्या दिवसाची मजुरी जाई किंवा बायकांची दिवसाची पाऊण मजुरी संपून जाई. दिवसातून सकाळी, सांजेला असं दोन वेळ हॉटेल झालं तर गरिबाला ते परवडणं शक्य नसे. रोजगाऱ्याचा रोजगार एवढा कमी असे की त्याला दोन वेळचं साधं अन्न खाण्याला जेवढं धान्य लागतं तेवढंच त्यात विकत मिळे. शिवा बिड्या ओढत होता. रोजगारी माणूस चिलीम ओढतो, बिडी ओढू शकत नाही. त्याला ती परवडत नाही. त्याची ती चैन ठरते...त्यामुळं शिवाची ही छंद-चैन आमच्या घरादाराला परवडणारी नव्हती.

रोजगाराचं किंवा बैलभाड्याचं दोनचार दीस चाललं काम संपलेलं असे.

नंतरच्या दिवसापासनं घरात बसावं लागणार असे. अशावेळी बहिणी घरच्या शेतावर कामाला जात.

"चल की रं शेताकडं." आई शिवाला म्हणे.

"न्हाई आई. कट्टाळा आलाय. रोजगाराच्या कामानं अंग नि अंग दुखाय लागलंय. मी आजच्या दीस खालवर घोंगडं घालून घरात निजणार बघ." तो आईला सांगे नि घरातच राही.

आई त्याच्या चैनीबद्दल नि घरात राहण्याबद्दल तावातावानं बोले. मग शिवा जिद्दीनं म्हणे "मी हाटेलात जाणार. माझ्या जिवाला खावं वाटतंय ते खाणार. माझ्या जिवाला काय इरंगुळा नगं? काय घरादारासाठी बाळ्याबैलागत नुसता राबून राबून मरू? बाकीचं तुझं दोन्ही ल्याक जल्माची चैन कराया लागल्यात की. त्यांस्नी बरं कवा कामाला जुपत न्हाईस? शाळा शिकायचं निमित्त करून उंडगंच हिंडत्यात ते. मी त्येंच्यासाठी राबून मरू? मला कवा इस्वाटा मिळायचा? मला कवा चैन करायला मिळायची? मला कवा अंगावर त्येंच्यासारखी चांगली कापडं घालायला मिळायची? ...का सालगडी हाय मी ह्या घरात?"

आप्पाच्या हे सगळं लक्षात येत होतं. तो अतिशय अस्वस्थ होई. मी सुटीवर गेलो की मला सगळं सांगे नि "आण्णाला जरा समजून सांगा," म्हणे.

सकाळी उठून शिवा दारात बिडी ओढत बसे.

"काय शिवा, गेला न्हाईस वाटतं कामाला?" कोणतरी जाणारा-येणारा विचारी.

"न्हाई गड्या, कट्टाळा आलाय. आज खाडा केलाय. ये, बिडी वड." शिवा त्याला बसवून घेई. बिडी ओढायला देई. घटकाभर गप्पा मारी नि माणूस पुढं जाई. शिवाचं तेवढा वेळ मनोरंजन होई. तलफ आली की हॉटेलात जाऊन येई.

तास-रातीला सोप्यात शिवाच्या गप्पा हमखास रंगलेल्या असत. त्याचे एक-दोन गाडीभाडं करणारे मित्र त्याच्याकडं येऊन बसत. माझा मित्र मांगाचा शिर्पा रातचं येऊन घटकातासभर शिवाशी गप्पा मारून निघून जाई.

आमच्या सोप्यात गप्पांसाठी भरपूर जागा होती. मुख्य म्हणजे शिवा गप्पीदास होता. तो गप्पा रंगवत होता; म्हणून त्याच्याकडं लोक रातचं जमत. या सगळ्या गावगन्ना गप्पा असत. फक्त मनाला विरंगुळा शोधला जाई. कामाधामाविषयी, शेतीविषयी, पीकपाण्याविषयी त्यात काहीही चर्चा नसे.

"काय कारभारी, लगनाबिगनाचा काय इचार हाय का न्हाई? बरोबरीच्या दोस्तांची लगनं होऊन त्यांस्नी दोन-दोन पोरंबी झाली की." शिवाला त्याचा

गल्लीत राहणारा एक दोस्त गमतीनं 'कारभारी' म्हणत असे.

"बघायचं की आता हळूहळू."

"आता हळूहळू नि कशाला? पंचीस वरसं झाली की तुम्हांस्नी. हितनं फुडंबी 'हळूहळू' म्हंजे कवा म्हातारपणी लगीन करणार; दाढीमिशा पांढऱ्याधोट झाल्यावर?"

"पुण्याच्या दादाचा इचार घ्यायला पाहिजे." शिवा लाजून म्हणे.

"आता पुण्याचा दादा सायब होऊन बसलाय पुण्यात. तू कागलात. सायबाच्या परवानगीनं बायकू करून घेणार वाटतं?...म्हंजे पोरंबाळंबी सायबाच्या परवानगीनंच जल्माला घालणार म्हण की?" दोस्त विनोद करी. "मर्दा, कारभारी झालाईस आता. तुझ्या जल्माचं तूच बघायला पाहिजे. साहेबदादा काय आता कागलात येऊन तुझ्यासाठी बायकू हुडकत बसणार हाईत? तुझी तुलाच हुडकली पाहिजे. शिकलेली माणसं लई धोरणी असत्यात. मनाचा पत्त्या कुणालाबी लागू देत न्हाईत. त्येंच्या मनात तुझं लगीन करायचंच नसंल कशावरनं? – अडगार माणूस हाय, तंगवता येईल तिथवर तंगवू; असं त्यांस्नी वाटत नसंल कशावरनं? –तवा तुझ्या तू जल्माचा शाणा हो. मला आता सांग; तुझ्याबरोबरीचा एक तरी बापय ह्या गल्लीत बिनलग्नाचा हाय का? तूच तेवढा चुकारीच्या धाटासारखा मागं आबूट ऱ्हाईलाईस; खरं का न्हाई?" शिवाचा दोस्त त्याला विचारी.

पुष्कळ वेळा शिवाचा दोस्त 'ए ताराक्का,' म्हणून आत स्वयंपाकघरात असलेल्या आईला हाका मारून बाहेर बोलवी आणि शिवाच्या देखत शिवाचं लग्न करण्याचा विचार काढी, "सायबलेकाची वाट बघत बसून अडाणी लेकाच्या जल्माचे वाटुळं करू नको. ह्येच्या लगनाचं काय तरी लौकर बघ." असं उठता उठता सांगून जाई.

शिवाच्या मनात तो विचार घोळत राही. आईलाही तो विचार पटे. मी शिवाच्या लग्नाचा विषय अजूनपर्यंत घरात कधीच काढला नव्हता. त्यामुळं शिवाच्या नि आईच्या मनात मजविषयी एक नसता संशय निर्माण झाला होता.

मी शिवाच्या लग्नाची काहीच चौकशी करत नाही; म्हणून ती दोघं स्वतंत्रपणे 'जागा हुडकू लागली...त्यांची ही धडपड मला माहीत न होता स्वतंत्रपणे सुरू होती.

या धडपडीच्या काळात आईच्या मनात एक स्वप्न आकाराला येत होतं शिवाचं लग्न झाल्यावर 'सून' आपल्या हाताबुडी येईल, असं तिला वाटत होतं. शिवा शेतकरी राहिल्यामुळं त्याची बायको आपल्याच घरात राहणार, याची तिला खात्री होती. सासूपणाचं सुख त्यामुळं तिला भोगता येणार होतं. आपण जन्माला घातलेल्या, मोठाधाटा केलेल्या मुलाची बायको होऊन एखादी पोर

घरात येणार; म्हंजे आपलेच तिच्यावर उपकार असणार. आपण मुलगा जन्माला घातला म्हणून तर तिला नवरा मिळाला; त्या मोबदल्यात तिनं आपली सेवा करावी, आपला मानपान, आस्थाआदर ठेवावा, अशी तिची सुप्त इच्छा होती.

या बाबतीत एका अर्थी मी तिचा थोरला मुलगा होऊनही फार मोठा अपेक्षाभंग केला होता. माझं लग्न होऊनही तिला सासूपणाचं सुख मिळालं नव्हतं. लग्न झाल्यापासून मीही नोकरीनिमित्तानं स्वतंत्र संसार थाटला होता.

म्हणून सासूपणाच्या इच्छेपोटी ती शिवासाठी चिकाटीनं जागा हुडकू लागली. निरनिराळ्या 'जाग्यांची' आपण होऊन चौकशी करू लागली. यामुळं शिवाची आणि तिची गट्टी चांगलीच जमली. तिला असंही वाटत होतं की, लगीन झाल्यावर शिवाची चैन थांबेल. त्याचा उठवळपणा, गप्पा मारत बसण्याचा पोरकटपणा, रोजगारातच धन्यता मानून बांधोबांध भटकत राहण्याची वृत्ती थांबेल, जबाबदारीची जाण वाढेल. आपल्या बायकोमागोमाग तो घरच्या शेतात कामाला येईल. संसारी होऊन अंगात संथपणा, शांतपणा मुरेल नि सगळं घरदार सांभाळेल.

...शिवाचं लग्न ठरलं. त्यासाठी ते सहासात महिने धडपडत होते. मला त्याचा काहीच पत्ता नव्हता. मी चकित झालो. त्याचा मला काहीसा रागही आला. निदान त्यांनी 'जागा' नक्की करण्यापूर्वी मला एका शब्दानं कळवायला पाहिजे होतं, याद्या करण्यापूर्वी मला बैठकीला बोलवायला पाहिजे होतं, एकदा शिवाची होणारी बायको नजरेखाली घालायची संधी मला द्यायला पाहिजे होती, असं वाटलं.

शिवाला आणि आईला अशी भीती वाटत होती की काहीतरी दोष, उणिवा काढून मी हे लग्न मोडीन. मग शिवाचं लग्न लांबणीवर पडेल. कदाचित ते किती वर्षं पुढं जाईल सांगता यायचं नाही. त्यांना असं वाटणं स्वाभाविकही होतं. कारण आतापर्यंत लक्ष्मीसाठी तीनचार जागं आलं होतं. ते मी हडसून खडसून नाकारलं होतं. अगोदरच्या बहिणींच्या लग्नांचा अनुभव माझ्या पदरी होता. म्हणून मी लक्ष्मीसाठी येणारं जागं नाकारत होतो. त्यामुळं तिचं लग्न लांबणीवर पडत होतं. म्हणून आईला बरोबर घेऊन शिवानं आपलं लग्न ठरवून टाकलं.

लग्न धूमधडाक्यानं करायचा त्याचा आणि आईचा निश्चय होता. लेकाचं लगीन आपल्या दारात व्हावं, अशी आईची इच्छा होती. आपल्या घरासमोर लेकाच्या लग्नात 'वरमाई' म्हणून आपल्याला मिरवता येतं, लोक आपल्याला मानानं वागवतात, सगळी लगीनगर्दी आपल्या हुकमाच्या तंतरानं वागते, आपण ठरवू तसं केलं जातं, आपले हट्ट पुरवले जातात, इष्टमैतर, गणगोत, गल्लीतली

माणसं जेवायला बोलावता येतात, केळवणं येतात, लोक वरमाईचं कौतुक करतात, तिचा शब्द झेलत राहतात, याचा आनंद आईला हवा होता. माझ्या लग्नात तो आईला मिळाला नाही. ती लोकाच्या दारात लेकाच्या लग्नासाठी गेली होती नि लोक करतील तसं गोड मानून मुकाटपणे परत आली होती. निदान शिवाच्या लग्नात तो आनंद मिळावा, अशी तिची इच्छा होती.

शिवानंही त्याला होकार दिला होता. त्यालाही त्यात मोठेपणा मिळणार होता. त्याच्या इष्टमैतरांकडनं, गल्लीकडनं त्याचं कौतुक होणार होतं... यात त्याचा पैसा खर्च होणार नव्हता. कारण त्याच्याजवळ एकही पैसा लग्नासाठी म्हणून साठवलेला नव्हता. आई सगळी तजवीज करणार होती. एका अर्थी शेतकऱ्याच्या कुलपरंपरेप्रमाणं लेकाचं लगीन स्वतःच्या दारात नि लेकीचं लगीन दुसऱ्याच्या दारात, हे ठरलेलं होतं. आई त्या परंपरेला धरून वागत होती.

हे सगळं नक्की झाल्यावर मला पत्र आलं की, 'शिवाचं लगीन ठरलंय. त्येच्या लगनाच्या खर्चासाठी एक हजार रुपयं ताबडतोब पाठवून द्या. तुम्हाला पाठवून देता आलं न्हाईत; तर घरावर बँकेतनं हजार रुपयं कर्ज काढू काय? – लौकर काय ते कळवा.' एप्रिलच्या दुसऱ्या आठवड्यात पत्र आलं.

मी पत्र वाचून थक्क झालो.

मार्च महिन्यात जेव्हा कागलला गेलो होतो तेव्हा आईनं जाताजाता पुसटसा 'शिवाचंबी औंदा लगीन करून टाकलं पाहिजे.' असा शिवाच्या लग्नाचा विषय काढला होता. त्यावेळी मी तिला म्हणालो; "शिवाचं फुडच्या वर्सी लगीन करू या. नुकतीच शेताची खरीदी झाली. त्येच्यासाठी मला पैशाची खूपच जमवाजमव करावी लागलीय. दोस्ताचं तेराशे रुपये मागून घेतल्यात. ते फेडायला मला अजून एक वरीस तरी सवड पाहिजे. माझा संसार, ह्यो घरचा संसार, स्मिताचं शिक्षण, घरभाडं यात सगळा पगार संपून जातोय. तवा अजून एक वरीस थांबा. मग फुडच्या वर्सी शिवाचं लगीन धडाक्यानं करू.''

असं बोलल्यावर आई नि शिवा गप्प बसले होते. वाटलं; माझं म्हणणं त्यांना पटलं असावं. म्हणून मी निश्चिंत होतो. पण दौलतच्या आलेल्या पहिल्याच पत्रात शिवासाठी 'जागा' शोधायचं काम चाललं आहे; असा उल्लेख होता. वाटलं होतं. चांगला 'जागा' मिळावा म्हणून अगोदरपासनं शोध घेत असतील; म्हणून मी गप्प बसलो होतो.

पण आता असं पत्र आल्यावर माझा संताप अनावर झाला.

'मी काही पैसे देऊ शकत नाही. लग्न ठरवताना मला कुणीच विचारलं नाही. तेव्हा ते आता करतानाही मला विचारायचं कारण नाही. तुमचा तुम्ही कसा पैसा उभा करायचा ते ठरवा. मला काहीही विचारू नका. पुष्कळ वेळा महत्त्वाच्या

गोष्टी मला न विचारताच तू करून मोकळी होतेस आणि निस्तरायला मात्र मला भाग पाडतेस. पैसे देण्यासाठी फक्त 'दादा' हवा असतो; पैशाचं काय करायचं हे मात्र तुम्ही ठरवीत असता. तेव्हा तुमचं तुम्ही काय करायचं ते ठरवा.' असं आईला लिहिलं.

दुसऱ्या पत्रातून आप्पाला स्वतंत्रपणे लिहिलं की, 'शिवा नि आई घरावर बँकेतून पैसे काढणार आहेत. ते काढण्यासाठी दादाची अंगठा-सही लागेल. ती दादाला देऊ नको म्हणून सांग. 'आन्दाला इचारून काय करायचं ते करा. आन्दानं सांगितल्याशिवाय मी कशावरच सही करणार न्हाई. असं दादानं शिवाला नि आईला सांगावं. पुढचं पुढं मी बघून घेतो.' पत्र लिहून मी निश्चिंत झालो.

शिवाच्या लग्नाविषयी माझ्या मनात एक सूक्ष्मशी भीती होती. घरात सगळी भावंडं लहान असताना सगळ्यांची सतत कुतरओढ नि अतोनात कष्ट करूनही उपासमार कशी होत होती, हे मी पाहिलं होतं. तरीही पोरवडा वाढतच होता नि सगळ्यांचे हाल कुत्रंसुद्धा खात नव्हतं. आता शिवाचं लग्न झाल्यावर दुसरा पोरवडा सुरू होईल; त्याची सगळी जबाबदारी माझ्यावरच पडेल. शिवा हट्टी आहे. तो माझं ऐकणार नाही. दोन पोरांवर ऑपरेशन करून घेणार नाही. 'हूं हूं' म्हणेल नि मागचं तसं पुढं सुरू होईल. स्त्री-पुरुषांच्या संततिनियमनाच्या ऑपरेशनविषयी लोकांत अनेक गैरसमज आहेत. त्याचा फायदा घेऊन शिवा स्वत:ही ऑपरेशन करणार नाही नि बायकोचंही करू देणार नाही अशी धास्ती खोल मनात होती.

मनासमोर अगोदर दोन्ही भावांचं शिक्षण पूर्ण करावं, उरलेल्या दोन्ही बहिणींची लग्नं नीटपणे पार पाडावीत; घर सुरळीत लावावं; अशी योजना होती. माझ्या आर्थिक मर्यादांत राहून मला हे सगळं करायचं होतं. अशा वेळी शिवाच्या पोरांची भर पडत गेली तर नवनव्या अडचणींना नि संकटांना तोंड द्यावं लागेल, असं वाटत होतं.

असं वाटत असलं तरी शिवाचं लग्न काही फार काळ थांबवता येणार नव्हतं; या वस्तुस्थितीचीही जाणीव होती. म्हणून मनात असा विचार होता की शिवा जबाबदारीनं वागू लागला, घरचं शेत उत्तमपैकी पिकवू लागला, वेळच्या वेळी न कंटाळता गाडीभाडं नि रोजगार करू लागला, हॉटेलची चटक त्यानं बंद केली की मगच शिवाचं लग्न करायचं. जेव्हा जेव्हा मी कागलला जाईन, तेव्हा तेव्हा त्याला मी हे सगळं सांगत होतो. त्याच्या आयुष्याचं पुढचं गणित मांडत होतो. तो करीत असलेल्या गोष्टी त्याला पुढं कशा त्रासदायक होणार आहेत, हे सांगत होतो. तो 'हूं हूं' म्हणत होता; पण प्रत्यक्ष आचरणात एकही आणत नव्हता. म्हणून मी लग्नाविषयी प्रत्यक्ष न सांगता त्याला तंगवत होतो. त्याच्या

सुधारण्याची वाट बघत होतो, पण आईनं नि त्यानं स्वत:च्या जिद्दीवर लग्न ठरवून टाकलं.

माझं पत्र गेल्यावर आई नि शिवा बँकेतनं कर्ज काढण्याच्या उद्योगाला लागले. त्यांना वाटत होतं; 'घरचा शिवा कारभारी आहे.' हे सांगितल्यावर आणि दोन दोस्त 'जामीन' दिल्यावर बँक कर्ज देईल; पण तसं होणं शक्य नव्हतं. दादानं अंगठा-सही दिली नाही.

आई नि शिवा जिद्दीला पडून धाकट्या मामाकडं गेले. दोघांनीही मामाला असं भासवलं की मी शिवाच्या लग्नाआड येतो आहे. ते होऊ नये असा प्रयत्न करतो आहे. "लग्न-खर्चाला एक पैसा देत न्हाई म्हणतोय. त्येच्या इर्षेवर मी माझं लगीन करून घेणार हाय. तुम्ही मामा होऊन मला काय मदत करणार का न्हाई? का मी असाच बिनलग्नाचा जोगता होऊन ऱ्हाऊ?" मामाला त्यानं प्रश्न टाकला.

मळा गेल्यापासनं मामाला शिवा बैलभाड्याची मदत करत होता. त्याच्या शेतातली बैलांची सगळी कष्टं तो करून देत होता. पेरणी, मळणी करत होता. मामा त्यामुळं बिनघोर होत होता. म्हणून मामानं त्याला आपल्या घरावर हजार रुपयं बँकेतनं काढून देण्याचं कबूल केलं...पाचसहा वर्षांपूर्वी मामानं एक छोटंसं नवं घर, नवी जागा घेऊन आपल्याच गल्लीत बांधलं होतं. नव्या घरावर शिवाला कर्ज काढून दिलं. व्याजासकट कर्ज फेडण्याची जबाबदारी शिवाची; असं त्याला बजावून सांगितलं नि हजार रुपयांच्या नोटा त्याच्या ताब्यात दिल्या.

मे महिन्याच्या शेवटच्या आठवड्यात ठरल्याप्रमाणं धूमधडाक्यानं शिवाचं लग्न आमच्या दारात झालं.

लग्नाला मी आणि स्मिता नाइलाजानं, जनलाजेनं दोघं गेलो होतो.

लग्न झाल्यावर मामाला मी विचारलं; "मामा, शिवाला एवढं तुझ्या घरावर कर्ज काढून हजार रुपय द्यायचं काय नडलं हुतं? आता त्यो सगळा खर्च करून बसलाय. आता त्यो फेडणारा कशानं? रोजगारी गडी त्यो."

"आन्दा, कुणाचाबी लगनाचा योल मांडवावर चढत असताना आपूण त्येच्याआड येत नसतो, आणि त्यो तर माझा सख्खा भाचा. तुझ्या शिक्षणाला जशी मी मदत केली, तशी त्येच्या लगनाला केली."

"ते झालं; पर पैसं फेडायचं कसं?"

"त्येनं न्हाईच फेडलं तर तुझं दीड हजार रुपय माझ्याकडं तीन-साडेतीन वर्सापासनं हाईतचं की. ते मोडून मी कर्ज भागवीन. कर्ज काय मी नुसतं शिवासाठीच काढलं न्हाई. मलाबी हजारभर रुपयं खर्चाला पाहिजे हुतं: म्हणून मी दोन हजाराचं कर्ज काढलंय. त्यातलं शिवाला हजार रुपयं दिल्यात. आक्का

म्हणाली, ''आन्दाकडं शेत खरीदी केल्यामुळं एकबी पैसा न्हाई.'' मग वाटलं; आपूण मदत करावी. काय चुकलं माझं त्यात?''

सगळी वस्तुस्थिती माझ्या लक्षात आली. मामाला मी दीड हजार रुपये दिले होते; हे मी घरात आईला सांगितलं नव्हतं आणि मामालाही घरात सांगू नको म्हणून सांगितलं होतं. कारण ते कळलं असतं तर आईची नि मामाची भांडणं होण्याची फार शक्यता होती. आईनं ते लगच्या लगे वसूल करून घेतलं असतं. ती बाब मी तशीच बाजूला ठेवली नि लग्न झाल्यावर चारपाच दिवसांनी आईला नि शिवाला पैशाविषयी सगळी वस्तुस्थिती लक्षात आणून दिली. एक हजार रुपये बँकेच्या कर्जाचे दोन वर्षांच्या आत व्याजासकट कसे दीड हजार रुपये होतात, हे समजून सांगितलं आणि ''मामाचे पैसे आता कायबी करून एकदोन म्हैन्याच्या आत फेडा; न्हाईतर हाय ते घेतलेलं शेत मीच विकून टाकीन नि तोंड घेऊन पुण्याला जाईन. पुन्हा ह्या कागलाचं तोंड बघणार न्हाई. तुम्ही मग हिकडं टाचा घासून मेलासा तरी चालंल.'' असं खडसावलं नि पुण्याला परत आलो.

...कडक भाषा वापरल्याशिवाय कुणाचे कान उघडत नाहीत, याचा मला अनुभव होता. बघू तरी कर्ज फेडण्यासाठी काय काय धडपड करतात ते; असा माझा डाव होता.

पुण्याला आल्यावर महिनाभरात पुन्हा दोघांना धारेवर धरणारं एक पत्र लिहिलं.

त्याचा परिणाम असा झाली की आईनं आणि शिवानं एकत्र येऊन विचार करून नुकतीच व्यायला झालेली पहिलारू म्हैस विकली. सोन्या बैल विकला. अर्धकमाईवर आणलेला बैल परत केला आणि सातशे रुपये उभे केले. त्यात पुन्हा आईनं इकडून तिकडून रोजगाराचे, रतिबाचे गोळा करून शंभर रुपये उभे केले. मामाला आठशे रुपये नेऊन दिले. तसं मला पत्रानं कळवलं. मी ताबडतोब दोनशे रुपयांचा ड्राफ्ट काढून मामाच्या नावे पाठवला नि दोन महिन्यांतच त्याचं मुद्दल परत केलं. झालेलं थोडंबहुत व्याज दिवाळीला आल्यावर देतो; असं सांगितलं.

जुलैच्या पंधरवड्यानंतर पाऊस सारखा पडू लागला. नुकत्याच पेरण्या झाल्यामुळं नि पावसाळाही सुरू झाल्यामुळं गावात रोजगाराची कामं मिळेनाशी झाली. नि घरात उपासमार सुरू झाली. ऑगस्टच्या शेवटच्या आठवड्यात आईचं एक पत्र आलं. त्यात तिनं लिहिलं होतं. दादा घरात कायम बसून खातो, यावर सगळ्यांचा राग होता. 'रोजगार मिळत न्हाई, आता आम्ही खडं फोडून खाऊ काय?' असा आईचा भेसूर प्रश्न होता. आप्पा एस. एस. सी.चा अभ्यास

करत होता. त्यामुळं तो जूनपासनं आईबरोबर एकदाही रोजगाराला गेला नव्हता. धुवट कपडे घालून फक्त शाळेला जात होता. संध्याकाळी शाळेतून आल्यावर मित्रांबरोबर बाहेर फिरायला जात होता.

'...घरात खायला अन्न न्हाई. कुणाच्या अंगावर धडशी कापडं न्हाईत नि ह्यो कापडं घालून झ्याकीत हिंडत असतोय.' याचा आईला राग आला... ती वड्याचं तेल वांग्यावर काढत होती. एकूण सगळ्या प्रकारांनी होणाऱ्या ओढाताणीला नि सगळ्यांच्या पोटात घासघासभर तरी पडावं म्हणून कराव्या लागणाऱ्या उसाबरीला ती कंटाळली होती. तशातच ऐन पावसाळ्यात दौला पुन्हा आजारी पडला. त्याच्या औषधपाण्याचा खर्च झाला. 'जीव नकोनकोसा झालाय. किती राबराब राबू? काय कुठं जाऊन हिरीत जीव देऊ, ते सांग.' अशी तिची विचारणा होती.

'शिवू लेकाच्या लग्नासाठी सोन्यासारखी दोन जनावरं इकली. अजून त्येच्या बायकूला एक डोरलं नि एक एकसर घालतो म्हणून कबूल केलं हुतं. ती माणसं आता दागिनं लेकीच्या अंगावर घाला, म्हणून लागल्यात. ते कुठलं घालू? का त्येच्यासाठी घरात शिलकीला ऱ्हायलेली एकुलती एक दुभती म्हस इकू?...तीन सालं आदूगर मळ्यात दावणीला साताठ जनावरं हुती...त्यातली एक म्हस नि एक शेरडू शिलकीला ऱ्हायलंय. तेवढं इकलं की गोठा रिकामा हुईल. सगळा कुणबावा भुईसपाट होऊन जाईल. काय करू, ते कळीव. न्हाईतर तिकडनं ढेकणाच्या औशिदाची एक बाटली घेऊन ये.' तिचं जीवघेणं पत्र होतं.

मी ताबडतोब दीडशे रुपयांची मनीऑर्डर केली. 'दिवाळीला येताना पुन्हा पैसे घेऊन येतो आहे' असं कळवलं.

पत्रानं दोन दिवस उदास झालो. ह्या घरादाराचं काय करावं कळेनासं झालं. अनेक दिवसांचा मला असा अनुभव होता की, भरपूर पैसे दिले तर ते संपेपर्यंत कुणी रोजगाराला जात नाहीत. घरात बसून विश्रांती घेतात. इकडं तिकडं काहीतरी करून पैसे संपवून टाकतात. एवढ्या माणसांना बसून खायला घालणं, त्यांचा कपडाचोपडा पाहणं, जनावरांच्या वैरणी खरेदी करणं मला परवडण्यासारखं नव्हतं. आणखी एक गोष्ट माझ्या लक्षात आली की, अडाणी माणूस आयुष्यभराचं गणित मांडत नाही. त्याची एक चाकोरी नक्की झालेली असते. मिळवून खायचं नि दिवस ढकलायचे. यापेक्षा दुसरी कोणतीच महत्त्वाकांक्षा त्याला नसते. त्यामुळं चार पैसे शिलकीला पडलेले किंवा खिशात असलेले दिसले की तो बसून विश्रांती घेतो. कपडाचोपडा मनासारखा घेतो. बायका वेढणं, जोडवी, मासोळ्या, बांगड्या, कानातल्या बुगड्या खरेदी करतात. तेवढ्यात त्यांना धन्यता वाटते. तेच त्यांच्या सुखाचे ठेवे असतात. पुन्हा पैसे संपले की

रोजगाराला जातात. पण हा पैसा पावसाळ्यात काम नसेल तेव्हा, आजारी पडलो तर, अंगावरचा कपडा फाटल्यावर उपयोगी पडेल असा विचार करत नाहीत. माणूस परिस्थितीमुळं जसा रोजगारी बनतो; तसा स्वभाववृत्तीमुळंही रोजगारीच राहतो... मी मागणी होईल तसा पैशांचा पुरवठा करतोय, असं घरच्यांच्या लक्षात आलं की ती सतत मागणी करतात नि कामचुकारपणा करू लागतात, शेतातली कष्टं कमी करतात, त्यामुळं पिकांची हानी होते, रानात तण वाढतं, असा मला अनुभव होता.

स्वत:चे वाट्टेल तसे बेहिशेबी निर्णय घेतात. रानात पिकं वाट्टेल ती घेऊन भागत नाही. घावडाव बघून कोणती पिकं कधी घ्यावीत, हे ठरवावं लागतं. अडाणी माणसांना हे सांगून पटत नाही. त्यामुळं मला धस सोसावी लागत होती नि नुकसानीची भरपाई पैशांत करावी लागत होती. मी सांगेन तसं कुणी वागत नव्हतं. तशी वागली तर घराची घडी नीट बसेल, असं वाटत होतं. पण काही तरी नसती कारणं सांगून प्रत्येकजण वेळ मारून नेत होतं. त्यामुळं माझी मदतीची भावना कमी होत होती.

माझ्याकडनं घरच्यांच्या मदतीच्या अपेक्षा फार मोठ्या होत्या. प्रत्येक महिन्याला ठराविक रक्कम मी पाठवून द्यावी, असा त्यांचा सूर होता. आरंभी मी तसंही केलं,पण हे पैसे महिनाभर पुरवले जात नाहीत, पैसा संपेपर्यंत कुणी कामं करत नाहीत, मधेच आजारपण, सण, इतर काही घडतं आणि मला पुन्हा पैसे पाठवावे लागतात, असे अनुभव येत गेले. म्हणून मी कशासाठी पैसे पाहिजेत, कळवा म्हणजे पाठवून देतो; असे विचारी. गरजा ओळखून, त्यांची किंमत ओळखून पैसे खर्च केले काय, ते विचारी. त्याचा आईला राग येई. प्रसंगी बनवाबनवी होई. त्यामुळं विश्वास उडत असे.

याचा परिणाम मी कडक वागण्यात, काटेकोर वागण्यात, माझ्या मनासारखे कुणी वागत नसेल तर त्याला मदत न करण्यात होई.

शिवाच्या लग्नाचंही तसंच झालं. मी पैसे द्यायचे नाकारले नि दम दिला. तर घरातली दोन जनावरं येतील त्या किमतीला विकून आई मोकळी झाली. गोठा रिकामा व्हायची पाळी आली. दन्न करून फटका बसला.

वास्तविक माझ्याकडं एप्रिल महिन्यात दीड हजार रुपये आले होते. 'मातीखालची माती' या माझ्या पहिल्या व्यक्तिचित्र संग्रहाला महाराष्ट्र सरकारचं दीड हजार रुपयांचं खास पारितोषिक मिळालं होतं. शिवा एखादं वर्ष थांबला असता तर त्याच्या लग्नाचा सगळा खर्च मी निभावून नेला असता किंवा आईनं नि शिवानं मला कळवूनसवरून शिवासाठी पोरी शोधल्या असत्या नि विचार-विनिमयानं सगळं ठरवलं असतं तरी मी कुरबुरत का होईना पण खर्च केला

असता. कारण विश्वासाचं वातावरण निर्माण झालं असतं. पण यात आईला नि शिवाला मोठेपणा मिळवायचा होता. त्यामुळं सगळेच तोंडघशी पडलो...शेवटी सगळ्यांची दया येते. अडाणी माणसं आहेत. शहाणी असती तर त्यांनी असं कशाला केलं असतं? त्यांच्या चुका, आगळीक आपण नाही पदरात घेतल्या तर त्यांच्यात नि आपल्यात काय फरक? घरात ही सगळी होती म्हणून तर शिकता आलं. त्यांच्या भल्यासाठी आपण काहीच नाही केलं तर मग आपल्या शिकण्याला अर्थ काय? ...ही वळचणीची गंगा आढ्याला न्यायची आहे खरी. जाईल ती आपली; गळंल ती सागराची.

भरपूर खर्च करून सगळ्यांनी मिळून कागलात दिवाळी साजरी केली.

●

पंधरा

दिवाळी करून पुण्यात आल्यावर सगळं सुरळीत सुरू झालं.

स्मिताचं हे बी. ए. चं शेवटचं वर्ष सुरू होतं. तिला कीर्तीच्या जन्मामुळं गेलं वर्ष कॉलेज बुडवावं लागलं. स्वातीचा जन्म चौसष्टच्या डिसेंबरातला असल्यानं स्मिताला पासष्टच्या एप्रिल मध्ये होणाऱ्या एस. वाय. बी. ए. परीक्षेला घरी अभ्यास करून बसता आलं. कीर्तीचा जन्म सहासष्टच्या फेब्रुवारीतला. पण कीर्तीच्या वेळी अवघडलेली स्मिता नोव्हेंबरपासून घरी राहिली. तिचा दुसऱ्या टर्मचा अभ्यास होऊ शकला नही. फेब्रुवारीत बाळंतपण झाल्यामुळं लगेच मार्च-एप्रिलमध्ये तिला एकाग्र चित्तानं अभ्यास करता येणं शक्य नव्हतं. शिवाय बी.ए. चं शेवटचं वर्ष. त्यामुळं पुरेसा अभ्यास करण्याची गरज होती. म्हणून तिनं जून सहासष्टला फर्ग्युसन कॉलेजला पुन्हा बी. ए.च्या शेवटच्या वर्षासाठी नाव नोंदवलं.

सहासष्ट जून ते ऑक्टोबरच्या पहिल्या टर्ममध्ये पुण्यात आक्का होत्या. पण दुसऱ्या टर्मला त्यांना कागलच्या घरच्या अडचणीमुळं पुण्यास येणं अशक्य होतं. म्हणून मी माझ्या बहिणीला लक्ष्मीला घेऊन आलो.

मुलींचा जन्म होण्याअगोदर पुण्याच्या घराला तसं संसाराचं स्वरूप प्राप्त झालं नव्हतं. त्याची अवस्था आश्रमासारखी किंवा छोट्याशा स्वयंसेवी वसतिगृहासारखी होती.

घराला एकूण चार-पाच मोठ्या खोल्या. तीन-चार पहिल्या मजल्यावर आणि एक तळमजल्यावर. तळमजल्यावरच्या खोलीचं स्वयंपाकघर केलं होतं. जाणाऱ्या-येणाऱ्या लोकांसाठी वरची एक बैठकीची खोली केली होती. पण तिच्यात मी माझाही पसारा मांडला होता. माझं लेखन, वाचन, अध्ययन सतत चाललेलं असे. मधल्या खोलीत काहीसा अंधार असल्यानं ती झोपण्याची खोली

केली होती नि तिच्या पाठीमागची अभ्यासाची खोली होती. तिच्यात स्मिता, तिची धाकटी बहीण कमल या अभ्यास करत. वरच्या एका खोलीत स्मिताचा भाऊ आनंद अभ्यास करत असे. आक्का सर्वांसाठी स्वयंपाक करत. अभ्यास, वाचन, लेखन यापलीकडं घरात दुसरं काही नव्हतं. सगळीकडं पुस्तकं पसरलेली.

साधारण दोन वर्षं हे वातावरण होतं. पण स्वातीचा जन्म झाला नि घराचं रूप हळूहळू पालटत गेलं. आनंदचं एम. ए. पूर्ण होऊन तो नोकरीस लागला. कमलनं कॉलेज बंद केलं. नंतर आलेला स्मिताचा भाऊ अशोक कोल्हापुरास शिकण्यासाठी निघून गेला. मला बापपण प्राप्त झालं. स्मिता 'आई' झाली. त्यामुळं घरातला आमचा दोघांचाही पोरपणा, अवखळपणा, मोकाट गप्पाटप्पा यांच्यावर नकळत नियंत्रण आलं. बाळाचं करता करता आम्हा दोघांना प्रौढपण आलं. बाळाची आंघोळ, त्याचे आजार-पाजार, त्याचं औषधपाणी, खाणंपिणं या बाबतीत बाळाच्या वाढत्या दिवसांबरोबर सल्ला द्यायला घराला कुणीच प्रौढ, अनुभवी माणूस नव्हतं. त्यामुळं शेजाऱ्यापाजाऱ्यांची विशेष गरज भासू लागली. स्मिताचा स्वभाव सरळ, प्रांजळ आणि स्त्रियांत रमणारा. त्यामुळं शेजारणी घरी जाऊ-येऊ लागल्या.

यामुळं नानींशी आमच्या घराची खूपच जवळीक झाली. नानींचा स्वभाव अतिशय उमदा आणि दुसऱ्यांना तत्परतेनं, सहजतेनं मदत करणारा. त्यामुळं नानींचा मानसिक आधार आमच्या घराला फार मोठा वाटत होता.

स्वातीला बाळआंघोळ घालण्यासाठी त्या रोज येऊ -जाऊ लागल्या. स्वातीचं सगळं काही पाहू लागल्या. घरातलं अडलंनडलं निभावून नेऊ लागल्या. त्यांच्यामुळं त्यांच्या घरादाराशी, इतर सगळ्या व्यक्तींशी गणगोतासारखा संबंध आला.

स्वाती तब्येतीनं गुबगुबीत, खेळकर, खोडकर, सदैव हसरी नि बडबड करणारी असल्यामुळं तिथल्या मुलींना नि शेजारच्या घरांना हवीहवीशी वाटू लागली. तिनं आमचं घर आसपासच्या घरांशी, लोकांशी फार झपाट्यानं नि प्रेमळपणानं जोडून टाकलं.

रोज संध्याकाळचा माझा ती विरंगुळा झाली. एरवी मी सकाळी कॉलेजला जाई. दुपारी येऊन जेवण करी. तासभर झोपून विश्रांती होई नि तीनच्या सुमारास पुन्हा कामाला लागे. रात्री साडेसहा सातच्या आसपास फिरायला बाहेर पडत असे. मित्राकडं, कार्यक्रमांना जात असे. स्वातीमुळं ते कमी होत गेलं. तिलाच घेऊन मग आसपास हिंडू फिरू लागलो. तिच्यात रमू लागलो.

स्मिता स्वातीत तिच्या जन्मापूर्वीपासूनच रमली होती. स्वातीच्या वेळी तिला जेव्हा नववा महिना सुरू झाला तेव्हा ती संभाजी उद्यानात बसल्या बसल्या स्त्रीसुलभ सहजतेनं म्हणाली; ''मुलगा होईल, असं वाटतंय.''

''कशावरनं?'' माझी जिज्ञासा.

"तसं काही विशेष असं पोट आलेलं नाही. पोटात मुलगा असेल तर पोट कमी येतं. मुलगी असेल तर पोट विशेष येतं. त्यावरून वाटतंय."

स्मिता आपली इच्छा बोलून दाखवत होती. ती इतकी स्वाभाविक होती की पहिलेपणाच्या स्त्रीनं दुसरी कोणती इच्छा बोलून दाखविली असती तर विचित्र वाटलं असतं...आईला मुलगा होत नव्हता. म्हणून तिचं नांदणं गमावण्याची पाळी आली होती. तिला तिसरी मुलगीच झाली असती, तर ती काहीही गुन्हा नसताना आयुष्यातून कायमची उठली असती. या अचानक झालेल्या आठवणीनं मी काहीसा चिंताग्रस्त झालो.

म्हणालो, "मुलगा होऊ दे; नाहीतर मुलगी होऊ दे. देव आपणास मूल देतो आहे हेच खूप आहे. आईबाप होण्याचं भाग्य आपणाला लाभणार आहे, हे भाग्य फार मोठं आहे. त्यामुळं आपण निसर्गाची बावनकशी लेकरं ठरणार आहोत. हे का थोडं आहे?"

"ते आहेच. तरीही मुलगा होईल असं वाटतं."

तरी मुलगी झाली. स्मिताचा अंदाज चुकला.

कीर्तीच्या जन्माच्या वेळी असंच झालं. स्वातीच्या वेळी जेवढं पोट होतं; त्यापेक्षा किती तरी कमी कीर्तीच्या वेळी होतं.

"या वेळी मात्र आपणास नक्की मुलगाच होणार. बघा वाटलंच तर. माझी अगदी खात्री आहे. पोटात मुलींपेक्षा मुलाची हालचाल कमी असते. स्वातीच्या वेळच्या तिच्या हालचालीच्या मानानं या वेळी पन्नास टक्केही हालचाली नाहीत. आहेत त्या अगदी संथगतीच्या."

मला हे नवीन होतं. मी काहीच बोललो नाही. मात्र वाटत होतं की स्मितानं अशा अपेक्षा करू नयेत. जे असेल ते स्वीकारावं. माझ्या वाचनानं, चिंतनानं माझी मानसिक धारणा वेगळी झाली होती. मला मुलगा आणि मुलगी समान वाटत होती. वार्धक्यात आपण मुलावर अवलंबून न राहता आपली आपण व्यवस्था केली तर हा प्रश्न सुटतो असं वाटत होतं. वंश-सातत्याचा प्रश्न होता. मुलगा बापाचं नाव लावतो नि वंश टिकवतो; पण मुलगी नवऱ्याचं नाव लावत असल्यानं ती नवऱ्याचा वंश वाढवते; असं जरी असलं, तरी अशा प्रकारच्या नावापुरता वंश वाढवण्याच्या कल्पनेवर माझा विश्वास नव्हता. ज्यानं त्यानं आपलं नाव आणि लौकिक वाढवायचा असतो, मग मुलं असोत अथवा मुली असोत; असं वाटत होतं.. पण स्त्रीची जगण्याची धारणा वेगळी असते; याचा मला स्मितानं अनुभव दिला.

कीर्तीचा जन्म झाल्यावर स्मिता स्वत:वरच नाराज झाली. पण कीर्तीला

पाहून मला अत्यानंद झाला होता. तिच्या अंगावर तेज आणि कांती विलक्षण दिसत होती. तिचं पहिलं दर्शन मला झालं तेव्हा ती आईवडिलांच्या इच्छाआकांक्षाचा काहीही विचार न करता शांत आणि स्वस्थ झोपली होती. त्या तेजाळ, कांतिमान, शांत मुलीचा स्वीकार मी माझ्या ओठांनी तिच्या गालाला हळुवार प्रथम स्पर्श करून केला. त्यावेळी कोयनानगरला दोन दिवस राहून मी परत पुण्याला आलो होतो.

मग स्मिताला सविस्तर पत्र लिहिलं, काही दिवस गेल्यावर स्मिता आपल्या नाराजीतनं सावरली. कीर्तीत रममाण झाली.

स्वाती जन्मल्याचं कळल्यावर मी शेजाऱ्यांना आणि गल्लीतल्या ओळखीच्या घरी बर्फी वाटली होती.

एकजण म्हणाले, ''काय, मुलगी झाली वाटतं?''

''होय.'' म्हणून मी त्यांच्या हातात बर्फी ठेवली.

''होईल होईल; पुढच्या वेळी मुलगा होईल. चिंता करू नका.''

...त्यांना वाटलं; मुलगी झाली; याचं मला दु:ख आहे. गतानुगतिक समाज आपल्याकडं कोणत्या नजरेनं बघतो, याचा पडताळा आला.

कोणत्याही कारणासाठी मला पेढेबर्फी वाटण्यात कधीच रस वाटला नाही. लहानपणी आनंदाच्या क्षणी अशा रीतीनं आनंद साजरा करण्याची कधीच संधी मिळाली नाही, त्याचा हा परिणाम असावा. आता प्रौढपणी आनंद झाला तरी पेढे-बर्फी वाटावेत, असं मनापासून वाटत नाही. ते काहीसं अप्रौढ, उथळ प्रदर्शन वाटतं. पण स्वातीच्या वेळी मी जाणीवपूर्वक बर्फी वाटली. ओळखीच्या लोकांना आणि शेजाऱ्यांना वाटेल की 'मुलगी झाल्यामुळं' मी जीवनावर, माझ्यावर, मुलीवर नाराज आहे; म्हणून मी बर्फी वाटत नाही. निराश होऊन कुणालाही तोंड न दाखवता घरातच बसलो आहे; असं वाटेल; म्हणून बर्फी वाटली.

कीर्तीच्या वेळी तर ही जाणीव अधिक तीव्र झाली नि मी पुन्हा बर्फी वाटली.

तेच गृहस्थ म्हणाले, ''दुसरीही मुलगीच झाली?''

''हां.''

''मग कशाला बर्फी वाटता? अहो, देवाला वाटेल 'याला मुलीच हव्यात आहेत' आणि तो तुम्हाला मुलीच देत राहील.''

मी हसत म्हणालो, ''देऊ दे! बर्फी वाटणाऱ्याला देव जर मुलीच देणार असेल तर पेढे करणाऱ्या हलवायाला शेकड्यांनी मुलगेच झाले असते... ही घ्या तुम्हाला आणखी एक बर्फीची वडी. तुमचं तोंड जरा अधिक गोड होण्याची गरज आहे.''

ते खो खो करून हासले. त्यांनी बर्फीचा दुसरा तुकडा आनंदानं स्वीकारला. माझ्या बोलण्यातली खोच त्यांच्या लक्षात आली नसावी.

नंतर मात्र मी येताजाताही ते माझं सांत्वन केल्यासारखं बोलत. "पुढच्या वेळी मुलगाच होईल, घाबरू नका. असं होतं माणसाचं. चालायचंच" असं काही तरी बोलत.

त्यांची समजूत काढण्याच्या भरीस मी कधी पडलो नाही. माझ्या कागलच्या घरीही आई-दादा काहीसे नाराज झाले. बाकीचे गणगोतही माझी अकारण समजूत काढण्याचा औपचारिकपणा करू लागले. अशी अनाहूतपणे समजूत काढणाऱ्या हितचिंतकांचं काय करावं मला कधी कळलं नाही. पण समाजाची नजर कशी नि किती रूढिग्रस्त असते, याचा अनोखा अनुभव येत गेला.

गावाकडं गेल्यावर एका सुशिक्षित मित्राकडं गेलो. त्याला पहिले दोन्ही मुलगे होते. त्याच्याकडं सहज विषय निघाला. त्याचीही दृष्टी अशीच. मी त्याला मुलगा-मुलगी समान कसे, वार्धक्यात प्रसंगी मुलगे कसे आणि का आपला अपेक्षाभंग करतात; मुलीचा जीव कसा आईवडिलांवर असतो; हेही त्याला सांगण्याचा प्रयत्न केला. मी हा भेदाभेद कसा मानत नाही, हेही पटवून देण्याचा प्रयत्न केला. त्यानं 'असं समानतेचं तत्त्वज्ञान एक पळवाट म्हणून, स्वत:ची समजूत काढण्याच्या प्रयत्नातून कसं जन्माला येतं;' यामागचं मानसशास्त्र मला समजावण्याचा प्रयत्न केला. अशा माणसांची त्याला कशी कीव येते, हेही त्यानं मला लटक्या बौद्धिक विजयाच्या उत्साहात सुचवलं... अशा लोकांच्या नादी लागण्यात काही अर्थ नाही, हे माझ्या ध्यानात आलं नि मी सावध मौन बाळगलं...जीवनात काही तरी जिंकल्याचा आनंद त्याला मिळाला होता. त्याची ती समजूत तशीच राहावी असंही वाटलं...प्रत्येकाच्या सुखाच्या समजुतीची पूर्तता झाली की त्याचं जीवन त्याला सुसह्य होतं; असा माझा अनुभव होता.

आमच्या नकळत आम्ही दोघेही आमच्या मुलींत रमून गेलो. आमची बालरूपं त्यांच्यात आम्हांला दिसत होती. आमचं बालपण आम्ही पुन्हा जाणीवपूर्वक जगत होतो. आमच्यांतून आम्हीच पुन्हा जन्माला आलो होतो. याचा अपूर्व आनंद कुणालाही सांगून कळण्यासारखा नव्हता. मूल होण्यातला तोच खरा आनंद वाटत होता.

उशिरा झालेलं कीर्तीचं बारसं आम्ही पुण्यालाच केलं. ती काहीशी आजारी होती; म्हणून बारसं एप्रिलमध्ये करायचं ठरवलं.

मला स्वाती, चित्रा, अनुराधा, विशाखा, रोहिणी इत्यादी नक्षत्रांची नावं विशेष आवडत होती. त्यांतूनच मी स्वातीचं नाव ठेवलं होतं.

माझे मित्र प्रा. सुधाकर भोसले आणि त्यांची आई दुसऱ्या मुलीला पाहायला आले होते.

"वहिनी, आता नाव काय ठेवणार हिचं?" प्रा. भोसलेंनी स्मिताला

सहज प्रश्न केला.

" 'ह्यांना' नक्षत्रांची नावं आवडतात. म्हणून 'चित्रा, रोहिणी' असं काहीतरी ठेवण्याचा विचार आहे." स्मिता सहज बोलून गेली.

"बघा हं; वहिनी! नक्षत्रं सत्तावीस आहेत. फारच आवड असेल तर देवांचाही नाइलाज होईल." प्रा. भोसले मिस्किलपणे हासले.

आम्ही सगळेच खो खो हासलो. स्मिताही त्यात सामील झाली.

पुढं जेव्हा बारसं झालं; तेव्हा स्मितानं 'नक्षत्राचं नाव नको' म्हणून आग्रह धरला.

सरळपणे, श्रद्धायुक्तपणे विचार करणाऱ्या देवभक्त स्मिताचा आग्रह मला मानावा लागला. तिच्या मनाची शांती नि श्रद्धा कोणत्याही प्रकारे ढळू नये; याची मी दक्षता घेत होतो.

कीर्ती जन्मल्यावर पुढच्याच महिन्यात 'मातीखालची माती' या माझ्या व्यक्तिचित्र संग्रहाला महाराष्ट्र सरकारचं खास पारितोषिक मिळालं. स्मिताला तो मुलीचा पायगुण वाटला. मला गद्य-साहित्यातील माझी कीर्ती सरकारमान्य करणारी ती अत्यानंदाची बातमी होती. तिची कायमची स्मृती म्हणून मुलीचं नाव 'कीर्ती' असं ठेवलं. 'स्वाती' या थोरल्या बहिणीच्या नावाशी या नावाचं यमकही जुळत होतं.

पुण्यात आल्यावर लक्ष्मीनं आपसुख दोन्ही मुलींचा ताबा आपल्याकडं घेतला. तिला मुलं सांभाळायची लहानपणापासनं सवय असल्यामुळं मुलींना ती उत्तम प्रकारे सांभाळू लागली. मी नोकरीला आणि स्मिता कॉलेजला गेल्यावर ती मुलींना सांभाळता सांभाळता स्वयंपाकही करू लागली. स्मिता निर्धास्त झाली. निर्वेधपणे अभ्यासाकडं वळली. मी माझ्या लेखनाकडं दुप्पट जोमानं वळलो.

या काळात माझी कथा बहराला आली होती. तिच्यावर हात बसल्यासारखा झाला होता. जाणवेल तो अनुभव कथारूप घेऊन येऊ लागला होता. त्या भरात कविता, व्यक्तिचित्रं, परीक्षणं यांसारखं लेखन मागंमागं पडत चाललं होतं. कथालेखनाचा झपाटा वाढला होता.

या सुचण्याला 'सत्यकथेचे' संपादक प्रा. श्री. पु. भागवत आणि प्रा. राम पटवर्धन योग्य ते खतपाणी घालत होते. 'सत्यकथेकडं' पाठवल्या जाणाऱ्या माझ्या कथा भराभर, प्रसिद्ध होत होत्या. वेगळ्या आशय-अभिव्यक्तीमुळं जाणकारांचं लक्ष वेधून घेत होत्या. श्री. पु. भागवतांची गौरवाची, प्रेमाची, आस्थेची पत्रं येत होती. ते आस्थेनं कथेविषयी आपली मतं, सूचना, संस्करणं कळवीत होते. त्यातून 'सत्यकथा' 'मौज', 'श्री. पु.', 'पटवर्धन' यांच्याविषयी दाटपणे आत्मीयता निर्माण होत होती. त्यांच्याशी संबंधित साहित्यिक, चित्रकार, रसिक यांच्याविषयीही आपुलकी निर्माण झाली होती... ते एक ताजं रसरशीत, उमेदीचं, प्रयोगशील

आणि नवं नवं काही तरी भरभरून देणारं वाङ्मयविश्व होतं...ते सगळं मिळून मला स्फुरण देत होतं, उत्कट भावानं माझी जोपासना करत होतं.

...यांतूनच 'खळाळ' हा पहिला कथासंग्रह आकाराला आला. अवघ्या साडेचार-पाच वर्षांत त्याची जुळवाजुळव झाली. ही जुळवाजुळव करताना श्री. पुं. नी खूप काही दिलं. सहासष्टच्या आक्टोबरात त्यांना मी 'खळाळ' मधील कथांचं हस्तलिखित दिलं. त्या कथा त्यांनी वाचल्या नि निवड केली. मला चर्चेला सदुष्टच्या जानेवारीत बोलावलं.

आजवर झालेल्या भेटीत ते गंभीर प्रकृतीचे, कोणतीही गोष्ट मनापासून आणि चोखंदळपणे करणारे, काटेकोर बोलणारे वाटत होते. साहित्याविषयी बोलताना ते त्यातील बारकावे इतके हेरत की ते माझ्या कधी लक्षात आलेले नसत. माझ्या कथांविषयी इतकी अत्मीयता दाखवीत की तेवढी खुद्द माझ्या साहित्याविषयी मलाही आहे की नाही अशी शंका वाटे. त्यामुळं त्यांच्याकडं जाताना मनावर खूप ताण आला होता.

त्यांच्याघरीच मी उतरलो. खुर्च्या, दिवाण, दिवाणावरच्या उश्या, इकडं तिकडं असलेली पुस्तकं, हस्तलिखिताच्या फायली आणि सगळं घरच अतिशय टापटिपीनं लावलेलं. एवढंच काय जेवणाच्या वेळचं श्री. पुं. चं खाणं, चावणं, ताटात एकही पदार्थ न ठेवता जणू ते पुसून ताट जवळ जवळ स्वच्छ करणं बघून, माझ्या मनावर दबाव येत गेला. खुर्चीत किंवा दिवणावर बसतानाही मी आज्ञाधारक विद्यार्थ्यासारखा त्यांच्यासमोर बसू लागलो...त्या मानानं विमलताई मोकळ्या वाटत.

हस्तलिखिताविषयी चर्चा करायला बसलो तेव्हा तर मी गांगरल्यासारखा झालो. आपल्या कथांतील खूपच त्रुटी, चुका, विसंगती ते दाखवतील नि आपलं पितळ उघडं करतील असं वाटलं. कथेच्या अनुभवाची लय म्हणजे काय ते नेमकेपणानं या भेटीत कळलं. ही लय एखाद्या वाक्यानं, एखाद्या प्रतिमेनं, एवढंच काय एखाद्या शब्दानंही कशी बिघडू शकते, हे त्या चर्चेतून माझ्या ध्यानात आलं. माझी भाषेची जाण, अनुभवाचे घटक कसे परस्पर घट्टपणे एकजीव करावेत याविषयीची जाण, तिच्या घाटाची जाण खूपच वाढल्यासारखी झाली. कथेची घडई हा प्रकार काय असतो, हे कळलं. तोपर्यंत मी आपला उत्स्फूर्तपणे लिहीत होतो. जसं कळेल तसं संस्करण करत होतो.

हस्तलिखिताविषयी चर्चा झाल्यावर त्यांनी माझं कथावाचन आपल्या महाविद्यालयातील बी. ए. ऑनर्सच्या विद्यार्थ्यांसमोर अनपेक्षितपणे ठेवलं. मी 'मोट' ही कथा वाचली.

त्यांच्यासमोर वाचताना मनावर ओझं आल्यासारखं वाटलं. पण नंतर वाचनात रमून गेलो. कथा वाचून संपल्यावरच त्यांच्याकडं पाहिलं.

एरवी थंड, शांत वाटणाऱ्या श्री. पुं.च्या अंत:करणात खूपच कालवाकालव झाली होती. त्यांचा चेहरा लालस गुलाबी झाला होता नि डोळ्यांत पाणी तरारलेलं मला लांबून दिसत होतं.

"फार छान कथा वाचली तुम्ही." ते गदगदलेल्या आवाजात पण चेहऱ्यावर स्मित आणत बोलले.

'खळाळ'चं हस्तलिखित अंतिम स्वरूपात सिद्ध करून मी पुण्याला परतलो. प्रवासभर त्यांच्याशी केलेल्या चर्चेवर पुन:पुन्हा विचार करत होतो... मी आतून श्रीमंत झाल्याचा अनुभव मला आला. मला प्रकाशक म्हणून श्री. पु. भेटले, त्यांच्याशी मला अतिशय सहृदयतेनं, खूप बारीकसारीक वाङ्मयीन बाबींवर चर्चा करता आली, हे माझं भाग्य वाटू लागलं.

या चर्चेचा नंतरच्या माझ्या सगळ्या लेखनावर परिणाम होत गेला, साहित्यिक म्हणून अधिक घडत गेलो.

लक्ष्मी आमच्याबरोबर पुण्याला येऊन पंधरावीस दिवसही झाले नाहीत; तोवर आईचं पत्र आलं की; 'लक्ष्मीला सतत घरी ठेवून घेऊ नका. तिला घेऊन फिरायला जात जावा. उन्हातनं फिरून यावं, मंडईला चालत जाऊन भाजीपाला आणायला तिला सांगावं. पहिल्यांदा तिला मंडई दाखवून द्या. एकदा-दोनदा तिच्याबरोबर जावा म्हंजे मग ती एकटी जाईल. लक्ष्मीला मुलींची फार आवड आहे. आता स्वातीच्या आणि कीर्तीच्या सुखात आणखी भर पडणार. त्याचप्रमाणे लक्ष्मीला पाण्याची पण फार आवड आहे. तेव्हा तिला सतत चावीवर सोडू नका, धुणी करणं, भांडी घासणं, पाणी भरणं असली पाण्यातली कामं करण्यात ती फारच रमते. काळजी घ्यावी.'

'लक्ष्मीला बघायला जानेवारी महिन्यात मी येऊ काय?' असा शेवटी आईचा प्रश्न होता. कुणा सुशिक्षित माणसाकडनं तिनं पत्र लिहून घेतलं होतं.

मी आईला लिहिलं; 'लक्ष्मीची तब्येत उत्तम आहे. तिची कोणतीही तक्रार नाही. ती रोज संध्याकाळी स्वातीला किंवा कीर्तीला घेऊन लांबवर फिरायला जाते. कधी आमच्यापैकी कुणीतरी तिच्याबरोबर असतं. ती चांगली रमली आहे. त्यामुळं इकडं कुणी येण्याची काहीच गरज नाही. उगीच जाण्या-येण्याचा खर्च वाढतो. तेवढेच पैसे आपल्या प्रपंचाला लावता येतील. उलट स्मिताची परीक्षा मार्चमध्ये शेवटच्या आठवड्यात झाली की एप्रिलमध्ये पहिल्याच आठवड्यात आम्ही सगळेच तिकडं येत आहोत.'

असं पत्र पाठवूनही जानेवारीत येऊ पाहणारी आई डिसेंबराच्या शेवटच्या आठवड्यात अचानक पुण्याला आली. कागलच्या एका एस. टी. ड्रायव्हरनं

तिला आणून आमच्या घरात सोडलं.

मी चकित झालो. ''माझं पत्र मिळालं न्हाई तुला?''

''मिळालं रं बाबा. जिवाला सारखी धुकधुक लागली. लक्ष्मीची लई म्हंजे लई काळजी वाटाय लागली बघ मला. पोरीचं हाल हुतंय का काय, पोरीच्या जिवाला तिकडं गमतंय का न्हाई, असा इचार सारखा येऊ लागला. उठलो नि आलो झालं.'' आई आल्या आल्या म्हणाली.

आम्ही सोप्यात बसलो होतो. लक्ष्मीला मी हाक मारली, ''लक्षुमी, जरा बाहीर ये बघू.''

ती बाहेर आली. आई आपल्याला बघायला आली म्हणून खुदूखुदू हसत खूश होऊन बोलू लागली.

आई तिला निरखून बघू लागली.

''कशी वाटती लक्षुमीची तब्येत तुला?'' मी आईला रोखठोक प्रश्न केला.

''अंगातलं रगात जरा कमी झालेलं दिसतंय. पोरगी पिवळी पडत चाललेली दिसती की रं आन्दा. हवा मानवत न्हाई बाबा तिला हिकडची. अंगबी सुमारल्यागत झालंय...ही थंड असल्या मुलखाची. त्यात ही तुमची फरशीची भुई. पोरीला थंडी बाधली वाटतं. हिची ही सूज अशीच वाढली तर काय रं करू?''

मी थक्क झालो. आईचं मन पूर्वग्रहांनी कसं काळंकुट्ट झालंय याची कल्पना आली.

मी आईला सुधरून सांगितलं. ''आईबाई, अंगातलं रगातबिगात एक थेंबभर सुद्धा कमी झालं न्हाई. आतापतोर तुझी लेक उन्हाताणातनं, थंडीवाऱ्यातनं, पावसातनं, राडीचिखलातनं कशीबी वरावरा हिंडत हुती. आता ती सुखाला लागलीय. घरात बसून कामं करती. भरपूर खातीपिती. सावलीत असल्यामुळं तिच्या अंगावरचा जळकेपणा गेलाय; उजळपणा आलाय, म्हणून तुला ती पिवळसर दिसती. अंग थंडीवाऱ्यानं, फरशीचा गारवा लागून सुजलं न्हाई. उलट तिला पुणं मानवलंय. अंग सुखावलंय. मूठभर मांस आलंय, म्हणून तुला ती फुगल्यागत वाटती.''

सगळं समजून सांगितलं तरी आईचा माझ्यावर विश्वास बसेना. ती 'न्हाई न्हाई', 'न्हाई न्हाई' असंच म्हणू लागली.

''आगं, मी, स्मिता, माझ्या दोन्ही लेकीबी ह्याच घरात ऱ्हातोय न्हवं? लक्षीबी आमच्याबरोबर ऱ्हाती न्हवं? आम्ही जे खातोय-पितोय तेच तीबी खातीपिती. आम्हांस्नी काय हुईत न्हाई, नि मग तिलाच कसं काय हुईल?''

''तू काय सांगतोस मला! तिला हिकडची हवा मानवत न्हाई बघ. शेतातलं, मोकळ्या हवंतलं माणूस हितं घराच्या सापळ्यात अडकून पडलंय,

म्हणून तिची ही अशी दशा झालीय.''

''मी रत्नागिरीसनं परत आलो, त्या वक्तालाबी असंच म्हणाली हुतीस. आईच्या नजरंला मायेमुळं तसं दिसतंय ते..काय गं लक्षे, तुला कसं वाटतंय हितं? आजारी पडल्यागत वाटतंय का? अशक्तपणा आल्यागत, दम लागल्यागत वाटतंय काय?''

''न्हाई, म्हैना दीड म्हैना आईच्या नजरंम्होरं मी न्हाई; म्हणून आईला तसं वाटतंय दादा. आई, तू कायबी काळजी करू नको. मी हिकडं झकास हाय.'' लक्ष्मीनं सांगितलं.

तरीही आईचं समाधान झालं नाहीच. दोन-तीन दिवस ती राहिली. तिच्या म्हशीच्या चारापाण्याच्या काळजीनं परत जायला निघाली. या तीन दिवसांत तिनं लक्ष्मीला फासणून फासणून 'कसं वाटतंय?' 'कसं वाटतंय?' म्हणून विचारलं.

जायच्या दिवशी मला म्हणाली, ''आन्दा, मी लक्ष्मीला घेऊन जातो.'' मी एकदम खवळलो. ''तुला असं बोलायला काही वाटत न्हाई? हितं मी नोकरीला. स्मिताची परीक्षा तीन महिन्यांवर आलेली. एक-दोन वर्सांच्या दोन पोरी आमच्या गळ्यात. मी नोकरी कधी करू नि पोरीस्नी कधी सांभाळू? स्मिता स्वयंपाक करील का पोरीस्नी सांभाळील का कॉलेजचं बघेल?...हितं कोणी पोरी सांभाळायला पोरगी, बाई ठेवली तर तिला पैसे द्यावे लागतील. तिला पैसे देऊ, का माझ्या संसाराला पैसे लावू, का कागलला तुला सारखं पैसे पाठवत बसू? माझ्याजवळ काय पैशाचं झाड हाय?...तिथंबी तुम्ही सगळी रोजगाराला उन्हाताणात तारताळ्या देत जातासा नि मगच पोटाला खातासा. मल लक्ष्मी हितंच राबून खाती असं का समजत न्हाईस? तरीबी 'तिचा पगार म्हैन्याच्या म्हैन्याला तुला लावून देतो. ती कागलात रोजगार करती असं समज. तिचे पैसे मी लावून देतो,' असं सांगिटलंय न्हवं? पैसे सारखे लावून देतोय न्हवं? – ह्या उप्परबी हिला न्ह्यायचं असंल तर न्हे. पर मग गावाकडं कुणी मेलं तरी मीबी तिकडं येणार न्हाई नि एकबी पैसा लावून देणार न्हाई. त्यो सगळा पैसा हिकडं खर्च करून मी पोरी सांभाळायला एक बाई ठेवून टाकीन.''

''एवढं करूस्तवर सुनंला आता कशाला शिकवायला लागलाईस? बाईमाणूस ते. पोटापुरतं तिचं रग्गड शिक्षण झालंय न्हवं? ती घरात ऱ्हायली तर तुझा नि पोरींचाबी जीव सुखाला लागंल. तिचाबी जीव सुखाला लागंल.''

''ते खरं न्हाई. त्यातलं खरं एवढंच हाय की तुझी लक्षी खरी सुखाला लागंल. ती तुझ्याभोवतीनं तुला चोवीस तास पाहिजे असते. तुझ्या सगळ्या लेकी तुला जवळ पाहिजे असत्यात. त्या नांदायला जरी गेल्या तरी तू त्येंची

छप्पन्न वेळा चौकशी करतीस नि त्यांस्नी लाडावून ठेवतीस. त्येंच्या सासरच्या माणसांवर संशय घेतीस नि त्यांस्नी लेकीसाठी वाट्टेल ते बोलतीस. त्यामुळं आजवर एकीचंबी नांदणं धड रांगंला लागलं न्हाई... त्यांस्नी पोसायला 'आन्दा' तुला धडधाकट मिळालाय. त्यो कायबी करतोय, पाटचं उठतोय, लिवतोय. कथा लिवतोय, रेडिओसाठी लिवतोय, सरकारची बक्षिसं मिळीवतोय नि तुझ्या घरादारासाठी लेकलेकांसाठी पैसा हुबा करतोय. मागशील तवा तुला मनिऑर्डर पाठवून देतोय; म्हणून तुला ही असली थेरं सुचत्यात... आठधा जणांचा तुमचा संसार एक म्हैनाभर तरी चाललाय का माझ्या पैशांवाचून? त्या शेतात लागवडीला पैसा माझाच. त्येच्यातबी एक वरीस पिकतंय, नि एक वरीस पावसाइदमान वाळून जातंय. एवढा रोजगार करतासा; एकदा तरी तुमच्या पैशांनी कवा अंगावर कापडं घेतलीसा? दिवाळी नि गुढीपाडवा आन्दाच्याच पैशांनी कापडं घेऊन साजरा हुतोय न्हवं? कुठला आणू एवढा पैसा तुम्हास्नी? ही तुझी पोरंबाळं अशी खडकावर पडल्यात म्हणून मी हितं रातध्याड हाडं उगळत बसलोय. तिला शिकल्यावर नोकरी लागंल नि तुझ्या पोराबाळांच्या तोंडात आणखी दोन घास सुखाचं पडतील... कळलं तुला? किती डोसकं फोडून फोडून सांगू? का उगंच माझं तोंड खवळत असतीस सारखी?''

मी संतापानं बोलल्यावर ती मुकाट झाली. एस. टी. स्टँडवर जाऊन तिला कोल्हापूर गाडीत बसवलं. कंडक्टरला लक्ष ठेवायला सांगितलं. गाडी शिरवळ, सातारा, कराड इथं थांबणार होती. 'तिथं वाटलंच तर उतर, चहा पी, पाणी पी, इरागतीला जायचं असलं तर एखाद्या बाईला बरोबर घेऊन जा.' अशा सूचना दिल्या नि गाडी सुरू झाल्यावर घरी परतलो.

महिनासुद्धा नीट गेला नाही; तोवर जानेवारीच्या शेवटच्या आठवड्यात आईचं पुन्हा पत्र आलं. '...आन्दा, वीसभर रुपये खर्चून लक्ष्मीला आणि स्वातीकीर्तीलाही हिकडं लावून द्या. तुझ्या मुलीस्नी मी तळहातावरच्या फोडासारखं जपीन. तू कायबी काळजी करू नको. लगेच एक महिन्यानं लक्ष्मीसंगट त्यांस्नी घेऊन मी पुण्याला येईन. माझं असं मत हाय की लक्ष्मीची हवा पालटली पाहिजे. महिनाभर ती हिकडं ऱ्हायल्यावर पैल्यासारखी हुईल. मग मी तिला पुन्ना तिकडं लावून देतो. तिला तिकडं कसला रोगबीग हुईल. मला भ्या वाटतंय. लई लई तर हिराबाईला तिकडं म्हैनाभर ठेवून घ्या. तिला रामू लिंबाळकर ड्रायव्हराबरोबर लावून देऊ काय? का मी तिला घेऊन येऊ?'

आईचं असं पत्र आल्यावर माझी मती गुंग झाली. तिला कसं सांगावं कळेना. माझे हे अतिशय धावपळीचे दिवस होते. स्वाती दोन वर्षांची. कीर्तीला अजून वर्षही पूर्ण झालं नव्हतं. ती अजून तिच्या आईच्या अंगावर पीत होती. त्यांची

कागलात व्यवस्था होणं अशक्य होतं...मला माझ्या भावंडांची बालपणं आठवली. ती इतकी भयानक होती की आठवणींनीच माझ्या अंगावर शहारा आला. तरी त्या काळात घरात फाळ्याचा मळा होता. आता काहीच नाही. नुसता रोजगार.

...आईला लहानग्या स्वाती-कीर्तीपेक्षा विसावं वर्ष सुरू असलेल्या लक्ष्मीचीच काळजी जास्त वाटत होती. खरं तर लक्ष्मीची तब्येत इथं आल्यावर चांगली सुदृढ झाली होती. आणि हीच आईला सूज वाटत होती. उजळत चाललेला सावळा जळका रंग तिला अंगात रक्त नसल्यामुळं बदलत चाललाय असं वाटत होतं...मनोमन तिला माझं घर परकं वाटत असावं. लेक आपल्याच घरात आहे, असं तिला वाटत नसावं, अशी माझी भावना झाली. अतिशय वाईट वाटलं. लक्ष्मी, स्वाती, कीर्ती यांना महिनाभर तिकडं पाठवायचं. त्यांच्या दुधाफळाचा खर्च तिकडं द्यायचा, पुन्हा एक महिन्यानं सगळ्यांना घेऊन यायचं; किंवा हिराला इकडं आणायचं नि पुन्हा लक्ष्मीला तिकडं पाठवायचं हा सगळा प्रकार मला चीड आणणारा वाटला. यात माझा पैसा किती खर्च होणार, याचा तीळमात्र आई विचार करत नव्हती. या पैशात पुण्यातील एखादी बाई सहज मुलांसाठी ठेवता येईल; असं वाटत होतं. पण त्यापेक्षा घरचं एक माणूस अन्नाला लागेल, त्याच्या स्वाधीन घर आणि मुली देऊन पुढं उद्योगाला घराबाहेर जाताना काळजी वाटणार नाही, म्हणून, मी घरचं कुणीतरी घरात असावं, या भावनेनं लक्ष्मीकडं बघत होतो. माझ्या या भावनेचा आईनं विचार करावा, मला मदत करावी, माझा चार पैसे मिळवण्याचा उत्साह वाढवावा, असं वाटत होतं. पण यावर सारखं पाणी पडत होतं. घराविषयी उद्वेग वाटू लागला.

आईला पुन्हा तावातावानं लिहिलं, '...लक्ष्मीची तब्येत उत्तम आहे. इथं भरपूर डॉक्टर आहेत. तिची मुळीच काळजी करू नको. आणि पन्नास वेळा असली पत्रं पाठवू नको. आप्पाची एस. एस. सी.ची परीक्षा जवळ आली आहे. तेव्हा पुण्याला तू येण्याचं काहीच कारण नाही. उलट आप्पाचं जन्माचं नुकसान करून ठेवशील. पुणं म्हणजे काही परडं नव्हं. पुन:पुन्हा इकडं यायला पैसे फार झाले आहेत काय? इकडं खर्च करून येण्यापेक्षा तिकडंच दुसरे काही उद्योग करा नि चार पैसे मिळवा. नुसतं खात बसू नका. मला सगळ्यांची काळजी आहे. इथं मला फार कामं आहेत. त्यामुळं मला तुला समजुतीची पत्रं रोज रोज लिहायला वेळ नाही. तेव्हा मुकाट्यानं दोन महिने गप्प बैस. पन्नास वेळा तुझं लक्ष्मीच्या प्रेमाचं कौतुक नको. स्मिताची परीक्षा जवळ आली आहे. तेव्हा बसलेली घडी तुझ्या उठाठेवीनं मोडू नको. हवा पालटायला तुझ्या लेकी काय संस्थानात वाढल्या नाहीत नि आम्ही काय घाणीगटारांच्या दलदलीत वाढलेलो नाही. पुण्यात दहा लाख लोक जगतात. त्यांना पुण्याची हवा बाधत नाही. तुझ्या

लेकीलाच तेवढी बाधती काय?

डोक ठिकाणावर ठेवून मागचा पुढचा विचार करून पत्र पाठवावं. कोंबडीगत सगळी पोरं पंखाबुडी घेऊन का बसतीस? अशानं सगळ्यांचं वाटोळं करून ठेवशील. भयाभया मी असा रत्नागिरी, कोल्हापूर, पंढरपूर, पुणं करत हिंडलो म्हणून आजचे चार दीस बघायला तरी मिळताहेत. नाहीतर मीही तुझ्या सांगण्याप्रमाणं कागलात राहिलो असतो तर आज सगळ्यांस्नीच भीक मागायची पाळी आली असती... जरा मागचा-पुढचा विचार करावा माणसानं.

आप्पाला कुणीही त्रास देऊ नका. त्याची ही परीक्षा फार महत्त्वाची आहे. त्याला नीटपणे अभ्यास करू द्या. घरात भांडत बसू नका....'

आईला कडक भाषेत सांगितल्याशिवाय तिच्यावर सांगण्याचा परिणाम होत नाही; असा माझा ठोकताळा होता.

...आई तशी प्रेमळ होती. पण तिचं प्रेम अडाणी होतं. त्याला मागचंपुढचं सावधानतेचं भान नव्हतं. पैशाचा, व्यवहाराचा प्रश्न तिच्या प्रेमाच्या लहरीपुढं तिला फिका, एकदम गौण वाटत होता. शिवाय विचार आणि भावनेच्या भरात भरकटत जाणारं मन यांतला तिला फरक कळत नव्हता. आपल्या मनावर ताबा मिळवणं तिला जमतही नव्हतं. त्याक्षणी तिच्या मनात जे काही येईल तेच खरं, तीच वस्तुस्थिती असं तिला वाटे. मग प्रत्यक्षातील वास्तवही तिला खरं वाटत नसे, की पटत नसे. लक्ष्मीच्या बाबतीत तिचं तेच होत होतं.

लक्ष्मीवर तिचा जीव होता. ती तिच्या हातातली कामं चटाचट घेत होती. स्वयंपाकात भराभर मदत करत होती. हौदाला जाऊन भराभरा पाण्याच्या खेपा आणत होती. ती घरात असली की आई निर्धास्त असे. म्हणून ती तिला 'जवळ' हवी होती... हिरा पुण्याला आली नि थोड्याच दिवसात गंभीरपणे आजारी पडली, याचं कारण हिरा नाळरोगी होती. तिची तब्येत कायमचीच अशक्त, रोगट अशी असे. त्याचा परिणाम होऊन ती पुण्यात गंभीरपणे आजारी पडली. पण आईला वाटलं की हिराला हवा मानवली नाही. लक्ष्मीच्या बाबतीतही तेच होईल, अशी काळजी तिला आतून वाटत होती. त्यामुळं लक्ष्मीची सुधारलेली तब्येतही तिला सूज वाटू लागली. वस्तुस्थिती तशी नाही; हे सांगूनही तिला पटत नव्हतं. तिच्या मनात भरकटणाऱ्या भुतानं उचल खाल्ली होती. या भरात तिला माझा, स्मिताचा, किंवा माझ्या मुलींचा विचारतच सुचत नव्हता. गावाकडनं येणाऱ्या प्रत्येक पत्रात ती मला 'एक दीस वेळात वेळ काढून येऊन जा. बघावसं वाटतंय; असं लिहीत होती. मी तिची कशीबशी समजूत काढत होतो. दिवाळी, उन्हाळा, नाताळ या काळात मिळणाऱ्या दीर्घ सुट्यांत पंधरवडा, आठवडा असं राहून येत होतो. प्रसंगी अधनंमधनं कारणं पडली तर जातच होतो. तरीही महिनाभर गेला की तिला पोरांना भेटावसं

वाटे... या घराला ते परवडण्यासारखं नव्हतं.

हे सगळं समजून घेऊन मी घरदार निभावून नेत होतो. कधी उद्वेग वाटे, तर कधी सगळ्यांची त्यांच्या अडाणीपणामुळं दया येई. सगळं व्यवस्थित चालावं म्हणून कधी प्रेमानं सांगावं लागे, तर कधी रागही येई. कधी खूप संतापानं सांगावं लागे.

आईची लक्ष्मीविषयीची भावना समजून घेऊन मी तिला आठदहा दिवसांनी एक-एक कार्ड सतत टाकत राहिलो नि त्यात लक्ष्मीची तब्येत कशी उत्तम आहे, ती स्वाती-कीर्तीत कशी रमून गेलेली आहे, याची रसभरीत वर्णनं करू लागलो.

कसाबसा तीन आठवड्यांचा काळ गेला नि चोवीस फेब्रुवारीला आईनं आणखी एक पत्र पाठवलं. '...लक्ष्मीला मुरगूडचा जागा आलाय. पर लक्ष्मी पुण्याला हाय. तिला बलवून घेतो असं त्यांस्नी सांगितलंय. पाव्हणं तिला बघायला येणार हाईत. तरी तिला ताबडतोब पाठवून द्या. तिचं वय वाढत चाललंय. पोरगी जून झाली की तिला हुंडा द्यावा लागंल. तरी लक्ष्मीला पुण्यात ठेवून घेऊ नको. लावून दे.'

मी अडचणीत आल्यासारखा झालो. आतापर्यंत लक्ष्मीला तीनचार जागे आले होते. ते शेतमजूर, सालगडी, अशा प्रकारचे होते. एक तर उत्पन्न असलेला पण अर्धवट खुळचटासारख्या वागणाऱ्या माणसाचा जागा तिला सांगून आला होता. केवळ उत्पन्नाकडं नजर ठेवून कुणीतरी आपल्याशी लग्न करील, असं त्याला वाटत होतं. घरात सगळ्यांनीच ते नाकारलं. 'लक्ष्मीला खुळा न्हवरा करून घ्यायला आला हुता' म्हणून सगळे लक्ष्मीची गंमत करू लागले... मला हे कळल्यावर अतिशय वाईट वाटलं. आपला मळा गेला, शेतकऱ्याचं घर रोजगाऱ्याचं झालं, म्हणून माणसं आमच्या घराकडं कोणत्या नजरेनं बघतात; 'रोजगारी माणसं हाईत. अन्नाला म्हाग झाल्यात तर खुळ्याकावऱ्याच्या गळ्यातबी आपल्या लेकी बांधतील;' असं गावातल्या लोकांना आमच्या घराविषयी वाटत असावं; अशा विचारानं मला खूप वेदना झाल्या होत्या.

मधे वर्षभर जागे आले नाहीत. आता अचानक मुरगूडचा जागा आला. लक्ष्मीला पाठवून दिलं पाहिजे, असं वाटू लागलं.

आप्पाची एस. एस. सी. ची परीक्षा सोळा मार्च सदुसष्टपासनं सुरू होणार होती. मार्चच्या शेवटच्या आठवड्यात स्मिताची टी. वाय. बी. ए. ची परीक्षा सुरू होणार होती. माझं कॉलेज पंधरा मार्चला संपणार होतं. जिकिरीचे दिवस वाटले. पाठवावं तर अडचण, न पाठवावं तर अडचण. लक्ष्मीच्या लग्नाआड आल्यासारखं होईल. 'हे दिवस सगळ्यांच्या घाईगडबडीचे आहेत. पंधरा दिवसांवर आप्पाची परीक्षा आली आहे. ही परीक्षा फार महत्त्वाची आहे.

अशा वक्ताला घरात मुलीला दाखवादाखवीचा पसारा मांडत बसू नका. आप्पाचा अभ्यास होणार नाही. मुरगूडच्या मंडळींना एक पत्र लिहा आणि त्यांना सांगा की एप्रिलच्या पहिल्या आठवड्यात या म्हणून. दरम्यान आप्पाची परीक्षा होऊन जाईल. इकडं तिकडं पळापळ करायला आप्पा मोकळा होईल. स्मिताचीही बी. ए. ची परीक्षा या दरम्यान संपते. मग लगेच एप्रिलच्या एकदोन तारखेला लक्ष्मीला लावून देतो आहे. तिची तब्येत उत्तम आहे. काळजी करू नका.' मी आईला समजुतीचं पत्र लिहिलं.

ठरल्याप्रमाणं एप्रिलमध्ये लक्ष्मीला पाठवून दिलं.

मेमध्ये नऊ-दहा तारखेला आम्ही सगळे कागलला गेलो.

"मुरगूडचे लोक काय म्हणाले?" म्हणून प्रथम आप्पाजवळ चौकशी केली. मग कळलं की मुरगूडचा वगैरे कुठलाच जागा आला नव्हता. आईनं लक्ष्मीला कागलला आणण्यासाठी तो डाव टाकला होता. खरं तर पत्र आप्पाच्या हस्ताक्षरात नव्हतं त्याचवेळी मला संशय यायला पाहिजे होता; पण पुष्कळ पत्रं आई दुसऱ्याकडनं लिहून घेते. 'आप्पा पदरचं कायबाय पतरात घालतोय. मग नको कुणाकडनं तरी लिवून घ्यायला?' अशी आपली बाजू आई मांडत असे.

आईच्या या वागण्याचा मला वीट आला. मी काहीच बोललो नाही.

आठ-दहा दिवस राहिलो.

...शिवाचं हॉटेलिंग चालू होतं. त्याची बायको आईशी भांडण करून माहेरी गेली होती. खरं तर 'पोटपाणी' हेच कारण होतं. पाऊस नसल्यामुळं पिकं वाळून गेली होती. रानं चौथाईसुद्धा पिकली नव्हती. सगळ्या रानात फक्त तीन पोती जोंधळे आले. एवढं कष्ट, मशागत करूनही पावसाअभावी सगळं मातीत गेलं होतं. पावसाअभावी माणसांना रोजगाराची कामं मिळत नव्हती. परिणामी आईनं घरातली सून माहेराला पाठवून एक माणूस कमी केलं होतं. देखावा फक्त भांडणाचा होता. त्यामुळं शिवाही आईवर डाफरून होता. त्याचा परिणाम तो हॉटेलात अधिकअधिक पैसे खर्च करण्यात होत होता. पाण्याअभावी उसाची पिकं वाळू लागल्यानं कुणी शेतकरी बाहेरच्या माणसांना उसाचा पाला काढू देत नव्हता. त्यामुळं दादाला काहीच काम नव्हतं.

या सगळ्यांवर कडवटपणा आणणारी एक बातमी कळली. मळ्याच्या मालकानं आपल्याला घरात कसण्यासाठी मळा आमच्याकडनं कोर्टात जाऊन मागून घेतला होता. तो त्यानं भरपूर किंमत घेऊन माने मास्तरांना विकला. माने मास्तर हायस्कूलमधून नुकतेच निवृत्त झाले होते. त्यांचा मुलगा राजकारण आणि समाजकार्य करीत होता. त्याच्या घरी शेतीची परंपरा काही नव्हती. प्रत्यक्ष कष्टणारं कुणी नव्हतं. तरी त्यांनी देशात आलेलं 'नवं वारं' ओळखून मळा खरेदी केला.

महाराष्ट्रात शेतीतल्या उत्पन्नावर कोणताही सरकारी टॅक्स नव्हता. त्यामुळं काळा पैसा शेतीतून निघालेल्या उत्पन्नापोटी दाखवता येत होता. याचा परिणाम असा झाला होता की मोठमोठे पैसेवाले लोक जमिनी खरेदी करू लागले. त्याची लाट कागलात येऊन धडकली होती. कागलची अनेक रानं कागलाबाहेरच्या श्रीमंत लोकांनी खरेदी केली. जमिनीच्या किमती त्यामुळं भरपूर वाढल्या होत्या. मळ्याच्या हुशार मालकानं त्याचा बरोबर फायदा घेतला.

दादानं सगळं सांगितलं नि शेवटी म्हणाला; ''आपण कोर्टात जाऊ या. आपला मळा आपल्याला मिळंल.''

निराश होऊन मी म्हणालो; ''आता त्येचा काय उपयोग न्हाई. राजकारणातली माणसं हाईत ती. आपूण त्येंच्याम्होरं टिकणार न्हाई. शिवाय कोर्टात गेलो तरी रोज खेटा मारायला मला आता नोकरी सोडून येता येणार न्हाई. घरदार सांभाळूपर्यंत माझा दम निघाय लागलाय. कोर्टासाठी पैसा आणू कुठनं? म्हागाई वाढत चाललीय. दुष्काळाची चिन्हं दिसाय लागल्यात. पैसा पुरवून पुरवून खाल्ला पाहिजे... आपल्या नशिबातच मळा न्हाई म्हणायचं नि गुमान बसायचं.'' मी बोलून गप्प बसलो.

दादाच्या चेहऱ्यावर प्रेतासारखी अवकळा पसरली. तो टाळ्याला जीभ चिकटल्यागत गप्प गप्प बसला... त्याचं रोजगाऱ्याचं भवितव्य अटळ ठरल्याची त्याला ठाम जाणीव झाली.

●

सोळा

जून सदुसष्टच्या पहिल्या आठवड्यात आप्पाचा अकरावी एस. एस.सी.चा रिझल्ट लागला. तो एस. एस. सी.त नापास झाला. यापूर्वी तो सातवीच्या बोर्डाच्या परीक्षेलाही पास होऊ शकला नव्हता. शाळेच्या परीक्षेत पास झाल्यामुळं तो आठवीत जाऊ शकला होता. त्याचवेळी त्याच्या अभ्यासाच्या कुवतीविषयी मला शंका आली होती. वयाच्या बाराव्या वर्षी त्याला अभ्यासाचं गांभीर्य कळत नसावं, असं वाटून गप्प बसलो होतो.

मी नोकरीला लागलो तेव्हा तो सहावीत होता. त्यापूर्वीही मी कोल्हापूरला, पुण्याला शिकत होतो. त्यामुळं त्याचा अभ्यास मला कधी घेता आला नाही की मार्गदर्शन करता आलं नाही. दिवाळी, उन्हाळी सुटी हा अभ्यासाच्या वातावरणाचा काळ नसे. तरीही ''अभ्यास कर. गणितं आणि इंग्रजी यांच्यावर जोर दे. गणिताची सूत्रं आणि तंत्र असतात; ती पाठ करावीत, लक्षात ठेवावीत. इंग्रजीतील पाठ करावयाचे शब्द, शब्दप्रयोग, विशिष्ट वाक्यरचना यांचे कागद तयार करून खिशात नेहमी ठेवावेत. इतर कामं करताना, रस्त्यानं जाता-येता, प्रवासात, सकाळी शौचाला जाताना, दात घासताना, आंघोळ करतानाही ते पाठ करता येतात. इंग्रजी मोठ्यानं वाच, म्हणजे जिभेला, मनाला वळण पडतं.'' असं सांगत असे.

पुण्याला मी प्राध्यापकाच्या नोकरीसाठी आल्यापासनं त्याची पत्रं येऊ लागली मीही त्यालाच उद्देशून पत्रं लिहू लागलो. माझ्यामागं घरात तेवढाच शिकलेला जाणता माणूस. गावाकडं जाणाऱ्या प्रत्येक पत्रात त्याच्या अभ्यासाची चौकशी करू लागलो. शिकल्यानं माणसाला सुखाचे दिवस कसे येतात, घरच्या धबडग्यात राहिलास तर कष्ट, दुःख, अज्ञान, उपासमार, लाजिरवाणं जिणं कसं

वाट्याला येईल; ते प्रत्येक भेटीत समजून सांगू लागलो.

त्यानं वाचावीत अशी इतर पुस्तकं त्याला पाठवू लागलो. लहान असले तरी घरात आता त्याच्याबरोबर दौलत, फुला हेही शिकत होते. त्यांनाही वाचनाची चटक लागावी म्हणून पाठवलेल्या पुस्तकांचा उपयोग होईल, असं वाटत होतं.

मला शाळेत, हायस्कूलात नवी पुस्तकं कधी घेता आली नाहीत. नवी पुस्तकं घेण्यात, त्यांचं नवेपण डोळे भरून पाहण्यात, त्यांचा नवेपणाचा अनोखा वास घेण्यात, त्यांना हळुवारपणे कुरवाळण्यात किती तरी आनंद असावा; असं दुसऱ्याची नवी पुस्तकं पाहताना, हातात घेताना वाटत होतं. एकदा सातवीला ती घेण्याचा मी प्रयत्न केला होता; पण त्यावेळी मरेपर्यंत मार वाट्याला आला नि तो आनंद कुठच्या कुठं गेला. नंतर पुस्तकांच्या नवेपणातल्या आनंदाचा मी नाद सोडून दिला...हे आप्पाच्या वाट्याला येऊ नये; म्हणून मला नोकरी लागल्यापासनं मी त्याला हवी ती नवी पुस्तकं विकत घेऊन देऊ लागलो. प्रत्येक दिवाळीला त्याला हवेत ते कपडे, वह्या, पेन्सिली घेऊन देऊ लागलो...अशा वातावरणात तो अकरावी एस. एस. सी.ला येऊन ठेपला होता.

सडसडीत उंचेली अंगकाठी, तरतरीत नाक, बोलके डोळे, हसरा चेहरा, प्रसन्न गोष्टीवेल्हाळपणा, विनोद करण्याची वृत्ती, स्वभावात मृदुता, खेळकर वृत्ती, माणसं आकृष्ट करणारं वर्तन ही त्याची वैशिष्ट्यं होती. कुणीही लळा लावावा, असं त्याचं आतलं-बाहेरचं रूप होतं. एरवी घरादारात वागताना, वावरताना तो हुशार नि तल्लख बुद्धीचा वाटत होता.

त्याच्या पत्रांतूनही त्याच्या या गुणांचा पडताळा येत होता. घरचा सगळा अहवाल-वस्तुस्थिती, अडचणी, मागण्या, तक्रारी, खरंखोटं काय आहे हे तोच कळवत होता. अपवाद सोडला तर आईची, दादाची पत्रं तोच लिहून मला पाठवत असे.

पुष्कळ वेळा तो घरादाराविषयी, घरातल्या माणसांच्या वर्तनाविषयी आपल्या प्रतिक्रियाही लिहीत असे. अनेक वेळा स्वतंत्रपणे आपल्या भावना, इच्छा, आकांक्षा व्यक्त करणारी त्याची पत्रं येत असत...त्यातून त्याचं काहीसं स्वप्निल सत्प्रवृत्त मन व्यक्त होई.

त्याच्या मनात माझा आदर्श होता. त्याला साहित्यिक व्हावं, असं नववी-दहावीला असल्यापासून वाटू लागलं. तो कविता करू लागला. त्याच्या या महत्त्वाकांक्षेला खत-पाणी मिळावं, म्हणून मी मासिकंही त्याच्याकडं पाठवू लागलो. त्याची वाङ्मयीन अभिरुची वाढेल, असं करू लागलो. त्यातून त्याची माझी भावनिक जवळीक अधिक निर्माण होत गेली. तो घराच्या घडामोडी कळवीत असल्यामुळं मी गावी गेल्यावर त्याला विचारूनच घरची वस्तुस्थितीचा

लावलेला अर्थ नकळत मीही प्रमाण मानू लागलो.

असं प्रमाण मानण्याला दुसरंही एक कारण होतं. आई, दादा, शिवा किंवा इतरजण फक्त आपआपली बाजू मांडत. ही बाजू मांडताना वस्तुस्थितीचा अपलाप होई. पुष्कळ वेळा विपर्यास होई. खरं कोणतं, खोटं कोणतं काही कळेनासं होई. सगळीच अज्ञानी असल्यामुळं त्यांना स्वत:पलीकडची वस्तुस्थिती कळू शकत नसे. या सगळ्यांत आप्पाच शिकलेला, कार्यकारणाचा विचार करणारा, म्हणून अधिक जाणकार वाटत होता. त्याचं वय कमी असलं तरी मी त्याच्यावर अधिक विश्वासून राहत होतो.

पण या सगळ्या गौण गोष्टी होत्या. आप्पाला आणि दौलतला शिकवण्यात माझी एक खोलवरची महत्त्वाकांक्षा होती. प्राध्यापक म्हणून मी नोकरीला लागल्यावर ती अधिक ठोस आणि टोकदार झाली. शिवाला शिकता आलं नाही. माझ्यापेक्षा फक्त चार एक वर्षांनी तो लहान असल्यामुळं मी त्याला शिकवू शकलो नाही. दादानं त्याला शाळेत घातलाच नाही. तो अडाणी राहिला. त्याच्या नशिबी आता शेतीच.

आपण आप्पाला, दौलतला आता खूप शिकवू. माझ्या आयुष्यात शिक्षणात जे अडथळे आले ते आता आपण सहज दूर करू शकतो. त्यांना जे जे काही शिकायचं आहे ते ते शिकवू शकतो. आम्ही तिघे भाऊ शिकून नोकरीत लागलो नि शिवा शेती बघू लागला तर वर छप्परच नसलेल्या या घरावर सोन्याची कौलं घालू. सर्वांना सावली करू...

...आप्पा चौदापंधरा वर्षांनी लहान. मी चाळिशीत जाईन तेव्हा तो एम. ए. एम. एस्सी. झालेला असेल. नोकरीत शिरेल. त्यावेळी माझा संसार मध्यावर असेल. तोपर्यंत मी गावाकडच्या घरदारासाठी करीन नि आप्पा ग्रॅज्युएट होऊन नोकरीला लागल्यावर त्याच्या खांद्यावर घरादाराचं ओझं देईन. मी माझ्या संसारासाठी मोकळा होईन... दरम्यान घरादाराचं ओझंही खूपच कमी झालेलं असेल.

...आप्पापेक्षा दौलत चार वर्षांनी लहान. आप्पानंतर चार वर्षांत तोही ग्रॅज्युएट होईल नि नोकरीत लागेल. गावाकडच्या घराचं अगदी थोडं उरलेलं ओझं मग दोघांत विभागलं जाईल. आनसा एक सोडली तर सगळ्या बहिणी आप्पा-दौलतपेक्षा मोठ्या आहेत. त्यांची लग्नं मलाच करावी लागणार. त्या त्यांच्या नोकरीच्या वेळेपर्यंत आपआपल्या संसाराला लागलेल्या असतील.

...आप्पा-दौलानं नुसतं आईदादांना बघावं. शिवाच्या संसाराला अधूनमधून हातभार लावावा नि मला चाळिशीनंतर माझ्या संसारासाठी मोकळं करावं; असं माझं स्वप्न होतं.

माझ्या या स्वप्नाला प्रथम मोठा तडा गेला तो आमचा मळा गेल्यावर

आणि आता दुसरा तडा गेला आप्पा एस. एस. सी.त अपयशी झाल्यावर. याही अगोदर अधनंमधनं दणके बसत होते. भगीरथ-प्रयत्न करूनसुद्धा हिराचा संसार मार्गी लागला नाही. सुंदराच्या सासुरवासानं तिला कायमची गिळून टाकली, धोंडूचा पहिला संसार उद्ध्वस्त झाला, शेतीतला मूळ आधार वाटणारा शिवा अतिशय सामान्य माणूस निघाला. घरादाराच्या आधार वाटणाऱ्या वाघासारख्या दादानं मळा गेल्यावर बुळकांड्या रोग झालेल्या म्हाताऱ्या बैलासारखे एकदम हातपाय गाळले. आईनं त्याला समजून न घेता हट्टानं एकटा पाडला नि पोराबाळांना आपल्या बाजूला ओढून, स्वतंत्र गट करून त्याच्याशी वागू लागली.

ह्या बसणाऱ्या दणक्यांनी मी सुन्न होऊन जात होतो. तरी भानावर येऊन स्वत:ला सावरत घरादारालाही सावरण्याचा प्रयत्न करत होतो. या प्रयत्नात एक मोठी आशा होती की दोन्ही भाऊ शिकताहेत. ते ग्रॅज्युएट झाले की आपण एकाला तिघेजण होऊ नि वेड्यावाकड्या कशाही उसळणाऱ्या संसारसागराला बांध घालू.

...पण आप्पा शिक्षणात आरंभीच कोलमडला. मला घरादाराविषयी आता वेगळी चिंता वाटू लागली. शिवात दादाचे स्वभावधर्म उतरलेले. जणू दादाच्या वारसदाराप्रमाणं स्वाभाविक निष्क्रियता, दृष्टिहीनता त्याच्यात होती. एखादा तुरुंगाधिकारी कैद्यांकडून कामं करून घेतो; तसं त्याचं बहिणींच्या बाबतीत वर्तन होतं...मित्रांच्या संगतीनं हॉटेलिंग करत होता.

आप्पा आपल्या मित्रमंडळात जास्त रमत होता; असं दौलतला दिसून येत होतं. हे मित्रमंडळही अभ्यासू नव्हतं. इतर बाबतीत रमतगमत आनंद करत जगणारं होतं. भोवतालच्या नि घरातल्या वातावरणाचा दाट परिणाम आप्पावर होत असणार, असं मला वाटू लागलं.

पण घरादारात कुणालाच मला हे सांगता येणार नव्हतं. सांगितलं तरी कळणार नव्हतं... सांगण्याची मलाही भीती वाटत होती. सांगताना मी विवश होईन, सगळ्यांचा राग राग करीन. कुणीच माझं ऐकून सुधारत नाही, असं दिसून आलं तर माझं अवसान नष्ट होऊन जाईल. मी गर्भगळित झालो तर सगळं घरदार महापुरात बुडून जाईल. ...आपल्याकडं सगळे अपेक्षेनं बघताहेत. मग आपणच पेकटात मोडलेल्या कुत्र्यासारखं चालू लागलो तर घरादाराला उभारी राहणार नाही.

आपण हे सगळं दमाधीरानं घेतलं पाहिजे. दादा, आई, शिवा ही आपलं ऐकण्याच्या पलीकडची आहेत. सगळ्या पोरी तर आईच्या अंकित आहेत. त्या आईचंच ऐकणार आणि आपण असं पुण्यात. दीडशे मैलांवर लांब. वर्षातनं दोन-तीनदाच गावाकडं जाणार. चार-आठ दिवस राहणार. त्यामुळं सगळ्यांना

माझ्या इच्छेप्रमाणं वळण लावता येणं कठीण आहे. ज्याचे-त्याचे स्वभाव आणि विचार करण्याचं वळण आता पक्कं झालेलं असणार... यांतनं आप्पाला नि दौलतला नि जमलं तर फुलाला सहीसलामत बाहेर काढलं पाहिजे. त्यांच्यावर शिक्षणाचे संस्कार होत राहतील नि ती नीट आकाराला येतील...

मी आप्पाला सांत्वनाचं पत्र लिहिलं.

''...काल तुझा नंबर पाहण्यासाठी गेलो. पण तो आला नाही. यावर्षी तुला यश मिळालं नाही, याचं वाईट वाटून घेण्याचं मुळीच कारण नाही. कारण तू मनापासून आणि भरपूर अभ्यास केला होतास, याची मला खात्री आहे...सर्वांनाच पहिल्या फेरीत यश येईल, असं नव्हे. एखाद्या वेळेस अपयशही येतं. त्यामुळं उलट खऱ्या यशाची किंमत कळते. अशा प्रकारचाही अनुभव पदरी असावा लागतो. तेव्हा वाईट वाटून घेण्याचं काहीच कारण नाही.

ऑक्टोबरमध्ये पुन्हा परीक्षा असते...तेव्हा आतापासूनच दुप्पट जोमानं अभ्यासाला लाग. प्रयत्नाअंती परमेश्वर भेटत असतो. एस. एस. सी. कोणत्याही परिस्थितीत तुला झालंच पाहिजे....''

धीर देण्याच्या पाठीमागं आणखी एक कारण होतं. आप्पा भावनाप्रधान होता. त्याच्या मनावर या अपयशाचा भावनात्मक आघात होईल आणि त्याचे परिणाम विपरीत होतील, अशी काळजी वाटत होती... अशा विपरीत घटना एस. एस.सी.चा रिझल्ट लागल्यावर अधूनमधून घडत होत्या.

आप्पाचं तत्परतेनं पत्र आलं. तो निराश झाला होता. घरातल्या सगळ्यांची आपण निराशा केली, याची त्याला जाणीव झाली होती. परत अभ्यास चालू करण्याचंही त्यानं आश्वासन दिलं होतं. आमच्या गल्लीतील तेरा मुलं एस. एस.सी.ला बसली होती. त्यांपैकी एकही कुणी पास झाला नाही असंही त्यानं लिहिलं होतं. या वाक्यात त्यानं वस्तुस्थिती सांगितली होती, ही गोष्ट खरी. पण ती सांगण्यामागं आपलं एक सुप्त समाधान करून घेतलं होतं. 'आपण एकटेच अपयशी नाही. इतरही आहेत. तेव्हा आपल्या हातून काही फार मोठा गुन्हा घडला नाही. आपल्यासारखेच गल्लीतलेही बहुतेक विद्यार्थी आहेत. हे त्यानं आपलं करून घेतलेलं समाधान मला निर्धास्त करून गेलं...नंतर मात्र 'आपण इतरांपेक्षा वेगळा पराक्रम केला, तरच जगाचं लक्ष आपल्याकडं वेधतं आणि आपण जीवनात इतरांपेक्षा लौकर यशस्वी होतो, स्थिरस्थावर होतो. आणि आपल्याला तसं होण्याची फार मोठी गरज आहे.' असं त्याला प्रत्यक्ष भेटीत कधीतरी हळुवारपणे सांगण्याचं मी ठरवलं.

आप्पानं याच पत्रात घरी आपला अभ्यास होत नाही. घरात सदैव दादा, आई, शिवाआण्णा यांची भांडणं, वाद चाललेले असतात, असंही लिहिलं होतं.

त्याचं हे म्हणणं खरं होतं. एस. एस. सी.ला गेल्यापासनं त्याची ही तक्रार होती.

अकरावीत गेल्यावर त्यानं आरंभापासनं अभ्यास करायचा मनाशी निर्णय केला होता. त्यामुळं तो सकाळी लौकर उठून अभ्यासाला बसत होता. कोणत्याही प्रकारच्या इतर कामाला हात लावत नव्हता.

मीही आईला आणि शिवाला सांगून ठेवलं होतं; "आप्पाला आता ह्या वर्सी कोणतं काम लावू नका. त्येला नुसता अभ्यास करू द्या. त्येचं हे अकरावीचं वरीस हाय."

"त्येला मग खायाला कुणी घालायचं?" शिवाचा प्रश्न.

"त्येला तुम्ही कुणी राबून खायाला घालू नका. ते मी घालतो. त्येच्या खर्चाला पैसे पाठवून देतो. तुमचं तुम्ही राबून खावा."

माझ्या ह्या म्हणण्यातला खवचटपणा शिवाच्या लक्षात आला.

तो मला म्हणाला; "दादा, तुम्ही परीक्षेच्या दिवशीबी सकाळी अकरा वाजूपतोर मळ्यात कामं करत हुतासा. मग ह्येलाच काय कामं करून शाळा शिकायला धाड भरलीया? ह्येला आयतं खायला काय म्हणून घालायचं?" शिवाला कर्तेपणाची जबाबदारी वाटत होती...आत आत कुठं तरी आपण राबतोय नि बाकीचं दोन्ही भाऊ बसून खात्यात; असं वाटत होतं.

"शिवा, माझं सगळं येगळं हुतं. शाळंत शिकीवलेलं माझ्या चटकन ध्येनात ऱ्हाईत हुतं...एकदा वाचलं की कळत हुतं. आप्पाच्या ध्येनात तसं ऱ्हाईत न्हाई. त्येला जरा जास्त अभ्यास करावा लागतोय. पाची बोटं सारखी नसत्यात." मी शिवाला सविस्तर समजून सांगितलं.

तरीही शिवाला वाटत होतं; आप्पानं घटकातास सकाळी कुठं तरी जाऊन शेतकऱ्याकडनं उसाचा पाला बिंडाभर मागून आणावा. रविवारी आणि सुटीच्या दिवशी रोजगाराला सगळ्यांबरोबर जावं.

आप्पा जमेल तेवढं तसंही करत होता. पण त्याची वार्षिक परीक्षा जवळ आल्यावर जानेवारीपासनं त्यानं काहीही काम, रोजगार न करता फक्त अभ्यासच करायचा ठरवलं.

जानेवारी-फेब्रुवारीचे दिवस सुगीचे, गुऱ्हाळाचे आणि इतर शेतकामाचे. पावसाळ्यात रोजगारी कामं कमी असतात; पावसाळा संपला की कामांची झुम्मड सुरू होते. अशा वेळेला रोजगाऱ्याच्या घरात कुणीही बसला तर तो गुन्हेगारच. आप्पाचं नेमकं तसं झालं नि त्याला शिवा नि आई बोलून बोलून हैराण करू लागली. "नुसताच आयद्यासारखा बसून खातोस. घिरणा झालाईस व्हय?" असं तोडून बोलू लागली. जेवयाला बसला की ताटावरच वाद होऊ लागले...त्यामुळं आप्पाचं लक्ष अभ्यासाकडं लागेना. त्याचं मन:स्वास्थ्य बिघडू लागलं.

अकरावीचा पोर्शन संपल्यावर तर तो संपूर्ण काळ घरातच दिसू लागला. त्यामुळं तर सगळेजणच त्याच्यावर तुटून पडू लागले. बहिणीही त्याला बोलू लागल्या. आता त्याही मोठ्या झालेल्या.

हे सगळं आप्पा मला पत्रांतून सांगत होता. तो हे दुसऱ्या कुणाजवळ सांगू शकत नव्हता.

त्याच्या अशा पत्रांना ठराविक उत्तरं देत होतो. ''तू घरच्या भांडणाकडं लक्ष देऊ नको. अभ्यासावर लक्ष केंद्रित कर. तोंडाला तोंड देऊ नको. कुठं तरी रानात, हायस्कूलमध्येच कुठंतरी बसून एकाग्र चित्तानं अभ्यास कर नि एवढं वर्ष पदरात पाडून घे. पुढच्या वर्षापासून कॉलेजसाठी मग तू माझ्याकडंच शिकायला ये.'' अशी त्याची समजूत काढत होतो.

एवढं होऊनही तो एस. एस. सी.त नापास झाल्यावर घरात त्याची माणसानं शिवलेल्या कावळ्याच्या पिलासारखी अवस्था झाली. ''आयतं बसून खाऊन खाऊन सगळं गांडीच्या मढ्यावर घाटलंस.'' म्हणू लागले. घरच्यांच्या दृष्टीनं 'बसून' खाल्ल्याचं सार्थक एस. एस. सी. पास होण्यामुळं होणार होतं. तो नापास झाल्यानं सगळं 'मातीत गेलं', असं त्यांना वाटू लागलं.

भावनाप्रधान आप्पा हे सगळं माझ्याकडं बघून सोसत होता. ''समजुतदारपणानं घे. आपले आईवडील, भावंडं ही सारी अडाणी आहेत. त्यांना आळापेंडा नसतो. कशाचा काय परिणाम होतो, ह्याची जाणीव नसते. त्यांचा रागलोभ मनाला डसू देऊ नको.'' असं त्याला पदोपदी सांगत होतो. पत्रातनं लिहीत होतो.

ऑक्टोबरच्या परीक्षेच्या वेळी तर त्याची जास्तच पंचाईत झाली. त्यानं तीन-साडेतीन महिने रोजगार, उसाचा पाला काढून आणणं, शेतातली कामं ओढणं, असं भरपूर केलं. पैसा गाठीला बांधून ऑक्टोबरचा फॉर्म भरला. त्या फॉर्मसाठी माझ्याकडं पैसे मागायला त्याला संकोच वाटला. अपराध्यासारखं वाटू लागलं; म्हणून त्यानं काटकसरीनं राहून पैसे गोळा केले.

जीव लावून अभ्यास केला; तरी तो ऑक्टोबरलाही अपयशी झाला. त्याचा धीर खचत गेला.

घरातली सगळी माणसं त्याला बोलू लागली. ''रग्गड झालं आप्पा, तुझं आता शिक्षेण. चल आता आमच्याबरोबर कामाला. फुडं काय उजेड पाडशील ते कळलं आता.''

त्यांना वाटू लागलं; आप्पाच्या निमित्तानं एक कणखर रोजगारी माणूस घराला मिळाला तर बरं होईल. घासघासभर सगळ्यांना जास्त मिळेल.

पण आप्पाला मी निकरानं सांगू लागलो. पुनः पुन्हा बजावलं. ''अवसान

सोडू नको. डिस्टिंक्शन मिळालेले विषय सोडून दे. उरलेले विषयच तेवढे दे. त्यात पुन्हा वाटलंच तर एकएक, दोनदोन विषयांचाच अभ्यास कर आणि परीक्षेला बस. हळूहळू सगळे विषय सुटतील नि आज ना उद्या एस. एस. सी.चे सर्टिफिकेट तुझ्या हातात पडेल. ते पडल्याशिवाय तुला पर्याय नाही हे ध्यानात ठेव. नाहीतर तुला शिवासारखा जन्मभर रोजगार करावा लागेल. नाकातोंडात माती जाईपर्यंत चिखलात रखडावं लागेल.''

त्याला असं लिहिताना माझंच अवसान गळल्यासारखं होत होतं. माझ्या भवितव्याचा आणि भविष्यातल्या घरादाराविषयीच्या स्वप्नांचा चुराडा होणार होता; म्हणून मी त्याला धीराचा ठेपा देऊन मानसिक दृष्ट्या खडा करत होतो.

गावात सुधारणा होत होत्या. आतापर्यंत पाणी सार्वजनिक हौदावरनं आणावं लागत होतं. आमच्या गल्लीला पाईपलाईन टाकली गेली. ज्यांना कुणाला घरी चावी पाहिजे त्यांना डिपॉझिट भरून अर्ज करण्यास सांगितलं होतं. कागलात गेल्यावर मला ही बातमी कळली.

मे सदुसष्टमधला कागलातला मुक्काम संपवून मी परत आलो नि चावी घेण्यासाठी आप्पाच्या नावावर पैसे पाठवून दिले. हेतू असा की आप्पा त्यांचा नीट हिशोब ठेवून चावी घरात आणील. नळ, कॉक्स वगैरे विकणारे दुकानदार वसंत नाळे माझे मित्र होते. त्यांना आप्पाची गाठ घालून दिली; ''लागतील त्या वस्तू आप्पाला द्या. बिल द्या. मी पुण्याहून लगेच पैसे पाठवून देतो.'' असं सांगितलं. वसंतानं होकार भरला.

...घरात पाण्यावरनं सारखी भांडणं होत. मळा होता तोवर घरात बायकांच्या आंघोळीसाठी नि पिण्यासाठीच चावीचं पाणी आणावं लागे. पण मळा गेल्यापासनं पुरुषांच्या आंघोळी घरात होऊ लागल्या. धुणी घरातच होऊ लागली. जनावरांना घरातलंच पाणी पिण्यासाठी, धुण्यासाठी वापरावं लागू लागलं. सार्वजनिक हौदाचं पाणी लांबून लांबून आणावं लागे. दोन माणसांचे सकाळचे तीनसाडेतीन तास त्यातच जात. दीसभर पुन्हा रोजगार. शिवाय रोजगाराला जायचं असल्यानं स्वयंपाक सकाळी लौकर आवरावा लागे. तो लौकर करायचा तर पाणी आणायला कुणी पुरेशी माणसं नसत. ती स्वयंपाकात गुंतत. रोजगारास्नं परत आल्यावर रातचं पाणी आणावं तर हौदाचं पाणी संपलेलं असे. त्यामुळं घरात चावीची फार गरज वाटत होती. म्हणून आप्पाकडं पैसे पाठवून दिले.

सुटीवरून परत पुण्याला येताना दादाला बरोबर घेऊन आलो. आईची नि दादाची घरात सारखी भांडणं होत होती. घरात त्याला पोटभर खायला मिळत नव्हतं. काहीच मिळवून आणत नाही, म्हणून आई त्याचं हाल करत होती. कागलला माझी जेव्हा जेव्हा खेप होई, तेव्हा तेव्हा मी दादाच्या पोटाला

घालण्याविषयी आईची समजूत काढत होतो. आई तेवढ्यापुरती कधी 'हूं' म्हणत होती; तर कधी माझ्याशी भांडण काढत होती. तिच्या प्रश्नांना माझ्याजवळ उत्तरं नव्हती. 'पर्तेकानं कमवून आणावं आणि मग खावं,' असा तिचा खाक्या होता. ती कुणालाच 'बसून खायला' घालायला तयार नव्हती. घर रोजगाऱ्याचं झालेलं. ''रोजगारी माणूस मेलं तरी मढं कामावर हजर झालं पाहिजे; तरच त्येची तिरडी मसणात न्ह्यायची रातचं येवस्था हुईल...ह्येला मग आयतं कुठलं घालू?'' आई त्राग्यानं बोले. मी खर्चाला पैसे पाठवले, धान्य विकत घेऊन दिली तरी ती फक्त राबणाऱ्या माणसांसाठीच आई वापरत होती. त्यामुळं दादाची कोंडी झालेली.

स्मिताचा बी. ए. चा रिझल्ट लागला नि तिला लगेच जून सदुसष्टपासनं कर्मवीर भाऊसाहेब हिरे हायस्कूलमध्ये शिक्षिकेची नोकरी मिळाली. सकाळी सात ते साडेबारापर्यंत तिला जावं लागणार होतं. माझंही कॉलेज सकाळी बारा वाजेपर्यंत असणार होतं. त्यामुळं घरात मुलींपाशी घरातलंच कुणीतरी असण्याची जरूर होती.

आई आता लक्ष्मीला पुण्याला लावून द्यायला तयार नव्हती. ''पोरगी लगनाला आलीया. जून हुईत चाललीया. कवा अवचित जागा आला तर चुटक्यासरशी दावायला पाहिजे. म्हणून ती कागलातच पाहिजे.''

''मग आनसाला लावून दे. ती आता बारकी न्हाई.'' अनसा आता पंधरा वर्षांची झाली होती.

''नगं. जमलं तर तिलाबी कुठं तरी भालगडून टाकाय पाहिजे. दोन्हीबी पोरींची लगनाची वयं आता उलटून गेल्यात. तुला वाटलंच तर हिरीला न्हे जा.''

''हिरा नको. पुन्ना आजारी पडून काय तरी झालं तर? तिला हितं कागलातच ऱ्हाऊ दे. मोकळ्या हवंत हिंडती-फिरती ते बरं हाय. लक्षी न्हाईतर आनसी ह्येंच्यापैकीच एकीला लावून दे.''

''नगं.''... आई गप्प बसली.

तिनं पोरींना पुण्याला लावून द्यायचं नाही, असा पक्का निर्णय मनाशी घेतलेला मला जाणवला.

मी तिला खूप समजून सांगितलं की, 'एखादी मुलगी पाठवून दिली तर तिच्या जेवणा-खाण्याचा कागलातला प्रश्न सुटेल. त्या मोबदल्यात पुन्हा मी महिन्या-महिन्याला बहिणींच्या रोजगाराचा हिशोब करून त्याचे पैसे अलग पाठवीन, माझे नेहमीचे पैसेही स्वतंत्रपणे पाठवतच राहीन.' पण आईला ते मान्य होईना. तिची एक खात्री होती की ती माझ्याकडं जसजसे पैसे मागते, तसतसे मी पाठवतच असतो. मग ते कितीही असोत. योग्य ते कारण दिलं की मला ते पुरेसं असतं.

लक्ष्मी, आनसा ह्या दोन्ही बहिणी कामसू होत्या. तब्येतीनं निरोगी होत्या. त्या सहसा आजारी पडत नसत. कामं झपाट्यानं ओढत. त्यामुळं आईला इस्वाटा मिळत होता. नाही म्हटलं तरी आईच्या अंगातील शक्ती आता पूर्वीसारखी राहिली नव्हती. ती हळूहळू कमी होत चालली होती...शिवाची बायको 'लेकीगत कामाची न्हाई' असा तिचा अनुभव होता. त्यामुळं ती आईच्या करारी, भडभड्या आणि तोंडाळ स्वभावाला कंटाळून, आली की महिनाभरात परत माहेराला जात होती. तिचं नांदणं सुरळीला लागेनासं झालं होतं. म्हणून आई कामाच्या दृष्टीनं फारशा उपयोगी नसलेल्या नाळरोगी हिराला मी घेऊन जावं, असं म्हणत होती. पण हिराच्या आजारपणाचीही मला मनोमन सारखी भीती वाटत होती...पुण्यात मी पहाटेपासून उठून पाणी भरत होतो, पानशेतच्या धरणफुटीपासनं निर्माण झालेली पाण्याची टंचाई पुण्यात सतत भासत होती. विद्यार्थ्यांना शिकवण्यासाठी वाचन, माझं स्वत:चं कथालेखन, इतर साहित्याचं वाचन यांत मी वेळ घालवत होतो. अशा स्थितीत पुन्हा हिराला पुण्याला आणलं तर नि ती आजारी पडली तर दुसरीच नसती कामं पाठीशी लागतील नि सगळी सुरळीत चाललेली नेहमीची कामं अडतील, असं मला वाटत होतं.

दुसरं कुणी घरचं माणूस आता पुण्यात असण्याची नितान्त गरज भासत होती.

पुण्याला जायचं दोन दिवस आहे म्हणताना स्मिताला मी ही वस्तुस्थिती सांगितली नि तिला सुचवलं की; "दादालाच आपण पुण्याला घेऊन जाऊ या. इथं त्याचं हालही फार होतंय. आईची त्याची सतत भांडणं होतात. पुण्यात तो घर धरून बसेल. स्वाती-कीर्तीला जमेल तसं सांभाळील आणि इथली भांडणंही कमी होतील... तुला काय वाटतं?"

"माझं काही नाही. तुम्ही म्हणाल तर घेऊन जाऊ."

स्मितानं तात्काळ मान्यता दिली. दादानंही आनंदानं होकार भरला.

स्मितानं मान्यता दिल्यावर मी आईला म्हणालो; "आई, मी दादाला पुण्याला घेऊन जातो. म्हंजे सगळाच प्रश्न सुटंल. तुमची भांडणंबी थांबतील. दादाबी तिथं घर धरून पोरींस्नी संभाळत ऱ्हाईल."

"जा घेऊन आणि हिकडं अजिबात लावून देऊ नको." आईनं ताडदिशी सांगितलं.

दादाला मी पुण्याला घेऊन आलो.

स्मिताचं हायस्कूल सहा जूनपासून सुरू झालं. माझं कॉलेज वीस जूनपासून सुरू झालं. दादा बाहेरच्या खोलीत फेटा बांधून बसलेला असे. त्याला मी आता चार चार दिवसांनी दाढी करण्यासाठी सांगू लागलो. पूर्वी ती तो दहाबारा

दिवसांतनं एकदा करत असे. रोज गरम पाण्यानं अंघोळ करू लागला. पूर्वी ती तीनचार दिवसांतनं एकदा करत असे. त्याचे कपडे मोलकरीण साबण लावून धुऊ लागली. अंगावर खळणेपाळणे कपडे घालू लागला.

आठएक दिवसांत एक बारीकसा बदल दादाच्या नि माझ्या बोलण्यात हळूहळू होऊ लागला. माझ्याकडं विद्यार्थी, प्राध्यापक, मित्र, प्रेसचे लोक, मासिकाचे संपादक अधूनमधून येत. 'सर आहेत का?', 'यादवसाहेब आहेत का?', 'आनंदराव आहेत का?' असे ते आल्या आल्या दादाला विचारत.

दादा खोलीतच बसलेला असे. दाराला बेल नसल्यामुळं माणसं सरळ चौकशी करत.

"हाईत की. या." म्हणून दादा मी जिथं मागच्या खोलीत काम करत बसलेला असे तिथं येई.

आलेली माणसं बूट-सुटातली, इस्त्रीच्या कपड्यातली, पांढरपेशी, स्वच्छ, टापटिपीनं राहणारी असत. त्यांच्याशी बोलताना मी साहजिकच 'अहो, जाहो' असे मानार्थी बोलत असे.

दादा आमची बोलणी पुष्कळ वेळा ऐकत तिथंच बसत असे. दुसरीकडं जाणार कुठं?

आलेली माणसं मग विचारत; "हे कोण?"

"हे माझे वडील." मी सांगे. दादाला आलेल्या लोकांची ओळख करून देई.

आजवर दादाला मी खेडेगावच्या पद्धतीनुसार 'अगा दादा, दादा गा' असे 'मानार्थी एकवचनानं' बोलवत असे. 'अगा, गा' हे संबोधनार्थी शब्द लहानांनी मोठ्यासाठीच फक्त वापरायची रीत खेड्यात आहे.

पण हे शहरात कुणाला कळणार नाही, उगीच मी वडिलांनाही 'अरे, तूरे' म्हणतोय, असा माझ्याविषयी गैरसमज होऊ नये, म्हणून मी 'अहो दादा', असे 'मानार्थी बहुवचनात' दादाशी बोलू लागलो. तेथून मग माझी त्याच्याशी होणारी भाषा 'अहो, जाहो' तच सुरू झाली.

सकाळी अगदी लवकर उठून आम्हां दोघांना नोकरीवर जावं लागत असे. स्मिता सव्वासहाला नि मी सातला बाहेर पडत असे. दोन्ही मुली नि घरदार दादाच्या जिवावर सोडून आम्ही जात होतो.

दादा मुलींना सांभाळत होता. त्यांना सांभाळताना दादाची तिरपीट उडत असे. जन्मात त्यानं कधी लहान मूल हातात घेतलं नाही. काखेत, खांद्यावर, छातीवर घेऊन मुलाला त्यानं कधी खेळवलं, फिरवलं नाही. त्याच्या तोंडातनं प्रेमाचा, खेळकर शब्द लहानासाठी कधी आलेला मी ऐकला नाही..असं काही

लहान मुलांशी क्रीडा, मस्करी, खोडी करायची असते, हे त्याला जणू माहीतच नव्हतं. पुरुषांनी लहान मुलांत रमणं, बापानं मुलांना असं खेळवणं; कुठंतरी त्याच्या पुरुषी बुद्धीला कमीपणाचं वाटत असावं. शेतकऱ्याच्या, रोजगाऱ्याच्या घरात असं चित्र सहसा कुठं दिसत नव्हतं. लहान मुलाला त्याच्यापेक्षा वडीलधारी मुलं-मुली सांभाळत असत. कधी एखादी म्हातारी घरात असेल तर ती मुलासमोर टाळ्या वाजवत, एखादी प्रेमाची शिवी 'गुलामा, सुडक्या, चांडाळा' अशी देत असे. कधी भजन, ओवी यासारखं गाणं म्हणे.

दादाच्या नशिबी म्हातारपणात मुलं सांभाळण्याचं आलं. त्याला ते जमत नसे. तशात स्वाती खूप खेळकर झाली होती. सारखी इकडं तिकडं दुडूदुडू पळत होती. हे घे, ते घे, करत होती. तिच्या मागोमाग कीर्ती धावत होती.

पोरी अशा धावू लागल्या, काहीतरी घेऊ लागल्या की दादा त्यांच्यावर गुरकावू लागे. "गप्प एका जागी बस. ते घे. हे घे. हे खा. गप बसतोस का न्हाई? पाठीत दणका देऊ काय? गऽप." असं दादा मुलींना बोले. त्यांच्या खोड्यांनी चिडून संतापून जाई. पोरींना दम भरे... त्यांना समजून घ्यावं, हे दादाच्या ध्यानीमनीही नसे...त्याला समजावून दिलं तरी त्याला ते आता जमत नसे.

त्यामुळं माझा नि स्मिताचा जीव अर्धा अर्धा होऊन जाई. पोरी रडवेल्या होत. आम्ही नोकरीहून आलो की त्या घट्टघट्ट चिकटून बसत. दादाकडं जायला तयार नसत.

पण आल्या प्रसंगाला तोंड देणं आवश्यक होतं. तसंच रेटून नेत होतो. आम्ही दोघे बारा-एकच्या दरम्यान घरात आलो की दादा सुस्कारा सोडे. मुलींच्या झंजाटातनं सुटका झाल्यानं त्याला बरं वाटे. मग दिवसभर नुसता बसून राही. दुसरं काहीच काम नसे. सारखा झोपून राही. जेवलं की लगेच झोपण्याची सवय. दिवसा तसंच नि रात्रीही तसंच. त्यामुळं हळूहळू खाल्लेलं अन्न त्याला पचेनासं झालं. तशात आमच्या घरी ज्वारीच्या भाकरीपेक्षा गव्हाच्या चपातीचं प्रमाण जेवणात जास्त असे. दादाला भाकरीची सवय. तांदूळ जवळ जवळ मिळत नव्हता. त्यामुळं गव्हाचा सांजा, उप्पीट, चपाती, शिरा असे प्रकार जास्त होत. दादाला गहू पचेनासा झाला तरी त्याला भरपूर पोटभरून, तडस लागेपर्यंत जेवायची सवय. खेडेगावात कष्टाची कामं दिवसभर करावी लागत असल्यामुळं सकाळी न्याहारी, बाराच्या दरम्यान जेवण, दुपारी तीनच्या दरम्यान भाकरी-तुकडा खाणं, रात्री पुन्हा जेवण, असे जेवणाचे चार भाग असत. दादाची अशी दिवसभर चार वेळा खाण्याची जन्मजात सवय. ती म्हातारपणी बदलणं शक्य नव्हतं. त्यात पुन्हा आता पोटभर आणि चवीचं, फोडणीचं अन्न मिळू लागल्यानं

खाण्याचं प्रमाण वाढलं असावं. गावाकडं हिंडणं-फिरणं, सटरफटर काम करणं यामुळं शारीरिक व्यायाम होत होता. हालचाली कराव्या लागत होत्या. पुण्यात तसं काही करावं लागत नव्हतं. व्यायाम घडेना. त्यामुळं त्याचं पुण्यात आल्यानंतर वीस एक दिवसांतच पोट बिघडलं. खाल्लेलं अन्न पचेना. दिवसातून चारपाच वेळा शौचाला जाऊन यावं लागलं.

मी औषधोपचार केले. दादाला हिंडून-फिरून येण्यास सांगू लागलो. "जेवल्याबरोबर जरा हिंडावं. लगेच झोपू नये, मोकळ्या हवेत लांबवर फिरून ये. जरा कमी खावं. म्हंजे पचतं." असं सुचवू लागलो...पण स्वभावात आळस मुरलेला. पुण्यात कुणाशी ओळखी नाहीत. कामाला बाहेर पडलंच पाहिजे, असं नाही. शहराची देवळं, बाजारपेठा यांची माहिती नाही. त्यामुळं तो पाचदहा पावलं गल्लीतच फिरे नि परत येई किंवा गल्लीच्या टोकाला असलेल्या रोकडोबा मारुतीच्या देवळात जाऊन बसे नि तासाभरानं परत येई. त्यामुळं औषधं बंद केली की पोट पुन्हा बिघडे.

दादा एके दिवशी म्हणाला; "आन्दा, मी गावाकडं जातो, गड्या."

"का?"

"मला हितली हवा काय मानवत न्हाई, असं दिसतंय."

"तू सांगतोस ते ह्या वयात जमंल असं वाटत न्हाई. जेवलं की लगेच मला गुंगी येती. निजावं असं वाटतंय. ऱ्हावतच न्हाई. आणि खरं म्हंजे कट्टाळा लई येतो हितं. नुसतंच बसायचं. कुणासंगं बोलावं, तर तेंबी कुणी वळखीचं न्हाई. तू तुझ्या कामात असतोस. सूनबाई आपल्या कामात असती. मग बोलायचं कुणासंगं? दीस जाता जाईत न्हाई नि रातचं हातरुणावर नुसतंच पडून ऱ्हाण्याचाबी कट्टाळा येतो. तवा मी गावाकडं जातो. तिकडं असं काय हुईत न्हाई."

"हळूहळू ह्येचीबी हितं सवं हुईल की...ऱ्हा हितंच. उगच गावाकडं गेल्यावर तुझी नि आईची सारखी भांडणं हुत्यात."

"ती आमच्या जल्माला पुरल्यात. ती काय आता बंद हुत्यात? माझ्या जिवाला रमलं असतं तर मी हितं ऱ्हायलोच असतो की. तशात पोटबी जाग्यावर येईनासं झालंय. काय करू?"

"मग?"

"उद्या मला कोल्हापूरच्या एम. टी.त बसवून दे. माझा मी जातो."

आमच्या समोर तिसरीच अडचण उभी राहिली. दादा अचानक गेला तर पोरींना सांभाळणार कोण, असा प्रश्न माझ्या नि स्मिताच्या समोर उभा राहिला. आम्ही दोघेही नोकरीत. कुणी तरी मुलगी किंवा बाई पाहण्याविषयी स्मितानं सुचवलं. पण अचानक कुणी मिळेना.

दादाला सुचवलं; “मुलींना सांभाळायला मुलगी किंवा बाई मिळेपर्यंत दोनतीन दिवस थांब. मग जा.”

दादा ‘हूं’ म्हणाला.

इकडं तिकडं खूप हिंडून अडलेली नि एकटीच असलेली एक म्हातारी भेटली. तिला ती म्हणेल तेवढे पैसे मान्य करून सकाळी सहा ते दुपारी एकपर्यंत आमच्या घरी राहण्याच्या आणि पोरींना सांभाळण्याच्या बोलीनं आणली.

मग दादाला सत्तरभर रुपये सोबत देऊन कोल्हापूरला पाठवलं. “वाटखर्चाला, एस. टी. च्या भाड्याला जे जातील ते जाऊ द्यात. उरलेले आईला घरखर्चाला दे. तिला म्हणावं; “आन्दानं माझ्या जेवणाखाण्याच्या खर्चासाठी म्हणून दिल्यात. त्येचं करून घाल.” म्हंजे मग ती तुझ्यासंगट भांडणार न्हाई नि उपाशीबी ठेवणार न्हाई.”

“हूं.”

“आणि जमलं तर लक्ष्मी किंवा आनसा ह्यांपैकी कुणाला तरी लावून दे म्हणावं आईला. ‘लावून देतो’ म्हणाली तर अप्पाबरोबर पाठवून दे.”

“बरं.”

दादा कोल्हापूरला गेला. कोल्हापूराहून कागल नुसतं दहा-बारा मैलांवर होतं.

कसाबसा महिनाभर राहून तो जुलैच्या पहिल्या आठवड्यातच परतला. माझ्या लक्षात आलं की जन्मभर रानावनात हिंडलेला, फिरलेला त्याचा पिंड. त्याला पुण्यात चोवीस तास एवढ्या एवढ्याशा घरात बसवणार नाही. कागलात त्याचे इष्टमैतर. सगळं गाव ओळखीचं. मळा गेला तरी वाळल्या शेतावर जाण्याची सवय. कुणाच्या मळ्यात जाऊन गवतं कापू लागायची, उसाचा पाला काढून आणायची कामं अंगवळणी पडलेली. त्यामुळं नजरेसमोर सारखी शेतं, मळे, झाडं, कुरणं पाहण्याची सवय झालेली...ते काहीच पुण्यात नव्हतं. त्यामुळं त्याला चुकल्यासारखं, घरात बांधून घातल्यासारखं, आपल्या भुईतनं उखडून दुसरीकडं नेलेल्या झाडासारखं वाटू लागलं. तो शिळाटून चालला होता. अनुत्साहानं वागत होता...म्हणून मीही त्याला राहण्याविषयी आग्रह केला नाही, की हट्ट धरला नाही.

दरम्यान गावाकडं एक घटना घडली होती. दादाला घेऊन आम्ही इकडं आल्यावर शिवा, आई, आप्पा आणि बाकीची भावंडं यांनी शेतात पेरण्या करून घेतल्या होत्या. या काळात रोजगार कुणालाच मिळेनासा झाला होता. आमच्या नावावर दोन एकराचं रान चढल्यानं आणि त्याचा चावडीफाळा आम्हीच भरतोय, असं ग्रामसेवकाला दिसू लागल्यानं त्यानं आमचं रेशनिंग कार्ड बंद केलं. मृग

संपला तरी जोराचा एकही पाऊस लागला नाही. आर्द्रा उगीच बुरूबुरू येत नि जात. त्यामुळं शेतकऱ्यांनी आपआपल्या सोयीप्रमाणं ओल्या वाळल्या मातीत पेरण्या वाढून घेतल्या. 'पेरण्यांची घाई' अशी झालीच नाही. त्यामुळं रोजगाराची कामं निघाली नाहीत.

'रेशन बंद आणि रोजगार नाही.' त्यामुळं आईला पैशाची चणचण भासू लागली. मी दिलेले पैसे शेताची कुळवट करण्यात, बियाणं आणण्यात नि पोटाला खाण्यात संपलेले. म्हणून आईनं नि शिवानं आप्पाकडं मी जे चावी घेण्यासाठी पैसे ठेवले होते ते खर्चासाठी मागितले.

"मी तुम्हांस्नी पैसे देणार न्हाई. दादांनी ते चावी घ्यायला म्हणून माझ्याकडं ठेवल्यात. दादांची परवानगी आणा, मग मी पैसे देतो." आप्पानं सांगितलं.

"दे दे एऽ नाफास झालेल्या आप्पा. लई शिस्तीचा माणूस हाईस ते मला ठावं हाय. हितं कुणाच्या पोटाला अन्न न्हाई नि घरात चावीचं पाणी आणतोस व्हय? ते का पिऊन पोटं भरणार हाईत का?" शिवानं आप्पाला प्रतिप्रश्न केला.

आईनं त्याला साथ दिली.

शेवटी भांडणं होऊन आप्पाकडनं पैसे काढून घेण्यात आले नि बाजारातलं धान्य विकत आणण्यात आलं.

आप्पानं मला सर्व सविस्तर लिहिलं.

या घटनेला आठ-दहा दिवस झाले, तोपर्यंत दादा कागलला गेला. त्यानं पुण्यात मी काय काय सांगितलं होतं ते आप्पाला सांगितलं. जवळ काही थोडे पैसे ठेवून त्यानं आईला देण्यासाठी पन्नास रुपये आप्पाजवळ दिले.

आप्पानं आईला सविस्तर सांगून पन्नास रुपये दिले.

आईनं ते आप्पाच्या तोंडावर फेकले. "नगंत मला हे 'त्येचं' पैसे. एवढं मला पन्नास रुपयं देईल नि वरीसभर घरात बसून बुट्टीबुट्टीनं खाईल. हे त्येचं त्येला देऊन टाक नि 'तुझं तू बसून खा' म्हणून सांग. ह्या घरात आता अन्नाचा एक कण मिळायचा न्हाई त्येला. आन्दाच्या जिवावर माझ्यासंगं भांडून त्यो पुण्याला गेलाय आणि त्येच्या सायेब लेकानंबी त्येला मी त्येच्यासंगं भांडतोय म्हणून पुण्याला न्हेलाय. आता त्यो पुण्यालाच जाऊन खुशाल बसून खाऊ दे नि माझा सायेब ल्योक त्येला किती दीस असा बिनकामाचा पोसतोय, तेवढा पोसू दे." आईनं आप्पाला बजावलं.

तिनं दादा समोर असता तर दादाच्या तोंडावरच पैसे फेकले असते नि त्याला बजावलं असतं. तिनं आता दादाशी डाव मांडला. दादाला मी पुण्याला घेऊन गेलो, यात तिचा तिनंच शिकवलेल्या लेकानं आणि त्या लेकाला शिकू नको म्हणून छळलेल्या तिच्या नवऱ्यानंही अपमान केला होता, असं तिला

वाटलं. शेवटी बापयाला बापय सामील झालं नि बाईचा छळ मांडला, अशी तिनं समजूत करून घेतली. तिच्या संशयी स्वभावाप्रमाणं तिला वाटलं की सुटीत दादानं माझं मन आईविरुद्ध कलुषित केलं. तिच्यामागं दादानं मला तिच्याविषयी वाट्टेल ते सांगितलं नि मी ते एका शब्दानंही आईला खरं-खोटं काय आहे ते न विचारता मान्य केलं नि दादाला पुण्याला घेऊन गेलो. यात मी दादाचं सुख पाहिलं नि आईला दूर लोटलं; असा तिनं समज करून घेतला... म्हणून तिनं दादावर नि त्यानं दिलेल्या पैशांवर बहिष्कार टाकला.

पैशांवरही बहिष्कार टाकणं तिला परवडलं. कारण नुकतेच तिनं आप्पाकडनं पैसे काढून घेतले होते....घरात दोन-तीन आठवडं पुरंल एवढं धान्य भरलं होतं...फार दूरचा विचार तिला कधीच सुचत नव्हता.

तेव्हापासनं आईनं दादाची भाकरी अक्षरश: बंद केली. दादा तेव्हापासनं माडीवर स्वतंत्रपणे खाऊ लागला. माडीवर त्यानं मातीचा थोडासा कट्टा केला. त्यावर कुंभाराकडनं वायलाची चूल आणून बसवली. त्याचा तोच भात शिजवू लागला. लक्ष्मीला ओंजळभर पीठ देऊन दोन-तीन भाकरी करून घेऊ लागला. यासाठी लागणारे तांदूळ, जोंधळा बाजारातून विकत आणून खाऊ लागला. कधी कुणाच्या मळ्यात जाऊन उसाचा पाला आणून बाजारात नेऊन विकू लागला. लक्ष्मी घरातील भाजी, आमटी, पावशेरभर होईल एवढं दूध देऊ लागली. आईला ते परवडत होतं.

'आई-दादाचं भांडण झालंय. आईनं दादाला येगळं करून खायाला सांगिटलंय. तेव्हापासनं दादा माडीवर सवतं शिजवून खातोय.' असं आप्पानं मला लिहिलं. माझ्या शरीराची कुणीतरी खांडोळी करतंय, अशा यातना मला झाल्या. आईच्या मनातल्या दादाच्या चिडीनं शेवटी असा निर्दय आकार घेतला होता.

अशा आईला कसं समजून सांगावं, हे मला कळेनासं झालं, मी हतबुद्ध झालो. पत्रातून मी शहाणपणाच्या काही गोष्टी लिहिल्या तरी त्यांचा आईच्या मनावर काहीही परिणाम होत नव्हता, याची मला पूर्ण कल्पना होती.

"काही तरी करू देत तिकडं. किती सांगू मी त्यांना? कुणी लहान नाहीत, काही नाहीत." असं स्मिताशी चर्चा करताना बोलून माझ्या मी उद्योगाला लागलो.

हाय खाल्लेल्या नि शरीरप्रकृतीवर परिणाम झालेल्या दादाचा आत्मविश्वास गमावल्यासारखा झाला होता. त्याची निष्क्रियता अधिकाधिकच वाढत गेली होती, ही गोष्ट खरी होती. अशा वेळी सगळ्या घरादारानं त्याला सांभाळून घेतलं पाहिजे होतं. पूर्वी दादा आईशी ज्या पद्धतीनं वागला, त्याचा आईच्या मनातला

राग मी समजू शकत होतो. पण तो एवढ्या दीर्घ काळ धुमसत राहील, दादाचा असा पदोपदी ती पाणउतारा करील, त्याचा घडोघडी कठोरपणानं छळ मांडेल, असं वाटलं नव्हतं. त्याचा मला राग येत होता.

पण बाकीचं घरदार आईच्या कारभारीपणामुळंच चाललं होतं. सगळ्यांना एकत्र घेऊन ती अपार कष्ट ओढत होती. जमेल तेवढा घास-तुकडा सगळ्यांच्या मुखांत तिच्यामुळंच पडत होता. गावाकडच्या घराचा तीच मुख्य आधार होती, याचीही मला जाणीव होती. यामुळं तिच्यावर मी रागाचे अंगार ओकू शकत नव्हतो. जमेल तेवढा राग व्यक्त करून गप्प बसत होतो.

पंधरा एक दिवसांनी आप्पाचं दुसरं पत्र आलं. "चावीसाठी ठेवलेले पैसे आईनं पोटासाठी धान्य आणून संपवले. 'चावी आठ दिसांत बसवून देतो, असं मुनसीपालटीच्या लोकांनी कळवलंय. त्याच्या खर्चासाठी पैसे पाठवून द्या. पाईपलाईनसाठी लोखंडी पाईप, कॉक्स, प्लंबरिंगचा खर्च इतर सटरफटर खर्च किती लागेल याचा अंदाज दुकानदाराकडनं करून घेऊन आप्पानं पत्र पाठवलं होतं. मी आप्पाला ताबडतोब पैसे पाठवले. थोडे जास्तच पाठवून सांगितलं की "जादा खर्च लागला तर असू देत. हयगय करू नको, ताबडतोब नळ घ्या."

पुढं आठ-दहा दिवसांतच चावी बसवल्याचं पत्र आलं. त्या पत्रातून मुनशीपालटीची दोन वर्षांची घरपट्टी आणि सरकारी शेतफाळा तटल्याची नोटीस आल्याचंही त्यानं कळवलं होतं. त्यासाठीही मी पैसे पाठवून दिले.

मी दिलेले पैसे दादाला कसेबसे दीड पावणेदोन महिने पुरले. दादाला या मुदतीत बरं वाटू लागलं होतं. म्हणून तो अचानक पुण्याला आला.

"मधेच कसा काय आलास? पत्र नाही, काही नाही."

"आलो झालं. अगदीच तोंडाला पिसाळलेलं कुत्रं बांधल्यागत 'ती' भांडाय लागलीय. पोरंबी तिचीच बाजू घेत्यात. आप्पाचं काई चालत न्हाई. मग काय करू? म्हटलं; तुझ्याबी घरात कुणी बाहीरचं माणूस ठेवलेलं हाय; तर ते तुझ्यामागं रोज मूठपसा चटणीमीठ जरी चोरून न्हेऊ लागलं तर गरिबाच्या संसाराला पुरंल इतका ऐवज घरातनं जाईल. तवा पोरींस्नी आपूणच सांभाळावं. माझी तब्येतबी आता बरी हाय.

मी गप्प बसलो. म्हटलं आला आहे तर राहू दे. दुसरे दिवशी निवांत बसून घराकडचं सगळं सविस्तर विचारून घेतलं. भांडणाचं मूळ कारण विचारलं. त्यातनं कळलं की पुण्याहून कागलला गेल्यापासनं दादा बाहेर कुठं कामाला गेलाच नाही. मी दिलेल्या पैशातूनच थोडं थोडं तांदूळ, जोंधळे, इतर वस्तू आणून खातो आहे.

आईला या गोष्टीचा राग आलाय. तिला वाटतंय सगळं घरदार पोटासाठी

मरमर राबतंय नि दादा मात्र राजासारखा खुशाल बसून खातोय. आता तर तो 'सवता' राहून खात असल्यामुळं पोटभर खातो आहे. त्याला कुणी विचारू शकत नाही. एकत्र खात होता, तेव्हा आई त्याला 'पोटभर' खायला घालत नव्हती. त्यावरनं दादा चिडे आणि आईशी भांडे. आईला ते निमित्त पुरे होई नि ती दादाच्या नाकर्तेपणावर तोंडसुख घेई. आता तेही तिला घेता येईना आणि या सगळ्याला कारण मी दादाला खर्चासाठी स्वतंत्रपणे पैसे दिले, हेच आहे. त्यामुळं तिचा राग आता माझ्यावरही आहे. तिचं म्हणणं असं होतं, की मी दादाजवळ एकही पैसा द्यायला नको होतं. ते पैसे तिच्या नावावर मनिऑर्डरनं पाठवायला हवे होते. त्यामुळं ते पैसे खास 'तिचे' झाले असते... तिच्या मनाची चमत्कारिक अवस्था झाली होती.

माझ्यावरचा राग म्हणून तिनं गेल्या दोनतीन महिन्यांत एकही पैसा पत्रातून मागितला नव्हता. अर्थात आप्पाकडनं घेतलेले पैसे ती वापरत होती. पण तिची अपेक्षा अशी होती की मी तिची क्षमा मागावी नि तिची समजूत काढावी. तिला आपण होऊन पैसे पाठवावेत. महिन्या-महिन्याला मी पैसे पाठवत होतो; ते गेले तीन महिने पाठवले नाहीत. अशा अवस्थेत 'माझी आई तिकडं किती हाल सोसत असेल, ती कसा संसार करत असेल?' या गोष्टीचा मी विचार करावा नि दिलगिरी व्यक्त करावी.

पण मी तसं करायचं नाकारलं. कारण माझाही तिच्यावर 'आपल्याच घरात आपल्या नवऱ्याला सवतं काढणारी आई' म्हणून राग होता, हे तिला समजावं म्हणून मी अडेल धोरण अवलंबलं होतं.

दादा पुण्यात असतानाच दौलतचं पत्र आलं. आता तो सातवीला होता. त्याची हुशारी बघून त्याच्या शिक्षकांनी त्याला हिंदीच्या आणि ड्रॉईंगच्या परीक्षांना बस, म्हणून सांगितलं होतं. त्यासाठी त्यानं फॉर्म भरायला, फीसाठी व वह्या, कागद, यांच्यासाठीही पैसे मागितले होते. दौलतच्या या उपक्रमशीलतेमुळं माझा उत्साह वाढला. आप्पा एस. एस. सी. नापास झाल्याच्या पार्श्वभूमीवर मला दौलतच्या या पत्रानं खूप दिलासा दिला. वाटलं; हा हुशार निघेल. घरादाराचा आधार निश्चितपणे होईल. म्हणून मी त्याला ताबडतोब पैसे पाठवले. मात्र ते शिक्षकाच्या पत्त्यावर पाठवले. घरच्या पत्त्यावर पाठवले नाहीत. कारण ते आईच्या हाताला लागले असते तर तिनं ते खर्चून टाकले असते; अशी मला काळजी वाटत होती.

पंधरा एक दिवस दादा पुण्यात राहिला. पुन्हा पोट बिघडण्याच्या मार्गाला लागलं. म्हणून मी दादाला कागलला जाण्याची विनंती केली.

म्हणालो; "तू कागलला निर्धास्तपणे राहा. मी खर्चासाठी तुझ्याच नावावर

मनिऑर्डर पाठवत जाईन. पैसे संपले की आप्पाकडनं मला एक कार्ड टाकून कळवत चल. हिंडूनफिरून राहा. इथं थोडं रेशनिंगचं गहू साठले आहेत ते घेऊन जा. आईनं घेटले तर आईला दे. नाहीतर तू दळून आणून खा आणि निवान्तपणे माडीवर राहा. काही बोलली तर तिच्या तोंडाला लागू नको.''

''बरं.''

मी त्याला तीन-चार महिने पुरतील इतके पैसे दिले. पंधरा-वीस किलो रेशनचे गहू दोन मोठ्या पिशव्यांत घालून दिले. एस. टी.मध्ये बसवून पुन्हा कोल्हापूर गाडीनं पाठवून दिलं...दादाचं वय आता चौसष्ट-पासष्ट होतं. पण त्या मानानं तो खूप थकल्यासारखा वाटत होता.

पंधरा-वीस दिवस गेल्यावर दौलतचं सविस्तर पत्र आलं. हिंदीच्या आणि ड्रॉईंगच्या परीक्षांसाठी होणाऱ्या जादा तासांना तो जाऊ लागला. त्यामुळं घरातली बारकीसारकी कामं करायची तो नाकारू लागला. त्याच्या हातात नव्या टिपणवह्या, ड्रॉईंगचे नवेनवे मोठे कागद, नवी रंगपेटी खेळू लागली. हे सगळं नवं साहित्य आणायला त्यानं कुठून पैसे आणले, याचा आईला संशय आला.

एके दिवशी सकाळी आई त्याला म्हणाली; ''दोन तास शेरडं फिरवून आण जा माळासनं.''

''मी जाणार न्हाई. माझं जादा तास हाईत. मी हिंदीच्या नि ड्रॉईंगच्या परक्षांस्नी बसणार हाय.''

''त्यासाठी पैसे कुठनं आणलंस?''

''मला मास्तरांनी फी माफी केलीया.'' दौलतनं थाप मारली.

''आणि ह्या नव्या वह्या, पुस्तकं, दांडगं दांडगं कागद कुठनं आणलंस? ही रंगाची पेटी कुठनं आणलीस?'' आईनं त्याच्यावर प्रश्नांचा भडिमार केला. त्याचं मानगूट धरून त्याच्याकडनं उत्तर मागितलं.

शेवटी तो शरण गेला. ''दादांनी मला पैसे लावून दिलं हुतं.''

''कवा? नि मला कसं काय कळलं न्हाई ते?''

''मास्तरांच्या नावावर मनिऑर्डर लावून दिली हुती.''

''तुझ्या मास्ताराचा पत्त्या आन्दाला कसा काय ठाऊक झाला?''

''मी लिवून कळवला हुता.''

दौलतला आईनं दोन थोबाडात दिल्या. ''घरात मढ्यावर बांधायला पैसा न्हाई नि तू असल्या कागद-पेन्सिलीत पैसा खर्च करतोस व्हय? आणि आता परस्परभारी पैसे मागून घ्यायला; शिकून शाणा झालास व्हय?'' म्हणून त्याला आणखी दोन थोबाडात दिल्या.

आईनं वड्याचं तेल वांग्यावर काढलं होतं. आतापर्यंत तीन-चार महिन्यांत

तिला मी एकही पैसा पाठवला नव्हता; मात्र आप्पाला स्वतंत्रपणे चावी घेण्यासाठी, घरपट्टी नि शेताचा चावडीफाळा भरण्यासाठी पैसे पाठवले होते. नंतर दादा दुसऱ्यांदा पुण्याला आला नि पंधरा दिवस राहून पुन्हा गहू आणि पैसे घेऊन परत गेला. पुन्हा आरामात माडीवर शिजवून स्वतंत्रपणे खाऊ लागला. आईची खात्रीच झाली की दादानं माझ्याकडचं पुन्हा पैसे आणले आहेत नि बसून खाणं सुरू केलंय. नंतर दौलतनंही माझ्याकडं स्वतंत्रपणे पैसे मागितले आणि मी घरात कुणाला कळू नये म्हणून त्याला शिक्षकाच्या पत्त्यावर मनिऑर्डर करून परस्पर पैसे पाठवले.

आईचा ह्यात आणखी अपमान झाला. आजवर घरच्या खर्चासाठी मी फक्त आईकडंच पैसे पाठवत होतो किंवा सुटीत गेल्यावर तिच्याकडं देत होतो. यात तिचा अहंकार सुखावत होता. मी तिच्यावर संपूर्ण विश्वास टाकत होतो, अशी तिची खात्री होती. तिला घरचं कारभारीपण निर्वेधपणे सांभाळता येत होतं. 'आपणच थोरल्या लेकाला शिकवलंय, त्येची परतफेड म्हणून तो आपल्याला पैसे पाठवतोय. आपल्याच कर्तुकीची गोड फळं आता येऊ लागल्यात. आपल्यामुळंच घरदार सगळं चाललंय.' असं तिला वाटत होतं.

तिच्या या समजुतीला आजवर धक्का लागला नव्हता. पण तिच्या स्वभावामुळं घरात अशी परिस्थिती निर्माण झाली की मला तिघांनाही स्वतंत्रपणे पैसे पाठवावे किंवा द्यावे लागले. त्यामुळं आजवर घरादारातल्या प्रत्येकाच्या नाड्या ज्या आईच्या हातात होत्या आणि त्याचा पडताळा ती प्रत्येकाला काही ना काही कारणानं दाखवू शकत होती, तो तिला दाखवता येईनासा झाला. घरात अगोदरपासनंच शिवा रोजगाराला गेला तरी चैनीसाठी थोडे पैसे ठेवूनच आईच्या हातात रोजगार देई. तो आईचा अधिकार फारसा मानत नसे. घरात स्वत:लाच तो कारभारी समजत असे. पण त्याला कोणतीच सत्ता नसल्यामुळं तो फारशा हालचाली करू शकत नव्हता. मात्र दादा, आप्पा, दौलत स्वतंत्रपणे हालचाली करू शकतात, ते आपल्या रिंगणाच्या बाहेर जातात नि स्वतंत्रपणे वागू शकतात, याचं आईच्या अहंकारी मनाला दु:ख होऊ लागलं. या सगळ्याला मी कारणीभूत आहे, अशी तिची धारणा झाली नि ती माझाही रागराग करू लागली. या रागाच्या पोटीच ती माझ्याकडं पैसे मागेनाशी झाली.

याचा मला चमत्कारिक रीतीनं अनुभव येऊ लागला. कागलात माझे जवळचे अनेक मित्र होते. गावी गेली की त्यांच्याकडं मी जिवाभावाच्या गप्पा मारत होतो. माझ्या घरच्या माणसांना गरज पडली तर प्रसंगी मदत करायला सांगत होतो. जो तो आपआपल्या उद्योग-व्यवसायात गुंतलेला. त्यातील आबाजी सणगर, मधुकर सणगर, वसंत पाटील आणि हायस्कूलचे संस्कृतचे अध्यापक

धर्माधिकारी सर यांची मला कधी नव्हे ती एकाच महिन्यात चार पत्रे आली. त्यांनी ती मैत्रीच्या नात्यानं आणि सरांनी शिक्षकाच्या नात्यानं मला लिहिली होती.

सगळ्यांचा सूर कमीअधिक फरकानं समानच होता. माझी आई किती अपार कष्ट करते, मला तिनं असं अतोनात त्याग करून शिकवलं, शिकलेली मुलं कशी शिक्षण पूर्ण होऊन नोकरी लागताच घराकडं संपूर्ण दुर्लक्ष करतात, ती कशी आपल्याच चैनीत राहून घरादाराला क्षुद्र लेखतात, हे कसं नालायकपणाचं, क्षुद्रबुद्धीचं लक्षण आहे, आईवडिलांना नि भावंडांना विसरणारी मुलं कशी कर्तव्यच्युत आणि भोगवादी असतात याविषयी मला सांगितलं होतं. धर्माधिकारी सरांच्या तर माझ्याकडून किती मोठ्या कौटुंबिक अपेक्षा होत्या नि त्या अपेक्षांचा भंग करणारा मी त्यांचा एकमेव विद्यार्थी आहे, हे त्यांनी कठोरपणे पण आपुलकीपोटी मला लिहिलं होतं.

अशा प्रकारची पत्रं पाहून मी प्रथम गोंधळून गेलो. आईनं माझ्याविरुद्ध गावातनं मोहीमच उघडलेली दिसली. तिचा अहंकार दुखावल्यामुळं ती मजविषयी खऱ्याखोट्या गोष्टी कशा नि किती सांगत असेल या कल्पनेनं मी अर्धमेला झालो. ती संशय, चीड, संताप इत्यादींमुळं वस्तुस्थितीचा विपर्यास प्रचंड प्रमाणात करत असे आणि तेच सत्य आहे, असं समजून वाट्टेल त्याच्याजवळ भडभडेपणानं बोलत असे. हा भडभडेपणा तिला आवरता आवरत नसे. त्यामुळं घरातली अंडी-पिल्ली लोकांना कळत. घराविषयी त्यांचे गैरसमज होत. पण याची तिला फिकीर नसे. या सगळ्या प्रकारच्या हानीच्या मोबदल्यात लोक तिजविषयी सहानुभूती दाखवत, प्रसंगी ती ज्यांच्याविषयी तक्रार करी त्यांना उद्देशून ऐकणारा उणेअधिक बोले, ते ऐकून तिचं समाधान होई. तिचं सांत्वन झाल्यासारखं तिला वाटे. पण मी हे सगळं माझ्या मित्रांना गुरुजनांना सांगू शकत नसे. तसं सांगणं मला रुचतही नव्हतं. पण आता मित्रांची, गुरुजनांची अशी पत्रं आल्यावर मला मानसिक अस्वस्थता फार आली. मी आतून उसळल्यासारखा होऊ लागलो. माझ्याविषयी माझ्या मित्रांत असलेला सद्भाव नष्ट होईल, गावात प्रतिष्ठित लोक माझ्याकडं विशेष अपेक्षांनी पाहत, माझ्याविषयी त्यांच्या मनात गाढ आस्थाबुद्धी होती, काहींच्या मनात तर माझ्या कर्तृत्वाचा, साहित्यातील यशस्वी धडपडीचा यथार्थ अभिमान होता; त्याला तडा जाईल; असं मला वाटू लागलं.

आजवर मी देत आलो, करत आलो ते आईनं असं कसं विसरलं, या जाणिवेनं मला अतोनात दु:ख होऊ लागलं. घरादारासाठी मी एवढं करतो तरी आई माझ्या मदतीला आपली एखादी धडशी पोरही कशी पाठवून देत नाही, माझ्या धडपडीची तिला कशी पर्वा नाही, माझा संसार तो तिला आपलाच संसार कसा वाटत नाही; या कल्पनेनं माझ्या जिवाला साप-विंचू डसल्यासारखं होऊ

लागलं.

तरीही मी मित्रांना शांतपणे उत्तरं लिहिली. सरांना शिरसावंद्य मानून त्यांनी सांगितलेलं आजवर करतच आलो आहे; तरी येथून पुढं जास्त जागरूकपणे करीन; म्हणून लिहिलं.

आईला मात्र काहीच लिहिलं नाही....तिला काय लिहावं कळलं नाही.

यावर्षी पाऊस जवळ जवळ लागलाच नाही. त्यामुळं गावावर दुष्काळाची छाया पसरू लागली. रानात चांगली पिकं यावीत म्हणून खत, सल्फेट वगैरे घातलं होतं. ते तर वाया गेलंच; पण पिकं वाळून गेल्यागत झाली. रानातली माती आतापर्यंत पुरेशी न भिजल्यानं पेरे नीट उगवले नाहीत. पिकांना जोर लागला नाही. अगोदरच धान्याची देशात टंचाई. तशात ही दुष्काळाची चाहूल. त्यामुळं पूर्वीपासूनच भराभर वाढत चाललेली महागाई विक्राळ रूप धारण करू लागली.

आप्पानं लोकांच्या मळ्यातला उसाचा पाला कापून आणून आपला एस. एस. सी. परीक्षेचा फॉर्म भरला. त्याच्या या धडपडीचं मला कौतुक वाटलं. पण त्याला कोल्हापूरला परीक्षेला जायला व तिथं आठवडाभर राहण्यासाठी जी पैशाची तरतूद करावी लागणार होती; ती घरात झाली नाही. रोजगाराची कामं कुठंच मिळेनात म्हणून घरातली परिस्थिती अगदी तंग झाली होती. आप्पाला पुन्हा एस.एस.सी.ला बसण्यासाठी व परीक्षेच्या खर्चासाठी माझ्याकडं पैसे मागायला संकोच वाटत होता. त्याला जूनमध्ये परीक्षेत यश न आल्यामुळं तो घरातच राहिला होता. शाळा बंद झाली होती. या काळात त्यानं आईला जमेल तेवढी मदत केली होती. आता तो त्या बदल्यात आईकडंच खर्चाच्या तरतुदीसाठी पैसे मागू लागला. नळाचे पहिले पैसे त्याच्याकडनं घेऊन आईनं खर्च केले होते. त्यामुळं नि तो आईलाच घरातली कारभारीण मानून तिच्याकडं पैसे मागू लागल्यामुळं आईला 'नाही' म्हणता येईना.

सगळ्याच कारणांसाठी पैशाची गरज घरात होती. म्हणून आईनं बाहेरनं कुणाकडून तरी खरमरीत पत्र लिहून घेऊन मला पाठवलं.

'मीच तुला शिकीवला; त्येची जाण तू ठेवली न्हाईस. तुला पख्खं फुटली नि तू उडून गेलास. तुझं तू घरटं बांधून सुखात ऱ्हाऊ लागलास. मागं आईबाऽनं काय खायाचं? तुझ्या शाळंसाठी ज्या माझ्या लेकरांनी माती खाल्ली त्येंच्या पोटाला कुणी घालायचं? मी अजूनबी किती राबू? किती कष्ट करून पोरांच्या तोंडात घास घालू?... मला आता जीव नकोसा झालाय...आप्पाच्या परीक्षेची मी कोल्हापुरात कशी येवस्था करू? पैसे पाठून दे. घरात खायाला धान्याचा कण न्हाई. तिकडचं रेशनिंगचं धा किलो गहू दळून हिकडं घेऊन ये.

एकदा तूच येऊन जा.' अशा आशयाचं ते पत्र होतं.

आईला पैसे पाठवले नि रागारागानंच मीही एक पत्र लिहिलं. 'तुला मी पैसे पाठवणारच नव्हतो. कारण दादाकडनं पाठवलेले पैसे तू फेकून दिले होतेस. दादाला वेगळं काढलंस. सगळ्या गावभर माझी बदनामी करत हिंडलीस. आजवर मी तुला एकही पैसा दिला नाही; अशी भाषा लोकांसमोर केलीस. मी हे सगळं कुणासाठी करतोय? आप्पाची प्रथम कोल्हापुरात उत्तम व्यवस्था कर. त्याच्यासाठी हे पैसे पाठवून देतो आहे.' अशा आशयाचं ते पत्र होतं. माझाही अहंकार दुखावला होता.

कॉलेजचे पगार दोन-दोन महिने होत नव्हते. थोडे थोडे पैसे ॲडव्हान्स म्हणून दिले जात होते. दिवाळी जवळ आली होती. म्हणून तटलेला पगार देण्याचा प्रयत्न होणार होता. स्मिताच्या पगारावर माझा घरखर्च चालला होता.

हा तटलेला पगार दिवाळी पुढं चार दिवसांवर आल्यावर मिळाला. ताबडतोब आईला पैसे पाठवले. 'दिवाळी कागलात आनंदानं साजरी करा. त्यासाठी हे पैसे पाठवतो आहे. नंतर पुन्हा पाठवीन. यंदा मला इकडं पेपर्स आलेले असल्यामुळं कामं आहेत. त्यामुळं मी दिवाळीत कागलला येणार नाही. दादालाही दिवाळीची आंघोळ घाला. ओवाळा, भांडणं करू नका. एकोप्यानं राहा. मीही इकडे सुखात राहत नाही; कष्ट उपसतोच आहे, याची जाणीव ठेवा.' आईला कळवलं.

आईवरचा सूक्ष्मसा राग व्यक्त करण्यासाठी मी दिवाळीला गेलो नाही, याची जाणीव आईला झाली. तिला खूप वाईट वाटलं. भावंडांनाही खूप वाईट वाटलं.

दिवाळी झाल्यावर आईनं मला पत्रातनं लिहिलं; 'एक दिवस कागलला येऊन जा. बघावंसं वाटतंय. जाताना लक्ष्मीला पुण्याला घेऊन जा.'

माझ्यावरचा तिचा राग गेल्याची ती पावती होती. मला वाईट वाटलं. रागाच्या भरात ती न कळत घरादाराचं नुकसान कशी करती; याची जाणीव मी तिला करून दिली. लक्ष्मीला इकडं पाठवून देण्याचीही कशी गरज नाही, हे मी तिला समजुतदार भाषेत लिहिलं...माझाही राग गेला. शेवटी तो आईवरचाच होता. फार काळ टिकला नसता.

●

सतरा

घरात दादा, आई आणि शिवा यांची भांडणं होऊन परस्परांत मारामारी झाल्याचं पत्र आलं, म्हणून कॉलेजला उन्हाळ्याची सुटी लागल्यावर ताबडतोब कागलला गेलो.

हा एकोणीसशे अडुसष्टचा मार्च महिना.

दुपारी जाऊन पोचलो. घरात लक्ष्मी एकटीच होती. सगळी आपआपल्या कामाला गेलेली. दादा उसाचा पाला आणायला गावच्या शेतकऱ्यांचं मळं धुंडाळत गेलेला.

चहा प्यालो नि लक्ष्मीला 'भांडणं का झाली?' म्हणून विचारलं. तिनं सविस्तर सांगितलं–

शिमग्याचा सण होता. शेतातील जोंधळा, तूर, शेंगा, कुळथी ही पिकं घरात आली होती. घरातनं जातायेता त्याची बारकी मोठी तोंडं बांधलेली पोती आणि गठळी दादाला दिसत होती. तरीही दादाला विकतचे तांदूळ-जोंधळे तेल, मीठ, मसाला आणून वरती स्वयंपाक करून खावं लागत होतं.

सणाच्या दिवशी रोजगाराला सुटी होती. त्यामुळं कुणीच कामाला गेलं नव्हतं. नव्या चावीला भरपूर पाणी येत होतं. त्यात सगळ्यांनी अंघोळी, धुणी केली. शेणं लावली. घर सारवलं. पोळ्याचा सण केला. वेळवणीची आमटी चुरचुरीत फोडणी देऊन केलेली. पापड-सांडगं तळलेलं. सगळी दिवसभर घरातच असल्यामुळं घरात दिवसभर सणाची गडबड चाललेली. मुसळानं कणिक तिंबणं, पुरण पाट्यावर वाटायला बसणं, डाळी वेळवणीसाठी उकडून काढणं; असं वातावरण घरभर पसरलेलं.

तरीही दादा साधा आमटी-भात वर एकटाच शिजवत बसलेला. तो

नेहमीप्रमाणं कुणाशी काहीच बोलत नव्हता.

बारा वाजता हिरा माडीवर गेली नि दादाला म्हणाली; ''जेवायला खाली चल. आज शिमग्याचा सण हाय.''

''मला नगं. माझं मी केलंय वरती.''

'ते घेऊन चल खाली. न्हाईतर ऱ्हाऊ दे तिथंच. रातचं खा म्हणं.''

''मला नगं म्हणून सांगिटलं न्हवं? का कानात खुट्टं मारल्यात? एकदा सांगिटलं; ऐकायला येत न्हाई?''

दादानं तिला दोन-तीन शिव्या हासडल्या नि गप कुत्र्यावाणी खाली जायला सांगिटलं.

हिराबाई मुकाट्यानं खाली गेली नि तिनं आईला सांगिटलं.

''नको तर ऱ्हाऊ दे तिकडं. गरज असंल तर ये म्हणावं; न्हाईतर खा म्हणावं; चवीनं काय करून खातोस ते.'' आई हिराबाईला बोलली.

माडीवर स्वयंपाक-घरातलं बोलणं सहज ऐकायला येत होतं. दादाच्या कानावर ते गेलं असावं.

लक्ष्मीनं मधला मार्ग काढला. तिनं घरातलं एकुलतं एक असलेलं मोठं ताट घेतलं. त्यात भरपूर भात, पोळ्या, सांडगं, वेळवणीची आमटी घालून ताट तसंच वर नेलं...आईलाही हा मधला मार्ग मनोमन पटला असावा. ती लक्ष्मीला काहीच बोलली नाही.

माडीवर जाऊन लक्ष्मीनं ते ताट सरळ दादाच्या पुढ्यात ठेवलं. ''सणाचा दीस हाय. तू एकटाच सणाचं बिनखाता बसतोस? हे खा आदी नि मग वाटलंच तर तू केलंईस ते खा; न्हाईतर सांजचं खा.''

दादानं ते ताट उचलून सरळ माडीवरनं जिन्यातनं खाली भिरकावून दिलं नि तो आईला नि आईच्या कुळीमुळीला वाटेल तशा शिव्या देऊ लागला.

ताट खाली फेकलेलं बघून शिवाची तळपायाची आग मस्तकाला गेली. ''त्येला घरात आयतं बसून खाऊन आलीया मस्ती. त्येला हितनं फुडं एक तुकडा जरी दिलास तरी बघा. याद राखून ठेवा. सणाच्या दिवशी घरच्या लक्ष्मीला लाथाडायची बुद्धी झालीय त्येला.''

दादाच्या शिव्या वर चालूच होत्या. त्याच्या शिव्या ऐकून खालनं आईनंही तोंड सोडलं.

वरती दादा आणखी खवळला. अनेक दिवस धुमसत असलेला त्याचा राग वय विसरून वर उसळला... ''इच्या भणं! ह्या घराला आगच लावतो. हे घर काय शिवाप्पा जाधवाचं न्हवं का त्येच्या बापाचंबी न्हवं. रत्नू जकात्याच्या बापजाद्यांचं हाय. तुमच्या आयला तुमच्या काढीव बेन्याच्यानो! सगळीच ह्या

घरातनं चालती व्हा. तुमचं हितं कस्पाटबी न्हाई. हे सगळं मी मिळवलेलं हाय... हे पाक आता इकूनच टाकतो. फुकापासरी फुकून टाकतो का न्हाई बघा.''

असं म्हणून दादा धावून खाली गेला. त्यानं आईला धरून धमाधमा बडवली. ''आदूगर चालती हो रांडं, त्या माळी गल्लीला.'' असं म्हणून तो आईला ढकलून बाहेर घालवू लागला.

''तूच हितनं आदूगर चालता हो. मीबी तुझ्या बापजाद्यांचाच वारस हाय.'' म्हणून शिवानं दादाला आईपासनं दूर ढकलून दिलं.

दादा शिवाला शिव्या देत सोप्यातल्या दारामागं ठेवलेली वस्तीची काठी आणायला धावला नि शिवाही जळणातलं एक लाकूड घेऊन सोप्यात धावला.

आता शिवाची नि दादाची मारामारी होणार म्हणून सगळी पोरं आरडा-ओरडा करू लागली. घरात प्रचंड कालवा, आरडा-ओरडा, शिव्या, रडारड ऐकून गल्लीची माणसं आमच्या घरात धावली नि त्यांनी दादाला व शिवाला गोफणमिठी घालून आवरलं...तरीही दादा, आई, शिवा एकमेकांना शिव्याशाप देत गर्जू लागले– गल्लीला तमाशा बघायला मिळू लागला.

गल्लीतली माणसं दादाला समजुतीनं घ्यायला सांगू लागली. दादा त्यांना रागारागानं सांगू लागला.

''हुबा जलम मी देसायाच्या मळ्यात, बाळूगडीच्या मळ्यात घाम गाळून ही पोरं ल्हानाची मोठी केली. त्येंच्या पोटापाण्याला घाटलं. आता माझा मळा गेला. मी काय त्यो मुद्दाम घालवला न्हाई. फसगफलीनं नि सरकारी कायद्यानं गेला. आता माझं शेतकरी-दोस्त-मैतर मला रोजगाराचं काम द्यायला लाजत्यात. त्यांस्नी कमीपणा वाटतो. म्हणून कुठं काम मिळत न्हाई. म्हणून शेतकरी 'उसाचा पाला काढून न्हे जा.' असं दोस्तीपोटी सांगत्यात. मला झेपंल तेवढा उसाचा पाला काढून मी आणतोय. मी काय नुसताच बसत न्हाई. संसारात जमंल तेवढी भर टाकतोयच.

पर ही माझी बायकू म्हणणारी लई कारटखाऊ हाय. हीच रांड सगळी आग लावती. आता सगळी पोरं दांडगी झाल्यात. ती राबत्यात. मिळवून आणत्यात. त्येंनी मिळकतीचा निम्मा वाटा मी जनम देणारा बाप हाय म्हणून मला दिला पाहिजे. पर ती ह्या खज्जाळीच्या सांगण्यामुळं देत न्हाईत. ही नुसती आपलाच संसार म्हणती. हिनं रत्नू जकात्याचा संसार केला पाहिजे. ही माझी पोरं म्हणून वाढवली पाहिजेत, माझा शबूद ह्या घरात खरा ठरला पाहिजे, तिचा न्हाई.

ही रांड मलाच वगळून टाकती. मला माराय बसलीया. तवा आता मी हे घरदार इकणार. भांडकुंडं सारं इकून टाकणार. हे श्यात आन्दानं माझ्यासाठी,

माझा मळा गेला म्हणून मला घेऊन दिलंय; तेबी आता इकणार नि माझा मी आता बसून खाणार. जनरीतीपर्माणं माझी पोरंबाळं दांडगी केली. त्येंचं त्येंनी आता कुठंबी जाऊन मिळवून खावं. माझ्या बाऽची इस्टेट हाय; ती मी इकून खातो. व्हय, माझ्या पोटाला कुणीच घालत नसंल; तर माझं घरदार, भांडंकुंड इकायला मी मोकळा हाय.''

आलेल्या लोकांनी तिघांची समजूत काढली. पुरुषांनी आईला शहाणपण सांगण्याचा प्रयत्न केला. बायकांनी आई किती कष्ट करते नि घरादाराच्या पोटासाठी कशी मिळवून आणते, हे दादाला समजून सांगितलं. शिवा मधल्यामधे पुरुषांचंही नि बायकांचंही ऐकत उभा राहिला.

बराच वेळ झाल्यानंतर सगळी आपआपल्या घरला गेली नि घरात शिमग्याचा सण साजरा झाला... पोरींनी दादाला मिणत्या करकरून सणाचं जेवायला घातलं...बऱ्याच वर्षांनी दादाचा मार खाल्लेली आई खोलीच्या अंधारात जाऊन मुकाट झोपून राहिली. कधी दुपारी चारच्या सुमाराला तिच्या पोटात अन्न गेलं.

या भांडणाला पंधरावीस दिवस होऊन गेल्यावर मी कागलला आलो होतो, तरीही मला आईचाच राग आला..कसाही असला तरी तिनं आपला नवरा म्हणून, मुलांचा बाप म्हणून दादाला सांभाळलंच पाहिजे. दादा आळशी, बिनकामाचा असला तरी ह्या घराचा धनी या नात्यानं हयात आहे. त्यामुळं जनलोकात, समाजात घराकडं कुणी वाकड्या नजरेनं बघू शकत नाही, बायकांना अब्रूनं जगता येतं; याची जाणीव आईनं ठेवली पाहिजे. तेवढ्यासाठी सगळ्यांच्या कष्टातला एक-एक घास दादाला देण्याची गरज आहे.

मला आणखी असंही वाटलं, की सणाच्या दिवशी खुद्द आई दादाला 'जेवायला चला' म्हणून बोलवायला गेली असती तर कदाचित दादानं एवढं भांडण उकरून काढलं नसतं. निदान त्या सणाच्या दिवशी कळत-नकळत आईकडनं प्रेमाची, घरगुती जिव्हाळ्याची अपेक्षा दादानं केली असावी. पण त्या वर्षातनं एकदा येणाऱ्या दिवशीही आपली जिद्द आईनं सोडली नाही, याचं त्याला दु:ख झालं असावं. त्यामुळं त्याचा संताप झाला असावा.

म्हणून कामासनं आई आल्यावर तिला जरा शहाणपण सांगावं, असं माझ्या मनात आलं.

दीस बुडता बुडता दादा उसाचा पाला घेऊन आला. दारातच बिंडा टाकून आणलेल्या मोदळा पेंढ्यांच्या सोड-पेंढ्या करून, त्यांचं शेंडं पसरून बांधून, वाळली पानं काढून टाकून, त्यानं विक्रीचा झुबकेदार भारा तयार केला.

त्यालाही दोन शब्द सांगण्याची माझी इच्छा होती, पण काहीच बोललो

नाही. त्याला विक्रीचा भारा तयार करून, चटक्यासरशी भाऱ्याला बाजार दाखवण्याची गडबड होती. या गडबडीत काही बोलू नये वाटलं. म्हणून इकडतिकडंच बोललो नि मोकळा झालो. दादा भारा घेऊन गेला.

त्याला हा भारा घरातल्या म्हसरांना घालता आला असता. पण आई तो घालू देत नव्हती. 'तुझं तू मिळवून तुझं तू खा जा' म्हणून तिनं दादाला सुनावलं होतं. त्यामुळं दादाला हा भारा बाजारला न्यावा लागत होता. आईचं दादाशी वागणं तसं चुकीचंही वाटत नव्हतं. दादाला म्हसरांसाठी पाला रोजच्या रोज आणायला सांगितला असता तर दादानं तो रोजच्या रोज आणलाच असता, असं नाही. बहुधा त्यानं आळस केला असता. आता जो बिंडा आणला होता त्यातला अर्धा किंवा पाऊणच बिंडा त्यानं घरच्या म्हसरांसाठी काढला असता. पुष्कळदा आळस करून, पोटात दुखतंय म्हणून सांगून, 'आता कुठं पालाच मिळत नाही', म्हणून सांगून तो घरात बसला असता. दोस्तांशी गप्पा मारत त्यानं वेळ काढला असता.

आईला दादाची ही खोड माहिती होती; म्हणून तिनं हा उपाय काढला होता. दादाच्या पोटाला रोजच्या रोज चिमटा बसत असल्यामुळं दादाला आता उसाच्या पाल्याला जावंच लागत होतं. चिकाटीनं चार पेंढ्या जास्त काढाव्या लागत होत्या. तरच त्याला चार पैसे चढ मिळणार होते.

दादाला कामाला लावण्याचा हा उपाय दादाला सोसत नव्हता. घरातला कारभारी पुरुष होऊन बसून खाण्याची, वेळ पडली तर थोडं थोडं काम करण्याची जन्मजात त्याची सवय त्याला म्हातारपणी नडली होती. तशात मळा गेल्यामुळं तो खडकावर पडल्यासारखा झाला होता. आईनं म्हणजे खुद्द बायकोनंच नवऱ्याला वगळून टाकण्याचा उपाय त्याला अपमानास्पद वाटत होता.

यावर माझा काहीच इलाज चालत नव्हता. मी दोघांना कितीही सांगितलं तरी ते दोघांनाही पटत नव्हतं. ते दुखणं फार जुनं, माझ्या जन्माच्याही अगोदरपासूनचं होतं. त्याच्याही अगोदर कितीतरी वर्षं पुरुषप्रधान संस्कृती सुरू झाली त्या काळापासनं ते समाजाच्या हाडीमांसी खिळलं होतं.

दीस बुडल्यावर आई नि तिच्याबरोबर सगळी भावंडं आली. हिराही त्यांच्या अगोदर अर्धा एक तास कुठनं कुठनं म्हसरं हिंडवून आली.

मला बघून आईला आनंद झाला. सगळे सोप्यात बसलो. आईनं लक्ष्मीला सगळ्यांसाठी चहा करायला सांगितला. 'गुळाचा खडा जरा जास्त टाक' म्हणाली... दीसभराची सगळ्यांच्याच तोंडाला आलेली कडू खर गुळाच्या गोडीनं जावी, अशी तिची इच्छा होती.

आई थकलेली दिसत होती. उन्हाताणात काम करून करून ती सुकलेल्या

लाकडासारखी झालेली. तिला बघून वाईट वाटलं. मन खिन्न झालं. एवढी का चोपलीस; म्हणून चौकशी केली असती तर तिच्या जखमेवरची खपली निघाली असती नि तिचं मन भळभळू लागलं असतं. म्हणून काही हलकंफुलकं बोलून मी वेळ मारून नेऊ लागलो. तिला शहाणपण सांगण्याचा बेत रद्द करून टाकला.

मला वाटू लागलं सगळ्यांच्या पोटाला भरपूर मिळालं असतं तर ही भांडणं झाली नसती. कुणाला कुणी वेगळंही काढलं नसतं...सगळा मामला कमी पडणाऱ्या पैशांचा आहे.

आईला समजून सांगण्यात काही अर्थ नव्हता. तिचा दादावरचा राग गुंतागुंतीचा होता. तो एकपदरी नव्हता. म्हणून मी जमेल तसं दादाला समजून सांगण्याचा प्रयत्न केला.

"दादा, घरात आता भांडणं करत बसू नको." मी म्हणालो.

दादानं पुन्हा घरादारावरचा राग व्यक्त केला.

मी शांतपणे म्हणालो; "ते सगळं खरं हाय. बाकीची कशीबी वागली तरी तू त्येंच्यांतला एक होऊ नको. तूबी तसाच झालास, तर घरादाराचं शेवटाला वाटुळंच हुणार...तुला मी गेल्या सालीच सांगिटलं हुतं, की लागतील तसं माझ्याकडं पैसे माग. आप्पाकडनं एखादं कार्ड पाठव. मी लगेच मनिऑर्डर करतो. मग तू तसं का केलं न्हाईस? हितं भांडत का बसलास?"

"अरे आन्दा, तुझ्याच एकट्यावर घरादाराचा सारखा किती बोजा घालायचा? ह्यांस्नी राबून खायाला का ह्येचं हातपाय झडल्यात? तू जसं मला देतोस, तसं पर्तेकानं मला थोडं थोडं दिलं पाहिजे. हाडांची काडं करून मी त्यांस्नी वाढीवलंय. तुझ्याकडंच मी सारखा का हात पसरू?"

"तसं न्हाई. हातबीत कुणाकडंच पसरायचा न्हाई नि तुला कुणी पोटाला घालत न्हाई; म्हणून कुणासंगं भांडायचंबी न्हाई. माझ्यावर घरादाराचा कायबी बोजा न्हाई. उलट मला ही रोज रोज उठून पोटासाठी घरात भांडणं नको हाईत. तवा तुझा तू एकटा आनंदात ऱ्हा. जे काय खावंसं वाटंल ते खायचं. कामाला जावंसं वाटलं तर जायचं; न्हाईतर बसून खुशाल खा. मातूर तुला सारखं एका जागी बसून गप्पा मारायची, जेवलं की झोपायची, कामाकडं जाताना अळंटळं करायची सवं हाय. त्यामुळं तुझ्या पोटाला तुसास पडत न्हाई. पोटातलं अन्न सगळं आंबून जातंय, अपचन हुतंय नि तुझ्या पोटातला अल्सर वाढतोय. कळा करत्यात. तवा जरा का असंना रोजच्या रोज तुला कामाला हे गेलंच पाहिजे. शरीराला म्हेनत दिलीच पाहिजे. त्यासाठी रोज कुणाच्या तरी रानात जाऊन भाराभर उसाचा पाला तरी तू रोज आणलाच पाहिजेस."

“ते मी करतोयच की रं.”

“मग आता भांडाण एवढं घरात कुणासंगं करायचं न्हाई बघ. मजेत एकटं ऱ्हायचं...त्येच्यासाठी हे खर्चाला पैसे घे. संपल्यावर माझ्याकडं पुन्ना माग. लावून देतो.”

“बरं.”

दादाची समजूत निघाल्यागत वाटलं.

शिवाची बायको पावसाळ्यात माहेरला गेली होती. तिला कुणी परत आणलं नव्हतं. पावसाळ्यात रोजगार नसतो. त्यामुळं पोटा-पाण्यावरनं घरात एकमेकांत भांडणं, आरोप सुरू होतात. जरा जरी कुणाचं चुकलं किंवा कुणी चुकल्यासारखं जरी आईला वाटलं, तरी ती तडातडा बोलत होती. कामाचा आटापिटा करूनही पोटं भरत नसल्यामुळं नि सतत चणचणच भासत असल्यामुळं आईचं मन आतल्याआत सदैव अस्वस्थ असे. ती अस्वस्थता कशामुळं आली, याची त्या अडाणी मनाला जाणीवही नसे. अशा वेळी कुणाची आगळीक दिसली की ती भडकली जाई. तिचा ताप सगळ्या पोरांना होई. शिवाच्या बायकोलाही तो झाला. आईला तिच्यात काही खोड्या दिसल्या. बाकीच्या कुणा पोरांना नाही, पण तिला घरातून हाकलून देणं, माहेरला घालवणं, आईला सहज शक्य होतं, म्हणून तिला माहेरला ऐन पावसाळ्यात जावं लागलं.

आपल्या हाताबुडी आपली सून यावी, असं आईचं माझ्या लग्नापासून स्वप्न होतं, पण ते तिच्या मनाच्या अडगळीत तसंच पडून राहिलं होतं. शिवाचं लग्न करताना पुन्हा ते घासून-पुसून उजळून निघालं होतं.

पण शिवाच्या लग्नाच्या वेळी घरादाराची स्थिती वेगळी होती. ते आता रोजगाऱ्याचं घर झालं होतं. सून येवो, नाही तर सासरा येवो, सगळ्यांनाच त्या दिवशी पोटाला पाहिजे असेल तर रोजगाराला जावं लागत होतं. नाहीतर उपासमार ठरलेली. त्यामुळं सुनेच्या जिवावर सुखाचे दीस येतील, असं जे वाटत होतं ते फोल ठरलं.

मी कागलला गेलो तेव्हा रानातली सुगी घरात येऊन अडीच महिने झाले होते. उन्हाळा असल्यामुळं घाणं-गुऱ्हाळं, उसाच्या उकटण्या, वाळली कामं रानात, मळ्यात सुरू होती. त्यामुळं पावसाळा येईपर्यंत आडद्रा लागेपर्यंत रोजगाराला तोटा नव्हता. सुनेला आणायला हरकत नव्हती.

शिवा अंगापेरानं लुकडा असला, उन्हाताणानं जळल्यासारखा दिसत असला तरी शरीर ऐन तारुण्यात होतं. म्हणून आईनं सुनेच्या ज्या खोड्या सांगितल्या त्याविषयी मी तिची समजूत काढली नि शिवाची बायको आणण्यासाठी दादाला पाठवून दिलं.

शिवाची बायको नांदायला आली. शिवा खूश झाला.

मी चार-पाच दिवस कागलात राहून कामाच्या ओढीमुळं पुण्याला परत आलो. स्मिताच्या नोकरीचं पहिलंच वर्ष होतं. अजून तिच्या हायस्कूलला सुटी लागली नव्हती. कामाची म्हातारी बाई पोरींना दुपारी बारा-एकपर्यंत सांभाळत होती. पण तिच्या जिवावर घरदार फार दिवस टाकणं शक्य नव्हतं. म्हणून पुण्याला घाईनं परतावं लागलं.

परतताना एक गोष्ट तीव्रतेनं जाणवली, की आपण शेतात नांगरट, कुळवट, भांगलणं, बियाणं, पेरणी, सल्फेट यांच्यासाठी जेवढा पैसा दिला, तेवढ्या किमतीचंही धान्य शेतातनं आलं नाही. याशिवाय घरची माणसं शेतात राबतात, त्यांच्या कष्टांची किंमत आपण धरली नाही. समजा शेत दुसऱ्याचं खंडानं किंवा पैसे देऊन फाळ्यानं केलं असतं; तर तेही भरावं लागलं असतं. म्हणजे शेतात फायद्यापेक्षा नुकसानच जास्त होऊ लागलंय.

असं का व्हावं; हा प्रश्न मला पडला. त्याचं उत्तर काही केल्या सापडेना. शेवटी मनाची अशी समजूत काढली की यंदा पाऊस जवळजवळ पडलाच नसल्यानं किंवा तो फारच कमी पडल्यानं आपलं शेत नीट पिकलं नसेल, म्हणून हे नुकसान झालं असेल.

पण आई, दादा, शिवा यांना याचा पत्ताच नाही. त्यांना फक्त मळणी करून, सुगीचं जे काही धान्य येतं, त्याची पोती बघून, गठुडी बघून, परड्यात टाकलेला कडब्याचा ढीग, तुरीचा कोंडा बघूनच ते खूश असतात. त्याची किंमत किती आणि हे पिकवण्यासाठी आपण किती किंमत वेचली, याचा हिशोब त्यांनी कधीच केला नाही. 'येईल तेवढं आपलं' एवढाच त्यांचा अडगा हिशोब.

...हा हिशोब ठेवायचा तरी कसा? पुण्यात राहून मला तो ठेवता येणं शक्य नाही. आप्पाला, दौलाला ठेवायला सांगितलं पाहिजे. पण त्यांनी तरी कसा ठेवावा? सवड मिळेल तशी कुणी तासभर तर कुणी दीसभर शेतात कामं करतात. कुणी नुसती शेताची राखण पाखरांच्या वेळा हेरून करतात. कुणी पेंढीभर बाटूक काढून म्हशीला घालतं. ह्याचेही हिशोब ठेवावे लागतील. हे कसे ठेवायचे?

...हिशोब काटेकोरपणानं ठेवले तरी नुसता तोटाच तोटा दिसायला लागेल. उगीच मनाला नुसती रुखरुख तेवढी लागून राहायची. दुसरा फायदा काहीच नाही. तोटा आलेला दिसला तरी शेती थांबवता येणार नाही, की फायद्याची दुसरी कामं ह्या गावात घरच्यांना मिळायची नाहीत.

हे जसं चाललंय तसंच चालू द्यावं झालं. उगीच आपल्या डोक्याला जास्तीचा ताप नको. आहे तेच निभावून नेईपर्यंत नाकी नऊ यायला लागली आहेत.

कदाचित गेली दोन वर्षं इकडं मनासारखा पाऊस नाही. त्यामुळं वाळल्या रानातली पिकं चांगली येत नाहीत म्हणून पिकदावा कमी येताना दिसतोय. महागाई वाढत चाललीय; म्हणून घरादाराला पैसाही जास्त खर्चावा लागतोय. त्यामुळं आपला खर्चाचा नि उत्पन्नाचा मेळ बसत नसावा. म्हणून आपणास तोटा दिसतोय. उद्या पाऊसपाणी मनासारखं लागलं, महागाई गेली की तोटा दिसणारही नाही...आताच त्याचा कशाला विचार करायचा?

पुण्याला मी परत आल्यावर आप्पाचं आठ एक दिवसांत पत्र आलं की त्याला कावीळ झाली आहे; पण काळजी करण्याचं कारण नाही. डॉक्टरी इलाज तो करून घेतो आहे.

पत्र वाचून मन चरकलं. काविळीवर डॉक्टरी इलाज फारसे उपयोगी पडत नाहीत, याची मला कल्पना होती. म्हणून 'काविळीवर गावातली देशी औषधं देणारी कुणी माणसं असतील त्यांची औषध घे, ऊस भरपूर खा, पथ्यं पाळ. डॉक्टरी इलाज चालू ठेवच पण देशी औषधंही चालू ठेव. ती तशी परस्पर हानिकारक नाहीत. झालाच तर त्यांचा फायदाच होतो.' म्हणून कळवलं.

मी कागलला गेलो त्यावेळी नुकतीच त्याची एस. एस. सी. परीक्षा झाली होती. तिसऱ्यांदा बसला होता. पेपर्स सोपे गेले म्हणून सांगत होता. खराब झालेला दिसला. उंच उंच लुकडा. गळ्याचा घाटा खूप बाहेर आलेला. नाक नको इतकं उंच वाटतेलं. गालफडं बसलेली—असा त्याचा अवतार.

"एवढा कसा खराब झालास?"

"दोनतीन म्हैने परीक्षेच्या अभ्यासामुळं जागरणं लई झाली. जास्त खाल्लं की झोपेची गुंगी यायची. त्यामुळं जेवणबी निम्म्यावर आणलं हुतं."

"बेसुमार अभ्यास केलेला दिसतोय!" मी हासत उद्गारलो.

"दादा, तुम्ही कधी तरी शाळंला जाऊन पहिल्या झूटला एस. एस. सी. झालात. मला तिसऱ्यांदा बसावं लागलं. शरम वाटत हुती ह्या गोष्टीची. म्हणून ठरीवलं की कायबी झालं तरी ह्या डावाला पास व्हायलाच पाहिजे. म्हणून तपाला बसल्यागत अभ्यासाला बसलो...पर घरात रोज रोज भांडणं. त्यामुळं काव किक्क येत हुता. अभ्यासात मन लागत न्हवतं. तशात मी हातपाय धड असूनबी बसून खाणारा लोदी किडा झालेलो. त्यामुळं घरातलं 'चिलाटबी' मला नावं ठेवायचं. त्यामुळं अभ्यासावरचं दोन-दोन दीस मन उडायचं."

"पर आता दिलीस न्हवं परीक्षा? पडलास न्हवं पार?"

"परीक्षा तर दिली. मला वाटतंय मी पार पडीन म्हणून. बघू या आता."

परीक्षा दिल्यापासनं आप्पा रोज कामाला जात होता. दोन अडीच महिने बसून खाल्लेल्याचं उसनं फेडत होता.

पण आता त्याला अचानक कावीळ झाली...स्मिताची धाकटी बहीण काविळीनं नुकतीच अचानक गेली होती. घरात स्वत: वडील डॉक्टर असूनही असं झालं होतं. काविळीवर डॉक्टरी औषध नसल्याचा पडताळा आला होता. मला फारच काळजी लागून राहिली.

पंधरा एक दिवसांत आप्पाची 'कावीळ' बरी झाल्याचं पत्र आलं. परीक्षेच्या निमित्तानं झालेली जागरणं, सारखा चहा, एका जागी बसून वाढलेलं पित्त, सतत मनावर अभ्यासाचा ताण, याचा एकत्रित परिणाम होऊन कावीळ झाली असावी.

आप्पाला खूप अशक्तपणा आला होता. घरात भांडणाचं वातावरण, वेळेवर पोटाला नीट मिळत नव्हतं. मिळालं तरी पथ्यपाणी सांभाळता येणार नव्हतं. चांगल्या सकस आहाराची त्याला गरज होती म्हणून मी त्याला विश्रांतीसाठी थोडे दिवस पुण्याला येण्याची विनंती केली. येताना बरोबर आनसाबाईलाही घेऊन यायला सांगितलं. 'लक्ष्मीला जागा' आला तर तो पाहण्यासाठी ती तिथंच राहू दे. वाटलंच तर आनसाबाईला थोड्या दिवसांसाठी पाठवून दे;' असं मी आईला सांगितलं होतं. त्याप्रमाणं आप्पाबरोबर आनसाही आली.

पुण्याला येण्याची आप्पाची अनेक दिवसांपासूनची इच्छा होती. ती यामुळं फळाला आली. माझ्या संसारात त्याला थोडे दिवस राहण्याची आनंद मिळाला. साहित्य-वाचनाची आवड होती, तीही या निमित्तानं काही प्रमाणात भागवता आली. अनेक साहित्यिक, संपादक यांचा सहवास त्याला माझ्या निमित्तानं मिळाला. वाङ्मयीन चर्चा ऐकता आल्या. त्या वातावरणात राहता आलं. मे महिन्यात काही वाङ्मयीन कार्यक्रम, व्याख्याने त्याला अनुभवता आली. लहानग्या स्वाती-कीर्तीत तो चांगला रमून गेला होता. लळा लावून त्यांच्याशी बोलत-खुलत होता.

आनसाबाईही रमून गेली होती. ती आता पंधरा-सोळा वर्षांची झाली होती. तिला घरातली सगळी कामं करता येत होती. स्मितानं शिकवल्याप्रमाणं फोडणी वगैरे उत्तम देऊन स्वयंपाक करत होती.

तीस मे अड्डसष्टच्या दरम्यान कागलहून दौलाचं पत्र आलं, की 'शिवा आजारी आहे. त्याच्या अंगात खूप जोरात कळा होतात. त्याला दवाखान्यात ठेवलं आहे. ताबडतोब पन्नास रुपये पाठवून द्या. डॉक्टरांनी सांगितलंय, तो बरा होईल. काळजी करण्याचं काही कारण नाही.'

पत्र वाचून मी चिंतेत पडलो. ताबडतोब पन्नास रुपये पाठवून दिले. 'शिवाच्या तब्येतीचं ताबडतोब सविस्तर कळव;' म्हणून दौलतला लिहिलं. त्यानं नुकतीच आठवीची परीक्षा दिली होती.

लगेच त्यानं पत्र लिहिलं. 'शिवाची तब्येत बरी आहे. आता तो घरी आला आहे. डॉक्टरांनी औषधं लिहून दिली आहेत. ती चालू ठेवली आहेत.' असा मजकूर वाचून मी सुटकेचा श्वास सोडला.

पण सहा जूनला तिसरंच संकट उभं राहिलं. आप्पाचा एस. एस. सी.चा रिझल्ट लागला नि तो तिसऱ्यांदाही अपयशी ठरला. त्याला कसं सांगावं मला कळेना. मी चिंतेत पडलो.

मी त्याला धीरानं समजावून सांगितलं. मला माझाच धीर सोडून भागणार नव्हतं..."आप्पा, अभ्यासाचं एक तंत्र असतं. खूप खूप वेळ अभ्यास केला म्हणजे अभ्यास होतो असंच काही नाही. तंत्र लक्षात घेऊन अभ्यास केला तर तू सहज पास होशील. तू तसा एरवी हुशार आहेस. आता आपण असं करू की आक्टोबरच्या परीक्षेचा तुझा अभ्यास मीच करून घेतो. कसा पास होत नाहीस ते बघू. तू आता आणखी थोडे दिवस इथंच विश्रांती घे. मग कागलला जाऊन तुझी सगळी पुस्तकं, वह्या, जुन्या प्रश्नपत्रिका इकडं घेऊन ये. थोडा-थोडा अभ्यास रोजच्यारोज मी तुझा घेत जाईन."

आप्पाला मी धीर दिला. आत भीती अशी वाटत होती की रिझल्ट लागल्याबरोबर त्याला कागलला पाठवलं तर तो घोर निराशेच्या पोटी जिवाचं काहीतरी करून घेईल. तूर्त त्याला इथंच ठेवावं. आलेली निराशा काळाच्या ओघात हळूहळू जाईल. आपणच ती घालवण्याचा प्रयत्न केला पाहिजे. म्हणून मी जूनमधले पंधरावीस दिवस त्याला पुण्यातच ठेवून घेतलं.

वीस-एकवीस जूनला त्याला त्याचं सगळं साहित्य घेऊन परत येण्यासाठी कागलला पाठवलं. आनसाबाई मदतीसाठी पुण्यात राहिली.

गावाकडं घरात काही वेगळंच घडत होतं. बऱ्या झालेल्या शिवाच्या आजारानं पुन्हा उचल खाल्ली होती. त्याला विचित्र शारीरिक रोग जडला होता.

घरात तणाव निर्माण झाला होता. शिवा तरुण होता. गल्लीतले रोजगार करणारे, बैलभाडं करणारे एक-दोघे जण त्याचे घसटीचे मित्र झाले. सगळेच अडाणी. चार पैसे हातात आले की मागचा-पुढचा विचार न करता वाट्टेल तशी चैन करण्याची त्यांची सवय बळावली होती.

...यातूनच हॉटेलातलं खाण्याची चटक लागते. पुढं पुढं गोरगरिबाच्या, पैशासाठी अडल्यानडलेल्या अविचारी तरुण स्त्रिया किंवा पोरी थोडक्या पैशांत भोगण्याचाही नाद लागला तर त्यात काही नवल नव्हतं...अशा नादानं दोस्तांच्या संगतीत बाहेर राहून शिवा काय काय करत होता, याचा पत्ता घरात कुणालाही नव्हता. सगळे जण नुसता अंदाज व्यक्त करत होते. आप्पा-दौलतला वाटू लागलं की आण्णाला बाहेरचा नाद लागलाय; म्हणून हा रोग जडलाय. आई-

दादाला वाटू लागलं की शिवाची बायको आल्यापासनं शिवाला हा रोग जडलाय. त्या अगोदर काही नव्हतं. पण शिवाला यांपैकी कुणीही स्पष्ट जाब विचारला नाही. त्याचा आब राखून त्याला विचारण्याचा प्रयत्न केला; तर त्यानं कुणालाच दाद लागू दिली नाही...त्याच्या बायकोलाही कुणी काही स्पष्ट विचारू शकलं नाही.

शिवावर पुन्हा डॉक्टरी इलाज सुरू केले. इंजक्शन्स देऊन त्याला बरं केलं. स्मिताच्या घरची सगळी माणसं आबा निवृत्त झाल्यावर म्हणजे दोन वर्षापूर्वीपासनं कागलातच आपल्या घरी राहत होती. त्यामुळं शिवाचा आजार बरा करण्यासाठी आबांनी खूप प्रयत्न केले.

आजार बरा झाला तरी शिवाला शारीरिक विश्रांतीची दोन महिने गरज होती. दिवस पेरणीपाण्याचे, शेतात कष्ट करण्याचे. पिकांची देखभाल, कोळपणी, खुरपणी करण्यासाठी पुढं होऊन काम करणारा कुणी तरी पुरुषी आधार घरात असण्याची गरज होती. त्यामुळं आप्पाला घरात राहणं भाग पडलं. शिवा बरा होईपर्यंत त्याला पुण्याला अभ्यासासाठी येणं अशक्य होऊन बसलं.

दौलतनं आणि आप्पानं शिवाच्या आजारासंबंधी सविस्तर पत्रं पाठवली नि औषधोपचारासाठी पुन्हा पैसे पाठवून देण्याविषयी सांगितलं.

पत्र वाचून मलाच शरमल्यासारखं झालं. आपण या घरादारासाठी कसा जीव उगाळतो आहे नि आपल्या घरची माणसं गावात कशी वागत आहेत; या कल्पनेनं अतिशय दुःखी झालो. शिवासारखा आजार घराण्यात कधी कुणाला झाला नव्हता. आमचं घरदार या बाबतीत धुतल्या तांदळासारखं अब्रूनं, सचोटीनं राहत होतं...शिवाला हा रोग झाला; त्या अर्थी त्याला वाईट नाद लागले असणार, याची मला खात्री वाटली. तो मित्रांच्या नादानं दारू पीत असल्याचंही माझ्या एकदा-दोनदा कानावर पूर्वीच आलं होतं.

माझ्यापेक्षा तो चार वर्षांनी लहान. लहानपणी तो रोगट होता. त्या काळात त्याला सांभाळण्याची सगळी जबाबदारी माझ्यावर होती. मी त्याला हाताला धरून इकडं-तिकडं नेत होतो. सांभाळून त्याचं होय-नव्हं पाहत होतो. गल्लीत खेळायला माझ्याबरोबर तो दुडूदुडू धावत असे...माझ्या वयाच्या विशीपर्यंत मी कागलात होतो. त्यावेळी घरात मी त्याच्याशीच मोकळेपणाने बोलू शकत होतो. बाकीचं माझ्या बरोबरीचं पुरुषमाणूस दुसरं कुणी नव्हतं. त्या सोळा वर्षापर्यंतचा खोडकर, विनोदी, गमतीनं बोलणारा निरागस शिवाच माझ्या मनात कोरला गेलेला.

त्यानंतरच्या काळात मी कॉलेजसाठी बाहेर पडलो नि शिवा इकडं स्वतंत्रपणे वाढला. त्याला अनेक कंगोरे फुटले. त्याच्यातल्या नको असलेल्या

स्वभावधर्मांनी उचल खाल्ली तरी मी शिवाशी वागताना पूर्वीच्या सोळा वर्षापर्यंतचा-शिवाजी गृहीत धरूनच वागत होतो. एरवी उपदेशाचे चार धडे देतानाही हाच शिवा माझ्या मनासमोर होता.

त्यामुळं शिवाच्या आताच्या वर्तनानं विजेचा बसावा तसा धक्का बसला. मी काहीसा चिडलो. त्याच्या औषधासाठी पैसे पाठवले पण त्याला रागारागानं एक खरमरीत पत्रही लिहिलं. शेवटी 'पुन्हा असा आजार झाला तर मी एक पैसुद्धा औषधाला देणार नाही' असं बजावलं...अडाणी माणसाला समजून सांगितलं तर त्या उपदेशात 'दम' वाटत नाही, अशा माणसाला रागावून, काहीसा दरारा बसेल अशा पद्धतीनं सांगितलं, तरच ते माणूस त्या मणातलं कणभर घेऊ शकतं; असा माझा अनुभव होता.

घरात भांडणं होतीच. त्यात माझं रागारागानं पत्र गेलेलं. शिवा कामाला न जाता आजारामुळं घरात बसलेला. बसून खाणाऱ्या माणसाच्या पोटाला घालणं रोजगाऱ्याच्या घरात अगोदरच जिकिरीचं. तशात औषधासाठी होणारा आणि आमच्या घराला न परवडणारा खर्च. शिवाला झालेला लाजिरवाणा आजार आणि पुन्हा त्यात माझं असं पत्र. परिणामी शिवाला उजळ माथ्यानं हिंडणं लाजिरवाण वाटू लागलं. त्यानं आईला सांगून त्याच्या लग्नात मिळालेली पाव तोळ्याची अंगठी सोनार कड्ड्याला जाऊन औषधोपचारासाठी म्हणून विकली. जरा बरं वाटतंय, असं वाटताच तो घरात कुणालाही न सांगता अंगठी विकून आलेल्यातले उरलेले पैसे घेऊन निघून गेला नि बेपत्ता झाला.

मला आप्पाचं पत्र आलं.

ते वाचून माझं धाबं दणाणलं. 'आईसंगं नि दादासंगं भांडून शिवा घरातून तोंड घेऊन कुठं गेला आहे. तिकडं आला असेल तर ताबडतोब कळवा.' असा पत्राचा आशय असला तरी शिवाचं आई-दादांशी झालेलं भांडण निमित्तमात्र असेल. खरा आपल्या पत्राचाच परिणाम त्याच्या मनावर झाला असेल; त्याला आता कुठं शोधायचं म्हणून मी खचून गेलो.

पण असं खचलेपणाच्या भावनेनं पत्रातून लिहिणं योग्य नव्हे. घरची माणसंही धीर सोडतील; म्हणून मी शांतपणे दुसरे दिवशी पत्र लिहिलं. पत्र लिहिण्यापूर्वी सौ.स्मिताशी नि आनसाबाईशीही चर्चा केली.

आनसा म्हणाली; "कुठं जायाचा न्हाई. पैसे संपल्यावर लगीच परत येईल बघा त्यो. आई-दादाला भ्या दाखवायपायी कुठं तर दोनचार दीस जाईल. त्येला वाटत असणार; सायेबदादा पळून गेल्यावर आई-दादानं कसा रडून योट केला हुता, हुडकायपायी भयाभया हिंडलं; तसं कायतरी आपूणबी करावं, असं त्येला वाटलं असणार. अधनंमधनं त्यो आई-दादाला 'असा जर तुम्ही मला

सारखा वणवा लावलासा तर दादागत मीबी कुठंतरी तोंड घेऊन जाईन बघा' म्हणून भ्या घालत हुता. त्यातलीच ही कारभारी झालेल्या आण्णाची खेळी असणार.''

आनसाच्या या बोलण्यानं खरोखरच मला धीर आला. मी आई-दादाला ताबडतोब कळवलं. ''काही काळजी करू नका. शिवा कुठं जाणार नाही. पैसे संपल्यावर तो परत येईल. माझ्याकडं आला तर मी त्याला सामोपचारानं सगळं सांगीन नि परत पाठवून देईन.''

आनसाचं म्हणणं खरं ठरलं. शिवा चार-पाच दिवस थोरल्या मामाकडं उदगावला जाऊन राहिला नि परत आला. मला हे कळल्यावर माझा जीव भांड्यात पडला...घरातली माणसं कशीही असली तरी ती सांभाळली पाहिजेत. त्यांना वेडीवाकडी, रागाच्या भरात कशीही पत्रं लिहू नयेत; याचा मला धडा मिळाला.

जुलै-ऑगस्ट हे दोन्ही कामाचे महिने आप्पानं गावाकडं काढले. तरीही त्याची सुटका होण्याचं काही चिन्ह दिसेना. शिवाचा रोग औषधं, इंजेक्शन यांनी बरा होई पण पुन्हा काही दिवस गेल्यावर रोग उचल खाई.

आईनं मग सुनेशी भांडण काढलं. तिच्यावर तिनं वाट्टेल ते आरोप केले. एरवी बायकोच्या बाजूनं भांडणारा शिवा यावेळी काहीच बोलला नाही. तो गप्प बसला. आईनं त्याचा अर्थ काढायचा तो काढला नि तिनं सुनेला माहेरला पाठवून दिली. तरीही शिवा काहीच बोलला नाही. बायकोनंही त्याच्या गप्प बसण्याचा अर्थ त्याची या भांडणाला संमती आहे, असाच घेतला नि ती माहेरला निघून गेली.

शिवाची बायको निघून गेली तरी शिवाला शारीरिक विश्रांतीची गरज होतीच. त्यामुळं आप्पाची सुटका त्या कामातून होईना. शेतातली कामं करून त्याला अधनंमधनं रोजगारालाही जावं लागू लागलं. दादानंही शेतात काम करायचं नाकारलं होतं. त्याचा तो घरात काहीही घडलं तरी तिकडं लक्ष न देता कुठं तरी जाऊन उसाचा पाला घेऊन येऊ लागला नि विकून खाऊ लागला...त्याच्या गरजेप्रमाणं मी त्याला पैसेही पाठवत होतो.

शिवा आजारी असताना, आप्पाला एस. एस. सी.ची परीक्षा द्यायची असतानाही दादा घरात कुणाला मदत करत नाही याची मलाही मनोमन चीड येत होती. पण मी मुकाट बसत होतो. या सगळ्या भांडणांना आई जबाबदार आहे, तिनं दादाला वगळून टाकलं नसतं तर आप्पावर ही पाळी आता आली नसती, असं मला वाटू लागलं...कुठल्याही परिस्थितीत आप्पाचं शिक्षण पुढं रेटलंच पाहिजे. नाहीतर मलाच घरचं पाहत बसावं लागेल. एकट्यानं हे ओझं किती दिवस ओढायचं?...असं भविष्याचं भय निर्माण करणारा विचार मनात येई.

आप्पाचंच ऑगस्टच्या शेवटच्या आठवड्यात पत्र आलं. 'घरात इतकं विचित्र वातावरण आहे की मला अभ्यासाला वेळ काढतो म्हटलं तरी मिळत नाही. शेतातल्या खुरपणी, भांगलणी ह्या तर सांभाळल्या पाहिजेतच. शेजारीच मांगवाडा असल्यानं राखणही डोळ्यांत तेल घालून करावी लागते. भांडणं सतत घरात चाललेलीच असतात. माझं लक्षच अभ्यासाकडं लागत नाही. रात्री तासभर अभ्यासाला बसण्याची इच्छा असते; पण दिवसभराच्या कष्टानं अंग आंबून गेलेलं असतं...जेवल्याबरोबर कधी एकदा पटकुरावर पडीन, असं होऊन जातं. म्हणून मी ऑक्टोबरच्या परीक्षेला बसत नाही.'

मला आप्पाची चिंता वाटू लागली...ह्यानं अवसान सोडलं की काय? मार्चच्या परीक्षेला तरी हा नक्की बसेल ना? का मार्चपर्यंत त्याचा अभ्यासाचा संबंध असा हळूहळू कमी होऊन त्याचा परिणाम कधी एस. एस. सी.ची परीक्षा न देण्यात होईल?...काय करावं?

तरीही मी आप्पाची हळुवार समजूत काढली. 'शिवाला बरं वाटू लागल्यावर तू पुस्तकं घेऊन पुण्याला ये. मार्चपर्यंत तुझा अभ्यास संपूर्ण करून घेऊया. मलाही तुझी मदत माझ्या कामात थोडी-थोडी होईल.' असं सांगितलं...त्या वातावरणातून त्याला बाहेर काढून त्याचा अभ्यास करून घेण्याची गरज वाटू लागली.

शिवाला बरं वाटू लागल्यावर सप्टेंबरच्या दुसऱ्या आठवड्यात आप्पा पुण्याला आला.

आप्पा आल्यावर आठ दिवसांत दौलतनं लिहिलं की; 'मला सारखं शेळ्या राखायला लावून देत्यात. त्यामुळं माझा अभ्यास काहीच होत नाही. आईला चार शब्द सांगावेत.'

त्याची समजूत काढण्यासाठी आईला पत्र लिहिलं. 'आई, दौलतला अभ्यास करण्यासाठी थोडी थोडी मोकळीक देत जा. हिराबाईला म्हसरांबरोबर शेरडं राखायलाही सांगत जा. दौलानंही थोडावेळ शेरडंही राखलीच पाहिजेत. संध्याकाळी शाळेतून परत आल्यावर इकडं तिकडं खेळण्यात वेळ न गमावता अभ्यास केला पाहिजे...' असे त्यालाही चार शब्द सांगितले...घरादाराचा तोल सावरत राहण्याची नितांत गरज वाटत होती.

जमेल तेवढा वेळ अप्पाच्या अभ्यासात त्याला मदत करू लागलो. उरलेल्या वेळात त्याचा तो मन लावून अभ्यास करू लागला.

कसाबसा एक महिना गेला नि आई पत्रातनं म्हणाली; 'शिवाचा आजार पुन्ना बळावलाय. त्यो पतपाणी नीट करत न्हाई. त्येला डॉ. घाटुगड्यांनी पतपाणी सांगिटलंय पर त्यो पाळत न्हाई. म्हणून त्येचा आजार सारखा चिघळतोय. त्यो घरात बसून हाय.

शेतातला जुंधळा पोसावलाय. कुणी तरी रात्री धाटाचं वीसभर कोचं कापून न्हेल्यात नुसतं जनावरांस्नी बाटूक म्हणून. पर आम्हांला धा-पंधरा किलो जुंधळ्याला ठोकर बसली. ह्येचं कारण शेतात कुणीच राखणीला जाईत न्हाई.

तवा आप्पाला कागलला लावून द्यो. त्यो हितं अभ्यास करील. आता जुंधळ्यावर पाखरं बसू लागल्यात. दौलाचा अभ्यास जोरात चालू हाय. पर त्येला पाखरं राखायला जावं लागतंय. म्हणून त्यो अभ्यास हुईत न्हाई म्हणतोय. म्हणून आप्पाबरोबर आनसालाबी लावून द्यावं.' आईनं दौलाकडनं पत्र लिहून घेतलं होतं.

जोंधळा चोरांनी कापून नेल्याचं वाचलं नि जीव कळवळला. पेरणीपासनं कापणीपर्यंत एकएक धाट जीव लावून सांभाळता सांभाळता नाकी नऊ येतात. त्यासाठी नांगरट, कुळवट, दिंडलणं, पेरणं, फेसाटी ओढणं, बाळ-भांगलण, कोळपण, खुरपण, सवळण, बूड भरणं करता करता रक्ताचा घाम करावा लागतो.

...शेवटी कुणीतरी ऐतखाऊ दिसभर घरात झोपून रात्री विळा घेऊन उठतो नि ज्याची राखण नाही, गावात प्रतिष्ठा नाही अशा गरिबाच्या शेतात घुसतो. खसाखस भाराभर उभा जोंधळा बाटूक म्हणून जनावरांना वैरण म्हणून नेतो. म्हशीला घालतो. त्याची म्हस लिटरभर दूध जास्त देते नि गरिबाच्या पन्नासभर भाकरी तिकडं कमी होतात...तरी वाळला शेतकरी जगणं काही थांबवत नाही. उपासपोटी का असेना दीस काढतो नि मिळेल ते पदरात घेऊन मुकाट बसतो.

मी आप्पाला ताबडतोब कागलला पाठवून दिलं नाही...आईला मी उन्हाळ्यातच सांगितलं होतं; "आनसाला लावून देणार असशील तर वरीसभर लावून दे. अधी-मधी म्हैना गेला की लगेच 'लावून दे, लावून दे,' करायचं न्हाई. असं असंल तरच तिला लावून दे. ती पुण्याला आली तर मुली बघायला ठेवलेली बाई कामावरनं काढावी लागेल. तुझी आनसा मला काय तशीच नको. हितं रोज दीड रुपया मजुरी मिळती न्हवं; तर मी वरीसभराचा आनसाचा हिशोब तुला त्याप्रमाणं देतो. शिवाय ती वरीसभर सुखाला लागंल. पोटभर तिथं ती खाईल, पिईल."

आईनं ह्याला होकार दिला होता. म्हणून आनसाला जूनमध्ये इकडं आणलं होतं. पण आईचं मागचं तसं पुढं सुरू झालं होतं. शेतातली कामं संपली, रोजगार मिळेनासा झाला की ती मला म्हणे, "पोरींस्नी न्हे जा तिकडं. अजिबात हिकडं लावून देऊ नकोस."

पुढं हळूहळू शेतात कामं निर्माण होत. तण वाढू लागे. खुरपणी,

कोळपणी करण्याची गरज भासे. ते तिला नि बाकीच्या पोरांना आवरत नसे किंवा तिला वाटे, की कामाची रणघाई सुरू आहे; तर आपल्या लेकींना रोजगार भरपूर मिळेल. रोख पैसा हातात येईल नि पोटाला भरपूर खाता येईल. म्हणून तिला रोजगार करणाऱ्या घरच्या माणसांची गरज वाटे नि ती लगेच पत्रातनं कळवी; 'लेकीला लावून दे. माझी हितं खंडीभर कामं खोळंबून पडल्यात.'

तिच्या या अस्थिर बुद्धीमुळं, तेवढ्यापुरताच विचार करण्याच्या सवयीमुळं मी अस्वस्थ होऊन जाई. तिच्या मागणीप्रमाणं वागलो नाही तर ती वाट्टेल तसे आरोप माझ्यावर करी. मागणीप्रमाणं वागलो तर माझी इकडं गैरसोय होई. ऐनवेळी माझ्या मुलींना पाहायला कुणी बाई मिळत नसे नि आम्ही दोघे नोकरीत अडकल्यानं मुलींना सकाळी बारा-एक वाजेपर्यंत पाहू शकत नसू. पण याचा विचार आई कधीही करत नसे. म्हणून आप्पाजवळून तिला आनसाबाईला लावून न देण्याचं कारण सांगितलं होतं.

दिवाळीच्या सुटीत आम्ही गावी गेलो नाही. स्मिताला आणि मुलींना फक्त पाठवून दिलं. माझ्याकडं ऑक्टोबर अडुसष्टच्या परीक्षांचे पेपर्स आले होते. हे संपवून मला कादंबरी-लेखनाकडं वळायचं होतं. त्यासाठी मला एकान्ताची गरज वाटत होती; तसंच इतर कोणत्याही सटर-फटर कामात वेळ घालवण्याची माझा मानसिक तयारी नव्हती; म्हणून मी नि आनसाबाई पुण्यात राहिलो नि स्मिता मुलींना घेऊन आठदहा दिवसांसाठी कागलला गेली.

स्मिताजवळ आईला देण्यासाठी दिवाळी-खर्चासाठी भरपूर पैसे दिले होते. आई त्यामुळं दिवाळीत खूश होती.

डिसेंबरात नाताळची सुटी गाठून मी दोन दिवस कागलला गेलो. वादावादी काहीच झाली नाही. मीही 'उगंच वाद घालायचा नाही, शिवाला काहीच बोलायचं नाही, दोन दिवस हासतखेळत राहायचं नि परतायचं.' असं ठरवून गेलो होतो.

दुसऱ्या दिवशी रात्री मध्यरात्री झाली तरी आईच नुसती बोलत होती. मी नुसता 'हूं हूं' म्हणत होतो. तिनं निराशेचा सूर लावलेला होता. "शिवाला आता खडखडीत बरं वाटतंय. त्यो आता कामाला जातोय. पर माझ्या हातात एकबी पैसा देत न्हाई. चैनीला उडवतोय. काय करू?

शेतात आता येळंसरी नांगरट केली पाहिजे. एका बैलजोडीला बारा रुपयं भाडं. शेत नांगरायला चार बैलांचा तरी नांगोर घातला पाहिजे. गेली तीन सालं नुसत्या दोन बैलांच्या नांगरानं रेघुट्या पडल्या. त्येनं रान काय खोलवर नांगरलं जाईत न्हाई. म्हणून पिकं रोगाट माणसासारखी नुसती जीव धरून हुबी असत्यात. रानं खोल नांगरली तर पिकं चांगली येतील. शिवा तर 'तुझं तू कसंबी रान नांगरून घे. माझ्या रोजगाराच्या पैशावर टपून बसू नको;' म्हणतोय.

मी आता कुठनं पैसा आणू? ह्या दोघा लेकांनी कामाला जाऊन कमाई केली तरच नांगरटीला पैसा मिळंल. पैसा तर कुणी साठवायला तयार न्हाई. आप्पा म्हणतोय, 'मला फारम भरायला पैसा पाहिजे. माझं मी राबून पैसा शिलकीला ठेवणार.'

मला आता काम निभत न्हाईत. बायकाच्या जातीनं किती राबायचं? मजुरीबी बायकूमाणूस म्हणून कमी मिळती. कामांचा आता मला कट्टाळा कट्टाळा आलाय.

घरात शेतात मूठपसा धान्य आलंय; तर आता ते सगळीजणंच बसून खायला लागल्यात. 'कामाला रोज उठून जायचं हाईच. जरा आठवडाभर सुटी घेऊ या.' म्हणत्यात. सुटी घ्यायला का हे तुझ्यागत पोफेसर हाईत का मामलेदार हाईत; हे तूच सांग.

म्हणून मला आता हे शेतबी नको नि ह्यो जलमबी नको...लोक म्हणत्यात; 'तू सायबाची आई झालीयास नि अशी रोजगाराची कामं का करतीस? खुशाल बसून खा आता. आता तू म्हातारी झालीस.'

आता तू मला बसून खायाला घालाय पाहिजेस.

लक्षिमीला आता ईस सालं संपून गेली. आमच्या घरात एवढी जुनवाट पोरगी आतापतोर कवाबी ऱ्हायली न्हाई. तू थोरला ल्योक. शिकलासवरलेला, हिच्या काय लग्नाचं बघतोस का न्हाई? तिला वरीसभरात दोन-तीन जागं आलं. सगळंजण पोरगी जुनवाट हाय म्हणून; बघून गेलं की मागं वळतबी न्हाईत. म्हणून मी एक सिद्धनेर्लीचा जागा आणला हुता. न्हवरा बीजवर हुता. तर लक्षिमी म्हणती; 'मला असला म्हतारा न्हवरा नको. वरीसभरात त्यो मेला तर मला पुन्ना म्हायारातच भुंड्या कपाळानं जलम काढावा लागंल. त्यापेक्षा हाय त्ये ब्येस हाय. न्हाईतर कुठलाबी कोरा न्हवरा काढा नि मला त्येच्या गळ्यात बांधा. मग तिकडं मी मेलो तरी तुम्हांस्नी काय म्हणणार न्हाई.' तिचंबी खरंच हाय. पर मी कोरा न्हवरा कुठनं आणू? काय चिखलाचा करू?

तू थोरला भाऊ होऊन काय कामाचा? नुसतं पैसे लावून देऊन ह्यो संसार हुणार हाय काय? आताशा तू सुटी पडली तरी कागलला येत न्हाईस. तू, तुझी बायकू नि पोरी तिकडं चैनीत ऱ्हातासा. तुझ्या पोरी फुलाफुलाचं झगं घालून हिंडत्यात. सगळी टुणटुणीत झालासा...माझ्या पोरांनी असं टुणटुणीत कवा हुयाचं? कवा चांगली धडुती अंगावर घालायची? कवा त्यांस्नी मनाजोगं पाच पक्वान्नाचं अन्न एक दीस तरी मिळायचं? तू गाव सोडून तिकडं लांब लांब जाऊन ऱ्हायलास. आमची वाळली आग तुला नगं म्हणून तू जवळचं कोल्लापूर सोडून तिकडं कायमचं पुणं गाठलंस. ह्या सगळ्यांनी तुला मूठमूठ कोंडामांडा देऊन मोठा केला. त्येचं कवा पांग फेडणार तू?''

आई गंभीर झाली होती. तिच्या सगळ्या प्रश्नांची उत्तर देणं म्हणजे माझी बाजू मांडण्याची नि वस्तुस्थिती समजून देण्याची गरज होती. ह्या सगळ्या गोष्टी समजून घेणं आईच्या आवाक्याबाहेरचं होतं. म्हणून मी ते टाळलं. वादावादी अजिबात टाळायची हे ठरवूनच मी गेलो होतो.

आईला गमतीनं म्हणालो; "जेवढं हुईल तेवढं तुजं पांग मी फेडतोच; पण खरं पांग फेडणार आप्पा आणि तुझा लाडका ल्योक दौला. म्हणून या दोघांस्नी आदूगर नीट शिकवू या. येत्या उन्हाळ्याच्या सुटीत मी कागलला येतो. लक्षिमीचं लगीन झाल्याशिवाय मी हितला मुक्कामच हलवत न्हाई. मग तर झालं?...माझी तिकडं पुण्यात ढीगभर कामं तुंबून पडल्यात. आता तासाभरात पहाट हुईल. तासतासभर पडू या. उद्या उठून मला जायाचं हाय." म्हणून झोपण्यासाठी उठून गेलो.

गमतीनं बोलत होतो. तरी आतून अस्वस्थ झालो होतो.

●

अठरा

आईला आणि गावाकडच्या इतर सगळ्यांना वाटत होतं, मी चैनीत आहे. तसं वाटणं अगदी स्वाभाविक होतं. आई-दादा आतापर्यंत माझ्याकडं सुटे सुटे दोन-तीन वेळा येऊन गेले होते. कधी कामासाठी, तर कधी यावंसं वाटतंय म्हणून. शिवा एकदा अचानक दोस्ताबरोबर पानशेत बघायला म्हणून एक-दोन दिवस आला होता. आप्पा अभ्यासाच्या निमित्तानं नुकताच एकदोनदा येऊन गेलेला. हिरा, लक्ष्मी, आनसा एकएकट्या बरेच दिवस राहिलेल्या. माझे प्राथमिक शाळेतील शिक्षक, एकदोन भाऊबंद, धाकटा मामा असे अनेकजण येऊन गेलेले.

या सगळ्यांनी माझं बालपण गावात पाहिलं होतं. माझ्या हालअपेष्टा सगळ्यांच्या डोळ्यांसमोर घडल्या होत्या. त्यांना आता माझा मध्यमवर्गीय संसार पाहून समाधान वाटत होतं. मी 'सुखाला लागलो' अशी त्यांची खात्री पटत होती.

मी बाहेरची खोली उठण्याबसण्यासाठी केलेली. घर भाड्याचं असलं तरी बाहेरच्या खोलीला हिरवा ऑईलपेंट मालकांनी अगोदरच दिलेला. खोलीत लिहिण्यासाठी एक टेबल, एक दिवाण आणि दोन लाकडी खुर्च्या घेतल्या होत्या. दोन लोखंडी खुर्च्या जरा बाजूला ठेवलेल्या. दोन्ही मुलींची बालमनं रमावीत म्हणून खोलीत विविध प्राण्यांच्या रंगीत तसबिरी लावल्या होत्या. दिवाणावर बसण्यासाठी एक तक्क्या करून घेतला होता.

आईनं गावाकडं दूध घालण्याच्या, गोवऱ्या विकण्याच्या, काही तरी मागायला जाण्याच्या किंवा मळ्यातला भाजीपाला भेट देण्याच्या निमित्तानं भटाब्राह्मणाच्या घरात, दत्ताजीराव देसायांच्या वाड्यात किंवा नाडगोंडे वकिलांच्या हॉलमध्ये अशी बैठक बघितली होती. तिला वाटे; माझीही आर्थिक स्थिती आता

तशीच आहे. मी आता 'साहेब' झालेला आहे.

माझी नोकरी प्राध्यापकाची होती. स्मिता बी. ए. होऊन हायस्कूलमध्ये शिक्षिका म्हणून काम करत होती. मी लेखन करत होतो. त्यामुळं साहित्यक्षेत्रात माझ्या ओळखी झाल्या होत्या. साहित्यिक, संपादक, प्रकाशक, समीक्षक, कलावंत माझ्याकडं येत होते. निरनिराळ्या कॉलेजांतील प्राध्यापक येत-जात होते. कार्यक्रम ठरविण्यासाठी बाहेर गावची मंडळी येऊ लागली होती. रेडिओ-केंद्रावरील परिचित मंडळी येत होती. वाचक, तरुण साहित्यिक पुण्यातून जसे येत होते, तसे सुटीत परगावाहूनही येत होते. या क्षेत्रातील अनेकजण मित्र झाले होते. सुधाकर भोसले, अरविंद वामन कुलकर्णी, स. शि. भावे, त्यांची बहीण ललिता भावे, 'किर्लोस्कर' मासिकाच्या संपादकीय विभागातील व. र. देशपांडे, अनिल किणीकर, विजय कारेकर, माधव कानिटकर ही मंडळी तर मित्र-परिवारातील झाली होती. त्यांचं येणं-जाणं सतत होतं. त्यांच्याबरोबर त्यांचे साहित्यिक मित्र, रसिक मित्र असायचे. पुष्कळ वेळा परगावाहून ना. धों. महानोर मुक्कामालाच येत. रा. रं. बोराडे, द. ता. भोसले, श्रीनिवास कुलकर्णी, सुरेश गजेंद्रगडकर वरचेवर येऊन जात.

श्री. पु. भागवत, विद्याधर पुंडलीक, शंकर पाटील एखादी खेप अधूनमधून टाकत. पत्रव्यवहार वाढला होता. कोण कोणत्या वेळी येतील याचा पत्ता नव्हता.

...या सगळ्यांकडं अधूनमधून मीही जात होतो. त्यांची घरं, बैठकीचे हॉल किंवा सजवलेल्या खोल्या पाहत होतो. हे सगळेजण माझं स्वागत अतिशय प्रेमानं, आस्थेनं आणि उत्साहानं करत. त्यांच्याशी होणाऱ्या वाङ्मयीन गप्पांत आणि चर्चांत रंगण्या-रमण्याचा मलाही छंद लागला होता. या गप्पा-चर्चा कधी त्यांच्या घरी होत तर कधी माझ्या घरी होत.

या सगळ्या स्नेह्यांचं स्वागत माझ्या घरी नीटपणे व्हावं, असं मला वाटे. त्यामुळं मी बाहेरची खोली नीटपणे सजवलेली. कपबश्यांचा एक सेट आणून ठेवलेला. एक टी-ट्रे आणलेला. कधी नुसताच चहा होई. तर कधी चहाबरोबर पोहे, चिवडा, बिस्किटं हेही होई.

एवढी माणसं माझ्या घरी येत. हासत, खेळत आईला किंवा घरच्या बहिणींना, दादाला न कळणाऱ्या वाङ्मयीन, सामाजिक, सांस्कृतिक गप्पा मारत. इनामदार, वकील-मामलेदार यांच्या घरीही माणसांचा असाच राबता आई-दादांनी पहिला होता. अशीच चहा-पोहे, चिवडा-बिस्किटं यांची चैन पाहिली होती. दीसभर घर बंद असलेल्या नि तास-रातीला मिणमिणत्या रॉकेलचिमणीच्या लाल उजेडात भाजी-भाकरी करणाऱ्या नि गुळाचा कमी पावडरीचा ढोळकणी चहा फक्त सकाळ-संध्याकाळी दोनदाच पिऊ शकणाऱ्या आईला विजेचे दिवे

असलेल्या माझ्या घरी ही चैन वाटणं स्वाभाविक होतं.

सगळे स्वच्छ, धुवट इस्त्रीच्या घडीदार कपड्यातील लोक येत. माझे कपडे नेहमीच साधे , बिनइस्त्रीचे असले तरी ते नीटनेटके असावेत, असं वाटे. त्यामुळं मी टेरिकॉट, टेरीवुल, टेरीनचे कपडे वापरू लागलो. ते सोयीचे होते. इस्त्री नसली तरी ते नीटनेटके दिसायचे. लगेच वाळणं, थोड्या साबणात मळ लगेच निघणं, रंग पक्का असणं, नवीनवी डिझाइन्स असणं, हे गुणधर्म या कपड्यांत असल्यानं त्यांनी माझी फार मोठी सोय केली होती. त्यात माझी चांगली काटकसर होत होती नि मी चांगला अद्ययावत, आधुनिकही दिसू शकत होतो. मुलींचे, स्मिताचे, मदतीसाठी घरी आलेल्या बहिणींचे कपडेही मी नीटनेटके ठेवत असे.

स्मिताची या बाबतीत खूपच मदत होई. ती डॉक्टरांची मुलगी होती. तिच्या घरी या राहणीचं पूर्वीपासूनचं वळण असल्यानं मला काहीच प्रयास पडत नसत. उलट तिनं घराला सहजपणे हे वळण दिलं होतं.

गावाकडं घरादारात सगळ्यांच्याच वाट्याला दोन धडोत्यापलीकडं धडोती येऊ शकत नसत. दीसभर काम करताना भरपूर घाम त्यात मुरे. मातीचं किटण त्यावर साठे. अनेक दिवस साबण न मिळाल्यानं ती घामट, मळकट, कळकट दिसत नि झाडा-झुडपांचे, जनावरांच्या शिंगांचे, काट्या-कुपाट्यांचे खोंबारे लागून त्यांना भसकेही पडलेले असत. असेच कपडे जन्मभर नेसणाऱ्या माझ्या भावंडांना नि आईला माझ्या घरातले सगळ्यांचे कपडे चैनीचे वाटले, तर त्यात विशेष काहीच नाही.

माझी भावंडं लहानपणी चांगल्या अन्नाअभावी किरटी, रोगट, अशक्त होती. त्याचा परिणाम माझ्या मनावर खोलवर होता. म्हणून मी माझ्या दोन्ही मुलींच्या बाबतीत विशेष दक्ष होतो. स्वाती चार-साडेचार वर्षांची होती. त्यांना केळी, चिक्कू, सफरचंद, स्मिता आणून देत होती. मोसंब्यांचा रस काढून पाजत होती. दूध काळजीनं दोन वेळा सकाळ-संध्याकाळ देत होती. मुलं पहिली पाच वर्षं नीट सांभाळली नि सुदृढ केली की त्यांचं सगळं आयुष्य शारीरिक दृष्ट्या चांगलं जातं असं कुठं तरी वाचलं होतं. त्याचाही परिणाम माझ्यावर झाला होता.

मुली फळं, फळांचा रस खाता-पिताना आईला वाटे; एवढी महाग असलेली फळं आणण्यापेक्षा तेवढ्या पैशांत एवढे-एवढे जोंधळे, एवढे-एवढे गहू, एवढे-एवढे तांदूळ, डाळ येईल. ते याच्यापेक्षा कितीतरी जास्त पुरतील नि मुलांनाही 'पोट भरून' खायाला मिळेल. 'रस नुसता पाण्यासारखा मुतून जातो,' असं ती म्हणे...आम्ही चैन करतोय, असा तिचा पक्का समज होई.

घरात आम्ही भाकरीपेक्षा चपाती जास्त करत होतो. केवळ डाळी उकडून, त्यांना फोडणीच्या पाण्यात टाकून त्याची आमटी करणं नि भाकरी-चपातीबरोबर खाणं टाळत होतो. खरं तर आमटी-वरण घरात जवळजवळ बंदच झालं होतं.

कोणती तरी एक भाजी किंवा एक उसळ करून मोकळे होत होतो. भाजी-चपाती, भात व त्याबरोबर दही, ताक किंवा दूध असा जेवणाचा खाक्या होता. कारण स्मितालाही सकाळी साडेसहाला बाहेर पडावं लागे. त्यामुळे पहाटे उठून स्वत:चं सगळं आवरून स्वयंपाक करण्यास वेळ मिळत नसे. तरीही दोघे स्वयंपाकाला लागत होतो. दोन स्टोव्ह पेटवत होतो. स्मिता एकावर चपात्या करी नि दुसऱ्यावर तिच्या नजरेसमोर मी चहा-भाजी करी. ती झाली की भात ठेवी. अतिशय घाईघाईनं सगळा स्वयंपाक उरकावा लागे. पण हे अन्न पोटभर खायला मिळावं, ते नीटपणे खाण्याइतक्या चवीचं, फोडणीचं, मसाल्याचं असावं, अशी आम्ही काळजी घेत होतो.

आई, भावंडं, दादा हे अन्न नेहमीच खाताना त्यांना वाटे; कधी तरी खायचं चैनीचं अन्न आम्ही रोज करतोय. आमटीच्या पाण्याबरोबर भाकरी चावायची त्यांची रोजची सवय. अशा अन्नाला ते चैनीचं अन्नच म्हणणार, हे मला समजत होतं. 'मुलीच्या जातीला दूध कशाला प्यायला देता?' म्हणून तिनं मला विचारलं. तिला ती चैन वाटत होती. माणसासारखा निवारा, अंगभर कपडा नि दोन वक्ताला हवं तसं पोटभर अन्न मिळणं; हीच आई-भावंडांना गावाकडं चैन वाटत असली तर त्यात काही चुकीचं नव्हतं. मी हे सगळं समजू शकत होतो.

...आताशा सुटी पडली तरी मी कागलला जात नव्हतो आणि कोल्हापुरात मिळणं शक्य असूनसुद्धा मी प्राध्यापकाची नोकरी स्वीकारत नव्हतो; हे आईचं म्हणणं खरं होतं.

आरंभी आरंभी कोल्हापूरला प्राध्यापकाची नोकरी मिळावी, असं खूप वाटत होतं. त्यामुळं कागलात असल्यासारखं मला वाटणार होतं. घरादारावर लक्ष ठेवता येणार होतं. मळा मनासारखा पिकवता येणार होता...मनात असलेलं चार भावांसाठी चार मोठे भाग असलेलं एक मोठ्ठंसं घर बांधण्याची इच्छा होती. कुठंतरी मोठी जागा विकत घेऊन तिथं ते बांधावं, मध्ये सगळ्या भावांच्या मुलांना खेळण्यासाठी ग्राउंडवजा मोठं अंगण असावं, अशा घरात सासरला नांदायला गेलेल्या बहिणी आपल्या मुलाबाळांना घेऊन दसऱ्या-दिवाळीला माहेरवाशिणी होऊन याव्यात नि कुणाकडंही सुखानं राहाव्यात, आतून बघावं तर भाऊ स्वतंत्र वाटावेत नि बाहेरून बघावं तर ते सगळे एकत्र वाटावेत, घरादाराच्या मालकीची वीसपंचवीस एकर जमीन घ्यावी, शिवानं शेती करावी; तर बाकीच्यांनी उद्योग, व्यवसाय, नोकरी करावी... एकमेकांना मदत करत सगळ्यांनी सगळ्यांच्या मुलांना शिकवावं, मोठं करावं, असं माझं एक स्वप्न होतं...म्हणून मला कोल्हापुरात नोकरी करण्याची अनावर ओढ होती. आज ना उद्या तिकडंच जायचं हे मी मनाशी निश्चित केलं होतं.

पण काळाच्या ओघात फासे उलटे पडू लागले. पुण्यात आल्या आल्या हक्काचा मळा गेला नि घरादाराच्या नशिबी मजुरी आली. दादानं हाय खाल्ली नि त्याचा स्वत:वरचा विश्वास उडाला. शिवा तडफेचा शेतकरी निघेल असं वाटलं; पण तो सामान्य मजूरवृत्तीतच धन्यता मानू लागला. त्याला उद्याची स्वप्नं कधीच पडत नव्हती. कमी पडणारे पैसे मी घराकडं पाठवावेत, पण घरच्यांनी कसून राबून घर चालवावं, चार पैसे शिल्लक पडतील तसे त्याची पुन्हा नवी जमीन खरेदी करावी, शेतकरी शिवाच्या ताब्यात ती द्यावी, शिवानं ती भरपूर पिकवावी, तिच्या फायद्यातनं दुसरी जमीन घ्यावी, असं वाटत होतं...पण शेतकीत घातला जाणारा पैसा, कष्ट, मशागत, माणसांच्या राबणुकी यांची परतफेड शेत करू शकत नाही; याचा अनुभव पुन:पुन्हा येऊ लागला...पाऊस नेहमी हुलकावण्या दाखवून पीकपाण्याला टांग मारतो नि निघून जातो, हे मी सालोसाल पाहू लागलो...कालप्रवाहाच्या या विपरीत वळणामुळं माझं स्वप्न हळूहळू सुकून गेलं.

माझी वैयक्तिक पातळीवर महत्त्वाकांक्षा प्रभावी होत गेली. साहित्यिक व्हावं असं जोरकस वाटू लागलं. लहानपणापासनं साहित्य लिहीत होतो. पण तो माझा विरंगुळ्याचा, कल्पनांना शब्दांनी साकार करण्याचा, त्यांचा अनुभव घेण्यात रमण्याचा एक हौसेचा भाग होता. पण सुनीताताई आणि भाई यांच्या सहवासानं आणि प्रेरणेनं माझी वाङ्मयीन महत्त्वाकांक्षा वाढीला लागली. पहिल्याच पुस्तकाला पारितोषिक मिळालं. अभिप्राय खूपच अनुकूल आले. 'सत्यकथा' नि 'मौज' यांनी एकदम दिवाळी अंकातून कथा-कवितांना प्रतिष्ठापूर्ण, लक्ष्यवेधी प्रसिद्धी दिली. 'मातीखालची माती'ला उत्तम प्रतिसाद मिळाला नि दुसरा शासकीय पुरस्कार मिळाला... पुण्या-मुंबईच्या साहित्यक्षेत्रात मान्यता मिळू लागली. माझ्या साहित्याला, साहित्य-विचारांना घवघवीत यश येतंय, हे भारंभार मागणीमुळं नि व्याख्यानांसाठी येणाऱ्या निमंत्रणामुळं तीव्रतेनं जाणवू लागलं. मी भान हरपून साहित्यनिर्मितीत जास्तीत जास्त रमू लागलो.

तशात पुण्यात प्रभाकर पाध्ये स्थायिक होण्यासाठी आले. त्यांनी 'रायटर्स सेंटर'ची स्थापना केली. पुण्यामुंबईचे अगदी निवडक साहित्यिक, समीक्षक, विचारवंत, कलावंत तिथं येत. त्यांचा एक चांगला ग्रुप पुण्यात तयार झाला. तिथं जीवनाच्या अनेक अंगांवर बौद्धिक विचारमंथन होई. तशात पाध्यांनीच पोएट्री-क्लबची स्थापना केली. त्यात निवडक दहा-बाराजणच होतो. आलटून-पालटून त्यांच्या बैठका कुणा ना कुणाच्या घरी होत. ही दोन्ही मंडळं वाङ्मयीनदृष्ट्या 'सत्यकथा-मौजेच्या विचारांशी मिळतीजुळती' होती. ती वाङ्मयीन विचार, साहित्याचं तत्त्वज्ञान, त्याचं सौंदर्यशास्त्र, अधिक स्पष्ट, अधिक रेखीव, अधिक समृद्ध करत होती.

त्यांत मी अतिशय सखोलपणे घडत जात होतो. माझ्यातला साहित्यिक आणि साहित्यजाणकार पुष्ट होत चालला होता. त्यामुळं माझी साहित्यनिर्मिती अधिक जाणीवपूर्वक होऊ लागली होती. शिवाय पुण्याची साहित्यपरिषद, वसंत व्याख्यानमाला, इतर वाङ्मयीन कार्यक्रम यांच्या वातावरणात मी रमत होतो.

प्राध्यापकी व्यवसायाचं माझं हे आठवं वर्ष होतं. पाच वर्षं झाल्यावर मला एम.ए. ला शिकवण्यासाठी पुणे विद्यापीठाचं प्रमाणपत्र मिळालं होतं. ते मिळाल्यावर मी पुणे विद्यापीठाच्या मराठी विभागप्रमुखांकडं 'मला एम. ए. ला शिकवण्याचं प्रमाणपत्र मिळालंय. आठवड्यातनं एखादा तास एम. ए. वर शिकविण्याची आपण परवानगी दिली तर मी शिकवू शकेन.' अशी विनवणी दोन वर्षांपूर्वीच केली होती.

पण त्यांनी ती नाकारली.

''आम्ही फक्त पीएच.डी. झालेल्या किंवा ज्यांचे काही ग्रंथ प्रसिद्ध झाले आहेत; अशाच प्राध्यापकांना एम. ए.चे टीचिंग देतो.'' असं म्हणून त्यांनी मला पीएच. डी. करण्याविषयी सुचवलं होतं.

अशा रीतीनं दोन वर्षांपूर्वीच मला प्राध्यापकाच्या व्यवसायातील पीएच. डी.चं वेगळं महत्त्व कळलं. म्हणून गेल्या वर्षी मी पीएच. डी. ला नाव नोंदवलं. जमेल तेवढा वेळ प्रबंधासाठी वाचन, टिपण करण्यात घालवू लागलो.

'खळाळ'ची प्रुफं वाचताना दीड-पावणेदोन वर्षांपूर्वी एक गोष्ट लक्षात आली होती, की आपल्या पुष्कळ कथा प्राण्यांशी निगडित आहेत. 'इंजेन' ही कथा तर आपणाला जे सांगायचं होतं ते पुरेसं व्यक्त न करणारी कथा झाली आहे. या दोहोंचा एकत्र विचार होऊन माझ्या मनात एक वेगळ्या प्रकारची कादंबरी आकार घेऊ लागली. तिची जुळवाजुळव, तिच्यासाठी काही आनुषंगिक वाचन करण्यात गेलं वर्षभर मी दंग झालो होतो. आता प्रत्यक्ष तिचं लेखन सुरू करण्याचे वेध लागले होते.

रेडिओवर 'चालू जमाना' सतत गेली चार-पाच वर्षं चालू होता. दिवाळी अंकांसाठी लेखन मोसम आल्यावर चालू होई. बाहेरगावचे व्याख्यानांचे कार्यक्रम स्वीकारू लागलो होतो. परीक्षांचे पेपर्स तपासण्याचं काम चालू होतं...गावाकडच्या घरादारासाठी पैसा सारखा उभा करावा लागत होता.

मुली लहान असल्यामुळं आणि नोकरीही असल्यामुळं स्मिताला सुटी असल्याशिवाय गावाकडं जाणं होत नसे आणि सुट्या पडल्यावर माझ्या लेखनाला उधाण येई. असा कामाचा सतत रेटा होता. दुपारी फक्त कशीबशी तास-दीड तास विश्रांती घेऊन मी माझ्या कामाला भुतासारखा लागे. स्मिता संसार-कामात गढून जाई. स्वाती-कीर्तीला फिरवून आणी.

वस्तुस्थिती अशी असल्यामुळं माझं गावाकडं जाणं कमी झालं होतं. पूर्वी मी बरीचशी सुटी तिकडंच घालवीत असे. पण गेल्या दोन-एक वर्षात अधनंमधनं फक्त दोन-तीन दिवस राहून येई. तरी स्मिताला, मुलींना सुटीत महिना, पंधरा दिवसांसाठी पाठवून देत असे.

...आईला वाटू लागलं की मी घरादारापासून दूर चाललो आहे. गावाकडच्या माणसांच्या प्रश्नांकडं दुर्लक्ष करू लागलो आहे. आईची इच्छा अशी होती की घरचे प्रश्न आणि अडचणी सोडविण्यासाठी मी गावाकडं महिन्यातून एकदोन तरी फेऱ्या टाकाव्यात. सगळ्या सुट्या कागलात घालवून घरचे प्रश्न सोडवावेत. लक्ष्मी, आनसा यांच्या लग्नाचे प्रश्न सोडवावेत. शेताचे कष्टं, मशागत, पेरणी, नांगरणी, कापणी, मळणी मी माझ्या नजरेखाली करून घ्यावी.

मला हे शक्य नव्हतं. एक तर पुण्याहून कागलला जाण्यात एक दिवस जाई. परत येण्यात एक दिवस. राहण्यात निदान एक दिवस घालवणं जरूर. म्हणजे प्रत्येक फेरीत निदान तीन दिवस जाणार होते. आर्थिकदृष्ट्या मला ते परवडणार नव्हतं. तेवढाच पैसा वाचवावा आणि घरी द्यावा ही माझी इच्छा. एवढा पैसा घालून घरची कामं करावीत; अशी ती शेतकामं किंवा त्या अडचणी नसत. त्यापेक्षा तेच पैसे घरी पाठवावेत आणि घरच्यांनी उपयोगाला आणावेत, ही इच्छा प्रबळ होती. घरात सगळे शेतीच्या कामात अनुभवी होते. त्यामुळं त्यांना शेतकामं केव्हा केव्हा कोणती केली पाहिजेत, याचं भरपूर ज्ञान होतं. पण घरात परस्परांत मेळ नसल्यानं आणि आईच्याच म्हणण्याप्रमाणं सगळ्यांनी चालावं असा तिचा आग्रह असल्यामुळं सारखी भांडणं नि वादावादी होई. प्रत्येकाचे स्वभाव नडत होते. त्यावर माझा इलाज चालत नव्हता. मी निघून आलो की मागं तसंच पुढं चालू राही. माझ्याविषयी "त्यो बाजीरावासारखा घोड्यावरनं येऊन रग्गड सांगंल नि निघून जाईल. आम्हास्नी हितं किती कुथावं लागतंय ते आमचं आम्हाला ठावं." असे शेरे मारले जात. त्यामुळं माझा उत्साह नष्ट होई.

गेल्या दोन वर्षांपासून माझ्या पोटात कळ सुरू झाली होती. डॉक्टर म्हणाले, "अल्सरची प्राथमिक लक्षणं आहेत. जास्त तिखट, तेलकट, आंबट खाऊ नका. जागरणं करू नका."

झोप कमी झाली होती. रात्री कशानं तरी जाग आली की मला रात्रभर जागाच राही. त्याचा परिणाम रात्री उठून लेखन करण्यात झाला होता. ते बंद केलं. पथ्यपाणी सांभाळून राहू लागलो...पूर्वी रात्रीचा प्रवासही करत असे, तोही वर्ज करावा लागला. त्यामुळं रविवार गाठून शनिवारी रजा काढून, जे शुक्रवारी संध्याकाळी जाऊ शकत असे, तेही कमी करावं लागलं.

तरीसुद्धा कोणत्याही परिस्थितीत येत्या उन्हाळ्यात लक्ष्मीचं लग्न होण्याची

गरज होती. तिला आता एकवीस वर्षं पूर्ण झाली होती. बाविसावं सुरू होतं. त्यामुळं समाजात ती एक 'जुनवाट पोरगी', 'लग्नाचं वय गेलेली' म्हणून पाहण्याची शक्यता होती.

म्हणून येताना दादाला जरा तावातावानं 'पै पाहुणं, इष्टमैतर यांच्या परगावी जाऊन गाठीभेटी घे.' म्हणून सांगितलं. दोन्ही मामांनाही एखादा जागा नजरेत असेल तर कळवायला सांगितलं. माझा मित्र मधुकर सणगर हा घोंगडी विकण्याच्या निमित्तानं अनेक गावं हिंडत होता. त्याच्याही "नजरेत एखादा जागा आला तर चौकशी करून कळव." म्हणून सांगितलं नि मी पुण्याला आलो.

या काळात स्मिताच्या नि माझ्या संसाराची चाकोरी ठरून गेली होती. या वर्षीच्या जूनपासून दोघी मुलींना 'चिल्ड्रेन्स ॲकॅडमी' नावाच्या जवळच असलेल्या कॉन्व्हेंट स्कूलमध्ये घालायचं निश्चित केलं होतं. ज्युनिअर किंडरगार्टनपासून तिथं सातवीपर्यंतचे वर्ग भरत होते. महत्त्वाकांक्षा अशी होती की आपल्याला जे मिळालं नाही; ते आपल्या मुलांना भरभरून मिळावं.

एकोणसत्तरच्या जूनमध्ये म्हणजे स्मिताला नोकरी लागून एक वर्ष पूर्ण झाल्यावर तिच्या-माझ्यामध्ये एक बोली झाली. मला सतत गावाकडं पैसे पाठवावे लागत होते. गावी जावं लागत होतं. दसरा-दिवाळीसाठी मधेच होणाऱ्या आजार, लग्नं, इतर अडचणींसाठी मी गावाकडं जाऊन खर्च करून येत होतो. माझ्या कॉलेजचा पगार महिन्याच्या महिन्याला कधीच झाला नाही. थोडा थोडा ॲडव्हान्स मिळे. एरवी तीन-तीन महिन्यांनी किंवा त्यापेक्षा जास्त काळानंतर पगार होई. त्यामुळं घरात आर्थिक अडचणींना तोंड द्यावं लागत होतं. त्याची भरपाई मी इतर कामं करून करत होतो. विशेषत: रेडिओवर होणाऱ्या 'चालू जमाना'चे पैसे फार उपयोगी पडत. 'सत्यकथा-मौज' यांच्याबाहेर मी भरपूर लेखन करत होतो. त्यांतूनही पैसा मिळवत होतो. तोही वेळोवेळी उपयोगाला येत होता. त्यामुळं खर्चाची तोंडमिळवणी होत होती.

गावाकडनं पैशाची सतत मागणी होत होती. पैसे पाठवताना स्मिता एका शब्दानंही मला बोलत नसे. तिनं उलट मला गावाकडं पैसे पाठविण्यासाठी प्रोत्साहनच दिलं. तिचं माहेरही भरपूर मुलाबाळांचं असल्यामुळं, स्वभावानं ती कुटुंबवत्सल असल्यामुळं आणि तिला मोठ्या धबडग्याच्या कुटुंबाची कल्पना असल्यामुळं, तिनं माझ्या पैसे पाठवण्याला कधीही विरोध केला नाही.

पण तिला नोकरी लागल्यावर मनाशी खूप विचार करून मी एक निर्णय घेतला. सदुसष्ट अखेरपर्यंत माझी एक पैसाही शिल्लक पडली नव्हती. उलट ओढाताणच खूप होत होती. तरी आमचा संसार रखडत का होईना चालला होता. कुचंबत का होईना गावाकडचं घरदार जगत होतं. स्मिताचं शिक्षण पुरं

झालं होतं. घराचं भाडं दिलं जात होतं...मला वाटू लागलं आपल्या पगारात आणि इतर कामांतून मिळणाऱ्या फुटकळ पैशांत आपलं दोन्हीकडचं चालू शकतं. इथून पुढंही आपण तसंच चालवायचं. स्मिता आपल्या कर्तृत्वानं शिकली आहे. तिच्या शिक्षण-खर्चासाठी म्हणून आबांनी लग्नात आपल्या हातावर तीन हजार रुपये ठेवले होते. म्हणजे माझ्या पैशाला तिनं तसा संसार सोडला तर स्वत:साठी स्पर्शही केला नाही. तेव्हा तिच्या पगाराला आपणही हात नको लावायला. याचा उपयोग दुसऱ्या रीतीनं कधी तरी तसाच प्रसंग पडल्यावर आपण करू. तिचे पैसे आपण आताच वापरू लागलो तर गावाकडची सतत ओढ असलेल्या आपल्या हातातून ते पार खर्चून जातील. स्मिताला एके दिवशी वाटेल की आपला इथला पैसा आपल्या इथल्या संसाराला लागतच नाही...हे किती दिवस चालणार?.. एखाद्या वेळेस तिच्या माझ्यामध्ये त्यावरून वाद, मतभेद, भांडणं हीही होऊ शकतील. अटीतटीच्या वेळी, रागाच्या भरात ती असंही बोलू शकेल की, "माझा पगार होता; म्हणून तुमचं घरदार जगलं."

माझ्या मनाला ती कल्पनाही सहन झाली नाही. तो प्रसंगच आपण येऊ द्यायचा नाही. म्हणून स्मिताला म्हणालो, "स्मिता, आपण एक बोली करू. बँकेत तुझं खातं उघडू. तुझा सगळा पगार त्या खात्यावर जमा करू. संसार म्हणून काही शिल्लक टाकायला सुरुवात करू. असं केल्याशिवाय शिल्लक पडणार नाही. आजवर माझ्या पगारात आणि फुटकळ कमाईत चाललंच आहे. तेच पुढं चालू ठेवू."

"माझं काही म्हणणं नाही. तुम्हाला तसं करावंसं वाटत असेल तर तसं करा. खर्चाला लागले तर खर्चही करा. माणसापेक्षा पैसा काही महत्त्वाचा नाही."

तिला थोडक्यात बोलायची शहाणी सवय. तिच्या या समजुतदार बोलण्याचा माझ्या मनावर चटकन परिणाम होत होता. माझ्या घरादाराविषयी तिला मनापासून आत्मीयता होती. याचा पडताळा मला सतत येई. घरचं पत्र आलं की ती आवर्जून सांगे; "घराकडची परिस्थिती ठीक दिसत नाही. तुम्ही चटकन पैसे पाठवून द्या."

या प्रांजळ स्वभावामुळं, तिच्या बोलण्यामुळं, तिच्या सांगण्यावर माझा चटकन विश्वास बसत होता. तिनं मनात आणलं तरी तिला आत एक आणि बाहेर दुसरंच सांगायला जमत नाही; याचा मी परोपरीनं अनुभव घेत होतो... संसाराचं सगळं काही तीच बघत होती. पुष्कळ वेळा तिच्याबरोबर धान्याचं ओझं आणण्यासाठी तेवढा जात होतो. कॉलेजवरून येताना मधेच मंडईला उतरून मुलींसाठी फळं, केळी, भाजीपाला, हवी असलेली चहाची पावडर एवढ्या वस्तू मात्र मला आणाव्या लागत होत्या.

दोन वर्षांपासून कॉलेज शुक्रवार पेठेतून पर्वती-रमण्याच्या परिसरात

गावाच्या बाहेर आलं होतं. घरापासनं म्हणजे काँग्रेसभुवनपासनं ते पर्वतीच्या पलीकडच्या डोंगरकुशीपर्यंत सायकल रेटणं मला अशक्य होऊ लागलं. सतत चढ होता. नदीच्या सखलाईकडनं डोंगराच्या चढाकडं प्रवास करावा लागत होता. तरीही तो मी वर्षभर केला. त्यावेळी ध्यानात आलं की दोन-तीन किलोमीटर चढाला सायकल रेटून आपण घाम्याघूम झालेलो असतो; थकलेलो असतो. दम लागलेला असतो. अशावेळी पहिला तास घेणं जिकिरीचं होतं. घामाच्या अंगानं वर्गात जाणं नको वाटतं...म्हणून मग सायकल कमी केली. कधी पहिला तास नसेल तर मग बसचे पैसे वाचवण्यासाठी सायकलीनं जाऊ लागलो. दोन वर्षांनंतर केवळ बसनंच कॉलेजला जाऊ लागलो.

असं जाण्यात मला एक फायदा दिसून आला. आपणास बसची वाट बघत 'बसस्टॉप'वर वाचन करता येतं. बसमध्ये बसल्यावरही करता येतं आणि ताजेतवाने राहिल्यामुळं कॉलेजमध्येही तास नसेल तर लायब्ररीत बसून वाचन करण्याचा उत्साह शरीरात असतो...त्यामुळं माझी बरीचशी पीएच. डी. बसस्टॉप, बस नि ऑफ पिरिएडस यांच्या मदतीनंच पार पडली. कॉलेजमध्ये मोकळ्या वेळात स्टाफरूममध्ये गप्पा मारत न बसता सतत वाचनलेखन करत ग्रंथालयात राहायचं; ही माझी सवय होऊन गेली.

जानेवारी एकोणसत्तरमध्ये आणखी दोन नवी कामं हातात आली होती. 'शिक्षणप्रेमी बाबूराव जगताप' यांच्या आठवणींचं सहसंपादन करण्याचं काम आलं होतं. लोकांकडून मागवलेल्या आठवणी वाचून त्यांची निवड करायची होती. काम तसं सोपं होतं. शिवाय जगतापांचे जावई वसंतराव देसाई आणि त्यांच्या पत्नी हे दोघेही त्याचा प्रमुख भार सांभाळत होते. 'मातीतलं मोती' या प्रातिनिधिक ग्रामीण कथांच्या संग्रहाची जबाबदारी मात्र मी एकट्यानं सांभाळली होती. प्रकाशक पंडित अनंत कुलकर्णी यांच्या विनंतीवरून मी ते काम स्वीकारलं होतं. या निमित्तानं मराठीतील ग्रामीण कथांचा धांडोळा घेता येईल, असं वाटत होतं.

कामाची घाई सतत चाललेली असे. रिकामं बसण्याची सवय नव्हती. वेळापत्रक तयार करून कामं ओढत होतो. यातून व्याख्याने, पंधरावड्यातनं एकदा 'चालू जमानाचं' लेखन, मधून एखाद्या संपादकाची कथेची मागणी, 'गोतावळा'चं चाललेलं लेखन हेही सुरूच होतं. दिवस पुरत नव्हते.

जानेवारीच्या शेवटच्या तारखेला 'खळाळ'ला महाराष्ट्र सरकारचं पारितोषिक मिळाल्याचं प्रसिद्ध झालं. 'खळाळ'बरोबर श्री. दा. पानवलकरांचा संग्रहही होता. पण खळाळनं दुहेरी विक्रम केला. त्याला प्रथम प्रकाशन कथाविभाग आणि प्रौढ विभाग अशा दोन्ही विभागांतली पारितोषिकं होती... मला अत्यानंद झाला.

अभ्यासासाठी पुन्हा पुण्याला आलेला आप्पा फेब्रुवारीच्या दहाबारा तारखेला

कागलला फॉर्म भरण्यासाठी गेला. त्याच्यासोबत पेढे पाठवून दिले. अभिनंदन करणाऱ्या मित्रांच्या संगतीत महिना छान गेला.

मार्चच्या तिसऱ्या आठवड्यात मुंबईला पारितोषिक वितरण समारंभ झाला. या निमित्तानं सरकारी खर्चानं माझा नि स्मिताचा रेल्वेचा पहिल्या वर्गाचा प्रवास आयुष्यात प्रथम घडला. प्रथमच चांगल्या हॉटेलात रूम घेऊन दोन दिवस काहीही न करता आरामात खातापिता नि राहता आलं. अनोख्या आनंदानं आम्हा दोघांची मनं दोन दिवस बहरून आली. ते दोन दिवस अपूर्व अनुभवाचे होते. त्यामुळं कायमचे लक्षात राहिले.

मुंबईला जायच्या आधी म्हणजे मार्चच्या दुसऱ्या आठवड्यात कागलहून अचानक तार आली. 'दादा गंभीरपणे आजारी आहे; ताबडतोब या.'

अशा प्रकारची तार येण्यातलं गांभीर्य मला माहीत होतं. गावाकडं दादाचं तसंच काही झाल्याशिवाय अशी तार येणार नाही; असं पुन:पुन्हा वाटू लागलं.

ताबडतोब मी रजा काढून दुसऱ्या दिवशी कागलला गेलो होतो...दादा थकला होता. पोटातल्या कळीनं हैराण झाला होता. त्याला स्वत:लाच सगळा स्वयंपाक करून खावा लागत असल्यामुळं आणि इतर अनेक कारणांमुळं त्याचा जगण्याचा उत्साह संपला होता. तरीही 'लक्ष्मिमीसाठी जागा बघत न्हाईस. या पोरीचं कोण बघणार?' म्हणून मी त्याच्याशी डिसेंबरात वाद घातला होता. त्याचा परिणाम होऊन तो सारखा आठवतील ते पाव्हणं हुडकण्यासाठी आसपासच्या गावी भटकत होता...

...'एकाएकी आजारी कशानं पडला? त्याचं आणखी काहीतर झालं नसंल? देवा, दादाला सुखरूप ठेव. त्याला सुखाचे चार दिवस तरी बघण्यासाठी मिळू देत. त्याच्या समोर माझ्या सगळ्या बहिणींची लग्नं होऊ देत. भावांची शिक्षणं होऊ देत. त्यांना नोकऱ्या लागू देत. सगळं घरदार सुखी झालेलं बघण्यासाठी त्याला आयुष्य दे. मग मळा गेल्याचं त्याचं दु:ख जाईल. त्याला पोरांच्या कर्तृत्वामुळं सुखाची भावना होईल.'

...थोरली बहीण आनसाबाई वारली तेव्हा मला 'ती गंभीर आजारी आहे' म्हणून बोलावण्यात आलं होतं. तसं तरी काही यावेळी झालं नसेल ना; म्हणून मी कागलात पोचल्यावर डोळ्यांत नि कानांत प्राण एकवटून हळूच घरात शिरलो.

सोप्यात शिरलो. इकडंतिकडं बघत जिन्याच्या वाटेकडं माझी नजर गेली; तर सोप्यातल्या पडदीच्या पलीकडंच मला दादाचे वाळून खारकेसारखे झालेले दोन्ही पाय अंथरुणावर एकमेकांना चिकटून पडलेले नि वाटेत आलेले दिसले. दादाचं सगळं अंथरूण पडदीच्या आड. मला एकदम हायसं वाटलं. एकदम रडू कोसळलं. "दादा, कसा हाईस?" म्हणून मी त्याच्याजवळ जाऊन बसलो.

सगळी पटापटा जमली.

आजाराची, औषधपाण्याची सगळी चर्चा झाली. खाल्लेलं काहीच पचत नव्हतं. उठलं की चक्कर येत होती, म्हणून दादा सारखा झोपूनच राहत होता नि खायला काहीच नको म्हणत होता. नुसता हाडांचा सापळा उरलेला.

मला बघून तो निरवानिरवीची भाषा करू लागला... "हे करा, ते करा, घराच्या वाटण्या अशा अशा करा, शेताचं तसं तसं करा, पोरींस्नी सांभाळा" अशी त्याची भाषा.

आप्पा-आईशी नि लक्ष्मीशी झालेल्या चर्चेवरून माझ्या लक्षात आलं होतं की दादाला काहीही गंभीर आजार नाही. नुसतं अपचन आहे. काही खात नसल्यामुळं अशक्तपणा आला आहे. त्यामुळं चक्कर मारत असावी. गेली तीन-चार वर्षं घरादाराला रेशनचं अतिनिकृष्ट धान्य मिळत होतं...त्याच्या नुसत्या कण्याभाकरी खाऊन खाऊन सगळ्यांचा कस नाहीसा झालाय. त्यामुळं अधनंमधनं सगळी आजारी पडतात. हिराबाईच्या अंगातलं रक्त अजिबात संपलंय, फुला टाईफॉईडनं आजारी पडली, दौलतला टॉनिकच्या बाटल्या द्याव्या लागल्या. आईही अशक्त झाल्यानं पांदीत भारा घेऊन पडली. आप्पाला कावीळ झाली. दादाचंही तेच झालं आहे. उलट दादाला जेवलं की झोपायची, पडून राहायची सवय. आढ्याकडं नजर लावून नुसतं विचार करायची रीत. मळा गेल्याचा अकारण ध्यास नि पोटाचे विकार; यामुळं त्याच्यावर निकृष्ट अन्नाचा परिणाम जास्त झालाय.

मी धीर येऊन दादाला म्हणालो; "दादा, तुला कायबी झालं न्हाई. तू उगं कायबाय बोलत बसू नको. तुझ्या वारगीची गल्लीतली नि गावातली माणसं अजून टुणटुणीत हाईत. त्यांस्नी कायबी झालेलं न्हाई नि तुलाच काय हुतंय? तू आता उगंच कशाबशाचा इचार करायचं सोडून दे. भरपूर खा-पी नि भरपूर हिंडून-फिरून येत जा. नुसता एका जागी डुलक्या काढत बसतोस, नुसता पडून ऱ्हातोस; म्हणून हे असं हुतंय. सारखा इचार कशाला करायचा त्यो? त्येचा आता काय फायदा?... मी सगळं निभावून न्हेतोय न्हवं? आप्पाबी आज ना उद्या मॅट्रिक फास होऊन लौकरच नोकरीला लागंल. पोरींची लगनं काय ऱ्हाईत न्हाईत. तू उगंच काय तरी बडबडत बसू नको. डॉक्टर औशीद देत्यात ते तू येळंसरी खाईत न्हाईस; असं कळलं. औशीद हे नेहमीच कडू असतंय. तरीबी ते प्यायचं असतंय. उगंच 'कडूकडू हाय. मला ते नको.' असं म्हणून तसाच बसलास तर तू बरा कसा हुणार? डोळं मिटून नरड्यात ढकलून मोकळं व्हायचं. उगंच त्येच्या मिटक्या मारत बसायचं न्हाई. कसं?" मी जरा मोठ्या आवाजात समजावून सांगितलं.

त्यानं मान हलवली.

"आणि लौकर बरा होऊन पुण्याला चल. मनाला कट्टाळा आला की

पुन्ना कागलला ये. पुन्ना यावंसं वाटलं की पुण्याला ये. आता कायबी कामं करण्याची गरज न्हाई. खर्चाला लागतील तसं मी देतोयच. माझ्याकडं मागायला कमीपणा कसला? घरादारासाठीच राबतोय न्हवं मी? उगंच वाट्टेल तसा आडवातिडवा द्यायला माझ्याजवळ पैसा नसला तरी सगळ्यांच्या पोटाला रोजची भाकरी मिळंल एवढं मी देऊ शकतो. तू त्येचं कायबी वाटून घेऊ नकोस...मग कवा येतोस पुण्याला?'' मी त्याला उत्साहित करण्याचा प्रयत्न केला.

वातावरणातला ताण कमी झाला. सगळ्यांच्याच मनातले कढ ओसरल्यागत झाले. दादालाही थोडंसं हलकं वाटलं. माझ्या देखत त्याला दुधाचीच करून थोडी कॉफी पाजली. त्यानं ती आंथरुणात बसून घेतली.

डॉक्टरांना विचारलं तर डॉक्टरांनीही ''सीरिअस काही नाही. अशक्तपणा आलाय. बरंचसं मानसिक दिसतंय.'' असंच सांगितलं.

औषधं लिहून दिली होती ती सगळी आणवून घेतली...दादाच्या संपूर्ण ढासळलेल्या मनावर कुणाचंच औषध चालणार नव्हतं.

घरात खर्चासाठी आईजवळ भरपूर पैसे दिले. सगळ्यांसाठी नुसतं रेशनचं न आणता कसाचं धान्य आणण्यास सांगितलं. ''फोडणीसाठी तेल भरपूर वापर. दादाच्या आवडीचं, त्येला काय पाहिजे असंल ते चांगलं अन्न करून घाल; न्हाईतर फट् म्हणता काय तरीच होऊन बसंल...आणि तुझा आता जलमभराचा राग ह्या संसारावरनं ववाळून टाक. वड्याला न्हेऊन खोल खड्ड्यात पूर. रग्गड झाला आता त्यो. न्हाईतर न्हवरा गमावून भुंड्या कपाळानं हिंडायला लागशील. बाईची जात म्हणून तुला ह्येच्यातच भूशेण वाटत असंल तर मग कायबी कर नि कसंबी वाग.'' तिला बाजूला घेऊन जरा तिडकीनं सांगितलं.

ती काही बोलली नाही.

दोन दिवस राहून सगळं ठीकठाक करण्याचा प्रयत्न केला. मी आल्यामुळं सगळ्यांचा उत्साह वाढला.

शैक्षणिक वर्षाचा शेवटचा आठवडा. सगळ्या रजा संपलेल्या. जायला निघालो.

हळूच आई म्हणाली; ''तेवढं आनसाला लावून दे की. किती मिणत्या करू तुझ्या?''

मी एकदम भडकलो.

''आनसाला काय तिकडं खेळत बसायला न्हेलीया? मिरगाच्या टिपणालाच मी तुला माझ्या अडचणी सांगिटल्या हुत्या. लावून देणार असशील तर नऊ-धा म्हैने तरी लावून द्यायला पाहिजे; म्हणून तुला पैल्यांदाच सांगिटलं हुतं. तू 'हूं' म्हणाली हुतीस. तिथं मला म्हैना-दोन म्हैने तुझ्या पोरी न्हेऊन काय खेळायचं

हाय? आँ? आम्हा दोघांच्या शाळा सुरू झाल्यावर मधीच कुणी कामाला बाई बघायला आम्हांला सवड मिळत न्हाई; म्हणून मार्चअखेर तरी आनसाला मी ठेवून घेणार; हे पैल्यांदाच सांगिटलं हुतं, तरी तुझी पंधरा दिवसांआड पतरं. मग कशाला उत्तर देऊ त्यांस्नी? ...आत्ता अजून पंधरा दीस आनसा पुण्यात ऱ्हाऊ दे. मग तिला लावून देतो. मग तिकडं कुणाला लावून देऊ नकोस. तुझ्या तू लेकी भवतीनं गोळा करून खुशाल खातपीत बस...तसं खायलाबी मीच पैसे लावून देतो. कारण तू माझी आई हाईस; त्येला माझाबी काय इलाज न्हाई नि तुझाबी काय इलाज न्हाई.'' मी शेवटी आईला टोमणा मारला.

''आन्दा, तुझ्याकडं माणसं ऱ्हायली की सगळी खराब होऊन येत्यात...हिरा, मालक, लक्षिमी, आप्पा सगळ्यांचंच मी बघिटलंय. माझी आनसा तर तिकडं येऊन नऊ म्हैने झालं. ठकून ठकून नुसती पांजार झाली असंल ती.''

''तर, तिथं काय खायाला अन्न हाय आमच्याघरात? हितं कागलातच तेवढ्या पोत्यांच्या राशी लागल्यात. तवा त्या खायाला तुझ्या लेकीला आणखी पंधरा दिसांनी लावून देतो. तवर मला सवड न्हाई.'' मी बोलणं आटोपतं घेतलं.

आईला समजून सांगण्याचा काहीही उपयोग नसतो. तिचा तिच्यापलीकडं कुणावरही विश्वास नव्हता. काही दिवस बाहेर राहून आलेलं घरातलं कोणतंही माणूस तिला 'ठकलेलं', 'किती किती खराब झालेलं' दिसत असे. रत्नागिरी-कोल्हापुरापासून मला त्याचा अनुभव होता. त्याच्यावर कुणाचाही उपाय चालत नव्हता. दुसऱ्याचं म्हणणं तिला ती वेळ निघून जाईपर्यंतच पटत असे. त्यानंतर तिचंच म्हणणं तिला बरोबर वाटत असे. यावर तिचाही इलाज नव्हता. ...तिचा हा स्वभाव आम्हा सगळ्यांना चालवून घेणं भाग होतं. कारण ती सगळं घरदार धडक देऊन चालवत होती. तिची काटेरी पण गारेगार सावली घरादारातल्या सगळ्यांना टोचून-टोचून निर्धास्तपणाचं सुख देत होती.

जाण्यापूर्वी शिवाची समजूत काढली. तो खडखडीत बरा झाला होता. त्याला 'नीट' वागायला सांगितलं.

''वाट्टेल त्या घाणेरड्या, व्यसनी, बदलौकिक असलेल्या माणसांची संगत धरू नको. तूबी तसाच हुशील. आमचं जाऊ दे. पर तुझ्याच जल्माचं वाटूळं हुईल. सांभाळून ऱ्हा.''

'हूं' म्हणाला.

त्याच्या देखत आईला सांगितलं. आप्पाही जवळच होता. ''आई, आता शिवाची तब्येत खडखडीत झालीय. त्येच्या बायकूला हिकडं घेऊन यायला हरकत न्हाई. तुला तिचा संशय हाय तर सरकारी दवाखान्यात तिला घेऊन जा. डॉक्टरांस्नी न्हाईतर नर्सबाईला बाजूला घेऊन सगळं सांग. तिची सगळ्या

प्रकारची तपासणी करायला सांग, रे आप्पा. काही कमीजास्त असलं तर पैल्यांदा तिला खडखडीत बरं करा. तवर शिवबा, बायकूला बायकू म्हणायचं न्हाई नि तिच्या अंगाला हात लावायचा न्हाई.''

उशीर होत होता. सूटकेस हातात घेतली.

आप्पा म्हणाला; ''मी येतो स्टँडपतोर.''

''तू नि कशाला? चारपाच दिसांवर तुझी परीक्षा आली. अभ्यास करत बस...'' न राहवून त्याला पुन्हा अभ्यासाचं समजून सांगू लागलो.

''बोलत बोलता जाऊ या चला. उशीर हुईल तुम्हांस्नी.''

''चल तर.''

मग जाता जाताच त्याला सांगू लागलो.

...त्याला माझ्या मागोमाग येण्याची ओढ होती. त्या इच्छापूर्तीसाठी तो धडपडत होता. पण त्याची बुद्धी आणि स्मरणशक्ती त्याला नीट साथ देत नव्हती. तिथं मी काही करू शकत नव्हतो.

''दादाची काळजी घे. तुझ्याशिवाय ह्या घरात आता कुणी शहाणं नाही. तूच आता ही जबाबदारी पार पाडली पाहिजेस. तुझी परीक्षा झाल्यावर नि दादाला बरं वाटल्यावर झपाझपा लक्ष्मिमीसाठी 'जागं' हुडका. स्मिताला सुटी पडली की मीबी येतोच तुमच्या मदतीला.''

गाडी हलली.

प्रवासात मामाचा चेहरा सारखा डोळ्यांसमोर येत होता. वेळात वेळ काढून त्याच्या घरी जाऊन आलो होतो. खरं तर एकाच गल्लीत असलेली तीन घरं. स्मिताचं माहेर, धोंडूबाईचं सासर आणि मामाचं घर. स्मिताच्या माहेरी जाऊन सगळ्यांची चौकशी करून, भेटी घेऊन आलो होतो. धोंडूबाईला पाचसात महिन्यांपूर्वी मुलगी झाली होती. म्हणून तिला पुण्याहून किलोभर खारका घेऊन गेलो होतो. तिच्या घरी सर्वांना भेटून सगळ्यांची चौकशी केली होती. मग मामाच्या घरी गेलो होतो.

असं असूनही मामाचाच चेहरा फक्त मनासमोर सारखा येत होता. मामाला पाहताच मला वाईट वाटलं होतं. त्यानं गेल्या दोन अडीच महिन्यांत सगळे दात काढून घेतले होते. त्यामुळं त्याच्या तोंडाचं बोळकं झालेलं. दात काढून घेतल्यामुळं गालफडं आत गेली होती नि तिथं खबदाडं दिसत होती. त्यानं दात नसलेलं आपलं तोंड दिसू नये म्हणून मिशा वाढवल्या होत्या. त्या आत वळण घेतलेल्या मिशांनी त्याचे वरचे नि खालचे दोन्ही ओठ झाकले जात होते. मिशा ठेवल्यामुळं हळूहळू त्यानं पटका बांधायला सुरुवात केली होती. त्यामुळं त्याचा सगळा अवतारच बदलून गेला होता. अगोदर तो मिशा संपूर्ण काढत होता. डोक्याचे

केस दोनतीन इंच वाढलेले. त्यावर काळी टोपी, अंगात हाफशर्ट किंवा फुलशर्ट; त्यांच्या कफांना खास बटने. विजार. त्या विजारीच्या खिशात किंवा सदऱ्याच्या खिशात बिडीचं बंडल नि काड्याची पेटी; असा त्याचा पोशाख असे.

त्याला तीन गोष्टींची व्यसनं होती. भरपूर बिड्या ओढत असे. भरपूर चहासाखर घातलेला चहा सतत पीत असे. पूर्वी क्वचित रात्री दारू पिऊन घरात बसत असे; किंवा झोपून जात असे. आताशा शेटजींचा मळा सुटल्यापासनं त्याचं हातभट्टीची दारू पिण्याचं प्रमाण वाढलं होतं. गेल्या वर्ष-दोन वर्षांत तर ते भरपूर वाढलं होतं. या सगळ्यांचा परिणाम त्याच्या अंगात उष्णता वाढण्यात झाला. त्यामुळं त्याचे दात खिळखिळे झाले, ते दुखू लागले. त्यांना भाकरीचा धक्काही सहन होईना. डॉक्टरांनी ते काढून घेण्यास सांगितले. कवळी बसवून घेण्याची मामाची इच्छा नव्हती. "...तिला खूप खर्च येतोय" असं तो म्हणाला.

दात काढून घेण्याचा परिणाम त्याच्या जेवणावर झाला होता. पूर्वीसारखं हॉटेलात जाऊन खाणं कमी झालं होतं. त्याचा परिणाम त्याच्या तब्येतीवर झालेला.

मामा नि रखमाबाई दोघेही कष्टाळू होते. पण त्यांना आठनऊ मुलं झाल्यानं आणि शेटजींची सुखाची नोकरी गेल्यानं परिस्थिती खालीखाली येत चालली होती. मोठा मुलगा बाळू यानं शाळा सोडून आरंभी चक्कीवर काम केलं. पण तो प्रामाणिकपणानं वागेना म्हणून त्याला ट्रकवर क्लीनर म्हणून ठेवला. ती 'नोकरी करत करत ट्रक चालवायला शीक' म्हणून सांगितलं. त्याच्या खालचा धाकटा मुलगा आण्णा दहावीतनं शाळेतनं काढला नि चक्कीवर ठेवला. तो आणि रखमाबाई चक्की बघू लागले. रखमा चटणीमशीन चालवू लागली नि तो पिठाची चक्की चालवू लागला. मोठी मुलगी आक्काताई यावर्षी एस. एस. सी.च्या परीक्षेला बसली होती. तीन नंबरचा मुलगा शिवाजी शाळेत जात होता.

घरात एकदोन म्हसरं होती. जगण्यासाठी मामा खूप धडपड करत होता. पण आताशा त्या धडपडीला यश येत नव्हतं. आसपासच्या परिसरात कोयनेची वीज आल्यामुळं विहिरीवरची, नदीवरची, गुऱ्हाळाची इंजिनं एकदम कमी झाली होती. विजेवरच्या मोटारी, पंप आले होते. गुऱ्हाळं एकाच ठिकाणावर करण्याची नवी प्रथा पडली होती. त्यामुळं आसपासच्या पंधरावीस मैलांच्या परिसरात फिरून, इंजिनं दुरुस्त करण्याचा मामाचा धंदा एकदम बसला होता. त्याला वाटलं की इंजिनं बरीच विक्रीला निघू लागली आहेत. म्हणून त्यानं घरावर कर्ज काढून एक गुऱ्हाळाचा इंजिन-घाणा आणि इतर बारदानाचा सेट विकत घेतला. पण तो चालला नाही. त्यात त्याला खूप नुकसान आलं. त्याची चक्की चांगली चालताना बघून त्याच गल्लीत दुसरी एक चक्की कदमाच्या पोरांनी काढली.

वीज आल्यावर भराभर गावात गल्लोगल्ली चक्क्या झाल्या. त्याचा परिणाम होऊन मामाच्या चक्कीवरची दळणं-कांडपं एकदम कमी झाली. गेली तीन-चार वर्षं पाऊस एकदम कमी झाला होता. दुष्काळाचा प्रभाव वाढत चालला होता. शेतात मनासारखं पिकू शकलं नव्हतं. त्यामुळं मामाचं घर खाली खाली येत चाललं होतं. आमच्या घरासारखीच त्याची हालाखीची परिस्थिती होऊ लागली.

बाळू एक पैसा घरात देत नव्हता. चक्कीचं उत्पन्न घटलेलं, मामाला कामं मिळेनाशी झालेली. पैशांची चणचण भासू लागली.

त्यानं सगळी परिस्थिती माझ्यासमोर मांडली नि तात्पुरते चारशे रुपये खर्चासाठी मागितले. त्यात तो रानाचे कष्टं, पेरणी, खतं सगळं काही करणार होता...दसऱ्याच्या टिपणाला त्याची म्हैस विणार होती. कुठंतरी इंजिनाचा सेट विकण्याचा प्रयत्न चालला होता. त्यामुळं तो म्हणाला; "दसरा दिवाळीपतोर तुझं सगळं पैसे फेडतो. ह्या वक्ताला एवढी नड काढ."

मामाला पाचसहा वर्षांपूर्वी मी दीड हजार रुपये चक्की घालण्यासाठी दिले होते. ते मला अजून परत मिळाले नव्हते. मधेही त्यानं पैशाची मागणी टॅक्सीचा धंदा सुरू करण्यासाठी केली होती. पण मी ती नाकारली होती. माझ्याकडं एवढे पैसे कधीच नव्हते. पण यावेळची मागणी फार किरकोळ होती. माझ्या एक महिन्याच्या पगाराइतकी.

त्याची सगळी परिस्थिती बघून मी म्हणालो; "पुण्याला गेल्यावर नक्की लावून देतो. आता माझ्याजवळ पैसे न्हाईत. काळजी करू नको." आणि मग हळूच म्हणालो; "मामा, तू एवढं दारू पिणं बंद कर. त्यामुळं गावातली तुझी सगळी लायकी उडाप झालीया. तुला कामासाठी, इंजनं दुरुस्तीसाठी कुणीबी बलवत न्हाई. गावात आता कुणी उधार देत न्हाई. इष्टमैतरबी तुला आता टाळाय लागल्यात. कारण दारूड्यावर कुणाचाच इस्वास बसत न्हाई...माझाबी बसत न्हाई. मला तुझ्याकडं यावंसं वाटत न्हाई; कारण तू कायम दारू प्यालेलाच असतोस. मग तुझ्याबरोबर काय नि कसं बोलायचं? जिवाभावाच्या गप्पा कशा मारायच्या?...मी आतासुद्धा जे पैसे पाठवायला कबूल झालोय ते पोराबाळांकडं बघून, रखमाबाईकडं बघून; तुझ्याकडं बघून न्हवं. कारण मी मोलानं मिळीवलेलं पैसे तू दारूत घालशील. म्हणून मला काळजी वाटती."

मामा रडू लागला. मला शपथ देऊन म्हणाला; "आन्दा, उद्यापासनं मी दारू सोडली. आता तिला शिवलो तर घोड्याचा मूत प्यालो, असं समज." भडभडून काहीबाही बोलू लागला.

त्याचं हे व्यसन सुटणार नाही, हे फार जुनं आहे, हे मला माहीत होतं. पण मलाही सांगितल्याशिवाय राहवत नव्हतं. मुलंबाळं लहान असल्यामुळं

मामाच्या घरादाराची काळजी वाटत होती.

लहानपणापासून मला त्याच्याकडं जाण्याची ओढ. पण आता दारूचं व्यसन वाढल्यावर ती ओढ कमी झालेली. जाऊ नये असं वाटू लागलेलं. एवढ्या दारिद्र्यातही, पोटाला अन्न नसताना आपलं माणूस दारू पिण्यात पैसा खर्च करतंय आणि आपण त्याच्या घरी जाऊन ते नुसतं पाहत बसतोय ही कल्पनाच मला सहन होत नव्हती. त्यामुळं मी मामाच्या घरी जाण्याचं पुष्कळ वेळा टाळत असे.

मग मी येऊन गेल्याचं कळताच मामा आईजवळ येऊन आईला उपरोधानं म्हणे; "तुझा शिकून सायेब झालेला ल्योक येऊन गेला म्हणं. आमच्याकडं आला न्हाई. आता कशाला येईल त्यो? आम्ही नांगरगट्टी माणसं. आमच्या घरात त्येला बसायला ना खुर्ची, ना तक्क्यागादी. आम्ही च्या थाटलीतनं पिणार. त्येला कपबशी लागणार. माझी शेंबडी मेकडी पोरं त्येच्या अंगाला बिलगली की त्येची कापडं खराब हुणार... पर त्येला आता पुन्ना आला म्हंजे तू सांग. म्हणावं "आन्दू, बाळपणात तुला ह्या तेलानं काळ्या पडलेल्या हातावर खेळवून खेळवून घट्टं पडल्यात. आमच्या इजारी नि कुडती तुझ्या हगण्या-मुतण्यानं भिजल्यात, पिवळ्या पडल्यात. त्येंचा पुंगस वास अजून गेला न्हाई; तवर तू असा सायेब होऊन मागचं इसरून फुडं पसरू नगं."

त्याचं हे बोलणं माझ्यावरच्या मायेपोटीचं होतं, याची मला पुरी कल्पना असे. पण मीही त्याच्यावर का राग राग करतोय, याची त्याला थोडीतरी कल्पना यावी; म्हणून मी असं करत होतो. एकदा दोनदा टाळून तिसऱ्यांदा घरी जात होतो. दारू प्यालेला नसला की जिवाभावाचं बोलत होतो नि दारू न पिण्यासंबंधी प्रत्येक भेटीत उठताना सांगत होतो. मला मामाचं हे व्यसन विसरून त्याच्याशी बोलता येणं शक्य नव्हतं; नि हे व्यसन विसरून मी मायेचे संबंध तसेच ठेवावेत; असं मामाला वाटत होतं. त्यामुळं माझी मामाच्या घरादारासंबंधात मानसिक ओढाताण होत होती.

पुण्याला आल्यावर पेरणीच्या दिवसांत मी मामाला पैसे पाठवले. कारण ते लौकर पाठवले तर अनाठायी खर्च होतील अशी मला भीती वाटत होती.

एप्रिल-मे एकोणसत्तरमध्ये लक्ष्मीला 'जागे' म्हणून नऊदहा ठिकाणची माणसं बघण्यासाठी आली आणि शेवटी कागलापासनं तीनचार मैलांवर असलेल्या कोगनोळीचा जागा एकमेकाला पसंत पडला. 'मे'च्या दुसऱ्या पंधरवड्यातली ही गोष्ट.

एप्रिल-मे मध्ये माझं 'गोतावळा' कादंबरीचं दुसरं लेखन जोरात चाललं होतं. म्हणून 'मे' मध्ये पहिल्या आठवड्यात स्मिताला सुटी लागल्यावर सगळ्यांना मी कागलला पाठवलं. लक्ष्मीसाठी येणारे जागे स्मिताला नजरेखाली घालण्याची

विनंती केली. माझं लेखन पूर्ण होताच मी कागलला येतो, असं तिला सांगितलं होतं...पण लेखन पूर्ण झालंच नाही. लक्ष्मीचं लग्न ठरण्याची शक्यता वाटत असल्यामुळं तातडीनं मी 'मे'च्या शेवटच्या पंधरवड्यात गेलो.

मुलाचं घरदार नजरेखाली घातलं. खरं तर नजरेखाली घालण्यासारखं काहीच नव्हतं. घरदार रोजगार करून खाणारं. प्रसंगी दुसऱ्याची तंबाखूची शेतं चौथाईनं करणारं, असं होतं. सासू विधवा. तिला चार मुलगे. पहिला बिनलग्नाचाच राहिलेला.

दुसऱ्याशी लक्ष्मीचं लग्न होणार होतं. गावात आहे म्हणायला स्वत:च्या मालकीचं घर होतं. त्यात हे कुटुंब कष्टपाणी करून जगत होतं...सगळेच रोजगाराला जात होते. रोजगार नसेल तर बायका जळणाला जात होत्या. एक म्हैस होती; तिला चारायला घेऊन जात होत्या. लक्ष्मीचा नवरा बाळू हा मात्र काहीसा कसबी कामगार होता. त्याला कापड विणता येत होतं. गावात काही हातमाग होते; तिथं हा लुगडी उत्तम विणत होता. आणि हे काम बारमाही मिळकतीचं होतं. त्यामुळं मला थोडा धीर आला होता. निदान लक्ष्मीला उपाशी मरावं लागणार नाही; याची दाट आशा वाटत होती.

मानपान, याद्या केल्या नि जूनच्या पहिल्याच आठवड्यात राधाकृष्णाच्या देवळात लक्ष्मीचं लग्न उरकून घेतलं...राधाकृष्णाचं देऊळ हा गोरगरिबांच्या लग्नाचा कायमचा मांडव होता. तिथं ठराविक रक्कम भरली की अक्षता, भटजी, आंतरपाट, बसण्या-उठण्यासाठी जागा मिळत असे. दारात नुसती एक मुहूर्त-मेढ रोवली नि तिची मुहूर्तावर पूजा केली की देवळात लग्न करायला मोकळं. मग जेवणाच्या पंगती घरातच. वरात नवऱ्याच्या गावी- असा सुटसुटीत खाक्या.

लक्ष्मीच्या लग्नामुळं आईच्या मनावरचं फार मोठं ओझं कमी झालं. ती आता बावीस वर्षांची होती. म्हणजे आईच्या हिशोबाप्रमाणं तिचं लग्न सहा वर्षं उशिरा झालं. लक्ष्मीचं भाग्य म्हणून 'खळाळ'च्या सरकारी पारितोषिकाचे दोन हजार रुपये आले होते. आहेर, पेहराव, थोडे पैसे, थोडं सोनं पाहुण्यासाठी आम्ही केलं. पारितोषिकात ते सगळं भागलं.

...मनोमन सरकारचे आभार मानले. ज्यांच्या दु:खांच्या, उपासमारीच्या, दारिद्र्याच्या कथा लिहिल्या; ते तसेच जगत-मरत होते. त्यांच्यावरील कथांना मात्र पारितोषिक मिळालं. पारितोषिक-प्रवासासाठी फर्स्ट क्लास मिळाला. मुंबईसारख्या स्वप्ननगरीत राहायला दोन दिवस तारांकित श्रीमंत हॉटेल मिळालं...आणि लक्ष्मीचं लग्न झालं.

●

एकोणीस

लक्ष्मीचं लग्न झालं. दौलत आठवी पास होऊन नववीत गेला. त्याच्या कपड्यांना आणि पुस्तकांन लौकरच पैसे पाठवतो म्हणून सांगून आलो होतो. फुलाबाईही वरच्या वर्गात ढकलली गेली होती. तिलाही पुस्तकं वगैरे घ्यायची होती. पण आप्पा चौथ्यांदाही एस. एस. सी.त यश मिळवू शकला नाही. म्हणून मी फार मोठ्या काळजीत होतो.

आता त्याचा फक्त इंग्रजी विषय राहिला होता. कागलात कोल्हापूर-बेळगाव रस्त्यावर असलेल्या एकुलत्या एका पेट्रोल पंपावर त्यानं तात्पुरतं पेट्रोल भरायचं काम मिळवलं होतं.

शाळा-कॉलेज सुरू होण्यापूर्वी 'गोतावळा'चं लेखन पूर्ण करून श्री. पु. भागवतांना वाचण्यासाठी देऊन आलो.

परत आल्यावर स्मिता म्हणाली, "घराचे मालक आले होते. ते म्हणाले, "आता, घर खाली करा. चार वर्षंच इथं राहणार होता, पण सहा वर्षं झाली. आता लौकरात लौकर घर खाली करा. आमचे नातेवाईक राहायला येणार आहेत." स्मितानं हे सांगितलं नि ती माझ्या चेहऱ्याकडं बघू लागली.

माझा चेहरा पडला.

मालकांना मी कबूल केलं होतं खरं. पुण्यात आलो तेव्हा श्री शाहू मंदिर कॉलेज सुरू होऊन तीन वर्षं पूर्ण झाली होती. संस्थेला पर्वती रमण्यात साठ-सत्तर एकर जागा महाराष्ट्र शासनानं दिली होती. त्या जागेवरच्या इमारतींचा मास्टर प्लॅन तयार झालेला. त्यात प्राध्यापकांसाठी छोट्या छोट्या बंगल्याही होत्या. मी संस्थेच्या संबंधित लोकांना विचारलं, "हे कधी होणार?"

आप्पासाहेब जेधे म्हणाले, "चार वर्षांत होऊन जाईल. फार वेळ लागणार

नाही.''

इतरांचंही तेच मत पडल. पुण्यासारख्या विद्येच्या माहेरघरी बहुजन समाजाचं शिक्षण नीटपणे व्हावं, या हेतूनं कॉलेज स्थापन झालं होतं.

एकूण योजनेचा कॉलेज हा एक भाग होता. या मोठ्या परिसरात सायन्स, मेडिकल, इंजिनिअरिंग कॉलेजेस व इतर छोटे-छोटे उद्योग व्यवसायाचे कोर्सेस सुरू करण्याचा संकल्प होता. 'श्री शाहू मंदिर' हे या सर्व शैक्षणिक परिसराचं नाव होतं.

संस्थेच्या आरंभी मोठीमोठी माणसं या संस्थेत होती. शंकरराव जेध्यांचे थोरले बंधू आप्पासाहेब जेधे हे यांपैकीच एक होते. या मंडळींत उत्साह सळसळत होता. प्राचार्य डॉ. मा. प. मंगुडकर हे उत्साहानं विविध शैक्षणिक उपक्रम राबवीत होते. उत्तम प्राध्यापकवर्ग गोळा केलेला होता. असा स्टाफ गोळा करण्यामागं वि. द. घाटे, बाबूराव जगताप, डॉ. सरोजिनी बाबर यांची प्रेरणा होती. विठ्ठलराव घाटे म्हणाले, ''बहुजन समाजाला उत्तम शिक्षण मिळायचं असेल, तर जातपात न पाहता उत्तम प्राध्यापकवर्ग घेतला पाहिजे.'' आणि हेच धोरण ते राबवीत होते.

मला वाटलं, या धोरणानुसार कॉलेज-परिसरात प्राध्यापकांच्या क्वार्टर्स एक वर्षात सहज होऊन जातील. त्यामुळं घर-मालकांनाही मी तेच सांगितलं. त्यांनी माझ्यांवर विश्वास ठेवला.

मी मालकांना भाडं देण्याच्या निमित्तानं प्रत्यक्ष जाऊन सांगितलं; ''मी लौकरात लौकर घर सोडतो. अजून काही संस्थेनं स्टाफ-क्वार्टर्स बांधल्या नाहीत. पण मी आता त्यांच्यासाठी थांबत नाही. मी दुसरी जागा मिळाली की हे सोडतोच.''

नजरेत एखादी नवी जागा दिसली तर घ्यायची, असं ठरवून मी जायचा निर्णय घेतला...मात्र तिच्यासाठी आटापिटा करून हिंडायचं नाही; असंही ठरवलं. सावकाशीनं एखाद-दुसऱ्या वर्षानंतर जागा सोडू; असा निर्णय मनाशी योजलेला. याच वाड्यात आमच्यानंतर दोन भाडेकरू आले होते. त्यांना अशा काही सूचना नव्हत्या; पण आमच्या जागेच्या तुलनेनं त्यांना भाडं जास्त होतं...माझ्याकडूनही त्यांना तशीच अपेक्षा असावी. गेल्या पाच-सहा वर्षांत महागाई वाढली होती, रुपयाची किंमत निम्म्यापेक्षा कमी झाली होती; हे मी पाहत होतो. त्यामुळं मालकांची अपेक्षा मी समजू शकत होतो.

कॉलेज-स्थापनेच्या वेळी संस्थेत जो उत्साह होता तो नंतर राहिलेला नव्हता. परिसरात इमारती उभ्या करण्यासाठी व इतर अनेक प्रयोजनपूर्तीसाठी जो फंड उभा करावयाचा होता, तो उभा राहू शकला नव्हता. संस्थेच्या कार्यकारिणीतही पूर्वीचे लोक राहिले नव्हते. नवे नवे लोक आले. त्यांनाही धनसंचय उभा करता आला नाही. त्यामुळं बाकीच्या इमारती तर उभ्या राहिल्याच नाहीत, पण

कॉलेजमधील सेवकांचे, प्राध्यापकांचे पगारही वेळेवर मिळू शकत नव्हते...प्राध्यापकांचाही पूर्वीचा उत्साह मावळत चालला होता. काही प्राध्यापकांच्या वैयक्तिक महत्त्वाकांक्षा बळावत चालल्या होत्या.

त्यातून प्राध्यापकांचं राजकारण सुरू झालं होतं. प्राध्यापकांनी संस्थाचालकांशी संधान बांधणं, त्यांचा उपयोग करून स्वतःला सोयीची पोझिशन निर्माण करणं, ती निर्माण करण्यासाठी कार्यकारिणीच्या सभासदांना, अधिकाऱ्यांना खूश ठेवण्याचे बाळबोध आणि रूढ-क्रूड मार्ग अवलंबणं, असे प्रकार हळूहळू वाढीला लागले होते.

यातून अस्थिरता निर्माण झाली. प्राचार्यांचा राजीनामा सक्तीनं घेतला. वर्तमानपत्रात त्याविषयी जाहीर माहिती आणि प्रतिक्रिया आल्या.

प्राध्यापकांना पगाराची नवी स्केल्स नुकतीच आली होती. ती तीन श्रेणींत होती. त्यामुळं पहिली श्रेणी कुणाला, दुसरी कुणाला, तिसरी कुणाला यासंबंधात 'सीनिअर कोण, ज्युनिअर कोण, बरोबरीचे असतील तर त्यांत वरचे स्केल कुणाला' असे प्रश्न निर्माण झाले आणि प्राध्यापकवर्गात कलुषित वातावरण तयार झालं. ते आपआपसांत वाद, भांडणं, पाय ओढणं, कटकारस्थानं इत्यादी गोष्टी करू लागले. तशातच प्राचार्यपदासाठी काहींच्या स्पर्धा सुरू झाल्या.

नव्या स्केलच्या बाबतीत शिकवण्याचे तास वाढविले होते. त्यामुळं पूर्वीपेक्षा कमी प्राध्यापक लागणार होते. परिणामी काही प्राध्यापकांना 'पार्टटाईम' करण्याची गरज निर्माण झाली, तर काहींना काढून टाकणं अटळ ठरू लागलं...'कोण जाणार, कोण राहणार', अशा शंकाकुशंका निर्माण होऊ लागल्या. त्यांची चर्चा स्टाफरूममध्ये होऊ लागली. याचाही फायदा महत्त्वाकांक्षी प्राध्यापक आपलं इतर प्राध्यापकांवरील उट्टं काढण्यासाठी, आपल्या वाटेतील अडसर काढण्यासाठी करू लागले. जुने प्राचार्य गेल्यावर कार्यकारिणीनं सगळा आर्थिक व्यवहार तपासला असावा. त्यात अनेक प्राध्यापकांच्या नावे निरनिराळ्या महाविद्यालयीन मंडळांच्या खर्चासाठी घेतलेले पैसे निघाले. त्याचा हिशोब दफ्तरी नव्हता. त्यामुळं अनेक प्राध्यापकांना 'पावत्या सादर करा किंवा पैसे भरा' अशी सूचना देण्यात आली. खरं तर प्राध्यापकांनी त्या त्या वेळी खर्चाचे हिशोब दिलेले असणार. पण त्यांची नोंद नीट ठेवलेली नसावी. कारण जाणकार ऑफिसस्टाफ फार थोडा होता. एकदोन प्राध्यापक असे होते की ते उशिरा येत नि सही करून तास घेऊन लगेच निघून जात. आणखी कुणीतरी एक असे होते की ते शुक्रवारीच उशिरा शनिवारची सही करत आणि शनिवारी तास नसल्यामुळं येतच नसत. त्यांतील खरं-खोटं फक्त प्राचार्य आणि परमेश्वरच जाणे. याचा परिणाम असा झाला की कॉलेजच्या कार्यकारिणीनं प्रत्येक प्राध्यापकानं साडेसात

वाजता कॉलेजात हजर राहिलं पाहिजे आणि साडेअकरापर्यंत कॉलेजात उपस्थित असलं पाहिजे; असा आदेश काढला.

या सर्व गोष्टींचा परिणाम ऑफिस-स्टाफवर आणि प्राध्यापकवर्गावर झाला. प्राध्यापकवर्ग तर अतिशय अस्वस्थ झाला. गडबडून गेला. त्याला नोकरीची शाश्वती वाटेना.

अनेकजण नोकरीसाठी बाहेर प्रयत्न करू लागले. अनेकजण नोकऱ्या सोडून गेले. बरेचजण 'पार्टटाईम' झाले. काही जण 'पहिल्या श्रेणी' साठी डावप्रतिडाव टाकू लागले. एकजण संस्थेविरुद्ध कोर्टात गेले. याचा परिणाम कॉलेजातील वातावरणात भरून राहिला. स्टाफरूममध्ये संशयाचं वातावरण पसरलं. हेरगिरीचा संशय ज्या प्राध्यापकांवर होता; त्यांच्यासमोर कुणी मोकळेपणानं बोलेना. अनेक चांगले प्राध्यापक गेल्यानं विद्यार्थ्यांच्या संख्येवर त्याचा परिणाम झाला होता. ती रोडावली होती. मी यात कुठंही नव्हतो. पण वातावरण इतकं कलुषित, संशयास्पद आणि विषारी झालं होतं की मला या नोकरीची शाश्वती वाटेना. कोणत्या क्षणी कार्यकारिणीचे अधिकारी मला बोलावतील, कोणत्या क्षणी मला नोकरीवरून काढून टाकतील किंवा पार्टटाइम करतील किंवा पैशाचे माझ्या आठवणीतही नसलेले जुनेपुराणे हिशोब मागतील याचा भरवसा वाटेना. सगळं अस्थिर, डगडगतं वाटू लागलं.

नेमकी तशीच परिस्थिती काळाच्या ओघात निर्माण झाली. जून १९६८ ते मार्च १९६९ या शैक्षणिक वर्षात विद्यार्थ्यांची संख्या कॉलेजमध्ये चांगली होती. एस. वाय. बी. ए. मराठीला बरेच विद्यार्थी होते. त्यांतील काही निश्चितपणे टी. वाय. बी. ए.ला मराठी घेतील याची खात्री प्रा. सुधाकर भोसले यांना होती. ते मराठी विभागाचे प्रमुख होते. त्यांनी गव्हर्निंग कौन्सिलच्या सेक्रेटरींच्या लक्षात ही गोष्ट आणून दिली. टी. वाय. बी. ए. मराठी स्पेशल जून १९६९ पासून निश्चितपणे चालू करायचे, असे सेक्रेटरींनी आश्वासन दिले. त्यासाठी मराठीचा एक प्राध्यापक जादा लागणार होता. त्यामुळे प्रा. विलास खोले यांची नेमणूक जून १९६९ पासून करण्यात आली.

गेले सहा महिने प्राचार्यपदाची सूत्रे प्रा. प्रभाकर ताकवले सांभाळत होते. जूनपासून प्राचार्यांची अधिकृतपणे नेमणूक होणार होती. त्या जागेवर प्रा. ताकवलेच राहणार की स्टाफमधले आणखी कुणी प्राचार्य होणार की नवेच प्राचार्य येणार, याविषयी अनिश्चितता होती. हवेत अनेकांच्या नावांच्या वावड्या उडत होत्या. अनेकांच्या अपेक्षा होत्या. १९६०-६१ पासून असलेले अनेक सीनिअर प्राध्यापक स्टाफमध्ये होते.

या अनिश्चित वातावरणात जून आणि जुलै दोन्ही महिने संपून गेले.

अनेक प्राध्यापक सोडून गेल्यामुळं या वर्षी मुलांची संख्या लक्षात येईल, इतकी रोडावली. एस. वाय. बी. ए.च्या पातळीपर्यंत बरेच विद्यार्थी आमच्या कॉलेजमध्ये राहत. कॉलेज एकदम गावाच्या बाहेर. येण्याजाण्याची फारशी सोय नाही. आसपासची जी छोटी वस्ती होती ती बकाल. कॉलेज उघड्या, फोंड्या, वैराण माळावर वसलेलं. विद्यार्थ्यांना आकर्षक असं भोवती वातावरण नव्हतं. कँटीन नव्हतं. सायकल-स्टँड नव्हता.

पुष्कळसे विद्यार्थी पुण्यात इतर कोणत्याच कॉलेजला प्रवेश न मिळाल्यामुळं श्री. शाहू मंदिर कॉलेजला येत. एस. वाय. पास होईपर्यंत राहत आणि टी. वाय.ला दुसऱ्या कॉलेजेसना पुन्हा निघून जात. कारण टी. वाय. स्पेशल विषयांच्या वर्गात इतर कॉलेजेसमध्ये खालच्या वर्गांसारखी गर्दी नसे. तिथं सहज प्रवेश मिळे.

परिणामी आमच्या कॉलेजातील एस. वाय. बी. ए.चे मराठीचे सर्व विद्यार्थी इतर कॉलेजेसमध्ये गेले आणि आमच्या कॉलेजमध्ये टी. वाय. बी. ए. मराठीला कुणीच नाही, अशी स्थिती जुलै एकोणसत्तर अखेरपर्यंत तरी होती. आता तिच्यात काही फरक पडेल असं वाटेना. त्यामुळं प्राध्यापक खोले यांना मध्येच नोकरीतून मुक्त करतील की काय, अशी मला काळजी वाटू लागली. प्राध्यापक खोले पहिल्या श्रेणीत एम. ए. झालेले. हुशार होते. ते कॉलेजात राहिले तर आणखी एक चांगला सहकारी मिळेल, असं वाटत होतं. ऑगस्टमध्ये प्राचार्य म्हणून डॉ. ह. कि. तोडमल आले. तेही मराठीचे प्राध्यापक. म्हणजे टी. वाय. बी. ए.ला मराठी नसताना मराठीचे चार प्राध्यापक कॉलेजात झाले. प्राचार्य तोडमल तसे तडफदार आणि व्यवस्थाप्रिय प्राध्यापक होते.

हळूहळू प्रा. खोले यांना काढून टाकण्याचा विचार सुरू झाला. पण लौकरच मलाही काढून टाकतील किंवा निदान 'पार्टटाइम' करतील अशी साधारण भीती वाटू लागली. संस्थेनं पैसे वाचवायचं कडक धोरण स्वीकारलं होतं. त्यामुळं ज्या प्राध्यापकाला पार्टटाइम करता येणं शक्य असेल त्याला ते मागचा पुढचा विचार न करता पार्टटाइम करत होते. म्हणून मी फारच अस्वस्थ होऊन गेलो...असा मधेच मी अर्ध्यावर आणून बसवला गेलो तर गावाकडं घरच्या लोकांचं काय होईल, माझ्या पुण्यातील वास्तव्याचं काय होईल, याचा घोर मला लागून राहिला.

रात्ररात्र झोप लागेनाशी झाली. टकटकीत डोळे उघडे ठेवून, तुळईकडं बघत मी पडून राही. पोटाचा विकार वाढू लागला. संध्याकाळी चारच्या आसपास पोटात कळा सुरू होत. सायंकाळी सहासातच्या सुमारास त्या वाढत. जीव नकोसा होई. डोळे मिटून सगळं सोसत पडून राही. आयुष्याचा सगळा उत्साह निघून गेला.

योगायोगानं काही गोष्टी घडून आल्या. प्रा. खोले यांना सरकारी नोकरी मिळाली. त्यांनी एक महिना अगोदर नोटीस दिली; तरी त्यांना त्वरित म्हणजे राजीनामा दिल्याच्या दुसऱ्या दिवसापासून त्यांचा एक महिन्याचा पगार न घेता मुक्त करण्यात आले. प्रा. भोसले यांना कोरेगाव येथील कॉलेजनं प्राचार्य म्हणून बोलावलं. त्यांची जाण्याची इच्छा असावी. त्यांनी कॉलेजकडं एक वर्षासाठी लीन मागितला. त्यांना तो तात्काळ मंजूर झाला नि ते तडकाफडकी कोरेगावला प्राचार्य म्हणून गेले. म्हणजे माझं संकट तूर्त एक वर्ष तरी पुढं ढकललं गेलं...आता या वर्षात आपण भविष्यात काय नि कसं करायचं याची पूर्ण तयारी करू, असं वाटू लागलं. निदान विचार करायला अवधी मिळाला, याचा आनंद झाला.

प्रिन्सिपॉल असल्यामुळं प्राचार्य तोडमल आठ तास घेऊ लागले नि मला पंधरा तास म्हणजे पूर्ण वेळ कामाचे तास मिळाले. माझा जीव भांड्यात पडला.

नंतर मी लेखनाकडं जोरात वळलो. वाढलेली पोटातली कळ कमी झाली नि मी पीएच.डी.चं आणि दिवाळी-अंकाचं लेखन भरपूर केलं. दोन-तीन ठिकाणी व्याख्यानं, पोएट्री क्लबचे कार्यक्रम, रायटरसेंटरचे कार्यक्रम, 'गोतावळा' कादंबरीसंबंधी श्री. पु. भागवत यांच्याशी सखोल चर्चा, कॉलेजमध्ये उत्साहापोटी अनेक कथाकारांचे अनेक घडवलेले कार्यक्रम, यांत वर्ष कधी गेलं कळलं नाही.

सप्टेंबर एकोणसत्तरमध्ये आप्पाचं पत्र आलं. "घरातील शेताची कामं मला खूप बघावी लागत आहेत व इतरही बाहेरची कामं मी करत आहे. त्यामुळं मी आक्टोबर परीक्षेचा फॉर्म भरला नाही. मार्च १९७०च्या परीक्षेलाच मी एकदम बसीन... दिवाळीला तुम्ही आल्यावर सविस्तर बोलूच."

आप्पानं फॉर्म भरला नाही; आणि तो भरण्याची मुदत तर टळून गेली, म्हणून मी त्याला काहीच बोललो नाही...आता मात्र वाटत होतं; आप्पानं परीक्षेची धास्ती घेतली आहे. दिवाळीच्या सुटीत आपण जावं नि त्याची समजूत काढावी.

पण दिवाळीला याही वर्षी कागलला जाऊ शकलो नाही. पाऊस नव्हताच. त्यामुळं रानात इथं एक धाट तर तिथं एक धाट; असं कसं तरी जीव धरून होतं. दुष्काळ उग्र होत चालला होता. तरीही दिवाळीचा आनंद घरच्यांनी लुटावा, नुकतंच लग्न झालेल्या लक्ष्मीची आणि तिच्या नवऱ्याची दिवाळी आनंदात जावी, म्हणून गावाकडं दिवाळीसाठी व लक्ष्मीच्या नवऱ्याला कपडे घेण्यासाठी नि बहिणींच्या भाऊबीजेसाठी पैसे पाठवून दिले.

आलेले पेपर्स तपासत मी पुण्यातच बसलो. स्मिता मात्र मुलींना घेऊन दिवाळीत कागलला गेली होती. तरी मी आलो नाही म्हणून आईची दिवाळी काहीशी रंजीसपणातच गेली.

वर्षभरात शिवाच्या बायकोला आणण्यासाठी म्हणून दादा चार-पाच

वेळा जाऊन आला. पण पाहुण्यांनी शिवाची बायको लावून देण्याचं नाकारलं. त्यांचं म्हणणं असं होतं, "शिवाला बायकू न्ह्यायला लावून द्या. त्यो आल्याबगार आम्ही पोरीला लावून देत न्हाई."

प्रत्येक वेळा त्यांचा हाच सूर होता. दादानं त्यांच्या मिणत्या केल्या, पण त्यांची अट कायम होती नि नकारही कायमच होता...शिवा स्वत: तिला आणायला जाणार नाही, म्हणत होता. शेवटी दादानं आणि शिवाच्या अनेक मित्रांनी शिवाला "आमच्या बरोबर चल. आम्ही पाचसात जणं तुझ्याबरोबर येतो. कोण काय करतंय बघू. तू नुसतं बायकूला धरून बाहीर आण. आपण गाडीत घालून तिला आणू." असं सांगितलं. तरीही शिवा बायकोला आणायला जायला नकारच देत होता. नकाराचं कारण मात्र तो कुणालाच सांगत नव्हता. फक्त एवढंच म्हणे; "माझ्या बायकूला यायची नि हितं नांदायची गरज असंल तर येऊ दे. न्हाईतर मला ती बायकूच नको. तिला सोडचिठ्ठी देऊन टाकतो. आई-दादा उगंच 'आणतो आणतो' म्हणालं; म्हणून मीबी म्हटलं; 'आणता तर आणा.' पर ते लावूनच देत नसतील, तर मग मला ती नकोच." अशी त्याची भाषा होती.

...माझ्या लक्षात आलं की शिवा बायकोचा अपराधी असावा. तिच्यावर त्यानं आळ घेतला होता. कदाचित तो स्वत:ची कातडी बचावण्यासाठी घेतला असावा. यात तिचा घोर अपमान झाला असणार. तिला अशा नवऱ्यापेक्षा नवरा नसला तरी चालेल; असं वाटलं असावं. तिनं माहेरात शिवाच्या आजाराविषयी नक्कीच बोलणी केलेली असणार. या बाबतीत मला काहीच करता येणार नव्हतं. येत्या उन्हाळ्यात आपण प्रत्यक्षात एकदा जाऊन यावं, असं ठरवून मी मुकाट बसलो.

डिसेंबरच्या शेवटच्या आठवड्यात आप्पांचं पत्र आलं; "दादा, मी आजवर आपणांस कधीही न सांगितलेली गोष्ट सांगणार आहे. ती म्हणजे मी एस. एस. सी. आक्टोबर-परीक्षेस बसलो होतो. तारीख चोवीस डिसेंबर रोजी दैनिक 'पुढारी' मध्ये आमचा रिझल्ट जाहीर झाला नि मी पास झालो.

मी आपणांस पेढे घेऊन येणार आहे. येतेवेळी कळवीनच. मार्क्स पासिंगपुरते पडले आहेत.

आता पुढे मी केवळ ईर्ष्या म्हणून कॉलेजचं पहिलं वर्ष करणार. नंतर मास्तरकीचा कोर्स देऊन माध्यमिक शाळेत मास्तर होणार.

...पत्र पाठवा. वाट पाहत आहे."

अपयशानं स्वत:लाच कुरतडणाऱ्या आप्पाच्या भावनाप्रधान मनाची कल्पना आप्पाच्या या पत्रानं मला आली.

त्याचं मन:पूर्वक अभिनंदन केलं. पुढं शिकण्याविषयी प्रोत्साहन दिलं.

त्याच्या या पत्रानं मी काहीसा चकित झालो आणि आनंदितही झालो. एकोणसत्तर डिसेंबरच्या अगदी शेवटच्या दिवशी हातात पडलेल्या या पत्रानं मला जणू शुभसंकेत दिला की येणारं नवं वर्ष मला सुखाचं जाणार...फॉर्म भरताना त्याला वाटलं असावं, 'यावेळीही आपण अपयशी झालो तर घरात सगळ्यांना काय वाटेल? सायेब दादाला काय वाटेल?... आपण फॉर्म भरल्याचं कुणालाच सांगू नये. पास झालो तरच सांगावं; नाहीतर मुकाट्यानं मूग गिळून गप्प बसावं.' संकोचापोटी, दुसऱ्यांच्या आपल्या विषयीच्या अपेक्षांपोटी त्यानं हे केलं होतं...त्याला दुसऱ्यांच्या भावना दुखवू नयेत, असं या विशीच्या वयातही वाटतं; या कल्पनेनं मी चकित झालो. उशिरा मिळालेल्या त्याच्या यशामुळं माझ्या मनावरचं एक मोठं ओझं कमी झालं.

त्याचं ओझं कमी झालं पण शिवाच्या संसाराविषयी चिंता लागून राहिली. आई-दादाला ती जास्त लागून राहिली होती. शिवा आता खडखडीत बरा झाला होता त्याच्यापेक्षा खालच्या धोंडू, लक्ष्मी यांची लग्नं होऊन त्या संसाराला लागल्या होत्या. त्याला जानेवारी सत्तरला तीस वर्षं संपली होती. तरी संसाराची घडी बसत नव्हती.

...शिवाच्या बाबतीत आतापर्यंत मी काहीसा अतिव्यवहारी विचार केला होता. वाटलं होतं; तो उत्साहानं शेती करील, पण शेतात त्याचं लक्ष नव्हतं. मशागत, नांगरट, कुळवट, खत, लागवड, पेरणी, मशागत, कष्टपाणी वेळच्या वेळी करावं नि पिकं उत्तम आणावीत, अशी त्याला हौस नव्हती. शेत पिकवलं नाही तर घरदार उपाशी मरंल, कुणाच्या पोटापाण्याला मिळणार नाही, रोजगाराला आपणाला रोज एकाच्या बांधाला जावं लागंल, हे कमीपणाचं आहे; याची त्याला जाणीव नव्हती.

तो पहाटे उठून एखाद्या शेतकऱ्यासारखा कधीच कामाला लागला नाही. दिवस उगवला की उठे. मग सगळे सकाळचे विधी. घरात नळाचं पाणी आलेलं असूनही रोज आंघोळ करत नसे की कपडे स्वच्छ कधी धूत नसे. गावात हिंडताना तरी खळणी कापडं घालावीत, असं त्याला वाटत नसे. कामं करताना घालायची मळकट, कळकट, फाटकी कापडं घालूनच तो हिंडे...या त्याच्या उशिरा उठण्यामुळं त्याला गाडीबैलांचं भाडं मिळेनासं झालं. लहानपणापासनं माती खाल्ल्यानं तो रोगट, अशक्त राहिला. त्याला नांगरट, कुळवट, मोट, गाडीत ओझी लादून भाडं करणं इत्यादी कसाची कामं त्यामुळं झेपत नव्हती. त्यामुळंही त्याची गाडीबैलं विकून टाकावी लागली. शेवटी तो सडाफटिंग रोजगारी झाला.

कुणी आलं कामाला सांगायला तर तो कामाला जाऊ लागला. आपण होऊन कुठं रोजगार हुडकावा, कुणाकडं काम आहे का याची चौकशी करावी,

असं त्याच्याकडनं कधीच होत नव्हतं.

आई म्हणे, "शिवा, जा की रं कामाला."

"कुठं जाऊ?"

"कुठं तरी हुडकून, कुणाकडं मिळतंय का बघ की."

"गरज असली म्हंजे आपूआप हुडकत येत्यात. मी रोजगार करतोय, हे साऱ्या गावाला म्हाईत हाय. आपूण होऊन चौकशी कराय गेलं की किंमत कमी हुती. 'चार पैसे कमीनं येतोस का?' म्हणून मग इचारत्यात." शिवाचं बोलणं ऐकणाऱ्याला बिनतोड वाटे. त्याला काय उत्तर द्यावं ते आईला सुधरत नसे...वास्तविक ज्याला रोजगारी माणसं हवी आहेत तो शेतकरी आपल्या घराच्या आसपासची माणसं सहसा सांगे किंवा कुणा एकाकडं सांगून 'चार-पाच माणसं घेऊन ये' म्हणून आपणाला गरज किती माणसांची आहे तेवढी ऑर्डर देई. ज्याला सांगितलं तो माणूस आपल्या घरची माणसं प्रथम ताफ्यात घेई, ती घेऊनही जादा घ्यावी लागली तर मग आपल्या 'ओढप्यातली' किंवा 'वगी'ची माणसं घेई. बाकीच्यांना बोलावत नसे. अशी सगळी सूतगुंती असे...त्यासाठी माणसं एकमेकाला धरून राहत असत. कामं तडफेनं करत. त्यामुळं त्यांना शेतकरी हमखास बोलावून रोजगाराला लावी.

पण शिवाला असं काही जमत नसे. "कितीबी काम पडलं तरी दोन पैसेसुदीक कुणी जादा देत न्हाईत. तवा आपलं जेवड्यास तेवडं केलं की सांजच्याला 'टाक पैसे' म्हणायला मोकळं. जिवालाबी दुख न्हाई का धस न्हाई." असं त्याचं तत्त्वज्ञान...चार दीस कामाला गेला की शेतकऱ्याची वड, गरज न बघता तो एक दीस हमखास घरात राही. "अंग दुखतंय, कट्टाळा आला, लई कामं वडावी लागत्यात, जिवाला बरं न्हाई." अशी काहीतरी निमित्तं तो काढत असे नि शेतकऱ्यांचं काम जागचं जाग्यावर पडून त्याचा खोळंबा होई...मग शेतकरी पुन्हा शिवाला कामाला सांगताना सतरा वेळा विचार करी. त्यामुळं शिवाला घरी बसावं लागे. भावांविषयीही त्याची कुरबूर असे.

आई मुकाट होई. तिला सगळ्यांच्या पोटाला एक वक्ताला तरी धड घालावं लागत असे.

माझ्याकडं शिवाविषयी आई, दादा, आप्पा, हिरा सगळेच तक्रारी करत. गावाकडं गेल्यावर मी शिवाला समजुतीच्या चार गोष्टी सांगे. त्याच्यावर मी रागावे. कधी दमही देई. कधी कळवळून सांगे की, "शिवा, अरे जर असा वागू लागलास तर तुझ्या तू जल्मालाबी शाणा हुणार न्हाईस. मग तुझा संसार कसा हुयाचा? भावांची शिक्षणं चालल्यात. ते शिकून शाणं हुतील नि सगळं घरदार सुखाला लावतील. त्यात तुझंबी सुख हायच की. असा इरंसरीला का पडतोस त्येंच्या!"

"मी हुईल तेवढं करतोयच की दादा...ही काय सांगत्यात बाराबोड्यांची

सगळी. ह्या घरात राबणारा एकटा मीच बापय हाय. तुम्ही दादाला पैसे लावून देतासा! ते खात त्यो बिळात बसलेल्या उंदरागत माडीवर जाऊन बसतोय. कवा कमी पडलं तर कुणाच्यात जाऊन पाला कापतोय, कुणाला काय, कुणाला काय अशी शेतकऱ्यांस्नी मदत करतोय नि आपलं पोट बाहीर काढतोय. हे दोघं भाऊ साबण लावून धुतलेली पांढरीधोट कापडं घालून शाळंच्या निमित्तानं गावातनं तालेवारासारखं हिंडत्यात. भणी तर गेल्या सासरला. ही बिनकामाची, भदं झालेली हिरा घरात बसून खाती, आनशी स्वयंपाकाचं बघती, आईला म्हातारपणामुळं आता कामं हुईत न्हाईत. मग राबणार कोण? मीच की. हे घर कुणाच्या जिवावर चाललंय?... 'बायकांचा रोजगार' न्ह्यारीला तरी पुरं पडतोय काय त्यो?"

वास्तविक मी जमेल तेवढं सातत्यानं घराकडं पैसे पाठवत होतो. पण मी असं कधीही म्हणत नव्हतो की, 'माझ्या पैशामुळं घर चाललंय.' आणि तसं ते चालतही नव्हतं. सगळ्यांचे हात कमी-अधिक त्याला लागत होते, म्हणून घर चाललं होतं. आईही म्हणत होती की 'घर माझ्यामुळं चाललंय.' परमार्थानं आईचंच खरं होतं. कारण ती सगळ्यांना एकत्र आणणारं माळेतलं सूत होती. पण शिवाला मी असं बोलू इच्छित नव्हतो. त्याचा अहंकार दुखावला जाईल; याची मला काळजी वाटे. त्याच्याविषयी सगळीच माझ्याजवळ तक्रार करत असत. पण त्या प्रत्येकाचं नाव घेऊन मी शिवाला त्याचा जाब विचारत नसे. तसं विचारलं तर मी पुण्याला आल्यावर शिवा त्याचं उट्टं सर्वांवर काढी.

गेली तीन-चार सालं त्याला मूल झालं नव्हतं. तो शारीरिक व्याधीनं आजारी पडला; त्यामुळं बायकोला माहेरी पाठवावं लागलं. आता खडखडीत बरा झाला, तर बायको सासरी यायला तयार नाही... त्यात एक वर्ष असंच गेलं. शिवाचं लग्न लांबवलं तरी निदान वयाच्या तिशीपर्यंत त्याला पहिलं मूल झालं पाहिजे; असंही मला वाटत होतं. कारण आई, बाप आणि मूल यांच्या वयात फार अंतर असेल तर मुलं लौकरच अनाथ होतात, त्यांना आयुष्यात नीट उभं करण्याची ताकद आई-वडिलांत राहत नाही. याचाही अनुभव आसपासच्या समाजात नि घरादारांतही मी घेत होतो. सगळ्या गोष्टी वेळच्या वेळी व्हाव्यात, जुन्या पिढीचं ऐकून फार घाईही करू नये आणि अगदीच परिस्थितीला भिऊन फार टोकापर्यंत लांबवूही नये; असं मला वाटत होतं...शिवाला जबाबदारीची जाणीव नसली; तरी त्याचा संसार हा झालाच पाहिजे; याची काळजी मला होती. म्हणून शिवाच्या बायकोसाठी स्वत: कोगीलला जाऊन प्रयत्न करायचा असं ठरवलं. यंदाच्या उन्हाळ्यात कागलला बरेच दिवस मुक्काम ठोकायचा नि शिवाच्या संसाराची घडी नीट बसवून द्यायची असा मनाशी निर्णय केला.

१९७० साल वि. स. खांडेकरांच्या व्याख्यानांनी पुण्यात उजाडलं.

जानेवारीच्या पहिल्या तीन दिवशी त्यांची सलग व्याख्याने होती. रा. ज. देशमुख यांनी ती आपल्या देशमुख-प्रकाशनतर्फे बालगंधर्व रंगमंदिरात ठेवली होती. ही व्याख्यानं ऐकण्यासाठी महाराष्ट्राच्या अनेक भागांतून साहित्यिक आले होते. अनेक दिवसांनी खांडेकरांची गंभीर वाणी, गंभीर विचार ऐकायला मिळाले. एकूण मराठी साहित्य, समाज आणि संस्कृती यांविषयी ती व्याख्यानं होती. अनेक साहित्यिकांना या निमित्तानं भेटता आलं, विविध विषयांवर चर्चा करता आल्या. कालच्या नि आजच्या मराठी साहित्याची आणि समाजाची खांडेकरांनी चांगली मीमांसा केली, पण उद्याच्या साहित्यसमाजाविषयी 'अंधारा'ची प्रतिमा वापरली. ते त्यात खूप चाचपडले. वास्तविक 'उद्याच्या साहित्याविषयी' ते कोणती दिशा दाखवतात, कोणत्या अपेक्षा करतात याविषयी मी खूप उत्सुक होतो. कारण मला काही त्यांतून अंधुक दिशा, वाटा दिसल्या असत्या नि त्यांचा वेध घेत जाण्याचं धाडस करता आलं असतं. पण तसं काही मला मिळालं नाही.

एक दोन ठिकाणी व्याख्यानांना जाऊन आलो. डॉ. रा. शं. वाळिंबे आणि डॉ. भालचंद्र फडके यांच्यामुळं एम. ए.चं अध्यापन करण्याची प्रथमच संधी मिळाली. त्यात रमून गेलो. 'गोतावळा' कादंबरीचं अंतिम संस्करण मार्चमध्ये पूर्ण केलं नि श्री.पु. भागवत यांच्याकडं ती छापाईसाठी सुपूर्द केली. संस्करणासाठी प्रा. स. शि. भावे आणि प्रभाकर पाध्ये यांच्या घरी अलग अलग मी केलेली 'गोतावळा'ची वाचनं फार उपयुक्त ठरली. श्री. पुं. नी तर अतिशय काळजीपूर्वक हस्तलिखित वाचून बारीकसारीक बाबी हेरल्या होत्या. त्यावर खूप चर्चा झाली. या तिघांमुळं 'गोतावळा'ला रेखीव आकार आला. पंधरा मार्च ते पंधरा एप्रिल हा काळ या वाचनांच्या नि संस्करणाच्या धुंदीत गेला.

एप्रिलमध्ये पी. डी. चे पेपर्स तपासले नि मेच्या पहिल्या आठवड्यात कागलला गेलो.

गेल्या गेल्या सोपा दुरुस्तीचं काम पहिल्यांदा करून घेतलं. सोप्यावर दादानं पन्हाळी पत्रे घातले होते. त्याला वीसपंचवीस वर्षं झाली होती. त्या अगोदरही ते पत्रे परड्याकडंच्या गोठ्यावर होते. कधी दादाच्या वडिलांनी म्हणजे माझ्या आज्यानं ते घातलेले. आता ते इतके तांबेरून गेले होते की वर पडणारा पावसाचा एक थेंबही पन्हाळीतून बाहेर जात नव्हता. सगळं पाणी सोप्यात गळत होतं. पत्र्याखाली बसलं की तांबेरून भोकं पडून झालेल्या चाळणीतनं वरचं आभाळ दिसत होतं. पावसाळ्यात सोप्यात चिखल होत होता. घर म्हणून सोप्याचा वापर पावसाळ्यात करता येत नव्हता. जमीन सगळी कच्च्या खडीच्या रस्त्यागत उखडली होती. पाणी गळून भिंतीचे आतले दगडी थर उघडे पडले होते. कच्च्या मातीचं बांधकाम. सगळा सोपा कधीतरी एकदम ढासळेल, अशी भीती वाटत होती.

म्हणून पत्रे काढून टाकले. मंगलोरी कौलं घालण्याचा निर्णय घेतला. त्यासाठी कौलं, लाकूडसामान, लोखंडीसामान, सिमेंट इत्यादी कोल्हापूरला जाऊन आणलं. दोन्ही बाजूंनी सोप्याच्या भिंती वाढवून घेतल्या नि पंधरा एक दिवसांत सोपा दुरुस्त करून घेतला. खालची जमीन करून घेतली.

सोप्याला रूप आल्यासारखं झालं. बरं वाटलं. सुटीत गेलो की घोंगडं आंथरून, पायांची घडी पोटाशी घेऊन जमिनीवरच लिहिण्याला बसावं लागे. आल्यागेल्या गावातल्या नि कोल्हापूरच्या मित्रांनाही खालीच बसावं लागे. त्यांच्या पँटा खाली बसताना तंग होऊन जात. म्हणून दोन लाकडी खुर्च्या नि एक जुनाट टेबल विकत घेतलं नि सोप्यात मांडलं.

सोप्याचं काम चालू असतानाच कोगीलला जाऊन आलो. कागलपासनं चारपाच मैलांवर कोगील होतं. सकाळी उठून सायकली भाड्यानं घेतल्या नि नऊच्या सुमारास कोगीलला जाऊन पोचलो. बरोबर कागलातले दोन तगडे मित्र घेतले होते. शिवाच्या बायकोचं घर शोधून काढलं.

डोंगराच्या खलाटीत वस्ती. शंभरभर घरांचं ओसाडसं वाटावं असं गाव. गावाला बागाइती जमीन काहीच दिसत नव्हती. होती ती डोंगराच्या बगलेवरची कोरडवाहू, माळरानं, तांबूळ जमीन. गावाच्या सखलात एकदोन विहिरी होत्या. त्या विहिरीचं पाणी साऱ्या गावाला. अधनंमधनं एखादं जंगली झाड दिसणारं. बाकी सारा फोंडा माळ, बोडका डोंगर नि खबदाडं यांनी भरलेला भाग. गावची माणसं उन्हाळभर कोल्हापूरला वरकामासाठी, रोजगाराला जात. डोंगराच्या कपारीतली गवतं दिवाळीच्या अगोदर कापून ती वाळवत. आसपासच्या गावाला गवताच्या गाड्या विकत. कोल्हापुरात नेऊन गोवऱ्या विकत. पावसाळा आला की जमिनी साफसूफ करून भात, सावं, वरी, नाचणं पेरत. गुरं माळाला चारत, शेताची कामं करत पावसाळा गावात काढत. सुगी घरात आली की पुन्हा कोल्हापूरला नि आसपासच्या गावाला रोजगाराला पळत... सगळ्या माणसांच्या नि जनावरांच्या अंगावर एकच अवकळा. सगळी ऊनताण, पाऊसपाणी, दिवसरात्र यांचा विचार न करता पोटासाठी राबणारी...अशा गावची सून आईनं केलेली.

तिचं घर चढावर होतं; म्हणून खालीच एका घरासमोर घरवाल्याला विचारून सायकली लावल्या नि चढावर गेलो.

शिवाची बायको दारातच धुणं धुऊन मोकळी झाली होती. धुणं धुतलेल्या बारडीतल्या पाण्यातच शेवटी हातपाय धूत होती... पाणी खाली खलाटीला जाऊन दोन फर्लांगावरच्या विहिरीतनं शेंदून आणावं लागत असल्यानं ही काटकसर असावी.

"बाबा हाय का न्हाई घरात?" तिला विचारलं.

"राघूनानाच्यात गेलाय."

"बलवून आणायला सांग कुणाला तरी. कागलचं पाव्हणं आल्यात म्हणावं."

घरातल्या सोप्यात कुणीतरी विजार घातलेला तरुण बसला होता. तो बाहेर उभ्या असलेल्या आमच्याकडं एकटक बघत होता. त्याच्या अंगावर रंगीत, धुवट कुडतं होतं. डोईवर केस वाढवलेले. त्याचा भांग पाडलेला. वळण शेतकीतलं दिसत नव्हतं. शहरात जाऊन काहीतरी कारकुनी, लेथवर्क करत असावा, असा अंदाज करता येत होता. दाढी दोनतीन दिवसांची वाढलेली जाणवत होती. आम्ही बाहेच थांबलो होतो. कुणी 'आत या' असं म्हटलंही नाही. पाणीही दिलं नाही. तोही पाण्याच्या काटकसरीचा भाग असावा.

तिचा बा आला. थंडपणानं उभा राहिला. "शिवाच्या बायकूला न्ह्यायला आलोय." मी सरळ विषयाला हात घातला.

"लावून द्यायची न्हाई तिला."

"का?"

"ते तुमच्या भावाला ठावं हाय."

"त्यो 'मला काय ठावं न्हाई', म्हणतोय. तुम्हीच काय ते कारण सांगा."

"त्यो 'ठावं न्हाई' म्हणतोय न्हवं; तर त्येला रुजवातीला घेऊन या. काय असंल ते दोघांस्नी मिळून चारजणात इचारू. खरंखोटं काय ते निघंल की. घेऊन या त्येला."

"बरं. समजा; त्येला घेऊन आलो. रुजवात केली; तर मग लेकीला लावून देता? तुमच्या गावची चार शाणी मंडळी तुम्ही बसवा. आमच्या गावची चार शाणी मी घेऊन येतो. काय ते खरंखोटं करू; मग तरी लावून देशीला?"

"आता लावून एवढी द्यायची न्हाई बघा."

"मग कशाला खऱ्याखोट्याची रुजवात करायची ती?"

"कोण नासकं फळ हाय नि कोण निर्मळ हाय; त्येची शानिशा करू की."

"करून फुडं काय? पोरीला तर लावून देत न्हाई म्हणतासा."

"लावून तर द्यायचीच न्हाई. बघू कुठं दुसरं लगीन झालं तर...न्हाई तर गळ्यात धोंडा बांधून हिरीत ढकलून देऊ."

"म्हंजे सोडचिठ्ठी घ्यायचा इचार हाय का?"

"हांऽ."

"मग कशाला बाकीचं वांडं गुऱ्हाळ लावायचं? सोडचिठ्ठी घ्यायचा तुमचा इचार ठाम हाय का, सांगा."

सोप्यात बसलेला पाव्हणा तावातावानं बाहेर आला, "हां हां! ठाम इचार

हाय. उद्या या घेऊन काय असतील ती कागदपत्रं.'' तो हात वर करून बोलू लागला.

"तुम्ही कोण?'' मी विचारलं.

"ते तुम्हाला काय करायचं? तुम्ही तेवढी कागदपत्रं घेऊन या.''

मुलीचा बाप म्हणणारा गप्पच बसला होता. मुलगीही आत निघून गेली होती.

नंतर थोडी वादावादी झाली. सगळ्यांचा सूर लक्षात आला. आम्ही परतून उताराला लागलो.

वाटलं; शिवानंच स्वत:ला अपराधापासनं वाचवण्यासाठी बायकोवर खोटा आरोप ठेवला असणार. त्याची जबर शिक्षा आता त्याला भोगावी लागणार...तिचा, तिच्या घरादाराचा घोर अपमान झालाय, त्यांचं हे फळ.

सायकली ठेवल्या होत्या त्या घरापाशी आलो. पाणी प्यायला मागितलं.

पाणी देता देता घरवाला म्हणाला; "कुणाकडं आला हुतासा?'' खरं तर त्यानं आपल्या दारातनं सगळं बघितलं होतं. तरी मी त्याला सगळी हकिकत सांगितली.

"तिला आता न्यायच्या भानगडीत कशाला पडता?'' पाव्हणा सहज बोलला.

"का?''

"तिची थोरली भण मेलीय. तिला दोन बारकी पोरं हाईत. ती हितंच हाईत नि त्येचा बाऽबी हितंच खातो-पितोय.''

"कोणचा त्यो?''

"तुमच्यासंगं तावातावानं बोलत हुता त्योच. पोरीच्या बाऽच्या मनात त्येंच्यासंग म्हवतूर लावून द्यायचं हाय, असं दिसतंय. भणीची पोरं भणच नीट सांभाळणार की हो.'' तो शांतपणानं म्हणाला.

मी चरकलो...हे दुसरंच काही तरी उमटलं.

बाकीचे दोघे दोस्त माझ्याकडं एकटक बघू लागले. ओशाळल्यागत झालं.

सावरून म्हणालो; "चला, टाका टांगा सायकलीवर.''

सायकल कागलच्या दिशेनं रेटू लागलो.

चक्रावल्यासारखं झालं...कागलात अपमान झाला म्हणून तिनं हा उपाय योजला की बहीण मेल्यामुळं तिनं हा निर्णय घेतला नि कागलला यायचं नाकारलं?- काहीच नीट कळेना. पहिलं कोणतं नि दुसरं कोणतं काहीच पत्ता लागेना.

●

वीस

कोगीलवरून आल्यावर शिवाला खोदून खोदून पुन:पुन्हा विचारलं.

"दादा, तुम्हांला खरं खरं सांगतो; ती का येत न्हाई मला कायबी ठावं न्हाई. मी आजारी हुतो; त्या वक्ताला माझ्या आजारपणावरनं आईचं नि तिचं भांडाण झालं हुतं. त्या वक्ताला आईनं तिला मारलं हुतं नि म्हायारला पिटाळली हुती. तवापासनं तिचं मला दर्शेन न्हाई का एका शब्दानं बोलणं न्हाई. त्येला आता दीड-दोन वर्सं हुईत आली." शिवा शांतपणे बोलत होता. आता शहानिशा करण्यातही काही अर्थ नाही; असं वाटू लागलं.

"मग आता काय करायचं? सोडचिठ्ठी मागत्यात ते."

"द्या जावा. माझ्याबी मनात ती बसत न्हाई."

रात्री आम्ही सगळ्यांनी बसून विचार केला नि रीतसर घटस्फोट घ्यायचा निर्णय घेतला.

वकिलाकडं जाऊन त्याची सविस्तर माहिती मिळवली. त्याच उद्योगाला लागायचं ठरवलं... नवरा-बायकोंनी निदान तीन वर्षं अलग राहण्याची कायदेशीर गरज होती. त्याची वाट बघत थांबावं लागणार होतं...आता नुकतं एकदीड वर्ष होऊन गेलं होतं.

"शिवा, आता जे झालं ते झालं. मात्र तू ह्या झालेल्या गोष्टीवर काय करायचा ते इचार कर. तुझ्याकडनं काय चुकलं असल; तर त्येची फळं तुला भोगावी लागली असणार. लागली असली तर पुन्ना तशी भोगावी लागू नयेत म्हणून काय काळजी घ्यावी लागणार, ते तुझं तू बघ. तुझं तू मनाला शिक्षेण दे. मी काय तुला आता सांगणार न्हाई...तू आता तीसएक वर्सांचा बापई झालाईस.

तुझं तुला आता रग्गड कळतंय. तवा काय चुकलंमाकलं असंल तर बघ.'' मी शांतपणे बोलत होतो.

''माझं कायबी चुकलं न्हाई.''

''चुकलं नसंल तर ती गोष्ट चांगलीच हाय. पण चुकलं असलं तर तेबी मला सांगायची गरज न्हाई. तुझा तूच मनोमन इचार करायचा आणि मनालाच काय सांगायचं ते सांग. मला किंवा दुसऱ्यांस्नी सांगण्याची गरज न्हाई. कारण आपलं आपूणच शाणं हुईत जायचं असतंय. आपूणच आपल्या करणीपासनं धडा घ्यायचा असतोय. चांगल्या करणीचाबी आपल्याला धडा घेता येतोय...आपूण असंच चांगलं करू या, आपल्याच जल्मात त्येचा फायदा हुतोय; असं वाटतंय. आणि चुकून वंगाळ करणी झाली तर तिचीबी शिक्षा आपल्याला मिळालेली असतीच. मग आपूण पुन्ना असं करायचं न्हाई; आपल्याच जल्माचं वाटुळं हुतंय, दुसरं कुणी निस्तारायला येत न्हाई; असा धडा आपल्यालाच मिळतोय...तवा ह्या दोन्हींचाबी मनोमन इचार करायचा. काय?''

''त्यो करतोयच की हो मी.''

''मग ती चांगली गोष्ट हाय... आता अनायासं पाटलाचा मळा भागानं करायला मिळालाय. ह्यो मळा जर का कायम तुझ्याकडं ऱ्हायला तर तुला रोजच्या रोज एकाच्या बांधाला रोजगारासाठी जायची पाळी येणार न्हाई. कायमचा घरचा रोजगार हुईल त्यो. तवा येळंसरी रोज सकाळी लवकर उठून मळ्याकडं जाईत जा. इल्लनं कामं करत जा. पाटलाच्या मनात तुझ्याबद्दल इस्वास वाटला पाहिजे; असं वागत जा. म्हंजे मग सगळं सुरळीत चालंल.''

शिवानं मान हलवली...गेल्या संक्रांतीपासनं तो पाटलाच्या मळ्यात रोजगाराला जात होता. पाटलाची दोन्ही मुलं त्याच्या इनामी गावाकडं शेतीच करत होती. इथं फक्त दीड-पावणेदोन एकराचं रान होतं. त्यात विहीर होती. तिच्या पाण्यावर पाटील एकरभर ऊस आलटून पालटून लावत होता. उरलेल्या रानात जोंधळा, मिरची, माळवं करत होता...पण घरात करणारं कुणी नव्हतं.

शिवा तिथं नेमानं कामाला जात असल्यामुळं पाटलानं त्यालाच मतीवलं. शिवालाही ते पटलं.

गुऱ्हाळ होऊन जानेवारीत उसाची लावण झाली होती. उसात चौथाई, इतर निघणाऱ्या कोणत्याही पिकात तिजाई; असा भाग ठरला होता. वर्षभर माणसांची कष्टं शिवानं करायची. जी काही नांगरट, कुळवट यांसारखी जनावरांची कष्टं असतील ती पाटलानं करायची. खुरपणी, सड-वेचणी, कोळपणी, भांगलणी, उसाला पाणी पाजणं, सुगी काढणं, पिकं घरात नेऊन पोचती करणं, मळ्यात वस्तीला राहणं यांसारखी कामं शिवानं करायची. घरातली माणसं घेऊन ती

करणं शिवाला जमण्यासारखं होतं.

शिवानं ते आनंदानं कबूल केलं होतं. पण गेल्या तीन-चार महिन्यांतला त्याचा अनुभव आई वेगळाच सांगत होती. "सकाळी उठून शिवा कामाला जात न्हाई. मळ्याकडं एका माणसाचं जरी काम असलं तरी घरातल्या माणसास्नी तिकडं पिटाळतो. दुसरीकडं रोजगाराला जाऊ देत न्हाई. त्यामुळं पोटाला काय खायचं त्येची पंचाईत हुती. बाकीच्यांस्नी कामाला लावून शिवा दुपारी दोन-दोन तास इस्वाट्याची झोप काढतो, त्येला या बाबतीत बाऽचीच सवय लागलीय. बाऽसारख्याच पोरीस्नी शिव्या देतो. ढेकळ उचलून पाठीत घालतो. माझ्याबी अंगावर धावून आला हुता. त्यामुळं त्येच्या हाताबुडी कामं करायला पोरी राजी हुईत न्हाईत. तू यायच्या आदूगर आठ दीस त्यो नि त्येचा मामा दारू घरात आणून पीत बसलं हुतं. सगळ्या घरादाराला शिव्याशाप देत हुतं."

आईनं असं सांगितल्यामुळं शिवाला दारू न पिण्याविषयी दम दिला. 'घरातनं कपड्यानिशी हाकलून देईन.' म्हणून सुनावलं.

मामाच्या घराकडं गेलो होतो. त्याच्या संसाराची घडी पार विस्कटली होती. वय उताराला लागलेलं. दुष्काळानं सगळीकडं थैमान सुरू केलेलं. त्यात दारूंचे व्यसन अतोनात वाढलेलं.

रखमा आणि आण्णा चक्कीचं काम पाहत असले तरी मेळ बसेनासा झाला होता. मामा दारू पिऊन तिथं जाऊन वाट्टेल तशी बडबड करत बसायचा. त्याला बघितलं की बायका, तरुण मुली दळणंकांडणं घेऊन यायला बिचकायच्या. हळूच पुढच्या गल्लीतल्या चक्कीवर जायच्या. शिवाय चक्कीचं आलेलं उत्पन्न मामा दारूसाठी हिसकावून घेऊन जायचा. म्हणून रखमानं नि सगळ्या पोरांनी मिळून त्याला चक्कीवर येऊ द्यायचंच बंद केलं. "आलास तर पाय मोडून ठेवीन," म्हणून ताकीद दिली.

मग मामा कुणाच्या भागीदारीत झाड तोडायला खंडानं घेऊ लागला. दुष्काळ पडल्यामुळं नि पोटाला खायला काही नसल्यामुळं बरेच शेतकरी रानातली झाडं विकू लागले होते. मामा झाडतोडीच्या कंत्राटाची कामं करू लागला. पण त्यातनंही फारसं काही रखमाच्या हाताला लागत नव्हतं. तोही पैसा दारूत जात होता. मामा आता सांजचं घरात दारू आणून पिऊ लागला होता. त्यामुळं रखमा आणि तरुण, तापट आण्णा मामाशी जोरात भांडणं करू लागले. त्याची भाकरी बंद करू लागले. वाट्टेल तसं बोलू लागले. आजवर तडफेनं आणि ईर्ष्येनं जीवन जगलेल्या नि घरादाराला मिळवून घालणाऱ्या कर्त्या पुरुष-मामाला तो फार मोठा अपमान वाटत होता. त्यामुळं तो सगळ्याच पोरांवर, रखमावर धावून जात होता. हाताला लागेल त्याला बडवून काढत होता. त्यामुळं

घरात सगळं वातावरण बिघडून गेलं होतं.

मामाची थोरली मुलगी आक्काताई एस. एस. सी. मध्ये अपयशी होऊन घरात बसलेली. थोराड अंगापेराची असल्यामुळं लग्नाचं वय झाल्यासारखी वाटणारी.

मामानं धडपडून एक चांगला जागा आणला होता. कोल्हापुरात त्यांचा गादीकारखाना बऱ्यापैकी चालला होता. पहिली बायको वारलेली. तिला तीनचार वर्षांची एक मुलगी होती. नवरा मुलगा तरुणच होता. त्याला दुसरं लग्न करण्याची गरज होती. मामाची मुलगी देखणी होती, शिकलेली होती म्हणून 'जागा' चटकन जमून आला...पाहुण्यांनी विचार केला असावा की मुलीचा बाप दारू पीत असला तरी आपला काही लग्नानंतर संबंध येणार नाही. तेव्हा त्याच्या व्यसनाकडं बघून सोन्यासारखा आलेला 'जागा' का टाळा?

त्यामुळं जमून गेलं. लग्न मुलाकडचे लोकच करणार होते. मामानं माझ्याकडं पैशांची आणखी मागणी केली. आतापर्यंत मामाला मी थोडे थोडे पैसे देतच आलो होतो. आक्काताईच्या लग्नासाठी मामा सहाशे रुपये मागू लागला. माझीही ओढगस्त सुरू झाली होती. सोपा दुरुस्त करून घेतल्यामुळं साठलेले पैसे संपत आले होते. म्हणून मग मामाला फक्त दोनशे रुपयेच दिले. तेही रखमाच्या हातात दिले.

सोळा जून सत्तर ही लग्नाची तारीख ठरली होती. पण मला लग्नाला येता येणं अशक्य होतं. कारण पंधरा जूनला आमची उन्हाळी सुटी संपून सोळा जूनपासून कॉलेज सुरू होणार होतं. सोळा जूनचा पहिलाच दिवस असल्यानं मला त्या दिवशी पुण्यातच असणं भाग होतं. नाहीतर सगळ्या सुटीची 'रजा' लागली असती. मामाला सगळं समजून सांगितलं.

दारू पिऊ नकोस; म्हणून पुन्हा एकदा कडक शपथ घ्यायला लावली. मामानं ती पुन्हा दिली. मी जायला निघालो...मी कागलात कायमचा असतो, निदान कोल्हापुरात जरी नोकरी असती तर मामावर थोडं तरी नियंत्रण ठेवू शकलो असतो. दीडशे मैल अंतरावरनं पत्र पाठवून शहाणपण सांगण्याशिवाय दुसरं काहीच करू शकत नव्हतो. नगरपालिकेची आमची घरपट्टी, शेताचा चावडीफाळा, पाणीपट्टी तटली होती. ती सगळी भरली. आईनं शेताच्या कष्टासाठी, पेरणीपाण्यासाठी पैसे मागितले. तिलाही दिले.

राज्यात प्राथमिक आणि माध्यमिक शिक्षकांची अजून गरज होती. डी. एड. आणि बी. एड. होणाऱ्या उमेदवारांना प्रयत्न करून प्राथमिक शाळांतून, हायस्कूलांतून नोकऱ्या मिळत होत्या. अशा परिस्थितीत आप्पानं डी. एड. व्हावं आणि प्राथमिक शिक्षकाची किंवा जमल्यास हायस्कूल-शिक्षकाची नोकरी पकडावी, असं वाटत होतं.

मौज-मजेसाठी एखादं वर्ष कॉलेजला काढावं, असं आप्पाला वाटत होतं. त्याला सगळं समजून सांगितलं. एस. एस. सी.साठी त्याला गणित वगळूनही पाचवेळा प्रयत्न करावा लागला. त्यात त्याची दोन-तीन वर्षं गेली. मग महाविद्यालयात उगीच कशाला वर्षभरासाठी जायचं? गेलं तर सरळ पदवीधर तरी झालं पाहिजे. त्यासाठी इंग्रजीचे पेपर्स त्याला द्यावे लागणार होते. ते त्याला कितपत जमेल याची दाट शंका होती. म्हणून मी त्याला डी. एड. होण्याचा सल्ला दिला.

त्यातही त्याचा गणित हा विषय नसल्यामुळं डी. एड. ला त्याला प्रवेश मिळेल का नाही; याची शंका येत होती. 'नवे नियम येणार आहेत' तोपर्यंत प्राचार्यांनी प्रवेश निश्चित करू नयेत, अशा सूचना प्राचार्यांना आल्या होत्या. त्यामुळं आप्पाला आय.टी.आय.ला ही प्रवेशअर्ज भरून ठेवण्यास सांगितलं.

महाराष्ट्रात ग्रामीण पातळीवर छोटे छोटे अनेक उद्योग निघण्याची शक्यता होती. कोल्हापूरसारख्या शहरात अनेक उद्योगसमूहांचे, व्यक्तींचे छोटेछोटे कारखाने होते. दळणवळणाची साधनं वाढत होती. जमल्यास मागंपुढं कागलातही छोटे छोटे कारखाने चालवता येतील नि कोल्हापूर-इचलकरंजीसारख्या मोठ्या शहरांतील कारखान्यांना जॉबवर्क्स करून देता येतील; अशी शक्यता निर्माण झाली होती. या उपक्रमात आप्पालाही कुठं तरी नोकरी मिळेल किंवा काही वर्षं गेल्यावर त्याला 'छोटा उद्योग व्यवसाय' काढून देता येईल, असा मनात संकल्प होता... शिवाय या कोर्सला पंचवीसभर रुपये मासिक स्टायपेंड मिळणार होता. राहण्यासाठी वसतिगृहही मिळणार होतं. म्हणून आप्पाला सगळी तयारी करून ठेवण्यास सांगितलं. "सुटी आहे तोपर्यंत जास्तीत जास्त पैसे मिळीव. आता तुला कोल्हापूरला शिकायला जायचं हाय. तवा तुला खर्च जास्त येणार. जवळ पैसे नसतील तर कोल्हापुरात तुझी फरफट हुईल. मी पैसे देतोच; पर तुझा तुला वरखर्च तरी भागीवला पाहिजे."

माझ्या सांगण्याप्रमाणं आप्पा उन्हाळाभर कामाला लागत होता. भांगलणी-खुरपणी, गुऱ्हाळातली वरची कामं, शेतातली बांधबंदिस्ती यांसाठी तो रोजगाराला जात होता. कुठंच कामं नसतील तर दादाबरोबर उसाचा पाला आणायला जात होता.

तरीही मे महिन्यात त्याच्याजवळ चारपाच रुपयांपलीकडं शिल्लक नव्हती. त्याच्या रोजगाराचा पैसा आई मागून घेत होती. पोटापाण्यासाठी त्याची घरादाराला गरजही होती. मला हेही माहीत होतं की आईचा खर्च अडाणीपणाचा असला तरी अनाठायी नव्हता. विचारपूर्वक खर्च न केल्यानं जे काही कमी-अधिक होत होतं तेवढंच. त्यामुळं मी आप्पाला नि आईलाही काही बोलू शकत नव्हतो.

म्हणून मेच्या शेवटच्या आठवड्यात परत आल्याबरोबर आप्पाला खर्चासाठी तीनशे रुपयांचा चेक पाठवून दिला. त्यांतले अगोदरच कागलात कमी पडलेले आणि मित्रांकडून मागून घेतलेले शंभर रुपये द्यायचे होते. आप्पाला दोनशे रुपये कॉलेजसाठी व इतर खर्चासाठी म्हणून पाठवले.

जून सत्तरच्या दहा तारखेला डी. एड. कॉलेज सुरू झालं तरी आप्पाचा प्रवेश निश्चित होईना. एस. एस. सी. ला गणित असलेल्या सर्व मुलांना प्रवेश मिळाला होता. आप्पाचं गणित नसल्यानं आणि गणित नसलेल्या मुलांना या वर्षापासून घ्यायचे की नाही याचे स्पष्ट आदेश अजून आले नसल्यामुळं आप्पाला अधांतरीच ठेवलं होतं. फक्त त्याला वर्गात बसायला परवानगी दिली होती. मात्र कोल्हापुरात वसतिगृह मिळालं नव्हतं. म्हणून तो रोज कागल-कोल्हापूर असा बारा मैल एस. टी. नं प्रवास करू लागला. स्वतंत्रपणे भाड्याची खोली एकट्याला घेणं परवडणार नव्हतं.

जून महिना असाच गेला. जूनच्या शेवटच्या आठवड्यात त्याला आय. टी. आय.ला बोलावणं आलं. त्याची प्राथमिक परीक्षा त्यानं दिली नि त्याचा प्रवेश निश्चित झाला.

तो निश्चित झाल्याबरोबर त्याला मी आय. टी. आय.ला प्रवेश घेण्यास सांगितलं. कारण डी. एड.चा एक तर प्रवेश अजूनही नक्की नव्हता. रोज कागल-कोल्हापूर एस. टी.चा जातायेताचा प्रवासखर्च, आप्पाचा जेवणाचा खर्च, त्याशिवाय डी. एड.ची विद्यार्थ्यांची वह्यापुस्तकादी साधनं, कापडी फळा, डस्टर, पोशाख इत्यादींसाठी खर्च करावा लागणार होता. वसतिगृहही नक्की मिळेल याची खात्री नव्हती. त्यामुळं मी आप्पाला आय. टी. आय.ला प्रवेश घेण्यासाठी पत्र लिहिलं. प्रवेश घेतल्यावर त्याला कोल्हापुरात राहायला वसतिगृह मिळणार होतं, पंचवीस रुपये स्टायपेंड मिळणार होता. कागल-कोल्हापूर जाण्यायेण्याचा खर्च वाचणार होता.

पत्रात शेवटी त्याला सांगितलं की 'डी.एड. चा प्रवेश जुलैचा पहिला आठवडा संपला तरी अजून नक्की होत नाही; तेव्हा प्राचार्यांकडून प्रवेशासाठी भरलेले सगळे पैसे परत मागून घे. प्रवेश अजूनही नक्की नसल्यामुळं त्यांना ते परत करावे लागतील. तसे त्यांना सांग.'

आय. टी. आय. ला प्रवेश घेऊन आप्पा डी. एड. कॉलेजच्या प्राचार्यांकडे भरलेले पैसे परत मागण्यासाठी गेला; तर प्राचार्य पैसे परत देण्याचे साफ नाकारू लागले. दरम्यान त्यांना नुकताच आदेश मिळाला होता. शेवटी धडपड करून करून त्यानं भरलेल्या एकशे-अठरा रुपयांपैकी बाहत्तर रुपये परत मिळवले. पैसे परत मिळाल्याची सही मात्र त्याला कोऱ्या पावतीवर करावी

लागली. त्याचं गौडबंगाल मला काहीच कळलं नाही. आप्पाचं म्हणणं 'प्राचार्यांनी वरचे पैसे घेतले म्हणून माझ्याकडनं कोऱ्या फॉर्मवर पैसे मिळाल्याची सही घेतली.' कॉलेजात अशा रोगाची लागण हळूहळू सुरू झाली होती. असहाय, गरजू माणसं ती सोसत होती. दोनपाच पैसे मिळावेत म्हणून शिक्षणक्षेत्रातील लोकही स्वत:च्या प्रतिष्ठेचा लिलाव करू लागले होते.

चाळीस-पंचेचाळीस रुपये व्यर्थ गेले म्हणून माझा जीव कळवळला. प्राचार्यांच्या नवोदित मनोवृत्तीचा पडताळा येऊन मी चडफडलो...तरीही प्राचार्यांनी घातलेला कोलदांडा आप्पानं पत्रातून लिहिल्यावर मी त्याला कळवलं होतं, की 'प्राचार्य पैसे परत देत नसतील आणि तुला डी. एड.ला प्रवेश नक्की मिळाला असेल, तर तू डी. एड. ला जा. तुझ्या स्वभावाला शिक्षकीपेशा मानवणारा आहे. चारपाच विद्यार्थी एकत्र येऊन एखादी खोली भाड्यानं घ्या. कोल्हापुरात राहून स्वयंपाक करून खा नि कॉलेजला जा.'

पण दरम्यानच्या काळात आप्पाचं डी. एड. वरचं मन उडालं होतं. प्राचार्यांबरोबर त्यानं फी परत मागण्यासाठी भांडण काढलं होतं. दोन प्राध्यापकांचं शिकवणं त्याला उथळ, पोरकट आणि भरकटलेलं वाटत होतं. प्राचार्य वर्षभर आपल्यावर डूख धरतील नि आपलं वर्षाअखेर नुकसान करतील, कदाचित नापासही करतील, अशी भीती त्याला वाटू लागली.

आय. टी. आय. चं समर्थन त्यानं जोरकस केलं. खर्च कमी होणार असल्याचं, स्टायपेंड मिळणार असल्यामुळं सोयीस्कर होणार असल्याचं दाखवून दिलं. त्याला त्या कोर्समध्ये उत्साह आहे, त्याच्या मनाचा कल तिकडंच आहे, असं मला दिसून आल्यावर मी त्याला ह्या कोर्सला जाण्याविषयी अनुमती दिली.

यात जुलैची सोळा-सतरा तारीख उजाडली. घरात दुसरंच नाट्य घडत होतं. आप्पाला मी प्रवास व इतर खर्चासाठी म्हणून पुन्हा ऐंशीभर रुपये दिले होते. ते खर्चून तो पंधरा जूनपासनं कोल्हापूरला डी. एड. कॉलेजला जात होता. कॉलेज शिकताना मला होणाऱ्या त्रासाची आणि मी घरातल्या लोकांना न जुमानता बाहेरच्या लोकांची मदत घेऊन शिकलो, याचीही कल्पना त्याला दिली होती. घरात पोटापाण्यासाठी कामंधामं कुणी करायची यासाठी सतत वादावादी, झगडे सुरू असत. या वातावरणात कुणाला शिक्षणाविषयी काही सांगण्यात अर्थ नव्हता. म्हणून आप्पा रोज उठून सकाळी साडेदहाच्या आसपास कोल्हापूरला कॉलेजला एस. टी. नं जात होता नि सांजंचं परत येत होता. आपण कोल्हापूरला 'कॉलेज' शिकतो आहोत याची तारुण्यसुलभ जाणीव त्याला झाली. संध्याकाळी आल्या आल्या चहा घेऊन कागलातील मित्रांकडं गप्पा मारायला, फिरायला जात होता. पुष्कळवेळा त्याला बोलवायला त्याचे मित्र घराकडं सायंकाळी येत होते. तेही

असेच केस राखलेले, भांग पाडणारे, शारीरिक कामं न करता इस्त्रीची शर्ट-पँट घालून हिंडणारे होते. घरात आप्पा त्यांच्याबरोबर मोकळेपणानं हासे, बसे, गप्पा मारी, स्वच्छ कपडे घालून बाहेर फिरायला जाई.

हे सगळं शिवा, आई, दौलत यांच्या नजरेत येत होतं. सगळं घरदार दिवसभर ऊन, पाऊस, थंडी, वारा यांची काहीही पर्वा, फिकीर न करता पोटासाठी मरमर मरतंय आणि आप्पा मात्र एखाद्या सायबासारखा रोज कोल्हापूरला एस. टी.त बसून ऐटीनं प्रवास करतोय. घरातलं आम्ही घाम गाळून मिळीवलेलं अन्न आयतं बसून गिळतोय. ह्येला सायेबदादा शिकायला पैसे देतोय. तेच आमच्या पोटासाठी दिलं तर सगळं घरदार सुखाला लागंल, असं त्यांना वाटू लागलं.

आरंभी आरंभी आप्पानं मी प्रवास व इतर खर्चासाठी पैसे दिले आहेत, हे आईला सांगितलं नव्हतं. त्याला भीती वाटत होती की ते सांगितलं तर ती कारभारीपणामुळं सगळे पैसे आपल्याकडं ठेवायला मागेल; रोजच्या रोज प्रवासखर्चापुरते पैसे देईल नि लगेच आठ-पंधरा दिवसांत 'पैसे संपलं. पोटाला धान्य, मीठमिरची आणलं' म्हणून सांगेल. आपलं कॉलेज खोळांबेल- त्याची ही भीती काहीशी रास्तही होती.

पण आईला दुहेरी संशय आला. 'आप्पानं दोन-अडीच वर्षं काम करत करत रोजगारातला बराच पैसा आपल्याला न समजू देता शिलकीला ठेवला असला पाहिजे. यात त्येनं आपल्याला फशीवलंय, किंवा आन्दा ह्येला परस्परभारी पैसा लावून देत असणार. आपल्याला मातूर थोडंथोडं लावून देतोय; नि रोज ह्येला दीड रुपयं एस. टी. चा खर्च परवडंल एवढं लावून देतोय...आन्दूचाबी माझ्यावर आता इस्वास ऱ्हायला न्हाई. असता तर त्येनं माझ्याकडं पैसं लावून दिलं असतं नि अप्पाला द्यायला सांगितलं असतं...आन्दूला बिनकामाचा आपला बाऽनि टाळूला त्याल लावून हिंडणारा आप्पाच इस्वासाचा वाटाय लागलाय. मी मातूर राबून राबून समद्यांचं पोटपाणी आधी जाळायचं नि मग उरला तर कोरचतकोर तुकडा माझ्या पोटात ढकलायचा...किती म्हणून मीच हाडं उगळायची ह्या घरादारासाठी?'...याचा राग ती दादाबरोबरच आता आप्पावर काढू लागली.

काही तरी निमित्त काढून ती दोघांशी वरचेवर भांडू लागली. आप्पा त्याला तोंड देत राहिला नि दादा वैतागून पावसाळ्यात उपासमार होऊ लागली म्हणून सरळ पुण्याला माझ्याकडं निघून आला.

शिवानं अडाणी बंड पुकारलं. आईला म्हणाला, "शाप कामाला जाणार न्हाई. गेलो तरी एक पैसा घरात देणार न्हाई. दादा, आप्पा, दौला सगळी माझ्याबरोबर राबायला आली तरच मी काम करणार. न्हाई तर, तू आणि तुझ्या लेकीच राबायला जावा, जसं दादाला, आप्पाला, दौलाला आयतं खायाला

घालतासा; तसंच मलाबी घाला, मी धड तर हे घरदार धड.''

असं म्हणून त्यानं कामालाच जायचं बंद केलं. भाजी-भाकरी सगळ्यांना दटावून; चापून खाऊ लागला नि झोपून राहू लागला. बायकामाणसं अर्धपोटीच राहू लागली. ती उलट काही बोलू लागली तर तो त्यांच्यावर धावून जाऊ लागला. त्यांना वाट्टेल तशा शिव्या देऊ लागला. जुनंपानं काढू लागला. सगळ्या जणी घाबरून-गांगरून गेल्या...या काळात मामाच्या संगतीनं तो दारू पीत होता.

मनोमन शिवाला सगळ्या बाजूंनी आपली कोंडी झालीय, आपल्यावर अन्याय होतोय, असं वाटू लागलं. त्याला आता एकतिसावं वर्ष चालू होतं. घटस्फोट घेऊन दुसरं लग्न करण्यासाठी कायदेशीर दीड-दोन वर्षं अजून जाण्याची गरज होती. त्याच्या या बाबतीतल्या लोंबकळत्या अवस्थेमुळं त्याचं तरुण शरीर आणि मन अस्वस्थ होणं स्वाभाविक होतं. त्याच्याबरोबरीच्या रोजगारी मित्रांची पोरंबाळं त्यांच्या अंगाखांद्यावर खेळत होती. शिवाला ती उणीव तीव्रतेनं जाणवत होती. त्याच्या या उणिवेवर कुणीच उपाय बघत नाही; असं त्याला मनोमन वाटत होतं नि तो सगळ्यांवर वेगवेगळ्या निमित्तांनी मत्त बलीवर्दासारखा भडकून उठत होता. दारू पिऊन वेडंवाकडं तुंबलेलं मन मोकाट सोडत होता.

त्याच्या हेही लक्षात आलं होतं की, 'जन्मभर आपण रोजगारीच राहणार. कष्ट करून आपणाला जगावं लागणार. आपले तिन्हीही भाऊ मात्र शिकून शहाणे होत आहेत. थोरला भाऊ मात्र शिकून पगारदार झाला नि पुण्यात सुखानं राहू लागला...तसंच हे दोघंबी आज ना उद्या हुतील. माझ्या कष्टावर शिक्षण घेतील नि पदवीवालं सायब हुतील. बाजीरावासारखं शेरगावात नोकरीला जातील. मी हितं दुसऱ्याच्या रानातच माती खात राबायचं. का म्हणून आपूण हे करायचं?...यातलं कुणीबी माझ्या जल्माचं कल्याण करणार न्हाई...'

दौलत आठवी पास होऊन नववीत जून सत्तरपासून जात होता. मिळतील त्याची जुनीच पुस्तकं विकत घेण्यासाठी मी त्याला सांगितलं होतं. त्यानं ती घेतली. तरीही त्याला इंग्रजीची एकदोन पुस्तकं नवी घ्यावी लागणार होती. त्यासाठी त्याला पैसे हवे होते. त्यानं मला पत्र पाठवलेलं. मला वाटलं; रक्कम अगदी किरकोळ आहे. पाचसात रुपयांची मनिऑर्डर आता कशाला करू? मनिऑर्डरचा खर्च रकमेच्या मानानं अधिक होणार होता. शिवाय आप्पाकडं मी ऐंशीभर रुपये खर्चासाठी ठेवले होते. त्यातलेच पाच-सात आप्पानं खर्चून दौलतला पुस्तकं घेऊन द्यावीत, असं वाटून मी दौलतला लिहिलं की, 'आप्पाकडनं नवी पुस्तकं घे. मी द्यायला सांगितलंय म्हणून सांग किंवा तू आप्पाकडनं सात

रुपये घेऊन पुस्तकं विकत आण.' पण आप्पानं ते नाकारलं.

दौलतनं मला पुन्हा पत्र घालून कळवलं की, 'आप्पा मला पुस्तकंबी विकत घेऊन देत न्हाई नि पैसंबी देत न्हाई. पुस्तकाला 'आईकडनं पैसे घे.' म्हणतोय. आई 'पेटीव आता तुझी ती शाळा नि चल कामाला. हितं पोटासाठी आणायला पैसा मिळंना झालाय. ज्येला त्येला बसून खायाला पाहिजे. तुला नि पुस्तकाला पैसे कुठलं देऊ? म्हणती.' असं मला लिहिलं.

तशात त्याच्या अगोदरर आप्पाचं पत्र मला आलं की, 'शिवा पुन्हा मामाबरोबर दारू घरातच आणून प्याला नि घरभर वाट्टेल तसा त्येनं दंगा-धुडगूस केला. आमच्या घरात कुळाला बट्टा लावणारा कुणी भाऊ आजवर निपजला न्हवता. मामानं त्येला साथ दिली...तुम्ही काही तरी मामाला नि शिवा आण्णाला पत्रातनं सांग. दम द्या.'

आईच्या, दौलतच्या, आप्पाच्या या पत्रांनी मी हैराण झालो. तशात पुण्याला भांडून वैतागून आलेल्या दादानं घरातल्याा अनागोंदी कारभाराबद्दल, शिवा, आई, मामा यांच्याबद्दल भरपूर सांगितलं. मी जाम संतापलो. जवळ पैसे असूनही आप्पानं दौलतला पुस्तकं घ्यायला नकार दिला, त्याचाही संताप आला. वाटत होतं आप्पानं दौलतला सांभाळून घ्यावं, त्याला अभ्यासात मदत करावी. त्याच्या शाळेचं कमीजास्त काही असेल तर परस्पर पाहावं. पण हे बाजूला ठेवून प्रत्येक बारीकसारीक गोष्टीला तो दौलतला माझ्याकडं धाव घ्यायला लावतो, हे बरोबर नाही. एवढ्या बारीक-सारीक बाबतीत दीडशे मैलांवर असेलल्या मला पत्रानं कटकटी लावणं, हे त्याच्या बेजबाबदारपणाचं लक्षण वाटू लागलं. साध्याही गोष्टी तो परस्पर निभावू शकत नाही, माझ्या गळ्यात अडकवण्याचा प्रयत्न करतो आहे, याचा राग आला.

त्याच्या रागाचं हे तात्कालिक कारण असलं तरी त्याचा खरा राग डी. एड. सोडून आय. टी. आय.ला जाण्यामुळं आला. त्याची पहिली पसंती शिक्षक होण्याला होती, पण शेवटी कसाबसा प्रवेश मिळाल्यावर निकराचा प्रयत्न करून डी. एड. पदरात पाडून घ्यायचं सोडून तो आय. टी. आय.च्या मोहात पडला. या मोहापायी एकशेअठरा रुपयांपैकी त्याला बाहत्तर रुपयेच परत मिळाले. चाळीस-पंचेचाळीस रुपयांना ठोकर बसली. शिवाय रोज दीड रुपया खर्चून तो दीड-एक महिनाभर डी. एड.ला गेला होता. त्याचे साठ-सत्तर रुपये वाया गेले होते. या काळात त्यानं रोजगार केला असता तर त्याचे त्याला निदान पन्नास रुपये मिळाले असते. घरात अकारण भांडणं पेटली नसती. हे सगळं त्यानं एस. एस. सी.ला गणित न घेतल्यामुळं झालं होतं आणि आता आय. टी. आय.च्या प्रवेशासाठी आणखी खर्च पडणार होता. गणित सोडूनही एस. एस. सी.

होण्यासाठी त्याला अडीच-तीन वर्षं घालवावी लागली होती. हे सगळं साचून आलं होतं नि त्याचा माझ्या मनात स्फोट झाला. आप्पाला एकदा खडसावलं पाहिजे असं वाटलं... 'जीवनात निर्माण होणाऱ्या बिकट प्रसंगांना निर्भीडपणाानं नि जिद्दीनं तोंड दिलं पाहिजे, तरच आपल्या हातात मूठभर चिरमुरे लागतात. नाहीतर उपाशी मरण्याची पाळी येते. अवघड वाटणाऱ्या गोष्टींची आव्हानं स्वीकारली तरच आयुष्याचे डोंगर चढता येतील, 'एवढा मोठा डोंगर माझ्याच्यानं चढवणार नाही,' म्हणून दुसऱ्याच्या पाठीवर बसण्यासाठी मदत मागणं नामर्दपणाचं वर्तन आहे. जीवनात पराक्रम करण्याच्या संधी कठीण प्रसंगाच्या वेळीच मिळतात; त्यांना आपण होऊन पळण्याच्या वाटा बंद करून निकरानं सामोरं जायचं असतं; भागूबाईसारखं पळून जायचं नसतं.' अशा आशयाचं त्याला पत्र लिहिलं.

आप्पाच्या भावनाप्रधान मनाला माझं हे लिहिणं वर्मी लागलं. अपेक्षित परिणाम झाल्यासारखं वाटलं. पण त्यानं डी. एड. ऐवजी आय. टी. आय. जिद्दीनं पार पाडण्याचा निश्चय पत्रातून दाखविला. त्याचं बरं वाटलं.

'दौलत रोजगाराला जाऊन पैसे मिळवतो; आईला 'वह्या पुस्तकासाठी मला पैसे पाहिजेत. रोजगारातला पैसा मी घरात देणार न्हाई,' म्हणतो. त्यातनं तो चैनही करतो. म्हणून मी त्याला रोजगारातले पैसे पुस्तकासाठी वापर; चैनीसाठी वापरू नको; असं म्हटलं, तर बिघडलं काय?' असंही मला कळवलं.

आप्पाचं हे स्पष्टीकरण व धोरण मलाही पटलं. दौलतही स्वार्थासाठी स्वतंत्रपणे डोकं लढवू लागला आहे हे लक्षात आलं. आप्पाची मी नंतरच्या पत्रातून समजूत काढली. ऑगस्ट महिना उजाडला होता नि आप्पा आय. टी. आय.ला नेमानं जाऊ लागला होता...पण त्याला वसतिगृहात प्रवेश मिळाला नाही, म्हणून त्याच्या चार मित्रांनी आणि त्यानं मिळून एक खोली भाड्यानं घेतली. गावाकडनं आईनं होय-नाही करता करता डबा पाठवण्याचं मान्य केलं.

त्याचा कोर्स सुरळीत सुरू झाला न झाला तोवर कागलातून दौलतनं मला पुन्हा पत्र पाठवून कळवलं की, 'आनसाबाई खूप आजारी हाय. डॉक्टरनं तिला बरीच औशिदं लिवून दिल्यात. तीसभर रुपये तरी ताबडतोब पाठवून द्या.'

मी चिंतेत पडलो. ताबडतोब चाळीस रुपये पाठवून दिले.

आईचा राग राग आला.

आईला तिची मुलं तिच्या डोळ्यांसमोर लागत. मुला-मुलींच्या सुखाचा विचार न करता ती म्हणेल त्यात पोरांनी सुख मानलं पाहिजे, असा तिचा हट्ट असे. त्याचे परिणाम हे असे वेडेवाकडे होत होते...आनसा पुण्यात असती तर सुखाला लागली असती, असं वाटू लागलं.

आमच्या घरातही आम्ही रेशनचंच अन्न खात होतो. सगळ्या देशभरच

अन्नधान्याची टंचाई होती. परदेशातून ते मागवावं लागत होतं. जनावरांनी खाण्याच्या लायकीचं धान्य आमच्याही पदरात पडत होतं. पण शहरातल्यापेक्षा किती तरी निकृष्ट धान्य खेड्यापाड्यांत पाठवलं जात होतं. ते गावाकडं घरादाराला खावं लागत होतं. शिवाय त्या अन्नाला ना फोडणी ना चव. गोडं तेल मुलखाचं महाग झालं होतं. ते घरात वासापुरतंच आई आणत होती. गडबडीत धान्य कसंबसं भरडायचं, दळायचं नि आवलचावल शिजवून पोटात ढकलायचं. ना त्याला दही-ताक, ना दूध-आमटी. मिरचीची भुकटी म्हणजे चटणी; अशी तऱ्हा.

पुण्याच्या घरात अशी परिस्थिती नव्हती. त्यामुळं एखादं तरी गावाकडचं भावंड इथं अन्नाला लागेल, सुखानं जगेल असं वाटत होतं.

आईला हे समजून सांगितलं, तरी ती ऐकत नव्हती... याचा परिणाम असा होत होता की कुणालाच सुख लागत नव्हतं. सगळ्यांनी आपआपल्या नेमून दिलेल्या ठिकाणी मनापासनं कामं केली, सगळ्यांच्या कष्टाचा पैसा विश्वासानं एकत्र केला, तर आहे या परिस्थितीतही एखादा घास चढ मिळण्यासारखा, सगळ्यांचच कल्याण होण्यासारखं होतं.

पण मी सुचवीन त्याप्रमाणं कुणी वागायला तयार नव्हतं. प्रसंग पडला तर पैसे मात्र सगळेच माझ्याकडं मागत होते. मागणीप्रमाणं मी ते देतही होतो, पण वाटत होतं की घरादाराची नीट मांडणी केली तर आपल्याला एवढा पैसा पाठवावा लागणार नाही...आई आपल्या जबाबदारीवर सगळ्या गोष्टी करती. मी सांगितलेलं तिला पटत नाही. म्हणजे चुका व्हायच्या त्या तिच्या करणीमुळं आणि त्या चुका मात्र पैसा पाठवून मीच निस्तरायच्या...मग आपण का म्हणून पैसे पाठवायचे? करू देत त्यांचं ते आणि निस्तरू देतही त्यांचं ते. माझं जर कुणी ऐकत नसतील तर घराविषयी मी केलेल्या माझ्या योजनेला कधीच यश येणार नाही. हे घर आहे तिथंच राहील. मग माझी 'सारी धडपड व्यर्थ' या सदरातच जाईल.

घराकडनं पत्रं आली की माझ्या डोक्यात राख घातल्यासारखं होऊ लागलं. एवढं आपला पैसा, श्रम, धडपड वाऱ्यावर चाललीय...जन्मभर मी चाळणीनं पाणी भरण्याचा इथं प्रयत्न करतोय, आपल्या सगळ्या मानसिक शक्ती इथं वाया चालल्या आहेत. त्यापेक्षा आपण या सगळ्या शक्तींचा माझ्या लेखनशक्तीच्या विकासासाठी वापर करावा, मुलींना उत्तम शिक्षण, साधनं मिळण्यासाठी पैसा वेचावा, स्मिताच्या स्वास्थ्यासाठी त्याचा उपयोग करावा. त्यामुळं मलाही स्वस्थता मिळेल, मी योजलेली वाङ्मयीन कामं अधिक वेगानं होतील. माझ्या डोक्याचा ताप कमी होईल.

पंधरा एक दिवस गेले नाहीत तोच दौलतचं आणखी एक पत्र आलं.

त्यात आप्पा अंगातील रक्त नासून आजारी पडल्याचा उल्लेख होता. शेळीचं करडू आणि खत विकून त्याच्यावर उपचार केल्याचं कळवलं होतं...आप्पाच्या अंगावर जागोजाग करटं उठत होती. एका ठिकाणचं बरं होतंय न होतंय तोवर दुसऱ्या ठिकाणी उठत होतं.

तेवढ्यात आप्पाचंही पत्र आलं. कॉलेज दसरा-चौकातनं लांब कळंबा रोडला कोल्हापूरच्या बाहेर गेलेलं. त्याला तीन-एक आठवड्यापूर्वी होस्टेलवर राहण्यासाठी परवानगी मिळाली. पण ते होस्टेलसुद्धा शिवाजी विद्यापीठाच्या परिसरात गेलेलं. म्हणजे जवळजवळ तीन-साडेतीन मैलांचं अंतर मधे निर्माण झालं. तेवढं अंतर चालून तो रोज जात-येत होता. तशात निकृष्ट अन्नानं पोटात गॅसेस होऊ लागले होते. अपचन होत होतं. शौचाला पातळ होत होतं. अंगावरच्या करटांच्या जागा दुखणाऱ्या. त्यामुळं त्याच्या प्रकृतीवर परिणाम झालेला. अंगावर कपडे नव्हते. त्यासाठी त्यानं दहा रुपये पाठवून देण्याची विनंती केली होती.

मी ताबडतोब वीस रुपये पाठवून दिले. फळफळावळ, दूध वगैरे काही दिवस तरी घेण्यास सांगितलं. हॉटेलचे तिखट पदार्थ खाऊ नको म्हणून विनंती केली. काही दिवस पुण्यात राहून परत गेलेला दादाही आजारी असल्याचं कळवण्यात आलं. मला घरादाराची काळजी लागून राहिली.

दिवाळी तोंडावर आली होती. मी गावाकडं जाऊन यायचं ठरवलं...मनासमोर सगळी भावंडं दिसू लागली.

दिवाळीला आम्ही सगळेच कागलला गेलो. स्मिता स्वाती-कीर्तीला घेऊन तिच्या माहेरच्या घरी राहायला गेली. मी एकटाच आमच्या घरात राहिलो. ही नेहमीची विभागणी असे.

आठ दिवस आनंदात गेले. प्रत्येकाला ज्याच्या त्याच्या स्वतंत्र विचारानं, वाट्टेल तसं वागण्यानं कसे घोटाळे उडतात, कसे गैरसमज उडतात ते समजून दिले. समजून दिलं तरी प्रत्येकजण समजुतीनं वागेलच याची खात्री नव्हती. तरीही सांगितल्याशिवाय मनाला स्वस्थता वाटणार नव्हती.

सगळेजण आपआपल्या कुवतीनुसार कामं ओढत होते आणि स्वभावानुसार मिळेल त्या मार्गानं जिवाला इस्वाटा देत होते. आपआपल्या कल्पनेनुसार काहीबाही खाऊन शरीराला सुख देत होते. जिभेला काही चवीचं अधनंमधनं खायला मिळणं, कामं करून करून शरीरं आंबली की एखाद-दुसरा दिवस घरात बसणं, विरंगुळ्याच्या गप्पा चकाट्या मारणं, ह्याच त्यांच्या सुखाच्या कल्पना होत्या.

ही सुखं जो तो आपआपल्या परीनं घेत होता. त्यात स्त्रियांना हीही सुखं घेण्याचा अधिकार नव्हता. बापई माणसंच ही सुखं घेत होती. ज्याला जेव्हा वाटेल तेव्हा ती घेत असल्यामुळं एवढ्या सुखासाठीही घरात हमरीतुमरी होत

होती. तेवढ्या करंगळी-मुळंही रोजच्या रोजगारी आयुष्याचा गोवर्धन पर्वत डळमळल्यासारखा होत होता.

सगळ्यांच्याच अंगावरचं मांस झडून वाळके सांगाडे शिल्लक राहिलेले. शरीरावरचं कातडं जुन्या गोणपाटासारखं करपं झालेलं. वाटलं; मळा असता तर एवढे हाल झाले नसते. दादानं कंबर कसून उभारी धरली असती, कामाला धडाक्यानं लागला असता, सगळ्यांना बरोबर घेऊन काही उद्योग केला असता तर ही दशा झाली नसती.

निदान शिवा थोडा तरी शिकायला पाहिजे होता. कसं वागावं, दूरवर विचार करून योजना कशी आखावी, बहिणी-भावांना गोड बोलून जबाबदारीनं सगळ्यांना कामाला कसं लावावं, त्यासाठी स्वत:चं पहाटे उठण्याची, दिवसभर कसून कामं ओढण्याची कशी गरज आहे, हे त्याच्या ध्यानात आलं असतं. मग सगळ्यांनाच सुखासाठी आठवड्यातला एखादा दीस विरंगुळा घेता आला असता. जिभेसाठी काही करून खाता आलं असतं.

माझा राग कुठच्या कुठं गेला. सगळ्यांचीच मला कणव येऊ लागली... शिवा, आप्पा, दौलत, आनसा...सगळ्याच बहिणी नि मीही आई-दादाच्या संसाराची फुलं-फळं. माझ्यात ते स्वभावगुण आले, जी बुद्धी, भावना, कल्पना, संवेदना आली तीच त्यांच्यातही आहे. एका अर्थी माझीच ही निरनिराळी जिवंत चित्रं आहेत. मी आज जो आहे, तो नसतो आणि त्यांच्यापैकीच एक कुणीतरी असतो तर? उलटा पालट होऊन यांच्यापैकीच कुणी एक माझ्यासारखा प्राध्यापक झाला असता नि मी यांच्यापैकीच कुणी एक रोजगारी झालो असतो तर...मी त्या प्राध्यापकाकडनं किती तरी अपेक्षा केल्या असत्या.

मला या कल्पनेनं हुंदका फुटला. मी जर यांच्याशी रागारागानं वागलो तर यांना कोण माणसांत आणणार? मीच त्राग्यानं वागलो तर शिकून शहाण्या झालेल्या माझ्यात नि माणसं असूनही परिस्थितीनं चिखलात फेकून दिल्यामुळं अर्धवट पशूसारखं वागणाऱ्या यांच्यात काय फरक आहे? माझ्यात नि या मातीतून मातीतच जाणाऱ्या, अजाण, धडपडणाऱ्या, तरी फरफटत जाणाऱ्या पिंडांच्या बुद्धिमत्तेत मुळात काय फरक आहे, असा मलाच प्रश्न पडला.

मी किती भाग्यवान आहे! सावलीत बसून मुलांना शिकवतो आहे, पुस्तकं वाचतो आहे, लेखन करतो आहे. या सगळ्यांच्या कष्टांच्या, कामांच्या तुलनेत मला कितीतरी जास्त पैसा मिळतो आहे. तो का मी सगळा माझ्यासाठीच खाऊ?... हे माझ्या जिवा, असलं खाणं मला शेणाच्या चवीचं लागो!

प्रत्येकाला पुढच्या दिवाळीपर्यंत पुरतील असे कपड्यांचे घणघणीत जोड घेतले. जगन्नाथ नाळे या मित्राचंच कपड्यांचं दुकान होतं. त्याला पुण्याला

गेल्यावर चेकनं पैसे पाठवून देतो म्हणून सांगितलं.

सगळ्यांपुढं गाठोडं सोडलं नि दिवाळीचा सण गोड गोड करून टाकला.

मनानं अतिशय हळुवार होऊन गेलो. सगळ्यांशी अधिकच जिवाटीनं वागू लागलो.

आप्पाला चार गोष्टी समजून सांगाव्यात म्हणून त्याला घेऊन शिवाच्या मळ्याकडं फिरायला गेलो. कोल्हापूरची राहणी त्याला मानवलेली दिसली नाही. मान बारीक उंच वाटत होती. चेहऱ्यावरची रया गेलेली. थोडासा खोकत होता. खोकताना काहीसा कण्हत होता.

"तुझी तब्येत खूपच खराब झालेली दिसती."

"होस्टेल शिवाजी विद्यापीठाकडं गेल्यापासनं लई तरास हुतोय. होस्टेलपासनं आय. टी. आय. तीनसाडेतीन मैलांवर पडतंय. तिथं सकाळी सातला जावं लागतंय. चालत जाण्यात तासभर जातोय. अकरा वाजता पुन्ना जेवायला, जेवणाचा डबा आणायला तेवढंच चालावं लागतंय. पुन्ना दुपारी तेवढंच चालून वर्कशॉपवर जायचं नि पुन्ना परत तेवढंच यायचं. म्हंजे बारा एक मैलांचं चालणं रोज हुतंय. जीव कैंगटून जातोय."

"जुनी एखादी सायकल कुणाची मिळाली तर बघ. इकत घेऊन टाकू या."

"खरं सांगू का, दादा?"

"सांग की."

"तुम्ही रागावू नका."

"मुळीच न्हाई. तू काय असंल ते खरं सांग."

"मला हे आय. टी. आय. सोडावंसं वाटू लागलंय."

"का रे?" मी चमकलो.

"एस. एस. सी. पर्यंत ज्येचं शिक्षण झालंय, त्या विद्यार्थ्यांसाठी ह्यो कोर्स हाय. सगळी नववीतली-धाव्वीतली पोरं हाईत. कुणी एस. एस. सी. नापास झालेली हाईत. माझ्यासारखी हाताच्या बोटांवर मोजता येतील एवढीच हाईत. हे सगळे आता कामगार हुणार. कुणाच्या तरी कारखान्यांवर जलमभर राबराब राबणार नि आखिरीला लोखंडाच्या जॉबची वझी उचलून उचलून छातीची खोकी होऊन एक दीस मरणार... मला हे कामगारचं जिणं मानवणार न्हाई. ताकदबी कमी पडती नि कमीपणाचं वाटतंय. कामासनं परत येणारं मळक्या, काळ्यामिचकूट कपड्यातलं कामगार मला ठार वानरांच्या घोळक्यागत दिसत्यात. उकिरड्यावरच्या डुकरांसारखी एकमेकासंगं भांडत असत्यात...त्यापेक्षा मी उरलेलं पाचसात म्हैनं कुठं तरी नोकरी करतो. कारकुनी मिळाली तरी तीबी करतो नि

पैसे साठवून पुन्ना डी. एड. ला जातो.''

त्याच्या या विचारानं मी गार पडलो. तब्येत बघून मला त्याच्यावर रागवावंसंही वाटेना. रागावलो तर माझ्या आग्रहासाठी तो आय. टी. आय.ला दुसऱ्या टर्मला जाईलही. पण त्याच्या मनाविरुद्ध त्याला कामगाराचं जिणं जगावं लागेल. मी माझ्या मनाविरुद्ध अर्थशास्त्र हा विषय फायद्याचा असूनही बी. ए.ला घ्यायचा नाकारला होता. जन्मभर इच्छेविरुद्ध काम करावं लागेल नि आपणाला मानसिक त्रास होईल; असं वाटलं होतं. त्याची आठवण तीव्रतेनं झाली.

''तुला तसं वाटत असेल तर आय. टी. आय. करू नको. पण सगळं वर्ष तुझं वाया गेल्यात जमा हुतंय, इचार कर. कोर्स पदरात पाडून घे. कामगार व्हायचं की न्हाई ते मागनं बघू.'' मी सुचवलं.

''मी आदूगर कुठं नोकरी मिळती का बघतो. ती जर न्हाईच मिळाली तर मग आय. टी. आय.ला जातो'' त्यानं तोड सुचवली.

मी ती मान्य केली. वाटलं; एवढ्या झटपट याला कुठंच नोकरी मिळणार नाही. दिवाळीची सुटी संपली की याला नाइलाजानं आय. टी. आय.ला जावं लागेल. परिस्थितीची जाणीवही येईल.

त्याला साहित्याची आवड होती. त्याच्या वाचनलेखनावर गप्पा मारत आम्ही मळ्याच्या भोवतीनं एक फेरी मारली.

...दीडपावणेदोन एकरांचा एवढाएवढासा मळा. त्यात निम्मं रान उसाखाली नि निम्म्या रानात भात पेरलेलं. थोड्याशा मिरच्या केलेल्या. बाकीचं काही करता येईल अशी जागाच नव्हती. पाटलानं पिकं विचारपूर्वक लावलेली. एका माणसाच्या कष्टावर वर्षभर चालावा, असा मळा. त्यातही पुन्हा ऊस, भात नि मिरची ही तीनही पिकं अशी की त्यातलं काहीही अधेमधे तोडता यायचं नाही की पोराबाळांना खायला घालायला यायचं नाही.

शिवा वर्षभर त्यात राबत होता नि घराकडं काहीच आणू शकत नव्हता. नड लागेल तसा पोटासाठी पैसे मागूनही आणत होता. वहीवर सगळा हिशोब मांडून ठेवायला सांगत होता.

वर्षाअखेर पिकं घराकडं न्यायच्या वक्ताला त्याचा हिशोब चुकता व्हायचा होता.

त्यामुळं मळा असून नसल्यासारखा होता. त्यावर आमचा काहीही अधिकार नव्हता की पिकं कोणती घ्यायची हे आमच्या मनावर नव्हतं. सगळा कारभार पाटलाच्या ताब्यात. आम्ही नुसते राबणारे.

दिवाळीचे आठदहा दिवस कसे गेले कळलं नाही. स्मिता मुलींना घेऊन येऊन-जाऊन राहत होती. मुली आमच्या शेतात, तिथल्या पिकात, गुराढोरांना

माळाला चारण्यात रमून गेल्या होत्या...त्यांना सगळं मोकळं मोकळं दिसतं होतं. भोवतीभोर पसरलेल्या निसर्गात त्या फुलल्यासारख्या झाल्या होत्या.

आई, दादा यांना खर्चासाठी थोडे थोडे पैसे देऊन आम्ही पुण्याला परतलो.

परत आल्यावर पंधरावीस दिवसांत आप्पाचं कागलच्या नगरपालिकेत नोकरी लागल्याचं पत्र आलं. महिनाा एकशेपाच रुपये त्याला मिळणार होते. त्या पत्रात त्यानं आय. टी. आय. सोडून दिल्याचंही कळवलं.

आठ दिवसांनी आईच्या नावावर आप्पानं आपल्या हस्ताक्षरात लिहिलेलं पत्र आलं. त्यात आप्पाला नोकरी लागल्याचा तिला आनंद झालेला. 'आप्पा कागलात आला. आता त्यो अन्नाला लागला नि त्येला मनाजोगी नोकरीबी मिळाली. त्येची तब्येत आता सुधरंल.' असा आशय त्या मजकुरात होता.

मी काय समजायचं ते समजलो. आप्पानं जो निर्णय घेतला होता तो नि जी नोकरी पत्करली होती ती आईच्या दृष्टीनं म्हणजे घरादाराच्या नजरेनं कशी बरोबर होती; हे आईच्या मुखानं मला आप्पानं पटवून देण्याचा प्रयत्न केला होता...मला त्याच्या बाळबोध चातुर्याचं हासू आलं.

डिसेंबरच्या दुसऱ्या आठवड्यात आईच्या सांगण्यावरनं दौलतचं पत्र आलं. त्यात त्यानं लिहिलं होतं; 'आप्पाची नगरपालिकेतली नोकरी संपली. फक्त ते काम पंधरा दिवसांचं होतं. आता त्याला दुसरं काम नाही. त्याला काही दुसरा धंदा काढून द्यावा. सध्या रानातल्या शेंगा काढायचे दीस आहेत. शेंगा स्वस्तात विकत असतात. त्या विकत घेण्याचं काम तो करील नि शेंगा साठवून, वाळवून कोल्हापूरला नेऊन विकील. त्यासाठी त्याला दोनशे रुपये पाठवून द्यावेत किंवा तुम्ही मामांस्नी जे पैसे दिले आहेत त्यांतले दोनशे रुपये आप्पाला देण्यासाठी मामांस्नी पत्रातनं सांगावं.'

मी कपाळावर हात मारून घेतला. आय. टी. आय. नि डी. एड. ही न करता आप्पाचं सगळं वर्ष वाया गेलं होतं. सगळा खर्च मोडीत निघाला होता.

●

एकवीस

मार्च एकाहत्तरमध्ये कॉलेजला उन्हाळ्याची सुटी लागली नि एप्रिलच्या पहिल्या आठवड्यात कॉलेजच्या गव्हर्निंग कौन्सिलच्या सेक्रेटरींनी मला शिपायाकडून बोलावणं पाठवलं.

मी हबकलो, ''संध्याकाळी सात वाजता येतो.'' म्हणून सांगितलं.

कॉलेजमधलं राजकारण माझ्यापर्यंत येऊन पोचलं की काय या कल्पनेनं मी गांगरून गेलो. पहिल्यापासून माझं धोरण अलिप्ततेचं होतं. आपण कॉलेजच्या कोणत्याही घडामोडीत किंवा उलाढालीत पडायचं नाही, असं मी निश्चयपूर्वक ठरवलं होतं. मला माझी कामं खूप होती. त्यांत भरपूर आनंद मिळत होता. पीएच. डी.चं लेखन जोरात चाललं होतं. त्यासाठी लागणारे संदर्भ मी एस. पी. कॉलेज, गरवारे कॉलेज, फर्ग्युसन कॉलेज, पुणे विद्यापीठ, महाराष्ट्र साहित्य-परिषद, केसरी कार्यालय, शासकीय मराठी ग्रंथालय यांच्यात सायकलीवरून जाऊन धुंडत होतो. वाङ्मयीन क्षेत्रातलं जुनं जुनं अनुभवायला मिळत होतं. पन्नास-पाऊणशे वर्षांच्या भूतकाळातले अनेक लहानमोठे विचारवंत, साहित्यिक मला संदर्भातून भेटत होते, माझ्याशी बोलत होते, काळ समजावून सांगत होते. त्यांत मी रंगून गेलो होतो.

'चालू जमाना'चं लेखन सातत्यानं चाललेलं असे. त्यासाठी ग्रामीण विभागातील महत्त्वाच्या घडामोडीवर लक्ष ठेवावं लागे. त्यांच्यावर विचार करावा लागे. त्या टिपून ठेवाव्या लागत. या काळात गावात नेमकी कोणती शेतकामं चालू असतील याचा अंदाज करावा लागे आणि हे सगळं प्रत्येक पंधरवड्याच्या 'चालू जमाना'च्या स्क्रिप्टमध्ये त्यातलं नाट्य हेरून संवादरूपात लिहावं लागे. हे लिहिणंसुद्धा मी जी तीनचार पात्रं कायम स्वरूपात निर्माण केली होती; त्यांच्या

स्वभाव-धर्माला अनुसरून करावं लागायचं. त्यातही वेळ चांगला जाई.

ग. ह. पाटील यांनी अचानक येऊन आठवी, नववी, दहावी या वर्गासाठी मला पुरवणी वाचनमाला तयार करण्याचं संपादकीय काम दिलं होतं. ते अशा प्रकारची खूपच कामं करत असत. त्या कामासाठी माझा वेळ जात असे. या पुरवणीवाचन मालेचे तीन भाग सज्ज करण्यासाठी मला अनेकांच्या कथा विद्यार्थ्यांच्या वयोगटानुसार निवडायच्या होत्या.

पेपर्स तपासणं होतं, कथालेखन, वैचारिक लेखन हेही चालू होतं. पुण्यात साहित्यिक विश्वात माझे मित्र निर्माण झाल्यानं प्राध्यापकांच्या वर्तुळात मी फार कमी रमत होतो...रिकाम्या वेळात स्टाफमध्ये शिजणारं राजकारण ऐकायलाही नको, म्हणून मी सरळ ग्रंथालयात जाऊन बसत होतो. वेळच्या वेळी तास घेत होतो. प्राचार्यांनी नेमून दिलेली कामं वेळेपूर्वीच करून मोकळा होत होतो नि माझ्या कामाकडं वळत होतो.

असं असतानाही सेक्रेटरीचं बोलावणं आलं. याचा अर्थ माझ्यावर माझ्यामागं कुणी काही कुभांड तर रचलं नसेल; अशी मला दाट शंका आली. एकदोन प्राध्यापक माझ्याविषयी मत्सरानं वागतात, याची मला कल्पना होती. माझी वाङ्मयीन प्रगती, प्रसिद्धी त्यांच्या मनाच्या खोल तळात खुपत होती, असा माझा अंदाज होता.

मनात संशयाची दुसरी एक पाल चुकचुकू लागली. गेल्या अडीच वर्षांत म्हणजे प्राचार्य मंगुडकरांचा सक्तीनं राजीनामा घेतल्यापासनं कॉलेजात नव्या प्राचार्यांच्या नेमणुकीचा मोठा घोळ आणि गोंधळ चालू होता. प्रा. मंगुडकर गेल्यावर प्रा. प्रभाकर ताकवले यांची 'ॲक्टिंग प्रिन्सिपॉल' म्हणून नेमणूक झाली होती. आठएक महिने त्यांनी काम पाहिल्यावर डॉ. तोडमलांची प्राचार्य म्हणून अधिकृत नेमणूक झालेली. तेही नऊदहा महिन्यांनी कॉलेज सोडून गेले आणि जून सत्तरपासनं प्रा. खान यांची प्राचार्य म्हणून नेमणूक झाली. ती काहीशी अनपेक्षित होती. कारण जून सत्तरमध्ये प्रा. सुधाकर भोसले एक वर्षाचा प्रिन्सिपॉलशिपचा अनुभव कोरेगावला घेऊन पुन्हा परत पुण्याला आले होते आणि कॉलेजातील पूर्वपदावर प्राध्यापक म्हणून रुजू झाले होते. डॉ. तोडमल गेल्यावर शाहू कॉलेजच्या प्राचार्यपदी त्यांची नेमणूक होईल असं वाटत होतं. खरं तर प्रा. ताकवले यांची प्राचार्यपदी त्यांची नेमणूक ज्यावेळी झाली होती; त्याच वेळी त्यांच्याऐवजी प्रा. भोसल्यांची नेमणूक प्राचार्यपदी होईल, असं अनेकांना वाटत होतं. पण प्रा. भोसल्यांची ती संधी हुकली. एवढंच नव्हे तर प्रा. ताकवले यांच्यानंतर तरी प्रा. भोसले यांची नेमणूक नक्की होईल असं वाटत होतं. पण तीही दुसरी संधी हुकली आणि डॉ. तोडमलांची नेमणूक झाली. त्यानंतर लगेच प्रा. भोसले एक वर्षाच्या लीनवर कोरेगावला प्राचार्य म्हणून गेले. त्यानंतर वर्षभरात डॉ.

तोडमलही गेले. निदान या तिसऱ्या वेळी तरी प्रा. भोसले यांची नेमणूक होईल असं वाटत होतं; पण त्यांच्याऐवजी प्रा. खान यांची प्राचार्य म्हणून अधिकृतपणे नेमणूक झाली नि भोसल्यांची तिसरी संधी हुकली.

प्रा. भोसले यांच्याविषयी माझ्यासह अनेकांना असं वाटत होतं. याचं कारण कॉलेजच्या गव्हर्निंग कौन्सिलच्या सभासदांशी त्यांचा जवळून परिचय होता. ते त्यांना विश्वासातले वाटत होते. प्रा. भोसले यांनाही तसं वाटत होतं, पण त्यांचाही अंदाज चुकला.

स्वाभाविकच प्रा. खान यांच्या नेमणुकीमुळं वर्षभर प्रा. ताकवले आणि प्रा.भोसले नाराज होते.

...आता एप्रिल महिना सुरू झालेला. प्रा. खानांच्या नेमणुकीला वर्ष होत आलेलं; म्हणजे आता गव्हर्निंग कौन्सिल प्रा. खानांना काढून पुन्हा नव्या माणसांची प्राचार्यपदी नेमणूक करणार की काय?... गव्हर्निंग कौन्सिलला प्रा. ताकवले, प्रा.भोसले आणि आता प्रा. खान हे तिघेही प्राचार्य म्हणून नकोसे झाले की काय?...या तीन माणसांना नाराज करून आता चौथा माणूस नेमायचा?... हा चौथा माणूस मी तर नसेन? मला नको असलेलं हे प्राचार्यपदाचं घोंगडं माझ्या गळ्यात पडलं तर माझी धडगत नाही...

या तिघांचाही आपल्याविषयी गैरसमज होईल. मीच प्रिन्सिपॉलशिपसाठी धडपड केली असेल, त्यांच्याविषयी मी सेक्रेटरीजवळ खोटंनाटं, बनावट सांगून त्यांच्याविरुद्ध कान भरवले असतील; असा त्यांचा गैरसमज होईल आणि हे तिघेही अकारण आपले शत्रू होतील, अशी मला भीती वाटू लागली.

गेली दोन वर्षं कॉलेजात खूप घडामोडी घडत होत्या. जुनी प्राध्यापक मंडळी निघून जात होती. त्यात प्रा. एम. टी. पवारही हडपसरला प्राचार्य म्हणून गेले. क्लेरिकल स्टाफमधली बहुसंख्य माणसं नोकरीवरनं काढली होती. विद्यार्थ्यांची संख्या रोडावत चालली होती. स्टाफमधील प्राध्यापकांत अनेकांचे आतूनबाहेरून संशयापोटी हेवेदावे चालले होते. मतामतांचा गलबला सतत सुरू होता...अशात जर मी प्रिन्सिपॉल झालो तर चाललेल्या घडामोडीचा मी अकारण बळी ठरेन, मला ते सहनही होणार नाही असं वाटू लागलं.

शिवाय माझं पीएच. डी. आणि साहित्य-लेखन या गदारोळात होणार नाही; असंही दिसू लागलं.

प्रिन्सिपॉलशिप देऊ केली तर ती हळुवारपणे, व्यवस्थितपणे कशी नाकारायची, याचा विचार करीत, भाषेची जुळणी करीत मी सेक्रेटरींच्या घरी गेलो.

ते बाहेर गेले होते. अर्ध्यापाऊण तासात परतणार होते. मला थांबवून

ठेवण्यासाठी त्यांनी घरी निरोप ठेवला होता. मनात उलटसुलट विचार येत होते. खूपच मानसिक ताण निर्माण झाला होता.

तासाभरात ते आले.

त्यांच्या करड्या स्वभावाची, केवळ मुद्द्यापुरतं बोलायची, अवांतर न बोलण्याची, आदेशवजा पद्धतीनं सांगायची त्यांची प्रकृती मला चांगली परिचयाची होती. कॉलेजमध्ये सगळ्यांच्या मनात त्यांच्याविषयी चांगला दरारा आणि भययुक्त आदर होता. ह्या काळात संस्थेला त्यांची गरजही होती.

आल्या आल्या त्यांनी भलताच विषय काढला नि मी आणखीन खचून गेलो.

"यादव, कॉलेजमध्ये चाललेली आर्थिक उधळपट्टी कमी झाली पाहिजे. त्या दृष्टीनं काटकसरीच्या अनेक योजना मी राबवतो आहे. त्यांतून अनेकांना नोकरीवरून काढावं लागलं आहे. माझा नाइलाज झाला आहे."

"मला कल्पना आहे, सर."

"आपल्या कॉलेजमधल्या बऱ्याच प्राध्यापकांना नव्या नियमानुसार तास कमी आहेत."

"होय."...मला काही तास कमी होते.

"एक तर त्यांना फुललोड दिलं पाहिजे; किंवा पार्टटाइम केलं पाहिजे. नाहीतर काढून तरी टाकलं पाहिजे."

"होय साहेब."...माझ्या काळजाचं पाणी झालं.

"त्यात तुम्हालाही तास कमी आहेत. आता उपाय काय करायचा ते सांगा."

त्यांच्या विचारांची सगळी दिशा माझ्या लक्षात आली. नुकतेच सर्वांत सिनिअर असलेल्या आणि गेली दहा वर्षं सर्व्हिसमध्ये असलेल्या डॉ. तळघट्टींना पार्टटाइम केलं होतं. त्या अगोदर डॉ. चापेकरांनाही पुरेसे तास नसल्यामुळं पार्टटाइम केलं होतं...आता ती संक्रांत माझ्यावर आली होती...ती अटळ होती, असं मला त्याक्षणी चट्कन जाणवलं.

मी ठरवलं की संस्थेनं पार्टटाइम करण्यापेक्षा आणि तिथंच लाजिरवाणं जिणं जगण्यापेक्षा आपण ताबडतोब राजीनामा देऊ या. स्वाभिमानानं मोकळं होऊ या...बाहेर मला कुठंही अनुभवाच्या, प्रसिद्धीच्या जोरावर नोकरी मिळू शकेल. दीड-दोनशे रुपये कमी मिळाले तरी चालतील.

मी ताबडतोब मनाशी निर्णय घेतला नि मन घट्ट करून म्हणालो, "साहेब, तुम्हाला जे काही उपाय सुचतील ते मला सांगा. तुम्ही म्हणालात तर मी संस्थेच्या हितासाठी आत्ताच्या आत्ता राजीनामा द्यायला तयार आहे." मी हात

जोडून बोललो.

"नाही नाही. तुम्हाला काही आम्ही पार्टटाइम करणार नाही; किंवा राजीनामाही द्यायला लावणार नाही. तुम्ही आम्हांला हवे आहात; पण तुमचं काम कसं वाढवायचं ते सांगा.

मला अपेक्षित धीर आला.

"तसं असेल तर तुम्ही सांगाल ते काम मी करायला तयार आहे. एम. ए. ला माझं संस्कृतही होतं. दोन वर्षं मी संस्कृतही शिकवलं आहे. तेव्हा संस्कृतचे तासही मी घेऊ शकेन. तुमचा कामं वाढविण्याचा वेगळा काही विचार असला तर तोही सांगा. त्याप्रमाणंही आपणाला काही करता येईल."

मग ओघानं आणखी काही चर्चा झाली. "एवढी सुटी संपली की जूनमध्ये तुमची कामं कशी वाढवता येतील या संबंधी मीटिंग घेऊ या. त्याच वेळी ऑफिसमधली काही कामं मी प्रत्येकाच्या सोयी-सवडीनुसार वाटून देईन. मी तो प्लॅन करतो आहे." ते उठले.

"ठीक आहे." त्यांच्याबरोबर मीही उठलो.

बाहेर येऊन दीर्घ श्वास घेतला नि सायकलीवरून भरधाव घरी निघालो. 'संस्था चालविताना काटकसर ही केलीच पाहिजे, प्रत्येक प्राध्यापकानं संस्था आपली मानून काही अवांतर कामंही केलीच पाहिजेत.' याची सेक्रेटरींनी दिलेली जरबदार जाणीव योग्य वाटली. ती मनोमन पटली.

पण त्यापेक्षा खरा आनंद झाला तो आपण वनराज सिंहाच्या गुहेतून सहीसलामत बाहेर पडलो याचा. मी बेभानपणे आनंदून गेलो.

घरी जाताना अर्धा किलो पेढे नेले.

स्मिताला सगळी हकिकत सांगितली नि बसून पेढे खाल्ले.

मेमध्ये स्मिताला बी. एड. ला डेप्युटेशन मिळाल्याचं पत्र आलं. अत्यानंद झाला. आता स्मिताची नोकरी पाच वर्षं तरी पक्की झाली. ती आता नोकरीत कायम होऊ शकणार, या कल्पनेनं आनंदित झालो... हे हायस्कूलही संस्थेचंच होतं. सेक्रेटरींच्या मनात माझ्याविषयी, आमच्या घराविषयी सहानुभूती आहे, मानसिक ओलावा आहे, याची खात्री झाली.

स्वाती-कीर्ती आता ज्युनिअर आणि सिनिअर के. जी. ची दोन वर्षं पार करून पहिलीत गेल्या होत्या. त्यांना कॉन्व्हेंटमध्ये घातलं होतं...नवं शैक्षणिक धोरण असं आलं होतं की त्यात इंग्रजीला महत्त्व प्राप्त होणार होतं. दोन्ही मुलींना लहानपणापासनंच इंग्रजीचं वळण पडावं, त्या माध्यमाची त्यांना पुढं अडचण पडू नये, पाया भक्कम झाला की मग चिंता नाही, असे विचार मनात होते...भराभर वाढत जाणारी लोकसंख्या, शहरात नोकरीधंद्याच्या क्षेत्रात दिसून

येणाऱ्या स्पर्धा, इंग्रजी भाषेतून सातत्यानं भारतात येणारं विज्ञान-तंत्रज्ञान यांचा लोंढा मी पाहत होतो. प्रादेशिक भाषांविषयीची सरकारची पराकोटीची अनास्था दिसून येत होती. उद्या इंग्रजीशिवाय जगण्याला तरणोपाय नाही; असंच भोवतालची परिस्थिती सांगत होती. त्या परिस्थितीला मी शरण गेलो. नोकरीशिवाय जगण्याचं दुसरं कोणतंच साधन आमच्या घरादाराला उपलब्ध नव्हतं.

पंचवीस मे ला आठदहा दिवसांसाठी गावी जायचं ठरवलं. स्मिता मुलींना घेऊन अगोदरच आठदहा दिवस गेली. मी जायच्या अगोदर दोन दिवस घरमालक येऊन खूप संतापून वाद घालून गेले. त्यांनी वारंवार सूचना देऊनही मी अजून घर सोडू शकलो नव्हतो. "जर का सहा महिन्यांच्या आत तुम्ही घर सोडलं नाही; तर संसार रस्त्यावर फेकून देईन. घराला कुलूप घालून टाकीन." असं अखेरचं बोलून, ते निघून गेलो होते.

शेजारपाजारच्या लोकांनी हा सगळा देखावा पाहिला होता. वरमल्यासारखा खाली मान घालून मी उभा होतो. फारसं काहीच बोलता येत नव्हतं. एक तर त्यांनी पाच-सहा वर्षांच्या बोलीनं घर दिलेलं. बोली केल्याप्रमाणं मला ते दोन-अडीच वर्षांपूर्वीच सोडणं कर्तव्य होतं. घर देताना मी एक प्राध्यापक आहे, शिक्षण-क्षेत्रातला माणूस आहे, शब्दाला जागेल, सोडताना खळखळ करणार नाही, कोर्टकचेऱ्यांची पाळी आणावी लागणार नाही; या भावनेनं त्यांनी जागा दिली होती. जागा वाट्टेल तसली नव्हती. चांगली होती. ती देण्यात त्यांनी माझी शैक्षणिक प्रतिष्ठा राखली होती. माझ्याकडून ॲडव्हान्स, डिपॉझिट, पागडी असं काही घेतलं नव्हतं. भाडं फक्त महिन्याचं महिन्याला आगाऊ दिलं पाहिजे, ही त्यांची अट होती. ती मीही पाळत आलो होतो. या भाड्याला पावती मात्र देण्याचं त्यांनी आरंभापासून नाकारलं होतं. परस्परांच्या विश्वासाचा तो व्यवहार होता. आगळीक माझी होती; पण माझा इलाजही खुंटला होता. दुसरी एखादी जागा मिळते का पाहत होतो. पण घरभाडी गेल्या सातआठ वर्षांत वारेमाप वाढली होती. १९६३ साली माझ्याच या भाड्याच्या घराला मला शंभर रुपये महिना भाडं भरताना प्रचंड ओझं वाटत होतं. आता एवढ्याच घराला बाहेर तीन-साडेतीनशे रुपये सहज भाडं मागितलं जात होतं. शिवाय डिपॉझिट वीस एक हजारांपर्यंत मागत होते...

सध्याच्या परिस्थितीत एवढा आर्थिक बोजा मला उचलता येणं अशक्य होतं. बरीच आर्थिक व्यवधानं होती. म्हणून मी हे घर सोडण्याचं संकट पुढं पुढं ढकलत होतो. मालकाचाही आंतरिक हेतू लक्षात आला होता. त्यांना माझ्या घराचे आता नव्या भाडेकरूला देताना तीन-साडेतीनशे तरी सहज मिळणार होते...मीही मनोमन असं ठरवत होतो की जाईल तितके दिवस पुढं ढकलायचं

नि अगदीच गळ्यापर्यंत आलं तर 'तूर्त थोडं थोडं वाढवून देतो आणि दुसरं घर मिळालं की लगेच जातो.' असं सांगायचंही मी मनाशी योजलं होतं.

गावाला जाण्यासाठी कोल्हापूर गाडीत बसताना फारसा उत्साह नव्हता. काहीशी निराशा आली होती...दहाएक वर्षं प्राध्यापकाच्या नोकरीत होतो तरीही अजून नोकरीत स्थिरता आली आहे, असं वाटेनासं झालं होतं. शाहू मंदिर कॉलेजची स्थापना होऊन दहा वर्षं होऊन गेली होती; तरीही अजून त्यालाच स्थिरता आली नव्हती. त्रेसष्ट साली येताना वाटलं होतं; बहुजन समाजाचं कॉलेज आहे. संस्थेच्या पाठीशी यशवंतराव चव्हाण, बाळासाहेब देसाई यांच्यासारखे खंदे मंत्री आहेत. पुण्यातला बहुजन समाज श्रीमंत आहे. त्यातला बराच भाग उद्योगी, व्यापारी, बागायतदार, कंत्राटदार यांचा आहे. त्यांच्याकडं धनलक्ष्मी भरपूर आहे. वि. द. घाट्यांच्यासारखे शिक्षणतज्ज्ञ संस्थेचे अध्यक्ष आहेत. बहुजन समाजाची पुण्यातील एकमेव शिक्षणसंस्था असल्यानं तिच्यावर सगळ्या समाजाचं लक्ष केंद्रित होईल. तिची भरभराट होईल. साठ-सत्तर एकर जागा मिळाली आहे. तिच्यात मेडिकल, इंजिनिअरिंग, सायन्स, आर्ट्स, कॉमर्स, लॉ अशी अनेक कॉलेजेस काढायची आहेत. वसतिगृहं बांधायची आहेत. प्राध्यापक-निवास बांधावयाचे आहेत...अशा शिक्षण संस्थेत आपण जाणं ही सुवर्णसंधी आहे. आजवर शिक्षणापासून वंचित राहिलेल्या समाजाला या विद्येच्या माहेर-घरी घडवता येईल, समाजासाठी जे काही करावंसं वाटतंय ते करता येईल, या सर्वांबरोबर आत्मोद्धारही करून घेता येईल; अशा जाणिवेनं मी पुण्यात आलो होतो. नोकरीत रुजू झालो होतो.

पण मी आल्यापासनं गेल्या साताठ वर्षांत आर्ट्स कॉमर्सच्या वर्गापलीकडं काहीच झालं नव्हतं. संस्थेची आर्थिक परिस्थिती खालावली होती. वेळेवर पगार होत नव्हते. आर्थिक काटकसरीच्या योजना राबवाव्या लागत होत्या. नवे वर्ग काढता येणं अशक्य झालं होतं. सर्वच बाबतीत मतभेदांना ऊत आला होता. नुसता गहजब चालला होता...पुण्यातला बहुजन समाज आपआपल्या घरच्या उद्योगात आणि राजकारणात मनापासून रमला होता. शिक्षणक्षेत्रावर कुणाचं प्रेम दिसत नव्हतं...वि. द. घाट्यांनी दोनच वर्षांत अध्यक्षपदाचा राजीनामा दिला होता.

गावाकडं काही अनपेक्षित घडलेलं. पाटलाचा दीड एकराचा मळा मिळाला होता; तो गेला. वर्षभराच्या राबणुकीत खर्चबिर्च वजा जाऊन गुळाचे बावीस रवे वाटणीला आले होते. शिवा त्यात वर्षभर राबत होता. कामांचा रेटा बघून घरची माणसंही अधेमधे कामं करत होती. रोजगाराची कामं नसली की मळ्यात काही तरी करत बसत होती. रिकामा दिवस वाया जाऊ देत नव्हती. घराला वटकानासारखा मळ्याचा आधार होता; पण तोही पाटलानं काढून घेतला. जुन्या रयताच्या

मागणीनुसार पुन्हा त्याला भागानं लावला. जुने संबंध होते; ते पाटलांना महत्त्वाचे वाटत होते. घर पुन्हा उघड्यावर पडलं.

असं उघड्यावर पडल्यानं घराकडं जास्त पैसा पाठवावा लागत होता. माझ्यावर ताण पडत होता नि त्यातनं काहीच निष्पन्न होत नव्हतं.

तरीही पाटलाचा मळा सुटल्याबरोबर म्हणजे फेब्रुवारी एकाहत्तरला शेतातली पडकी विहीर बुजवून घेण्यास सांगितलं. तशी बुजवून घेतली तर बरीच जागा पिकाखाली येणार होती. विहीर ओसाड होती. तिच्या भोवतीचे काठ ढासळून ढासळून ती पसरट झाली होती. मूळ विहिरीच्या दुप्पट जागा तिनं व्यापली होती. शिवाय कधीकाळी विहीर खोदताना फोडपाचा जांभा दगड आणि त्याची जांभाड माती एका बाजूला काढून टाकली होती. तिनंही बरीच जागा व्यापली होती. त्या जांभाड मातीत काही उगवत नव्हतं. विहीर बुजवली तर जांभाड माती तिच्यात जाईल नि विहिरीचा खड्डा नाहीसा होईल. मग त्याच्यावर चांगल्या मातीचा थर टाकता येईल. विहिरीच्या खड्ड्याचा नि जांभाड टेकडीच्या सपाट झालेल्या जागेचाही पिकासाठी वापर करता येईल; असं वाटलं होतं. म्हणून बाहेरची माणसं कामाला लावून विहीर नि टेकडी एकमेकांत घालून घेतली. हा जादाचा बराच झालेला खर्च मलाच करावा लागला होता.

आप्पानं सत्तर साल वाया घालवलं होतं. पैशापरी पैसा नि वर्षापरी वर्ष गेलं. या वर्षातलाही अर्धाअधिक भाग महिनाभरात संपून जाणार होता. ...पदरात काहीच पडत नव्हतं. एस. एस. सी. होऊन तो घरी बसला होता. मिळेल तिथं सगळ्यांबरोबर रोजगाराला जाऊ लागला होता. त्याचा ताण माझ्या मनावर फार मोठा आला होता...हा दुसरा शिवा तर होणार नाही ना, अशी काळजी वाटत होती.

त्याच्या बाबतीत माझा अंदाज चुकला नि अपेक्षाभंगही मोठा झाला. त्याची भावनाप्रधान, घरच्या हकिकती सांगणारी सविस्तर पत्रं मला येत, पण ऐनवेळी तो स्वतंत्रपणे निर्णय घेत होता; त्याचा अंदाज तो मला लागू देत नव्हता. त्यामुळं त्याचं 'आत एक बाहेर एक' चाललंय की काय; हा मला फसवत जाणार की काय; अशा अशुभ शंका येत होत्या... शेवटच्या प्रयत्नात एस. एस. सी. ला बसताना, डी. एड. सोडताना तिथल्या नेमक्या अडचणी सांगताना, आय. टी. आय. सोडताना त्यानं मला विश्वासात न घेता निर्णय गेतले होते नि नंतर बऱ्याच वेळानं किंवा वेळ निघून गेल्यावर मला कळवले होते. त्यामुळं त्याच्याविषयी माझा भ्रमनिरास होत चालला होता.

शिवाचं दुसरं लग्न करण्याची गरज निर्माण झाली होती. आता त्याचं बत्तिसावं वर्ष चालू होतं. संसाराचं वय निघून चाललं होतं. आणखी उशीर झाला

तर त्याचा सबंध आयुष्यातलाच उत्साह निघून जाईल, शिवाय त्याला उशिरा होणाऱ्या मुलांचाही प्रश्न त्याच्या वार्धक्यात निर्माण करून तो बसेल; अशी भीती वाटत होती. त्याच्या स्वभावामुळं त्याला झाली एवढी शिक्षा पुरेशी वाटू लागली होती.

आईलाही त्याच्या दुसऱ्या लग्नाची काळजी लागून राहिली होती. शिवानंही आपल्या दुसऱ्या लग्नाचा तगादा तिला लावला होता.

पण पहिल्या बायकोचं रीतसर सोडपत्र घेतल्याशिवाय दुसरं लग्न करणं गुन्हा ठरतो, याची मला कल्पना होती. तरीही मी कागलातल्या ओळखीच्या एका वकिलाचा सल्ला घेण्यास सांगितलं होतं. त्याप्रमाणं आप्पा, आई त्यांच्याकडं जाऊन आले होते. त्यांनी रीतसर कोल्हापूरच्या दैनिकातून जाहीर सोडपत्र पाठवलं होतं. तक्रार असेल तर ठराविक मुदतीत कळविण्यालाही सांगितलं होतं. ते वर्तमानपत्र रजिस्टर पोस्टानं पहिल्या बायकोच्या पत्त्यावर पाठवून दिलं होतं.

तरीही त्याचं अशा परिस्थितीत दुसरं लग्न जमून येईल की नाही, याची काळजी वाटत होती. दुसऱ्या लग्नाचे प्रश्न, शंका, समस्या असतात; ते सगळं यावेळी निर्माण होणार होतं. पाटलाच्या गेलेल्या मळ्यामुळं वर उठू पाहणारं घर पुन्हा रोजगाऱ्याचं झालं होतं. मळा उपकाराचा होता; तो काढून घेतला गेला. "रोजगारी माणूस मेला तरी मढं कामावर गेलंच पाहिजे; तर कुठं त्येच्या तिरडीचा कडबा इकत आणायला पैसा मिळतो. अशा घरात पोरगी देण्यापेक्षा, इतमामानं हिरीत ढकलून द्यावी. पाय घसरून पडली म्हणून सांगावं नि मोकळं व्हावं. म्हंजे लेकीच्या जन्माचाबी जाच चुकंल नि आईबाऽच्या गळ्याच कडासनंबी जाईल." असं शेजारी लग्नाच्या लेकीच्या आईबांना सांगत. गावात रोजगाऱ्याची ही लायकी!

कामं करून चार पैसे शिलकीला टाकावेत ही ओढ शिवाला नव्हती. म्हणून त्याचा संसार होणार कसा, याच्या संसाराची जबाबदारीही माझ्याच अंगावर पडणार की काय, अशी काळजी वाटत होती... तरीही त्याचं लग्न करणं गरजेचं होतं.

दौलत या वर्षी एस. एस. सी. च्या वर्गात गेला होता. पण त्याचं इंग्रजी आणि गणित फारच कच्चं होतं. पास होण्यापुरते मार्क्स पडून तो या वर्गात आला होता... त्याला आरंभापासून या दोन विषयांच्या शिकवण्या लावण्याची गरज होती. नाही तर तोही या वर्गात आप्पासारखा मुक्काम ठोकून बसला तर माझी धडगत नव्हती. त्यामुळं 'त्याचं एस. एस. सी. चं वर्ष' या कल्पनेनं मी काळजीग्रस्त झालो होतो.

या सगळ्यांचा परिणाम खोलवर निराशा निर्माण होण्यात झालेला... गावाकडचं पत्र आलं तर ते हातात घ्यायला नको वाटे. गावाकडचं काही

विपरीत घेऊन तर हे पत्र आलं नाही ना? – अशा चिंतेची सावली मनावर पडे. पैसे पाठवायला मला कधी काही वाटलं नाही; पण या पैशांतून मनासारखं काही उगवून येत नाही; याचं दुःख होत होतं.

पण हे सगळं मी कुणाला सांगू शकत नव्हतो. पुण्यात वाङ्‌मयीनविश्वात, शिक्षणक्षेत्रात अनेक मित्र होते. पण गावाविषयी, तिकडच्या घराविषयी जिवाभावाच्या गप्पा माराव्यात, असं त्यांत कुणी नव्हतं. आमचे विषय एकदम वेगळे होते. प्रामुख्यानं आनंद लुटण्यासाठी मित्र गप्पा मारत. या गप्पांत आणि एकूणच या नागर विश्वात माझे हे गावाकडचे विषय एकदम अप्रस्तुत वाटत. सांगितले तरी ते कुणाला भावण्यासारखेही नसत.

कागलातल्या माझ्या मित्रांनाही मी ह्या माझ्या काळज्या सांगू शकत नसे. माझ्याकडं ते एका पूर्वीच निश्चित केलेल्या नजरेनं बघत. जीवन यशस्वीपणे जिंकलेला मी एक अलेक्झांडरसारखा जेता आहे, असं त्यांना वाटे. ते गृहीत धरून ते पुढं बोलू लागत.

"तुला काय कमी? तू आता सायेब झालाईस. लेखक म्हणून तुझं नाव वर्तमानपत्रात झळकताना बघून आमचं डोळं थंडगार हुत्यात. आता काय; लाथ मारशील तिथं पाणी काढशील. आम्हां सगळ्या दोस्तांच्या घरावरचं निशाण झालाईस तू." अशी त्यांची भाषा.

माझ्या संगतीतल्या त्यांच्या आनंदाच्या घटका तशाच राहू द्याव्यात, असं वाटे. काही थोडं त्यांचं खरंही होतं. ते गावात राहिले होते नि मी गावाच्या बाहेर जाऊन गुडघाभर उंचीच्या दोन टेकड्या जिंकल्याही होत्या.

गावाकडं घरातल्या माणसांनाही असंच वाटे. त्यामुळं त्यांना माझं दुःख, व्यथा कधीही सांगू शकलो नाही. त्यांना वाटे माझं सगळं ऐशारामात चाललं आहे. एवढा ऐशेआराम असूनही मी भसाभसा पैसे देत नाही, पैशागणिक हिशोब मागतो, देताना एक पैसाही जास्त देत नाही, अशी त्यांची तक्रार असे.

...कधी अनावर झालं की मी स्मिताजवळच बडबडत बसे. अखंड बडबड करी. मनाचा आत चाललेला संज्ञाप्रवाह जणू पाट फोडून बाहेर पडतो आहे, असा बडबडे. स्मिता नुसती 'हूं हूं' म्हणे. माझ्या या काळजीवर तिला काही उपाय दिसत नव्हता.

...खरं तर माझा स्वभावच काळजीखोर होता. मी नको इतकं मनाला लावून घेत होतो. पण हे कळलं तरी पिंडधर्माला कसं बदलायचं, मनाला कसं आवरायचं, भावनांना बांध कसा घालायचा; हे नीट सुधरत नव्हतं.

दुपारी अडीचच्या सुमारास कोल्हापुरात जाऊन पोचलो. खूप कडाडून भूक लागली होती. खाणावळीत जेवलो. काही केल्या गावाकडं जायला उत्साह

वाटेनासा झाला होता; म्हणून सरळ प्रा. कमलाकर दीक्षित यांच्याकडं गेलो. त्यांच्याशी बा. सी. मर्ढेकरांच्या सौंदर्यशास्त्रावर खूप गप्पा मारल्या. नंतर दोघे मिळून व. ह. पिटके आणि प्रल्हाद वडेर यांच्याकडं गेलो. चौघांनी मिळून वाङ्मयावर गप्पा मारल्या. मर्ढेकरांच्या सौंदर्यशास्त्रात मला आणि कमलाकर दीक्षित यांना विशेष रस होता. त्यांना त्या विषयावर एक पेपर मुंबईला सादर करायचा होता. मलाही आक्टोबरात एक किंवा दोन व्याख्यानं मुंबईच्याच साहित्यसंघात द्यायची होती.

रात्रीच्या गप्पांनी सकाळी ताजं ताजं वाटलं. दुसरे दिवशी मी स्वच्छ ताज्या मनानं कागलला गेलो.

लवकर गेल्यानं सगळे घरातच भेटले.

लग्नानंतर मधुकर सणगरला कित्येक वर्षं मूल नव्हतं. त्यानं खूप नवस-सायासं केली. डॉक्टरी उपचार केले. त्यानंतर गेल्या फेब्रुवारीत त्याला मुलगा झाला होता.

घोंगड्याचा, दुकानाचा त्याचा व्यापार चांगला चालला होता. सगळे भाऊ एकत्र राबून खात होते. कर्तबगार मधूनं वडिलांच्या मागं सगळं घरदार सुखासमाधानाला लावलं होतं. पाचवीपासनं त्याची माझी घनिष्ठ मैत्री. घरच्या आर्थिक अडचणींत तो मदत करत होता, मागाहून त्याला मी पुण्याहून पैसे पाठवत होतो.

त्याला प्रथम जाऊन भेटलो नि कडकडून मिठी मारली, मुलगा झाल्यामुळं सुखावून गेला होता... बारा-चौदा वर्षं मूलच नसल्यामुळं त्याच्या जीवनात एक निरर्थकतेची पोकळी निर्माण झाली होती. ती आता उजेडानं गच्च भरल्यासारखी दिसत होती. देवावरचा त्याचा विश्वास पक्का व्हायला, ही घटना विशेष कारणीभूत ठरली.

रात्री जेवणं झाल्यावर भावंडांचा घोळका एका जागी जमला. प्रत्येकानं आपआपलं पान वाचायला सुरुवात केली. प्रत्येकजण दुसऱ्याविषयी माझ्याजवळ तक्रार करत होतं. माझ्यासमोरच एकमेकांची भांडणं जुंपत होती.

सगळं सांगून झाल्यावर आप्पानं आणखी एक घटना सांगितली. मतदानाचा तो किस्सा होता.

गेल्या मार्चमध्ये लोकसभेच्या मुदतपूर्व निवडणुका झाल्या. या काळात आप्पाला मतदानाचा हक्क प्रथमच मिळाला.

''लोकशाहीमध्ये आपण आपला मतदानाचा हक्क बजावावा. त्याचा फारसा काही फायदा होत नाही, असं वाटलं, तरी आळस न करता मतदान करायला जावं. सगळ्यांनाच मतदान करायला लावावं.'' असं मी त्याला पूर्वीच

सांगितलं होतं.

गाव तालुक्याचा असल्यामुळं गावात राजकारणावर भरपूर चर्चा चाले. पक्षाचे गट-उपगट होतेच. त्यात तरुण मुलांत टीका-प्रतिटीका चालू असत. आप्पाच्या स्वभावात बोलकेपणा, विनोदवृत्ती, कल्पकता होती. स्वभावात दुष्टपणा किंवा आक्रमकता नसल्यामुळं सगळ्यांनाच तो हवासा वाटे. त्याचं मनोरंजक बोलणं ऐकावंसं वाटे. त्यामुळं कोंडाळ्यात त्याच्या गप्पा रंगत. लोक त्याचं ऐकत राहत. त्यामुळं त्याला वाटे, की आपलं म्हणणं बरोबर असतं, लोकांना ते पटतं; म्हणून लोक माझं ऐकत राहतात, आपल्याला राजकारणातलं त्यांच्यापेक्षा जास्त कळतं; असा त्याचा समज झाला होता. त्यामुळं राजकारणावर बोलण्यात तो रस घेत होता. शिक्षण सोडल्यामुळं त्याचं मन अधिकाधिक अशा गप्पांत रमत होतं नि स्वत:चंही मनोरंजन करून घेत होतं. तशात या वर्षी त्याला मतदानाचा अधिकार मिळाला. त्याच्या बोलकेपणामुळं राजकारणी मंडळी निवडणुकीत गल्लीपुरता तरी तो उपयोगी पडेल म्हणून अधूनमधून, ''काय आप्पासाहेब, काय साहेब.'' असं नुसतंच करत होती.

यावेळी आप्पाकडं हँडबिलं, जाहिराती, निवेदनं, अधल्या दोन दिवशी घरातल्या मतदारांचे क्रमांक, परिपत्रकं अशी रंगीत कागदं बरीच जमली होती... मतदानाच्या दिवशी घरातल्या सगळ्या मतदारांना पद्धतशीर घेऊन मतदान करून यायचं, त्यानं ठरवलं होतं. आधल्या दिवशी रात्री रोजगारासनं आल्यावर घरात सगळ्यांना मतदान कसं करायचं, कुणाला करायचं, कोणत्या चित्रासमोर फुली मारायची, त्या चित्रांचा क्रम कसा आहे; हे एखाद्या पोलिंग ऑफिसरसारखं त्यानं उत्साहानं सांगितलं होतं. सगळ्यांनी हूं हूं म्हटलं होतं.

दुसऱ्या दिवशी रोजगाराला जायचं होतं. कामाचे दिवस होते. खाडा करणं अशक्य होतं. म्हणून आप्पानं सगळ्यांना जरा लवकरच उठवलं. ''स्वयंपाक करून चटकन मतदानाला जायला पाहिजे. उठून चटाचटा सगळं आवरून घ्या.'' त्यानं सगळ्यांना आदेश दिला.

दिवसभराच्या कामांनी सगळी कैंगटून जातात. त्यामुळं सकाळी उठण्याचा उत्साह नसतो. त्यात पुन्हा आज कामालाही जायचंच होतं. मतदानासाठी कुणी रोजगाराचं पैसे देणार नव्हतं. शिवाय मतदानाला गेलं तर रोजगाराला जायला उशीर होण्याची भीती होती. त्यामुळं केंद्रावर जायला कुणाला उत्साह नव्हता. तरीही वेळेसरी उठून आई, हिरा, आनसा सकाळची कामं आवरत होत्या.

आप्पा सगळं आपलं आवरत होता. ''आंघोळी करा, खळणी कापडं घाला, सैपाक आटपा, डोसकी इचरून घ्या.'' असं अधनंमधनं सगळ्यांना सांगत होता.

हळूहळू त्याचा आवाज चढत चालला होता. कारण सगळ्यांची कामं नेहमीच्याच गतीनं चालली होती. शेवटी रोजगाराला जायची वेळ अगदी गळ्यापाशी येऊन टेकल्यावर आप्पा आईवर उखडला.

"सकाळधरनं वरडायच लागलोय तरी तुमचं हे वांडंगुऱ्हाळ चाललंयच. आता सैपाक झालाय तेवढा फुरं करून चला; न्हाईतर रोजगार बंद करून सावकास पोटापाण्याला खावा नि मग मतदानाला चला."

"बरा सांगतोस की. रोजगार बंद करून पोटाला काय खायचं; म्हशीचं श्याण?"

"म्हणूनच पाटपासनं आरडाय लागलोय 'लवकर उठा' म्हणून. का उठला न्हाईसा?"

"जीव आंबून गेलेला असतोय लेका पोरींचा आणि किती लवकर उठायचं त्येंनी?"

"आगं, आजच्याच दीस. निवडणुका काय रोजरोज येत नसत्यात आई. सरकारनं मतदानाचा सोन्यासारखा हक्क दिलाय. त्यो नको का बजवायला? एवढी म्हैनाभर माणसं आरडत वरडत, सभा घेत हिंडत्यात; ती काय खुळी हाईत?"

"त्येंच्या जल्माची ती शाणी असतील. आमच्या जल्माचं काय त्यांस्नी? ती का आमच्या पोटाला घालत्यात?...ईसभर वरसं झाली. ज्यो-त्यो असाच आरडत-वरडत सभा घेत आला नि मत घेऊन गेला...पर आम्ही हाय त्या राडीत मरतोयच."

"आगं, आज ना उद्या सुधारणा हुतील आई. आतापतोर रग्गड सुधारणा झाल्यात. त्या आपल्यापतोर अजून आल्या न्हाईत. आज ना उद्या येतील. धीर धरला पाहिजे."

"आमचा गेलेला मळा तेवढा द्या; म्हणावं परत मिळवून. आम्ही देतो मग मतं."

"हे बघ आता ह्या घटकंला उगंच वाद घालत बसू नको. उठा नि चला बघू मतदानाला."

"नगं बाबा. तिथं दाटण असली तर रोजगाराला जायाला उशीर हुईल. भाकरी खाऊया नि जाऊया चव्हाणाच्या मळ्याकडं."

"बुडाला तर बुडू दे रोजगार. एवढी पंधरादीस मी कागदं गोळा केली, रातचं बसून तुम्हांस्नी वाचून दावली, समजून सांगितलं; ते कशासाठी?"

"ती कागदं दे जा धोंडूबाईच पोराची गांड पुसायला. तिला पोराच्या पाळण्यात घालाय फाटक्या पातळाची बाळुतीबी मिळंना झाल्यात बघ, दे जा तिला...हिरे, आनसे, या गं. न्ह्याऱ्या करून घ्या नि चला खुरपी घेऊन." आईनं पोरींना हाका घातल्या नि आप्पाकडं पूर्णपणे दुर्लक्ष केलं.

...आप्पा त्राग्यानं एकटाच मतदानाला गेला. दादानं सगळ्यातलंच लक्ष काढून घेतलं होतं... 'शेतकऱ्याचं राज येईल' असं पहिल्या निवडणुकीच्या वेळी त्यालाही सांगण्यात आलं होतं; त्याच्यावरचा त्याचा विश्वास मळा गेला तेव्हाच उडाला होता. ..पण आप्पाला याची काही कल्पना नव्हती. त्यावेळी तो लहान होता.

ही सगळी घटना आप्पानं आपल्या पद्धतीनं रंगवून सांगितली.

अति झालं नि हसू आलं असा प्रकार झाला.

मी आईला सहज विचारलं; 'असं का केलंस, गं आई?''

''मग काय करू तर?''

''जायचं न्हाई मतदानाला?''

''हे असलं इरगळलेलं वारंगत लुगडं नेसून जाऊ? ...सगळं गाव तिथं जमतंय. गावाम्होरं जाऊ का अशीच उघडी-नागडी? अजून माझ्या एका लेकीचं नि ह्या ल्याक म्हणणाऱ्या तिघा दिवट्यांची लगनं हुयाची हाईत. मला अशी जुन्यारात बघिटल्यावर कोण करतील का सोयरीक ह्या घरासंगं?''

...आईच्या अंगावर म्हशीच्या वारेगत पारदर्शी जुनेर त्या वेळी होतं. मला शरमल्यासारखं झालं. मी गप्प बसलो. दुसरे दिवशी सकाळी मुकाट्यानं उठून जगन्नाथ नाळेच्या कापड दुकानात गेलो. प्रत्येकाला दोन-दोन धडोती खरेदी करून घेऊन आलो. कुणालाही वगळलं नाही.

मला माहीत होतं की माझ्या अंगावर एकदा कपडे घेतले की ते सहा-सहा वर्षं मी वापरतो. माझ्या अंगावर तेच तेच कपडे बघून स्मितालाच त्यांचा कंटाळा येतो. तरीही मी नवे कपडे घेत नाही. अंगावरचे कपडे फाटल्याशिवाय नवे दुसरे कपडे का घ्यायचे, या प्रश्नाचं मला पटण्यासारखं कुणी उत्तरच दिलं नव्हतं. म्हणून मी ही माझी रीत सोडू शकत नव्हतो.

पण गावाकडं मात्र प्रत्येक वर्षी एकएकाला एकएक जोडही कमी पडतो. हळू हळू माझ्या लक्षात आलं होतं की माझ्यासारखी मध्यमवर्गीय माणसं कपडे नुसती अंगावर घालतात, दिवसभर ती अलगद अंगावर ठेवतात नि रात्री परत काढून खुंट्यांना अडकतात. त्या कपड्यांना ना धस, ना ताण. गावाकडं तसं नाही, कपडा घामात भिजतो आणि भिजून भिजून कुजतोही. पाठीवरून, डोक्यावरून ओझी नेताना कपडे किसतात, पिकांतून माणसं सरकताना झाडकांडातून, उसातून पुढं जाताना ते कपडे चक्क खोंबारतात, फाटतात, उसाच्या करवती पानांनी कापले जातात, कोपरांवर गुडघ्यांवर ताण पडून टरकले जातात, मातीत घासून घासून विरविरीत होतात... म्हणून त्यांना कपडे सारखे लागतात...कपड्यांची खरी खरी गरज त्यांना असते.

पण त्यांना ते मिळत नाहीत. आमच्या अंगावर मात्र रोज वेगवेगळा कपडा, वेगळ्या साड्या, वेगळ्या पँटा, वेगळे शर्ट, वेगळ्या फॅशन्स. कपड्यांच्या फॅशन्सचा किंवा रंगाचा कंटाळा आला की कपडा टाकून द्यायची मध्यमवर्गीय रीत म्हणजे मला तर गुन्हाच वाटे.

ऊन, पाऊस, थंडी यांना तोंड देताना त्यांची धडं, हाडं थडथडत असतात. ती जणू 'अंगावर कपडा द्या हो ऽ माय', असाच आकान्त करत असतात. पण त्याचं इतरांना काहीच वाटत नाही, इतकं ते अंगवळणी पडलेलं. माझं म्हणणं मात्र बहुतेकांना हास्यास्पद वाटतं. मी मनोमन म्हणतो; "तुम्ही हसा. हसतील त्याचे दात दिसतील. गांधीजी माझ्या पाठीशी भक्कम उभे आहेत."

माझ्या हेही लक्षात आलं की पुण्यात आपण गावाकडनं पत्रं आली की चिडचिडतो, रागराग करतो, त्यांच्या मागण्यांनी नि करण्यांनी त्रस्त होतो, पण कागलात आलं की सगळं चित्र डोळ्यांसमोर दिसतं. वस्तुस्थिती कळते आणि आपण किती क्षुद्र विचारांनी पुण्यात भारून जातो, याचा प्रत्यय येतो.

कपडे आणल्याचा दिवस सगळ्यांचा आनंदात गेला. सण साजरा झाल्यागत घरादाराला वाटलं.

दुसरी एक गोष्ट घडली होती. एप्रिलमध्ये शिवाला कोल्हापुरात एका बड्या आसामीकडं महिना शंभर रुपयांवर नोकरी मिळाली. कागलात अडीच-तीन रुपये रोजगार मिळत होता. तोही रोज नसे. त्यामुळं महिनाभरात कधी पन्नास तर कधी साठ रुपये यांच्या आसपासच पैसा मिळे. इथं मात्र महिना शंभर रुपये मिळणार होते. मात्र रात्रंदिवस गुराढोरांची देखभाल करत, पोल्ट्रीमधल्या कोंबड्यांची निगा राखत राहावं लागणार होतं. शिवानं तयारी दाखवली होती. त्याला उठताबसता येईल एवढी छोटी खोली देण्यात आली होती. शिवा तिथंच गड्यांबरोबर हातांनी स्वयंपाक करून खाऊ लागला होता. महिना साठभर रुपये घराकडं पाठवण्याचं त्यानं कबूल केलं होतं. अजून पाठवले नसले तरी 'पाठवील' अशी आशा आईला होती.

आईला याचा आनंद झाला होता. "आन्दा, यंदा कायबी झालं तरी शिवाचं लगीन करायचं बघ. आता त्यो इचारानं वागू लागलाय. लगीन करून त्येचं सुरळीत केलं पाहिजे. गेल्या सालीबी पोरगं पाटलाच्या मळ्यात इल्लंनं कामं करत हुतं. त्येलाबी आता कळलंय की आपूण कसंबसं वागत ऱ्हायलो तर आपल्याला असंच उंडगं हिंडावं लागंल. आपल्या जल्माला मग इरं ऱ्हाणार न्हाई. कुत्र्यानिपट आपला जलम हुईल असं त्येला वाटतंय. मी त्येला सांगिटलंय; 'आता पैसं शिलकीला टाक. काय थोडी लग्नाची तजवीज कर. मीबी मुलूख हिंडून एखादी पोरगी तुझ्यासाठी काढतो. त्येलाबी ते पटलंय."

आईनं मला सविस्तर सांगितलं. तिची शिवासाठी धडपड सुरू झाली होती. आतापर्यंत तीनचार जागं शिवासाठी धुंडलं होतं. पण जमून येत नव्हतं. 'शिवासाठी एखादी पोरगी बघा. पोरगं नोकरीला लागलंय. म्हैना शंभर रुपयं कमावतंय.' असा सांगावा आपल्या थोरल्या भावाला नि आत्तीला उदगावला दिला होता.

ऐकून मला अतिशय समाधान वाटलं. शिवा मार्गी लागला, असं वाटू लागलं. तरी मनात एक पाल चुकचुकली...शिवा कोल्हापुरात एकटाच आहे. तो तिथं निरंकुश आहे. शिवाय त्याच्याबरोबर दोन असेच तरुण कामं करायला राहिले आहेत. तिघेही खेड्यावरून आलेले. त्यांना ना आगा, ना पीछा. वाट्टेल तसं वागतील, चैन करतील नि व्यसनंही करतील.

आईला मी म्हणालो, "...शिवाचं जरूर लगीन करू या. कुठली तरी चांगली पोरगी हुडीक. उगंच कसलंबसलं जागं काढू नको. माणसाला वळण नसंल तर ते जलमभर वैताग आणतंय. उगच कटकटी निर्माण करतंय आणि तूबी अधनंमधनं कोल्हापूरला जाऊन शिवा नीट वागतोय का न्हाई, हेबी बघून येत जा. निदान पाचसा म्हैनं तरी गेलं पाहिजेत. शिवा तिथं टिकतोय का न्हाई, जबाबदारीनं वागतोय का न्हाई; हे कळलं पाहिजे. मग त्येचं लगीन करू या. मग दोघं न्हवरा-बायकू कोल्हापुरातच मिळवून खाऊ लागलं नि संसाराला लागलं तरी मला आनंदच हाय."

आईला माझं म्हणणं पटल्यागत दिसलं.

शिवा कोल्हापूरला गेला हे आणखी एका दृष्टीनं बरं झालं. या वर्षी आप्पा घरात होता. त्याचे आणि शिवाचे अधनंमधनं वाद होत. बारीकसारीक कारणं त्या-त्या वेळी घडलेली असत...माझ्यामागं आप्पाला घराची व्यवस्था बघायला मी सांगत असे. त्यामुळं त्याला माझा मानसिक आधार होता. म्हणून तो शिवा थोरला भाऊ असूनही प्रसंगी त्याला बोले. शिवाला वाटे; "ह्यो माझ्यापरास ल्हानगा. ह्या घराचा दादामागं मीच कारभारी हाय. मला बोलायचा ह्येला अधिकार न्हाई." असे मतभेद होत.

पण आता शिवा कोल्हापूरला गेल्यानं तो प्रश्न मिटला. आप्पाही आता पडतील ती शेतातली कामं करू लागला. प्रसंगी रोजगारालाही जाऊ लागला. कामं नसली की दादाबरोबर उसाचा पाला आणायला जाऊ लागला.

ही कामं बघत बघत तो नोकरीसाठी अर्ज करत होता, प्रत्यक्ष जाऊन खटपटी करत होता. एस. टी. कंडक्टरच्या जागेसाठी, जिल्हा परिषदेत प्राथमिक शिक्षकाच्या जागेसाठी त्यानं अर्ज केले होते. तिथं कुणाच्या ओळखीपाळखी निघतात काय, हे तो पाहत होता. नोकरी मिळवण्यासाठी कुणाकुणाला किती किती पैसे द्यावे लागतात, याचीही माहिती त्यानं मिळवली होती. ..माझा कुठं

कुठं तरी उपयोग होईल, अशीही त्याला आशा वाटत होती. त्यासाठी एस. टी. बोर्डात कोणकोण आहेत, कोणकोण मुलाखती घेतात; जिल्हापरिषदेतही कोण कोण संबंधित लोक आहेत, याची माहितीही खालच्या नोकरांना थोडे थोडे चहापानापुरते पैसे देऊन मिळवीत होता. त्यांची नावं माझ्याकडं पाठवीत होता.

त्याच्या या उद्योगांनी मी चकित होत होतो. मला असले उद्योग नोकरीसाठी कधी करावे लागले नाहीत. माणसाजवळ पुरेशी गुणवत्ता असेल, इतरापेक्षा जरा जास्त असेल तर त्याला तिथं नोकरी मिळू शकते; असा माझा विश्वास होता. तसं मी आप्पाला सांगत होतो.

पण आप्पा मला उलटं सांगत होता- "दादा, तुमचा काळ वेगळा नि आमचा काळ येगळा. पंधराईस सालांच्या आधी तुम्ही म्हणताय तसंबी असंल. त्या वक्ताला न्हेरू सरकारचं राज हुतं. गांधीबाबांच्या शाळंत तयार झालेली ती पिढी हुती...आता त्यातलं कुणी ऱ्हायलं न्हाई, जे कुणी जिवंत हाईत त्यांस्नी आता कुणी इचारत न्हाई. ...आताच्या जगात नुसता पैसा लागतोय बघा. चार पैसे दिलं की कुणीबी अधिकारी, पुढारी, मंत्री, सेक्रेटरी आपली लायकी इकायला घालतोय. राजकारणात तर असल्या गोष्टींस्नी ऊत आलाय नुसता. वशिला नि पैसा असला की तुमच्या डिग्र्या क्वालिफिकेशनस नि तुम्ही म्हणता तो गुणवत्ता ह्यांस्नी कुत्रंसुद्धा इचारत न्हाई...मी बघतोय न्हवं आता."

त्याची खात्री झाली होती... त्याच्या मित्रांत अशा गोष्टींवर चर्चा चालत. कुणी कुणाला किती पैसे दिले, नोकरी कशी मिळवली याची तो धडाधड उदाहरणं देत होता आणि त्याच वेळी क्वालिफिकेशन असलेले पण वशिला नि देण्यासाठी जवळ पैसा नसलेले कसे बेकार हिंडताहेत यांचीही गावातली नावं त्यानं मला सादर केली.

मी चक्रावून गेलो...आप्पाचा गुणवत्तेवरचा विश्वास पार उडाला होता. माझ्यापेक्षा पंधरावर्षांनी लहान असलेली ही भारताची तरुण पिढी होती.

"आप्पा, मला ह्यातलं कायबी जमणार न्हाई. लई लई तर मी माझ्या ओळखी जिथं असतील आणि जिथं मला शब्द टाकणं शक्य असेल तिथं मी शब्द टाकतो. तरीबी तू तुझ्या पद्धतीनं प्रयत्न कर. मी तुला नको म्हणणार न्हाई." असं म्हणून मी त्याला गावातल्या दोघांतिघा माझ्या मित्रांची ओळख करून दिली. एक जिल्हापरिषदेत होता, दुसरा सरकारी खात्यात होता नि तिसरा प्राथमिक शिक्षक होता. त्यांच्या मदतीनं कुठं कुठं काही काही करता येत का पाहा; म्हणून सांगून मोकळा झालो.

...मला दुसरा मार्ग दिसत नव्हता. केवळ एस. एस. सी. झालेल्या आप्पाला असेच प्रयत्न करावे लागणार, हे कटु सत्यही मला जाणवलं. लाचलुचपती,

भ्रष्टाचार अवैध मार्ग वाढत होते. पण मला हे कुठं करावं लागलं नव्हतं. या बाबतीत मी नव्या पिढीच्या तुलनेनं सुदैवी होतो. आप्पा दुर्दैवी होता. तरी त्यालाही जगायचं होतं. एस. एस. सी. पातळीवरच्या ज्या नोकऱ्या होत्या त्या नोकऱ्यांच्या जागांसाठी हजारो अर्ज येतात, शेकडो माणसं नेमायची असतात, अनेक प्रकारच्या कमिट्या तिथं असतात, ओळखीपाळखीच्या लोकांना चरायला कुरणं मिळावीत म्हणून आमदार-खासदार अधिपती, सभापती, अध्यक्ष, कार्यवाह अशा अनेक लोकांना समित्यांवर नेमतात; याचीही माहिती त्याला होती. तो पाहत होता, वाचतही होता... ज्या काळात आप्पा जन्माला आला आणि ज्या समाजात त्याला जगायचं होतं; त्या काळाचे नि त्या समाजाचे जीवन-प्रश्न वेगळे आहेत, त्याला वेगळ्या संघर्षाला तोंड द्यावं लागतंय; याची मला तीव्र जाणीव झाली. मी त्याला मान हलवून मान्यता दिली.

आठदहा दिवस राहून घरखर्चाला आईजवळ भरपूर पैसे देऊन, आम्ही सगळे पुण्याला परतलो. येताना मी कोल्हापुरातल्या 'घाटगे-पाटील ट्रान्सपोर्ट'कडं आप्पाला अर्ज करण्यास सांगितलं. माझे मित्र शंकरराव कुलकर्णी तिथं मोठ्या अधिकारावर होते. त्यांचा काही उपयोग झाला तर पाहावं, असा विचार मनाशी केला...आप्पाच्या भवितव्याची अशुभशी काळजी खोलवर वाटू लागली. दोन-तीन वर्षांपूर्वी मुंबईत 'शिवसेनेची' स्थापना झाली होती. मराठी माणसाला मुंबईत नोकऱ्या मिळेनाशा झाल्या होत्या. अनेक कारणांनी महाराष्ट्राबाहेरची माणसं नोकऱ्यांत भरली जात होती. त्यामुळं नोकऱ्या नसलेली मराठी तरुण मुलं चिडून गेली होती. शिवसेनेत भराभर सामील होऊन शासनावर ताशेरे ओढत होती. या चिडीची आग भडकवण्याचं काम खाजगी नि शासकीय सेवक-भरतीची निरंकुश यंत्रणा, इंटरव्ह्यू घेणाऱ्या कमिट्यांवरचे अध्यक्ष, सदस्य, संबंधित आमदार-खासदार, पदाधिकारी लाचलुचपती घेऊन उत्तम बजावू लागले होते. तरुण पिढीचा मराठी राजकारण, समाजकारण यांवरचा आणि देशावरचाही विश्वास उडवायला मदत करत होते. पर्यायानं लोकशाहीवरची श्रद्धा उद्ध्वस्त करत होते... भावनाप्रधान आप्पा यात सापडू नये, असं वाटत होतं. तो सापडला तर त्याचा अवैध मार्गांनी पैसे मिळवणारा गुंड-मवाली, चोर-दरोडेखोर व्हायला वेळ लागणार नाही, याची माझ्या चिंताविवश मनाला भीती वाटू लागली.

बावीस

पुण्याला आलो नि लेखनाच्या कामाला लागलो.

एकेदिवशी असाच लेखन करीत असताना व. र. देशपांडे सहज गप्पा मारायला संध्याकाळी आले नि म्हणाले, ''आनंदराव, तुम्ही घराच्या अडचणीत गेले काही दिवस आहात. तुमच्यासाठी एक चांगली संधी घेऊन आलो आहे.''

''कोणती हो?''

''दत्ता सराफ यांनी एक 'कलानिकेतन' नावाची हौसिंग सोसायटी स्थापन केली आहे. पुणे-सातारा रोडवर धनकवडी ग्रामपंचायतीच्या भागात ती अगदी हायवेला लागून आहे. तिच्यात निरनिराळ्या क्षेत्रांतले शक्य तो कलावंत घ्यायचे, असा त्यांचा विचार आहे. एक-दोन कलावंतांना तांत्रिक अडचणींमुळं हौसिंग फायनान्सचं कर्ज मिळू शकत नाही; म्हणून ते मेंबरशिप सोडून गेले आहेत. तुम्ही त्या सोसायटीत येता का, बोला.''

''कोणत्या अवस्थेपर्यंत सोसायटी आली आहे?''

''अहो, प्राथमिक सगळी कामं झाली आहेत प्लिंथपर्यंत बरीच कामं झाली आहेत. म्हणजे कामं सुरू आहेत. या बाबतीत तुम्ही सराफांना भेटून हवी ती माहिती मिळवू शकता.''

वसंतराव इतरही काही गप्पा मारून निघून गेले.

स्मितानं सोसायटीत मेंबर होण्याचा विचार उचलून धरला...अलीकडं तिच्या मनावर घराच्या संदर्भात ताण वाढला होता. घरमालकांची तीव्र इच्छा की आम्ही ताबडतोब घर सोडून जावं. अशावेळी त्या घरात राहणं तिला नको वाटत होतं. तसं वाटणंही स्वाभाविक होतं.

''आपलं घर असलं पाहिजे बघा. आता आपलं पुण्यातच राहायचं नक्की

झालंय, तर कुठंतरी सोसायटीत मेंबरशिप घ्यावीच लागणार. तुम्ही उद्याच्या उद्या दत्ता सराफांना भेटून या. मला दागिने वगैरे काही नसले तरी चालतील. बाकीचा खर्च आपण कमी करू. पण स्वत:च्या मालकीचं आपलं घर पाहिजे. काहीही झालं तरी आपल्या हक्काच्या घरातून आपणांला कुणी उठवू शकत नाही की बाहेर काढू शकत नाही.'' ती बोलू लागली.

घराच्या संदर्भात खरं तर आम्ही दोघंही अस्वस्थ होतो. त्यामुळं ही सुवर्णसंधी वाटत होती.

पण वर्तमानपत्रांतून हौसिंग सोसायट्यांतील हिशोबांबाबत, आर्थिक अफरातफरी, जागांविषयी वाद, फसवणुकी, बेकायदेशीर गोष्टी इत्यादी अनेक घटना वाचत होतो. त्यामुळं फारच सावध राहून हा व्यवहार करण्याची गरज होती...म्हणून स्मिताशी मी अनेक शंका आणि अनेक प्रश्न निर्माण करून बोलत होतो.

तिला वाटलं; मी हे सगळं टाळण्यासाठीच बोलतो आहे. म्हणून ती पुन:पुन्हा ''सगळी चौकशी ताबडतोब करा. वाटलंच तर रजा काढून सगळं पाहून घ्या. पण चटकन मेंबर होऊन टाका...मला पुण्यात 'माझं घर' पाहिजे बघा. मला दुसरं काही नसलं तरी चालेल.'' असं मला सांगू लागली.

मी उद्योगाला लागलो. जागा पाहून आलो. एका ज्येष्ठ वकील-मित्राकडं जाऊन त्याचा सल्ला घेतला. सोसायटी व्यवस्थित आहे, हे पाहण्यासाठी कोणकोणत्या गोष्टी आणि कागदपत्रे पाहावी लागतात यांची रीतसर माहिती मिळवली. कागदावर ती लिहूनच घेतली. दत्ता सराफ 'किर्लोस्कर' मासिकाच्या संपादकीय विभागात प्रमुख म्हणून काम करत होते. त्यांना भेटलो आणि सविस्तर चौकशी केली.

सगळं व्यवस्थित होतं. पण आतापर्यंतचे सगळे हप्त्यांचे पैसे मला ताबडतोब भरण्याची गरज होती. आरंभीचा काळ असल्यामुळं खर्च भरपूर होता. सगळ्यांचं प्लिंथपर्यंतचं काम झाल्यावर हौसिंग फायनान्सचा नंतरचा पैसा मिळणार होता. त्यामुळं मला ताबडतोब सगळे पैसे भरण्याची गरज होती...रक्कम ऐकून माझ्या तोंडचं पाणी पळालं होतं.

स्मिताला सगळी परिस्थिती सांगितली. शेवटी दोघांनी मिळून आमच्या नोकऱ्यांवर बँकेतून कर्ज मिळवलं आणि दहा हजार रुपये भरून टाकले.

तत्परतेनं जाऊन घरमालकांच्या घरी ते सगळं सांगितलं. ''आता एक-दोन वर्षांत आमचं घर होईल. मग आम्ही लगेच तुमचं घर खाली करतो, असं पुन्हा एकदा वचन दिलं.''

...तरीही त्यांच्या मनात फारसं परिवर्तन होत नव्हतं. असं असलं तरीही, आता आपलं घर लौकरच होणार नि घरमालकाच्या वादाला फार दिवस तोंड

द्यावं लागणार नाही, या कल्पनेनं मनावरचा अर्धा अधिक ताण कमी झाला.

स्मिता आनंदून गेली.

एका रविवारी उठून सगळेजणच सोसायटीच्या जागेवर जाऊन आलो. प्लिंथपर्यंत काम झालेल्या प्लॉटवर खुशाल बसून बरोबर आणलेले कांदेपोहे आणि फळं मजेत खाल्ली. स्वाती-कीर्तीनं मजेत इकडं तिकडं उड्या मारून घेतल्या.

...स्मिताच्या मनासमोर त्या मोकळ्या जागेवर सुंदरसा बंगला उभा राहिला होता. माझ्याही मनात त्याच्या दगडविटा जमू लागल्या होत्या.

"...आता आपण बंगलेवाले पुणेरी होणार. आपली मुळं या माळाच्या खडकाळ मातीत रुजणार." उठता उठता मी स्मिताला म्हणालो.

ते उद्‌गार आनंदाचे होते की दु:खाचे होते; याचा विचार मला स्मितानं करू दिला नाही. ती गृहिणी उद्याची सुंदर स्वप्नं जाता जाता माझ्यासमोर उभी करू लागली.

'गोतावळा' कादंबरी एकाहत्तर मे मध्ये प्रसिद्ध झाली होती. तिला उत्तम प्रतिसाद मिळत होता. जुलै महिन्याच्या तीनही आठवड्यांच्या रविवारी प्रा. माधव मनोहर यांनी 'नवशक्ती'मधे 'गोतावळा'वर दीर्घलेख तीन भागांत लिहिला होता. दैनिकाच्या माथ्यावर सबंध पानभर मोठाच्या मोठा मथळा टाकला होता. 'महाकाव्याच्या शेवटच्या सर्गासारखी वाटणारी एका युगान्ताची ही कहाणी आहे.' असं त्यांनी मत व्यक्त केलं होतं.

एवढ्या झटपट, एवढं मोठं, प्रा. माधव मनोहरांसारख्या मोठ्या समीक्षकांकडून परीक्षण येईल, असं स्वप्नात देखील वाटलं नव्हतं. मी भारावून गेलो. कृतज्ञतेनं त्यांना पत्र लिहिलं.

नंतर 'गोतावळा'वर मोठमोठ्या साहित्यिकांच्या पत्रांचा आणि उत्तमोत्तम परीक्षणांचा ओघच सुरू झाला. मित्रांकडून भराभर प्रतिक्रिया येऊ लागल्या.

आमच्या शाहू कॉलेजात नव्यानंच आलेले इंग्रजीचे प्रा. गोठोस्कर म्हणाले; "मी या कादंबरीचा इंग्रजीत अनुवाद करू इच्छितो. तुमची परवानगी असावी."

मला आकाश ठेंगणं झाल्यासारखं वाटू लागलं. त्यांना मी आनंदानं परवानगी दिली.

माझ्या वाङ्‌मयीन यशाचा गुलमोहर फुलून आल्यासारखा झाला. हवेवर अंतराळात झुलत राहिलो.

'मौजे'चा, 'सत्यकथे'चा लेखक हे प्रतिष्ठेचं बिरूद गेली दहा वर्षं मिरवत होतो. 'खळाळ'चं कौतुक मान्यवरांनी दोन-अडीच वर्षांपूर्वी केलं होतं. पण कौतुकाची समृद्ध सुगी 'गोतावळा'नं गाड्या भरून घरी आणली. त्यामुळं दिवाळी खऱ्याखुऱ्या आनंदात जाणार, असं वाटलं.

दिवाळीच्या अगोदर वीसएक दिवस माझा आतेभाऊ बाबू अचानक आला. अत्यंत निराशाग्रस्त अवस्थेत तो आला होता.

संध्याकाळी चारचा सुमार. मी नुकताच झोपून उठलो होतो. चहा घेऊन लेखनाला बसायचा विचार होता.

बाबू अचानक दारात आला.

"बाबू, तू?"

"हां. मी कसा आलो, का आलो ते मग सांगतो. आदूगर त्या रिक्षावाल्याचं बिल भागीव. चल खाली."

मी पैशाचं पाकीट घेऊन खाली गेलो.

रिक्षावाल्यानं प्रचंड बिल सांगितलं. मी गारच पडलो. मला वाटलं रिक्षावाला मला नि बाबूला बनवतोय. मी बाबूलाच एवढं कसं बिल झालं, म्हणून विचारलं. त्यानं सविस्तर सांगितलं. पुण्याची माहिती नसल्यामुळं एक तर तो एस. टी. मधली सगळी माणसं जिथं उतरतात तिथं म्हणजे पुणे स्टेशन एस. टी. स्टँडवर उतरला. तिथनं जवळच असलेल्या वाडिया कॉलेजवर रिक्षानं गेला. वाडिया कॉलेजात चौकशी केल्यावर त्याला कळलं की मी शाहू कॉलेजात असतो. तिथनं त्यानं सरळ रिक्षा शाहू कॉलेजात म्हणजे पुण्याच्या दुसऱ्या टोकाला आणली. तिथं माझी चौकशी केली. कॉलेज सकाळी असल्यामुळं मी कॉलेज करून घरी गेल्याचं त्याला कळलं. तिथं त्यानं माझ्या घरचा पत्ता घेतला. तीच रिक्षा घेऊन शिवाजीनगरला आमच्या घरी आला. एकोणीस-वीस किलोमीटर प्रवास झालेला. तशात त्याच्याजवळ रिक्षेसाठी पुरेसे पैसे नाहीत. रिक्षावाला बिलाचे सगळे पैसे घेतल्याशिवाय त्याला सोडेना. बाबूलाही स्थानिक बसने प्रवास केल्यावर गोंधळायला होईल, म्हणून रिक्षाच सोयीची वाटली. त्यामुळं भरमसाठ बिल झालं होतं.

मला काहीच बोलता येईना. मुकाट्यानं मी सगळं बिलं भागवलं.

वर आलो नि बाबूवर उखडलो. "शाहण्या, गावाकडनं येतानं घरचा पत्ता घेऊन यायचं नाही? आता एवढं बिल दिलं, तेवढ्यात पुन्ना कागलला जाऊन आला असतास का न्हाई?"

"तू आता कायबी बोलू नकोस. सकाळधरनं मी उपाशी हाय. घरात कोण हाय का न्हाई? मला जेवायला वाढायला सांग."

घरात स्वाती-कीर्ती सकाळची शाळा करून येऊन झोपल्या होत्या. मदतीसाठी जूनमध्ये आलेली आनसाबाई चक्कीवर दळायला गेली होती. स्मिता बी. एड. कॉलेजला गेलेली.

"चल; मीच वाढतो तुला. सगळी आपआपल्या कामाला गेल्यात."

मी त्याला जेवायला घातलं.

कडाडून भुकावून आला होता. अचानक आल्यानं पोटभर खायलाही मिळालं नाही. सकाळचं अन्न जे शिल्लक होतं; तेवढंच खायला मिळालं.

जेवण झाल्यावर मला त्यानं सगळं सांगितलं. गावाकडं त्याचं नि त्याच्या आईचं कडाक्याचं भांडण झालं होतं. यामुळं घरात कुणालाही न सांगता तो पुण्याला आला होता. या बाबतीत त्यानं माझा कित्ता गिरवलेला. सोळा-सतरा वर्षांपूर्वी मीही असाच घरातनं निघून गेलो होतो. मी गेल्यानं आमच्या घरात जो काही हलकल्लोळ पाच-सात दिवस उडाला होता; तो त्यानं आठवडाभर उघड्या डोळ्यांनी पाहिला होता.

पुण्याला येण्यापूर्वी आईचं नि त्याचं भांडण झाल्यावर त्याला वाटलं; आन्दानं आपल्या आईला दिला हुता तसाच आपूणबी एक झणझणीत धडा आपल्या आईला द्यावा. त्या सणकेत तो उठून पुण्याला आला होता.

येताना आमच्या घरात माझा पत्ता मागितला असता तर आपण कुठं जाणार हे आमच्या घरात कळणार; म्हणून त्यानं पत्ता विचारलाच नाही. त्याला मी कॉलेजात प्रोफेसर आहे, हे माहीत होतं. पण कोणत्या कॉलेजात हे माहीत नव्हतं.

जुगारात त्यानं बरेच पैसे महिनाभरात घालवले होते. याचा आत्तीला म्हणजे त्याच्या आईला पत्ता नव्हता. हे सगळे पैसे त्यानं घरावर काढले होते. त्याच्या आईला हे कळताच आई खूप भडकली होती. तिचं घर तिच्या ताब्यातनं लौकरच जाणार याची तिला खात्री पटली होती. म्हणून तिनं बाबूसंगं भांडण काढून आकाशपाताळ एक केलं. बायको नि पोटाला दोन पोरं होती. याचा संसार आता उघड्यावर पडणार, याचं चित्र आत्तीला सहन होईना, म्हणून ती वाघिणीसारखी त्याच्यावर धावून गेली होती. एकुलता एक पोरगा तीनचार वर्षांचा होता, तेव्हापासनं त्याला आत्तीनं उरासंगं धरून दुसरं लग्न न करता वाढवलेला.

त्याला घेऊन ती माहेराला आली ते कागलातच राहिली. ती राहत होती ते घर मुळात आमचंच. दादानं तिला ते राहायला म्हणून दिलं होतं. ते वडिलार्जित होतं. बाबूचं शिक्षण चौथीपाचवीतनं सुटलेलं. पुढं तो नि आत्ती रोजगार करून खात होते. आत्तीच्या विनंतीवरनं दादानं ते घर बाबूच्या नावानं करून दिलं होतं.

लहानपणापासनंच बाबूला जुगाराचा नाद लागलेला. नंतर तो सुटला होता. मधे दहाबारा वर्षं तो फारच चांगला वागला होता. पण लग्न झाल्यानंतर काही दिवसांनी तो पुन्हा तिकडं वळला. पुढं त्यात 'आकडा' लावण्याची भर पडली. हळूहळू दारूही पिऊ लागला होता...लॉटरीची तिकिटं काढण्याचा नाद असला तरी तो तेवढा खर्चिक नव्हता. तिकिटं घेतलेल्या लॉटरीचा निकाल

लागेपर्यंत त्याला महिना-महिनाभर थांबावं लागत होतं. दादानं त्याला एकदा-दोनदा समजून सांगितलं होतं. पण तो ऐकत नव्हता. त्यानंतर दादानं लक्ष काढून घेतलं होतं. त्याच्या या नादामुळं आमच्या घराचे संबंध जेवढ्यास तेवढे असेच राहिले होते. जे-ते आपआपल्या संसारात गुंतलेले.

मी मात्र गावाकडं गेलो की सगळ्याच गणगोतांना, भाऊबंदांना भेटून, घटकाभर बोलून, बसून, चौकशी करून येत-जात होतो.

माझ्या चुलत चुलत्यानं म्हणजे गोपातात्यानं तीन-एक वर्षापूर्वी मला सुचवलं की, ''बाबू घरावर कर्ज काढून जुगार खेळतोय. अशानं त्येची पोरंबाळं उघड्यावर पडतील. तू नि रत्नाप्पा मिळून तेवढं घर तुमच्या ताब्यात घ्या. मूळचं तुझ्या बाऽनं ते लिवून दिलेलं हाय. ताब्यात घेतलंसा तर त्येचा झुगारबी बंद हुईल, घरबी जागचं जाग्याला ऱ्हाईल नि त्येला धडाबी मिळंल.''

सांगण्यामागं तात्याची भावना चांगली होती; तरी मला तो उपाय अघोरी वाटला होता. पण आज बाबूनं घरावर कर्जाचा डोंगर उभा केलेला पाहून वाटलं, की तो गावठी उपाय केला असता तर बरं झालं असतं.

मला खात्री होती, की मी बाबूला समजून सांगण्यात काही अर्थ नाही. ती जित्याची खोड आहे. त्याच्या बालपणाइतकी ती जुनी आहे. तरीही मन राहवलं नव्हतं, म्हणून बाबूला सगळं अतिशय तपशिलानं जुगार, दारू, आकडा, लॉटरी हा नाद किती वाईट असतो, ते सांगितलं. त्यातून स्वत:च्या आयुष्याची, घरादाराची, मुलाबाळांची बरबादी कशी होत जाती, हे अगदी कळवळून सांगितलं. तो नुसताच घुम्यासारखा हूं हूं म्हणत होता. कंटाळा आल्यावर मीच सांगणं बंद केलं.

पहिल्यांदाच तो पुण्याला आला होता, म्हणून बसमधनं त्याला पुण्यातल्या बऱ्याच पाहण्यासारख्या गोष्टी होत्या, त्या दाखवल्या.

गावाकडचं सगळं विसरून तो खुलून आला. जुन्या आठवणी काढून आम्ही दोघेही वय विसरून संभाजी उद्यानात बोलत बसलो.

तो मनापासनं बोलतोय, असं जाणवल्यावर मी म्हणालो;

''बाबू, इचारीन इचारीन म्हणतोय, पर बरंच दीस इचारलं न्हाई. आता इचारलं तर खरं खरं सांगशील?''

''सांगीन की. इचार इचार.''

''आई शप्पत, देवाची शप्पत खरं सांगशील?''

''मला ठावं असंल तर खरं खरं सांगतो. आई शप्पत, देवा शप्पत.''

''तुला ह्यो जुगार, आकडा एवढा खेळावासं का वाटतं?''

''एवढंच व्हय?''

“हां.”

तो गप्पच बसला.

“सांग की.” मी विनवलं.

“मी सांगतो; पर तुला ते कळतंय का बघ. लहानपणात कायबी कळत न्हवतं; तवा एक नाद म्हणूनच पानांनी खेळत हुतो. कळू लागल्यावर त्यो नाद सुटला हुता. त्येची आठवणसुदीक कैक साल येत नव्हती. मग लगीन झालं. पोटाल दोन पोरं झाली...हळू हळू कळाय लागलं, की म्हैन्यातलं बत्तीस दीस जरी रोजगार केला तरी पोटाला पुरंल एवढंच मिळतंय...एक दीस जरी कट्टाळा केला तरी उपाशी मरायची पाळी येती. तूच सांग, मग किती राबायचं ह्या जीवानं? कवा सांदा न्हाई का सुटी न्हाई. जीव कैंगटून जायाचा. एक दीस तरी सुखानं बसून खायाला मिळावं, असं वाटायचं. मग वाटाय लागलं, की कुठं तरी घबाड गावावं. मग जिवाची चैन करता येईल. पैल्यांदा मग लाटरीचं तिकीट घ्यायला लागलो. पर लाटरी एक रुपायाला जशी एक लाख देती; तशी ती लाखात एकालाच मिळती. म्हणून तिचा काय भरवसा वाटंना. तरीबी दोनचार तिकिटं दर म्हैन्याला घेतोय. लाटरीपेक्षा आकडं अधनं-मधनं लागत्यात. गावात बऱ्याच जणांस्नी ते लागत्यात. तवा मी ते खेळाय लागलो. बऱ्याचदा लागत्यात पर पैसाबी तितक्याच येळंला जातोय. झुगाराचं तुला सांगतो; सगळ्यांत चांगलं. लागलं म्हंजे रग्गड मिळत्यात. आणि गेलं म्हंजे भरपूर जात्यात. नशिबाचा डाव असतोय त्यो. गेल्या दोन सालात माझं नशीब बुळगं लागलं त्येच्या आयला! लई पैसं गेलं...वाटाय लागलं, जसं त्या मचाल्यानं झुगारांत रग्गड पैसे मिळवलं; तसं मलाबी एक ना एक दीस मिळतील. पर नशीब फळलंच न्हाई; नि ह्यो ढोणा बसला. जल्मातनं उठायची पाळी आली. सारखं चेडं घाटल्यागत हुतंय. ह्या डावाला मिळंल; असं पर्तेक डावाला वाटाय लागतंय. तिकडं बलवून न्हेतंय ते. दुसरं काय सुचतच न्हाई.”

“दारू पितोईस; म्हणून तसं हुईत असणार.”

“अहं! तसं न्हाई ते. दारू पिऊन मी कवाच खेळत न्हाई. दारू सांजच्या पारी लागती. रोजगार करून आलं की जीव आंबून-आंबून ढ्यान हुतोय. कशातच काय चवढव वाटत न्हाई. मग जरा दारूचा घुटका घेटला की तरतरी आल्यागत हुतंय. जरा हुशारी वाटती. अंगातली आंब गेल्यागत हुतंय नि बरं वाटाय लागतंय...तुला सांगतो, दारूनं माझं वाटुळं झालं न्हाई. मी काय दीसभर बाटल्या रिचवत न्हाई. का दोस्तांस्नी पाजत न्हाई. नुसती आठवड्यातनं तीनचारदा एखादा दराम घेत असतोय. माझं खरं नुकसान झुगारानं केलं बघ. जल्मातनं उठलो.”

“तुझं हे तिन्हीचारीबी नाद चांगलं न्हाईत, एवढं ध्येनात ठेव, म्हंजे झालं.

तुला एवढं कळलं तरी रगगड झालं. चला.''

आम्ही उठलो. चहा घ्यायला हॉटेलात गेलो. बाबूला ते मनोमन पटेललं दिसलं. त्याला खूप पश्चात्ताप होत होता.

तिसऱ्या दिवशी मी त्याला स्वारगेटवर पुणे-कोल्हापूर गाडीत बसवलं. त्यानं अधेमधे कुठं उतरण्यासाठी भलतंच तिकीट काढू नये. सरळ कोल्हापूरला जावं, तिकिटाचं पैसे मधे पुण्यातच कुठं तरी आकडा दारूसाठी खर्चू नयेत, म्हणून मी त्याला गाडीत बसवून कंडक्टरकडनं तिकीट काढून त्याच्या हातात दिलं. वाटखर्चाला थोडे पैसे दिले नि परत फिरलो. कागलला गेल्यावर त्यानं मला सुखरूप पोहचल्याचं पत्र लिहिलं.

माझ्या जबाबदारीनं मी मोकळा झालो. पंधरा-वीस दिवसांनी मी कागलला दिवाळीसाठी जाणार होतो. त्यावेळी आत्तीकडनं सविस्तर कळेल म्हणून गप्प बसलो.

दिवाळीची सुटी लागल्याबरोबर स्मिता, स्वाती-कीर्ती यांना गावाकडं पाठवून दिलं. हे दिवस गुऱ्हाळाचे, शेंगा काढायचे. सगळी पिकं हातातोंडाला आलेली असतात. त्यामुळं काकड्या, वाळकं, टोमॅटो, चवळीच्या शेंगा पोरींना शेतातनं फिरता-फिरता खायला मिळतात. आमच्या शेतात खाण्यासाठी शेंगा-चवळीशिवाय दुसरं काही नसलं तरी शेजारीपाजारी, मित्रांच्या मळ्यावरनं काहीही आणता येत होतं. त्यामुळं मुलींना गावाकडं जाण्यात आनंद वाटत होता. स्मिताच्या माहेरातही स्मिताला विरंगुळा मिळे....मुख्य म्हणजे पुण्याच्या घरात तिच्या मनावर येणारा ताण कागलात कमी होऊन ती मोकळीढाकळी होऊन जाई. आमच्या घरी तिघींचंही कौतुक होतं.

त्यांच्या मागोमाग आठएक दिवसांनी मी दिवाळीसाठी कागलला गेलो. गेल्यावर कळलं; शिवा नोकरी सोडून परत आला आहे... आल्या आल्या वाद नको, म्हणून मी गप्प बसलो.

रात्री जेवणं झाल्यावर नेहमीप्रमाणं गप्पा मारत बसलो.

सहजावारी शिवाला विचारलं, ''नोकरी का सोडून आलास?''

''आलो त्येच्या आयला!''

''असं एकाएकी यायला झालं तरी काय? एवढा शंभर रुपयं पगार हुता म्हैन्याला. जवळ जवळ दीडपट पगार पडत हुता तुला. शिवाय टाकीचं काम. काम असू दे न्हाई तर नसू दे, रोजचा पगार चालू असताना तू काय म्हणून आलास?'' मी समजुतीनं विचारलं.

''ऐन पावसाळ्यापासनं मी एकटाच तिथं हुतो. आठ-धा गवळट म्हशी. शंभरभर कोंबड्यांची पोल्ट्री. एकटा किती दीस राबणार तिथं? तीन माणसांचं

काम एकटा करत हुतो गेलं दोनतीन म्हैनं.''

''का?''

''दिवाणजी धरून दोन माणसं पळून गेली तिथनं.''

''त्येंच्याबदली दुसरी कुणी आणली न्हाईत?''

''आणली की; पर कुणी ऱ्हाईत न्हाईत तिथं.''

''का?''

''आता 'का?' कामाचा लई तरास हो. पावसुळ्याचं दीस. राड-चिखूल, पाऊस, अंदार ह्येची फिकीर न करता सारखं 'हिकडं जा, तिकडं जा.' म्हणून मालक सांगायचं. रोजच्या रोज दूध तरी जाऊन घालून आलंच पाहिजे. मग पाऊस असू दे न्हाईतर चिखूल असू दे. शिवाय शेणंघाणं, म्हसरं चारणं, कोंबड्याचं चारा-पाणी हुतंच की.''

''मग काय तुला पदरचं शंभर रुपयं देऊन 'बसून खायला' बलीवलं हुतं मालकानं? शिवाप्पराव, तू शेतकऱ्याच्या पोटाला आलाईस; भटाबामणाच्या न्हवं. व्हय बा; आता पाऊस हाय, आता काय ऊन हाय, मी जाईत न्हाई; म्हणून सांगायला? धारा ह्या रोज काढायला लागणारच. म्हसरांच्या शेणामुताला काय सुटी देणार हाईस? मळ्याकडं रोजच्या रोज ऊनपाऊस न म्हणता जावंच लागत हुतं न्हवं? रोजच्या रोज तुझ्या पोटाला लागतंय न्हवं? का ऊन हाय, पाऊस हाय, चिखूल हाय, परसाकडंला जायाला हुणार न्हाई' म्हणून खायाचं बंद करत हुतास?'' मी त्याला आडवंतिडवं विचारलं. त्याच्या कामं चुकवायच्या खोडी मला माहीत होत्या.

त्याचा आवाज खाली आला. 'तसं न्हाई, दादा. शंभरभर कोंबड्यांची पोल्ट्री हाय तिथं. रोज त्येंची घाण लोटताना मला नको नको वाटायचं. लई घाण वास मारतोय त्येंचा. तरीबी दिवसातनं सांज-सकाळ दोनदा ते लोटून ढीग भरून टाकावं लागायचं. म्हशी भुस्काट खायाच्या. चुना मिसळलेलं कसलं तरी रसायन-खाद्य त्यांस्नी भुस्काटात मिसळून खायाला घालावं लागायचं. त्यामुळं दुधाला चांगली डिग्री लागायची; पर त्येंच्या शेणाचा वास नि रंग माणसाच्या गुवागतच असायचा. मला ते भरायला नको नको वाटायचं. तरीबी रोज हातानं भरून टाकावंच लागायचं. त्याच हातांनी भाकरी खायाला नको वाटायचं. मन इसकून गेलं माझं. भवतीभोर इतका वास त्येंच्या शेणामुताचा नि कोंबड्याच्या घाणीचा सुटलेला असायचा की तिथं बसवायचं न्हाई. तशात मला तिथंच भाजी-भाकरी, भात-आमटी करून खावं लागायचं. भास्सदिशी नाकात घुसणाऱ्या त्या वासानं पोटात ढवळून मळमळायला लागायचं. पावसाळ्यात तर लई घाण वास सुटत हुता. वकाऱ्याच येऊ लागल्या मला. मग कसा ऱ्हाऊ तिथं? काय करू ते शंभर

रुपयं घेऊन?''

''मग आतापतोरचं पाच-सात म्हैने कसं काय काढलास तिथं? का वास अचानक सुटायला लागला?''

''एवढं दीस तिथं काढलं ह्येचं कारण तिथं मी धरून तीन माणसं हुती. आलटून पालटून कामं करत हुतो; म्हणून सोसत हुतं.''

''दिवाणजी का पळून गेला त्यो? त्यो तर काय शेणंघाणं काढत नसणार.'' मला शंका आली म्हणून विचारलं.

''दिवाणजी पळून गेला; त्येचं कारण त्यो चोरीत गावला.''

''कसली चोरी?''

''त्यो चुकार हिशोब दाखवायचा. चार पोती भुस्काट इकत आणलं तर पाच पोती हिशोबाला लावायचा. दूध घालायला मी जायचा; पर वसुलीला त्यो जायचा. रोजच्या रोज मी त्येला कुठं, किती दूध घाटलं ते सांगायचा. उरलेलं दूध बंगल्यावर द्यायला गेलो, की मालक मला 'किती पोती भुस्काट आणलं, आज दूध किती घातलं, हे सजावारी इचारायचं. त्यातनं मग दिवाणजी पैसे मारतोय हे त्यास्नी कळलं. पोत्यांचा दोन म्हैन्यांचा हिशोब एकदम घेटला नि प्रत्यक्षात रिकामी पोती मोजली. तर त्यात फरक पडला. मग मालकानं आडिट काढून दिवाणजीच्या पगारातनं पैसे कापायला सुरुवात केली. बराच बोजा निघाला हुता. मागचाबी हिशोब मालकानं तसाच लावला. मग दिवाणजी तिथं ऱ्हातोय कशाला? गेला पळून. दुसरा माणूसबी त्येला सामील हुता; म्हणून त्येलाबी काढला. मग मी एकटाच ऱ्हायलो. मला म्हणालं; ''तुला दुसरा सोबती आणून देतो.'' मी दोन म्हैने वाट बघिटली; तर गड्याचा काय पत्त्या न्हाई. म्हणून मग आलो झालं.''

''येताना पगार तरी आणलास काय हिशोबशीर?''

''धाबारा दिसांचं पैसे ऱ्हायल्यात त्येंच्याकडं. मी गुमानच निघून आलोय. मालक दारू पित्यात. वाट्टेल तसं बोलत्यात. मला त्यांस्नी सगळं सांगायचं भ्या वाटलं, म्हणून तसाच बोचकं घेऊन आलो झालं. काय करू तर मग?''

शिवानं तिकडं पुन्हा जाण्यासाठी नाराजी दाखवली.

वर्षभर धडपडत होतो; तरी आप्पाला कुठं नोकरी मिळत नव्हती. जुन्या अनेक मित्रांची मदत घेत होतो. कुणी इचलकरंजीत कापडाच्या गिरणीत होतं, कुणी जिल्हापरिषदेत होतं, तर कुणी शिक्षणखात्यात होतं, कुणी सरकारी अधिकारी, कलेक्टर, डेप्युटी कलेक्टर होतं; त्या सर्वांना मैत्रीच्या पातळीवर पत्रं लिहीत होतो. माझ्या संयुक्त संसाराला मदत करण्यासाठी प्रत्यक्ष गाठीभेटीत विनंत्या करत होतो... पण कुठंच काही नेम लागत नव्हता. आप्पा कुठं डेअरीत

दुधाचे हिशेब मांड, कुठं पेट्रोल पंपावर पेट्रोल घालण्याचं 'पोऱ्याचं काम' कर, ते नसेल तर रोजगाराला जा, तेही नसेल तर कुणाच्या तरी मळ्यात जाऊन उसाचा पाला कापून आण नि बाजारात वीक; असं करत होता.

दौलतचं एस. एस. सी.चं वर्ष असल्यामुळं तो घरात कोणत्याही कामाला हात लावत नव्हता. सारखा अभ्यासात गुंग होता. त्याच्या इंग्रजी आणि गणिताच्या शिकवणीचे पैसे महिन्याचे महिन्याला चुकते करावे लागत होते. तशात त्याच्या पोटात गॅसेस खूप होऊ लागले. खाल्लेलं अन्न पचेनासं झालं. सरकारी दवाखान्यातलं औषध त्याला आणि दादाला बरोबरीनंच आणावं लागत होतं. दादानं काम करणं सोडून दिलं होतं. त्याला आता 'कामाला जा' असं म्हणणंही शक्य नव्हतं; इतका तो थकला होता. दिवसातला बराच वेळ झोपून राही. त्याला प्रचंड उदासीनता आलेली. तो कशातच लक्ष घालत नव्हता. काहीही सल्ला विचारला तर "काय तरी करा जावा तिकडं. मला काय सांगू नका." हे त्याचं ठरलेलं उत्तर असे.

भीषण दुष्काळाच्या सावल्या सगळीकडं पसरलेल्या. माणसांना रोजगाराची कामे मिळेनाशी झालेली. महागाई पुराच्या पाण्यासारखी रोजच्या रोज वाढत होती... माझ्या पोटात कळीनं वर्ष-दीडवर्षात उचल खाल्ली होती. बैठेपणा खूप वाढला होता. सारखी लेखनाची कामं ओढतच होतो. संशोधनाचं काम तातडीनं पुरं करण्याची गरज भासत होती. जिवाला सगळ्या बाजूंनी घोर लागून राहिलेला.

अशा अवघड वेळी शिवा काम सोडून आला नि जी काही थोडीबहुत घरादाराला मदत होत होती तीही बंद झाली. वयाची तिशी ओलांडली तरी त्याला कसलीच घरादाराची काळजी नव्हती. तो नुसता स्वत:पुरताच विचार करत होता. "...भंगी कसं जलम काढत असतील? मांगम्हार मेलेल्या ढोरांचं मांस कसं खात्यात? वडरं उंदरं मारून कशी खात्यात? चांभारवाड्यात, ढोरवाड्यात मेलेल्या ढोरांची कातडी कमावताना वास कसा येतोय? पर्तेकाच्या पोटात बुट्टीभर गू असतोयच न्हवं? त्यो घेऊनच ज्यो-त्यो जगत असतोय न्हवं? शिकण्यासाठी मला काय तिकडं रत्नागिरी-कोल्हापुरात करावं लागलंय; ठावं न्हाई शिवापराव, तुला. रोजगाऱ्याच्या पोटाला आलाईस. जगायचं असलं तर धेडाचं कामबी करावं लागंल." त्याला रागाच्या भरात वाट्टेल तसं बोलून घेतलं. सगळी मुकाट्यानं ऐकत होती.

हळूहळू एकएक उठून झोपायला गेलं.

रात्रभर डोळा लागला नाही... नुसत्या चिंता चिंता. ज्याची-त्याची मलाच चिंता.

म्हशीची धार काढल्यावर सकाळी आईनं चहा प्यायला मला उठवलं.

चहा पिता पिता हळूहळू खालच्या आवाजात सांगू लागली. "आन्दा, शिवाला आता उगंच रागाला येऊ नको. गेलं पाचसा म्हैने त्येनं घराकडं पन्नास-साठ, पन्नास-साठ असं दर म्हैन्याला पैसे लावून दिल्यात. त्येच्या लगनासाठी त्येनं हे पैसे लावून दिलं हुतं. तरी कुठंच रोजगाराची कामं नसल्यामुळं आम्ही ते पोटाला मोडून खाल्लं. आता सरळ वागाय लागलाय. कायतरी करून त्येचं लगीन हे आवंदा केलंच पाहिजे बघ. माझं पोरगं लई जुनवाट व्हायला लागलंय.

"तुला त्येच्या लगनाचीच काळजी. इल्लंनं वागायला काय हुतंय? 'नोकरी सोडू का?' म्हणून मला कोण एका शब्दानं तरी इचारतंय काय? ह्या घरात सगळ्यांस्नी असं आयतं खायला मिळतंय...मी त्या कोल्हापूरला पळून गेलो तवा आगगाडीखाली जीव दिला असता तर? रत्नागिरीला गेलो तवा गोव्याच्या सत्याग्रहात जाऊन मेलोच असतो, तर तुम्ही काय केलं असतंसा? किती माझा जीव कुरतडतासा सगळी मिळून?"

"नगं रं बाबा, असं रामाधर्माच्या पारी बोलूस. तुझ्याच पाठीवर हात मारून आलेली माझी आतडी हाईत ती. घराच्या कुळीमुळीला तूच शिकून शाणा झालास म्हणून तुला मी सांगतोय; लुळ्यापांगळ्याचा, भिकाऱ्याचा त्यो संसार हुतोय. मग रोजगाऱ्याचा का हुणार न्हाई? तू शाणा हाईस म्हणून तुला सांगतोय. न्हाईतर कुणाला सांगिटलं असतं? कुठलीबी एखादी वडून आणली असती नि केलं असतं लगीन..त्या कोल्हापूरच्या अनाथ आस्रमात पोरी मिळत्यात असं मला कळलंय. कुठलीच न्हाई मिळाली तर मग तिथली आणतो. लेकाचा पर्पंच तर झाला पाहिजे."

आईच्या बोलण्यानं मन ठिकाणावर आल्यागत झालं.

"तसली न्हाई ती झेंगटं करू नको. उशीर लागला तरी हरकत न्हाई. रूपानं कसलीबी असली तरी चालंल; पर सरळ चालीची माणसं असू द्यात. नाकासमोर चालणारं, अब्रूनं वागणारं घर असावं. न्हाईतर शिवाचा दुसरा डावबी भुताला जाईल. घाई करू नको. जमलं की सांग, लगीन करून टाकू...पर त्येला जरा इल्लंनं वागाय सांग." मी समजुतीनं बोललो.

सगळं आवरून न्याहारी करून आत्तीकडं गेलो. बाबूची चौकशी करावी, असं मनात आलं होतं.

"आत्तीऽ" मी दारातनं घरात शिरत हाक दिली. "ये. कवा आलास?" तिनं खुंटीवरचं पोतं आंथरलं. सगळी इकडतिकडची चौकशी झाली.

आत्ती एकटीच होती. बाबू नि त्याची बायको नुकतीच कामाला गेलेली. दोन्ही पोरांना सांभाळत आत्ती सोप्यात बसलेली.

मी बाबूच्या चौकशीकडं वळलो. बाबू वेळेवर घराकडं आला होता. पण

त्यानं आपल्यासह आत्तीला पेचात अडकून ठेवलं होतं. थोडं थोडं करत घरावर भरपूर कर्ज काढून ठेवलेलं. त्या कर्जावर सावकारी म्हणजे वीस टक्के व्याज होतं. ते सहा सहा महिन्याला वाढून मुदलात जमा होत होतं. त्यामुळं कर्ज फुगत चाललेलं.

खाजगी सावकारी करणाऱ्या शेजाऱ्यानं हे कर्ज दिलेलं. बहुधा या शेजाऱ्यानं दूरचा विचार केला असावा. त्याला ती घराशेजारची जागा आज ना उद्या गिळायची होती. म्हणून तो बाबूला हवं तेवढं कर्ज देत होता. त्याला खात्री होती की हे कर्ज काय पैशाच्या रूपात परत मिळणार नाही. रोजगारी माणूस एवढे पैसे एकदम कधीही मिळवू शकत नाही हे तो पाहत होता. बाबू पाचवीपर्यंत शिकलेला. तो स्वत: लिहीत वाचत होता. त्यामुळं त्याच्या स्वत:च्या सह्या प्रत्येक वेळी घेतल्या जात होत्या.

बाबू पुण्याला आला त्याच्या आदल्या आठवड्यात शेजाऱ्यानं रीतसर स्टँपावर सगळं कर्ज एकत्र करून बाबूच्या सह्या घेतल्या होत्या. त्यामुळं घरात भांडणं झाली होती.

शेजाऱ्यानं "एक वर्साच्या आत कर्ज व्याजासकट परत तरी करा; न्हाईतर घराची किंमत करून उरलेले पैसे हातात देतो, मग लगेच घर खाली करा." असा पेच शेवटाला घातला होता. स्टँपात तसं लिहून घेतलं होतं. बाबूनं त्यावर सही केली होती.

म्हणजे वर्षाच्या किंवा फार तर दोन वर्षांच्या आत बाबूचं घर जाणार होतं.

"ह्येच्यावर काय तरी वाट सांग आता. तू शिकलाईस. तुला तरी काय कळतंय का बघ ह्यातलं." सगळं सांगून झाल्यावर आत्ती म्हणाली.

"वाटा रग्गड हाईत. पर मग कोर्टकचेऱ्या, वकील, साक्षीदार; असं करत बसावं लागणार. त्येला पैसा ह्यो घालावा लागणारच. शिवाय लई ना थोडं घेटलेलं पैसे परत हे करावं लागणारच. समजा त्येंचं हाप्तं बांधून दिलं तरी पैसे आणणार कुठनं?"

"पैसं कुठनं आणू? दुस्काळ हुब्या जल्मात कवा बघिटला न्हवता असा पडलाय. रोजगार एक दीस असतोय नि धा दीस नसतोय. म्हागाई मुलखाची. चिमणी पावणी आली; तरी चिमणीला द्यायला घरात एकबी दाणा न्हाई. जगायची पंचाईत पडलीय. मग पैसा तरी कुठनं आणू; तूच सांग."

"मग आत्ती, आता मुकाटपणानं गप्प बसलं पाहिजे. निघतील तेवढं दीस काटत बसायचं नि काय!"

तिनं चहा केला.

तो चहा पिण्याचीही मला इच्छा होईना. वाटत होतं; आत्तीच्या संसारावर

कडा कोसळण्याच्या बेतात आहे. अशा वेळी त्याच्या बुडातला अगदी बारकाही खडा आपण हलवता कामा नये. तो चहा तिनं जेवणाच्या ऐवजी घेतला तर त्यावर एक दीससुद्धा निभवू शकेल...तरीही मी तो चहा घशाखाली घातला.

घरासमोरचं वाडवडिलांनी बांधलेलं घर हकनाक सावकाराच्या घशात जाणार, उद्या तिथं पाय ठेवायचाही आपल्याला अधिकार राहणार नाही, या भावनेनं मी उदास झालो.

घरी परत येऊन दादाला हे सगळं सांगितलं.

"हे बघ आन्दा, ते घर कंबळीला लिवून दिलं; तवाच गेलं. ती नि तिचा ल्योक आता काय बोळ्यानं दूध पीत न्हाईत. काय करत्यात ते करू द्यात तिकडं. मी तरी काय करू?... पैल्यांदाच ह्या घरात एका जिवाटीनं ती ऱ्हायली असती तर ही पाळी तिला का आली असती? आज रोजगारी हाय, उद्या भिकारी हुईल झालं. ह्या पलीकडं काय हुणार हाय?"

बसल्या बसल्या दादानं चिलीम तोंडाला लावली.

काय होणार याचं काळंकुट्ट भीषण चित्र मला दिसत होतं. काहीच करू शकत नव्हतो...होईल ते बघत बसायची पाळी आली होती.

दीस बुडता बुडता मामाच्या घराकडं गेलो.

रखमा घरात होती.

"रखमा, मामा कुठाय?"

"गेला असंल कुठं तरी ढोसायला. त्येचा इशेय आता कशाला काढतोस? बाकीचं काय तरी चांगलं बोल...पुण्यासनं कवा आलास तू?"

"रात्री."

"तिकडं सगळं बरं हाय न्हवं?"

"हाय की."

माझी चौकशी संपली नि मी तिच्या चौकशीला लागलो...साताठ वर्षं पोटाला घालणारी गिरणी नुकतीच विकून टाकली होती. पुढच्या आठवड्यात दिवाळी झाल्यावर दुसऱ्याच्या ताब्यात जाणार होती. त्याचा रीतसर करार झाला होता. रखमानं तो माझ्यासमोर टाकला. मला वाचून दाखवायला सांगितलं. माझं काळीज हललं होतं. तरी समोर वाढून ठेवलेली गोष्ट मी नाकारू शकत नव्हतो... मी तो करार तिला वाचून दाखवला.

...मामानंही गिरणीवर थोडे थोडे पैसे काढून आणून खाल्ले होते. त्यातले काही थोडे संसाराला लागले होते नि काही थोडे दारूत गेले होते.

चक्की चालेनाशी झाली होती. ट्रकवरनं हकलून दिल्यामुळं बाळू परत आला होता. बाळू-आण्णाचं पटत नव्हतं. मोठ्या बाळूला वाटे; आण्णानं

सांगेल ते काम ऐकावं. हुशार असलेल्या धाकट्या आण्णाला वाटे; बाळू आपणाला कामाला जुंपतो आणि आपण हाटेलचं खात, चैन करत हिंडतो. 'आलो हितनं' म्हणून सांगतो, चक्कीवरच्या 'पेटीत'नं रोकड घेतो नि तीनतीनदा जाऊन हाटेलातनं चरून येतो. चक्कीवर आलेल्या पोरींची थट्टामस्करी करतो. म्हणून गिऱ्हाईक आणखी कमी झालं. रखमाला त्यानं सांगितलं की बाळू असंल तर मी चक्कीवर जाणार न्हाई. म्हणून तो आणि रखमाच चक्कीचं काम बघत. पण रखमाला शेतावरची कामंही करावी लागत. सुगीच्या दिसांत शेतावर गेलं नाही; तर हातातोंडाला आलेली पिकं माणसं चोरून न्यायची, माळाची ढोरंगुरं घुसून खायची. त्यामुळं ती अण्णालाच चक्कीवर सोपवून जाई.

अशा परिस्थितीत आसपासच्या गल्लीत एकदोन चक्क्या झाल्यानं चक्की चालेनाशी झाली. ती घ्यायला लोक टपले होते. ती त्यांच्या पदरात पडली.

आण्णा नुकताच कागलजवळच दोनअडीच मैलांवर असलेल्या सांगावात एका शेतकऱ्यानं ट्रॅक्टर घेतला होता; त्याचा ड्रायव्हर म्हणून गेला होता. नुकतंच त्यानं असलं काम शिकून घेतलं होतं. रखमा बारकी पोरं घेऊन फाळ्यानं केलेल्या शेतावर जात होती. मामा इकडंतिकडं दारू पीत हिंडत होता. सगळं घर कोलमडलं होतं. बाळू असाच मिळेल त्याच्या ट्रकवर बसून पोटपाणी बाहेर काढत होता.

मी मामाची वाट पाहिली. पण तो काही वेळेवर येईल, असं वाटेना; म्हणून रात्रीच्या जेवणवक्ताला मी घराकडं परतलो.

सकाळी उठून सगळ्या गणगोताला थोडं थोडं भेटलो. सगळीकडं बाळूच्या घरासारखीच वाताहत दिसत होती. मन फाटत गेलं.

परतताना चिंध्यांचं बोचकं घेऊन आपण चाललोय असं वाटू लागलं.

●

तेवीस

दिवाळी करून परत पुण्याला आलो तरी मनाला उत्साह वाटत नव्हता. गावात खूप मुलं शिकत होती; तरी गाव गलिच्छ झाल्यासारखं वाटत होतं. गल्लीत पोरवडा खूप वाढला होता. माझ्या बरोबरीच्या मित्रांना भराभर मुलं होत होती. फुकट साधनं मिळत असूनही कुणी संततिनियमन करत नव्हतं. मित्रांकडं गप्पा मारायला गेलो की एक चित्र हमखास दिसत होतं. घरात दीड-दीड दोन-दोन वर्षांच्या अंतरानं झालेली पोरं कोंबडीच्या नुकत्याच काढलेल्या रवणीतल्या पिलांसारखी तुरूतुरू वावरताना दिसत होती. नावं सुभाष, विद्यासागर, राजश्री, इंदिरा, राजेंद्र, रवींद्र अशी उत्तम उत्तम ठेवलेली असतं. पण सगळी शेंबडी, कळाहीन, मळकट कपड्यातली, आंघोळी चार चार दिवस न केलेली, डोईला आठआठ दिवस तेल, पाणी न लागलेली दिसत...शाळा शिकलेले असूनही ह्या सगळ्या मित्रांना का कळू नये, असा प्रश्न पडत होता. तो त्यांना विचारण्याचं धाडस मात्र होत नव्हतं. अवघड वाटत होतं. एकूण औचित्याला धरून होत नव्हतं.

तात्याला आठ मुलगेच होते. हासत हासत मी त्याला विचारलं,

"तात्या, तुला आठ पोरगं?"

"व्हय. एक फडकऱ्यांचा पुठ्ठाच झालाय..." तात्यानं अभिमानानं सांगितलं. गुऱ्हाळात उसाचा फड तोडण्यासाठी आठजण कणखर गडी म्हणजे 'फडकरी' लागत.

मी हसत म्हणालो; "एवढं ल्याक काय पाहिजेच हुतं? आपली कुठं वतनं पडून ऱ्हायल्यात?"

"खाऊ देत की त्येंच्या आयला मिळवून." तात्या गमतीनं बोलत

होता.''पर दीस कसलं आल्यात आता? हाय त्येंच्याच पोटाला मिळायची पंच्यात झालीया. दुस्काळ कसला पडलाय बघतोस न्हवं?'' मी गंभीर झालो.

''त्येचं येडताक झालं हुतं, आन्दा. बायकूला पोरगी पाहिजे हुती. एक तरी पोरगी असावी म्हणून आम्ही धडपडलो; तर हे सगळं 'बाबं'चं पोटाला आलं...म्हटलं गल्लीत एकेकाच्या पोटाला पॉरच न्हाई नि देव आपल्याला वेचून काढल्यागत कणकणीत पोरगं देतोय तर असू द्यात.''

पुढं बोलण्यात काही अर्थ नव्हता...रूढी, समजुती, नैसर्गिक वासनाविकार यांचा पगडा मोठा होता. सबंध आयुष्याचं गणित मांडावं, एवढी मानसिक वाढ झालेली नव्हती. परिस्थितीनं ती होऊच दिली नव्हती; त्याला ते तरी काय करणार? असा विचार करत पुण्याला परतलो.

अनंत काणेकरांचे लघुनिबंध वाचण्यात आणि प्रबंधासाठी त्यांच्यावरची टिपणं काढण्यात रमून गेलो. संध्याकाळी आकाशवाणीवरच्या बातम्या ऐकण्यात रंगून जाई. भारत-पाकिस्तानचं युद्ध सुरू झालं होतं. या युद्धानं बांगला देश स्थापन करायला मदत करून पाकिस्तानचा पूर्वेकडचा तुकडा स्वतंत्र केला होता. त्यासंबंधीच्या बातम्या ऐकणात आणि वर्तमानपत्रं-साप्ताहिकं यांच्यातून त्यावरील मजकूर वाचण्यात वेळ छान जात होता. मूळ म्हणजे इंदिरा गांधींविषयी आदर वाढत होता. त्यांच्या वास्तववादी विचारसरणीचं आणि धडाधड निर्णय घेऊन ते अमलात आणण्याचं कौतुक वाढत होतं. त्यांनी धडाडीनं बँकांचं राष्ट्रीयीकरण केलं; संस्थानिकांचे तनखे बंद केले नि त्यांना उद्योगाला लावले, रशियाशी वीस वर्षांचा शांतता करार केला, बांगला देश मुक्त केला, अमेरिकेशी स्वाभिमानानं वागल्या, पाकला अनेक वर्षे उठता येऊ नये असा जबरदस्त तडाखा दिला...बाईंच्याविषयी मला अभिमान वाटत होता नि मी त्यांचं हिरिरीनं समर्थन करत, चर्चा रंगवीत होतो. गावाकडच्या उदास करणाऱ्या घटनांना क्षणकाळ विसरत होतो. उठल्या-बसल्या गावाकडचाच विचार करणाऱ्या मनाला या चर्चा विरंगुळा देत होत्या.

मनाला विरंगुळा देणाऱ्या आणखी दोन गोष्टी होत्या. साहित्य आणि प्रवास. सांस्कृतिक क्षेत्रात 'मौज-सत्यकथेचे लेखक' असलेल्या व्यक्तींना मानाची जागा मिळत होती. प्रत्येक वर्षी प्रसिद्ध होणारे महाराष्ट्र राज्याचे साहित्यपुरस्कार 'मौजे'च्या जास्तीत जास्त पुस्तकांना मिळत होते. साहित्य अकादमीचे आजवरचे बहुसंख्य पुरस्कार 'मौजे'च्या ग्रंथांना होते.

सत्यकथा-मौजेच्या अशा या क्षेत्रात मी वावरत होतो. 'गोतावळा' प्रसिद्ध होऊन एक वर्ष होतंय न होतंय तोवर त्यावर भरपूर परीक्षणं येत होती. वाचकांची पत्रंही येत होती. शिवाजी विद्यापीठाच्या अभ्यासक्रमात ते नुकतंच लावलं होतं.

सगळ्यांचा परिणाम असा होत होता, की मला विदर्भ, मराठवाडा, पश्चिम महाराष्ट्र कोकण, मुंबई इत्यादी विविध भागांतून आणि प्रदेशांतून व्याख्यानांसाठी सतत निमंत्रण येत होती. उत्साहानं मीही जात होतो. निरनिराळ्या विषयांवर बोलत होतो. वाङ्मयक्षेत्राविषयी मला प्रचंड जिज्ञासा होती. त्याविषयी मी भरपूर वाचत होतो. त्यावर कळतनकळत चिंतन करत होतो. त्यामुळं व्याख्यानविषयाचा मला कधीही तुटवडा पडत नव्हता. नवे नवे विषय निवडून बोलत होतो.

प्रवासाची हौस होती. महाराष्ट्र पाहावा, त्यातल्या त्यात ग्रामीण महाराष्ट्र पायाखाली घालावा; मी ज्या ग्रामीण भागात आणि समाजात वाढलो तसाच सगळा ग्रामीण महाराष्ट्र आणि मराठी समाज आहे का ते पाहावं, त्याचा पडताळा घ्यावा, असं वाटे. माझं साहित्यगत अनुभवक्षेत्र ग्रामीण स्वरूपाचं होतं. हळूहळू ते निश्चित होत गेलं होतं. हे अनुभवक्षेत्र हळूहळू व्यापक आणि समृद्ध करावं; अशी महत्त्वाकांक्षा 'गोतावळा'च्या यशानं निर्माण केली होती. म्हणून मी महाराष्ट्रातून येतील ती ग्रामीण विभागातील निमंत्रणं स्वीकारत होतो.

निमंत्रण स्वीकारल्याशिवाय महाराष्ट्र मला पाहता येणार नव्हता. स्वतःचा पैसा केवळ प्रवासासाठी, स्थळं, गावं पाहण्यासाठी खर्च करावा; असं वाटत नव्हतं. माझ्या नि माझ्या गावाकडच्या घराच्या अजून प्राथमिक गरजाही मिळणाऱ्या पैशातून भागत नव्हत्या. म्हणून जाण्यायेण्याचा प्रवासखर्च, राहण्याची व्यवस्था आणि देतील ते मानधन, यात मी राजीखुशीनं प्रवासाला निघत होतो.

आपण होऊन प्रवासाला जावं, अशी प्रेरणा मला कधीच होत नव्हती. अनोळखी प्रदेशात कुठं जायचं; कुठं उतरायचं, निवास-भोजनासाठी कुठं खर्च करायचा, असं वाटे. उलट व्याख्यान ठरलेल्या गावी लोक स्टँडवर येऊन माझ्या येण्याची वाट पाहत होते. आल्या आल्या आनंदानं स्वागत करत होते. एस. टी. तील प्रवासी कौतुकानं ते स्वागत पाहताना माझं थकलेलं प्रवासी मन सुखावत होतं. निवासाची उत्तम सोय खाजगीरीत्या किंवा हॉटेलात होई. मनासारखं भोजन, चहापान मिळे. व्याख्यानानंतर कौतुक होई. तरुण साहित्यिक भेटायला येत. वाङ्मयीन चर्चा करत. कविता वाचून दाखवत. आपलं साहित्य वाचायला अभिप्रायासाठी देत. आपल्या नंतरची ग्रामीण पिढी कुठं आहे ते कळे. लोक घरी चहापानाला नेत. गाव फिरून दाखवत. तिथल्या परंपरा, रीती, ग्रामीण बोली, समाजकारण, राजकारण, मंडळे, संस्था यांच्याविषयी सहजासहजी चर्चा होत. नको इतका पाहुणचार, आगत-स्वागत स्वीकारून मी परतत असे. परताना एस. टी.च्या रिझर्वेशनची, गर्दीची काळजी नसे. कारण सगळी सोय अगोदरच करून ठेवलेली असे. महत्त्वाचं म्हणजे आजचा ग्रामीण महाराष्ट्र आतून-बाहेरून कळत होता.

...माझा वाङ्मयीन अहंकार गोंजारला जात होता. माझ्या साहित्यविषयक मतांना, विचारांना श्रोते शांत बसून, चर्चेतून केवळ जिज्ञासूची भूमिका ठेवून मूक किंवा बोलकी मान्यता देत होते. मला हे माहीत होतं, की मी सन्मान्य पाहुणा असल्यामुळं माझं ऐकून घेणं, त्याचं स्वागत करणं, हे लोकांच्या संस्कृतीला, शिष्टाचाराला धरून होतं. अशावेळी मतभेद व्यक्त करायचे नसतात...हे माहीत असूनही माझा मात्र माझ्या मतांविषयीचा आत्मविश्वास कळत, नकळत वाढतच होता.

प्रवास मला विविध माणसं समजून देत होता. एस. टी.तून फक्त दिवसाचा प्रवास करत असल्यानं रस्त्याच्या आजूबाजूचा प्रदेश, लागणारी गावं, दिसणारा निसर्ग व त्याच्या अवस्था, निरनिराळ्या नद्या, देवळं, तीर्थक्षेत्रं साखर-कारखाने इत्यादी पाहताना आनंद होत होता. या पाहण्यातून खूप काही कळत होतं नि नकळत मनात मुरतही होतं.

पाहण्याचा कंटाळा आला किंवा पूर्वी पाहिलेल्या रस्त्यावरून एस. टी. जात असेल तर माझं वाचन अखंड प्रवासभर चाले. वाचून झाल्यावर किंवा वाचतानाच अधूनमधून चिंतनाला प्रेरणा मिळे. एखादा प्रदेश पाहतानाही मन चिंतनात, कल्पनांत विहार करत भटकत जाई. त्यातूनही खूप काही आकार घेत होतं नि मनाच्या कोठीघरात ते जपून ठेवलं जात होतं.

हा प्रवास माझ्या घरापासून, माझ्या गावाकडच्या विवंचनांपासून, रोजच्या चाकोरीबद्ध जीवनापासून दूर नेत होता. मला 'माझ्या'तूनच मुक्त झाल्यासारखं वाटत होतं नि मी फुलून-उमलून येत होतो. माझ्यातल्याच निरनिराळ्या अज्ञात पाकळ्यांतील सुगंधांनी धुंद होऊन जात होतो. जुनं अंतर्मन धुऊन, घासून-पुसून, स्वच्छ मोकळं, चकचकीत केल्यासारखं वाटत होतं. त्याला नवा ताजेपणा हा प्रवास देत होता. घरी परतताना मी अदम्य उत्साह घेऊन येत होतो नि कामाला लागत होतो. खूप काही कळल्यासारखं वाटत होतं.

आतापर्यंत माझी चार पुस्तकं प्रसिद्ध झाली. त्यातली 'हिरवं जग' आणि 'मातीखालची माती' ही पहिली दोन पुस्तकं त्या त्या वेळी माझ्या उत्साही विद्यार्थि- मनाला जे भावलं ते टिपण्यातून झाली होती. पण 'खळाळ,' 'गोतावळा' या नंतरच्या दोन पुस्तकांतील लेखनांनी माझ्या मनात एक वेगळी अनुभव-प्रक्रिया सुरू केली होती. यावेळी मी परीक्षार्थी अभ्यासाच्या कचाट्यातून मोकळा झालो होतो व प्राध्यापक झाल्यामुळं अभ्यासाची तऱ्हा अधिक सूक्ष्म, अधिक चिकित्सक झाली होती. याबाबतीत काहीसा स्वतंत्रही झालो होतो. मनात अनुभवाचे डोंगराएवढे ढीग आहेत असं वाटत होतं. ढिगातला एक-एक अनुभव त्यातल्या माणसांसह, घटनाप्रसंगांसह अलग करून मनासमोर ठेवत होतो नि एकान्तात तो

न्याहाळत बसत होतो. त्यात लपलेले नाट्य, काव्य, भावना, चिंतन इत्यादी अनेक गुणविशेष दिसत होते. त्या गुणविशेषांच्या आधारांनी माझ्यातल्या कल्पनाशक्तीला, प्रतिमाशक्तीला, संवेदनशक्तीला आवाहन मिळत होतं नि मी साहित्यनिर्मितीला सन्मुख होत होतो.

ही साहित्यनिर्मिती माझ्या एकूण जीवनविषयक ज्ञानात आणि आकलनातही भर घालत होती. माझ्या गतायुष्यात मला आलेल्या त्या त्या वेळच्या अनुभवांची एक विशिष्ट स्थिती आहे. त्या स्थितीत जसे घटनाप्रसंग समाविष्ट आहेत तसे त्यांना माझ्या रागलोभादी विकारांचे व भावनांचे रंगही लाभलेले आहेत. या रागलोभादींमुळे त्या घटनाप्रसंगांना मी नीटपणे, पूर्ण वास्तवरूपात समजून घेतलं नाही. त्यांना विशिष्ट अंगानंच सामोरा गेलोय. त्यामुळं त्या अनुभवाचं विशिष्ट रूपच आपल्या मनात पडून आहे... पण आता इतकी वर्षं गेल्यावर त्यातले माझे रागलोभादी विकार आणि भावना शबल झाल्या आहेत. त्यांच्या आता फक्त आठवणीच आहेत. कित्येक विकार-भावनांचं आता हसूही येतं आहे. कित्येक वेळा त्यांची अज्ञात कारणंही आता कळू लागली आहेत. अनुभवांचा कोवळेपणाही जाणवतो आहे... आता आपण या घटनाप्रसंगांना नीटपणे, सगळ्या अंगांनी, त्यांतल्या सगळ्या शक्यतांनिशी समजून घेतलं पाहिजे, असं वाटून त्या अलग केलेल्या विशिष्ट अनुभवांना मी न्याहाळत होतो नि समजून घेत होतो.

या समजून घेण्यातून त्याच्या अनेक कांतिकळा, धागेदोरे, अंगोपांगे लक्षात येत होती नि जुन्या कळाहीन अनुभवातनं एक नवाच पैलूदार अनुभव जाणवत होता. मला त्याची साहित्यवस्तू घडवावी, असं वाटत होतं. मी घडवत होतो.

मी ती वस्तू जसा घडवत होतो; तसतसा तो अनुभव पुन्हा अधिकाधिक स्पष्ट, रेखीव आणि प्रकाशमान होत होता. लिहितानाही त्याची अंगं अधिक उजेडात येत होती नि त्याच अनुभवांच्या बाबतीत मी अधिकाधिक समृद्ध होत चाललो होतो... एखाद्या बैलानं आपल्याच पोटातला घास पुन्हा बाहेर काढावा आणि तो विड्यासारखा पुन्हा चघळावा, तशी माझी अवस्था अशा वेळी होत होती. पोटातल्या घासाच्या या पुन्हा केलेल्या चर्वणानं मला त्याच घासातनं नवा, वेगळा जीवनरस मिळत होता.

मला याचं व्यसन लागल्यासारखं झालं होतं. एकटा असलो की मी या व्यसनाच्या आधीन होत होतो. गेली आठदहा वर्षं हे चाललं होतं, 'खळाळ,' 'गोतावळा' मधलं लेखन आकाराला येत होतं.

'गोतावळा' लिहून पूर्ण झाल्यावर आतून एक अशी जाणीव झाली होती की 'खळाळ', 'गोतावळा'नं मनातल्या अनुभवांचा खजिना बहुतेक संपुष्टात आला आहे. आपल्या हातून आता अशा प्रकारचं आणखी काही लेखन होईल, असं

वाटत नव्हतं. 'गोतावळा'चं हस्तलिखित प्रेसला दिल्यावर वर्षभर हा रितेपणा जाणवला.

दरम्यान 'गोतावळा' प्रकाशित होऊन त्याला चांगली प्रसिद्धी मिळाली. वाचक-समीक्षकांची मान्यता मिळाली.

परिणामी मला व्याख्यानासाठी अनेक ठिकाणांहून महाराष्ट्रभर निमंत्रण येऊ लागली. मी जाऊ लागलो.

नवे प्रदेश, नवी माणसं, नव्या सुधारणा, नवी खेडी भेटतील तसे नवे नवे अनुभव जमा होऊ लागले. नवे अनुभव मनात साचतील तसे त्यांच्यासारखे जुने अनुभव मनात जागृत होऊ लागले नि एक नवं अनुभवक्षेत्र आतल्या डोळ्यांना दिसू लागलं...आता नव्या अनुभवांची प्रक्रिया पुन्हा सुरू होईल, असं वाटू लागलं.

प्रवास करणं आणि साहित्यनिर्मिती अशी एकमेकांना जोडली गेली होती. त्यांच्यात पुन्हा साहित्य-निर्मिती आणि गतायुष्यातल्या अनुभवांचं चर्वण आणि माझं जीवन अनुभवाच्या अंगांनी समृद्ध होणं हेही एकमेकांना जोडलं होतं. या सर्वांतून माझं घरदार, माझे आईवडील नि भावंडं, माझा गाव नि तेथील माणसं, माझा परिसर नि त्यात वावरणारा मराठी समाज मला नव्यानव्या अंगांनी समजू लागला. या सर्वांनी मिळून माझ्यात अनेक दिशांनी परिवर्तनाचा सोहळा मांडला होता. वाचनातूनही अनुभव-समृद्धीची दालनं उलगडत जाणं सुरू होतं.

अशा मानसिकतेत असतानाच औरंगाबाद येथे १९७२ सालच्या जानेवारीच्या पहिल्याच आठवड्यात झालेल्या, 'गोतावळा', 'पाचोळा' वरील चर्चा-सत्राचा काहीसा वेगळा अनुभव घेतला.

मान्यवर अशा समीक्षक-वृन्दाच्या समोर बोलण्याचा; त्यांनी उपस्थित केलेल्या अवघड प्रश्नांना उत्तरं देण्याचा आयुष्यात प्रथमच प्रसंग निर्माण झाला होता. नवसमीक्षेच्या आघाडीवरील अग्रेसर समीक्षक प्रा. वा. ल. कुलकर्णी यांची उपस्थिती चर्चासत्रात दबदबा निर्माण करत होती. प्रा. अशोक केळकर, प्रा. सुधीर रसाळ, प्रा. व. दि. कुलकर्णी; प्रा. स. शि. भावे, प्रा. गो. ग. कुलकर्णी, प्रा. गंगाधर पाटील, प्रा. प्रल्हाद वडेर, प्रा. भगवंत देशमुख, प्रा. गो. मा. पवार इत्यादी मर्मिक जाणकारी असलेले समीक्षक विखरून जागोजाग बसलेले. शिवाय प्रा. अरविंद वामन कुलकर्णी, प्रा. सीताराम रायकर, रा. रं. बोराडे, लक्ष्मीकांत तांबोळी, नरेंद्र चपळगावकर इत्यादी समीक्षक-साहित्यिक मंडळीही होतीच. तरुण साहित्यिक वर्ग, कवी, विद्यार्थी होते ते वेगळेच.

यांच्यासमोर बोलताना मनावर दडपण निर्माण होत होतं. जागरूकपणे; संयमानं आणि समजुतीनं बोलावं लागत होतं. मनावरचा ताण वाढल्यासारखं वाटत होतं; तरी माझ्याकडून उत्तरं नीटपणे दिली जातात, याचा आनंद होत

होता. साहित्याच्या प्रांतात मी काही करू पाहत होतो. त्या लेखनाला मान्यता मिळत होती. त्यातील प्रयोगांना मान्यवर समीक्षकांच्या तार्किक मानाही अधून-मधून डुलत होत्या. माझ्या वाङ्‌मयीन प्रवासाला हिरवं निशाण दाखवलं जात होतं, याचंही बरं वाटत होतं.

तीन एक दिवस धुंदीत गेले.

परतलो आणि पुन्हा कामाला लागलो. 'चालू जमाना'चं स्क्रिप्ट तातडीनं लिहायचं होतं; ते लिहिलं. 'चालू जमाना'नं या वर्षापासूनचा माझा रेडिओ लेखनाचा उत्साह वाढवला. कारण नव्या वर्षापासनं मला प्रत्येक स्क्रिप्टला पस्तीस रुपये रॉयल्टी धन मिळणार होतं. आतापर्यंत ते पंचवीस रुपयेच मिळत होतं. गेली सातआठ वर्ष मी हे सदर यशस्वीपणानं चालवीत होतो. व्यंकटेश माडगूळकर, मंगला जोशी, जयराम कुलकर्णी; कृष्णराव सपाटे यांच्यासारखी जाणकार माणसं त्यात कामं करून त्यातली स्थायी पात्रं जिवंत करताहेत आणि श्रुतिका प्रत्ययकारी करताहेत याचा आनंद घेत होतो. यातल्या स्थायी पात्रांचे स्वभाव आता निश्चित होऊन गेले होते.

आण्णा (व्यंकटेश माडगूळकर), भिका (जयराम कुलकर्णी), रुका (आदी पद्मा काकनूरकर आणि नंतर मंगला जोशी) या पात्रांची नाती आणि जीवनाकडं पाहण्याचे दृष्टिकोन ठरून गेले होते. कृष्णराव सपाटे यांच्याकडं नेहमी प्रासंगिक विविध भूमिका मी देत होतो. या भूमिकांत वेगवेगळी वैशिष्ट्यपूर्ण पात्रं असत. त्यांची वैशिष्ट्ये उत्तमरीतीनं आत्मसात करून ती पात्रं श्रुतिकेत सपाटे जिवंत करत असत. माणसांच्या उत्तम नकला करणाऱ्या सपाट्यांनाही त्यात आनंद वाटे. माडगूळकर, जयराम कुलकर्णी आणि पद्मा काकनूरकर यांची कामं करण्याची प्रकृती लक्षात घेऊन त्यांच्यासाठी ही स्थायी पात्रं मी निर्माण केली होती. या सगळ्यांची स्वभाव-प्रकृती, त्यांची कामं करण्याची ढब मी जवळून न्याहाळली होती; म्हणूनच त्यांच्यासाठी अनुरूप पात्रं निर्माण करता आली होती. तसं माडगूळकरांच्याशी मी आरंभीच बोललो होतो. सगळं जमून गेलं होतं.

माडगूळकर 'चालू जमाना'च्या स्क्रिप्टमध्ये इतके रमून जात की त्यांच्या रेकॉर्डिंगच्या किंवा लाइव्ह ब्रॉडकास्टिंगच्या दिवशी अगोदर तासभर ते टाइप झालेलं स्क्रिप्ट मनापासून वाचून घेत. त्यातल्या घटना-प्रसंग, वातावरण, पात्रे यांत ते रंगून जात. त्यांवर आधारित स्क्रिप्टच्या मागच्या बाजूला ते पेनने चित्र रेखाटीत बसत. त्यांना वाचायला बहुधा पहिली 'टाईप्ड कॉपी' दिली जात असे. स्क्रिप्ट ब्रॉडकास्ट झालं की तीच पहिली कॉपी मला माझ्या फाइलला संदर्भासाठी ठेवण्यास दिली जात असे...वास्तववादी लेखन करणाऱ्या माडगूळकरांची चित्रंही वास्तववादी असत. त्यांच्या मनासमोर निसर्गातलं ग्रामीण वास्तव चटकन उभं

राहत असावं. ते टिपण्यात त्यांचा कुंचला नि लेखणी धन्यता मानत असावी. वयस्क शेतकरी असलेल्या 'आण्णाची' भूमिका ते उच्चारित शब्दांतून उत्तम जिवंत करत होते.

ही सगळी माणसं जिवंत होण्यासाठी मीही माझ्या गावाकडील अनेक वैशिष्ट्यपूर्ण माणसं आणि त्यांच्या जीवनातील तसेच वैशिष्ट्यपूर्ण प्रसंग 'चालू जमाना'त सहजपणे मिसळून देत होतो. त्यामुळं 'चालू जमाना' रेडिओवर अतिशय लोकप्रिय झाला होता. ग्रामीण भागातील लोक त्याची आतुरतेने वाट पाहत असत. व्याख्यानासाठी मी गेलो की मला 'चालू जमानावाले' आनंद यादव म्हणून ओळखलं जात होतं.

ग्रामीण विभागातील केवळ चालू घडामोडींवर आधारित तो कार्यक्रम नव्हता. या घडामोडींचा सामाजिक, सांस्कृतिक, राजकीय आणि एकूण ग्रामीण सुधारणांच्या संदर्भात मी एक अन्वय लावत होतो. त्यांच्यावर जाता जाता भाष्य करत होतो. भाष्य करता करता घडामोडींचं विवरण करत होतो. शक्य झालं तर दिशा दाखवत होतो. रेडिओवर नोकरी केल्यामुळं आणि सातत्यानं त्यासाठी लेखन करत असल्यामुळं रेडिओमाध्यमाची ताकद माझ्या लक्षात आली होती... माझ्या कुवतीनुसार मी ते माध्यम ग्रामीण समाजावर संस्कार करण्यासाठी वापरत होतो. माझ्या गावाकडच्या घरामुळं, तिथल्या माणसांमुळं, गावातल्या अनेक प्रकारच्या सामाजिक स्थितिगतीमुळं मला पडणारे अनेक प्रश्न आणि दिसणाऱ्या अनेक समस्या यांच्यावरची उत्तरं 'चालू जमाना'त मी मांडत होतो...गेल्या सात-आठ वर्षांतलं बदलतं खेडं नि तिथलं बदलतं जीवन 'चालू जमाना'त आपसुखपणे येऊन जात होतं...एक आलेख तयार होत होता नि मी माझ्याशी स्पष्ट होत जात होतो. त्यामुळं हे स्क्रिप्ट लिहिताना मला आनंद होत होता.

दुसरं तातडीचं काम कॉलेजचं वार्षिक नियतकालिक प्रेसला टाकण्याचं. विद्यार्थी आणि प्राध्यापक यांनी बरंच साहित्य प्रसिद्धीसाठी दिलं होतं. आलेल्या साहित्यातनं आवश्यक तेवढ्या साहित्याची निवड केली. त्याच्यावर आवश्यक ते संस्कार केले नि ते प्रेसला देऊन मोकळा झालो.

विद्यार्थ्यांच्या आलेल्या साहित्याच्या बाबतीत 'मागचं तसं पुढं' असा प्रकार होता. त्यांना घडवण्यासाठी मी प्रयत्न करत होतो नि ते आपल्या वाङ्मयीन पूर्व-संस्कारानुसार त्यांच्या जीवनापासून खूपच लांब असलेलं काल्पनिक, नटवं, खोटं साहित्यच लिहीत होते...त्यांना नेमकं कसं घडवावं, असा प्रश्न गेल्या वर्षापासून पडत होता.

गेल्या वर्षापासनं म्हणजे जानेवारी एकाहत्तरपासनं प्राचार्य खान यांनी महाविद्यालयाच्या नियतकालिकाचा प्रमुख संपादक म्हणून माझी नेमणूक केली.

त्यावेळी मी विद्यार्थ्यांना कथा, कविता, ललित लेख, वैचारिक लेख; प्रवास-लेख वगैरे विविध प्रकारचं साहित्य लिहून माझ्याकडं देण्यासाठी विनंती केली होती. नियतकालिकाचं प्रमुख संपादकपद प्रथमच आल्यानं माझ्यातही उत्साह वाढला होता. आपण हा उपक्रम नीटपणे राबवायचा; नियतकालिकाची एक चांगली परंपरा निर्माण करायची, महाविद्यालयातील विद्यार्थी-साहित्यिकांना चांगल्या प्रकारे उत्तेजन द्यायचं, सुप्त साहित्य गुणांना हेरून त्यांची अचूक दिशेनं जडण-घडण करायची, असा हेतू मनात ठेवून मी उद्योगाला लागलो होतो.

पण जमलेली लेखनं मी जेव्हा निवडीसाठी वाचू लागलो; तेव्हा माझी घोर निराशा झाली. साहित्य पोरवयाला शोभेल असं जरी होतं, तरी साहित्याविषयी पूर्ण चुकीच्या समजुती विद्यार्थ्यांच्या मनात रुजलेल्या आहेत याची भय निर्माण करणारी जाणीव मला झाली.

शोभायमान, नटव्या भाषेचा उत्साह या वयात असतो हे मी समजू शकत होतो. वैचारिक कुवतही या वयात बेताची असल्यामुळं समाजविषयक साहित्य, वैचारिक लेख, समीक्षणं यांचीही अपेक्षा मी फारशी केली नव्हती. ज्या भाराभर कविता-कथा आल्या होत्या त्यांचे विषय ठरलेले होते. बहुतेक कथा-कवितांचा विषय प्रेमविव्हलता हाच होता. कथेतील नायक आणि नायिका प्रेम करण्यासाठी अगदी घाईला आलेले होते. चुंबनं, आलिंगनं, हातात हात घेणं; याची त्यांत बरसात होती. प्रेमभंग झाला तर आत्महत्या; असे धाडसी उपाय होते. कवितेत नाक, डोळे, केस, कमर, उरोज, नितंब यांची तपशीलवार वर्णनं होती. गाढ चुंबनाच्या व्याकुळ आठवणी होत्या. कथेतला 'मी' हा नायक सिगारेट ओढत होता. नायिका हमखास सायकलीवरून येत होती. दोघेही कॉलेजला असत पण कधीही चालत किंवा स्थानिक बसने येत नसत...दोघेही अत्यंत देखणे असत नि दोघांचेही आईवडील बंगलेवाले, पैसेवाले असत. त्यांच्या घरी 'आंथरूण' नसे 'बेड' असे. 'खुर्ची' नसे, 'आराम चेअर' असे किंवा प्रशस्त सोफासेट असे...आणि हे सगळं या विद्यार्थ्यांनी गंभीरपणे लिहिलेलं होतं. त्यांच्या कथा-कवितांमधून हे सगळं तुडुंब भरून वाहत होतं.

या विद्यार्थ्यांना कसं नि काय सांगायचं, हा यक्षप्रश्न माझ्यापुढं उभा राहिला. कारण असं की श्री. शाहू मंदिर महाविद्यालयातील सत्तर ते पंचाहत्तर टक्के विद्यार्थी हे पुणे शहराबाहेरचे होते. लांबलांबच्या ग्रामीण भागातून ते पुण्यात शिकायला आलेले होते. त्यांच्या घरात शिक्षणाची कोणतीही पूर्व-परंपरा नसे. ही मुलं प्रामुख्यानं अधस्तरीय छोटे शेतकरी, शेतमजूर, बलुतेदार, दलित, मागासवर्गीय इत्यादी बहुजन समाजातील होती. शिक्षण-सवलतीमुळे या जातिजमातींचा शिकण्याचा उत्साह वाढलेला. त्यामुळं ही मुलं कशीबशी पास होत आलेली असत.

पुणे शहरातील एस. पी., फर्ग्युसन, गरवारे सारख्या नामांकित महाविद्यालयांत हे विद्यार्थी प्रवेश घेण्यासाठी प्रथम धडपडत असत पण तिथं मार्कांच्या टक्केवारीवर प्रवेश दिला जात होता. साहजिकच शहरातील पांढरपेशा, बुद्धिजीवी वर्गातील मुलांना तिथं प्रामुख्यानं प्रवेश मिळे आणि कमी टक्केवारी असल्यानं या ग्रामीण मुलांना प्रवेश नाकारला जाई. एखाद्या कॉलेजात विद्यार्थ्याला कुठंच प्रवेश मिळाला नाही तर उपहासानं "शाहू कॉलेजात मिळेल पाहा. तिकडं जा," असं म्हटलं जाई.

शहरी संस्कृतीनं नाकारलेले हे विद्यार्थी शाहू कॉलेजात येत. तिथं त्यांना हमखास प्रवेश मिळे. कशाबशा खोल्या तयार केलेल्या वसतिगृहात ते ट्रंका ठेवत. पुष्कळ वेळा क्लासमध्येच राहत. कॉलेज सुरू व्हायच्या आधी म्हणजे सकाळी साडेसातच्या आधी सगळं काही आवरून ट्रंका भिंतीकडेला कोपऱ्यात लावून ते त्याच वर्गात वह्या घेऊन बेंचवर बसत. दोन दिवसांच्या दाढ्या वाढलेल्या, डोक्यांचे केस वाढलेले, केसांना तेलाचा स्पर्शही नसलेला, मळकट कुडती, विजारी, पँटा, तुटक्या चपला, चेहरे अगदी गरीब आणि निस्तेज. वागण्यात व्यक्तित्वहीनता. त्यांना पाहिलं की मला माझे कॉलेजचे दिवस आठवत. मग मी त्यांच्या गावाकडच्या परिस्थितीची सहज कल्पना करू शकत असे. एखादा मुलगा काही कामासाठी भेटून गेला, घरची अडचण सांगून गेला की मी कणवेनं भरून येई.

पण ही मुलं अशा प्रकारचं साहित्य लिहितील, याची मला कल्पना नव्हती. त्यांची वाङमयाची आवड फडके-पद्धतीच्या कथाकादंबऱ्यांवर, हिंदी सिनेमांच्या तुफान माऱ्यावर पोसली जात असेल, असं वाटलं नव्हतं.

ज्यांच्या साहित्यात काही गुण निदानीचे तरी दिसतात; अशा निवडक मुलांची मी यादी करून त्यांतील एकेकाला बोलावून घेतलं होतं. आरंभी त्यांच्या साहित्याविषयी काहीच न बोलता त्यांच्या गावाविषयी, घराविषयी, बहीणभावंडांविषयी, शेतीविषयी, इथं सोय कशी काय झालीय; याविषयी विचारू लागलो. त्यांतील बारीकसारीक नाट्यपूर्ण प्रसंग जाणवले; तर त्याविषयी अधिक खोलात जाऊन विचारू लागलो. दारिद्र्य, कारुण्य, असहायता, विपरीतता, सोशिकता, दु:खयुक्तता, अन्याय सहन करण्याची मुकाट वर्तनशीलता त्यांच्या स्वत:विषयीच्या माहितीत भरलेली असे.

हे विचारून झालं की मग त्यांना कथेतील नायक-नायिका कुठं पाहिल्यास काय? कवितेतील प्रेमभावना तुझ्या आयुष्यात अनुभवायला मिळाली आहे का? तू सिगारेट ओढतोस काय? आरामखुर्चीत कधी बसून चहा प्याला आहेस का? इत्यादी कथेतील घटना, प्रसंग, वस्तू यांच्या अनुषंगानं प्रश्न विचारीत असे.

वाङ्मयनिर्मितीचा उत्साह असलेल्या या विद्यार्थ्यांना मला अधूनमधून

भेटण्यास सांगू लागलो. चांगलं चांगलं वाचायला सुचवू लागलो. जमेल तसं त्यांच्या नवजात साहित्यावर संस्कार करून देऊ लागलो. साहित्याविषयीच्या त्यांच्या भ्रामक कल्पना धुऊन काढण्याचा प्रयत्न करू लागलो. त्यांचं साहित्य त्यांच्या जीवनातल्या अनुभवांतूनच कसं आकाराला येईल, याची काळजी घेऊ लागलो.

काळावर भरवसा ठेवून 'सत्यकथा', 'सेंटर' हेही आत्मसात करू लागलो. त्यांचा विचार अधिक चिकित्सेनं करू लागलो. मनाशी काही खूणगाठी बांधू लागलो. पण त्या मनातच राहत. त्यांचा नीट आणि चौफेर विचार झाल्याशिवाय काही निर्णय होणं आततायीपणाचं होईल, असं वाटत होतं. माझी वैचारिक तयारी कमी पडत होती. तिच्याविषयी पुरेसा आत्मविश्वास वाटत नव्हता. म्हणून उद्यावर भरवसा ठेवू लागलो.

तातडीनं करायचं आणखी एक महत्त्वाचं काम होतं. अजून प्रबंध पूर्ण करायचा होता. त्यासाठी खूप वाचन आणि लेखन करायचं पडलं होतं.

दोन्ही मुलींच्या परीक्षा जवळ आल्या होत्या. त्यांचा अभ्यास रोज भरपूर वेळ घेण्याची गरज होती. स्मिता बी. एड.च्या परीक्षेला बसणार होती. रोजचा स्वयंपाक आणि कॉलेज करता करता तिचे हाल होत होते. त्यामुळं माझ्या मनावर खूप ताण येत होता. जमेल तेवढी स्वयंपाकात तिला मदत करत होतो. पण ती पुरेशी नव्हती. मर्यादित होती. मुख्य म्हणजे भाकरी नि भाज्यांना भाजणी-फोडणी देण्यात तिलाच वेळ घालवावा लागत होता. मी दोन्ही स्टोव्ह पेटवून देत होतो. भाज्या, कांदा-कोथिंबीर चिरून, निवडून देत होतो. स्वयंपाकाचा पसारा आवरत होतो. मुलींना आंघोळी घालत होतो.

जानेवारी संपत आला होता. शैक्षणिक वर्षाची अखेर जवळ येत चाललेली. त्यामुळं कामांचे ढीग वाढतच होते...म्हणून स्मिताच्या थोरल्या बहिणीस म्हणजे आक्कांना मदतीसाठी बोलावलं. त्या आल्या नि स्मिताला नि मलाही थोडी उसंत मिळाली. स्मिता आभ्यासाकडं वळली. मी स्वाती-कीर्तीचा अभ्यास घेण्यात निर्वेधपणे जास्त वेळ देऊ लागलो. माझी कामं उरकू लागलो.

गावाकडं दौलतही अभ्यासाकडं गंभीरपणे वळला होता. त्याची अधूनमधून पत्रं येत होती. डिसेंबरात त्यानं एस. एस. सी.चा फॉर्म भरला होता. मला त्याची काळजी लागून राहिली होती. पहिल्या प्रयत्नात तो एस. एस. सी. पास होईल की नाही याची चिंता वाटत होती. आप्पासारखा तोही गटांगळ्या खात राहिला तर? त्यामुळं पुढं शिकण्याचा त्याचाही आत्मविश्वास ढळला तर त्याला कसा सावरायचा? मग या दोन्ही भावांचं काय करायचं? दोन वर्षं झाली तरी अजून आप्पाला नोकरी नाही. नुसत्या एस. एस. सी. झालेल्याला कोण नोकरी देणार?...त्याच्या मनातही खोलवर एक पोकळी निर्माण झालेली आहे. एकूणच

जीवनात आपणास काही जमणार नाही, असं त्याला वाटतं आहे. साधी नोकरीही आपणास मिळू शकत नाही, याचा परिणाम त्याचा आत्मविश्वास ढळण्यात झाला आहे. त्याची भावनाविवश मोठी मोठी पत्रं येत आहेत. माझ्या मनात घोर निर्माण करत आहेत. त्याला तशाही परिस्थितीत धीर देत असलो तरी आतून मीही चिंताक्रांत झालो आहे. याला मिळणार तरी नोकरी कसली? कारकुनाचीच नाही तर तसलीच कसली तरी जन्मभर रखडत ठेवणारी. सगळ्या घरादाराची जन्मभर अपुऱ्या पगारात फरफट करणारी. दौलतचं असंच झालं, तर या दोघाही भावांच्या संसारांना जन्मभर मला सारखेसारखे ठेपे लावावे लागतील. मी एकटा कसा काय जन्मभर पुरा पडणार?...

सतरा मार्चला सुरू झालेली एस. एस. सी.ची परीक्षा संपल्या संपल्या दौलतचं पत्र आलं; ''बाकीचे पेपर्स सगळे चांगले गेलेत; पण इंग्रजी आणि गणित हे दोन्ही पेपर्स अवघड गेले आहेत... माझा परीक्षानंबर अमुकतमुक आहे.'' मी खचल्यागत झालो. दौलतचं भवितव्य मला स्पष्ट दिसू लागलं.

त्याचं पत्र आलं त्याच दिवसापासून स्मिताची परीक्षा सुरू झाली होती. तिचीही मला काळजीच होती. प्रपंचाच्या व्यापातापातून ती परीक्षा देत होती. पेपर देऊन आल्या आल्या मी तिला उत्सुकतेनं विचारलं.

''कसा गेला पेपर?''

''गेला आपला...कसा नि काय. एका पेपरातनं मोकळी झाले, हेच फार झालं.''

ती पेपराविषयी काहीच बोलेना. तिनं निर्णय भविष्यकालाच्या स्वाधीन केला. मला आणखी खोल खड्ड्यात पडल्यासारखं झालं...मुलींच्या परीक्षा होत्या. स्वातीच्या स्पेलिंगच्या चुका होत. कीर्ती एका प्रश्नाचं उत्तर आलं नाही; तर पुढचे प्रश्न सोडवण्याच्या ऐवजी तिथंच खोळंबून बसत होती. त्यामुळं दोघींचीही काळजी लागून राहिलेली. माझा आत्मविश्वास कमी कमी होत चालला होता. पुन्हा हे वर्ष वाईट जाणार असं वाटू लागलं. सगळीकडनं चिंता लागलेली. कशात काही उत्साह वाटेनासा झाला. पोटातल्या कळा पुन्हा हळूहळू वाढू लागल्या.

●

चोवीस

चिंतेत असतानाच मार्चच्या शेवटच्या आठवड्यात गावाकडनं पत्र आलं की अठ्ठावीस मार्च बाहत्तरपासनं आप्पाला 'घाटगे-पाटील ट्रान्सपोर्ट कंपनीत' नोकरीवर रुजू होण्यासाठी पत्र आलं आहे.

मला आनंद झाला.

आप्पाची उत्साहित मूर्ती मला मनासमोर दिसत होती. गेली दोन वर्षं तो नोकरीसाठी धडपडत होता. गणपत गाताडे यांच्या पेट्रोल-पंपावर आलेल्या गाड्यांत दिवसभर डिझेल-पेट्रोल भरत होता. रात्री घरी येऊन प्राथमिक शाळेतल्या मुलांच्या शिकवण्या घेत होता. या सगळ्या कष्टातनं कशीबशी त्याला मजुरी पडत होती.

आता तो उत्साहित झाला असणार. पगार तसा फारसा नव्हता. शिवाला दिवसा तीन रुपये मजुरी पडे; तर आप्पाला रोज पाच रुपये मजुरी पडणार होती. पण कामाचं स्वरूप पांढरपेशी होतं. खुर्चीत सावलीला बसून हिशोब करायचे होते. अंगावरच्या कपड्यांना तेल, धूळ लागणार नव्हती. उन्हात उभं राहून घाम येणार नव्हता. चेहरा जळून करपणार नव्हता. 'हे उचल रे,' 'ते उचल रे' अशी पायताणाच्या लायकीची वागणूक मिळणार नव्हती. 'हे एवढं करू शकाल का?' 'हे तेवढं करू शकाल का?' अशी 'बरोबरीची', नम्रतेची, माणसाला माणून मानून आपण बोलतो असली भाषा त्याच्यासाठी वापरली जाणार होती...त्यात 'आपल्या शिक्षणाचं चीज झालं', असं त्याच्या संवेदनशील आणि जीवनाकडनं अतिशय मर्यादित अपेक्षा करणाऱ्या मनाला वाटणार होतं.

त्याला जगण्याचं बळ मिळालं. दोन वर्षं कोमेजून गेलेल्या त्याच्या चेहऱ्यावर पुन्हा पूर्वीसारखं हसू उमलू लागलं. योग्य वेळी मार्गी लागला. त्याच्या

आयुष्याची घडी नीट बसायला आता काही हरकत नव्हती. त्याच्या पत्रांतून मला ते दिसू लागलं. माझी एक मोठी चिंता मिटली. आप्पा आता बावीस वर्षांचा होता.

"माझे मित्र शंकरराव कुलकर्णी आणि श्री. भाटवडेकर यांच्या स्नेहसंबंधामुळं निवड झाली आहे. त्यांच्या शब्दाला मान द्यावा. नम्रतेनं वागावं. ओळखीनं नोकरी मिळवून देता येते; पण ती टिकवणं, तिच्या द्वारा स्वत:ची उन्नती करून घेणं, वरच्या जागेवर बढती मिळवणं; ज्याच्या-त्याच्या हातात असतं; याचं भान ठेवून कसं वागायचं ते तुझा तू विचार करून ठरव. मे महिन्यात मी तिकडं आलो की सविस्तर बोलूच." मी आप्पाला कळवलं.

एप्रिल संपता संपता कोल्हापूरच्या 'करवीर नगर वाचन-मंदिराचं' व्याख्यानासाठी पत्र आलं. अठरा मे रोजी व्याख्यान देण्याचं मी कबूल केलं.

गावच्या मुक्कामात व्याख्यान देता येणार होतं. कोल्हापूरच्या मित्रांना भेटता येणार होतं.

मुख्य म्हणजे 'वाचन-मंदिरात' वक्ता म्हणून बोलता येणार होतं. या वाचनालयानं माझी तीनचार वर्षं अभिरुची पोसली होती. कोल्हापुरात असताना दुपारी चारच्या सुमारास तिथं जाऊन अनेक मासिकांतील कथा, कविता, ललित-वैचारिक लेख मी वाचले होते. उंचउंच कपाटांतील ग्रंथांकडं आशाळभूतपणानं पाहत होतो. अनेक वाङ्मयीन टिपणं तिथं बसून काढली होती. सिनेकलावंत 'मास्टर विठ्ठल'सारखे वाचक तिथंच भेटले होते. 'पुढचं पाऊल'मधील बावऱ्या नानाची भूमिका वठवणारे द. स. अंबपकर तिथं जाता येताना पुष्कळ वेळा पाहिले होते. विनोदी लेखक चिं. वि. जोशीचं अतिशय गंभीर व्याख्यान तिथं ऐकलं होतं. अनेक मोठ्या साहित्यिकांना व्याख्यानं देताना प्रथम तिथंच पाहिलं होतं. अशा जुन्या खानदानी वाचनालयात कलानगरीच्या रसिक वाचकांसाठी आपणाला व्याख्यान देता येईल; याची कल्पना मी विद्यार्थिदशेत स्वप्नातसुद्धा कधी केली नव्हती. माझ्या कक्षेच्या किती तरी बाहेरची ती गोष्ट होती.

ती संधी आपसुख चालून आली नि मला आनंद झाला. दहाबारा वर्षांत मी वेगवेगळ्या प्रकारच्या पुष्कळ कथा लिहिल्या होत्या. त्यांचा अनुभव आणि त्यांच्या निर्मितीविषयीचा विचार मनात साचत गेला होता. त्यावरच आपण बोलावं म्हणून 'कथा जन्मते कशी?' या विषयावर व्याख्यान द्यायचं मी कबूल केलं.

आठनऊ मे ला कागलला सगळेच गेलो.

आप्पाला नोकरी लागल्यामुळं आईचा उत्साह वाढला होता. तिला वाटलं; आपली दोन पोरं नोकरीला लागली; आता घर बरं चालंल. पण तिला हे माहीत

नव्हतं; की आप्पाची नोकरी अगदी किरकोळ आहे. मागंपुढं त्याचा एकट्याचा घरप्रपंचही तिच्यात नीट चालणारा नाही. तिला फक्त एवढं कळलं होतं की शिवाच्या मजुरीपेक्षा आप्पाचा 'पगार' जास्त आहे. तो नोकरीवाला 'सायेब' झालाय.

मी तिला सगळी वस्तुस्थिती सांगून तिचा आनंद हिरावून घेऊ इच्छित नव्हतो. रोज अर्धीच भाकरी ताटात पडणाऱ्या रोजगारी मनाला तीन चतकोर भाकरी मिळाल्यावर जो आनंद होतो; तसा तो होता.

शिवा मात्र उदास होता. त्याचं लग्न जमून येत नव्हतं. आईला बरोबर घेऊन त्यानं खेड्यापाड्यातल्या अनेक मुली पाहिल्या. आता तो बीजवर झालेला. त्यामुळं त्याच्या वाट्याला त्यातल्या त्यातही बऱ्या मुली 'जागा' म्हणून येत नव्हत्या. नाइलाजानं शिल्लक राहिलेला केरकचरा, गदळ त्याच्या नशिबात येत होता. त्यात पुन्हा दिसायला तो सामान्य होता. उंचीला होता, पण अंग धरलेलं नव्हतं. अंगावर चरबी कसली ती नव्हती. रानातली कष्टं उपसता उपसता ती घामावाटे पाणी होऊन सतत निघून जात होती. हाडांवरचं मांस उन्हाताणानं सुकून, नाहीसं होऊन गेलेलं. मुळातला सावळा रंग उन्हाच्या धगीनं अधिकच काळा झालेला. चेहरा नि अंग जळून धुरकटलेल्या लाकडासारखं दिसत होतं. बिड्या ओढण्याचा नाद; त्यामुळं गाल-ओठ सुकून खारकांसारखे झालेले. अंगावर नीट कपडे घालण्याचं वळण नाही, रोजच्या रोज अंघोळ नाही. खेड्यातलं दारिद्र्य, दुष्काळ, अन्नाचा तुटवडा, अपार कष्ट, अज्ञान आणि असहायता यांचा तो एक डांबरी पुतळा होता. त्यामुळं मुलगी बऱ्यापैकी मिळणं अशक्य होऊन बसलेलं.

गुढीपाडवा झाला की खेड्यापाड्यात पोरी पाहण्याची घाई उसळे. पीकपाणी घरी आलेलं असे. कामाच्या रणातनं माणसं मोकळी झालेली असत. नंतरच्या दोन महिन्यांत लग्नाची सुगी सराई सुरू होणार असे. शिवाला वाटे, या दिवसांत मी गावाकडं येऊन त्याच्यासाठी खेड्यापाड्यातल्या लग्नाळू पोरी पाहाव्यात. मी पाहिल्यानं लवकर जमून येईल, असा त्याचा अंदाज. मी शिकलेला. "चार माणसांत बसणा-उठणारा, नोकरीवाला सायेब, पुण्यासारख्या शेर गावात नोकरी असलेला. त्यामुळं चार माणसांस्नी वाटंल आपली सोयरीक ह्या घराशी जमावी." त्याच्या या म्हणण्यात थोडा अर्थ होता; पण फार नव्हता.

तरीही मला हे पाहणं शक्य नव्हतं. सांगोवांगीनं चौकशा करकरून एखादा 'जागा' निघत होता. तो एकुलता एक जागा पाहण्यासाठी एकशेसाठ मैलांवरनं मला तीनतीन दिवसांची रजा प्रत्येक वेळेला काढून येणं शक्य नव्हतं. एक जागा बघून झाल्यावर दुसरा जागा कधी आठ दिवसांतही निघे. पुन्हा

त्याच्यासाठी रजा काढून येणं शक्य नसे.

नेमके मार्च-एप्रिलचे माझे दिवस कामाचे असत. कॉलेजच्या परीक्षा असत, पोर्शन संपवण्याची घाई असे, वर्षभर वापरून रजा संपलेल्या असत. एप्रिल महिन्यात प्रश्नपत्रिका काढण्यांसाठी विद्यापीठात मीटिंग्ज असत. मराठवाडा आणि पुणे विद्यापीठांचे पेपर्स घेत होतो; ते तपासावे लागत. वेळच्यावेळी गठ्ठे पाठवावे लागत. रेडिओचं लेखन दर पंधरवड्याला करावं लागे. उन्हाळ्यात अनेक व्याख्यानमाला महाराष्ट्रात निरनिराळ्या भागात चालत. त्यांतूनही चार पैसे मिळत. 'घर' उभं करायचं असल्यानं आणि गावाकडं सतत पैसा पाठवावा लागत असल्यानं; पैसा सतत मिळवण्याचे उद्योग करावे लागत होते. इतर अवांतरही पैशाची कामं येत होती, तीही शक्यतो सोडत नव्हतो. त्यांतून पुन्हा माझं पीएच. डी. चं काम सतत चाललेलं.

म्हणून मी आईवर आणि शिवावर मुली पाहण्याची जबाबदारी सोपविली होती. माझा मित्र मधुकर सणगर यानं आतापर्यंत अनेक लग्नं जमवली होती. त्यात तो तरबेज होता. म्हणून या तिघांनाही सांगितलं होतं; "जागं तुम्ही बघा. तुम्हाला पसंत ते मलाबी पसंत. मधूच्या ठिकाणी मीच हाय, असं समजा. मधूइतकं लग्नाच्या व्यवहारातलं मला कळत न्हाई. खर्चाची काळजी करू नका. त्यो सगळा माझा मी निभावून न्हेतो. तुम्ही तेवढी पोरगी पक्की करा. फुडचं मी बघतो." असं सांगून मार्गी लावलं होतं.

मुली पाहिल्या जात होत्या. पण नव्याच अडचणी येत होत्या.

जो जागा जमण्यासारखा असे, तिथली माणसं "पयल्या बायकूची सोडचिठ्ठी आदी दाखवा; मग फुडची बोलणी करू." असं म्हणत होती.

ही मोठी अडचण होती. आरंभी आरंभी वर्तमानपत्रातनं दिलेलं जाहीर सोडपत्र दाखवलं जाई, पण त्याच्यावर कुणाचा विश्वास नव्हता. "अशा वर्तमानपतरातनं रग्गड सोडचिठ्ठ्या देत्यात हो. पर कोर्टातनं घेतलेलंच खरं असतंय. दोघांच्या सया स्टांपावर झालेल्या पाहिजेत. त्यावर सरकारी शिक्का पाहिजे." अशी भाषा येई.

त्यामुळं सगळे विचारात पडले होते. पहिल्या बायकोकडचे लोक आता सोडपत्रही देत नव्हते नि मुलीला पाठवूनही देत नव्हते. "वर्तमानपत्रातनं तुम्ही आदीच दिलीया न्हवं आम्हास्नी सोडचिठ्ठी?"

"पर तुम्हीबी लिहून द्यायला पाहिजे."

"आम्ही न्हाई लिवून देत. ती कोर्टातनं घ्या." असं म्हणून पाहुण्यांनी दार बंद करून घेतलेलं.

सोडचिठ्ठी नसल्यामुळं शिवाचं लग्न अडून पडलेलं.

त्याला लग्नाची तर घाई लागली होती. त्याच्या बरोबरच्या मित्रांची मुलं सातआठ वर्षांची झाली होती. ते स्वतंत्र राहून संसार करत होते. प्रापंचिक झाले होते.

त्याच्या एका दोस्तानं त्याला सांगितलं; "माझाबी चुलत भाऊ असाच तुझ्या भावागत सायेब झालाय. त्यो जातोय बोंबल्या मारत बदली हुईल तिकडं. कवा तरी गाडी घेऊन येतोय. आमची राबणूक काय सुटत न्हाई. नाकातोंडात रोज बुट्टीभर माती जायाची काय चुकत न्हाई. अशा वक्ताला त्येची वाट बघत मी माझं लगीन करायचं ठेवलं असतं, तर असाच तुझ्यागत भयाभया करत बोंबलत हिंडलो असतो. मर्दा, कशाला भावाची वाट बघत बसतोस? तुझं तुलाच तुझ्या जन्माचं बघायला पाहिजे. आता वाट बघून अर्धा म्हातारा झालाईस. आणखी अशीच दोनचार वर्सं गेली की पारच म्हातारा हुशील. मग कुणी दात पडलेली म्हातारीबी तुझ्या नावानं मंगळसुत्तर बांधणार न्हाई...पोरंबाळं हुयाची कवा तुला? का असाच जोगत्यागत ऱ्हाऊन मरणार हाईस?"

शिवाला हे बोलणं लागलेलं.

खेड्यापाड्यात रिवाज होता, की आपल्या पाठीवरच्या बहिणीचं लग्नं झालं की भावाचं लग्न करायचं. शिवाच्या पाठीवर धोंडूबाई, धोंडूच्या पाठीवर सुंदरा, तिच्या नंतर लक्ष्मी, लक्ष्मीनंतर आप्पा आणि आप्पानंतर आनसा जन्मलेली. शिवापेक्षा ती बाराएक वर्षांनी तरी लहान होती. मधल्या तीनही बहिणींची लग्नं कधीच होऊन गेलेली. धोंडूबाईचा एक संसार मोडून दुसरा उभा राहिलेला. आनसाच्या लग्नाचीही बोलणी घरात सुरू झालेली. तरीबी आपल्या संसाराचा अजून पत्त्या न्हाई; या जाणिवेनं तो अस्वस्थ झालेला.

गावाकडं गेल्यावर मला हे कळलं. एकान्तात मला शिवानंच सगळं आपल्या पद्धतीनं सांगितलं.

आई शिवाच्या लग्नाच्या काळजीनं अडचणून गेली होती. तिला काय करावं कळेनासं झालं होतं. तिनं शिवासाठी आलेल्या दोन जाग्यांची माहिती सांगितली. "एक ठरत आलं होतं पण 'सोडचिठ्ठी छापील नको; पोरीची नि तिच्या आईबाऽची सई असलेली पाहिजे,' असं म्हणालं. मग मी कुठली दाखवू त्यांस्नी सोडचिट्टी?- दुसरा एक जागा आला हुता. पोरीचा बाऽ धाडसी हुता. त्यो म्हणाला, 'सोडचिट्टी न्हाई तर मग आमच्या पोरीच्या नावावर एक एकर शेत लिवून द्या. आम्ही लगीन करतो.' मी 'न्हाई' म्हटलं. कशाला तसल्या बेरडाची संगत करायची?"

ऐकून मी चिंतागती झालो. रातचं सोप्यात बसलो होतो.

गप्पा मारायला आलेला धाकटा मामा म्हणाला, "शिव्याच्या बायकूला

पळवून आणू या.''

"कशी?''

"पाटंचं जायाचं. पाळतीवर ऱ्हायाचं. परसाकडला म्हणून बाहीर आली, की उचलायची नि गाडीत घालायची. चारपाच जणं कणकणीत माणसं बरोबर घेऊ या ...शिवाला बरोबर घेऊ. त्येनं तिला हात घालायचा. न्हवऱ्यानं बायकू पळवून न्हेली; तर त्येचा कुणी हात धरत न्हाई.''

"आणून काय करायची? शिवाला तर ती नको हाय.''

"आणायची नि कोंडून ठेवायची?''

"आणि मग?''

"मग तिच्या गावाकडं सांगावा धाडायचा. बऱ्या बोलानं सोडचिट्टी लिहून द्या नि पोरीला घेऊन जावा. न्हाई तर तिला उप्पाशी ठेवून उंदरागत मारून टाकू; म्हणून कळवायचं.''

"तसं कसं करायचं?'' मला तो अघोरी उपाय वाटला.

"ढोण्याच्या वाडीच्या पाव्हण्यांनी तुझ्या आत्तीचं असंच केलं हुतं. तवा भाऊजीनं मुकाटपणानं सोडचिट्टीवर अंगठा केला हुता नि आकणीला सोडवून आणली हुती... लकडी शिवाय मकडी वठणीला येत न्हाई आनंदराव. सरळपणानं पन्नास डाव इचारून झालंय.''

"सगळं उपाय ठकल्यावर काठीला ऊद घालावा लागतोयच हो. आपूण काय तिला ठार मारणार हाय? नुसतं तिच्या आईबाऽला भ्या घालायचं?'' शिवाच्या दोस्तानं दुजोरा दिला.

साम, दाम, दंड या नीतीची मला आठवण झाली. तरीही मला तो उपाय जंगली वाटू लागला. मी गप्प बसलो.

काय करावं कळेनासं झालं होतं.

दिवस तसेच चालले होते.

प्रबंधासाठी नेलेली पुस्तकं वाचत होतो नि नोट्स काढत होतो. मन काही त्यात नीटपणे लागत नव्हतं...शिवा शिकला असता तर हा प्रसंगच आला नसता. निदान पहिल्या बायकोशी नीट वागला असता, तिच्यावर खोटा आळ घेतला नसता, तर हा प्रसंग आला नसता.

मी उसासलो. पुण्याला दोन दिवसांनी परत जायाचं होतं.

मी एकटा बसलेलो बघून आई माझ्यासमोर येऊन बसली.

"मग काय करायचं शिवाच्या लग्नाचं?''

"गाढवासारखं वागायचं. बुट्टीभर आदी श्याण खायाचं आणि 'माझ्या तोंडाचा वास घाण येतोय; माझं तोंड धुवा' म्हणून आमच्या म्होरं बोंबलत

यायचं. निस्तार म्हणावं; त्येचं त्येला आता.'' मी वैतागानं बोललो.

आईच्या सगळं लक्षात आलं.

ती म्हणाली; ''हे बघ आन्दा, मेलेली मढी उकरत बसलास तर हातात नुसती मातीच येणार. जित्याचा जीव चाललाय; त्येला पाणी घालायचं बघ. हात जोडतो मी तुला.''

तिचंही खरं होतं. झालेल्या गोष्टी काढल्या तर भांडणाशिवाय काहीच निष्पन्न होणार नव्हतं. आहे या परिस्थितीतनं वाट काढणं महत्त्वाचं होतं.

मी उठून मधूकडं गेलो.

बोलता बोलता एक उपाय निघाला. मधू आणि मधूचा मित्र आप्पाजी माळकर, आई, दादा, मामा आणखी एकदोन जाणकार माणसं बरोबर घ्यायची. शिवाच्या बायकोच्या गावाला जायचं. तिथल्या एकदोन माणसांशी आईची आणि दादाची ओळख होती; त्यांना बरोबर घ्यायचं नि गावपाटलाकडं जायचं. त्याला सगळं समजून सांगायचं. त्याला बरोबर घेऊन शिवाच्या बायकोच्या घरी जायचं नि तिच्या घरातल्या वडीलधाऱ्या माणसांना पाटलांनी व इतरांनी समजून सांगायचं नि 'सोडचिट्टी' स्टँपावर लिहून घ्यायची. रीतीप्रमाणं चार पैसे पोरीच्या लुगड्याचोळीसाठी द्यायचे नि गोडीगुलाबीनं परतायचं.

''पर हे सगळं जमंल न्हवं?'' मी.

''जमंल असं वाटतंय. न्हाईतर 'आत्ताच्या आत्ता पोरगी नांदायला लावून द्या' म्हणून तिथंच बसायचं. दोनीपैकी कोणचंबी एक करा; तवाच उठतो म्हणायचं.'' मधू.

''बरं. मग उद्याच जाऊ या. भाड्याची टॅक्सी करू या नि जाऊ या.''

''उद्या न्हाई जमायचं. उद्या बाजार हाय मुरगूडचा. मीबी मोकळा न्हाई नि माळकरबी मोकळा न्हाई. घोंगडी घेऊन जायचं हाय. ह्या आठ दिसांतल्या बुधवारी न्हाई तर शनवारी जाऊ या.''

''मला परवा दिवशी पुण्याला गेलंच पाहिजे; म्हणून म्हणतो.''

''तुझा तू जा. न्हाईतरी तुझा आम्हास्नी काय उपयोग न्हाई. अडाण्याचा गाडा हाय ह्यो. तुला सोसायचा न्हाई. आमचं आम्ही बघतो. आईजवळ चारएकशे रुपये देऊन ठेव म्हंजे झालं.''

''चालंल.''

चहा पिऊन आणखी काही इकडतिकडची बोलणी करून मी उठलो.

मला धीर आला. अडणा निघून वाट मोकळी होईल, असं वाटू लागलं...मधू नि आप्पाजी माळकर दोघेही घोंगड्यांचे व्यापारी...गावोगांवच्या बाजारला जाऊन घोंगडी खपवीत होते. मधू यात खूपच तयार झाला होता. मी कॉलेजला

असताना मधू कोल्हापूरला घोंगडी विकण्यासाठी आला की मी त्याच्याजवळ घोंगडीबाजारात जाऊन तासभर बसत होतो. त्यावेळी तो किती हुशारीनं बोलतो, कसा युक्तिवाद करतो, कसा लळा लावतो, कसा विनोद करून गिऱ्हाइकाला खुलवतो आणि त्याच्या गळ्यात घोंगडं घालतो; हे मी बघत होतो.

आप्पाजी माळकरही मुरलेला माणूस. हे दोघेही मनात आणतील तर निश्चितपणानं शिवाच्या बायकोकडनं सोडपत्र मिळवतील याची खात्री वाटली.

मी आईला सगळं समजून सांगितलं.

पुण्यात बरीच कामं तुंबून पडली होती. मे च्या बावीस तारखेला मी पुण्याला परतलो.

स्मिता, स्वाती, कीर्ती मजेत परतीचा प्रवास करत होत्या. त्यांची कागलातली सुटी आनंदात पार पडली होती. स्मिताला तिची सगळी भावंडं भेटलेली. स्वाती-कीर्तीला त्यांच्या पाच मावश्या नि सहाही मामे भेटलेले. त्यांच्याशी दंगामस्ती करण्यात दिवस कसे गेले त्यांना कळलं नव्हतं...मी मात्र अनेक ओझ्यांबरोबर शिवाचं नि दौलतचं नवं जादा ओझं वागवत एकटाच बसलेलो.

पुण्यात आल्यावर दहाबारा दिवस गेले; तरी शिवाच्या सोडपत्राचं काही कळलं नाही. जूनच्या आठनऊ तारखेला दौलतचं पत्र आलं. त्यात त्यानं एस. एस. सी. पास झाल्याचं कळवलं होतं. गणित आणि इंग्रजीत तो कसाबसा कोलमडत पास झाला होता...तरी मला जग जिंकल्याचा आनंद झाला. हलकं हलकं वाटू लागलं. मनातल्या मनात दौलतच्या पाठीवर थाप दिली.

त्याला अभिनंदनाचं पत्र पाठवलं...त्याच पत्रात शिवाच्या सोडपत्राचं काय झालं; म्हणून काळजीही व्यक्त केली.

आठ दिवसांनी दौलतच्या हस्ताक्षरातलं आईचं पत्र आलं. त्यात शिवाला सोडपत्र मिळाल्याची बातमी होती. मी आणखी एक सुटकेचा श्वास टाकला.

अर्धी लढाई जिंकली होती. दौलत एस. एस. सी. झाला. शिवाला सोडपत्र मिळालं. पुढच्या वाटचालीला आता जोमानं लागायचं होतं. कोल्हापुरात दौलतच्या कॉलेजाची व्यवस्था करायची होती. शिवाला रीतसर सोडपत्र मिळाल्यामुळं येणारं 'जागं' आता कुचंबणार नव्हतं.

आईला नि शिवाला दुप्पट जोम आला.

दौलत पास होईल; अशी आशा ठेवून मी काही गोष्टी आईला आणि दौलतला सांगून ठेवल्या होत्या. त्याप्रमाणं कॉलेजच्या शिक्षणासाठी कोल्हापूरला जायची सगळ्या प्रकारची पूर्वतयारी दोघेही करू लागले.

माझा बालमित्र एस. एस. ऊर्फ बाळ भोसले हा रयत शिक्षणसंस्था सोडून कोल्हापुरात एका स्थानिक शिक्षणसंस्थेच्या कला-वाणिज्य महाविद्यालयात

नुकताच प्राचार्य झाला होता. रयत शिक्षणसंस्थेत सतत बदल्या होत होत्या. प्रा. भोसलेला हे नको होतं. त्याला कोल्हापुरात राहता आलं तर हवं होतं. एस. एस. सी. नंतर तो आई व थोरल्या बहिणीसह कोल्हापुरात राहत होता. कोल्हापुरात घर होतं, मामा आणि इतर नातेवाईक कोल्हापुरात होते. तिथं राहून लेखनविषयक स्वत:चा विकासही करून घेता येणं त्याला सोयीचं होतं.

कॉलेजमधल्या 'आर्ट्स' साइडला आता सर्वत्र अवकळा आली होती. सरकारी, निमसरकारी खात्यात कारकून, शिक्षक, सुपरिटेंडंट, ऑफिसर यांच्या जागा 'आर्ट्स'च्या लोकांसाठी शिल्लक नव्हत्या. उलट बँकांत नि सोसायट्यांत आणि इतरत्र अकाउंटंट, हिशोबनीस इत्यादी जागांना बरीच मागणी होती. त्यामुळं दहाबारा वर्षांपूर्वी फारशी गर्दी नसलेल्या कॉमर्स साइडला आता तुफान गर्दी होत होती.

मी दौलतला प्राचार्य भोसलेच्या कॉलेजात कॉमर्सकडं जाण्याची सूचना देऊन आलो होतो. सायन्स साइडसाठी खर्च जास्त होणार होता. कोल्हापुरातच राहावं लागणार होतं. चोवीस तास अभ्यासाशिवाय दौलतला दुसरं काहीच करता येणार नव्हत. मला माझा पुण्यातला खर्च, गावाकडच्या घराचा सततचा खर्च आणि दौलतचा संपूर्ण खर्च झेपणं शक्यही नव्हतं. मुख्य म्हणजे दौलत सायन्समध्ये यशस्वी होत जाईल याची खात्री नव्हती. त्याचं इंग्रजी आणि गणित कच्चं होतं. मराठी भाषा आणि तिचं लेखनही वाचनाचा छंद नसल्यानं ग्रामीण ढंगाचंच राहिलं होतं. म्हणून मी त्याला कॉमर्सला जाण्याचा सल्ला दिला होता. कॉमर्स विषयात त्याला मार्क्सही चांगले पडले होते. सकाळचं कॉलेज असल्यानं कोल्हापुरात तो दुपारी तीनचार तास एखादं कामही मिळालं तर करू शकेल, असं वाटत होतं.

दौलतचा रिझल्ट लागल्यावर प्राचार्य भोसलेला मी पत्र लिहून विनंती केली होती; की "माझा धाकटा भाऊ दौलत याला तुमच्या कॉलेजात कॉमर्सला प्रवेश द्यावा. त्याला जेवढी म्हणून मदत करणं शक्य असेल तेवढी मदत करावी." प्रा. भोसलेनं ते स्नेहापोटी मानलं होतं.

रिझल्ट लागल्या लागल्या दौलत आणि आई कोल्हापूरला जाऊन आली. प्रा.भोसलेनं दौलतची राहण्याची व्यवस्था कॉलेजच्या वसतिगृहात करण्याचं मान्य केलं. पण ती व्यवस्था जुलैमध्ये कधीतरी दुसऱ्या पंधरवड्यात होणार होती. तिच्यासाठी १०१ रुपये भरावे लागणार होते. दौलतला कागलहून डबा मागवावा लागणार होता; किंवा खोलीतच भात-आमटी स्टोव्हवर शिजवून खावं लागणार होतं. आईनं कागलहून डबा पाठवायचं मान्य केलं.

मला हे पत्रानं कळताच मी दौलतला कळवलं; की "वीस जूनपासनं

नेमानं कॉलेजला जा. एस. टी. चा एक महिन्याचा पास काढ. सोबत त्यासाठी पैसे पाठवत आहे. एवढा महिना गेला की आणखी पैसे पाठवीन. त्यात वसतिगृहाची फी भर व इतर काही आवश्यक तो वह्यापुस्तकांसाठी खर्च कर. पैसे कीती पाठवायचे ते नंतर कळवशीलच. बोर्डिंगात करून खाण्यापेक्षा कागलहून डबा सुरू कर. घरचं अन्न तब्येतीला मानवतं. स्वत: करून खाणं त्रासाचं होतं. तुला भाकरी-चपातीही करता येत नाही. ब्रेड-पाव आणून खाऊ नको. कारण त्यानं पोट बिघडतं; असा माझा अनुभव आहे.''

कॉलेजसाठी शिवलेले नवे कपडे घालून दौलत कॉलेजला जाऊ लागला. कागलातनं पंधरावीस विद्यार्थ्यांचा घोळका कोल्हापूरला जात असे. तरुण, उमदा, कॉलेज-कुमार असल्याची ऐटदार जाणीव असलेला; गप्पा मारत, विनोद करत एस. टी. स्टँडवर जमणारा घोळका. तेव्हापासून दौलतचं 'डी. आर.' असं नाव पडलं.

दुप्पट उत्साहानं दौलतचं कॉलेज सुरू झालं. घराकडं यायला त्याला दीडदोन वाजत होते. आठच दिवसांत आईचा विचार एका बाबतीत पालटला. तिच्या मनात दुसरंच काही चाललं होतं. ''बाबा दौलता, सकाळी लवकर उठून तू कोल्हापुरात कालेजला जाणार, हे असा एकदीड वाजता बोर्डिंगात परतरणार. हितनं मी लावून दिलेला डबा तवर थंडगार झालेला असणार. शिवाय मला काय रोज उठून त्यो लवकर करायला जमणार न्हाई. एकटी मी किती सगळीकडं पळू? आनसाचं काय आज न्हाई तर उद्या लगीन होऊन ती जाईल. हिराला बसला जागा उठवत न्हाई. फुली उठून शाळंला जाणार. शिवाच्या लग्नाचा अजून पत्त्या न्हाई. मग घरात सैपाकाचं बघायचं कुणी? मला तर उठून रोज एकाचा बांध रोजगारासाठी गाठावा लागतोय.''

''हे बघ आई, एवढा म्हैना कशीतरी कड गाठ. बौर्डिंगात मला जागा मिळाली की माझा मी करून खाईन. तुला तरास देणार न्हाई.''

''बोर्डिंगातबी तुझं तू भात-आमटी करून खाल्लास तरी हालच हुणार. एक तर सकाळपासनं उठून उपाशीच कॉलेजात जाणार. तारताळ्या देत बारा-एक वाजूस्तवर शिकणार कवा नि तिथनं येऊन अन्न शिजवणार कवा? आणि नुसता आमटी-भात किती दीस खाणार? खोलपाटण्यागत हुशील म्हैनाभरात.''

''मग करू काय? कॉलेज सोडून बसू काय घरात अंडी घालत?''

''तू सरळ आन्दाला लीव. म्हणावं, 'मी कागलला जाऊन-येऊन कॉलेज करतो. माझं जेवणाकडनं हाल हुतील. तब्बेतीची हेळसांड हुईल. मला दर म्हैन्याचं एस. टी. च्या पासाचं पैसं लावून द्या.' आणि 'आई कोल्हापूरला डबा लावून देणार न्हाई म्हणती.' असंबी लीव.''

दौलतनं सगळं काही मला लिहिलं.

दौलत आईचा सगळ्यांत धाकटा मुलगा. लहानपणापासनं गुबगुबीत असलेला. त्याच्यानंतर आईला मूल न्हाई. त्यामुळं अंगावरचं दूध भरपूर प्यालेला. आईच्या काखेचा लाभ त्याला तीनएक वर्षांचा होईपर्यंत मिळालेला. घरात वडील भावंडं भरपूर असल्यानं त्यांनीही त्याचं कौतुक भरपूर केलेलं. सतत आईला चिकटून राही. त्यामुळं लाडका झालेला... आपला लाडका पोरगा रोज घराकडं यावा, आपल्या मनासारखं त्याला खायला घालावं, कोल्हापुरात त्याची आबाळ होणार; घरात सांजसकाळ ताजं अन्न त्याला मिळावं, अशी तिची इच्छा होती.

माझं लक्ष खर्च कमी कसा होईल नि दौलतचा अभ्यास जास्तीत जास्त कसा होईल; इकडं होतं. म्हणून दौलतनं कोल्हापुरात राहून कॉलेज करावं, ग्रंथालयात भरपूर वेळ बसावं; तिथली संदर्भाची, अभ्यासाची पुस्तकं भरपूर बघावीत नि नोट्स काढाव्यात; असं मला वाटत होतं. जमल्यास त्याला थोडा वेळ कुठलं तरी कामही करता येईल; या हेतूनं त्यानं कोल्हापुरातच राहावं; असं मी म्हणत होतो. कागलला कोल्हापुराहून गाड्या सारख्या असल्या तरी जाण्या-येण्यात रोज दोन-तीन तास तरी जाणार होते. तो वेळ अभ्यासाकडं वळवता येईल, अशी माझी धारणा होती.

दरम्यान आप्पाचं पत्र आलं की, "दौलत कागल-कोल्हापूरला जाऊन येऊनच कॉलेज करू दे. त्याला ते सोयीचं आहे आणि प्रसंग पडला तर दुपारचा थोडा वेळ त्याला शेतातही कामं करता येतील. घरच्यांना त्याची थोडी मदत होईल. रात्री तो अभ्यास करील."

मी दौलतला वर्षभर एस. टी.चा पास काढून कॉलेजला जाण्या-येण्याची परवानगी दिली...रोज सकाळी उठून तो काही खाऊन कॉलेजला जाऊ लागला.

घरातलं चित्र आणखी बदललं. याही वर्षी दुष्काळ हटणार नाही; अधिकच भीषण होणार याची खात्री झाली. जून संपला तरी पावसाचा एकही थेंब जमिनीवर पडला नव्हता.

दादाला उसाचा पाला कुणीच काढू देईना. कारण गावातल्या विहिरी आटल्या होत्या. नदीला तर पाणी काहीच नव्हतं. त्यामुळं उसाची पिकं वाळून चालली होती. अशा वेळी उसाचा पाला कापणं म्हणजे आपोआप मरणाऱ्याला कड्यावरनं खाली ढकलण्याचा प्रकार होणार होता. म्हणून जो-तो शेतकरी पाला कापणं थांबवून उसाचं आजचं मरण उद्यावर ढकलत होता...जनावरांना काय घालायचं हा मोठा प्रश्न म्हसरंवाला गोरगरिबांना पडला होता...रोजगाराची कामं शेतमळ्यावर मिळेनाशी झाली होती. खरं तर पाऊस पडून कोरडवाहू शेतातल्या

पेरण्या झाल्या असत्या तर ह्या दिवसांत कामांची झुंबड उडाली असती पण हात बांधलेल्या कैद्यागत माणसं पावसाची वाट बघत कधीपासनं घरात बसली होती. गेल्या पाचसहा वर्षांत पाऊसरायानं सगळीकडं महाराष्ट्रावर खप्पा मर्जी केली होती. त्यामुळं दादाचा होता तोही उद्योग बंद झाला होता. त्याला मनीऑर्डर मी स्वतंत्रपणे पाठवत होतो. तेच पैसे तो काटकसर करत पोटाला खात होता. बाकीच्या कुणालाच रोजगार नव्हता. शिवालाच तेवढं बेडकीहाळ डॉक्टरांच्याकडं रोजावारी काम चालू होतं. आप्पा-दौलत कोल्हापूरला रोज सकाळी उठून जात होते, ते सांजंचं येत होते. आई नि बहिणी घरात बसून होत्या. स्वयंपाक-पाणी करत राहत होत्या. दादा कायम माडीवर झोपून राही नि उठला की पेठेत जाऊन न्हाव्याच्या दुकानात बसे. तास-रात झाली की दारात येणाजाणाऱ्या माणसांशी बोलत उंब्यावर बसे.

सोडपत्र मिळाल्यावरही आपल्या लग्नाचं दादा-आई मनापासनं बघत नाहीत याचा शिवाला राग आला. त्यानं पुन्हा जुनं शस्त्र उपसलं. कामालाच जायचं बंद केलं.

आईनं हळूच त्याला विचारलं, “कामाला जात न्हाईस?”

“न्हाई.”

“का?”

“सोडलं काम.”

“आरं दुस्काळ कसला मुलखाचा पडलाय. का सोडतोस ते काम? असल्या म्हागाईत मग खायाचं काय?”

“कायबी खावा-जावा तिकडं. मला काय सांगू नका...माझी काय पोरंबाळं उपाशी मरत न्हाईत. ज्येनं त्येनं आपआपल्या जल्माचं बघावं. मीच किती राबू सगळ्यांसाठी? माझ्या जल्माचं कुणी बघतंय काय?”

आईनं त्याच्या मनातलं ओळखून त्याची समजूत काढली. मग दोघेही जागे पाहण्यासाठी जोर धरून हिंडू लागले.

जे दोन जागे केवळ सोडपत्र नाही; म्हणून परत गेले होते. तिथं दोस्ताला आईच्या सांगण्यावरनं घेऊन जाऊन शिवानं पुन्हा बोलणी सुरू केली.

पहिल्या जाग्यानं लगेच होकार दिला. ‘लग्नाची कापडं’ काढायलाही ते कागलला आले. आई मधुकर सणगरला घेऊन कापडं काढायला पाहुण्याबरोबर गेली होती. शिवानं दीडशे रुपये लग्नखर्चासाठी द्याज म्हणून मुलीच्या आई-वडिलांना द्यायचं कबूल केलं होतं. ही माहिती शिवानं मधूला कापडं खरेदी करायला जाताना सांगितली होती. हे पैसे पाहुण्यांना आज द्यायची कबुलीही शिवानं केली होती. मधूला ही गोष्ट आवडली नाही.

"तुला कुणी ह्यो कारभार करायला सांगितला हुता? पैसे-बैसे काय द्यायचं न्हाईत." मधू शिवाला डाफरला.

"पाव्हणं उठून गेलं तर मग?"

"कुठं जाईत न्हाईत. मी काय खोडा घालायचा त्यो घालतो. तुम्ही मधी काय बोलू नका म्हजे झालं."

"बघ हंऽ मधूदादा, एवढं घोळात घेऊन आणलंय; ते हातचं सुटून जायचं."

"काय जात न्हाई. तीबी नडलेली हाईत. कुठं जाणार हाईत?" त्येचं गाव हितं तर हाय चार-पाच मैलांवर. तोंडातनं चकार शबूद काढायचा न्हाई. न्हाई दीडशे रुपयं वाचवलं तर मधूचं नाव बदलून ठेव." मधूनं शिवाला नि आईला धीर दिला.

कापडं काढायला सगळे गेले.

कापडं काढली.

शेवटी पाहुणे दीडशे रुपये मागू लागले. पण मधूनं नकार दिला. "पाव्हणं आता मुलाचं रीतसर सोडपत्र झालंय. आता कसलं द्याज मागता? आता आम्ही हुंडा घेऊनच मुलाचं लगीन करणार हुतो. त्यो तर तुम्ही देणार न्हाईच. शिवाय वर द्याज कसलं मागता?"

"लगीन खर्च देणार नसशीला तर मग न्हाई जमायचं."

"आम्हांस्नी काय हुणार न्हाई. वाटलंच तर पोरीसाठी आणखी किंमती नग काढा. द्याज देऊन पोराचं लगीन करायला आमचा पोरगा काय लुळा हाय का पांगळा? काय कमी हाय त्येच्यात? दोन एकराचं सोताचं रान हाय. गावात घर हाय भरपूर दांडगं. आणि मग लगीन-खर्च कशापायी द्यायचा? पोरीचं लगीन तुम्ही करून दिलं पाहिजे, पाव्हणं."

मधूला वाटलं; एवढी कापडं काढल्यावर पाहुणं दीडशे रुपयांसाठी उठून जाणार नाहीत. त्यांच्यावर दबाव येईल. पण पाहुणं 'दीडशे रुपय न्हाईत तर मग लगीनबी न्हाई' म्हणून उठले नि दुकानाच्या बाहेर पडले. चालू लागले.

तरीही मधूला वाटलं; पन्नासभर पावलं जाऊन पुन्हा परत येतील. पण ते परतले नाहीत.

शिवा नाराज झाला. त्याचा चेहरा एकदम उतरला. तो मधूकडं बघू लागला.

"काय काळजी करू नको. आज ना उद्या येतील आणि न्हाईच आलं तर मी काढतो दुसऱ्या पोरी. रग्गड भरल्यात खेड्यापाड्यातनं. घोंगडी इकायला जाताना ठेचंला पोरी लागत्यात."

मधूनं शिवाला पुन्हा धीर दिला.

पाहुणं गेलं ते गेलंच.

थोड्या दिवसांनी आईला स्वप्न पडलं. स्वप्नात मांगूरची मुलगी पुन्हा बाशिंग बांधून उंबऱ्यात आली होती.

दुसऱ्या दिवशी सकाळीच तिनं शिवाला मांगूरच्या पाहुण्यांची पुन्हा चौकशी करायला पाठवून दिलं. शिवालाही वाटलं; सोडचिठ्ठीसाठी सगळी अडचण हुती ती आता पार पडली; आता आपल्याला कोणबी आपली मुलगी आनंदानं दील.

तो जाऊन आला.

मांगूरच्या पाहुण्यांनी 'सोडपत्र' रीतसर झालं असलं तर लग्नाची तयारी दाखवली.

मुलीच्या तोंडात साखर घालायला शिवा, दौलत, आई आणि दादा असे घरचेच लोक गेले. साखर-साडी नेसवून साखर तोंडात घालून आले. मुलाला शंभर रुपये आणि चांगलासा पेहराव करण्याचं कबूल केलं. मुलीला तिच्या नि तिच्या आईच्या इच्छेप्रमाणे पातळाचे चार नग नि त्यावर चोळ्या घेण्याचं ठरलं. लग्न कागलच्या राधाकृष्ण मंदिरात पंधरावीस दिवसानंतरचा मुहूर्त काढून करायचं ठरलं.

दरम्यानच्या काळात पहिल्या मुलीच्या कापडाच्या खरेदीसाठी दिलेले पैसे आईनं धान्यासाठी खर्च करून टाकले. महागाई सारखी वाढत होती. शिवासाठी बघायला लोक आले तर घरात भात-भाकरीपुरतं तरी धान्य असावं म्हणून तिनं ही खरेदी केली होती.

धाकट्या मामाला मी एक वर्षापूर्वी खर्चाला म्हणून दोनशे रुपये दिले होते. ते आईला माहीत होतं. आठ-दहा दिवसांनी मांगूरचं पाव्हणं लग्नाची कापडं काढायला येणार होतं आणि जवळचा पैसा तर आई संपवून बसली होती. गेल्या दोनचार महिन्यांत गावाकडच्या घरासाठी, दौलतच्या शिक्षणासाठी; एस. टी. पाससाठी नि दादाच्या आजारपणासाठी माझे पैसे भरपूर खर्च झाले होते. त्यामुळं माझ्याकडं पुन्हा लगेच पैसे मागायला आईला नको वाटत होतं. म्हणून तिनं मामाकडं "आन्दानं दिलेलं तेवढं दोनशे रुपय मला उद्यापतोर दे." म्हणून लकडा लावला.

आठच दिवसांवर मामाच्या मधल्या मुलीचं म्हणजे शंकुतलाचं लग्न आलं होतं. त्यासाठी मामानं खर्चाची तरतूद केलेली. कशीबशी तोंडमिळवणी होईल एवढा पैसा उभा केलेला. म्हणून त्याला त्यातलंच उचलून आईला दोनशे रुपये देणं जिवावर आलं होतं. शिवाय आई पैसे मागत होती, मी पैसे मागत नव्हतो; म्हणून मामानं आईला सांगितलं; "सकीचं लगीन करून आल्यावर

पैशांची काय तरी जोडणी करतो नि मग देतो.''

"तवा कशाला? माझ्या मढ्यावर घालायला? मला उद्याच्या उद्या पाहिजेत. माझ्या लेकाच्या लगनाची कापडं काढायची हाईत चारपाच दिसांनी.''

"आगं आक्का, माझ्या लेकीचं लगीन हाय आठ दिसांनी. तुला आता कुठलं पैसे देऊ?''

"मग माझ्या लेकाचं लगीन ऱ्हाऊ दे?''

"आन्दाकडनं मागून घे की, तुझ्या आयला.''

"त्येच्या परड्यात काय पैशाचं झाड उगीवलंय? मस्त गेल्या म्हैन्यांत त्येनं हजारभर रुपयं खरचल्यात. आता कुठलं आणंल त्यो?''

"मग काय माझ्या लेकीच लगीन थांबवून तुला मी पैसे देऊ?''

"आता ते मला काय ठावं? माझं मला उद्याच्या उद्या पैसे पाहिजेत बघ.''

"देत न्हाई जा. तू काय मला पैसे दिलं न्हाईस काय न्हाईस. आन्दानं दिल्यात. त्यो कवा माझ्याकडं मागंल तवा मी देईन. तुला मी एक पैबी देणार न्हाई.''

दोघांची भांडणं चांगली जुंपली. बाळू आणि आण्णा हे लग्नपत्रिका द्यायला आले होते. ती आईनं तशीच त्यांच्याकडं भिरकावून दिली होती. आई शकूच्या लग्नाला गेलीच नाही.

आईनं नाइलाजानं हे सगळं मधूला सांगितलं. तिला पैशाची माझ्याकडं मागणी करणारं पत्र पाठवायला नको वाटत होतं.

मधू म्हणाला; "काकू, तू काय काळजी करू नको. मी आन्दाला सगळं समजून सांगतो. लग्नाची बाब हाय; आन्दा कुठनं तरी सांदर करून पैसे लावून दील. मी कळवतो.''

त्यानं आईची समजूत काढली नि मला पत्र पाठवलं. सगळं घडलेलं सांगत न बसता शिवाच्या लग्नासाठी पाचशे रुपयांची ताबडतोब मागणी केली.

माझ्याकडचे पैसे खरेच संपले होते. मी मधूला लिहिलं. "जगन्नाथ नाळे यांच्या दुकानी कापडं काढा नि गणपत गाताड्यांच्या दुकानी लग्न-सामानांची खरेदी करा. त्यांना माझ्या नावावर पैसे मांडून ठेवायला सांगा. शिवाच्या लग्नाच्या वेळी मी पैसे घेऊन येतो; त्यावेळी सगळ्यांचे भागवतो. माझं हे पत्र त्यांना दाखवा.'' असं मी लिहिलं.

शिवाच्या लग्नाचं मार्गी लावलं.

मधूचं पत्र आलं; त्याच्या नंतरच्या तीन दिवसांनी आईचं आणि मामाचं अशी दोन पत्रं अलग अलगी आली. तोवर त्यांच्या झालेल्या भांडणाचा मला

पत्ता नव्हता. प्रत्येकानं आपापली बाजू मांडली होती.

या दोन्ही बहीणभावांत नेहमी बारीकसारीक भांडणं होत. काही दिवस मध्ये गेले की दोघे पुन्हा प्रेमात येऊन एकमेकाला शिव्या देत बोलायला लागत. दोघांचेही संसार आता गांजलेले. दोघेही फाटलेला संसार शिवता शिवता जेरीला आलेले. इकडचा भसका शिवता शिवता तिकडं ताण पडून भसका पडत होता. मग काय करावं सुचेनासं होई. त्याचा राग घरादारातल्या माणसांवर निघत होता. आईला वाटत होतं मी मामाला रागारागानं लिहावं नि मामाला वाटत होतं मी आईची कानउघाडणी करावी. मी दोघांचेही एकमेकांविषयीचे गैरसमज, राग समजू शकत होतो.

ते दोघेही वाईट नव्हते. परिस्थितीच वाईट होती. चारी बाजूंनी जंगलाला आग लागली की पिलासाठी जीव टाकणारी पाखरं जीव मुठीत घेऊन होरपळणारी बिनपंखांची पिलं तिथंच सोडून निघून जातात; हे सत्य मला कळत होतं.

मी दोघांनाही समजुतीची पत्रं लिहिली. शिवाच्या लग्नासाठी दोघांनाही कमरा कसून उभं राहण्याची विनंती केली.

पण शिवाचं लग्न होऊच शकलं नाही.

साखरपुडा झाल्यावर मधल्या वीसपंचवीस दिवसांच्या अंतरानं मुहूर्त धरला होता. कपडेही काढले. पण दरम्यानच्या काळात शिवा बऱ्याच वेळा काही ना काही कारणं काढून वरचेवर मांगूरला मुलीच्या घराकडं एकटाच नटून जाऊ लागला. तो तिथं जाऊन भावनेच्या भरात काय बोलत होता, हे कळायला मार्ग नव्हता. त्याच्या या तीनचार खेपांत त्याच्या बोलण्यामुळं, वरचेवर येण्यामुळं, त्याच्या भावी काळाविषयीच्या उथळ कल्पनांमुळं तो बहुधा पाहुण्यांच्या मनातून उतरला असावा. त्यामुळं पाहुण्यांनी हळूहळू नकार द्यायला सुरवात केली. प्रथम त्यांनी शिवाला सांगितलं; की "आम्हांला काही एकशेएक रुपये हुंडा द्यायला हुणार न्हाई."

शिवा हे आईला सांगत आला. मुलगी दिसायला बरी असल्यामुळं आईनं ते मान्य केलं.

दुसऱ्या फेरीत शिवाला सांगितलं की; "आम्हांला काही पेहराव घ्यायला जमणार न्हाई."

आईनं तेही मान्य केलं.

नंतरच्या फेरीत पाहुणे म्हणाले की, "तुम्ही वऱ्हाड नेण्याआणण्याचा आणि आम्हांला जो होईल तो लग्नाचा खर्च द्या."

आईनं तेही मान्य केलं.

मग पाहुणे म्हणाले; "तुम्ही काढलेली मुलीची पातळं हलक्यापैकी

हाईत. ती भारीपैकी काढा.''

आईला पेच पडला. आईनं हे सगळं शेजारच्या माळकराच्या कानावर घातलं.

माळकरानं पाहुण्यांच्या मनातला हेतू जाणला नि 'आम्हांला हे सगळं जमणार न्हाई' म्हणून सांगितलं. पाहुण्यांनी मग साखर-साडी परत आणून दिली नि लग्नच मोडून टाकलं. लग्नाच्या मुहूर्ताच्या अधल्या दिवसापर्यंत हा घोळ चालला होता.

दोन्हीही लग्नं अशा रीतीनं मोडल्यामुळं शिवा मनातल्या मनता खचल्यागत झाला. त्याचा एकूणच जगण्याचा उत्साह ढळला. त्यामुळं तो रोजगाराची कामं सोडून घरात राहू लागला. निराशेनं ग्रस्त होऊन घरात तीनतीन चारचार तास झोपू लागला... कुणी काहीही समजुतीचे चार शब्द सांगितले; तर त्याला पटत नसत. त्याच्या विचारात राग, लोभ, अहंकार, गैरसमज चमत्कारिकपणे मिसळलेले असत. अडाणीपणामुळं आपलं तेच खरं, असं धरून तो बसत होता. कुणी काहीही सांगितलं तर ते त्याला पटत नव्हतं.

त्याचं हेही लग्न मोडल्याचं आईचं नि आप्पाचं पत्र आल्यावर मी डोक्याला हात लावून गप्प बसलो. लग्नाला जायला निघालो होतो; ते रिझर्वेशन कचऱ्यात फेकून दिलं नि सुटकेसमधले कपडे काढून हँगरला अडकवले.

मुली पाहण्याची आता लग्नाची सुगी संपून गेली होती. तुळशीची लग्नं होईपर्यंत थांबावं लागणार होतं...शिवा सोडपत्र देऊनही तसाच राहिला. आपलं लगीन व्हायचं वयच आता माागं पडलंय. आपल्याला कोण देणार पोरगी?– असं त्याच्या खोलवरच्या मनात वाटू लागलं नि त्याचं मन कशातच लागेनासं झालं.

आईला त्याचा नसता घोर लागून राहिला.

●

पंचवीस

सप्टेंबर बाहत्तरच्या दुसऱ्या पंधरवड्यात दादा अचानक पुण्याला आला. त्याचं असं येणं माझ्या सवयीचं झालं होतं. घरात त्याची नि आईची किंवा शिवाची काही ना काही कारणावरनं भांडणं झाली की तो तसाच उठून पुण्याला येई. घरात 'पुण्याला जातो' म्हणून कुणाला सांगत नसे. पहिल्या-पहिल्यांदा गावाकडं कुणाला चिंतागती करत नव्हतं. सकाळी बाहेर गेलेला दादा संध्याकाळ झाली तरी आला नाही की मग घरातली माणसं समजत; 'दादा पुण्याला गेला वाटतं.' ...वर्षातनं एखाद-दुसरी अशी त्याची फेरी पुण्याला होत असे.

मीही तो पुण्याला आला की 'या' म्हणे.

'आलात त्याचा आनंद झाला.' अशी भावना दाखवी 'अगं स्मिता, दादा आले. स्वाती, कीर्ती तुमचे आजोबा आले बघा.' म्हणे. हेतू असा होता; की दादाला बरं वाटावं. मन उल्हसित व्हावं. स्मिताही त्याला अतिशय आदरानं वागवी. त्याला जे हवं ते भरपूर आग्रह करून खायला घाली.

आतून मात्र मला काळजी लागलेली असे. भांडणं झालेली असणार; दादाला आई नि शिवा तोडून बोललेले असणार. शिवा कदाचित दादावर धावून गेलेला असणार. 'मळा घालवून घरादाराच्या नशिबात कायमचा रोजगार आणलास. सगळ्यांच्या हुब्या जल्माचं वाटूळं केलंस, आता तुला आयतं बसून खायला पाहिजे. किती राबायचं घरादारानं?' असं रागाच्या दणक्यात शिवा किंवा आई बोललेले असणार. दादाच्या मनावर याचा फार मोठा आघात होई. आपल्या हातून आभाळाएवढं घोर पाप झालं; असं वाटून तो पुनः पुन्हा खचून जाई. म्हातारपण आल्यामुळं घरातल्या पोरीही त्याला वाट्टेल तसं बोलत होत्या. तरुणपणात दादानं सगळ्यांना छळलं, कुत्र्यानिपट केलं, ढोरासारखं कामाला

जुंपलं; त्याचं उट्टं आता जे-ते त्याच्यावर काढत होतं. सगळीच अशी उठून कावकाव करू लागली की दादाला त्या घरात राहणं नको वाटे. प्रसंगी त्याचं धान्य संपल्यावर त्याची उपासमार होई. घरात कुणी खायला घालत नसे. घातलं तरी अर्धवट घातलं जाई. भरपूर खाण्याची सवय असलेल्या दादाची त्यामुळं उपासमार होई. दादा उठून पुण्याला येई.

तो आला की हे सगळं आठवून मला वाईट वाटे. दादा आपल्या स्वभावाप्रमाणं तरुणपणी वागला. त्यानं सगळ्यांना धारेवर धरलं, हे खरं असलं; तरी आता आईनं, शिवानं नि बाकीच्या भावंडांनीही दादाशी असं वागू नये, असं वाटे. त्यांना मी समजावून सांगे. आई-शिवाला माझं सांगणं पटत नसे. तेही आपल्या मूळ स्वभावाप्रमाणं वागत होते. आईनं दादाचा जाच खूप सोसला होता. तो इतका सोसला होता की आईनं क्षमा करणं, दया दाखवणं शक्य नव्हतं. ती संधी मिळेल तिथं दादाला बोलत होती, संधी मिळेल तेव्हा अर्धपोटी ठेवत होती, प्रसंगी उपाशीही ठेवत होती.

बाकीची पोरंही आईचं अनुकरण करत. आप्पा मात्र दादाविषयी सहानुभूती बाळगून होता. मनानं तो माझ्याशी जवळ होता. मी सांगेन त्याप्रमाणं वागण्याचा, माझे विचार आचरणात आणण्याचा प्रयत्न करत होता. पण त्याच्या विचारांना घरात स्थान नव्हतं. नुकताच कुठं तो बाविशीत आला होता. वर्तनात अजून प्रौढपणा नव्हता. आताशा त्याला नोकरी लागली होती, महिन्याला शंभरभर रुपये तो घरात आईकडं खर्चाला देत होता, ही गोष्ट खरी. पण अजून त्याच्या विचारांना, मतांना अधिकाराचं स्थान प्राप्त झालं नव्हतं. मुख्य म्हणजे आई मळा गेल्यापासनं आजवर आपल्या मताप्रमाणं वागत आली होती, पोरांना तिनं गेल्या आठनऊ वर्षांत लहानाचं मोठं केलं होतं, आपल्या स्वत:च्या इच्छेप्रमाणंच पोरांना वागवत आली होती नि पोरांनीही तसंच वागावं; जास्त शहाणपण करू नये, अशी तिची अपेक्षा होती. त्यामुळं आप्पाला ती तशी मानत नव्हती. माझाही विचार ती प्रत्येक वेळा मानेलच असं नव्हतं.

त्यामुळं दादाचे घरात हाल होत. त्याच्या खर्चासाठी मी सतत पैसे पाठवत होतो; तरीही त्याला एका गोष्टीचं दु:ख वाटे. 'आपूण म्हातारं झालो तरी आपली बायकू आपल्यावर दात धरून हाय. सारखी राग राग करती. एवढी पोरं मी जल्माला घातली; पर त्यातलं एकबी 'ह्यो माझा बाऽहाय; ह्येला मी उलटून कसं बोलू;' ह्येचा इचार करत न्हाई, माझा सगळा संसार इनारथ झाला; जलम वाळूत पाणी वतल्यागत फुकट गेला.'

मळा गेल्याचं त्याचं दु:ख त्याहून मोठं होतं. पण तिथं तो असहाय होता. त्याला काही करता आलं नाही; ...पण हे आई, शिवा, बाकीची पोरं समजून

घेऊ शकत नव्हती.

दादाचं आता वय झालेलं. सत्तरीच्या आसपास तो आला होता. तरुणपणात फारशी तुसासाची कामं न करता तो सुखानं वेळच्या वेळी खाऊन, वेळच्यावेळी दुपारच्या झोपा काढून मनाची करमणूक करत गावात तासभर हिंडून मळ्याकडं येत होता. बाकीच्या सगळ्यांना मात्र कामाला जुंपून जात होता; हे खरं होतं, पण आताची त्याची परिस्थिती वेगळी होती. आता म्हातारपणामुळं त्याला कामं होत नव्हती. जन्मभराची त्याची सवय आता मोडता येणंही शक्य नव्हतं. म्हणून तो काम न करताच हिंडत फिरत होता. तशात पोटाचा अल्सरचा आजार, पोटात कधी दिवसभर तर कधी दुपारपासनं पुढं खूप कळा करत. त्या सोसत तो नुसताच झोपून राही... त्याला वाटे; कुणी तरी पोरानं, किंवा बायकोनं येऊन आपली चौकशी करावी. पण ती कुणी करत नसत. त्याला दुःख होई. पोरांना किंवा आईला कामांचा डोंगर समोर दिसत असे. तो डोंगर इकडचा तिकडं करता करता ती रोज मेटाकुटीला येत. अशा वेळी दादाच्या आजाराची चौकशी करायला कुणाला सवड नसे. औपचारिक वरवरची तरी तात्पुरती चौकशी करावी; इतकं समजण्याइतकी ती मनं शिकलेली नव्हती. पार अडाणी होती.

दादाच्या बाबतीत घरादाराची सगळी अशी गुंतागुंत झालेली. त्याचं अडाणी मन परंपरेचा, एका भक्कम सनातन रूढीचा पिंड होता. त्याच्या काहीशा आळशी स्वभावानं त्याचा जन्मभर कब्जा घेतलेला. त्याला भूक आवरत नसे नि तोंडही आवरत नसे. आवडीचं सतत भरपूर खावं असं वाटे. ह्या सगळ्यांचा तो बळी होता. याची त्याला कल्पना नव्हती.

त्यामुळं दादाविषयी मला करुणा वाटे. त्याला दुखवू नये; त्याला सुखाचे दिवस यावेत, असं वाटे. म्हणून त्यानं घरात कुणाला न सांगताही येण्याची चूक केली असली; तरी मी त्याला रागवत नव्हतो.

यावेळी तो स्वाती-कीर्तीसाठी कुठल्या तरी उसाच्या कांड्या घेऊन आला होता. पोरींना त्यानं तो ऊस चिंबवून चिंबवून कौतुकानं खायला दिला.

दोन दिवसांत दौलतचं पत्र आलं की, 'दादा तिकडं न सांगता भांडून पुण्याला आलाय. त्यो पोचल्याचं कळवा.'

मी अगोदरच कळवलं होतं पण पत्र आल्यावर वस्तुस्थिती कळली.

दादाला म्हणालो, "आता कागलला जाऊच नको. दुष्काळी वातावरण हाय; हितंच खा नि ऱ्हा."

दादानं फक्त मान हलवली.

पोरींची शाळा सकाळी असे. त्या दुपारी परत आल्या की दादा त्यांच्याबरोबर गप्पा मारत बसे. संध्याकाळी जवळच्या रोकडोबाच्या मंदिरात, नदीच्या घाटावर

तर कधी शिवाजी-उद्यानात त्यांना घेऊन तो जात असे. प्रसंगी त्यांना गोळ्या घेऊन देई.

मी आणि स्मिता दोघेही बारा-एकच्या दरम्यान परत येत असू. दुपारपासनं पुढं आम्ही सगळे घरी असू. पण दादाशी फारसं बोलायला जमायचं नाही. माझी शेती सुटलेली. सगळा व्यवसाय बदलून गेलेला. त्या व्यवसायातलं दादाला काही न कळणारं. फार तर उसाचा पाला कापायला जायचं. त्यामुळं दोनतीन दिवस गेले की दोघांत बोलायला काहीच विषय राहत नसे. मी माझ्या विषयात, वाचनात, लेखनात बुडून जाई. स्मिता आपल्या स्वयंपाकपाण्याच्या किंवा तशाच कसल्या तरी कामात बुडून जाई. मुलीही उन्हं उतरली की वाड्यातल्या मुलींबरोबर गच्चीत किंवा वाड्याच्या अंगणात जात. पुष्कळ वेळा मी किंवा स्मिता त्यांना अभ्यासाला बसवत असू किंवा अभ्यास घेत असू. त्यामुळं त्यांना दादा बागेत घेऊन जाऊ शकत नसे.

त्याला दुसरं काही काम देण्यासारखं नव्हतं. दादाला वाचायला काही येत नव्हतं. रेडिओ ऐकण्यात या वयात दादाला रस नव्हता. जन्मात त्यानं तो कधी ऐकला नव्हता. त्यामुळं तो घरात नुसता बसून राही. कुणाशी काही बोलत नसे. त्यामुळं त्याला कंटाळा येई. कंटाळा आला की झोपून जाई. उठला की पुन्हा बसून राही. संध्याकाळी माझ्याकडं कुणी आले की आमच्या वाङ्मयीन गप्पा ऐकत बसे. त्यातलं त्याला काही कळत नसे; तरीही तो जिवंत माणसं समोर बोलतायत, कशावर तरी वाद घालताहेत, कुणाविषयी तरी बोलून हासताहेत, कुणाच्या तरी चुका काढताहेत; एवढं त्याला कळे नि त्याचा वेळ निघून जाई.

पण हे काही रोजचं नसे. रोज मी कागदात बुडून गेलेलो. स्मिता कामात बुडून गेलेली नि पोरी खेळात बुडून गेलेल्या. दादा फक्त मोकळा, कोरडा, एकटा.

एक दिवस त्याच्या मनात काही विचार आला. मी लिहीत बसलो होतो. पोरी आमच्या समोरून दूध पिऊन खेळायला निघून गेल्या. दादानं पोरींकडं पाहिलं. त्याला स्वाती-कीर्ती उंच झालेल्या जाणवल्या असाव्यात.

तो मला म्हणाला, "सॉतीला कितवं वरीस?"

मी म्हणालो, "आठवं संपल आता दोनतीन म्हैन्यांनी."

"आणि किरतीला?"

"कीर्तीला सा संपली; सातवं सुरू हाय."

"दोघीबी दोन वरसाच्या आतबाहीर जल्माला आल्यात."

"व्हय. दोघींत कसंबसं दीड वर्साचं अंतर."

"म्हंजे किरतीच्या पाठीवर सात वरसं मूल न्हाई."

“व्हय!” मी एकदम चमकलो.

“पाळणा लई लांबलाय. एवढा लांबवू नका. दोन्हीबी पोरीच हाईत. पोरगा पाहिजे.”

“हुईल की आज ना उद्या.” मी वेळ मारून नेण्याचा प्रयत्न केला.

“मलाबी तसंच वाटत हुतं. सुमिताला दीस गेल्यात असंच तिच्याकडं बघिटल्यावर लई दीस वाटत हुतं. पर तसं काय दिसत न्हाई.”

“व्हय. तिला थोडा वात सुटलाय; त्यामुळं तसं वाटतंय.”

मी संकोचल्यागत झालो.

“येळंसरी पोरगा झाला म्हंजे बरं असतंय. उगंच नवी तऱ्हा आलीया म्हणून साधनंबिधनं वापरू नका. पोरगा झाल्यावर मग पाहिजे तर वापरावीत. वाटलंच तर आप्रीशन करून घ्यावं.”

“आताच्या काळात आपल्या जल्माचं आपूणच बघावं लागतंय. पोरं आपआपल्या जल्माचं बघण्यात रमून जात्यात. मग पोरगा काय नि पोरगी काय; सगळं सारखंच की.”

“असलं तरी वसाला पोरगा ह्यो पाहिजेच की. म्हातारपणाची काठी असती ती.”

“हं” मी नुसता हुंकारलो.

“अळंटळं करू नको. म्हतारपण वाईट असतं. अशा वक्ताला आपल्या हक्काच्या पोराशिवाय कुणी नसतं. पोरीची जात परस्वाधीन...इचार करून वाग. मोठा मुलगा हाईस. तुझा वंस वाढला पाहिजे. बाकीच्यांची मला तेवढी काळजी न्हाई.”

“आज ना उद्या पोरगा हुईल की, आम्ही काय साधनं वापरत न्हाई. देवाच्या मनात काय हाय कळत न्हाई. स्वाती-कीर्तीनंतर स्मिताला दीस गेलं न्हाईत.”

“मग डॉक्टरला दाखवा. औशीदपाणी करा.”

“पोरी ल्हान हाईत. म्हटलं जरा दांडग्या होऊ द्यात, मग बघावं.”

“आता दांडग्या झाल्यात त्या. येळंसरी पोरगा झाला पाहिजे. मधी लई अंतर पडू देऊ नका.”

“हं. बघतो आता...स्मिताची बी. एड. पुरी व्हायची हुती. ती ह्या वर्सी पुरी झाली. आता डाक्टरकडं जाऊन तपासणी करून घेतावं.”

मी दादाची समजूत काढली.

स्मिता हे सगळं स्वयंपाकघराच्या चौकटीपाशी आतल्या बाजूला बसून ऐकत होती. वस्तुस्थिती अशी होती; कीर्तीला चार वर्षं पूर्ण होईपर्यंत आम्ही

प्लॅनिंग केलं होतं. पाचव्या वर्षात मुलाची अपेक्षा केली होती. पण गेली दोन अडीच वर्ष स्मिताला दिवस जाण्याचा योग आला नाही. वाटलं होतं आज ना उद्या ते जातील. स्मितालाही तसंच वाटत होतं. पण तसं काही आजघडीपर्यंत घडून आलं नव्हतं. ...हे सगळं दादाला सांगण्यात काही अर्थ नव्हता. काहीसा संकोचही माझ्या मनाता वावरत होता.

दुसरे दिवशी दादा झोपलेला बघून स्मितानं हा विषय माझ्यापाशी काढला. तिनंही चिंता व्यक्त केली. तिचं मतही दादासारखंच झालं होतं. तिची काळजी पाहून मीही चिंतागती झालो.

दोनतीन दिवसांनी दिवाळीची सुटी सुरू होणार होती. मी स्मिताला म्हणालो "यंदाच्या दिवाळीच्या सुटीत डॉक्टरांना दाखवू या. तपासणी करून घेऊन काय म्हणतील ते उपाय सुरू करू या." विषय संपवून मी कामाला लागलो.

संधी साधून दादानं स्मितालाही हे सगळं समजून सांगितलं. स्मितानं तेही मला सांगितलं नि दिवाळी-सुटीत तपासणी करून घेण्याचं आणखी पक्कं करून टाकलं.

दुपारच्या लेखन-वाचनाच्यावेळी मी बाहेरच्या ऐसपैस खोलीत बसत असे. दादा जरा बाजूला खिडकीशेजारी जमिनीवरच जाजम टाकून गप बसत असे. आताशा तो समोर बसला की त्याची मला चिंता वाटू लागली. त्याच्या मनात आपल्याला मुलगा नाही म्हणून खोलवर चिंता लागून राहिली आहे; या कल्पनेनं मी अस्वस्थ होऊन जाऊ लागलो. तो समोर असल्यावर तर तोच विचार माझ्या मनात येऊ लागला. माझं वाचन-लेखनावरचं लक्ष उडू लागलं. पीएच. डी. चा प्रबंध तर अगदी थोडा राहिला होता. त्याची सर्व प्रकारची विद्यापीठीय मुदत जवळ जवळ संपत आली होती. त्यामुळं येत्या तीनचार महिन्यांत तो कोणत्याही परिस्थितीत पुरा करण्याची निकड होती. अशा वेळी चित्त एकाग्र करून झपाट्यानं वाचन आणि लेखन करण्याची घाई होती.

तोंडाला कुलूप घातल्यागत दादा बराच वेळ माझ्यासमोर बसला होता. मी म्हणालो, "दादा, सांज झालीया. बाहीर जाऊन कुठं तरी फिरून ये जा."

"कुठं जाऊ? मलाबी बाहीर जावंसं वाटतंय. घरात बसवत न्हाई. कोंडून ठेवल्यागत वाटतंय. पुण्यात कितीबी लांब गेलं तरी मोकळं रान कुठं लागत न्हाई. नदीच्या काठाकाठानं कुठं तरी मळीचं रान लागंल म्हणून लांब जाऊन आलो. मोकळं रान असं न्हाईच. जत्रा सुरू असल्यागत सारखी माणसांची दाटीवाटीच लागती...कुणी वळखीचं न्हाई. बरं वळख काढावी म्हटलं तर कुणीबी शेतकी वळणाचं माणूस दिसत न्हाई. सगळी शिकलीसवरलेली चाळशीवाली नि घडीची कापडं घालणारी माणसं दिसत्यात. मग कुणासंगं बोलू?"

माणसासंगं बोलण्यासाठी, काहीतरी कामासाठी, कुणासंगं तरी गप्पा मारण्यासाठी बाहेर पडायचं असतं, अशी आतापर्यंतची दादाची समजूत होती. नुसतं हवा खाण्यासाठी, पाय मोकळं करण्यासाठी बाहेर पडायचं असतं हे बैठ्या, मध्यमवर्गीय माणसाचं वळण त्याला माहीत नव्हतं. ते त्याच्या अंगवळणी कधी पडलं नव्हतं. उलट दीसभर बाहेर काम करून घरात येऊन निवान्त बसणं, हातापायाला इस्वाटा देणं ही त्याची सुखाची कल्पना होती; हे माझ्या ध्यानात त्यावेळी आलं.

मी म्हणालो; "रस्त्याच्या कडंनं फूटपाथ असतोय. त्यावरनं नुसतंच लांब चालत जावं. अंगाला मोकळं वारं लागतंय. माणसं दिसत्यात. जिवाला बरं वाटतंय. एका जागी बसून बसून अन्न पचत न्हाई. करपट ढेकर येत्यात. अन्न पोटात आंबून जातंय. नुसतं काय पोरास्नी घेऊनच फिरायला गेलं पाहिजे, असं न्हाई. एकटंबी जायला हरकत न्हाई. पोरी खेळायच्या नादाला लागल्यात. तू जरा तासभर बागंत, देवळात न्हाईतर नदीच्या घाटावर जाऊन ये जा."

"बरं." दादाचा नाइलाज झाला.

"हातपाय तोंड धुऊन जा. हे दोन रुपयं बरोबर असू द्यात. कुठं चिरमुरं, शेंगदाणं दिसलं तर खायला घे. तुला आवडत्यात न्हवं ते? त्येच्यावर कुठं च्या प्यावासा वाटला तर पी."

त्यानं तोंड हातपाय धुतलं. ताजंतवानं होऊन बाहेर जायला निघाला.

तो गेला नि मी निश्चिंत मनानं कामाला लागलो.

पण अर्ध्या तासातच परत आला.

"असू दे. आज पहिला दिवस आहे. हळूहळू फिरण्यातला आनंद कळेल. सवय लागेल. मग जाईल तासतासभर." असं मनाशी म्हणून मी गप्प बसलो.

दोनतीन दिवस झाले. त्याचा बाहेरचा वेळ हळूहळू कमीच होऊ लागला. बाहेर जाऊन आलो हे जणू दाखवण्यासाठी तो दहापंधरा मिनिटांत परत येऊ लागला. पुन्हा घरात बसून राहू लागला.

चौथ्या दिवशी सांगितलं, "आता पाच वाजल्यात. तास दीड तास फीर नि सहा साडेसहा वाजता परत ये. लगेच परत येऊ नको. लांब लांब फिरून ये. हातापायात मग रक्त चांगलं खेळतं. तरतरी येती."

"बऽऽरं!" दादानं प्रचंड नाइलाजानं 'बऽऽरं' म्हटलं.

मला थोडंसं वाईट वाटलं. पण इलाज नव्हता. त्याशिवाय त्याला सवय पडणार नाही, हे ध्यानात आलं.

विश्रांती घेऊन दुपारी चार वाजता कामाला लागत होतो. दादाही दुपारी झोपत असे. दुपारी चांगला दोनअडीच तास झोपे. पण मी त्याला माझ्याबरोबरच

तासभर विश्रांती घेतली की उठवत असे. उठून हातपाय धुऊन बाहेर पाठवत असे.

हळूहळू दुपारी तो मी उठलो की उठू लागला. न सांगता बराच वेळ बाहेर जाऊ लागला.

नकळत माझ्या मनात शंकेची पाल चुकचुकू लागली. दादाला असं तरी वाटत नसेल, की मी त्याला मुद्दाम बाहेर घालवतो आहे? त्याला असं तरी वाटत नसेल, की मला लेखन-वाचनाला निवांतपणा पाहिजे, म्हणून मी त्याला बाहेर काढतो आहे? त्याला असं तरी वाटत नसेल की माझ्याशी कुणी छानछोकी माणसं बोलायला येतात, त्यांच्यासमोर आपल्यासारख्या 'अडगाराचं दर्शन नको' म्हणून मी त्याला फिरायला लावून देतोय?... दादाच्या हळव्या झालेल्या, भावनाप्रधान झालेल्या मनाची मला काळजी वाटू लागली.

...कुठं जायचं त्यानं? नुसतं इमारतीचं जंगल पसरलंय भोवतीनं. हे शहर त्याला परकं परकं वाटत असणार. गावाकडं त्याच्याशी बोलणारी माणसं त्याला पावला-पावलाला भेटत होती. ती शेतीविषयी, पीकपाण्याविषयी, ढोरागुराविषयी कुणाचं किती पिकलं याविषयी गप्पा मारत होती. आसपास सगळी असलीच 'आपली माणसं.' गावाबाहेर पसरलेली भरपूर रानं गावंदरीकडनंच लांबवर दिसणारी. गुरंढोरं, झाडकांडं त्याला इथं भेटत नाहीत. कष्टमशागतीची चर्चा करण्यात त्याचा जन्म गेलेला. इथं फक्त चर्चा होते नाटक-सिनेमाची, नोकऱ्यातल्या पगारांची, मिळणाऱ्या डिफरन्सची नि वाढलेल्या महागाई-भत्त्याची. यांतलं काय कळणार आहे त्याला?

...खरं तर कोल्हापुरात आसपासच्या खेड्यावरची माणसं गूळ विकायला गाड्या घेऊन येतात. भूईमूग, कापूस यांच्या गाड्या भरून आणतात. कोल्हापुरात म्हशी चिक्कार असल्यामुळं गवताच्या गाड्या खेड्यापाड्यावरनं रोज येतात. त्यामुळं त्या शहरात शेतकऱ्याला उपरं वाटत नाही. बाजारला यावा तसा तो येतो. आसपासच्या खेड्यावरची फेटेवाली माणसं भेटली की हाक मारून चौकशी करतो. त्याला कोल्हापूर आपलंच वाटतं. आसपासच्या भागात जे पिकतं त्याची उतारपेठ वाटतं. तसं पुणं नाही वाटत. पुणं स्वत:च स्वत:त रमलेलं. आसपासच्या खेड्यापाड्याची फिकीर नसल्यागत वागणारं.

...अशा पुण्यात दादाला हिंड म्हणून सांगणं बरं नाही. त्याला वाटलं तर त्यानं हिंडावं. आपण दबाव आणणं बरं नाही.

किनीट पडताना दादा आला. जरा दमल्यासारखा दिसत होता.

स्मिताला मी आमच्यासाठी चहा करण्यास सांगितलं.

चहा पितापिता मी दादाला म्हणालो; "परवा मी म्हणालो; भरपूर फीर. ते

खरं असलं तरी तुला वाटलं तर फीर. न्हाईतर नको. उगंच आन्दानं सांगितलंय; म्हणून कायबी झालं तरी दासदीडतास बाहीरच काढायचा; असं करू नको. घराकडं यावं वाटलं की तू आपलं येत चल. बाहीर कुणाकडं जाऊन बसणार?''

''तसं काय न्हाई खरं...''दादा एवढंच बोलला नि चहा पीत गप्प बसला. जे काही सांगायचं ते सांगून मी मोकळा झालो.

पण दादाच्या फिरण्यात फरक पडला नाही. तो नेमानं चार वाजता उठू लागला नि चहा पिऊन तत्परतेनं बाहेर जाऊ लागला. दोन-दोन तीन-तीन तास येईनासा झाला.

मीही माझ्या कामात मग्न होऊन जाऊ लागलो. सगळं सुरळीत चालू लागलं.

त्या दिवशी नेहमीप्रमाणं दादा चार वाजता उठून बाहेर गेलेला. पाचसाडेपाच वाजता लक्षात आलं की मला नि स्मिताला काही खरेदीसाठी लक्ष्मीरोडला जायचं आहे. स्वाती-कीर्तीला दादाच्या स्वाधीन करून जायचं होतं. पण दादा चार वाजताच बाहेर पडलेला.

अडचण होऊन बसली.

''इथंच कुठं तरी असतील; बघा जरा.''

''इथंच कुठं असणार नाही. दोन-तीन तासांनी येतोय. कुठं लांब जात असणार.''

''बघा तरी घाटावर, देवळात, नाहीतर शिवाजी-उद्यानात असतील. जाऊन बसत असतील तिथं. फेरी तरी टाकून या. भेटलं तर भेटलं.''

मी बाहेर पडलो. रोकडोबाच्या देवळात, इकडं तिकडं पाहिलं. तिथनं जवळ असलेल्या ओंकारेश्वराच्या घाटावर जाऊन आलो; पण पत्ता नाही. म्हणून तसाच फिरून शिवाजी-उद्यानात गेलो. खरं तर तिथं संध्याकाळी कुणी फिरायला येत नव्हतं. म्हणून फारशी आशा नव्हती.

मी बागेत शिरलो. माळी झाडांना पाणी सोडत होता. दुसरं कुणी दिसलं नाही. एका बाजूला झाडांच्या घुसप्यात एक व्यक्ती झाडांच्या बुडातली माती भांगलताना दिसली. झाडाआड होती म्हणून स्पष्टसा अंदाज आला नाही; पण ती दादासारखीच वाटत होती.

पुढं जाऊन पाहिलं तर दादाच खुशाल मन लावून भांगलण करत बसलेला. मी चकित झालो.

''दादा,''

दादा चटकन उठला नि माझ्याकडं बघू लागला.

''हितं येऊन भांगलत बसलाईस? काय हे?'' मला जरा सणक आली.

"काय करू तर? माळ्याची वळख झाली. मोकळं रान नि झाडंबिडं दिसली. एक खुरपं हातात घेटलं नि बघिटलं, तर भांगलावं असं वाटलं. भांगललं म्हंजे जरा बरं वाटतंय. तब्बीतबी चांगली ऱ्हाती." जागेवर सापडलेल्या अपराध्यागत दादा धडाधडा बोलला.

"असू दे चल. मला नि स्मिताला खरेदीला जायाचं हाय. घरात स्वाती-कीर्तीसंगं जरा बोलत बस चल."

"बऽऽरं." त्यानं नाइलाजानं खुरपं माळ्याच्या जास्तानाला टाकलं.

माळी आपला कामात दंग.

जाता जाता मी म्हणालो; "काय माळीदादा, म्हाताऱ्या माणसाला कामं लावता व्हय?"

"मी नाय बा काम लावलं. रोज तेच येत्यात नि भांगलत बसत्यात. म्हटलं बसत्यात तर बसू द्या; काय देणं घेणं न्हाई...शेतकरीबाबा हाईत. पोफेसरसायेब, त्यांस्नी पुण्याला कशाला आणून डांबून ठेवलंय?" माळी पाण्याकडं बघतच मला बोलला. दादानं माळ्याला घरचा सगळा इतिहास सांगितल्याचं लक्षात आलं.

दोघं मिळून घराकडं गेलो...बाग मागं पडत गेली. तिच्यातलं मोकळं रान, हिरवीगार झाडं त्याहून मागं पडत गेली.

पंधरावीस दिवस गेल्यावर दादाचं पोट नेहमीप्रमाणं बिघडलं.

बहुधा ते व्यायाम नसल्यानं किंवा गव्हाचं जड अन्न खाल्यानं बिघडत असावं. तशात त्याला पोटाला तडस लागेपर्यंत खाण्याची सवय होती. वास्तविक शेतात शारीरिक कष्टाची कामं करणाऱ्या माणसाला सकाळी नऊच्या सुमाराला न्याहारी, बारा वाजता जेवण, दुपारी तीनच्या सुमाराला एखादी भाकरी नि भाजी, रात्री पुन्हा जेवण असं लागतं आणि ते पचतही. चपातीपेक्षा भाकरी पचायला हलकी. त्यामुळं चार वेळा पोटात भाकरीचं अन्न गेलं तरी पचे.

दुसरं असं; खेडूत माणसाची जगण्याची रूढ रीत अशी की, "माणसानं भरपूर खाल्लं पाहिजे नि ते पचवलं पाहिजे. तरच तब्बीत चांगली ऱ्हाती. कामं करायला अंगात ताकद येती." त्यामुळं अन्न 'चापून' खाण्यावर त्यांचा जोर असतो... रोजगाऱ्याच्या नशिबी पुष्कळसं निकृष्ट अन्न असल्यानं खाल्ल्यावर ते कचरा-चोथा होऊन पडून जातं. त्याला वाटतं ते पचलं. उलट कसाचं अन्न प्रत्येक वेळेला चापून खाल्लं तर पचणं कठीण होतं.

...दादाला हे कळू शकत नव्हतं. सांगितलं तर पटत नव्हतं. मला आणि स्मितालाही ते पुनः पुन्हा सांगायला संकोचल्यागत होई. दादाचा गैरसमज होईल; "मला पोटभर खाऊ देत न्हाईत; अन्न संपतंय म्हणून कमी खायाला सांगत्यात."

असं त्याला वाटेल; म्हणून आम्ही गप्प बसत होतो.

पोट बिघडल्यावर दादा झोपून राहिला.

औषधपाणी केल्यावर चारपाच दिवसांनी पोट मूळ पदावर आलं. या काळात त्याला गावाकडच्या आठवणी खूप होत असाव्यात... गावाकडचं घर गावंदरीकडंला असल्यामुळं परड्यातनं बाहेर पडलं की मोकळी रानं लागत. लांबवर पूर्वेला मोकळा विस्तीर्ण माळ पसरलेला दिसे. दक्षिणेकडं दाट झाडकांड दिसे. माळाच्या आणि झाडकांडाच्या पलीकडं मळे आणि शेतीवाडी भरपूर पसरलेली. दादा तिच्यात उसाचा पाला आणण्याच्या निमित्तानं जाई नि शेतकऱ्यांशी पोटभर बोलून, भाराभर पाला घेऊन येई. ती त्याची कमाई असे. त्या कमाईचा त्याला मोठा विरंगुळा होता. त्याची आठवण त्याला तीव्रतेनं होत असावी.

तो येऊन महिना होत आला होता. दिवाळी अगदी तोंडावर आली.

दादा म्हणाला, ''आन्दा, मी उद्या कागलला जातो.''

''का गा?''

''कट्टाळा आलाय. डोळ्यांम्होरं घरदार असलं म्हंजे बरं वाटतंय...आणि हितं माझी तब्बीतबी बरी ऱ्हाईत न्हाई. पोट फुगतंय, परसाकडंला पातळ हुतंय.'' तो बोलू लागला.

''ठीक हाय. दिवाळीला गावाकडं जा. आम्ही काय यंदा दिवाळीला तिकडं येत न्हाई. माझं काम लई खुळांबलंय. एक-दोन म्हैन्यांनी नाताळच्या सुटीत मी तिकडं येऊन जाईन.'' सविस्तर बोललो.

सांजेला जाऊन त्याच्यासाठी एक धोतर आणि कुडतं घेऊन आलो. दिवाळी तोंडावर आल्यामुळं भावंडांसाठी थोडे बुंदीचे लाडू आणले.

सकाळी लौकर उठून सगळी तयारी केली. साडेसहाला गाडी होती. दादाच्या खर्चासाठी स्वतंत्र पैसे दिले. घरात देण्यासाठी स्वतंत्र पैसे आणि आप्पासाठी एक पत्र दिलं.

आपली कापडं, दिलेलं लाडू इत्यादींचं गठळं बांधून दादा उठला. ते डोक्यावर घेऊन चालू लागला. स्टँडपर्यंत पोचवायला नि मोटारीत बसवून द्यायला मीही निघालो... ''घरात कुणासंगट भांडाण काढत बसू नको. कवा वाटलंच तर पाला काढायला जात जावं. मिळाला तर आणावा: न्हाईतर मी दिलेल्या पैशातनं पोटापाण्यासाठी खर्च करावा. घरातली बाकीची काय करत्यात ते करू देत तिकडं. त्येंच्याकडं आपूण ध्यान देऊ नये. त्येंच्या भांडणात मधी पडू नये.''

मी जे सुचेल ते सांगत चाललो होतो. दादा 'हूं हूं' म्हणत होता. चेहरा उदास झालेला.

गाडी हलताना त्याच्या डोळ्यांत पाणी भरलं. पटक्याच्या सोग्यानं त्यानं ते पुसलं नि माझ्यासाठी लाकडासारखा दिसणारा सुककेला हात बाहेर काढला...दादाच्या डोळ्यांत पाणी का येतं, याचा पत्ता मला कधीच लागत नव्हता. अशा वेळी दादाचं बोलणं मुक्या माणसागत बंद झालेलं असे.

गाडी हलली. तिच्या मोकळ्या मोकळ्या जागेकडं लक्ष गेलं. कागदात गुंडाळलेलं काहीतरी पडलं होतं. साताठ वर्षांच्या दोन नागड्या पोरांनी झडप घातली. पाच-सहा वर्षाच्या मुलीच्या कमरेला साधी चड्डीही नव्हती, याच वाईट वाटलं. किंचित शरमल्यासारखा होऊन मी त्यांच्याकडं बघू लागलो. त्या पोरांनी तो पुडी बांधलेला कागद उलगडला. त्यात अर्ध्यापाऊण शिळ्या भाकरीचे तुकडे आणि कसलीतरी भाजी होती. पोरांनी ती मुटूमुटू खायला लगेच सुरुवात केली. ती आंबली-चिंबली आहे का याचाही त्यांनी विचार केला नाही.

उदासवाणं वाटू लागलं. इकडंतिकडं बघितलं. पुण्याचं एस. टी. स्टँड झोपलेल्या माणसांनी गच्च भरून गेलं होतं. मळकट, फाटक्या कापडातली माणसं फरशीवर अस्ताव्यस्त झोपलेली. बारकी पोरं त्यांना चिकटून पडलेली. त्यांतलीच दोन पत्ता नाही ते उठून त्या कागदी पुड्यावर धावलेली.

मराठवाड्यात भीषण दुष्काळ पसरला होता. तिकडनं माणसांचे प्रचंड लोंढे मुंबई-पुण्याच्या समुद्रात येऊन मिसळत होते. ही दोन्ही शहरं ते पोटात घेत होती. दुष्काळावर वर्तमानपत्रांचे रकानेच्या रकाने भरून येत आहेत...

...ही माणसं कशाच्या भरवशावर आपली गावं सोडत असतील? जनावरं तशीच मोकळी सोडून देऊन, घराला कशीबशी कुलपं लावून, दारं तारांनी आवळून कशी येत असतील? शहरांवर त्यांचा एवढा कसा विश्वास आहे? त्यांच्यासाठी इथं सरकारी छावण्या नाहीत की निरनिराळ्या संस्थांचे निवारे नाहीत. पूरग्रस्तांसारखी यांना मदत नाही की शिधावाटप नाही... आमची मदत चालली आहे बांगलादेशला. बांगलादेशसाठी आपलं सगळं सिमेंट पाठवलं जात आहे नि इथं आमची घरं सिमेंट वाचून बांधायची पडली आहेत. इथली संमेलनं बंद करण्याचे ठराव पास होत आहेत नि तोच पैसा बांगला देशच्या निधीसाठी वळवला जातो आहे. या दुष्काळग्रस्तांसाठी काहीच कसं नाही?

या पुण्यालाही त्याचं काही वाटत नाही. बाहेर दुष्काळ असला तरी पुण्याचा लक्ष्मीरोड भरगच्च आहे. सोनेचांदी महाग असले तरी दिवाळीची खरेदी जोरात आहे. कपड्याचोपड्यांचा नव्या फॅशनचा 'फ्रेश स्टॉक' ओपन झाला आहे. शौकिनांची तिथं झुंबड उडाली आहे. अन्नधान्याची दुकानं गच्च भरली आहेत. स्वीटमार्ट्स दिवाळीसाठी तुडुंब झाले आहेत... इंद्राच्या नगरीसारखा लक्ष्मीरोड गेल्या चारपाच दिवसांत सजवला आहे... आणि ही एस. टी. स्टँडवर

आठ-आठ दिवसांच्या उपाशी दुष्काळग्रस्तांची गर्दी. पोटासाठी कामं शोधाहेत. निवारा नाही म्हणून स्टँडवर, स्टेशनावर, फूटपाथवर, नदीकाठच्या घाटांवर पडून राहताहेत. तशाच रात्री पार करताहेत.

...अशा दुष्काळात दादा गावाकडं चाललाय.

बरं झालं आपण शिकलो आणि शहरात आलो. मी शिकलो नसतो; तर असाच गावात तारताळ्या देत सगळ्यांबरोबर उपाशी मेलो असतो; नाहीतर नशिबाची पारख करायला कुठल्यातरी शहराच्या वळचणीला असाच गेलो असतो. घरदारही दाहीदिशा पाचोळ्यागत उडून गेलं असतं... मला नोकरी आहे, थोडं थोडं पोटापुरतं विकत घेण्याची ताकद आली आहे, म्हणून तर गावाकडचं घर अजून जाग्यावर आहे. डगडगत असलं तरी ढासळत नाही...या शहरातला पैसा माझ्या रूपानं गावाकडं जातोय. तिकडं मात्र जन्मभर घरदार शेतामळ्यात राबूनही दुष्काळानं उपाशी मराय लागलंय. शहरं मात्र खेड्यातलं धान्य पैशाच्या जोरावर गोळा करून ढुंगणाबुडी घेऊन सुखात राहताहेत. उलटी तऱ्हा आहे. पिकवतोय त्याला खेड्यात काहीच नाही नि जो खेड्यापासनं दूरच्या शहरात सावलीत बसून कागदी कामं करतोय त्याला मात्र भरपूर खायला मिळतंय. तिकडं प्यायला पाणी मिळत नाही; नि इथं एक एक बाटलीला गरिबाच्या आठ-आठ दिवसांची कमाई देऊन तिच्यातलं मद्य मागवलं जातंय. इथं झोप येत नाही म्हणून रात्री जागवल्या जाताहेत नि ह्या कष्टाळू जीवांना दीसभर मरेस्तवर श्रम करूनही रात्री झोपायला जागा मिळत नाहीये... वा व्वा रे माझ्या स्वतंत्र देशा!

मनात वाट्टेल तसे विचार भरकटत होते नि मी सकाळच्या गार हवेत एकटाच घराच्या दिशेनं चाललो होतो... घराघरांतनं माझ्यासारखे ग्रामीण तरुण शहरात यावेत, त्यांनी ताज्या मासळीसारखा चमचमणारा शहरातला पैसा गोळा करून गावाकडं पाठवावा, प्रसंगी लुटून न्यावा, दरोडे घालून पळवावा, असा काहीसा चमत्कारिक विचार मनात आला. दुसऱ्या क्षणी मासळीसारखाच सळ्ळ करून निघून गेला.

दादा कागलला गेला त्याच दिवशी दुपारी गावाकडनं आईचं पत्र आलं. 'कायबी झालं तरी सगळे मिळून कागलला या. माझ्या सुनंला नि नातींस्नी ह्या दिवाळीला आमच्या घरला आणा. सगळी येवस्था केलेली हाय.. आजूबाजूला शेजारच्या सुना माझ्यासमोरनं फिरत्यात. तशी माझी सून माझ्याम्होरं घरादारातनं एकदा तरी मनासारखी वावरावी, अशी इच्छा हाय.'

माझं लग्न होऊन दहा वर्षं झाली. शिवाचं एक लग्न होऊन वाया गेलं. त्यामुळं तिला सुनेच्या हातचं सुख मिळालं नाही. झाली ती भांडणंच. म्हणून

तिच्या मनाला वाटत होतं, आपल्या सगळ्या लेकांची लग्नं भराभर व्हावीत. सुना हाताबुडी याव्यात. त्यांनी तिला 'मामीसाब, हे खावा, सासुबाई ते खावा,' 'तुम्ही हे काम करू नका, आम्ही करतो,' असं म्हणावं. तिला खायला प्यायला घालावं, तिच्या हातातली कामं काढून घ्यावीत नि ती सुनांनी करावीत, असलं स्वप्न ती पाहत होती.

साठीच्या घरात ती आता आली तरी तिला हे सुख काही मिळालं नाही. पोरंबाळं वाढवताना आणि त्यांच्या पोटाला घालतानाच तिची दमछाक होत होती. रोजगाऱ्याचं घर. मग लग्नाचं वय झाल्याबरोबर लेकांची लग्नं होणार तरी कशी? प्रत्येकाची घडी बसेपर्यंत पंचविशीच्या पुढं वयं जात होती. भरपूर वतन असतं, सगळी बसून स्वत:च्या इस्टेटी सांभाळत खात असती, तर सगळ्यांचे लग्न-सोहळे अगदी वयाच्या सोळाव्या वर्षी झाले असते. सुना नातवंडं घरभर झाली असती.

आईला हे काही कळत नव्हतं, असं नाही. पण भावनेच्या भरात मनात जे येईल ते ती स्त्रीसुलभ वृत्तीनं सांगत होती. दौलत ते लिहून पाठवत होता.

आम्ही सगळे मिळून कागलला गेलो की मुली आणि स्मिता तिच्या माहेर-घरात राहत असत. याचं कारण मुक्कामाच्या आठदहा दिवसांत तिला माहेरवास मिळावा. मुलींना त्यांचे अनेक मामे नि मावश्या होत्या. त्यांच्यात त्या रमून जात. तिथं खाणं-पिणं व्यवस्थित असे. घरात लाइट होता, परसदारात संडास होता, सगळी शिकलेली असल्यामुळं राहणी मध्यमवर्गीय प्रकृतीची होती. सगळ्यांची भाषा सुसंस्कृत होती.

माझ्या घरात असं काही नव्हतं. सतत आई, दादा, शिवा यांची भांडणं चालत. रागाच्या भरात आई, दादा नि शिवा बारक्या भावंडांना, विशेषत: पोरींना इरसाल शिव्या देत. त्यांच्यावर धावून जात. खायला आमटी-भाकरी, ताक-कण्या या पलीकडं दुसरं काही नसे. दारिद्र्यामुळं सतत घराला अवकळा आलेली असे. बाहत्तर साल संपत आलं होतं. तरी घरात अजून लाइट घेऊ शकलो नव्हतो. संडास बांधणं शक्य झालं नव्हतं. पुरुषांसारखं बायकांनाही उघड्यावर जावं लागत होतं. मुलींना आणि स्मिताला याची सवय नव्हती. वाटत होतं, आडदांड भांडणाच्या निमित्तानं आमच्या घरातली लक्तरं वेशीवर टांगली जातात; स्मिताच्या नि मुलींच्या नजरेस ती पडू नयेत. त्यांचा घरादाराविषयी गैरसमज होऊ नये. ही भांडणं सोडवताना मलाही त्यांच्यासारखं आक्रमक, भांडखोर व्हावं लागत असे. माझा हा ग्रामीण अवतारही त्यांच्या नजरेस पडू नये. त्यामुळं मजविषयी त्यांचा गैरसमज होईल. पुण्यात स्वाती-कीर्ती पुष्कळवेळा समोरच्या झोपडपट्टीतल्या मुलींच्या अचकट-विचकट शिव्या ऐकत. त्यांचा अर्थ

जिज्ञासेपोटी मला नि स्मिताला विचारत. आम्ही तो सांगण्याचे टाळत असू किंवा दुसराच काहीतरी सर्वसाधारण लाक्षणिक अर्थ सांगत असू. अशा ऐकलेल्या शिव्या माझ्या मुलीही खेळताना एकमेकींना क्वचित देत असत. मी चरकून जाई. अशा शिव्या त्यांच्या कानावर पडू नयेत, असं वाटे. मला त्या शिव्यांचा परिचय होता. म्हणून काही वाटत नसे. रागाचा पारा केवढा चढला आहे ते टेंपरेचर व्यक्त करण्याचं शिवी एक साधन होतं. त्या पलीकडं शिवीला अर्थ नसे. पण ग्रामीण मनाचा शिवीतील आविष्कार पाशवी, गावंढळ, हिंस्त्र असे. तसा तो पांढरपेशाच्या सुशिक्षिताच्या शिवीतला नसे. एका मर्यादेपलीकडं भांडण गेल्याशिवाय सुशिक्षित माणूस सहसा शिवी वापरत नसे. त्यामुळं शिवीविषयी तो ग्रामीणांच्या तुलनेत अधिक संवेदनक्षम असे. ग्रामीणांच्या शिव्या केवळ ऐकूनही त्याच्या अंगावर काटा उभा राहतो. याचा मला अनुभव होता. म्हणून मुलींना, स्मिताला मी 'शिवी'पासून दूर अंतरावर ठेवू इच्छित होतो.

आईला हे सगळं मी सांगू शकत नव्हतो. सांगितलं असतं तर आई दुखावली असती. तिचा अपमान झाला असता. तिला मी कमी लेखतोय असं वाटलं असतं, म्हणून मी काहीच बोलत नव्हतो. स्मिता नि मुली मग सकाळचे सगळे विधी, आंघोळी, न्याहाऱ्या आपल्या घरी करून आमच्या घरी येत. तास-दोन तास बोलणी होत. दिवाळीचं काही करायचं असेल तर स्मिता ते करण्यास मदत करी. चहापाणी, खाणंपिणं होई. अशा रीतीनं स्मिता नि मुली तिकडून इकडं आल्यामुळं त्यांचं कौतुक होई. घरगुती वातावरण प्रसन्न होई. गप्पाटप्पांना भरतं येई. दोन-चार तास कसे निघून गेले ते कळत नसे. सांज करून मग स्मिता नि मुली परत जात. पुन्हा दुसऱ्या दिवशी अशाच येत. आई मग जेवणाचा खास बेत आखे. त्यासाठी मग स्वाती, कीर्ती, स्मिता दिवसभर राहत. रात्री परतून जात. वस्तुस्थिती अशी असल्यामुळं आईनं लिहिलं होतं की, 'सुनंला नि नातींस्नी आमच्या घरला आण.'

पण या वर्षी दिवाळीला कागलला जाता येणंच शक्य नव्हतं. कारण पीएच. डी.चं काम कोणत्याही परिस्थितीत येत्या एक-दोन महिन्यांत पूर्ण करायचं होतं. मराठवाड नि शिवाजी विद्यापीठाचे पेपर्स तपासायला येणार होते. पण ही कामं मी कागलला घरी घेऊन जाऊ शकलो असतो. खरी अडचण दुसरीच होती.

या वर्षीच्या जानेवारीच्या पहिल्या आठवड्यात डॉ. सुधाकर भोसले आमचं कॉलेज सोडून पुणे विद्यापीठाच्या मराठी विभागात लेक्चरर म्हणून रुजू झाले. त्यामुळं कॉलेजात मी मराठी विभाग-प्रमुख झालो. दोन महिन्यांसाठी सौ. वीणा देव यांना शिकवण्यासाठी घेण्याची शिफारस मी केली. त्या माझ्या एम.

ए.च्या विद्यार्थिनी होत्या– बोलक्या, सोशल वृत्तीच्या, वक्तृत्वात भाग घेणाऱ्या अशा. वाङ्मयाची मनापासून आवड, नाटकातही कामं केलेली, म्हणून त्या मराठी विभागाला अनेक दृष्टींनी उपयोगी पडतील, असं मला वाटलं. म्हणून त्यांना नेमून घेण्याविषयी विनंती केली. कॉलेजनं ती मानली. त्यामुळं वाङ्मय-मंडळ, वक्तृत्व-स्पर्धा, गॅदरिंगची नाटकं आणि सांस्कृतिक कार्यक्रम बसवणं ही माझी जबाबदारी पूर्णपणे कमी होणार होती. विभाग-प्रमुखाच्या जबाबदाऱ्या स्वीकारायला मी मोकळा होणार होतो.

जानेवारीनंतरच्या जूनपासून प्रा. देशमुख हे नवे प्राचार्य म्हणून विदर्भातून आले होते. शिवाय मराठीचा बी. ए. ऑनर्स गेल्या वर्षापासून सुरू झाला होता. त्यामुळं शिकवण्याचे तास वाढले होते. दोन वर्षांपासून म्हणजे १९७० पासून मी पुणे विद्यापीठाच्या मराठी विभागात एम. ए. शिकवायला जाऊ लागलो होतो. तीही जबाबदारी वाढलेली.

डॉ. भोसले नोकरी सोडून गेल्यामुळं त्यांची ७००-११०० ची जागा रिकामी झाली होती. या काळात १९६६ पासून प्राध्यापकांच्या तीन श्रेणी नव्या नियमांप्रमाणं केल्या होत्या. मी दुसऱ्या श्रेणीत होतो. तिसरी उच्च श्रेणी ७००-११०० रुपयांची होती. या श्रेणीत आमच्या कॉलेजात फक्त चारच प्राध्यापक बसत होते. या श्रेणीतील प्राध्यापकाला निदान एक वर्षाचा तरी एम. ए. ला शिकविण्याचा अनुभव असावा अशी अट होती. मला १९६९-७० साली एम. ए.ला शिकवण्याचा अनुभव प्रथम मिळाला होता.

त्या अनुभवाचं सर्टिफिकेट विद्यापीठातील मराठी विभाग-प्रमुख डॉ. रा. शं. वाळिंबे यांच्याकडून घेऊन मी माझ्या अर्जाला जोडलं आणि तो अर्ज कॉलेजच्या प्राचार्यांना रीतसर सादर केला.

त्यात काही अडथळे येतील असं स्वप्नातसुद्धा वाटलं नव्हतं. एक तर मी कॉलेजात अनुभवानंही सिनिअर होतो. कॉलेजमधील मराठीचे विभागप्रमुख नोकरीवरून दुसऱ्या ठिकाणी गेल्यानं त्यांच्या जागेवर मी सरकलो होतो. त्यांची पगाराची श्रेणी स्वाभाविकच मला मिळणार; याची खात्री वाटत होती...ही श्रेणी मला मिळाली तर माझा आर्थिक फायदा होणार होता. गावाकडचा आईवडिलांचा ढासळणारा संसार उभा करण्यात, शहरातील माझा संसार उभा करण्यात, घरभाडं भरण्यात, मुलींच्या कॉन्व्हेंट शाळेची न झेपणारी फी भरण्यात, हाऊसिंग सोसायटीत अतिशय मंद गतीनं बांधल्या जाणाऱ्या घराचे हप्ते भरण्यात माझी सतत जी ओढाताण चालली होती, रात्रंदिवस जी नाना प्रकारची कामं ओरबाडावी लागत होती, त्यांतून माझी काहीशी सुटका होईल, नि मला थोडी उसंत मिळेल; असं वाटत होतं.

पण अनेपक्षितपणे चक्रं उलटी फिरत चालली. या श्रेणीवर कॉमर्सच्या एका प्राध्यापकांनी अधिकार सांगितला. आपणाला ती श्रेणी मिळावी; म्हणून अर्ज केला. हे प्राध्यापक दुसऱ्यांदा शाहू मंदिर कॉलेजात येऊन दाखल झाले होते. खरं तर त्यांनी त्यांच्या पद्धतीनं आपला अधिकार सांगणारा अर्ज दाखल करून ते निर्णयाची वाट बघत माझ्यासारखे गप्प बसले असते, तर माझं काहीच म्हणणं नव्हतं; पण माझं 'टीचिंग एक्सपिरिअन्स' चं सर्टिफिकेट खोटं आहे, असा त्यांनी दावा केला. स्वत: ते आपल्या ब्राह्मण जातीचं भांडवल करू लागले. ॲकॅडेमिक कौन्सिलच्या ब्राह्मण सभासदांना, श्रेणी-निश्चिती करणाऱ्या समितीच्या ब्राह्मण अध्यक्षांना व संबंधित ब्राह्मण व्यक्तींना वैयक्तिकरीत्या भेटून 'आपण बहुजन समाजाच्या संस्थेत आहोत; आपण ब्राह्मण असल्यामुळं आपणावर तिथं अन्याय करण्याचा प्रयत्न चालला आहे, यादवांनी खोटं सर्टिफिकेट मिळवलं आहे. संस्था त्यांना ते केवळ बहुजन समाजाचे आहेत म्हणून संरक्षण देत आहे. कदाचित त्यामुळं माझ्यावर अन्याय करून त्यांना उच्च श्रेणी दिली जाण्याची शक्यता आहे. असा कांगावा करू लागले. दुर्दैवाची गोष्ट अशी की माझे एक प्राध्यापक स्नेही त्यांना हिरिरीनं इकडंतिकडं घेऊन फिरत होते नि मदत करत होते. माझ्याविषयी संबंधितांना खोटंनाटं सांगत होते.

हे सगळं कोठून ना कोठून माझ्या कानावर येत होतं. विद्यापीठाच्या ॲकॅडेमिक कौन्सिलमध्ये 'खोटं सर्टिफिकेट विद्यापीठातील एका विभागप्रमुखानं दिले आहे काय?' असा प्रश्न विचारला गेला होता.

या सगळ्या प्रकरणामध्ये मी अस्वस्थ होऊन गेलो होतो. विशेषत: माझ्याविषयी खोट्यानाट्या गोष्टी उठवल्या जात होत्या. ते प्राध्यापक जिथे जिथे जातील नि माझ्या विषयी खोटंनाटं सांगतील तिथं तिथं मी जाऊन वस्तुस्थिती स्पष्ट करत होतो...पण त्यांनी गाठलेली ब्राह्मण मंडळी आणि केलेला जातीयवादी खोटा प्रचार यामुळं मी त्यांच्याकडं जायला बिचकत होतो.

श्री. शाहू मंदिर कॉलेजकडं आरंभापासूनच 'बहुजन समाजाचे कॉलेज' म्हणून जातीय दृष्टिकोणातून पाहिलं जात होतं. पुण्यातलं ते बहुजन समाजानं स्थापन केलेलं पहिलं कॉलेज होतं. पुण्यात तोपर्यंतच्या सगळ्या कॉलेजच्या संस्था ब्राह्मण समाजाच्या होत्या. त्यांनी शिक्षण-क्षेत्रात उत्तम कार्य केलं होतं. त्यांची परंपराही पुढं चालविली गेली होती. अशा वेळी बहुजन समाजानं इथं आर्ट्स-कॉमर्स कॉलेज स्थापन करावं याची जाणीव परंपरागत ब्राह्मण मनाला सर्वसाधारणपणे रुचत नव्हती.

तरीही आरंभापासून श्री. शाहू मंदिर कॉलेजात ब्राह्मण प्राध्यापक निम्म्याहून जास्त होते. संस्थेचं धोरण असं होतं की पुण्यात उत्तम रीतीनं स्पर्धा करून

कॉलेज चालवायचं असेल तर प्राध्यापकवर्ग उत्तमच पाहिजे. असा उत्तम प्राध्यापकवर्ग गोळा केला गेला होता. तिथं जातपात पाहिली जात नव्हती. तरीही या कॉलेजवर जातीयतेचा आरोप केला जात होता आणि हा आरोप संस्थेतल्या ब्राह्मण प्राध्यापकानंच दुसऱ्या एखाद्या व्यक्तीकडं केला तर तो स्वाभाविकरीत्या सहज पटण्याची शक्यता होती. त्यामुळं माझ्याविषयीच्या खोट्यानाट्या आरोपांचे निरसन करायला जाताना मी बिचकत होतो. कारण मी ब्राह्मण नव्हतो. तरीही विवेकाला स्मरून मी निरसन करत होतो; पण ते झालं की नाही, याची खात्री वाटत नव्हती. म्हणूनच अस्वस्थता आणि काळजी वाढत होती.

पहिली टर्म सपंली तरी माझ्या अर्जाचा निकाल कळला नव्हता. प्रतिस्पर्धी प्राध्यापकांच्या उद्योगांवर डोळ्यांत तेल घालून नजर ठेवण्याची आवश्यकता होती. दिवाळीच्या सुटीत तर सुटी असल्यानं या प्राध्यापकांचे उद्योग वाढतील अशी काळजी वाटत होती. म्हणून सातत्यानं लक्ष ठेवण्यासाठी पुण्यात राहायचा निर्णय घेतला होता. म्हणून दिवाळी असूनही गावाकडं जायचं टाळलं होतं...आईला किंवा दुसऱ्या कुणाला हे सगळं सांगत नव्हतो. त्यांना ते कळणार नव्हतं. माझं मला तोंड द्यावं लागत होतं....गावाकडं घरी मात्र वाटत होतं; आन्दा यायचं टाळतोय. शेरगावीच त्याला चटक लागलीय. त्यो तिथंच रमतोय. मनानं आता त्यो लांब लांब सरकत चाललाय.

मी तेही सोसत होतो...आईवडील अडाणी आहेत; त्यांच्या आपल्याविषयीच्या गैरसमजाला पर्याय नाही, ते सगळं सोसलं पाहिजे, दिवस असेच ढकलले पाहिजेत; अशी स्वत:ची समजूत काढत होतो. घरादारासाठी एवढं करत असूनही त्यांचा आपल्यावर संपूर्ण विश्वास नाही, याची खंत वाटत होती. प्रसंगी खूप एकाकी, उदास वाटत होतं. तरी कामात गुंतवून घेत होतो.

नोव्हेंबरच्या शेवटच्या आठवड्यात आप्पाचं पत्र आलं नि बावीस तारखेला शिवाचं लग्न झाल्याची घटना कळली.

मी चकित होऊन गेलो. शिवाच्या लग्नाचा कुणालाच पत्ता लागला नाही. तो फक्त शिवाला आणि आईलाच माहीत होता.

शिवाचं होऊ घातलेलं लग्न मधूच्या अतिव्यवहारीपणामुळं आणि अति-आत्मविश्वासामुळं मोडलं होतं. तर असंच दुसरं लग्न शिवाच्या उतावळेपणामुळं मोडलं होतं. शेवटी शिवाची नाराजी-निराशा बघून आईनं कुणालाही माहीत न होता मधूनं मोडलेल्या लग्नाच्या माणसांची भेट घेतली. त्यांच्याशी वाटाघाटी करून सगळं जमवून आणलं. याचा पत्ता घरात आप्पाला आणि दौलतलाही नव्हता. नवरीच्या आईस तडजोड करून दीडशे रुपयांच्या ऐवजी पन्नास रुपये द्यावयाचे कबूल केले. आईनं स्वखर्चानं लग्नाचे दोन्हीकडचे कपडे काढले.

त्याचा दोनएकशे रुपये खर्च आला.

लग्न एका संध्याकाळी विठ्ठल-मंदिरात केलं. गावातली माणसं कुणी बोलवलीच नाहीत. लग्न पुढं दोनएक तास आहे म्हणताना फक्त गणगोतांना लग्नाला विठोबाच्या देवळात यायला सांगितलं. आप्पा नोकरीवरून घराकडं येण्यासाठी स्टँडवर उतरला. देवळावरूनच घराकडं जायची वाट होती. तिथंच त्याला आईन थांबवून घेतलं. तो चकित झाला.

अक्षता टाकल्या. नंतर वरात काढली. निरनिराळ्या देवळांसमोरून गैबीला गेली. गैबी हे गावचं जागृत दैवत मानलं जाई. तिथं वरात गेली. नवराबायकोचे फोटो काढले... तेथून वरात घरी आली नि शिवाचं लग्न बघता बघता ओढ्याला आंघोळ करावी, इतक्या झटपट झालं.

हे सगळं असं करण्याचं कारण; आईच्या पोटात भीतीचा गोळा होता. मधूमुळं मोडलेलं लग्न पुन्हा जुळवून आणलं हे मधूला कळलं तर त्याचा अपमान झाल्यासारखा होईल. तो पुन्हा काही तरी अडचण काढील, एकदा जी माणसं निघून गेली होती, त्यांच्याशीच पुन्हा सोयरीक झाल्याचं गावाला अगोदर कळलं तर गावात लग्नाच्या आधीच चर्चा होईल नि मनात पुन्हा काहीतरी जळमटं निर्माण होतील; तेव्हा कुणाच्या मनाला सवडच द्यायला नको; म्हणून तिनं कुणालाही न सांगून फाटे फुटण्याला संधीच दिली नाही...तिचा हा अडाणी हिशोब होता. अडाणी शिवानं त्याला साथ दिली. गावात अडाण्यांची संख्याही भरपूर होती; या अडाण्यांविषयीचा तिचा अंदाज काहीसा खराही होता.

कसं का असेना; शिवाचं लग्न झालं नि तो संसाराला लागला.

आईच्या या कृतीवर मी काहीच बोललो नाही. बोलण्यासारखं मागं काही उरलं नव्हतं.

●

सव्वीस

मार्चच्या तिसऱ्या आठवड्यात माझ्या पगाराच्या उच्च श्रेणीला मान्यता मिळण्याचं प्रकरण संपलं. पुणे विद्यापीठाचे मराठी विभाग-प्रमुख डॉ. रा. शं. वाळिंबे यांनी विद्यापीठाला सविस्तर पत्र लिहून 'माझा अनुभव एका शैक्षणिक वर्षाचा कसा आहे', हे दाखवून दिलं. त्यामुळं सगळ्यांची तोंडं बंद झाली.

ज्या माझ्या प्राध्यापक-मित्रानं माझ्या विरुद्ध चालवलेल्या या कारवायांना मदत केली होती त्याचंही चुका कबूल करणारं एक्स्प्रेस पत्र मला आलं. येथून पुढं चांगलं आचरण ठेवण्याचा प्रयत्न करतो; असंही अभिवचन त्यात दिलं होतं.

...माझा नैतिक विजय झाला. मनावरचं एक फार मोठं ओझं उतरलं गेलं. मी या माझ्या मित्राला माफ केल्याचं पत्र लिहिलं. पूर्वीचं विसरून मी तुमच्याशी वागणार असल्याचंही त्यातून सांगितलं...मला दीर्घकाळ राग धरणं कधीच जमलं नाही.

'गोतावळा'ला राज्य पुरस्कार मिळाल्याची बातमी २९ मार्च १९७३ च्या दैनिकातून प्रसिद्ध झाली. लगेच चार एप्रिलला मुख्यमंत्री वसंतराव नाईक यांच्या हस्ते पारितोषिक-वितरणाचा कार्यक्रम मुंबईला होणार होता. अभिनंदनाची सत्तरभर पत्रं आली. 'खळाळ'च्या तुलनेनं हा आकडा मोठा होता. आणि ती मोठमोठ्या साहित्यिकांची स्नेहभावाची पत्रं होती. त्याचं विशेष समाधान वाटत होतं. आपण त्यांच्या पंगतीत जाऊन बसल्याचं स्वप्निल चित्र मनासमोर तरळू लागलं. उच्च पगारश्रेणी मिळाल्याच्या दुधात ही साखर पडली. मी आनंदून गेलो.या निमित्तानं सौ. स्मिता, स्वाती, कीर्ती यांना मुंबई दाखवून आणण्याची

अनायासे संधी आली. गेली दोन-अडीच वर्षं 'गोतावळा'ला मिळालेल्या प्रसिद्धीमुळं मला महाराष्ट्राच्या विविध शहरांतून व ग्रामीण भागांतून व्याख्यानासाठी बोलावणी येत होती. त्या निमित्तानं मी मराठी शहरं, ग्रामीण महाराष्ट्र पाहत होतो. अनेक रम्य स्थळांना भेटी देत होतो. पण ही सगळी माझी एकट्याची भटकंती होती.

सुटी लागली की स्वाती-कीर्तीच्या मैत्रिणी आपण कुठं कुठं जाणार आहोत, याचे बेत सांगत. पण तसे बेत स्वाती-कीर्तीला सांगता येत नसत. कारण कागलशिवाय दुसरीकडं कुठं त्यांना जाताच येत नव्हतं. स्वातीनं तर ते स्पष्टपणे बोलून दाखवलं होतं. कीर्तीनंही त्याला 'हो हो' म्हणून आपली निरागस मान हलविली होती...मला ओशाळवाणं वाटत होतं.

पण आता ही संधी आली होती. म्हणून घरात आनंदाचं वातावरण पसरलं होतं.

रेल्वेच्या पहिल्या वर्गाचा दोघांचा प्रवासखर्च शासनानं मान्य केला होता. मुंबईत दोन दिवस राहण्या-जेवणाची व्यवस्था आमदार निवासात केली होती. म्हणून माझ्यासह सगळ्यांना निमित्त साधून नवे कपडे शिवले. दोन दिवसांसाठी मुलींना लाडू-चकल्या करून घेतल्या.

सरकारी पाहुणे होऊन ऐटीत मुंबईला गेलो. जिवावर उदार होऊन टॅक्सीनं फिरलो. लोकल किंवा बस पकडणं छोट्या मुलींना घेऊन शक्य नव्हतं. त्याचा परिणाम असा उदार होण्यात झाला. राणीच्या बागेतले चित्रविचित्र प्राणी, मत्स्यालयातले विविध रंगी नि विविध रूपांतले सुळसुळते मासे, 'गेट वे ऑफ इंडिया' समोर पसरलेला नि पाणीच पाणी असलेला अरबी सागर पाहताना स्वाती-कीर्तीच्या नजरा आभाळ कवेत घेण्यासाठी व्हाव्यात तशा प्रचंड ताणून मोठ्या होत होत्या. व्यवधान कसलंच नसल्यामुळं मीही त्यांच्यात मनापासून रमत होतो. आठ वर्षांची स्वाती आणि सातव्या वर्षाची कीर्ती ज्या उत्साहानं बघत होत्या तो उत्साह मला अनोखा होता. वयाच्या पंधराव्या वर्षी मी दहाबारा मैलांवर असलेलं कोल्हापूर पहिल्यांदा पाहिलं होतं. स्वाती-कीर्तीनं पुण्यापासनं सव्वाशे मैलावर असलेली श्रीमंत मुंबई सातव्या-आठव्या वर्षी बघितली. मी गुळाच्या गाडीवर बसून रात्रभर प्रवास केला होता नि स्वाती-कीर्तीनं आगगाडीत बसून पहिल्या वर्गानं प्रवास केला होता... माझ्यापेक्षा माझ्या मुली भाग्यवान वाटू लागल्या. आयुष्यात काहीतरी प्रगती करतोय याचा मला पडताळा आला. थोडी धन्यताही वाटली.

त्याहून धन्यता वाटली ती पाच एप्रिल १९७३च्या 'महाराष्ट्र टाइम्स'च्या पहिल्या पानावर मुख्यमंत्र्यांच्या हस्ते पारितोषिक स्वीकारतानाचा माझा स्वतंत्र एकमेव फोटो छापलेला बघून. 'गोतावळा'नं मला दिलेली ही सांस्कृतिक आणि

वाङ्मयीन प्रतिष्ठा होती. जनसामान्यांच्या जीवनाची मानसिकता ओळखणाऱ्या पत्रकारांनीही 'गोतावळा'ची योग्यता ओळखली होती.

परत आल्यावर गावाकडं ही बातमी कळवली. आप्पाला, दौलतला रोजची वर्तमानपत्रं पाहण्याची नजर आली नव्हती. ते दोघेही आपआपल्या व्यापात गुंतले होते. म्हणून वाटलं की, घरात ही बातमी कदाचित कुणाला कळली नसेल.

पण ती कळली होती. आप्पाच्या ऑफिसमध्ये 'महाराष्ट्र टाइम्स'चा पाच एप्रिलचा अंक आला होता. त्यानं तो घरी नेऊन भावंडांना, आई-दादाला दाखविला होता. वर्तमानपत्रात फोटो आल्याचं सगळ्यांना अप्रूप वाटलं होतं. सगळे आनंदून गेले होते. आप्पानं घरातल्या सगळ्यांना 'गोतावळा' पुस्तकाविषयी, त्यातल्या विषयाविषयी सविस्तर माहिती सांगितली. त्याचं तसं पत्र आलं.

अठरा एप्रिलच्या त्याच्या पत्रानंतर दौलतकडून लिहून घेतलेलं दादाचंही एकोणीस एप्रिलचं एक पत्र दुसरे दिवशी आलं. ''हिकडं पाऊस न्हाई. त्यामुळं वैरणकाडी कुठं मिळत न्हाई. सगळीकडं कडकडीत उन्हाळा असल्यामुळं कुणी उसात पाला काढायला जाऊ देत न्हाईत. लई तरास हुतो. तरीबी पिंपळगाव, करनूर, लिंगनूर ह्या गावांस्नी उसाचा पाला मागायला जातो. कुणीतरी एखादा लई लांबनं आलोय म्हणून बिंडाभर पाला काढू देतोय. एवढ्या लांबनं वैरणीचं भारं आणणं मला आता म्हातारपणामुळं जमत न्हाई. मधीच पाय लटपटाय लागत्यात. त्यांतलं बळ गेल्यागत हुतंय. तवा माझ्या खर्चासाठी पन्नास एक रुपये लावून द्या. माझ्याकडं आता एकबी पैसा न्हाई. लगीच मनीआडर करा. वाट बघतो.''

'गोतावळा'च्या पुरस्कारानं निर्माण झालेली माझी धुंदी उतरली.

'गोतावळा' लिहिण्यापूर्वी झालेले माझ्या मनावरचे काही खोलवरचे संस्कार या कादंबरीत सूक्ष्मरीत्या सर्वत्र पसरले होते. आमचा मळा मालकानं काढून घेतला होता नि आमच्या घरादाराचं अस्तित्व वाऱ्यावर उधळलं गेलं होतं. सगळी गुरंढोरं एक-एक करून विकावी लागली होती. काही पोट-म्हातारी होऊन मेली होती. काही निष्ठुर होऊन कापायला दिली होती. या सगळ्यांचा परिणाम 'गोतावळा'च्या लेखनावर झाला होता. मळ्याच्या मालकानं मळ्यावर निकामी केलेला नि शेवटी हाकलून दिलेला गोतावळातला 'नारबा' म्हणजे प्रत्यक्षातील दादाचाही काही अंश होता. त्याची आठवण झाली नि दादाच्या पत्रानं मी कासावीस झालो.

कादंबरीच्या क्षेत्रात 'गोतावळा'नं परिवर्तन घडवून आणल्याची नोंदही कुणी तरी केली. नायक 'नारबा' अमर झाला. पण दहा वर्षांपूर्वीच मळ्यातून

हाकलून दिलेला 'नारबा' अजून पोटासाठी वनवन भटकत आहे. कुणाच्या तरी मळ्यात जाऊन उसाच्या पाल्याची भीक मागतो आहे. म्हातारपणामुळं पाय लटपटताहेत तरी तीन-तीन चार-चार मैल जाऊन उसाची रानं पाल्यासाठी शोधतो आहे. जगण्याच्या महालढाईत रोज घायाळ होतो आहे. तरीही रोज एक-एक तुकडा पराक्रम करून मिळवतो आहे आणि जगतो आहे. त्याच्या या क्षुल्लक पराक्रमाला कोण पुरस्कार देणार?- निदान एक वक्ताला तरी त्याच्या पोटासाठी कुणी बक्षिसी द्यावी. सरकार दरबारी त्याच्या उपासमारीची नोंद तरी घ्यावी.

...तो तिकडं मरतो नि मी इकडं त्याच्या मरणावर 'गोतावळा' लिहून प्रतिष्ठा, प्रसिद्धी मिळवतो आहे.

'हिरवे जग', 'मातीखालची माती', 'खळाळ' आणि आता 'गोतावळा' या साऱ्याच पुस्तकांना राज्य सरकारचे पुरस्कार मिळाले. त्याही अगोदर दोन साहित्यकृतींना सरकारी छोटे पुरस्कार मिळाले. रसिकवर्गाला साहित्यकृती आणि पुस्तकंही आवडली. टीकाकारांनाही खूप काही वाटलं. माझ्या साहित्यात 'अस्सल ग्रामीण जीवन' आणि 'जातिवंत वाङ्मयीन सौंदर्य' कसं एकजीव होऊन येतं ते साहित्य रसिकाला कसं मोह घालतं; यांची रसमयी वर्णनं साक्षेपी समीक्षणांतून आली. सगळ्यांनी टाळ्या वाजवल्या.

...मीही या सगळ्या साहित्यातून माझ्या गावात पाहिलेली विविध स्वभावांची दरिद्री माणसं, खेड्यात भरलेली तुडुंब गरिबी, अज्ञान, रूढिग्रस्तता, कुटुंबं यांचे नाना प्रकारचे अनुभव रंगवले.

...पूर्वायुष्यात मी हे सगळं प्रत्यक्षात जगत असताना, डोळ्यांसमोर पाहत असताना गावातल्या गावात हादरून, गांगरून जात होतो. आपणाला हे भीषण जीवन आयुष्यभर जगणं अशक्य होणार, हे जगवत नाही नि पाहवतही नाही, इथनं सटकलं पाहिजे; कुठं तरी दुसऱ्या जगात पळून गेलं पाहिजे, पळून जायची वाट शोधली पाहिजे; असं वाटे.

ती चढाची वाट मी शोधली. मला ती चढून जायला अतिशय अवघड होती. तरी मी चढलो. कसाबसा दुसऱ्या जगात येऊन पडलो...हे करता करताच साहित्य-निर्मितीचा सोनेरी परीस मला सापडला नि मी शब्दांची मायावी किमयागिरी करू लागलो. भोवताली बसलेल्या सगळ्यांनी टाळ्या वाजवल्या, टोप्या उडवल्या, प्रसिद्धीच्या चवल्या-पावल्या फेकल्या.

मी त्या किमयागिरीत रमलो. प्रेक्षकही पाहण्यात रमले...माझं गाव, तिथली माणसं, घरदार मात्र होतं तिथं तसंच राहिलं...माझ्या गावाचा, माझा नि माझ्या या मोहमयी साहित्य-निर्मितीचा काही संबंध आहे की नाही? नसला तर मग मी खाटीकच असलो पाहिजे आणि असला तर तो नीट समजून घेतला पाहिजे.

मला गोंधळल्यासारखं झालं. मी चटकन उठलो. पोस्टात जाऊन दादाला शंभर रुपयांची मनिऑर्डर केली. तरीही जिवाची घालमेल कमी होत नव्हती. ती तशीच घेऊन अस्वस्थ व हळवा होत परत आलो.

स्मिता, स्वाती, कीर्ती यांना उन्हाळ्याची सुटी 'मे'च्या पहिल्या आठवड्यात सुरू होताच तिघीही कागलला गेल्या.

मी प्रबंध-लेखन करण्यासाठी मागं राहिलो. 'बावीस-तेवीस 'मे'ला कागलला येईन.' म्हणून त्यांच्याबरोबर घराकडं निरोप दिला.

त्याप्रमाणे पंधरावीस दिवसांनी गेलो.

मे च्या तीस तारखेला कागल नगरपालिकेनं 'गोतावळा-पारितोषिका'निमित्त माझा सत्कार आयोजित केला होता. या सत्काराला एक अर्थ होता. या पूर्वीच्या माझ्या तीनही पुस्तकांना राज्यसरकारची पारितोषिकं होती, पण त्यावेळी सत्काराचं किंवा अभिनंदनाचं असं काहीही पत्र कागल नगरपालिकेकडनं आलेलं नव्हतं. यावेळी अभिनंदनाचा ठराव आणि त्याचबरोबर सत्काराचाही 'ठराव' त्यांनी पोस्टानं पाठवला होता...कागल नगरपालिकेला साहित्यिकाचा सत्कार करण्याची जाणीव होते, तसा 'ठराव' सभेत पास करून घेण्याइतकी ती जागृत झालेली आहे, हे पाहून गावच्या वाङ्‌मयीन आणि सांस्कृतिक प्रगतीचा मला आनंद झाला.

गावात एक फार जुनं सार्वजनिक वाचनालय होत. त्या वाचनालयात काही जुनी पुस्तकं होती. रोजची चारपाच वर्तमानपत्रं तिथं कोल्हापूर, पुणे, मुंबई येथून येत होती. ती एका मोठ्या प्रशस्त टेबलावर पसरून टाकली जात होती. त्या टेबलाच्या भोवती खुर्च्यांच्या ऐवजी बाकडी चारी बाजूंनी असत. त्यांच्यावर बसून वाचक वर्तमानपत्रं वाचीत. 'वर्तमानपत्रं विकत घेऊन घरी वाचण्याची सवय' जवळ जवळ कुणालाही नव्हती. फार तर तीसभर प्रतिष्ठितांची घरं वर्तमानपत्रं घेऊन सबंध कागलात वाचत असावीत. त्यात ब्राह्मणांच्या घरांची संख्या जास्त. त्यांच्याच घरांतील वाचनालयाचे वर्गणीदारही संख्येनं जास्त. ते वाचनालयातून पुस्तकं वाचायला नेत असत. बाकीचे सगळे सुशिक्षित वाचनालयात सकाळी लवकर किंवा संध्याकाळी येऊन वर्तमानपत्रं वाचून निघून जात.

गावात वाङ्‌मयीन चर्चा वगैरे काहीही होत नसे. लोक स्वत:पुरतं एखादं पुस्तक वाचत आणि सोडून देत. पुन्हा रोजच्या व्यवहाराकडं वळत. वेळ घालवण्याचा तो एक पत्ते, बैठे खेळ याप्रमाणंच छंद; यापलीकडं वाचनाला मोल नव्हतं. गावात सभा होत त्या नगरपालिकेच्या कार्यकर्त्यांच्या, सामाजिक विचारवंतांच्या किंवा राजकीय पुढाऱ्यांच्या. साहित्यिकांची सभा आजपर्यंत कधी झाली नव्हती. हायस्कूलच्या गॅदरिंगला एखादा जवळपासचा किंवा कुणाच्या तरी ओळखीचा साहित्यिक येऊन गेला असेल तेवढंच. खरं तर गावाशी संबंधित अशी रेंदाळकर,

सुमंत, रणदिवे अशी काही कवी मंडळी होती. पण त्यांचा पत्ता चार-दोन लोकांपलीकडं कुणाला नव्हता.

सौंदलगेकर मास्तर कविता करत असत, नाईक मास्तर बॉयस्काऊटवर स्त्रीपात्र-विरहित छोटी नाटकं लिहीत असतं; पण त्यांच्या लेखनाचं गावानं कधी कौतुक केलं नाही; की त्यांचा कधी वाङ्मयीन कार्यक्रम ठेवला नाही. गावात वाङ्मयीन वातावरण काहीच नसल्यामुळं आणि ते त्यांच्याही अंगवळणी पडल्यामुळं मास्तरांनाही त्याचं काही वाटत नसे.

मी एकोणीसशे साठ सालापासनं नोकरीनिमित्त बाहेरगावी होतो. रेडिओमध्ये 'स्क्रिप्ट रायटर' असल्यामुळं माझे कार्यक्रम आठवड्यातून दोन वेळा होत. आमच्या गावाला याच सुमारास वीज आणि रेडिओ आल्यामुळं मी माहीत झालो होतो. गेली दहा-बारा वर्षं रेडिओवर सातत्यानं लिहीत होतो. 'चालू जमाना' हे रेडिओवरचं माझं सदर खूप लोकप्रिय झालं होतं. विशेषत: मी कागलातील अनेक घटनांचा, व्यक्तींचा, स्थळांचा संदर्भ देऊन 'चालू जमाना' लिहीत होतो. त्यामुळं कागलात मी 'रेडिओतला माणूस' म्हणून सुशिक्षित वर्गात, ज्याच्या घरी रेडिओ आहे त्या लोकांत माहीत होतो.

रेडिओनं गावात अशी किमया केली होती. घरी बसल्याबसल्या लोक श्रुतिका, नाटकं, गाणी, गोष्टी, कविता ऐकत होते. संमेलनाचे, सांस्कृतिक, कार्यक्रमांचे वृत्तान्तही त्यांच्या कानावर पडत होते. गेल्या दहाबारा वर्षांत गावात असा फरक पडण्याचं आणखी एक कारण म्हणजे देशात लोकसंख्या भरपूर वाढली होती. एस. टी. गाड्यांचे अनेक मार्ग तालुक्यापासनं खेड्यापाड्यापर्यंत गेले होते. गाड्यांची संख्याही विपुल झालेली. सरकारी प्रसार-प्रचाराची योजना, दळणवळणाची व्यवस्था, विविध कामांसाठी तालुक्याला नि जिल्ह्याला वरचेवर जाणं-येणं, तिकडचं नवंनवं काही असेल ते-ते गावाकडं नेणं, अशी प्रवृत्ती वाढली होती. गावातल्या माणसाला प्रवास पूर्वी कधीतरीच वर्षातून एखाद्या वेळेस करावा लागत होता. तो आता रोज किंवा चार-चार दिवसांतनं एकदा करावा लागत होता. लोकसंख्येच्या वाढीमुळं कागलातून कोल्हापूरला शिकायला जाणाऱ्या नि रोज परत येणाऱ्या विद्यार्थ्यांची संख्या भरपूर वाढली होती. माझ्या शिक्षणाच्या वेळी अशी परिस्थिती नव्हती. विद्यार्थी कोल्हापुरात राहूनच शिकत होते. रोज परत येत नव्हते. हे नवे विद्यार्थी शहरी जीवनशैली गावाकडं आणू लागले होते.

या सर्वांचा दहाबारा वर्षांत हळूहळू असा परिणाम झाला की गावाची जीवनशैली बदलत गेली. ललित साहित्याच्या वाचनाविषयी आपआपसांत चर्चा होऊ लागल्या. तीही एक सांस्कृतिक बाब आहे या जाणिवेपोटी लोक तिला

महत्त्व देऊ लागले.

दरम्यानच्या काळात माझंही लेखन निरनिराळ्या नियतकालिकांतून येत होतं. रेडिओवर पूर्वीपासूनच ध्वनिक्षेपित होत होतं. त्याचा परिणाम 'आनंद यादव हा मूळचा कागलचा लेखक आहे.' हे ज्ञान तरुण पिढीपर्यंतही जाण्यात झाला होता.

दादाच्या बरोबरीच्या अनेक परिचित-संबंधितांना मी पूर्वीपासून माहीत होतो. शिक्षण घेण्यासाठी मी केलेली जीवघेणी धडपड गावातल्या सर्व प्राथमिक शिक्षकांना आणि हायस्कूलच्या अध्यापकवर्गाला प्रत्यक्ष माहीत होती. रेडिओवरील सततच्या कार्यक्रमांमुळं माझ्याविषयी त्यांची उत्सुकता वाढली होती. 'गोतावळा'ला पारितोषिक मिळाल्यावर आणि महाराष्ट्र टाइम्ससह अनेक वर्तमानपत्रांतून माझे 'पारितोषिकाचे मानकरी' म्हणून फोटो आणि विस्तृत बातम्या, परिचय प्रसिद्ध झाल्यावर ती उत्सुकता आणखी वाढली होती.

नगरपालिकेत जो कार्यक्रम झाला त्यात माझे हायस्कूलचे हेडमास्तर एस. आर. चौगुले; तु. बा. नाईक, न. वा. सौंदलगेकर हे प्राथमिक शाळेतील माझे गुरुजन, कागलमधील सत्यशोधक विचारवंत नि पत्रकार डॉ. डी. ए. घाटगे हे; आणि गावातील प्रतिष्ठित शेतकरी रामूनाना चौगुले बोलणाऱ्यांत प्रमुख होते. शिवाय इतरही नागरिक आणि मित्र होते. कार्यक्रम तीन तास चालला होता. या कार्यक्रमाला दादा सोडून घरचे सगळेजण आले होते. त्या सर्वांना याचा खूप आनंद झाला.

वडीलधाऱ्यांना माझ्या शिक्षणविषयक धडपडीचं आणि त्यात मिळविलेल्या यशाचं कौतुक वाटत होतं. त्या धडपडीचे ते साक्षी आणि त्यात मदत केल्यानं यशाचे अंशतः भागीदार असल्यानं त्यांना आनंद होत होता. गुरुजनांनाही मनापासून वाटत होतं, की माझ्या घडणीत त्यांचा सिंहाचा वाटा आहे. त्याचा त्यांना आनंद होत होता. मित्रांना मी त्यांचा सख्खा जवळचा मित्र आहे, याचाच अभिमान वाटत होता. इतर नागरिकांना मी 'कागलचा माणूस' आहे याचा गर्व वाटत होता.

सगळ्यांनी मला आपलं मानलं. मी या सगळ्यांचा होतो. या सगळ्यांबरोबर सगळ्या गावानंही मला घडवलं होतं. माझी माती कागलची होती; तशी 'गोतावळा'ची मातीही कागलचीच... मला श्रीफळ आणि गुलाबी शाल दिली, माझ्या आयुष्यातील सत्काराची ही पहिली शाल होती, ती माझ्या गावानं मला प्रथम दिली...स्वीकारताना वाटलं, 'आता आयुष्यभर ही शाल पांघरीन. कोणत्याही थंडीवाऱ्यापासनं सुरक्षित जगायला आता मोकळा झालो.'

मला भरून पावल्यागत झालं.

समारंभ आटोपल्यावर ब्राह्मण गल्लीनं घराकडं परत चाललो होतो. अनेक मित्रांच्या आठवणी झाल्या. भय्या देशपांडे, बाळू अग्निहोत्री, शरद नाडगोंडे, अण्णा जोशी, एस. एस. कुलकर्णी यांच्या विशेष झाल्या. हे मित्र विद्यार्थिदशेत हुशार होते. गुरुनाथ नाडगोंडे तर समाजशास्त्राचा जाणकार प्राध्यापक. तो लेखनही करतो, असं ऐकलं होतं. सगळे मोठीमोठी पदे भूषवीत होते. याचं नातं गावाशी आहे का नाही? असलं तर त्याचं स्वरूप कसं आहे? का फक्त सुटीवर येण्यापुरते हे या गावचे राहिले आहेत? गावाला तरी सुटीवर येतात का? यांतला एकही मित्र सुटी असूनही कसा कार्यक्रमाला आला नाही? सुटीवर मी इतक्या वेळा गावात येतो, इतके दिवस गावात राहतो; तरी हे एकदाही कसे गावात दिसत नाहीत?...ब्राह्मण गल्लीतनं जाताना, बाहेरून त्यांच्या घरादारात डोकावतो तरीही हे कसे दिसत नाहीत? गावाविषयी त्यांना काय काय वाटत असेल? का काहीच वाटत नसेल? यांचे पराक्रम, कर्तृत्व गावापर्यंत येऊन का पोचू नयेत?...यांच्याशी असलेल्या आपल्या ओळखीचं काय झालं?

...फक्त प्रश्न निर्माण झाले. त्यांची उत्तरं गूढ अस्पष्ट होती. विद्यार्थिदशेत त्यांच्या घरात जायला संकोच वाटत असे. कुणी कधी 'घरी ये' असंही म्हणत नसे. सगळी मैत्रीची रीत घराबाहेरची. हायस्कूलच्या अंगणातली होती. त्यामुळं त्यांच्या घरात शिरून त्यांची चौकशीही करणं मला अवघड होतं. रीत सोडून घरात घुसतोय असं घरच्यांना वाटेल की काय; अशी भीती मनात होती.

...मनावरचे विचार तिथल्या तिथं पुसून मी पुढच्या धनगर गल्लीत शिरलो. मेंढ्यांच्या लेंड्यामुताचा पुंगस वास नाकात शिरला. घर जवळ आल्यागत वाटू लागलं. धनगर गल्ली संपली की आमचं घर होतं.

एका घरात आता तीन चुली झाल्या होत्या. मूळ संसाराची खोलीतली वायलाची जोडचूल. माडीवरची दादाची एकटी चूल आणि परड्यात शेणकुटं, जळण ठेवण्यासाठी केलेल्या छपरात शिवाची नवी चूल.

नोव्हेंबरात लग्न झाल्यावर महिनाभरात तो स्वतंत्र झाला होता. लग्नानंतर पंधरा दिवसांत त्यानं आईशी भांडण काढलेलं.

लग्न होऊन आठ दिवस झाल्यावर आई सुनेला आपल्याबरोबर 'कामाला चल' म्हणू लागली. तिला घरातल्या, कामांनाही जुंपू लागली.

खूप कष्टासायासानं बायको मिळवलेल्या शिवाला हे मानवेना झालं.

"माझ्या बायकूला कुणी कामं सांगायची न्हाईत." शिवा आईवर गुरगुरला.

"का? बसून खायला हे का इनामदाराचं घर हाय काय? का तालेवाराच्या घरातनं ती हिकडं वतनबितन घेऊन आलीया?"

"ती तालेवाराच्या घरातली असू दे; न्हाईतर गोसाव्याच्या घरातली असू

दे. घरात ती बसूनच खाणार.''

''कुठलं घालू तिला मी घरात बसून?''

''का? मी राबत न्हाई काय?''

''तू राबतोस की. एक दीस कामाला जातोस. नि चार रुपड्या मिळवून आणतोस. त्या चारातलं दोन एकटाच खातोस. दोन ह्या घरादाराला खायाला देतोस. त्यातबी तुझं दोन दीस काम नि धा दीस आराम. कुठलं आणून घालू मी तुम्हा न्हवराबायकूस्नी?... एक सांगून ठेवतो. ती आमच्यासंगं कामाला आली तर तिला भाकरी मिळंल. घरात बसली तर उपाशी मरंल. व्हय; सांगिटलं न्हाई म्हणशील.''

आईचा खाक्या या बाबतीत कडक होता. ज्यानं-त्यानं आपआपलं नेमून दिलेलं काम केलं पाहिजे; ही तिची घरातल्या प्रत्येकाकडनं अपेक्षा होती. मळा गेल्यावर आळसात बसून खाणाऱ्या दादालाही तिनं कामं नेमून दिली होती. ती दादा करेनासा झाल्यावर तिनं त्याला 'तुझं तू मिळीव नि काय खातोस ते खा' म्हणून जेवण बंद केलं. शेवटी दादाला त्याची स्वतंत्र चूल माडीवर घालावी लागली. आईचा असा खाक्या होता म्हणून घर चाललं होतं.

आई आणखी एक गोष्ट करत होती. तिला मी जे पैसे पाठवत होतो; ते फक्त आप्पाला आणि दौलतलाच माहीत असत. मी तिला पैसे पाठवतोय आणि त्यावर घरदार बरंचसं चालतंय; हे जर शिवाला कळलं तर शिवा काहीच कामं करणार नाही; अशी तिला काळजी वाटत होती. तिचाही एक प्रकारचा अहंकार त्यात गोंजारला जात होता. आई स्वत:च कारभारीपण करत असल्यामुळं हे घरदार चाललंय; असं जे इतरांना वाटत होतं; ते तसंच वाटण्याची त्यात सोय होती. त्यामुळं आईला नकळत मोठेपण मिळत होतं. ते तिला हवं असे..पण शिवाच्या बाबतीत याचा उलटा परिणाम होत असे. त्याला वाटे; आपल्या राबणुकीमुळं हे घरदार बरंचसं चाललंय. बायकांच्या रोजगाराचा दर आपल्यापेक्षा कमी. आपलाच महत्त्वाचा वाटा रोजच्या पोटापाण्याच्या सामग्रीत असतो; अशी त्याची भावना होई. त्यामुळं तो थोडा कामाला जाई नि मधूनच विश्रांती घेई. त्याच्या या मधेच न जाण्यामुळं रोजगाराची त्याला कामंही नीट मिळत नसत. लोकांचा खोळंबा मधेच होत असल्यानं त्यांच्या कामाचा विचका होई. पण शिवाला त्याची स्वत:च्या सुखापुढं फिकीर नसे. त्यामुळं त्याची नि आईची सतत भांडणं होत. आपआपल्या तापट स्वभावामुळं कुणीही मागं घ्यायला तयार नसे.

''तुझ्या बायकूला बसून खायाला घालायचं असंल; तर तुझा तू सवता ऱ्हा नि मिळवून आणून रोज तिला सोन्याचा घास घाल.'' आईनं त्याला

फर्मावलं.

शिवाला तेवढंच हवं होतं. त्यानं पडत्या फळाची आज्ञा घेतली...त्याला वाटलं आपण सुखानं जगू. दोघे मिळून आठ दिवस राबलो तर म्हैनाभर बसून खाता येईल.

खर्चाचा अंदाज नसल्यामुळं तो उत्साहानं सवता राहिला.

आता त्याला चारपाच महिने होऊनही गेले होते.

पुण्याहून दोन-अडीच्या सुमाराला आल्यावर कोल्हापुरातच कमलाकर दीक्षित यांच्याकडं मुक्काम करून व. ह. पिटके, प्रा. प्रल्हाद वडेर, चित्रकार द. म. महंत इत्यादी मित्रांना आणि प्रा. जी. व्ही. कुलकर्णी या गुरुवर्यांना भेटून घेतलं. दुसरे दिवशी सकाळी कागलला आलो.

आल्या आल्या सोप्यात बसणं, हिराबाईनं पाण्याचा तांब्या आणणं, हातपाय धुऊन चूळ भरणं, तिथंच बसून सगळ्यांशी बोलत चहा पिणं, हा माझा कार्यक्रम ठरलेला असे. घरात असलेले सगळेच सोप्यात जमत. दादाही माडीवरनं घटकाभर खाली येई, चौकशी करी नि वरती निघून जाई.

यावेळी सगळी सोप्यात आली होती; पण शिवा नि शिवाची बायको परड्यातनं आली नाहीत. मला वाईट वाटलं...शिवाकडून माझ्या काही अपेक्षा होत्या. माझ्यामागं हा शेती उत्तमपणानं करील, दादाच्या आळशी स्वभावाला घरदार कंटाळलेलं होतं. त्याची प्रतिक्रिया होऊन शिवा उत्साहानं उद्योगी होईल, हौसेनं सगळी शेती जिथल्या तिथं ठेवील, असं वाटलं होतं, म्हणून मळा गेल्यावर मी दोनएक एकराचं शेत खरेदी केलं. शिवा ते बागेसारखं फुलवील असं वाटलं. महत्त्वाकांक्षा अशी होती की शिवा हौसेनं शेत पिकवू लागला तर हळूहळू शेती भरपूर वाढवायची, मिळेल तो पैसा रानं खरेदी करण्यासाठी घालवायचा. ती निसाकसानं पिकवायची. गावात एक नमुनेदार शेतकरी म्हणून शिवाला उभं करायचं.

पण शिवा दादाच्या वळणावर गेला.

त्यामुळं शेती वाढवण्याचा माझा बेत हळूहळू मनात विरून गेला. शिवाला चांगला शेतकरी करण्याची ईर्ष्या नष्ट झाली.

तरीही शिवा माझा लहानगा भाऊ होता. आम्ही चौघा भावांत तो अडाणी राहिला. जन्मभर त्याच्या नशिबात शेतीत राबणं, रोजगार करणं, मिळवून आणून पोटाला खाणं, यापलीकडं दुसरं काहीच नाही; याचं मला अतिशय वाईट वाटत होतं. आपण तिघं शिकलो, आपण तिघांनी त्याला समजून घेतलं पाहिजे; अशी माझी भावना होती.

सगळ्यांशी गप्पा मारून झाल्यावर मी त्याच्या छपरात गेलो. कधी

पंचवीसभर वर्षापूर्वी आमचं घर बांधून झालं. त्यासाठी आणलेली डबर शिल्लक होती, म्हणून दादानं घरामागच्या परड्यात हद्दीला धरून चारपाच फूट उंचीची कच्ची भिंत पंचवीस-तीस फूट लांब बांधली होती. त्याच भिंतीवर आणखी फूटभर दगडं रचून आईनं दहा फूट लांबीचं एक छप्पर जळणासाठी नि पावसाळ्यात शेळ्या बांधण्यासाठी केलं होतं. त्यात शिवा राहत होता.

मी छपरात डोकावलो. तो पायावर पाय घालून भिंतीकडंला बसला होता. त्याची बायको चुलीपुढं काय तरी करत होती.

मी वाकून आत गेलो. उंबऱ्यालगत बसलो.

"काय शिवबा?" मी सहज विचारलं.

"काय न्हाई. न्ह्यारी आत्ताच करून बसलोय झालं." तो जास्त काही बोलला नाही.

मीही सवतं का राहिलास; म्हणून विचारायचं नाही, असं ठरवलं होतं. त्यातनं घरात नुसता वाद निर्माण होणार होता. एकमेकांवर आरोप करण्यापलीकडं दुसरं काही त्यातनं बाहेर पडणार नाही, असं मला वाटत होतं.

"कामाला जाणार न्हाईस?" माझा दुसरा सहज प्रश्न.

"न्हाई. कट्टाळा आलाय त्येच्या आयला. सगळं आंग दुखाय लागलंय; म्हणून खाडा केलाय झालं."

मला पुढ काही विचारावं सुचेना... मी त्याच्या बायकोकडं एक नजर टाकली. शिवासारखीच एकशिवडी, सावळी, खारीक अंगाची, उंचेली. चेहरा मात्र हसतमुख, उत्साही. तिनं आपल्या पद्धतीनं माझी चौकशी केली. "चहा करू का?" म्हणून विचारलं. "आत्ता प्यालोय;" म्हणून मी सांगितलं.

माझी नजर छप्परभर फिरली. आईनं त्याला घरातलीच तीन-चार जुनी भांडी दिली होती. बाकी जर्मल ताटल्या, वाट्या नि तांबे त्यानं खरेदी केले होते. साताठ गाडग्यांच्या दोन-तीन उतरंडी दिसत होत्या. कोपऱ्यात सड-खोडवी जळणासाठी पडली होती. त्याची बायको कुठं तरी जाऊन ती वेचून आणत असावी. अडदणीवर वाकळेची कळकट बोतरं लोंबकळत होती. त्यांना कधी पाणी लाभलं होतं, पत्ता नव्हता. छपराला ना खिडकी, ना सानं. त्यामुळं धूर सगळ्या छपरात भरून राहिलेला. दारावाटे नि वरच्या खापऱ्यावाटे तो बाहेर पडत होता...माळावरच्या गोसाव्याची असावी, तशीच शिवाच्या संसाराची कळा...सवता राहून नुसते चार-पाच महिने झालेले, तरी ही अवस्था.

मी दहा-बारा वर्षापूर्वी नोकरीसाठी पंढरपूरला होतो. लग्न झाल्यावर असाच दोन-तीन महिन्यांनी स्वतंत्र राहण्यासाठी निघालो होतो. आईनं शिवाला सवतं राहण्यासाठी जेवढं दिलं होतं; तेवढंही मला दिलं नव्हतं. माझाही संसार

असाच छोट्याशा खोलीत सुरू झालेला...आई तशीच भांडलेली. तिनं फक्त माझा बसायचा पाट, दूध प्यायचा पेला नि बोर्डिंगमध्ये वापरत होतो तो तांब्या दिलेला.

एका श्रद्धेपोटी पंढरपूरला मी तो घेऊन आलेलो. माझा हा संसार माझ्या गावाकडच्या घराचंच एक विस्तार पावलेलं रूप. ते 'सवतं' नाही; फांदीसारखं आहे, अशी जाणीव ठेवून मी माझा संसार मांडलेला...तरीही त्यात सगळी पितळेची भांडी मी आणि स्मितानं खरेदी केलेली. भरपूर खरेदी झालेली. स्वयंपाकाची दोन वेळची भांडी मोलकरणीची वाट बघत मोरीत पडली तरी शिलकीला पर्यायी म्हणून तेवढीच भांडी असावीत, स्वयंपाकात कोणतीही अडचण येऊ नये; म्हणून दुहेरी खरेदी केलेली... न्याहारीला कांदापोहे, त्यावर किसलेलं खोबरं, उत्तम पत्तीचा चहा, त्याबरोबर बिस्किटं किंवा धन्याची डाळ. दुपारी चहाच्या वेळी खाण्यासाठी काही चिवडा-चिरमुरे, असं सगळं ठेवलेलं....भावना विस्तारलेल्या संसाराची असली तरी रोजचं खाणंपिणं बुद्धिजीवी पांढरपेशाला शोभेल; असं वेगळं झालेलं. गावाकडं असा थाट कधीच करता आला नसता. तरीही माझी पत्नी चांगल्याघरची लेक, आपण शेतकऱ्याघरचं पोर. आपल्याशी तिला संसार करायचा आहे. तिला कुठंही काहीही कमी पडू नये; तिचा संसारात उत्साह वाढावा, म्हणून माझी धडपड. त्यामुळं नवी पांघरुणं, गाद्या, नवे कपडे, नव्या फॅशनची भांडीकुंडी भरलेली. आमचा दोघांचा उत्साह लग्नामुळं वाढलेला.

पण शिवाचं तसं काही दिसत नव्हतं..हे असं का? हा माझा सख्खा भाऊ नुसता चार वर्षांनी लहान. अडाणी राहिला म्हणून हे असं? का त्याच्या स्वभावामुळं हे सगळं असं झालंय? ह्याला मी की आई-दादा जबाबदार? का मळा घालवून धरणग्रस्ताप्रमाणं आम्हांला वाऱ्यावर सोडणारं सरकार जबाबदार?

मी अस्वस्थ झालो... छपरात धूर खूप झाला होता. डोळ्यांतनं सारखं पाणी येत होतं. म्हणून मी उठलो. शिवा तिथंच धुरकटत बसला. त्याशिवाय त्याला दुसरा उपाय नव्हता.

दुपारची वेळ. सगळी कामाला गेलेली. घरात मी एकटा. मनात वाट्टेल तसे विचार येत होते...मी इथंच नोकरीला असतो तर शिवाला वेगळं राहू दिलं नसतं. दादानं संसारातली इच्छा काढून घेतल्यावर मी सगळं कारभारपण हातात घेतलं असतं. आई कामांची विभागणी बरोबर करते. संसार अतिशय काटकसरीनं आहे त्यात तोलून, मापून चालवते. प्रत्येकाला नेमून दिलेली कामं दयामाया न करता करवून घेते; म्हणून तर हे घर चाललंय. पण आईचा खाक्याही अडाणी, काहीसा हट्टीही त्यामुळं भावंडं वैतागतात, त्यांना मरेपर्यंत कामं करावी लागतात. त्यांच्या इच्छांना, भावनांना काहीही स्थान या संसारात नसतं. अडाणीपणामुळं आईजवळ भविष्याची योजना नाही. लांबचं बघून, निरखून पदोपदी वागावं

लागतं ही समज तिला नाही. त्यामुळं सगळी ओढाताण नि हिसकाहिसकी होते.

...मी हे केलं नसतं. गोड बोलून चतुराईनं सगळ्यांकडनं कामं करून घेतली असती. प्रत्येकाचं मन ओळखून बारीकसारीक सुखाचे चार-चार शेंगदाणे ज्याच्या त्याच्या हातावर ठेवले असते. शिवालाही पाठीवर थाप मारून कामाला जुंपलं असतं. त्यामुळं सगळ्यांनाच एकमेकांच्या मदतीमुळं चार घास चढ मिळाले असते.

हे चार घास नक्की मिळाले असते का? की जास्तच भांडणं झाली असती? आईच्या स्वभावावर औषध नाही. तिनं आपल्या हातातलं कारभारीपण मला दिलंच नसतं. तिचा अहंकार दुखावला असता. मी रत्नागिरीहून परत आल्यापासनं गेली पंधरासोळा वर्षं पाहतोय. तिच्या तडफेमुळं नि दादाच्या निष्क्रियतेमुळं सगळा कारभार तिच्या हातात आलाय. सगळी भावंडं तिला घाबरतात. तिच्या शब्दाबाहेर जात नाहीत. दुसऱ्या कुणी जरी त्यांना सांगितलं तरी ती ऐकत नाहीत. काही झालं तरी आईला चिकटून असतात. मग माझं कितीही बरोबर असलं, त्यांच्या हिताचं असलं तरी ती माझं ऐकणार नाहीत...मीच एकटा पडलो असतो.

कागलात कॉलेज असतं नि मला प्राध्यापकाची नोकरी असती तर मी इथंच राहिलो असतो. आईनं सगळा पगार आपल्या हातात मागितला असता. सगळाच पगार प्रत्येक महिन्याला तिच्या हातात देण्याची माझी इच्छा नसतानाही मला तो द्यावा लागला असता. तिनं आपल्या अडाणी विचारानं तो सगळाच महिन्याच्या महिन्याला खर्च केला असता. मला ते मानवलं नसतं. प्रत्येक महिन्याला योग्य ती शिल्लक ठेवूनच खर्च करण्याची माझी वृत्ती. पण ती या घरात मल आचरणात आणता आली नसती. घरातल्या तेरा जणांसाठी पगार सगळाच खर्च होऊन गेला असता. आज मी मला शक्य आहे तेवढीच घरासाठी मदत करतोय. उरलेल्या पैशांत आमचा संसार व्यवस्थित चालावा अशी अपेक्षा ठेवूनच पैसे पाठवतोय. तशी मदत इथं करता आली नसती. सगळंच परस्वाधीन झालं असतं.

मी नोकरदार असल्यामुळं येणाऱ्या जाणाऱ्या मित्रांसाठी मला चहा-बिस्किटं, पोहेबिहे करावेच लागले असते. प्रत्येक वेळी हे घरातल्या सगळ्यांसाठीच करणं भाग पडलं असतं. खर्च नक्कीच वाढला असता.

त्यात पुन्हा मी कॉलेजात प्राध्यापक, एक साहित्यिक असल्यामुळं मी पांढरपेशासारखं झकपक राहायचं, माझ्या पत्नीनं नि मुलींनी व्यवस्थित कपडे घालून शाळा करायची आणि बाकीच्यांनी मात्र वाट्टेल तशा चिंध्याबोतरं झालेल्या कपड्यांनिशी रोज एकाच्या बांधाला भिकाऱ्यागत जायचं- मला हे मानवलं नसतं

नि लोकांनीही ते दृश्य बघून माझ्या तोंडात शेण घातलं असतं. स्मिताला नि मुलींना आज पुण्यात एकान्त मिळतोय तो मिळाला नसता. त्यांचा अभ्यास इथं या गलबल्यात झाला नसता. मग मीच शिवासारखा आपण होऊन गावातल्या गावात सवता राहिलो असतो.

सवता राहिलो असतो; तरीही गावानं तोंडात शेण हे घातलंच असतं. ते खात, लोकांचं बोलून घेत निर्लज्जपणानं जगावं लागलं असतं. म्हणजे दोन्हीकडून मला बोल लागला असता. भावंडंही मला आज मानतात तेवढं त्यांनी मानलं नसतं. आईनंही माझं तोंड बघितलं नसतं. मला मग तेही सोसलं नसतं. मी पुन्हा आईच्या संसारात जाऊन राहिलो असतो...

...नाही नाही! इथं राहणं कठीणच झालं असतं. आईचा, दादाचा, शिवाचा स्वभाव वेगळा असता, त्यांच्यात समजूतदारपणा असता, माझ्या शब्दाप्रमाणं सगळी वागली असती; तरच मी इथं राहू शकलो असतो. मग खूप खूप करता आलं असतं. शेती करता आली असती, छोटे छोटे नवे उद्योग करता करता आले असते. सगळ्यांना जास्त पैसा देणाऱ्या कामांना जुंपता आलं असतं. पोटासाठी वस्तू विकत घेण्याची ताकद वाढली असती नि सुखानं जगता आलं असतं.

तरीही माझा विकास कागलात झालाच नसता. आज पुण्यात मला पैसा मिळविण्याची जेवढी साधनं उपलब्ध आहेत तेवढी इथं नाहीतच. ती पुण्यात आहेत म्हणून तर मी घराकडं पैसा पाठवतोय. साहित्यिक कर्तृत्वाला पुण्यात जेवढा वाव आहे, जेवढ्या सुविधा उपलब्ध आहेत, तेवढ्या कोल्हापुरात किंवा इतरत्र महाराष्ट्रातही उपलब्ध नाहीत. त्यामुळं इथं माझा वाङ्मयीन विकास खुंटला असता. वाङ्मय ही तर माझ्या आवडीची वस्तू, माझं दुसरं अस्तित्व. ते निघून गेलं, तर मी मरून जाईन. मला पुण्यातच असलं पाहिजे, माझ्याबरोबर मला माझं घर नि भावंडं जगवायची आहेत. मी मरून मला माझी भावंडं जगवता येणार नाहीत. अकारण एवढं महान होण्याची आततायी कुवत माझ्याजवळ नाही.

संध्याकाळ झाली.

शिवा दुपारी गावात 'चक्कर' टाकायला म्हणून जे गेला होता, ते सांज करून परत आला. दारात बिड्या ओढत, येणाऱ्या जाणाऱ्याला 'काय गणा, काय दिना' म्हणून हाका घालत स्वस्थपणे बसला.

तासरातीला सगळी कामावरनं सुक्या लाकडागत होऊन परत आली. हातपाय तोंडं धुऊन आनसानंच चहा केला. सगळ्यांबरोबर मीही घेतला.

चहा घेऊन रात्रीच्या स्वयंपाकाला सगळी लागली.

मी, आप्पा, दौलत गप्पा मारत बसलो. आम्ही तिघेही तसे ताजेतवाने होतो.

सगळी निवांत झोपल्यावर नेहमीप्रमाणं मी नि आई बोलत बसलो.

आईला मी म्हणालो; "आई, शिवाच्या संसाराला आणखी थोडी भांडी दे की गं. सगळी गाडगीच दिसत्यात त्येच्या घरात."

"हांऽऽ! बरं सांगतोस की. त्यो भाड्या आता दीसभर गावातनं बोंबल्या मारत फिरला असंल नि ती रांडबी आई मेल्यागत दीसभर हूं म्हणून निजली असंल.

"जरा उठून कामांस्नी जावा म्हणावं त्यांस्नी नि घ्या जावा म्हणावं त्येंच्या संसाराला सोन्याचांदीची भांडी. माझ्या लेकी वंजळवंजळभर रोज फुकावारी रक्त आटवून लोकांची खंडीभर कामं करत्यात; तवा कुठं त्यांस्नी चार पैसं बघायला मिळत्यात. असं करून मी माझा संसार हुबा केला. ह्या भाड्याला आयतं कुठलं देऊ? कल बायकू आली न्हाई तवर ह्यो 'माझ्या बायकूला कुणी कामं सांगायची न्हाईत' म्हणतोय. भणी कामानं मरत्यात नि ही पद्मिनी होऊन घरात बसू दे व्हय? ...त्यो आपलंच खरं करतोय तर करू दे की त्येचा त्यो. तिला मखरात बसवून पाच पक्वान्नं आणून घालू दे.

"...लाज न्हाई वाटत त्या भाड्याला? अजून पोरीबाळींची लगनं हुयाची हाईत. पोरांची शिक्षेणं हुयाची हाईत; तवर हात झटकून मोकळा झालाय? ही कुणी वाढवायची? ...असल्या नागूबाला दूध घालत मलाबी बसायला सांगतोस व्हय?" आई धडाधडा बोलत होती. तिचा शिवावरचा धुमसणारा राग चांगलाच भडकून उठला.

मला काहीच बोलता आलं नाही. मी गप्प बसलो...आप्पा, दौलत, फुला हे माझ्यापेक्षा कितीतरी लहान होते. त्यांना मी शिक्षण दिलं होतं, देतही होतो. संपूर्ण माझ्या मनासारखा नाही; पण कसाबसा वेडावाकडा का असेना मला हवा तसा थोडा तरी आकार मी त्यांना देत होतो. पण शिवाचा दगड टणक लागला. मूळ आकारातच तो राहिला होता. त्यामुळं आईचा पुष्कळ वेळा कपाळमोक्ष झाला. मलाही पुष्कळ ठेचा लागल्या. त्याच्या सवतं राहण्यानं माझं मन आतल्याआत रक्तबंबाळ झालं होतं.

●

सत्तावीस

आई कामावरनं परत येताना दिवेलागणीला पान्दीत पाय मुरगळून पडली. तिचे दोन्ही गुडघे फुटले. डाव्या हाताला मुका मार लागला. पायात कळा येऊ लागल्या.

दुसऱ्या दिवशी ती घरात राहिली. हिराबाईकडनं रक्तचंदन उगाळून घेऊन गुडघ्यांना, मुरगळलेल्या पायाला लावलं. तिचं डावं मनगट आणि खांदा दुखत होता; म्हणून ती झोपून राहिली.

कागलातला माझा चौथा दिवस होता. मी तिच्याशी बोलत बसलो.

"आन्दा, तुला आता एवढा ल्योक व्हावा, अशी माझी इच्छा हाय बघ. नातवाचं तेवढं तोंड बघितलं की मी मराय मोकळी झालो."

"आता 'बाळू'चं तोंड बघून ईसबावीस वर्सं झाली की तुला. पुन्ना आणि आता नातवाचं तोंड बघावसं वाटत असंल तर बोलवून घे त्येला. म्हंजे मरायला मोकळी झालीस, आई तू." मी आईला खुलवण्यासाठी गमतीनं बोलू लागलो. तसं बोलल्याशिवाय तिची उदासी जात नाही; असा माझा अनुभव होता.

"आरं, त्यो लेकीचा ल्योक. परक्याच्या वौसाचा त्यो दिवा."

"भले! परक्याचा कसला? शिवाप्पा जाधवाची तू लेक. आणि बाळू शिवाप्पा जाधवाचा सख्खा नातू. तुझ्या धाकट्या भावाचा पैला पोरगा... म्हंजे तुझ्याच वसाचा दिवा न्हवं त्यो?"

"त्यो माझ्या वसाचा दिवा न्हवं. माझ्या वसाचा तू दिवा. तुझ्या वसाचा दिवा मला बघायचा हाय."

"असं व्हय? म्हंजे दादा तुला इतक्या शिव्या देत हुता, 'जा तुझ्या म्हायाराला' म्हणत हुता, तुझा दिवटा ल्योक शिवाजीराव तुला 'तुझं हितं काय

हाय? तू जा माळ्याच्या गल्लीला' म्हणतोय ते सगळं खोटंच व्हय?...मला वाटलं हुतं दादाचा, शिवाचा वौस तुला 'आपला' वाटत नसंल. तुझ्या बाऽचा, भावाचा, लेकीचा वौस तुला आपला वाटंल." मी चतुराई करत होतो.

"उगंच फाटं फोडू नगं रं बाबा. मला एक सांग, कीर्तीला आता सासात वरसं झाली. दोन्हीबी पोरी दांडग्या दिसाय लागल्यात. मग अजून तुझ्या पोटाला पोरगा कसा नाही?"

"हुईल की आता?"

"कवा हुयाचा? पोरं बंद हुयाचं औशीदबिवशीद तिला चारू नगं बाबा. येळंसरी पोटाला पोरगा असावा..तुला पोरगा झाला न्हाई तर माझा जीव जायाचा न्हाई बघ."

"अगं, तू सारख्या सारख्या मरायच्याच गोष्टी का करतीस, आई?"

"मला जल्माचा कट्टाळा आलाय, आन्दा आता. आता मला दगदग सोसत न्हाई. एवढी कामं करूनबी एवढं एवढंसं अन्न पोटात जातंय. डोळ्यांस्नी दिसायचं कमी आलंय. हातापायांतली ताकद कमी झालीया... आणि मी अजूनबी किती काम करू? किती ह्या पोरांसाठी हाडं झिजवू? मी म्होरं झाल्याशिवाय एकबी कामाला उठत न्हाई. मी बाई माणसानं शेताचं बघायचं का बापय माणसानं शेताचं बघायचं? मांगोड्याकडंला आमचं श्यात. त्या चोरट्या मांगणीसंगट किती भांडू मी? घरातला बापय म्हणणारा धाबारा पोरं काढून संन्याशी झाला. शेतकरी लेकानं बायकू आल्याबरोबर डोंबारी उडी मारली. त्येला एवढा हुड्याएवढा वाढवून इन्नारथ जलम झाला माझा. मग कशाला जगू मी? आता हातपाय थकलेलं बघून पोरीबी माझं ऐकंनासं झाल्यात. ...मला ही रानंबिनं आता कायबी नगंत बघ. कुणाला तरी श्यात लाव जा. मी काय आता त्या शेतात यंदाच्या पावसुळ्यात पाऊल टाकणार न्हाई. आता काय कुणी ल्हानगी न्हाईत काय न्हाईत. राबतील त्येंचं ती नि खातील; न्हाई तर बसतील टाचा घासत."

आईला सगळ्या घरादाराचा राग आला होता.

मी तिची समजूत काढली. शेजारपाजारच्या भाऊबंदांची वाताहत कशी झालीय ते दाखवून दिलं. आमच्यापेक्षा बरी असलेली त्यांची घरं काळाच्या ओघात अनेक कारणांनी उद्‌ध्वस्त झाली होती. प्रत्येक घरात भरपूर पोरं असल्यानं आणि कुणीच विचार करून वागणारं नसल्यानं सगळ्यांची वाताहत झाली होती. भाऊ भावांच्या उरावर बसत होते. एकमेकाला फसवून घरातली मालमत्ता गिळून टाकत होते...तसं आमच्या घरात काहीच नव्हतं. कुणाचं कर्ज नव्हतं. कुणाच्या चोऱ्यामाऱ्या करून आम्ही खात नव्हतो. मिळेल तिथं रोजगाराला जात होतो. आता फक्त एकाच बहिणीचं लग्न राहिलं होतं. दोन भाऊ शिकत होते; मी

पगारदार नोकर होतो. कसा जरी असला तरी शिवा त्याचा तो राबून खातोय. कुठं खून, दरोडे घालत हिंडत नाही; हे किती मोठं सुख तुझ्या वाट्याला आलंय; असं आईला सांगितलं.

क्षणभर तिला ते पटल्यासारखं झालं. "आई, तू आता ह्या सगळ्या काळज्या सोडून दे. मी तुला म्हैन्याच्या म्हैन्याला पैसे लावून देतोय न्हवं? कमी पडलं तर कळवत जा. तुला मी कवा पैसा कमी पडू दिलाय काय? मागतीस तेवढं लावून देतोयच न्हवं? मग कशाला राबायला नि रोजगाराला जातीस? पोरीस्नी वाटलं तर जाऊ दे. शिवा येगळा झालाय; त्येची पोटापाण्याची कटकट कमीच झाली, असं समजायचं नि सुखानं घरात बसून खायाचं. कवा जिवाला वाटलंच तर शेतात कामाला जावं, वाटलंच तर म्हसरं घेऊन चारायला जावं. तेवढंच पाय मोकळं हुत्यात."

ती थोडी थंड झाली.

मी मामाकडं जाऊन आई पडल्याचं सांगितलं. 'येऊन जा' म्हटलं. जाता जाता धोंडूबाईच्या घरात घटकाभर बसलो; स्मिताच्या माहेरात तासभर गप्पा मारल्या नि परत फिरलो.

रस्त्यानं जाताना गाव ओसाड वाटू लागलं. भीषण दुष्काळामुळं त्याच्यावर मरणकळा आलेली. आसपासच्या रानातल्या विहिरी आटून गेलेल्या. कागलचं भूषण असलेल्या विस्तीर्ण जयसिंग तलावाचं पाणी कधी नव्हे ते संपून गेलेलं. त्याचा अथांग खानदानी तळ त्याच्या जन्मापासून आजपर्यंत कधी उघडा पडला नव्हता. तो आज शेंबड्या पोरालाही बघायला मिळत होता. तलावातला अनेक वर्षांचा साचलेला गाळ काढायचं दुष्काळी काम सुरू झालं होतं. गावातली अनेक रोजगारी माणसं तिकडं धाव घेत होती. फुकापासरी दरानं कामं करत होती. गेल्या पाचसात वर्षांपासनं अन्नधान्याचे दर पुराच्या पाण्यासारखे वाढत होते. प्रचंड महागाई आणि कामाला किंमत नाही. रोजगाराचे दर चार वर्षांपूर्वी जिथं होते तिथंच राहिलेले. त्यामुळं दीसभराचा रोजगारही पोटाला पुरत नव्हता.

संध्याकाळी दारात बसलो होतो.

कुस्त्या करणारा सुताराचा शामराव निम्मा उरलेला. क्षयरोग झाल्यागत वाटत होता. 'आजारी हाईस काय रे?' म्हणून विचारायचं धाडस झालं नाही कारण 'काय आनंदराव?' म्हणून हसतमुखानं माझ्याशी तो गप्पा मारू लागला.

घटकाभर उभा राहून बरंच बोलल्यावर कळलं की सुतार-काम बंद झालंय. रोजगाराला जात होता. त्याच्या तब्येतीला काही झालं नव्हतं. लग्न झालं होतं. दोन पोरं पोटाला होती. त्यांच्या तोंडात रोज काय घालायचं हाच प्रश्न त्याला पडला होता. पूर्वीसारखं नांगर, कुळव, गाड्या, मोटवणी तयार करायची

किंवा दुरुस्तीची कामं त्याला मिळत नव्हती. ट्रॅक्टर, ट्रॉली, पंपामुळं सगळा जमाना बदललेला. नवी लोखंडी अवजारं आलेली. त्यांच्या दुरुस्त्यातलं त्याला काही कळत नव्हतं. विहिरीवर जुनी मोटवणं नुसती आठवणी म्हणून उभी होती. त्यांचा वापर बंद झालेला. पंपांनी सरळ पाटात पाणी पडत होतं. हळूहळू शामरावचा सुतार-मेटा बंद झालेला. काय करावं कळेना; म्हणून हळू हळू कामाला जाऊ लागला. उरलेल्या वेळात किरकोळ सुतारकाम करू लागला. ऐन चाळीशीत म्हातारा झाल्यागत वाटत होता. हा आठदहा वर्षांपूर्वी कुस्त्या करत होता, दांडपट्ट्याच्या पानागत मैदानात हलून दुपटीनं बोजड वाटणाऱ्या गड्यालाही बघता बघता गारद करत होता; हे आता कुणाला सांगून पटलं नसतं. अंगावरचं चरबी, मांस गिधाडांनी खाल्ल्यागत सांगाडा शिल्लक राहिलेला.

दिवसभर माझं प्रबंधाचं काम चाले. वाचन आणि त्यातून निर्माण होणारे अनेक वाङ्मयीन प्रश्न, त्या प्रश्नांवर होणारं चिंतन, त्यांची सुचणारी उत्तरं, समोर फडफडणारे पांढरेशुभ्र कागद...माझं पीएच. डी. चं स्वप्न. मी या सगळ्यांत दिवसभर बुडून जाई.

संध्याकाळी बाहेर बसल्यावर भेटणारे लोक, त्यांचे जगण्याचे प्रश्न, गावाला वेटाळून बसलेला दुष्काळाचा काळसर्प, त्याच्या विषारी उच्छ्वासांनी अर्धमेली होणारी जनावरं, पाखरं नि माणसं...या सगळ्यांचा नि माझ्या संशोधनाचा संबंध काय; ते मला कळेना.

या संशोधनात गेली पाचसहा वर्षं घालवणाऱ्या माझा आणि या गावाचा काही संबंध आहे की नाही? 'गोतावळा'नं नुसती वाङ्मयीन महत्त्वाकांक्षा वाढवली आहे. अलीकडं आपण गावातल्या मित्रांकडं गप्पा मारायलाही जात नाही. त्यांनीच आपल्या कडं यावं, अशी अपेक्षा धरतो. तशातही आपण वसंत लोले, वि. म. बोते, जी. डी. गुरव या वाङ्मयप्रेमी मित्रांतच जास्त रमतो. जी. डी. गुरवांकडून कळणारी दुष्काळी माहिती सोडली तर आपण वाङ्मयीन गप्पा जास्त मारतो. हे मित्र आपल्या साहित्याचे भोक्ते. त्यांच्या तोंडून अधूनमधून येणारं आपल्या साहित्याचं कौतुक ऐकायलाच आपण जास्त उत्सुक असतो. वळणं घेऊन चर्चा आपल्या साहित्यावर आली की आपल्याला बरं वाटतं...बाकीच्या मित्रांची आपण अलीकडं कमी चौकशी करतो; असं वाटून मनाला रुखरुख लागून राहिली.

सुटीत आलो की एखाद्या सकाळी मधुकर सणगरकडं चहाला जात असे; तसा गेलो.

मधू स्वतंत्र झाला होता. बाकीचे दोघे भाऊ आणि मधूची आई एकत्र राहिलेले. याला वर्ष होऊन गेलं होतं. काशीनाथ आणि शंकर बाजारपेठेतील किराणा भुसाराचं दुकान चालवीत होते आणि मधू घोंगड्याचा व्यापार करत होता.

आतापर्यंत मधूचा व्यापार चांगला चाललेला. पण घरातल्या वादावादीमुळं तो स्वतंत्र झाला.

परिस्थितीमुळं त्याचा व्यापार हळूहळू खाली येऊ लागला. मला वाटलं होतं; 'आज ना उद्या मधूचा व्यापार पुन्हा वाढेल. त्यात त्याचा पुन्हा जम बसेल. स्वतंत्र झाल्यामुळं मधूला भांडवल कमी पडत असेल; पण तो व्यापार-चतुर असल्यामुळं लौकरच त्याचं भांडवल वाढेल.' म्हणून मी त्याची घरगुती चौकशी फारशी करत नव्हतो. भावाभावांतली भांडणं; त्यांची चौकशी केली तर भिंतीपलीकडं राहणाऱ्या त्याच्या भावांना ते ऐकायला जाईल. भावनेच्या भरात मधू त्यांच्याविषयी काही तरी बोलेल नि ते आपणास मुकाटपणे ऐकावं लागेल. मग त्याच्या भावांना वाटेल माझीही त्याला अनुमती आहे. मला ते नको होतं. कारण मधू स्वतंत्र राहण्यापूर्वी त्याच्या घरातल्या सगळ्यांशीच माझे संबंध होते.

पण यावेळी मधूनं माझ्याकडं पाच हजार रुपये कधी नव्हे ते हातउसने मागितले. व्यापार पारच खाली आलाय. वस्तूच्या किमती भरमसाठ वाढल्यानं भांडवल अजिबात कमी पडायला लागलंय असं तो म्हणाला.

मला तेवढे पैसे देता येणं अशक्य होतं. खरं तर दुष्काळामुळं माझीही ओढाताण होत होती. घरी सतत पैसे पाठवावे लागत होतं. माझा संसार, घराचे हप्ते यामुळं शिल्लक काहीच पडत नव्हती. तरी मधूला मदत करणं माझं कर्तव्य होतं. म्हणून मनाशी विचार केला. 'गोतावळाला पारितोषिकच मिळालं नाही, असं समजून वागू या नि पारितोषिकाचे दीड हजार रुपये मधूला देऊ या.'

माझ्या सगळ्या अडचणी सांगून शेवटी मधूला मी म्हणालो; ''मला पाचहजार रुपये काही या अडचणीमुळं देता येणार नाहीत. तरीबी दीड हजार रुपये पुण्याला गेल्याबरोबर मी तुला पाठवून देतो.''

तिथं पैशाचा प्रश्न संपवला नि बाकीची बोलणी सुरू झाली. मधू पुनः पुन्हा धंद्याविषयी बोलत होता. माझ्या एक लक्षात आलं की लोकरीच्या किमती भरमसाट वाढल्या आहेत. त्यामुळं सुताच्या किमती वाढल्या नि त्यामुळं घोंगड्याच्या किमती वाढल्या. घोंगडं म्हणजे गरिबाचं कवचकुंडल. गरिबाला परवडेल अशा किमतीत मिळणारं. पावसाळ्यात पावसापासनं संरक्षण करण्यासाठी ते कायम उपयोगी पडे. ते आंथरायलाही उपयोगी पडे नि पांघरायलाही उपयोगी पडे. त्याची लांबी भरपूर असल्यामुळं रानात वसतीला जाणारे शेतकरी ते अर्धे आंथरत नि अर्धे पांघरत. 'खाल-वर' घोंगडं घालून निजण्याची कुणब्याची पद्धत तशी जुनी. सुगीत मोटा बांधून कणसं, कोंडा आणणं, सळ घालून त्यात प्रसंगी कापूस भरणं सगळ्यांत सोपं असे. ते मळत नसे. झटकलं की स्वच्छ. वर्षातनं कधी तरी एकदा पाण्यातनं नुसतं बुचकळून काढलं की तासाभरात वाळून जाई.

पुन्हा त्याची डोईवर खोळ घेऊन शेतकरी भाऱ्याचं, गवताचं किंवा कशाचंही ओझं घ्यायला तयार होई. त्यामुळं घरोघर प्रत्येक पुरुषागणिक एक-एक घोंगडं असेच...पण शहरात शाल, ब्लँकेट, रग निर्माण करण्याचे कारखाने निघाले. त्यासाठी तिकडची माणसं खेड्यावर येऊन धनगरांकडनं भराभर चढ्याभावानं लोकर खरेदी करू लागली. मेंढरवाल्या धनगरांना चढ्या भावानं पैसा मिळू लागला नि गावातली लोकर शहरात जाऊ लागली. हळूहळू ती खूपच महाग झाली. तिचं घोंगडं गरिबांना परवडेना. लोकांनी घोंगड्याच्याच ऐवजी सोलापुरी चादरीचा पर्याय स्वीकारला. दुधाची तहान ताकावर भागवू लागले. खेड्यातली लोकर शहरात गेल्यामुळं घोंगड्याचं रूपान्तर शाल, ब्लँकेट, रग इत्यादीत होऊ लागलं. त्यांचा वापर पैसेवाले, शहरवासी, सुशिक्षित गरम उबेसाठी करू लागले...परिणामी घोंगडी विणणाऱ्या, घोंगडी विकणाऱ्या सणगर समाजाचा व्यापारधंदा मोडकळीला आला. तरीही मधू आजवर ज्या धंद्यानं जगवलं, यश दिलं तो धंदा आज ना उद्या पुन्हा यश देईल, म्हणून पुनः पुन्हा उभा करण्याचा प्रयत्न करीत होता...मला मधूचं भवितव्य कठीण दिसू लागलं.

सुटीवर आल्यापासनं मांगाचा शिर्पा एकदाही भेटला नव्हता; म्हणून मी त्याच्या घराकडं सहज फिरत फिरत गेलो.

शिर्पा घरातच दाराच्या तोंडाला पायावर पाय घालून बसला होता. अंगावर चिंध्याबोतरं झालेलं कुडतं. सकाळची वेळ असूनही घरात चूल पेटलेली दिसत नव्हती.

"या." मला अनपेक्षित बघून तो चमकला. त्यानं चटकन उठून शिंदीच्या पानांचा बोऱ्या पसरला. "तुम्ही कशाला आलासा हिकडं? कुणाला तर सांगून लावून द्यायचं. मी आलो असतो तिकडं."

मी बोऱ्यावर बसत बसत बोललो; "कुठं कामाला गेला न्हाईस वाटतं?"

"न्हाई." तो शांतपणे बोलला.

"का?"

"कुठं हाईत कामं आता?...सगळीकडची इंजनं बोंबलत गेली. इलक्ट्रिवरचं पंप आल्यात. हिरीवर बसीवलं की पाटात पाणी. तासाच्या आत एका माणसाला पंप बसवता येतोय. इंजनाला चार माणसं दीसभर बसवायला लागत्यात. पंपात काय इंजनागत मोडतोड न्हाई का दुरुस्ती न्हाई आणि असली तर त्यातलं मला काय कळत न्हाई...मग काय करू? कुठली इंजनं हुडकत जाऊ?"

शिर्पा थोडं शिकला होता. दहा-बारा वर्षांपूर्वी हळूहळू त्यानं इंजिनांची कामं शिकून घेतली होती. गल्लीत आबाजीच्या वडिलांचा गुऱ्हाळासाठी ऑईल-इंजिनं आणि घाणा म्हणजे चरक भाड्यानं देण्याचा उद्योग होता. त्या इंजिनाची

रिपेरी वर्षभर चाले. त्यात शिर्पानं रिपेरीची कामं शिकून घेतलेली. १९६० पूर्वी आमच्याकडं म्हणजे कोल्हापूर-इचलकरंजी भागात ऑईल-इंजिनांचे छोटेमोठे अनेक कारखाने होते. हा भाग बराचसा बागायती शेतीचा. विहिरी भरपूर. नद्यांना पाणीही भरपूर. त्यामुळं पाणी ओढण्यासाठी बहुतेक शेतकरी इंजिनं वापरत. त्यांची दुरुस्ती जाग्यावरच करणं सोयीचं असे. असली कामं शिर्पा करत हिंडत असे. त्याचं त्यावेळी बरं चाललं होतं.

पण १९६० च्या आसपास या भागात कोयनेची वीज आली. डिझेल, क्रूडॉइल, पेट्रोल दरम्यानच्या काळात हळूहळू महाग होत गेली. महागाई वाढत गेल्यानं इंजिनं महाग झाली. विजेवर चालणारे पंप आणि मोटरी आल्या. त्या इंजिनाच्या मानानं खूपच स्वस्त आणि विजेचा खर्चही कमी. शिवाय पाण्यावर इंजिनं बसवण्यासाठी जी यातायात करावी लागे तीही नाही. त्यामुळं इंजिनाची जागा पंप, मोटरी यांनी घेतली. गेल्या पाच-सात वर्षांत तर हे झपाट्यानं झालं. साखर कारखाने आल्यामुळं गुऱ्हाळंही कुणी करीनासं झालं. ऊस कारखान्यांना जाऊ लागले नि गुऱ्हाळाचीच इंजिनं, चरक मोडीत निघाले...शिर्पाचे हात काढून टाकल्यासारखं झालं. आता त्याला पै-पै मिळणाऱ्या मजुरीशिवाय दुसरा उद्योग नव्हता. त्यामुळं घरदार उपाशी मरू लागलं.

बोलता बोलता मी शिर्पाला म्हणालो, ''आई म्हणत हुती, 'अलीकडं शिर्पा घराकडं यायचा बंद झालाय.' असं का केलंस?''

तो कसनुसा हसला. काहीच बोलला नाही.

''आमच्या घरात तुला कुणी काय बोललं काय?'' मी.

''छे छे! तसं काय न्हाई. मलाच अवघड झाल्यासारखं झालंय.'' शिर्पा बोलला.

''काय?''

''हे अंगावरचं बघतासा न्हवं?... किती केलं तर मी मेस्त्रीगडी. निदान अंगावर कापडं तरी धडशी असायची माझ्या...आता तीबी न्हाईत. असा उघडावाघडाच घराकडं कसा येऊ नि गावात तरी कसा जाऊ?''

मी चरकलो. तो विषय हळूच बाजूला सारून दुसरंच काही बोलू लागलो.

घटकाभरानं घराकडं जायला उठलो.

वाटलं, ''असंच उगवतीच्या आळीनं परड्याकडनं घराकडं जावं.'' म्हणून मांगोड्याच्या उगवतीला वळलो. जवळची वाट होती.

काळ्या सांडपाण्याची डबकी. मधेच हगलेली बारकी पोरं, वळचणीला पडलेली डुकरं, कुजलेल्या कुडांची जुनी छपरं नजरेसमोरनं जाऊ लागली. त्यांतच बसून पोरं खेळत होती. काहीच कामं नसलेल्या बायका एकमेकींच्या

डोईतल्या उवा मारत, खराखरा खाजवत एकमेकीम्होरं बसलेल्या. काहीशा आश्चर्यानं माझ्याकडं बघणाऱ्या... "इतक्या स्वच्छ कपड्यातला माणूस मांगोड्यात कसा काय उगवला?"

दतबा मांग दारात बसून वाखाच्या बटा हातावरच वळत होता. त्यात रमून गेलेला.

"काय दत्तूम्मा, काय चाललंय?"

"अजी रामराम! सकाळी हिकडं कुठं?"

त्याला वाटलं असावं, मी काही तरी काम घेऊन आलो असावा.

"रामूम्माच्या शिर्पाकिडं आलो हुतो सजावारी. काय काम न्हवतं." मी म्हणालो. तो हातातल्या बटांना पीळ घालतच होता.

"हातावरच पीळ घालाय लागलाईस? घरात फिरकी न्हाई?"

"आता कुठं फिरक्या नि भोरकड्या काढत बसू! नुसतं एऽक दावं त्या दिवाणाच्या गाईसाठी करायचं हाय?"

घर मोकळं मोकळं दिसत होतं. त्यात फडं, वाख, सळ, चऱ्हाटं काहीच दिसत नव्हतं.

"चऱ्हाटाचा धंदा बंद केलाय वाटतं?" मी सहज विचारलं.

"बंद करायला चालतोय कुठं? आपोआपच कवा पत्त्या न्हाई ते बंद पडलाय."

"न चालायला काय झालं? रग्गड शेती हाय की आपल्या गावाला."

"शेती हाय की; पर मोटा नकोत? मोटा गेल्या नि पंप आलं. मग मोटंसाठी लागणारं नाडा, सोंदूर, कासरं घेणार कोण? लाकडी नांगूर, कुळव गेलं; तसं एटकाला लागणाऱ्या काढण्याबी गेल्या. ट्रॅक्टर आलं तशी बैलं गेली. त्येंच्याबरोबर त्येंची दावीबी गेली...मांगाच्या चऱ्हाटाचं काय कामच उरलं न्हाई शेतावर तर धंदा चालणार कसा?... न्हाईतर हे असलं भिकनुशाचं काम करत बसलो असतो?"

त्यानं मलाच प्रश्न टाकला. मी तो तसाच सोडून दिला.

"मग पोटापाण्याचं कसं करतोस?"

"पोरं जात्यात झालं कुठं कुठं रोजगाराला...एकानं तिकडं लिंगनूरच्या वड्याला हातभट्टीचा धंदा काढलाय. कुठं कुठं जाऊन दारूचं फुगं इकून येतंय. त्यो तेवढा धंदा बरा चाललाय...सरकारानं दारूबंदी करून चांगलं केलंय म्हणंनासा आमचं." त्याच्या बोलण्यालाही पीळ बसला होता.

मी काहीबाही घटकाभर बोललो नि सटकलो. त्याच्याशी बोलण्यासारखं माझ्याजवळ काही शिल्लक नव्हतं.

घरी येऊन दोन तास झाले. जेवलो. दुपारची झोप काढली. संध्याकाळचे चार वाजले तरी मनाची अस्वस्थता जाईना. प्रबंधाच्या कामात लक्ष लागेना.

भटकून यावंसं वाटू लागलं...बऱ्याच दिवसांत कुंभारवाड्यात गेलो नव्हतो. गंगाराम कुंभार दादाचा मित्र. त्याची चौकशी केली. तो कानटोपी घालून दारात खोकत बसलेला. त्याची पोरंबाळचं ताठर झालेली. एक मास्तर झालेला नि दुसरा विटांच्या धंद्यात पडलेला...पण बाकीचा कुंभारवाडा पूर्वीसारखा दिसत नव्हता. परळ, झाकण्या, बाचकी वाळताना कुठंच दिसत नव्हती.

मला गावभर भटकावंसं वाटू लागलं.

दोन-तीन दिवस वेळ मिळेल तसा भटकलो. मांगवाडा, कोरवी वस्ती, चांभारवाडा, महारवाडा, मेन रोड, बाजारपेठ, माळावरची नवी वस्ती, जिथं जावंसं वाटलं तिथं तिथं गेलो. गावात राहिलेल्या मित्रांच्या जुन्या ओळखींना उजाळा दिला. त्यांच्या प्रपंचाविषयी, धंद्याविषयी, मुलांविषयी जेवढं सुचेल तेवढं विचारून घेतलं.

खूप कळलं. जुनं शांत कागल जाऊन नवं अशांत, अस्वस्थ कागल जन्माला आलं होतं. आतापर्यंत मला त्याचा नीटसा पत्ता नव्हता.

कुंभाराचे मातीच्या गाडग्यामडक्याचे धंदे बंद झाले होते. प्लॅस्टिकचे तांबे, पेले, बादल्या, ताटल्या, वाट्या गोरगरिबाला स्वस्तात मिळत होत्या. गाडग्या-मडक्यांना सारखं जपून वापरावं लागत असे. त्यापेक्षा प्लॅस्टिक कसंही वापरलं तरी चालत असे. संसार रंगीत रंगीत दिसत असे. तुटलं फुटलं तरी 'भंगार माल' म्हणून परत विकलं जात असे. चार पैसे पुन्हा परत मिळत. माळावरच्या नव्या बांधकामाचा विटा खपण्यासाठी उपयोग होई. पण आता पूर्वीसारखी 'माती' फुकट मिळत नव्हती. ती विकत घ्यावी लागत होती. विटांचा खप वाढल्यानं नदीकाठच्या अनेक शेतकऱ्यांनी वीट-कारखाने सुरू केले होते. कुंभारांना रोजगार देऊन विटा पाडल्या जात होत्या नि पैसा बागायतदार मळीवाल्या शेतकऱ्यांना मिळत होता.

प्लॅस्टिकच्या छोट्यामोठ्या बुट्ट्या, शिबडी तयार होत. त्यामुळं कोरव्यांचा बुट्ट्या पाट्या तयार करण्याचा धंदा निकामी झालेला. मुळाचे गड्डे कापून त्याचा सुंभ तयार करण्याचा त्यांचा उद्योग मोठा असे. शेतकऱ्याला बाजलं विणण्यासाठी सुंभ नेहमी लागे. गरिबाच्या प्रत्येक घरी एखादं तरी बाजलं असे. पण अलीकडं बाळंतिणीही बाजल्यावर बाळंत होत नसत. ती वस्तूच हळूहळू नष्ट झाली. रंगीत कापडी पट्ट्याच्या खाटा आल्या.

हातमागाचं कापड कोणी वापरेनासं झालेलं. त्यामुळं साळ्या-कोष्ट्यांची कामं बंद पडलेली. टेरीन, टेरिलीन, टेरीकॉट असलं नवं कापड आलेलं. त्याचा परिणाम हातमागाच्या धंद्यावर झालेला.

चामड्याच्या चपलांपेक्षा रबरी 'स्लिपर' खूपच स्वस्त होती. गोरगरिबाला थोडक्या पैशात पायाखाली आधार मिळत होता. चामडं खूपच महाग झालेलं. परदेशाला पाठवलं जातंय; असं कळलेलं. मोटा गेल्यामुळं शेतकऱ्याला चांभाराची गरज वाटेना. मोटाबरोबर लागणारी पागणं गेली, बैलं गेली; त्यामुळं त्यांना जुंपायला लागणाऱ्या जुंपण्या-सापत्या गेल्या. चाबूक-वाद्या गेल्या. बैलांच्या गळ्यात बांधायचं चाळ-घुंगराचं पट्टं, सोनेरी रिगा मारलेल्या झुरमुळ्या, म्होरक्या हेही गेलं...चांभाराचा धंदा चालणार कसा?...गरीब चांभाराला रोजगाराशिवाय कामच मिळेना.

दलितांच्या चळवळीमुळं काही काळ महारवाड्यात मेलेल्या जनावराचं चामडं सोलण्याचं काम बंद पडलं होतं. पण आता गेल्या पाचसात वर्षांत परिस्थिती उलटी झाली होती. चामडं सोलण्याची इच्छा असूनही पूर्वीसारखी 'पड' पडत नव्हती. पूर्वीचा शेतकरी श्रद्धेनं जनावरं सांभाळी. थकली की दावणीलाच मरू देई. मरेपर्यंत त्यांना पेंढी पेंढी वैरणपाणी मिळत असे. मेली की महारांना दिली जात असत. पण आता शहरात कत्तलखाने निघाले. चामड्याला भाव असल्यानं ज्या थकलेल्या, बिनकामाच्या जनावरांना पूर्वी एक पैसाही मिळत नसे. त्यांना आता बऱ्यापैकी पैसा येऊ लागला. जगणं कठीण झालं, पोटपाणी महाग झालं; त्यामुळं गोरगरीब, शेतकरी-कुणबी यांच्या मनात 'होईल त्याचा पैसा करावा,' असं येऊ लागलं. भाकड जनावरं कत्तलखान्याला मुकाट जाऊ लागली. मधले हेडे मरतुंगडी जनावरं विकत घेऊन कत्तलखान्याला नेऊ लागले. चार पैसे कमावू लागले. महारांचा तोही धंदा गेला. त्यांचा रोजगार चुकत नव्हता.

शहरातनं खेड्यात स्टेनलेसस्टीलची भांडी अशीच झाली. तांबं-पितळ अतोनात महाग झालं आणि कल्हईवाल्या लक्ष्मणाच्या घरादाराचा, गणगोतांचा धंदा पार बुडाला.

शेतकरी नकळत ट्रॅक्टर वापरू लागला होता. त्याच्या दुरुस्तीसाठी त्याला कोल्हापूरला जावं लागत होतं. ट्रॅक्टर ज्या कंपनीचा, त्याच कंपनीने स्पेअरपार्ट्स आणावे लागत होते. ऑईल तर सततच लागत असे. त्यासाठी त्याला भरपूर पैसा रोखीनं मोजावा लागत असे. इंग्रजी खतं नाना प्रकारची आली होती; सुधारलेली बी-बियाणं आली होती. पिकावरील कीड मारण्यासाठी नवी नवी औषधं, फवारपंप आले होते. त्यांच्यासाठीही भरपूर पैसा मोजावा लागत असे.

हे सगळं शहरात मिळत असे. त्यांच्या निरनिराळ्या कंपन्या, निरनिराळी ऑफिसेस, निरनिराळे श्रीमंत एजंट असत. या कंपन्यात, एजन्सीत भरपूर पगारावर भरपूर अधिकारी आणि भरपूर कामगार कामं करत होते. त्या सगळ्यांचा खर्च, पगार, ऐशआराम भांडवलावरचे व्याज भागेल असं पाहून या वस्तूंच्या किमती

ठरवल्या जात होत्या. त्या किमती गावच्या शेतकऱ्यांना रोखीनं मोजाव्या लागत होत्या. म्हणजे गाव पिकवत होतं नि त्याचा सगळा पैसा आता शहरात जात होता.

मी कागलात हायस्कूलला शिकत होतो तोपर्यंत असं काहीच नव्हतं. बाराही बलुतेदार शेतकऱ्याला मदत करत होते. औत-अवजारं गावातच तयार होत होती. शेतकऱ्याची हर चीज गावात मिळत होती. जनावरांची शेणखतं भरपूर तयार होत होती. साळी-कोष्टी यांची हातमागावरची कापडं वापरण्यात शेतकऱ्याला भूषण वाटत होतं. त्यामुळं शेतकऱ्याचा पिकणारा सगळा पैसा गावातच राहत होता. जणू तो सगळ्या गावकऱ्यांना काही ना काही घेऊन वाटला जात होता. गोरगरीबही आपआपलं धंदं करून सुखी होतं. आता गावातल्या शेतकऱ्यासह सगळ्या बलुतेदारांचे धंदे शहरानं, शहरातल्या कारखान्यांनी, श्रीमंतांनी काढून घेतले होते. धान्यांच्या बाजारपेठाही शहरात ठेवल्या होत्या. तिथले लोक ठरवतील त्या किमतीला शेतकऱ्यांना झक मारत माल विकावा लागत होता. शेतकरी संपूर्ण परस्वाधीन झाला होता. त्याची शेती त्याच्या हातात राहिली नव्हती. त्याची औतअवजारं गावाच्या हातात राहिली नव्हती. कुंभार-चांभाराचे धंदे त्यांच्या हातात राहिले नव्हते. सगळेच सुधारणेच्या नावाखाली शहरात गेले होते. श्रीमंतांच्या कारखान्यांत गेले होते. एजंटांच्या कंपन्यात गेले होते.

मी गावातनं भटकत होतो नि मन सगळ्यांतनं भटकत होतं.

कागलच्या मध्यावरचा मेनरोड हा हळूहळू पुण्याच्या वैभवशाली लक्ष्मी रोडसारखा दिसत होता. पूर्वीची साधी वाटणारी हॉटेलं झगमगीत, ऐटदार दिसत होती. कापड-बाजारात रंगीबेरंगी कापडांची कपाटं वाढली होती, ग्राहकांना बसायला पूर्वी खास असं काही नव्हतं, पण आता गाद्या-गिरद्या पसरलेल्या दिसत होत्या. पूर्वीचे बैठे धोतरवाले साधे व्यापारी जाऊन आता काउंटर, टेबल्स आली होती. व्यापारी इस्त्रीच्या पोशाखात खुर्च्यांवर बसलेले दिसत होते. भांड्यांच्या दुकानांची संख्या वाढली होती...मोटरपंप, रासायनिक खतं, सुधारलेली बी-बियाणं, फवारपंप, शेतीची यांत्रिक अवजारं यांच्या एजन्सीज आलेल्या दिसत होत्या. विजेच्या उपकरणांची दुकानं आलेली दिसत होती. औषधांची दुकानं वाढली होती. पूर्वी एकच बँक होती. आता तीन बँका झाल्या होत्या. एस. टी. स्टँडवर पूर्वी पोकळ्याची आणि माळ्याची अशा दोनच टॅक्सीज होत्या. आता दहाबारा टॅक्सीज झाल्या होत्या. डॉक्टरांची संख्या वाढली होती..निरनिराळी सरकारी ऑफिसं झाली होती. मुख्य म्हणजे गावाबाहेरच्या माळावर नवी वसाहत झपाट्यानं वाढत होती. मोठमोठे बंगले बांधले जात होते. पांढरपेशा, अभियंत्यांची, अध्यापक-प्राध्यापकांची, विकास-योजनेतील अधिकारी-वर्गाची घरं तिथं नव्यानव्या हौसिंग सोसायट्यांत आणि स्वतंत्रपणेही भराभर बांधली जात होती. स्वच्छतेने,

टापटिपीने राहणारा फॅशनेबल नोकरवर्ग वाढला होता. कागल-कोल्हापूरला खेपा घालणाऱ्या, कोल्हापूरहून कागलात येऊन खेड्यांवर जाणाऱ्या एस. टी. गाड्यांची संख्या भरपूर वाढल्यानं, खेड्यापाड्यात जन्मलेला आणि कोल्हापुरातला बराचसा नवा मध्यमवर्ग कागलात येऊन राहत होता. दहाबारा मैलांवरच्या कोल्हापुरातील ऑफिसेसमध्ये रोज जाणं त्याला सहज शक्य होतं. त्यांचा वावर मेनरोडवरल्या अनेक दुकानांतून, विक्रीकेंद्रांतून वाढलेला दिसत होता. गावातले मुख्य रस्ते डांबरी झाले होते. स्कूटर्स, मोटारसायकली, छोट्या गाड्या भरपूर प्रमाणात हिंडू लागल्या होत्या. दोन्ही सिनेमाथिएटरं जोरात चालू होती.

कागल श्रीमंत झाल्यासारखं वाटत होतं. कागलातल्या पूर्वीच्या व्यापाऱ्यांची पोरं आपआपल्या सुधारलेल्या दुकानांत दिसत होती. इनामदार, वतनदार, राजकारणातले कार्यकर्ते यांच्या पोरांनी एजन्सीज काढलेल्या, नवी नवी आधुनिक साधनांची दुकानं काढलेली दिसत होती. गावातल्या ब्राह्मणवर्गातली, पूर्वीच्या शिक्षक-अध्यापकांची, कारकून-सुपरिटेंडंट्सची पोरं शिकून झकपक नोकऱ्या करताना दिसत होती. क्वचित छोट्या शेतकऱ्यांची, चांभार-कुंभारांची पोरंही तृतीय श्रेणीतल्या नोकऱ्यांत राहून गावातून हिंडताना दिसत होती...गाव त्यामुळं सुधारल्यासारखं वाटत होतं.

वडार वस्तीतनं घराकडं परत चाललो होतो. पोटाला खाण्यासाठी रानउंदीर मारून वडारांचा एक ताफा रानातनं परत येताना दिसला. लहानपणीचा कुयाप्पा आता चांगला बापय झालेला दिसला.

मला प्रश्न पडला. कोणतं कागल खरं? हे की मगाशी पाहिलेलं ते? गाव गरीब झालंय की श्रीमंत?

कसली तरी एक अज्ञात दरी गावाच्या मध्ये वाढते आहे. तिच्यात कोणीही कोसळू शकेल. इथं कुणीतरी माणसांचे गोठे तयार केले आहेत. त्यांत जनावरासारखी राबणारी माणसं बांधली आहेत. दूध पिळून घ्यावं तसं त्यांचं रक्त रोजगाराच्या नावाखाली पिळून घेतलं जातंय...त्यांच्या पोटाला दोन वक्ताला अन्न घालणारी त्यांची परंपरागत जाडीभरडी कामं होती. सुधारणांच्या नावाखाली ती जादूनं काढून घ्यावीत तशी हळूच काढून घेतली. ती कधी काढून घेतली त्यांना कळलंच नाही. सुधारणा आणणारी दुसरी कामं मात्र त्यांना दिलीच नाहीत. ती दिली शहरांना, अगोदरच सुस्थिर असलेल्या कारखानदारांना. कारखानदारांनी त्यांची शास्त्रं, तंत्रज्ञानं करवून घेतली. मग ती दिली प्रॉडक्शनसाठी सुशिक्षित इंजिनिअर्सना नि तंत्रज्ञ व्यक्तींना. यांना मात्र दिला 'तुमची तुम्ही पोटं भरून खा' म्हणून रोजगाराचा शाप. यांच्या पायाखाली ठेवला बेकारीचा भडाग्नी. उपासमारीत हळूहळू मरण्याची भीषण प्रक्रिया. यांना सुधारणेच्या जगातील हिशोबात माणूस म्हणून धरलंच नाही.

आधुनिक जगात राबणाऱ्या जनावरांत यांचा समावेश केला.

जनावरांचं हे कागल खरं की व्यापाऱ्यांचं, कापड-बाजाराचं, मेनरोडवर झगमगणारं, विकास-योजनेतील हौसिंग सोसायट्यांत, बंगल्यात ब्रह्म-कमळासारखं उमलणारं कागल खरं? हातांतलं पोटापाण्याचं साधन काढून घेतलेल्या दीनदुबळ्या बलुतेदारांचं कागल खरं की एम. आय. डी. सी. मध्ये छोट्या छोट्या उद्योजकांच्या नवयंत्रांचं स्वत:त रमलेलं आधुनिक कागल खरं?

...माझं घर या बकाल कागलात आहे की त्या आलिशान कागलात? दादा, आई, शिवा, त्याची बायको, हिरा, आनसा, फुला या बकाल कागलाच्या दावणीला बांधली आहेत. लग्न होऊन परघरी गेलेल्या बहिणीही त्याच दावणीतल्या...आप्पा या दावणीतनं काहीसा सुटला आहे. घाटगे-पाटील कंपनीच्या निवांत सावलीला गेला आहे. दौलाही दावणीतनं सुटण्यासाठी धडपडतो आहे आणि मी?..

मी या दावणीतनं सुटून तर दहाबारा वर्षं झाली...म्हणून तर मी पीएच.डी.चा प्रबंध करतो आहे... उच्च श्रेणीच्या प्राध्यापकाचा पगार घेतो आहे. 'साहित्यिक' म्हणून सांस्कृतिक जगात स्थान मिळवू पाहतो आहे...

मी चरकलो...एका उत्तुंग कड्याच्या काठावर येऊन मी उभा आहे; तेथून पुढं खोल खोल अथांग अशी दरी पसरली आहे; असं जाणवू लागलं...ह्या दरीत स्वत:ला पडू देता कामा नये. मी ठार होईन. माझं सगळं शिक्षण, कर्तृत्व व्यर्थ व्यर्थ होईल.

उठलो नि सूटकेसमधले पन्नास रुपये घेतले. झपाझप कापड-बाजारात गेलो. एका सदऱ्याचं नि एका विजारीचं दणकट कापड खरेदी केलं.

परत घरी आलो नि चिठ्ठी लिहिली; "प्रिय शिर्पा, तुझ्या लग्नाला मी हजर राहू शकलो नव्हतो. तुला पेहराव करायची इच्छा होती. गेली दहा वर्षं ती राहूनच गेली होती. आता मी ती पूर्ण करून घेतो आहे. सोबत सदरा-विजारीचं कापड आणि पंचवीस रुपयांची भेट पाठवतो आहे. तिचा स्वीकार कर. मी किती जरी शिकलो तरी तुझ्या-माझ्या मैत्रीत अंतर पडू देऊ नको. घराकडं येत जा. –तुझा आनंदराव." पत्र घालून प्लॅस्टिकची पिशवी पाठवून दिली...भीती वाटत होती की प्रत्यक्ष गेलो तर शिर्पा ती भेट स्वीकारणार नाही.

तासभर मुकाट बसून राहिलो; तेव्हा कुठं भावविवश झालेलं मन सावरल्यागत झालं.

●

अठ्ठावीस

जूनच्या पहिल्या आठवड्यात पुण्यास परतलो. गाडीत स्मिता आणि मुली गप्पात रमलेल्या. मी मात्र सातारा मागं पडलं तरी कागलात रमलेलो. गावाची अनेक कारणांनी झालेली पडझड डोळ्यांसमोरून हलत नव्हती.

...अनेक कथा ऐकायला मिळाल्या. बेकार-योजनेसाठी मागासवर्गीयांना, सुशिक्षित पण नोकरी नसलेल्यांना अनेक प्रकारे धंद्यासाठी, वैयक्तिक उद्योगासाठी सरकारी कर्जे कमी व्याजानं, बिनव्याजी, किंवा सब्सिडीनंही मिळत होती. ही कर्जे नवे राजकारणी तरुण गोरगरिबांना पुढं करून मिळवीत. मंजूर करणाऱ्या अधिकाऱ्यांना पाच-पन्नास देत. ज्याच्या नावे मंजूर झालं त्याला पाच-पंचवीस दारूसाठी देत. उरलेला सगळा मलिदा कार्यकर्त्यांच्या नि पुढाऱ्यांच्या घशात जाई. यासाठी वरून खालपर्यंत कर्ज मंजूर करण्यासाठी चिठ्याचपाट्या येत. असं करणं म्हणजे सामाजिक कार्य करणं. संघटनेसाठी अशातूनच पैसा उभा करणं. अशा पैसे देणाऱ्या लोकांची संघटना म्हणजेच कार्यकर्त्यांची संघटना, असं वारं जोरात वाहू लागलं होतं. गोरगरीब त्याला बळी पडत होते. आतापर्यंत चार पंचवार्षिक योजना एखादा अपवाद सोडता खेड्यापाड्यासाठीच खर्ची पडल्या होत्या. पाचवी धडाक्यानं सुरू होती. दोन वर्षांपूर्वी 'गरिबी हटाव'ची घोषणा करून इंदिरा गांधींनी लोकसभेच्या निवडणुका जिंकल्या होत्या. पण गोरगरिबांसाठी आलेल्या अनेक योजना गावठी कार्यकर्ते गोरगरिबांच्या नावावर मधे हडप करत होते. गोरगरीब उपाशी मरत होतं. कुंपण शेत खात होतं...आतूनच कीड लागली होती. नवी पिढी एका देशभराच्या राजकीय भ्रष्टाचाराच्या वाऱ्यात सापडली होती. दुष्काळी वातावरणाचाही फायदा घेत होती.

लोकसंख्या जास्त असली म्हणजे 'तुला मिळतंय का मला मिळतंय;'

असं माणसाचं होणारच. त्यात गरिबाला कोण विचारणार? जो-तो बलिष्ठ, संधी मिळेल तिथं खायला बघणार. ना चाड ना लाज. आपलं घर या विषारी वणव्यापासून अलिप्त ठेवलं पाहिजे...

मनासमोर गावातली तरुण मुलं दिसू लागली. समाजाच्या खालच्या थरातून शिक्षण घेऊन पुढं आलेल्या अनेक तरुण मुलांना कागलचे माजी आमदार दौलतराव निकम यांनी कोल्हापूर जिल्हा स्कूल बोर्डाचे चेअरमन असताना शाळा खात्यात नोकऱ्या दिल्या होत्या. त्यामुळं कागलातली अनेक मुलं शिक्षक आणि तृतीय श्रेणीतील नोकर झाली होती. पण त्यांतील बहुसंख्य आईवडिलांपासून स्वतंत्र राहत होती. नियमित येणाऱ्या पगारात खाऊनपिऊन टुणटुणीत झालेली. अंगावर रक्तमांस मूठभर आलेलं, कपडे बऱ्यापैकी घातलेले, बायका घरांत बसून सुखावलेल्या, मुलंबाळं शाळेला जाणारी नि अंगणात मजेत खेळणारी, घराच्या सोप्यात खुर्च्या आलेल्या, चौकटीला रंगीत तोरणं, भिंतीवर छोट्या कुटुंबाचे माउंटमध्ये घालून लावलेले मुबलक फोटो; हे सगळं आलं होतं.

त्यांची बाकीची भावंडं, आईवडील आहेत तिथंच रखडत होते. त्यांची कष्टं, दारिद्र्य, उपासमार चुकली नव्हती. यांनी त्यांच्याशी संबंध तोडून टाकलेले...स्वतःमध्ये रमून गेलेले. 'आपण भलं, आपल्या नोकऱ्या भल्या' अशी वृत्ती. फारशी कुणी बिघडली नव्हती. एखादा शिक्षक दारू पीत असे. हेही खरं की शिक्षकाचा पेशा हा सेवावृत्तीचा, साधनावृत्तीचा, सत्कार्यशील पेशा आहे; त्यासाठी आपण आदर्श शिक्षक बनलं पाहिजे, वाचन-चिंतन करून मुलांना ज्ञान दिलं पाहिजे; याची काहीच जाण या तरुणांना नव्हती. 'एक नोकरी' यापलीकडं जाऊन ते शिक्षकी पेशाकडं पाहू शकत नव्हते. भ्रष्टाचार, अनाचार, अनागोंदी राजकारण यांपासून ते मनानं लांब होते; पण भोवतालच्या भीषण दुष्काळाची, गणगोतात पसरलेल्या दारिद्र्याची, त्यामागच्या कारणांची त्यांना काही चाहूल नव्हती...ज्यानं-त्यानं आपआपलं पाहावं नि जगावं; अशी स्वार्थी त्यांची वृत्ती.

या पेशात माझे कितीतरी मित्र, परिचित, गाववाले असल्यामुळं त्यांच्याशी बोलताना, चर्चा करताना मला त्यांच्या या वृत्तीचा अनुभव येत होता. निदान यांनी आपले आईवडील, बहीणभावंडं, गणगोत यांना तरी हात दिला पाहिजे, घरदार वर काढण्यासाठी धडपडलं पाहिजे; असं वाटत होतं...शक्य असेल तिथं त्यांना मी तशी जाणीव देत होतो. ते जसे ओळखीचे तसं त्यांचं उरलेलं घरदारही माझ्या ओळखीचं होतं. त्यांची झालेली वाताहत बघून मनात कालवाकालव होई. प्रसंगी शिकलेल्या मित्रांची चीड येई...उगीच मैत्रीपोटी यांचा बोटचेपेपणा

सहन न करता यांना परखडपणे धडे दिले पाहिजेत, असं वाटे.

पुणं आलं.

मनातलं कागल विझून गेलं. आता घरी जाण्यासाठी रिक्षा शोधायची होती. पैशांचं पाकीट चाचपून पाहिलं. सूटकेसमधल्या घराच्या किल्ल्या काढून वर घेतल्या... माणसांची गर्दी, वाहनांची गर्दी, इमारतींची गर्दी, जाहिरातींची गर्दी, दुकानांची गर्दी, आवाजांची गर्दी, दिव्यांची गर्दी...सगळी गर्दीच गर्दी दिसू लागली. त्या रंगीबेरंगी, नाना प्रकारच्या गर्दींनी मी घेरून गेलो...शहरात आल्याची जाणीव झाली.

रिक्षात बसताना, मीटर नीट पडलं की नाही पाहताना, सूटकेस सांभाळताना, बसमधून जाणाऱ्या प्रवाशांकडं पाहताना, पायी चाललेल्या जनलोकांकडं पाहताना; मी एक प्राध्यापक आहे; गेली अनेक वर्षं पुण्याच्या महाविद्यालयात शिकवतो आहे, नुकतीच उच्च श्रेणी मिळालेला मी माणूस आहे; याची नकळत जाणीव झाली.

घरात भरपूर पत्रं पडली होती. राम कोलारकरांचं 'वंशज' कथा सर्वोत्कृष्ट मराठी कथेसाठी निवडल्याचं पत्र होतं. 'वाचनासाठी काही पुस्तकं पाठवा' म्हणणारं माधव कोंडविलकरांचं पत्र होतं, दुष्काळानंतरच्या पावसावर महाराष्ट्र-टाइम्ससाठी लेख लिहिण्यास सांगणारं दिनकर गांगलांचं पत्र होतं, 'कविता वाचा' म्हणून सांगणार शंकर रामाणीचं पत्र होतं, 'गोतावळा'च्या भाषांतरासंबंधी माधव आचवल, म. द. हातकणंगलेकर यांची पत्रं होती. पुस्तकावर परीक्षणं लिहा म्हणून सांगणारी मित्रांची पत्रं होती. अशा अनेक पत्रांचा ढीग.

त्यांचा मनावर असा परिणाम झाला की 'कागलातला मी' माझ्या नकळत माझ्यातून गुंडाळला गेला. हळूच बाजूला ठेवला गेला. माझ्यातला प्राध्यापक, पीएच.डी.चा संशोधक आणि साहित्यिक गजबजून उठला. उमलत वर आला...कागलहून पुण्याच्या वातावरणात आलो की हा पडणारा फरक तीव्रतेनं जाणवत होता. गावाकडच्या समस्या आता अंगवळणी पडल्यासारख्या झाल्या होत्या. तिथल्या परिस्थितीलाही सरावानं सामोरा जात होतो. पुण्यातले प्रश्न, समस्या आणि परिस्थिती यांनाही तसंच सामोरं जावं लागत होतं. तिला एकचित्तानं, शांतपणे आणि धीरानं सामोरं जायचं असेल तर कागलातल्या परिस्थितीत मन गुंतवून सतत झुरायचं नाही; असा निर्णय माझ्या नकळत मी घेतला होता.

याला कारण स्मिताचा स्वभाव हेही झालं होतं. गावाकडच्या परिस्थितीविषयी मी स्मिताजवळ सतत बोलत बसत असे. गावाकडनं पत्र आलं की या चर्चा विशेष होत. या चर्चा करताना मी विवश होतो, आलेल्या पत्रांमुळं, घरच्या पत्रांमुळं घरच्या माणसांच्या चिंतेनं अस्वस्थ होतो, कधी कधी त्यांच्या घोडचुकांनी

चिडून जातो नि हातातलं माझं काम तसंच पडून राहतं; याचा तिला अनुभव होता. या चिंतांनी माझ्या पोटात ॲसिडिटी वाढत होती नि कळा करत होत्या. कळांनी मी अर्धवट बेशुद्ध असल्यागत पाय पोटाशी मुडपून झोपून जाई. सगळा उत्साह नष्ट होई...आयुष्याचाच भरवसा वाटेनासा होई. जिवाला अति लावून घेऊन विचार करण्याच्या स्वभावाचा हा परिणाम होता.

आरंभी स्मिता मी जे तिला उद्देशून पण स्वगत विचार केल्यासारखं मुक्त बोलत असे, त्या बोलण्याला सतत होकार देई नि माझं बरोबर असल्याचं ती सांगे. पण नंतर याचा मला ताप होतोय असं तिच्या लक्षात आल्यावर ती हळूहळू मला सांगू, समजवू लागली. ''तुम्ही उगीच एखादी गोष्ट लावून घेता, पैसे पाठवून मोकळं व्हावं; त्यावर चर्चा करत बसू नये. ती माणसं तिथं नि तुम्ही इथं दीडशे मैलांवर. मग इथं त्यांच्यावर रागवून नि चिडून काय उपयोग? स्वत:लाच त्रास होतो त्याचा. तिकडं ती सुखात असतात. बहिणींची लग्नं आणि भावांची शिक्षणं होईपर्यंत हे सगळं तुम्हांलाच पाहावं लागणार आहे. ते टळणार नाही. असं असेल तर ते शांतपणे निभावून नेत राहिलेलं बरं. तुमच्या रोजच्या कामात त्याचा कशाला अडथळा करून घेता?'' असं तिनं हळूहळू पटवूनही दिलं...

एखादा पाय किंवा हात तुटतो. तो तुटल्याची हळहळ किंवा दु:ख माणसाला आरंभी होतं. आपण कायमचं पंगू झाल्याची तीव्र व्यथा त्याला होते. पण नंतर तो आपला दीड पाय किंवा हात घेऊनच तक्रार न करता मुकाट जगू लागतो; तशी माझी अवस्था झाली. गावाकडच्या माझ्या व्यथा किंवा विचार दुसऱ्या कुणापाशी व्यक्त करावेत, असं कुणी पुण्यात नव्हतं. तसे शेजारी, परिचित पुष्कळ लोक होते, मित्र-मैत्रिणी होत्या; पण त्यांना माझा प्राध्यापकी व्यवसाय, माझं साहित्य, माझं वाचन, माझा शेजार, स्मिताची नोकरी, मुली आणि त्याची शाळा यांचा प्रत्यक्षाप्रत्यक्ष संदर्भ असे. यातूनही अनेक प्रश्न आणि समस्या निर्माण होत. कधी यामुळं घडणाऱ्या घटना-प्रसंगांचा आस्वाद सुरू होई, कधी अनुषंगानं सांस्कृतिक चर्चा, गप्पा होत. या सर्व लोकसंपर्कात गावचा संदर्भ असा काही नसे. क्वचित तो बाहेरून तोंडी लावण्यापुरता मी ग्रामीण जीवनावर लेखन करत होतो; म्हणून अनुषंगानं निर्माण होई. अशा व्यक्तीजवळ माझी गावाकडची सुखदु:खं व्यक्त करावीत, असं वाटत नसे. त्यांना आपण रडकथा सांगणारे वाटू, असा मनात गंड निर्माण होई.

याचा परिणाम असा होई की पुण्यात माझ्या व्यक्तिमत्त्वाचं प्राध्यापकीय आणि वाङ्मयीन अंगच माझ्या मित्रांना प्रामुख्यानं दिसत राही. 'तो तेवढा म्हणजेच मी', असं सर्वांना वाटे आणि मलाही पुण्यापुरता तेवढाच मी पुरेसा

आहे, असं वाटे.

माझ्यातील साहित्यिकाचा विकास करत राहण्यातच मला पुण्यात धन्यता वाटत असे. त्यामुळं पुण्यातल्या मैत्रीचे संबंध कागलला आतून भिडत नसत आणि कागलातल्या मैत्रीचे संबंध पुण्याला आतून भिडत नसत. माझं व्यक्तिमत्त्व असं जोडगोळीचं होतं.

दुष्काळानंतरच्या भरपूर पावसानंतर पहिली टर्म सुरू झाली. घरातले आम्ही सगळे कामाला जुंपलो गेलो. माझी नि स्मिताची नोकरी, मुलींच्या शाळा, पावसाळ्यामुळं नेहमीच्या कामात येणारा व्यत्यय, प्रबंधाचं शेवटच्या टप्प्यावर आलेलं चिवट काम, लोकांची जा-ये; अमरावती, औरंगाबादसारख्या बाहेरगावची व्याख्यानं, परीक्षक म्हणून प्रश्नपत्रिका काढणं, दिवाळीसाठी थोडं लेखन इत्यादी गडबडीत दिवस जात असतानाच दिवाळीची सुटी लागली.

ऐन दिवाळीत म्हणजे पंचवीस आक्टोबरला एकटाच कागलला जायचं ठरवलं... स्मिताला कागलला नेता येणार नव्हतं. त्यामुळं मुलीही पुण्यातच राहिल्या.

दुःखात बुडालेल्या स्मिताला विश्रांतीची गरज होती. कीर्तीच्या जन्मानंतर तिला सात वर्षांनी दिवस गेले होते. त्याचा आनंद सर्वांना झाला होता. तिच्या नि माझ्या दृष्टीनं हे शेवटचं बाळंतपण ठरावं, असं वाटत होतं. या वेळी तिला मुलगा व्हावा, अशी मी मनोमन असहाय होऊन अपेक्षा करत होतो.

स्मिताला मुलगा हवा होता. ती मुलीची कल्पनाच करू शकत नव्हती. मीही करू शकत नव्हतो. तीन मुलींचा बाप म्हणून प्रचंड जबाबदारी वाढलेल्या भविष्याचं चित्र रंगवणं कल्पनेतही शक्य नव्हतं. आई-दादाही मला मुलगा व्हावा, याची मनोमन स्वप्नं पाहत होते.

मुलगा की मुलगी हे आपल्या हातात नसतं; नवसाला पावणारी निसर्गात कोणतीही शक्ती नाही; हे माहीत असूनही मी मुलगाच व्हावा म्हणून अटीतटीनं प्रार्थना करत होतो. स्मिताला तिसरी मुलगी झाल्यावर सगळं जीवन असह्य, निराशाग्रस्त, शून्यवत होईल; ती कायमची ढासळेल, उभीच राहू शकणार नाही, प्रसंगी स्वतःला जीवनाबाहेर फेकूनही देऊ शकेल; या भीतीपोटी माझ्या हातून निसर्गशक्तींना विनवणी घडत होती. आई-दादाचाही अपेक्षाभंग मला सोसणं जड गेलं असतं. त्यांचा माझ्यावर घर उभं करणारा मुलगा म्हणून विशेष जीव होता...एक जडसर ओझं मनोमन घेऊन स्मिता आणि मी घरात वावरत होतो. मधूनच अपेक्षापूर्तीचं स्वप्न रंगवत होतो नि आनंदून जात होतो. सप्टेंबर संपता संपता ती फ्ल्यूनं जोरकस आजारी पडली. तातडीनं औषधोपचार केले तरी फ्ल्यू हटला नाही. त्यामुळं अधिक कडक औषधं डॉक्टरांना द्यावी लागली

असावीत. त्याचा परिणाम तिच्या पोटातील गर्भ पडण्यात झाला.

एखादं बाळंतपण झाल्यासारखी तिची अवस्था झाली. थकवा खूप आला. डॉक्टरांनी तिला पंधरा दिवस सक्तीची विश्रांती घेण्यास सांगितलं. त्याला लागूनच दिवाळीची सुटी मिळाल्यानं तिला बरं वाटलं. पण मनानं ती खूप खचल्यासारखी झाली.

आक्कांना तिच्या मदतीसाठी बोलवून घ्यावं लागलं. तिला विरंगुळाही मिळाला.

अशा परिस्थितीत तिला कागलला घेऊन गेलो तर विश्रांती मिळणार नाही, असं वाटलं म्हणून एकटाच गेलो.

माझीही जाण्याची इच्छा नव्हती; पण आईचा खूप आग्रह पडला. त्यामुळं नाही म्हणता येणं कठीण झालं होतं. वर्षभर तिची खूप निराशेची पत्रं येत होती. फुलाबाईकडनं ती पत्रं लिहून घेत होती. दौला आणि आप्पा यांच्याकडनं पत्रं लिहून घ्यायचं तिनं बंद केलं होतं. कारण ते दोघेही तिचं निराशाग्रस्त मनस्थितीतलं निरवानिरवीचं कुणीकडंही घरंगळत जाणारं बोलणं पत्रातून लिहीत नसत. तिच्या उद्वेगाचा, भावनेच्या भरात काहीही बोलल्याचा मला मानसिक ताप होतो, हे मी त्या दोघांच्या लक्षात आणून दिलं होतं आणि तिला एकदा राग आला की त्या रागाच्या पलीकडं तिला दुसरंतिसरं कुणीही दिसत नसे. एखाद्यावर आपण राग काढतो तेव्हा त्याचीही काही बाजू असते, हे ती ध्यानात घेत नसे. त्याचा मागचा पुढचा दिसून आलेला चांगुलपणा, कर्तव्यबुद्धी याची तिला या रागाच्यावेळी आठवण नसे. ती ज्याच्यावर आंधळेपणानं राग काढी; त्याला आजवर केलेलं व्यर्थ गेलं, आपल्या कामाची हिच्या हिशोबी नोंदच नाही, ज्यासाठी ही राग करते ते आपलं वागणं घरादाराच्या हितासाठीच होतं, हे ती ध्यानातच घेत नाही, असं जर असेल तर मग तिचं तीच काय करते ते करू दे. आपण त्यात लक्षच घालायचं नाही; अशी त्याची धारणा होई. निदान माझी तरी होत होती.

तिच्या रागाचा बहर ओसरला, मधे काही दिवस गेले की मागचं सगळं विसरून ती मदतीची अपेक्षा करी. ती न करण्याचं मी ठरवलं आणि तिला तसं मागच्या आठवणी करून लिहिलं की त्याचाही ती राग करी. ''एवढा तुला मी वाढवला; एवढं तुझ्यासाठी रक्ताचं पाणी केलं; माझ्या तोंडातला घास काढून तुझ्या तोंडात घातला; त्येचं चांगलं पांग फेडलंस...माझा जलम इनारथ गेला रंऽदेवा!'' म्हणून ती रागाच्या भरात शोकानं व्याकुळ होई. यावर उपाय म्हणून दौलत-आप्पाला मी सांगितलं होतं की ''तिचं नेमकं म्हणणं काय आहे तेवढं कळवावं. रागाच्या भरात ती काय बोलते ते लिहू नये. तिची त्याच्यातून माझ्याकडं काय अपेक्षा आहे, तिला काय मदत हवी आहे; तेवढंच सांगावं.'

दौलत, आप्पा त्या प्रमाणं वागत हे तिच्या ध्यानात आलं. कारण दौलत-आप्पाच्या पत्रांना माझी गेलेली उत्तरं तिला प्रथम फुलाबाई वाचून दाखवत असे. दौलत-आप्पा दिवसभर कोल्हापुरात असल्यानं हे काम फुलाबाईवर येऊन पडलेलं. मी पाठवलेल्या पत्रात तिच्या रागालोभाचा, चीडसंतापाचा काहीच उल्लेख किंवा त्या अनुषंगानं तिची समजूत काढणारा मजकूर त्यात नसे. त्यावरून हे तिच्या लक्षात आलं नि ती हळूहळू फुलाबाईकडनं पत्रं लिहून घेऊ लागली.

फुलाबाई आता तेरा-चौदा वर्षांची झाल्यानं पत्र लिहू शकत होती. आई जसं सांगेल तसं फुला पत्रात लिहीत होती. त्याचा परिणाम आईच्य मनाची स्थिती मला कळण्यात होत होता.

मळा गेल्यापासनं तिनं नऊदहा वर्षं रात्रंदिवस कष्ट करून पोरं मोठीधाटी केली होती. त्यांच्यासाठी अविरत कष्ट उपसताना तिच्या मुलांकडून अपेक्षाही वाढत होत्या. लेकी सासरला जातील तसं तिला वाटे. नगाला नग म्हणून सुना घरात याव्यात नि तिच्या हाताखाली त्यांनी कामं करावीत. पण लग्न झाल्याझाल्या दोनच महिन्यांत मी स्मिताला घेऊन पंढरपूरला गेलो होतो. तिची समजूत काढण्यात माझी दोन-अडीच वर्षं निघून गेली होती.

"माझ्या शेतकरी लेकाची बायकू घरात आल्याबगार मला खरं सुख मिळायचं न्हाई बघ. तू शिकलास नि लगीन करून घेऊन पारवाळांच्या जोडीगत उडून गेलास. मी नुसती पतरांची वाट बघत रिकाम्या मांडवागत झालेल्या घरात बसलो." असं म्हणून तिनं शिवाचं पहिलं लगीन केलं. ते फसलं; म्हणून दुसरं केलं. तिला वाटे; आप्पा नोकरीला लागला नि दीसभर बाहेरच राहू लागला. दौला कोल्हापूरला कॉलेजला जाऊ लागला नि घरातल्या कामालाच हात लावेनासा झाला. त्याला शेतकीतलं काम करणं कमीपणाचं वाटू लागलं. साबण लावलेली खळणी कापड घालून तो नुसता गावातनं हिंडू लागला नि दोन वक्ताला येऊन खाऊ लागला. रविवार असला तरी आप्पा "न्हाई बाई मी; दमलोय. माझा मी पगार घरात देतोय न्हवं? मी आता कामाला हात लावणार न्हाई." म्हणू लागला. तर दौला गुरकावून म्हणे, "माझा अभ्यास हाय. मार्क कमी पडलं, आप्पागत नापास झालो, तर दादा मला पायताणानं मारंल. तुमचं तुम्ही कामाचं बघा. मला त्यातलं काय येत न्हाई."

दोघेही शिकलेले ल्याक अशा रीतीनं काखा वर करू लागल्यावर "माझा शेतकरी ल्योकच खरा. मी मरूपतोर त्योच माझ्यासंगं ऱ्हाणार." असं आईला वाटलं नि तिनं शिवाचं दुसरं लग्न केलं; तर शिवा बायको आल्याबरोबर एक महिन्याच्या आत सवता राहिला नि आईचं गावरान पारवाळ तिच्या हातातनं उडालं...तिला सुनंच्या हातचं ताटपाणी मिळालंच नाही.

फुला रखडत रखडत शाळा शिकत होती. आईला तिच्या स्वयंपाकात सकाळ-संध्याकाळ मदत करत होती. हिराला धसाची कामं निभत नव्हती; म्हणून ती आनसाला नि आईला करावी लागत होती.

आई फुलाला म्हणे, "आपूण दोघीच रातध्याड राबतोय. बाकीची सगळी ऐषआरामात बसून खात्यात. कारभारी म्हणणारा तर गेली धा वरसं नुसता निजून दीस काढतोय...मग मीच किती राबू? आणि कशासाठी राबू? दांडगी झाली की माझं कुणीबी ऐकत न्हाईत. जी ती आपआपल्या तब्बीतीत ऱ्हात्यात. मला हाडं उगळायची पाळी येती. माझा सारा जलम असा कष्टाच्या खाईत गेला. मला कवा सुख लाभायचं?... आन्दा मालकाला पैसं धाडतोय. 'बसून खा' म्हणून सांगतोय. तसं त्येनं आता मलाबी सांगावं. मी आता बसूनच खाणार बघ. मला आता बसलेला जागा उठवत न्हाई. माझी हाडं उठता-बसताना कडाकडा वाजत्यात. डुईवर वझं घेटलं की माझं पाय लटपटाय लागत्यात...मी कितींदी कामं वडू?"

फुलाबाईनं मोडक्या-तोडक्या भाषेत लिहिलेल्या पत्रांतून तिचा हाच सूर असे.

सगळा दुष्काळ आईनं ओढून काढला होता. शिवाच्या सवतं राहण्यानं ती खूपच हताश झाली होती...अशा वेळी तिच्या पत्रानुसार दिवाळीला जाणं मला भाग होतं.

मी सगळं बाजूला ठेवून दिवाळीला गेलो.

अडीच-तीनला जाऊन पोचलो.

संध्याकाळच्या सुमारास शेतात फेरी मारायला गेलो. आप्पा-दौलतनं लिहिलं होतं, तरी रान बघून मन फाटून गेलं. सगळं ओसाड पडलेलं. कुठं तरी चुकारीचं एखादं धाट उगवलेलं. तेही निर्जीव. घातलेल्या बियाण्याइतकंही पीक येईल की नाही, याची शंका होती...चांगलं पीक यावं म्हणून आप्पानं मुलखाच्या महागाचं बियाणं सोसायटीतनं आणलं होतं. ते नंबर एकचं खोटं, बनावट निघालं. त्याचा खोटेपणा पेरणी झाल्यावर महिना निघून जाईपर्यंत ध्यानात आला नाही. महिना निघून गेला. पेरणीची वेळ टळून गेली. तरी त्याच वावरात पुन्हा देशी जोंधळा टोकणला. पण तो बाजारातून विकत आणलेला साधा जोंधळा. ते काही बियाणं नव्हतं. शिवाय तो शेतातली घात निघून गेल्यावर टोकणला. त्यामुळं तोही उगवलाच नाही...शेवटाला रान ओसाड पडलं. प्रत्येक जण दुसऱ्याला जबाबदार धरत होता. यंदा पाऊस भरपूर लागूनही काडीचा उपयोग झाला नाही. चुकारीच्या धाटांवरही कीड पडली होती. त्यावर औषध मारूनही उपयोग झाला नव्हता. वर्ष वाया गेलं होतं...शिवा सवता राहिल्यामुळं शेताकडं येत नव्हता. आईच्या मतानं 'मालक शेतावर परसाकडंलाबी जाईत

न्हवता.' आप्पा-दौलत नोकरीत आणि शिक्षणात गुंतले होते. वय झाल्यामुळं आई कष्टाला कंटाळून गेलेली... शेत बघणार कोण? मी काही शेतकामासाठी पुण्याहून इथं येऊ शकत नव्हतो...घरात मेळ नव्हता; म्हणून मनाच्या नाबाट्या निघत होत्या; पण कुणालाच काही सांगू शकत नव्हतो.

धनत्रयोदशी दोन दिवसांवर आलेली. तरीही धोंडूबाई, लक्ष्मीबाई आलेल्या नव्हत्या. दिवाळीची काही हालचालही दिसत नव्हती.

"धोंडी-लक्षी कवा येणार हाईत?" मी आईला विचारलं.

"त्या आवंदा येणार न्हाईत."

"का?– लावून देत न्हाईत?"

"मीच बलवायचं न्हाई, असं ठरीवलंय?"

"का गं?"

"दोघीस्नी म्हायार कराय पाहिजे. शंभरभर रुपयं खर्च येईल."

"येऊ दे. मी आणल्यात पैसे."

"किती आणल्यात पैसे तू?"

"पाचशे रुपयं आणल्यात."

"ते दे हिकडं माझ्याकडं. तुला सगळं सांगतो...धोंडी माझ्यासंगं भांडलीया. तिला बलीवलं तरी ती येईल, असं वाटत न्हाई. लक्षी वरचेवर येत हुती. पर तीबी आता चार म्हैने झालं आली न्हाई...तिचा न्हवरा मला म्हणाला; "कशाला वरचेवर तिला बलीवतासा? पदरच्या खर्चानं ती येती. काय कवा आयार म्हायारबी करत न्हाईसा. ...त्या दोघीस्नी काय केलं तर हिरी-आनशी इस्त्याच्या इंगळागत माझ्यावर डोळं वटारत्यात नि मला म्हणत्यात; 'आम्ही मरमर हितं राबून मरतावं, अंगावर चिंध्या पांघरतावं नि तू तुझ्या नांदून आलेल्या लेकींस्नी आयतं नटवून थटवून सासरला लावून देतीस व्हय?' म्हणून म्हटलं नकोच त्यांस्नी आवंदा बलवायला."

"तसं करू नको. सगळ्यांस्नीच नवी कापडं घेऊ या. दिवाळी हाय. मग तरी हिरी-आनशीचं काय म्हणणं न्हाई न्हवं?"

"तसं नको. यंदा हिरी-आनशीला एक-एक घ्यायची तिथं दोन-दोन लुगडी घे. दोघींच्याबी अंगावरची जुन्यारं फाटल्यात. दोघीबी उघड्यावाघड्या फिरत्यात. धोंडी, लक्षीचा आयोर त्यास्नीच घे. तसं त्यांस्नी सांग. त्येंच्या जिवाला शांतता मिळंल. न्हाईतर वरीसभर मला फाडून खातील. तू आपला चार दीस येतोस नि जातोस. वरीसभर मला त्या रांडांस्नी तोंड द्यावं लागतंय. धोंडी-लक्षी ऱ्हाऊ द्यात तिकडं. एक दिवाळी खाडी गेली म्हणून काय त्येंचं आभाळ कोसळत न्हाई. संक्रातीला त्यांस्नी आणीन म्हणं...कुठं हाईत ते पैसे,

हिकडं मला दे. आज जाऊन मी सगळी खरीदी करून आणतो. दिवाळीचीबी बाकीची खरीदी करायची हाय. रानात एक धाट सरळ न्हाई. हितनं फुडं वरीसभर इकत घेऊन खावं लागणार. तू तरी किती किती देशील!''

मी आईच्या हातात पैसे दिले नि गप्प बसलो. 'निदान धोंडूबाई-लक्ष्मीकडं फराळाचं घेऊन तरी दौला-आप्पाला लावून दे' म्हणून सांगितलं...आईच्या इच्छेबाहेर मला जायचं नव्हतं. घरादाराला तिलाच तोंड द्यावं लागतं, वर्षभर तिलाच बघावं लागतं, हे खरं होतं. मी जास्त बोललो असतो तर तिच्याशी वादावादी सुरू होणार होती. म्हणून मुकाट बसलो.

यंदाची कापडं तिनं आपल्या मनानं आणली. त्यामुळं तिनं आणलेल्या कापडावर कुणी नाराजी व्यक्त करू शकत नव्हतं...केली तरी ती त्यांना सुनावते.

एक अनपेक्षित झालं. तिनं दादाला, शिवाला नि त्याच्या बायकोला काहीच आणलं नाही. स्वत:साठी काही आणलं नव्हतं. दादावरचा तिचा राग मला समजत होता. पण शिवा नाराज होईल, असं वाटलं. कारण प्रत्येक वर्षी शिवाला दिवाळीसाठी आजवर मी नि आई घेत आलो होतो. आप्पाचा आता प्रश्न नव्हता. तो नोकरी लागल्यापासनं स्वत: स्वत:चे कपडे खरेदी करू लागला होता. दौलतला कॉलेजच्या वर्षारंभी म्हणजे जून-जुलैमध्येच खास कपडे मी शिवले होते. तो सुखी पोशाखात कॉलेजकुमार होऊन फिरत होता.

''आई, शिवाला निदान एक कुडतं नि त्येच्या बायकूला एक लुगडं घे की.''

''शाऽप घेणार न्हाई. त्येला सवतं ऱ्हा म्हणावं. त्या बाईल-भाड्याला भणीभावंडांसाठी राबायला नको वाटतंय. ती रांड काल आली न्हाई तवर ह्यो तिला सुखाच्या सावलीत बसून खायाला सांगतोय. राबू दे नि त्येच्या त्यो बायकूला घालू दे. चांगला तिला पैठणच, शालू नेसवू दे की त्येचा त्यो. नुसता दोन दीस शेतावर जुंधळं टोकणायला आला तर दोन दिसाचा रोजगार माझ्याकडनं भांडून घेटला त्येनं. मी का त्येची कोण न्हवं? ह्या पोरी का त्येच्या कुणी न्हवंत?... आम्ही उपाशी ऱ्हाऊन, पोटं आवळून, त्येला आता दिवाळी करू? ...सुतळीचा योक तोडाबी देणार न्हाई त्येला... पावसाळ्यात त्येनं माझी माळ्यावरची कोळपी, कुऱ्हाडी इकून खाल्ली. कशानं कुणबावा करू मी?'' ती भडाभडा तावातावानं बोलू लागली... परड्यातल्या शिवाला ते ऐकू जावं, तिचा राग त्याला समजावा, अशी तिची मनोमनी इच्छा दिसली.

मी काही बोलू शकलो नाही...आईच्या बोलण्यातनं मला काही नवीनच गोष्टी कळल्या.

रात्री आप्पा आल्यावर मी त्याला विचारलं, तर आणखी काही गोष्टी

कळल्या. शिवानं तुकाराम सणगराकडनं पावसाळ्यात पन्नास रुपये पंचवीस टक्के व्याजानं पोटासाठी काढले होते. म्हणजे व्याज रुपयाला चार आणे. एवढं व्याज उद्योग करणाऱ्या कारखानदारालाही देणं परवडलं नसतं. शिवानं ते पत्करलं होतं. घरातल्या वस्तू विकताना त्याची नि दादाची भांडणं झाली होती. शिवा दादावर धावून गेला होता. आईला तो वाट्टेल तशा शिव्या देऊन तिच्या हातातनं वस्तू हिसकावून घेऊन विकायला नेत होता. 'ह्या पावसाळ्यात पोटाला काय खाऊ? न्हाईतर माझी मला घरादारातली शेतातली चौथाई वाटणी द्या' म्हणत होता. ...परिस्थिती बिकट झाल्यावर दुष्काळात कधी तरी आईनं हंडा विकला होता. दादानं बैलगाडीच्या धावा विकल्या होत्या नि पोटाला खाल्ल्या होत्या. शिवानं तेवढंच ध्यानात ठेवलं होतं. 'बाकीचं पोटासाठी वस्तू इकून खात्यात, मग मीच काय मांजार मारलंय?' अशी त्याची भूमिका होती... 'त्याला हॉटेलचा नाद जोरात लागलाय; त्यामुळं त्याला त्याचा रोजगाराचा पैसा कमी पडतोय?' असं आप्पा-दौला सांगत होते.

सगळ्या सगळ्या गोष्टी ऐकून मन किडल्यासारखं झालं...मनी-मानसी धरलेल्या घराच्या स्वप्नाचा चुथडा होत चाललाय, हे दिसू लागलं. शिवानं स्वत:चं स्वतंत्र विश्व निर्माण करायचं ठरवलं होतं. बाकीच्या बहीणभावांना त्यात स्थान नव्हतं. त्याला इतरांची कोणत्याही प्रकारची गरज वाटत नव्हती. तो सगळ्या भावंडांबरोबर आणि आई-दादाबरोबर सतत भांडणंच काढत होता. प्रेमाची भाषा एकदाही नव्हती. फक्त हिशोब होते.

...विचार करताना मला वाटे की कदाचित मी शिवाही झालो असतो आणि शिवा मी होऊ शकला असता. थोरला भाऊ म्हणून मला शेती बघावी लागली असती नि मी अडाणी राहिलो असतो. मी मळा बघू लागल्यावर 'शिवा' ला शिकायला उसंत मिळाली असती नि शिवा 'शिकलेला', 'शहाणा' पोरगा झाला असता..मग त्याला माझ्यासह सर्वांना सांभाळावं लागलं असतं. कारभारपण करावं लागलं असतं.

पण नियती वेगळी होती.

तो माझ्यापेक्षा चार वर्षांनी लहान होता. लहानपणी सतत माझ्याबरोबर असे. खेळायला, बाजारात, ढोराकडं मी असलो की तोही माझ्याबरोबर चिकटून राही. त्यामुळं त्याची-माझी भावनात्मक गुंतवणूक झालेली. मी कागलात असेपर्यंत तो माझ्या शब्दाच्या बाहेर कधी वागला नाही. बारा वर्षापूर्वी मी प्रथम कागल सोडतानाही त्याचे डोळे एस. टी. स्टँडवर पाण्यानं भरून आले होते...लहानपणी माती खाल्ल्यामुळं दुबळा झालेला, अंगात रक्त कमी, तोंड नेहमी सुजरंफुगरं तरीही तुरूतुरू चालत कामं करण्याची हौस. त्यामुळं त्याच्याकडं

सगळ्यांची मायेची नजर वळत असे. शिवाचं तेच रूप आजही माझ्या मनात वसत होतं...असा भाऊ आपल्यापासनं सवता राहावा, असं वाटत नव्हतं. राहिला तर जन्मभर खडकावर पडेल. त्यानं आम्हां तिघा सुशिक्षित भावांच्या संसारातच आपला संसार पहिल्यापासून मिसळून ठेवला तर त्याचा संसार सुरळीत, सुखात चालेल, त्याच्या अनेक चिंता मिटतील, असं वाटत होतं. पण त्यानं सवतं राहण्याची घाई केली.

घरात माझ्यामागं त्याचा अडाणीपणा, रागीट स्वभाव, आळस, कामं न करता खाण्यावर अधिकार सांगणं, बारक्या भावंडांवर गुरकावणं, प्रसंगी मारणं, हेच त्याच्या बाबतीत इतर भावंडांच्या वाट्याला आलं...घरात त्याला कुणी खडसावून विचारणारं नसल्यामुळं नि आईला तो भीक घालेनासा झाल्यामुळं त्याला हॉटेलची चटक लागली. त्याचं तरुणपणही त्याला कारण होतं. पण रोजगाऱ्यानं याचा विचार करायचा नसतो; याचंच भान त्याला आलं नाही.

कर्ता माणूस म्हणून मलाही मर्यादा होत्या. शिवाच्या स्वतंत्र संसाराला मी मदत करू इच्छित नव्हतो. तशी केली असती तर घर फुटायला मीच कारणीभूत झालो असतो. म्हणून मी त्यानं पंचवीस टक्के व्याजानं काढलेले पन्नास रुपयं कर्ज शक्ती असूनही फेडलं नाही...फेडलं असतं तर पुन्हा त्यानं काढलं असतं. आता ते त्याचं त्यानंच फेडलं पाहिजे, तरच त्याच्या लक्षात येईल की एवढ्या भरमसाट व्याजानं काढलेलं कर्ज फेडताना आपले किती पैसे वाया जातात. मला हेही ठाऊक होतं की रोजगारी माणसाला नीट जगण्यापुरताही रोजगारातून पैसा मिळू शकत नसतो. तरीही मी शिवाला पैसे देऊ शकत नव्हतो की मदत करू शकत नव्हतो...उलट सारखं वाटत होतं की तीन चुली झाल्यानं एकाला तीन माणसं स्वयंपाक करण्यात गुंततात. एका चुलीवर स्वयंपाक झाला असता तर जळण कमी लागलं असतं; दिवाबत्ती थोडी वाचली असती. दोन माणसांचा दोन-दोन तासांचा वेळ वाचला असता. ती दुसरीकडं कामाला वळवता आली असती. एकत्र राहण्याचं बळ वेगळंच असतं. ते यांच्या अडाणीपणामुळं निर्माण होत नाही...अशा प्रवृत्तीला मी खतपाणी घालणार नाही...तरीही शिवा माझा दुबळा भाऊ आहे, शिवाला वेगळं राहायला आईचा स्वभाव काही अंशी कारणीभूत आहे; तरी ती माझीच आई आहे. ही सगळी माणसं जगली पाहिजेत, यांना जगायला मदत केली पाहिजे. वेडंवाकडं, तिरपागडं असलेलं आपलं घरदार उभं करायला आपण नाही मदत करायची तर कुणी? असे मनात विचार येत नि माझी मानसिक कुतरओढ होई.

न राहवून मी शिवाच्या छपरात गेलो.

"काय चाललंय?" मी.

“काय न्हाई; बसलोय झालं.” शिवा.

हळूहळू बोलता बोलता खूप बोलणं झालं. राग, लोभ, मानपान, अहंकार यांनी भरलेली अटीतटीची, जिद्दीची उत्तरं शिवा देत होता. त्याच्या इर्ष्येशिवाय त्यात दुसरं काही दिसत नव्हतं. तो स्वतंत्र राहणार हे स्पष्ट जाणवत होतं.

“शिवा, तुला सवतं व्हायाचं असंल तर खुशाल व्हा. तू सुखानं व्हावंस एवढीच माझी इच्छा. एक सांगतो तेवढं ध्यान देऊन ऐक. गरिबीवर मात करायची असंल तर पैल्यांदा तुम्ही दोघांनीबी खूप खूप कष्ट केलं पाहिजे. रातध्याड राबून पैसं मिळवलं पाहिजेत. रोज त्यातलं लई ना थोडं शिलकीला टाकलं पाहिजेत नि थोडक्या पैशातच घरप्रपंच चालवला पाहिजे. असं केलंस तरच तुझं पैसं शिलकीला पडतील. त्यातनं काय तरी पोट चालवायला जोडधंदा काढता येईल. शेरडं, कोंबड्या घेता येतील. हळूहळू एखादी म्हस घेता येईल. आईसारखा दुधाचा धंदा करता येईल. रवणी काढून कोंबडीची पिल्ली वाढीवता येतील किंवा शेरडांची करडं, बोकडं वाढवून ती इकता येतील. आता तुला पोरंबाळं हुणार. ती होऊ लागल्यावर दोघांचा रोजगारबी पुरं पडणार न्हाई. खाणारी तोंडं वाढणार. तवा तरणी हाईसा तवर दोघांनीबी रणघाई करून थोडा तरी पैसा शिलकीला टाका. तरच तुझं नि पोराबाळांचं चार दीस कसंबसं ह्या जगात निघतील.

“तू उलटंच करतोस. एकटाच राबतोस. बायकूला बसून खायाला घालतोस. सुरात कामं करत न्हाईस. चार दीस कामं करतोस नि आठ दीस घरात बसतोस. मग शिल्लक पडणार कशी? खाल्लं तेवढं आलं; असा इचार करतोस. अशानं भिकंला लागशील एक दीस. काय तरी निमतं काढून घरात बसून खायाची तुला सवय लागलीय. दादागत चार लोकांत गप्पा मारत दीस घालवायची तुला चटक लागलीय. घरातल्या वस्तू न्हेऊन इकायचा तुला नाद लागलाय. शेतातलं मूठपायली आलेलं धान्य आईसंगं भांडून तू दांडगाईनं घेऊन जातोस. बाकीच्या पोरांनी काय खायाचं? अशानं तुझा संसार खड्ड्यात जाईल. तू असं वागलास तर तुला घरातलं कायबी मिळणार न्हाई. गोसाव्यागत अंगाला राख फासून जावं लागंल. इनामदार, वतनदार ह्यांस्नीबी बसून खायला वतनं पुरली न्हाईत. त्यास्नीबी शेवटी आपल्या देशात भीक मागायची पाळी आलीय. तवा आतापासनंच उठून कामाला लागलास तर उद्याचं दीस तुम्हांस्नी नि तुमच्या पोराबाळांस्नी सुखाचं येतील...माझ्या जल्मात मी हेच करतोय. हे ध्येनात ठेव.” मी जीव तोडून त्याला सांगितलं.

“दादा, तुम्ही कायबी काळजी करू नकासा. एवढं दुखळाचं दीस जाऊ

द्यात, उपाशी मरायची पाळी आली म्हणून माझ्या हातनं काय थोडं घडलं. पर आता दोन वर्सांत न्हाई म्हस घेऊन दावली तर इचारा...मला काय कळत न्हाई? का मी बोळ्यानं दूध पितोय?"

शिवा बोलत होता, पण मला काही त्याचा भरवसा वाटत नव्हता. आजवरचा त्याचा आलेला अनुभव वेगळं सांगत होता. त्याचा पिंडधर्म त्याच्या कलानंच वाढणार होता. तो मला काही संपूर्ण तळामुळातून खुडून काढता येणं शक्य नव्हतं...तरी आपण सांगत राहायचं, छन्नी चालवायची. दगड फारच गाठगूळ निघाला तर छन्नी तुटेल; मोंड हुईल. मऊ निघाला तर मूर्ती आतनं बाहेर पडेल...आपण घाव घालत राहायचं. कंटाळायचं नाही. शिवा म्हंजे माझंच रूप. तेव्हा आपल्यालाच आपण घडवायचं आहे, हे ध्यानात ठेवायचं.

शेवटी मीच माझी समजूत काढत घरात गेलो.

दिवाळीचा पहिला दिवस.

आई हिराला म्हणाली, "त्या बाईलभाड्याला आंघूळीला नि फराळाला बलीव जा.

शिवाच्या संदर्भात हे बोलणं होतं. तो बायकोचं शिकून सवतं राहिला, असं आईला वाटत होतं, म्हणून ती त्याचा उल्लेख मी कागलात आल्यापासनं 'बाईलभाड्या' असाच करत होती...मला तिचं हसू येत होतं. पण हसण्याची सोय नव्हती.

हिरा त्याला सांगून आली.

पण शिवा अंघोळीला, फराळाला आला नाही. आम्ही तिघेजणं भाऊ अंघोळी करून फराळाला बसलो.

परड्यातल्या धुण्याच्या दगडावर बसून शिवा अंघोळ करत होता. त्याची बायको त्याच्या पाठीला साबण लावून आंघोळ घालत होती. मधल्या सोप्यात फराळ करत बसलेल्या मला ते दृश्य परड्याच्या दारातनं दिसत होतं.

परड्याकडंचं घराचं ते शेवटचं दार. त्या दाराची चौकट त्या चित्राला फ्रेमसारखी दिसत होती...ते जिवंत चित्र त्या घराच्या चौकटीच्या अगदी बाहेरचं होतं.

●

एकोणतीस

प्राध्यापक होण्याची महत्त्वाकांक्षा आरंभापासूनच बाळगली होती; तिला १९६७ साली कलाटणी मिळाली. महाविद्यालयात पदवीवर्गांना शिकवण्याचा पाच वर्षांचा अनुभव पूर्ण झाला. विद्यापीठाच्या नियमाप्रमाणं मी एम. ए. च्या वर्गांना शिकवण्यास पात्र ठरलो. पुणे विद्यापीठानं मला तशी लेखी मान्यताही दिली. अर्ज करून मी ती मिळवली होती.

पुण्यात फक्त पुणे विद्यापीठातच मराठी विभागात एम. ए. चे वर्ग होते, म्हणून मी मराठी विभाग प्रमुख डॉ. शं. गो. तुळपुळे यांच्याकडं एम. ए.चं टीचिंग मागण्यासाठी गेलो.

ते म्हणाले, "यादव, तुम्हांला ते मी देऊ शकत नाही."

"का सर? माझ्याकडं तर रेकग्निशन आहे."

"रेकग्निशन असलं तरी टीचिंग द्यायचं की नाही, हा वेगळा मुद्दा आहे. मी ते तुम्हाला देऊ शकत नाही."

"पण सर, का देणार नाही; ते मला थोडं समजून तरी सांगा."

"उघड आहे. तुम्ही पीएच. डी. झालेले नाही आहात."

"पण सर, आतापर्यंत माझी दोन पुस्तकं प्रसिद्ध झाली आहेत. तिसरं पुस्तक 'मौज प्रकाशन' काढत आहे. शिवाय मला महाराष्ट्र सरकारची पारितोषिकं मिळाली आहेत. मी केलेली पुस्तकं-परीक्षणं चांगल्या नियतकालिकांतून प्रसिद्ध झालेली आहेत. माझं हे वाङ्मयीन काम लक्षात घ्या ना."

"असल्या प्रकारच्या कामाचा टीचिंगला काही उपयोग नसतो. असली चटोर पुस्तकं लिहिण्यापेक्षा तुम्ही प्रथम पीएच. डी. व्हा. मग पाहू टीचिंगचं." त्यांनी निर्वाणीचं सांगितलं. तरीही मी त्यांना पीएच. डी. चा नि एम.ए. टीचिंगचा

अतूट संबंध नाही हे दाखवून दिलं. प्रा. रा. श्री. जोग, श्री. के. क्षीरसागर ही मोठी प्राध्यापक मंडळी पीएच. डी. नसूनही मराठी एम. ए.ला शिकवत होती. सर म्हणाले, ''तो नियम टीका-ग्रंथ लिहिलेल्या प्राध्यापकांना लागू नाही. नव्या प्राध्यापकांसाठी लागू आहे. मुख्य म्हणजे कुणाला टीचिंग द्यायचं नि कुणाला द्यायचं नाही; ते माझ्या अखत्यारीतीलं आहे.'' सरांनी मला आपला अधिकार दाखवून दिला.

मी एकदम नाराज झालो. त्यांच्याविषयी माझा प्रथम गैरसमज झाला. श्री शाहू मंदिर कॉलेजला पुण्यात प्रस्थापितांच्या लेखी प्रतिष्ठा नव्हती...मी शाहू कॉलेजात प्राध्यापक आहे. त्याचा तर हा परिणाम नसेल? 'शाहू कॉलेजचा बहुजन समाजातला कुणी पोरगेला प्राध्यापक; तो काय एम. ए.ला शिकवणार!' असं तर सरांना वाटत नसेल?...आपल्या साहित्यनिर्मितीचा 'मराठी साहित्य' शिकवण्याशी काहीच संबंध नाही?

किरकोळ विषयावर पीएच. डी. झालेले एक सामान्य प्राध्यापक तिथं मराठी शिकवीत होते; हे मला माहीत होतं.

पीएच. डी.चा आणि एम. ए. टीचिंगचा एवढा कार्यकारणसंबंध असेल तर आपणाला पीएच. डी. झाल्याशिवाय एम. ए. टीचिंग मिळणारच नाही आणि ते मिळालं नाही, तर नव्या नियमांप्रमाणं पगाराची उच्च श्रेणी मिळणारच नाही. जन्मभर चारशे-आठशेवर घासावं लागेल...

मी अस्वस्थ झालो. साहित्यनिर्मिती बाजूला पडली तरी चालेल. पण प्रथम पीएच. डी. व्हायचं; अशी मनाशी खूणगाठ बांधून मी उद्योगाला लागलो.

डॉ. रा. शं. वाळिंबे यांच्या मार्गदर्शनाखाली १९६८मध्ये नाव रजिस्टर केलं. 'मराठी लघुनिबंध प्रेरणा, प्रवृत्ती आणि त्याचा विकास' असा व्यापक विषय निवडला. प्रारंभापासून तो आजपर्यंतचा धांडोळा घ्यायचा, असा मनाशी निर्णय घेतला.

प्राध्यापक झाल्यापासनं सहा-सात वर्षं माझ्यातील लेखक घडवण्याचा मी सतत प्रयत्न करत होतो; त्याला काहीशी खीळ बसली आणि प्रबंधाच्या कामाकडं जोरात वळलो. माझ्यातला प्राध्यापक माझ्यातील साहित्यिकाच्या हातात हात घालून तितकाच तुल्यबळ झाला पाहिजे, याची महत्त्वाकांक्षा निर्माण झाली.

वास्तविक आर्थिक ओढाताणीमुळं मी मिळेल तो वेळ मासिकं आणि इतर नियतकालिकं, तसंच रेडिओ यांच्या लेखनासाठी घालवीत होतो. अशावेळी अर्थार्जन नसलेलं संशोधनाचं लेखन तूर्त तरी मला व्यावहारिक दृष्ट्या परवडणारं नव्हतं. तरी ते मला भविष्यातील पगारवाढीच्या खात्रीमुळं करावं लागणार होतं.

माझ्या लक्षात एक गोष्ट आली. पीएच.डी.च्या कामासाठी लेखनापेक्षा वाचनच प्रथम जास्त व्हावं लागतंय. वाचन झाल्यावर चिंतन आणि लेखन करावं

लागतंय. म्हणून पाच मिनिटं जरी मोकळा वेळ मिळाला तरी मी पुस्तकं काढून वाचू लागलो. कॉलेजात तास नसताना, पंधरा मिनिटांच्या सुटीत मी वाचू लागलो. हा वेळ वाचनात घालवता येतो, हे कळल्यावर मी 'ऑफ पिरिएडला' स्टाफरूममध्ये गप्पा मारत बसेनासा झालो. सरळ ग्रंथालयात जाऊन बसू लागलो. माझं दप्तर, पिशवी हीही स्टाफरूमच्या लॉकरमध्ये न ठेवता ग्रंथालयात एका टेबलखुर्चीवर ठेवू लागलो. हळूहळू मला इतरांनी भेटण्याची तीच जागा निश्चित झाली. मी नसतानाही कुणी त्या जागेवर बसेनासं झालं. शिपाई नोटिसीवर सही घेण्यासाठी व इतरही कामांसाठी माझ्याकडं तिथंच येऊ लागले. ग्रंथालय असल्यामुळं भेटणारे माझ्याकडचं त्यांचं काम झाल्यावर चटकन निघून जाऊ लागले. मला वेळ मिळू लागला.

मी कॉलेजला बसने जात-येत होतो. तेव्हा तिची वाट पाहताना, तिच्यात बसल्यावर येताना-जाताना मी सतत वाचन करू लागलो. सकाळचे विधी उरकताना, आंघोळ करताना, जेवताना, उठता-बसताना माझ्या मनात प्रबंधासाठी केलेल्या वाचनावर चिंतन सुरू होई. त्यांच्या मी संक्षिप्त नोट्स संशोधनकार्डावर पटापटा काढून ठेवी. परगावी व्याख्यानासाठी जाता-येतानाही मनमुराद वाचन होऊ लागलं.

...मला हायस्कूलच्या अभ्यासाचे दिवस मधूनच आठवत आणि माझी जिद्द जोर घेई...माझं प्रबंधासाठीचं बहुतेक वाचन रोजच्या बसप्रवासात किंवा बसस्टॉपवरच झालं. त्यासाठी फारसा वेळ द्यावा लागला नाही...किती प्रचंड वेळ आपला बसस्टॉपवर आणि बसप्रवासात जातो, याचा पडताळा प्रबंधानं आणून दिला.

साडेनऊशे पानांच्या आसपास गच्च मजकूर असलेला प्रबंध मी १९७३च्या सप्टेंबरमध्ये सादर केला. १९७४च्या मेमध्ये मला पीएच. डी.ची पदवी मिळाली. वर्तमानपत्रातून ती प्रसिद्ध झाल्यामुळं अभिनंदनाची सत्तर-ऐंशी पत्रं आली. 'गोतावळा'ला पारितोषिक मिळालं त्यावेळी आलेल्या पत्रांपेक्षा त्यांची संख्या जास्त होती. लोकांनाही साहित्यनिर्मितीपेक्षा ही पदवी महत्त्वाची वाटत असावी, असा अनुभव आला.

या पदवीचा मलाही आनंद झाला. या क्षेत्रातली ती शेवटची म्हणजे सर्वोच्च विद्यापीठीय पदवी होती. तिनं मला 'डॉक्टर' ही उपाधी दिली...पण गावाकडच्या घरी याचा काही आनंद झाला नाही. आई-दादाला या पदवीचा अर्थ कळला नाही. त्यांनी फक्त 'हूं-हूं' केलं.

प्रबंधाच्या निमित्तानं इंग्रजीचं आणि मराठीचं भरपूर वाचन झालं. साहित्य-प्रकारांचा खोलवर अभ्यास झाला. विशेषत: संबंधित साहित्यविषयक तात्त्विक

अभ्यास इंग्रजीतनं झाल्यामुळं साहित्याचं तात्त्विक विवेचन करताना एक सखोल आत्मविश्वास प्राप्त झाला. संशोधनाची पद्धत आत्मसात झाली. समीक्षेची परिभाषा अवगत झाली. चिकित्सक बुद्धी पूर्वीपेक्षा टोकदार आणि सतर्क झाली...नंतरच्या समीक्षालेखनाला तिचा उपयोग झाला. 'लघुनिबंध, ललितनिबंध' यांचा अंतर्बाह्य अभ्यास झाल्यानं मराठी लघुनिबंधात आणि ललितनिबंधात आजवर जे आशयक्षेत्र आलं नव्हतं ते आणण्याची जिद्द माझ्यातील लेखकात निर्माण झाली. त्यातूनच 'स्पर्शकमळं आणि पाणभवरे' मधील लेखन आकारत गेलं.

कॉलेज पहिल्या टर्मला सुरू झाल्यावर संस्थेनं माझा साहित्यिक शंकर पाटील यांच्या हस्ते सत्कार केला. पाटील भाषणात म्हणाले, "आज जर कोल्हापूरचे राजर्षी शाहू महाराज असते, तर त्यांनी हत्तीवरनं सगळ्या कागल गावाला साखर वाटली असती. पूर्वी अत्यानंद झाला की असी साखर वाटण्याची प्रथा तिकडं होती. आनंद यादव ज्या प्रतिकूल परिस्थितीतून आणि आर्थिकदृष्ट्या समाजाच्या ज्या दुर्बल स्तरातून वर आलेले आहेत, त्या स्तराला शिक्षण मिळावं आणि तो शहाणा होऊन समाज-प्रक्रियेत मिसळून जावा, हे जे शाहू महाराजांचं स्वप्न होतं, ते आज साकार झालेलं दिसलं असतं...शिवाय आनंद यादव हे शाहू महाराजांच्या मूळ गावचे म्हणजे कागलचे आहेत..."

शंकर पाटलांच्या या अनपेक्षित विचारांनी मी थरारून गेलो. माझ्या अंगावर रोमांच उठले. डोळे रसरसल्यागत झाले.

डॉ. शं. गो. तुळपुळ्यांसह मी सगळ्यांचे मनापासून आभार मानले; पण एकाचे आभार मानू शकलो नाही– ते होते विठोबा दिवाणजी. त्यांची माहिती इथं पुण्यात कुणालाही नव्हती आणि त्यांनी दिलेली प्रेरणा तर कागलातही कुणाला माहीत नव्हती.

साताठ वर्षापूर्वी ते मरण पावले होते...शंकर पाटलांनी शाहू महाराजांचा उल्लेख केल्याबरोबर कागलातल्या या विठोबा आण्णा दिवाणजींची एकाएकी आठवण झाली. गटारीकडंला सांडपाण्यात उगवलेल्या एका अंकुराचा वृक्ष झालेला त्यांना बघायला मिळाला असता, असं वाटू लागलं. गल्लीत ते येता-जाता भेटले की माझी शिक्षणासाठी चाललेली धडपड पाहून नेहमी म्हणायचे; "पोरा, भरपूर शीक. एम. ए., पीएच.डी. हो. मोठा हो नि नामदार गोखल्यांसारखं नाव मिळव."

त्यांच्या या बोलण्यानं माझा उत्साह नेहमी वाढायचा.

घरी परतताना पांढऱ्याशुभ्र पोशाखातले विठोबा आण्णा माझ्या मनातून जाईनात ....आज ते हयात असते तर त्यांना खूपच आनंद झाला असता.

प्रबंध विद्यापीठाला सप्टेंबर त्र्याहत्तरमध्ये सादर केल्यापासनं मनावरचं

फार मोठं ओझं कमी झालं होतं. तसंच चौऱ्याहत्तरच्या अगदी आरंभी 'चालू जमाना' हा आकाशवाणीवरचा माझा कार्यक्रमही हस्तांतरित झाला. श्री. शंकर पाटील यांनी तो लिहिण्याचं मान्य केलं होतं. जवळजवळ नऊ वर्षं हा कार्यक्रम मी सातत्यानं लिहीत होतो. ग्रामीण महाराष्ट्राला काही सामाजिक, राजकीय, शेती, शिक्षण-प्रगती याविषयी सांगता आलं तर सांगण्याचा प्रयत्न करीत होतो. पण आता हे सदर इतकी वर्षं चालवल्यानं त्याचा कंटाळा आल्यासारखं झालं होतं. तरीही त्याच्या लोकप्रियतेमुळं आणि घराचं अर्धं भाडं महिन्याच्या महिन्याला त्यातनं सुटत असल्यामुळं त्याचं लेखन सोडवतही नव्हतं. पण व्यंकटेश माडगूळकरच म्हणाले; ''या वर्षी शंकर पाटील यांना 'चालू जमाना' द्यायचं ठरवलंय. थोडा चेंज हवा होता. एकाकडंच इतके दिवस कॉन्ट्रॅक्ट असलं म्हणजे लोकही तक्रार करतात. शिवाय तुम्हीही काहीसे कंटाळल्यासारखे झाला होता.''

ते असं म्हटल्यावर थोडंसं वाईटही वाटलं. 'चालू जमाना' मधील पात्रं म्हणजे रुका, भिका, आण्णा ही माणसं माझ्या गावाची मित्र झाली होती. कागलच्या माणसांना ती गाववाली वाटत होती. गावाचा सारा इतिहास, गावाविषयीचं प्रेम, त्याविषयी सद्भाव, अभिमान, गावाच्या भल्याची काळजी त्यांना वाटत होती. गावानं त्यांना एक इतिहास दिला होता. तो इतिहास त्यांचं जीवन होऊन अवतरत होता...ती पात्रं आता महाराष्ट्राला निदान माझ्या गावाला भेटणार नाहीत, याचं दुःख झालं.

पंधरा एक दिवस गेले. 'चालू जमाना'ची दोन स्क्रिप्ट्स लिहायची टळली, तेव्हा मोकळं वाटू लागलं. प्रबंधाच्या आणि 'चालू जमाना'च्या लेखनात महत्त्वाचा वेळ जात होता. त्याचं सतत मनावर ओझं असे. आजवर सतत कष्ट कष्ट, जबाबदाऱ्या, काळज्या या अखंड वाहत असल्यानं आणि सततच लेखन करत असल्यामुळं तूर्त लेखनावरची वासना उडाली होती.

म्हणून मी पुण्यात होणाऱ्या अनेक सांस्कृतिक कार्यक्रमाला संध्याकाळी जाऊ लागलो. दुपारी रेडिओवर गाणी ऐकू लागलो. चांगले बोलपट, नाटकं, वगनाट्य, तमाशे पाहू लागलो. मित्रमैत्रिणींबरोबर मोकळेपणाने गप्पा मारू लागलो. परिचित साहित्यिक व्यक्तींच्या घरी जाऊन बसू लागलो. स्टाफरूममध्ये खळखळून हसू लागलो. बसप्रवासात रस्त्यातल्या गर्दीकडं बघत आनंद घेऊ लागलो... यामुळं अनेक दिवस मनात दडपल्या गेलेल्या भावना, संवेदना, विचार, कल्पना वर उसळी मारून येऊ लागल्या. दावं सुटलेल्या वासरागत वाटू लागलं.

●

तीस

मेच्या पहिल्या आठवड्यात सगळ्यांना घेऊन कागलला गेलो. संपूर्ण महिना तिथंच राहून 'नटरंग' कादंबरीचं लेखन करायचं मनाशी ठरवलं होतं. शिवाय गावाकडच्या काही गोष्टी करायच्या मनात विचार होता.

जानेवारीपासनं आप्पा आणि दौलत खोली घेऊन कोल्हापूरला राहात होते.

धनगराचा एक मुलगा कागलहून कोल्हापूरला जेवणाचे तीसभर डबे सायकलीनं नेत असे. कागलात स्वत: हिंडून ते गोळा करत असे आणि कोल्हापुरात घरपोच करत असे. तो गल्लीतलाच असल्यानं ती एक सोय झाली होती. असं केल्यावर आप्पाला सकाळचा वेळ मोकळा मिळेल, त्या वेळात तो निवांतपणे सकाळच्या कॉलेजचे काही तास करील आणि संध्याकाळच्या मोकळ्या वेळात त्याचा अभ्यास होईल असं वाटे. नोकरीचं त्याचं दुसर वर्ष सुरू होतं. पहिल्या वर्षी पी. डी. आर्ट्सच्या वर्गात त्यानं दौलतबरोबर प्रवेश घेतला होता. पण परीक्षेला बसूनही एक पेपर दिलाच नाही. निदान आता तरी त्यानं मन लावून जमेल तेवढे कॉलेजचे तास करावेत आणि हळूहळू निदान बी. ए. ची पदवी पदरात पाडून घ्यावी, अशी माझी इच्छा होती.

कोल्हापुरात दोघांनी राहण्यात दौलतचाही फायदा होईल, असं वाटत होतं. दौलत कोणत्याही वर्षी नापास न होता बी. कॉम. व्हावा; म्हणून मी धडपडत होतो. तो वर्षावर्षाला पास होत होता; पण पासिंगचे मार्क्स सामान्य होते. एखाद्या वेळेस इंग्रजी, अकौंटन्सीसारख्या विषयात नापास होईल, म्हणून मी आवश्यक त्या विषयांची शिकवणी लावण्यास सांगत होतो. शिकवणीची वेळ साधण्यासाठी त्याला कोल्हापुरात राहण्याची गरज होती. तसा तो राहिला

तर त्याचाही जाण्यायेण्यातील दोनतीन तासांचा वेळ त्याला अभ्यासासाठी देता येणार होता. कोल्हापुरातील माझ्या मित्रांच्या ओळखीच्या आधारे त्याला एखादी नोकरी मिळाली तर तीही करता येणार होती. तीमुळं माझ्यावरचा आर्थिक भार थोडा कमी होणार होता.

एफ. वाय. बी. कॉम. ची परीक्षा देऊन दौलत कागलला आलेला. मी कागलला गेल्यागेल्या त्यानं आपण पास झाल्याचं सांगितलं. माझा आनंद दुणावला...परीक्षा कॉलेजची असली तरी पास होण्याची गरज होती. आप्पानं मात्र 'कंपनीची कामं खूप पडतात' या कारणाखाली परीक्षा दिली नव्हती...त्याचा कॉलेजच्या परीक्षांत आपण पास होऊ हा आत्मविश्वास एस. एस. सी. साठी अनेक वेळा कराव्या लागलेल्या प्रयत्नांमुळं गमावला असावा; असं मला सारखं वाटत होतं. पण याविषयी मी काही न बोलता 'कॉलेजच्या परीक्षा कशा सोप्या असतात; तुझं आता वय वाढल्यानं तुझा अभ्यास सहज होऊ शकेल; इतर विद्यार्थ्यांना वाचनातून जे कळतं; त्यापेक्षा निश्चितपणे तुला जास्त कळेल,' अशी हळुवारपणे त्याची समजूत काढत होतो. जमेल तशा रेग्युलर किंवा एक्स्टर्नल परीक्षा देण्यास त्याला प्रवृत्त करत होतो.

महागाईच्या मानानं त्याला पगार फार कमी होता. महागाई भरमसाट वाढत होती. तिला कशाचाही धरबंध नव्हता. व्यापारी मनमानी दर वाढवत होते. तिच्या वाढीच्या गतीमुळं मीसुद्धा गांगरून गेल्यासारखा झालो होतो. आप्पा निदान पदवीधर झाला तर त्याला इतरत्र जास्त पगाराची नोकरी बघता येईल; असं वाटत होतं...पण त्याच्याकडून शिक्षणविषयक प्रतिसाद मिळत नव्हता.

माझा पगार वाढूनही खर्चाचे सगळे अंदाज चुकत होते. पैसे दुपटीने खर्च होत होते. त्यातच पुण्यातल्या आमच्या हौसिंग सोसायटीतल्या घरबांधणीनं गती घेतली होती. बांधकामाच्या साहित्याचे दर असेच गेल्या दोनतीन वर्षांत अवास्तव वाढल्यानं तिथलेही अंदाज चुकत होते. पैसा भरपूर उभा करण्याची गरज होती...माझ्या खर्चाच्या कुवतीबाहेर बांधकाम गेलं होतं. माझी वर्षाकाठी बाहेरची प्राप्ती हजारदीड हजारापेक्षा जास्त नव्हती आणि नव्या घरासाठी लागणारं साहित्य तर हजारांच्या हिशोबातच सतत लागत होतं. म्हणून स्मिताचा आजवरचा सगळा पगार घराच्या बांधकामाकडं वळवत होतो.

त्र्याहत्तरच्या डिसेंबर मधल्या शेतातल्या सुगीनं काखा वर केल्या होत्या. घातलेलं बियाणंही पदरात पडलं नव्हतं. तूर तेवढी पोतंभर मिळाली होती, म्हणून मनाशी ठरवलं होतं, की येत्या पेरणीसाठी रान चांगलं नांगरून घ्यायचं. कुळवणं, दिंडलणं वेळच्या वेळी करून घ्यायचं. नुसती देशी खतं वापरण्यापेक्षा इंग्रजी खतं भरपूर वापरायची. हायब्रीड जोंधळा पेरायचा. बियाणं खात्री करूनच

विकत घ्यायचं. वेळोवेळी पिकांवर औषध-फवारणी करून घ्यायची. पाऊस पडून पेरणीची घात आली की मागचा पुढचा विचार न करता माणसं कामाला लावून वेळच्यावेळी पेरणी करून घ्यायची...वेळंसरी भांगलणी, कोळपणी नि बाकीच्या मशागती करून घ्यायच्या... यासाठी लागेल तो पैसा हयगय न करता वेळच्यावेळी धडाडीनं खर्च करायचा, तरच शेत पिकेल आणि मुलखाचं महाग धान्य वर्षभर विकत घेण्याची पाळी येणार नाही. कधी ना कधी पैसा हा घालावा लागतोच आहे; तो अगोदरच योग्य कारणासाठी आणि वेळेसरी शेतात घातला तर निम्म्यावर भागेल...म्हणून सुगी झाल्यावर आईला, आप्पाला सूचना दिल्या होत्या. खर्चाची सगळी तरतूद केली होती. उरलेल्या कामासाठी 'मे' मध्ये कागलात बरेच दिवस मुक्काम टाकला होता.

शेत पिकवण्यासाठी मी कमर कसली होती; पण आईचा उत्साह नष्ट झाला होता. गेल्या पाचसहा वर्षांत शेतानं पदरात काही दिलं नव्हतं. उलट माणसांची राबणूक फक्त घेतली होती. घातलेला पैसा बुडाला होता, म्हणून आई म्हणत होती; "शेत कुणाला तरी खंडानं लावू या. आम्ही बिनघोर रोजगार करायला तरी मोकळं हुतावं." पण मी ते नाकारत होतो, कारण गेली पाचसहा वर्षं दुष्काळामुळं शेत पिकलं नाही; पाऊस जवळजवळ नव्हताच; यायचा तो अवेळी कधी तरी ऑगस्ट-सप्टेंबरात. त्याचा पेरणीसाठी काही उपयोग व्हायचा नाही; म्हणून शेत पिकत नव्हतं. पण गेल्या वर्षी पाऊस बरा झाला होता, तरी पेरण्या वेळच्या वेळी झाल्या नाहीत नि बियाणं बनावट निघालं होतं. त्यामुळं नुकसान झालं होतं. म्हणून या वर्षी सगळी काळजी घ्यायची नि शेत पिकवायचं; असं मी सांगत होतो.

मागच्या वर्षी घर खूप गळलं होतं. त्याची शाकारणी वादळवाऱ्याचे दिवस संपले की जूनमध्ये करून घेण्यास सांगितलं. आर्थिक तजवीज करून ठेवली. घराचं आणि चावीचे बिल भरायचं थकलं होतं, ते स्वत: भरून आलो. दौलतला कॉलेजसाठी कपडे हवे होते, ते घेऊन दिले. लक्ष्मीची गेली दिवाळी आबूट गेली होती. तिला पुण्याला परतण्यापूर्वी लुगडं-चोळी घेतली....तरी आई म्हणाली, "सगळ्यांसाठी एवढा खर्च केलास नि आता फुडं चाललास. मागं मी कशानं घर चालवायचं?"

तिला तीनशे रुपये दिले. दादाला सत्तर रुपये दिले. सगळ्यांचं समाधान झालं. सगळी व्यवस्था लावली नि मे संपता संपता पुण्याला आलो. कागलातल्या मुक्कामात 'नटरंग' कादंबरीच्या पहिल्या भागाचं कच्चं लेखन पूर्ण केलं होतं.

आलो नि माझ्या कामाकडं वळलो.

सुटी संपल्यावर दौलत कोल्हापूरला खोलीवर राहायला गेला. या वर्षापासनं

नवी सेमिस्टर सिस्टिम सुरू झाली होती. प्रत्येक टर्मला वार्षिक परीक्षा होणार होती. सहासहा महिन्यांत अभ्यासक्रम पुरा करून, त्याची परीक्षा देऊन पुढच्या अभ्यासक्रमाकडं झपाझप वळावं लागणार होतं. त्यामुळं विद्यार्थी वर्षभर अभ्यासाच्या मन:स्थितीत सदैव अडकणार होते, हे लक्षात घेऊन दौलतला आरंभापासनं आवश्यक त्या विषयांच्या शिकवण्या चालू करण्यास सांगितलं. मित्र प्रा. कमलाकर दीक्षित यांना दौलतला पुस्तकांची मदत करण्याविषयी व इतरही जरूर ती मदत करण्याविषयी विनंती केली... दौलत आपल्या अभ्यासात गढून गेला. तरीही तो प्रा. दीक्षितांच्या मदतीनं कुठं काम मिळतं का, ते पाहत होता.

जुलैच्या पहिल्या आठवड्यात पेरण्या झाल्या. या वेळचा पावसाळा आईला जास्त जाचू लागला. तिचं वय साठीच्या पुढं गेलेलं. पांदीत पडल्यापासनं तिच्या उजव्या हातात आणि पाठीत कळा सुरू झाल्या होत्या. तरीही ती राडीचिखलात जाऊन शेताची भांगलण, कोळपण करत होती. आप्पा-दौला कागलात राहत होते, तेव्हा त्यांची थोडीतरी रविवारी मदत होत होती. दौला कधी दुपारी लवकर आला तर मदत करत होता. पण आता तीही मिळेनाशी झाली. वयोमानाप्रमाणं आईला दिसायचंही कमी झालं होतं. त्यामुळं तास-तास रातीपर्यंत कामं ओढायचं बंद करून तिला दीस बुडायच्या आत घराकडं यावं लागत होतं.

घरात आता आई, हिरा आणि आनसा ह्या तीन बायकाच कामं करू लागल्या होत्या. नाही म्हटलं तरी शेतातल्या कसाच्या कामाला पुरुष माणूस हे लागतंच. त्याचा मानसिक आधार मोठा असतो. पण तो संपूर्ण नाहीसा झाला होता.

सुटी असेल त्या दिवशी आप्पाला आणि दौलाला कागलला जाऊन यायला सांगितलं होतं. पण आप्पा अळंटळं करू लागला. त्याला एकच दिवस मिळणारी सुटी विश्रांतीत घालवावी, असं वाटू लागलं. साहित्यवाचनाचा आणि लेखन करण्याचा त्याला नाद लागला होता. 'सायेबदादासारखं मोठं व्हावं' असं त्याला वाटत होतं. गावाकडं जाण्याविषयी त्यानं कानाडोळा केला होता. दौलाला सेमिस्टर पद्धतीमुळं जाणं शक्य नव्हतं.

आई मात्र त्या दोघांसाठी भाकऱ्या बडवून नेमानं पाठवीत होती. एखादी सुकी भाजी केली तर चटणीच्या पुडीबरोबर भाकरीच्या पोटात घालून पाठवीत होती. रविवारी ती वाटेकडं डोळे लावून बसे, पण आप्पा-दौला येत नसत. त्यामुळं तिला खूप निराशा आलेली. तिला वाटे; 'पोरं शिकण्याच्या निमित्तानं आपल्यापासनं दूर जात्यात. आज शिक्षेण पुरं हुईल; उद्या पुरं हुईल अशा आशेवर चारपाच वर्सं काढावी लागत्यात. पुन्हा मग ती कागलातच कुठं तरी

नोकरी करायच्या ऐवजी परगावला नोकरी धरत्यात नि घरातनं कायमची जात्यात. सुटीसुटी आपआपली जगाय लागत्यात. ...ह्यांस्नी शिकवून काय उपयोग? माझ्या जल्माचं कष्ट काय चुकत न्हाई. म्हातारी झालो तरी अजून जीव उगळावा लागतोयच. किती दीस असं मी झिजायचं?... पोरं आडाणी ठेवली असती तर माझपाशी तरी ऱ्हायली असती. रोजगार करून एका जागी खाल्ला असता नि जगलो असतो. सगळी सुखाला लागली असती. रोजगारानं काय माणसाला मराण येत न्हाई.'

हायब्रीडनं जोर धरला होता; पण त्याच्यावर मावा पडला होता. त्यावर औषध फवारावं लागलं. आप्पादौलानं येऊन औषध फवारण्याची व्यवस्था केली होती नि ते परत गेले होते. त्याशिवाय त्यांची दुसरी काहीच मदत आईला झाली नव्हती.

हात-पाठ दुखू लागल्यावर शेतातल्या कष्टासाठी आईनं शिवाला पुन: पुन्हा विनवणी केली पण तो मदतीला आला नाही. पावसाळा आला नि कामं नसली की घरातल्या शेतकामाच्या किंवा संसारातल्या वस्तू नेऊन विकण्याचा त्याचा सपाटा सुरूच होता. आई त्याला कडाडून विरोध करत होती. पण तो तिला जुमानत नव्हता. आईला उद्देशून त्याची भाषा दादासारखी येई; "तुझं काय हाय हितं? माझ्या बाऽची इस्टेट हाय. ती काय तुझी न्हवं. माझी मी इस्टेट मोडून-इकून खाईन न्हाईतर चुलीत घालून जाळीन, तू इचारायचं काम न्हाई, तुझी तू जा तिकडं माळ्या गल्लीला."

आई त्या बोलण्यानं खूप दुखावली. शाहू जन्मशताब्दीच्या कामानिमित्तानं मी कोल्हापूरला गेलो तेव्हा दोन तास कागलला जाऊन आलो. तिनं गेल्या गेल्या आक्रोश मांडला. रडून झाल्यावर ती मला म्हणाली; "बाबा आन्दा, ह्यो शिवू काय माझ्या पोटचा न्हवं. ह्येला नऊ म्हैनं नऊ दीस पोटात वाढीवला; मोटा भरून माझ्या ध्यायीचं रगात ह्येच्या जल्मासाठी वतलं. माझं हाडमांस छिलून ह्येचा पिंड घडला. जलमभर झट्याझोंब्या खाऊन ह्येला वाढीवला. वरमायी असूनबी सगळ्या गावाचं पाय धरलं नि ह्येची एकाला दोन लगनं करून दिली. तरीबी ह्यो काय माझा वौंस सांगत न्हाई. रतनू जकात्याचाच नुसता वौंस सांगतोय. मला 'माळ्याच्या गल्लीला जा' म्हणतोय. गेली पन्नाससाठ वरसं ह्या घरासाठी नि ह्या पर्पंच्यासाठी मी माझं नावगाव, आईबा टाकलं तरीबी मी अजून जकात्याची झालोच न्हाई, काय रं? का मी त्या रत्नू जकात्याची नुसती पोरदासीच ऱ्हायलो? मी का हे त्या वसाडाचं घर घुसलो? नुसता त्येचा योल इस्तार वाढवायलाच माझ्या जलमाची मी राख केली काय रं?... ह्या देवानं माझं आता डोळं गापदिशी मिटावंत बघ. मला ह्यो जलम नको नको नको झालाय. ह्या रतनू

जकात्याच्या देखत ह्या धरतीमायीनं ऊर फाकावं नि मला पोटात घ्यावं. माझा ह्यो जीव थंडगाऽर हुईल.''

मी शिवाला रागाच्या दणक्यात ताडताड बोललो. 'दोन्ही पाय मोडून जन्मभर भीक मागत फिरायला लावीन. घरात वळचणीला सुद्धा थारा देणार नाही;' म्हणून ताकीद दिली. हात उगारून 'थोबाड फोडून ठेवीन. भडव्या, मऊ गावलं म्हणून खोपरानं खणतोस व्हय?' म्हणून दम दिला.

शिवाच्या या आडग्या स्वभावामुळं त्याला नुकत्याच झालेल्या मुलग्याकडं कुणाचं लक्ष गेलं नव्हतं. आईनं 'नातू' झाल्याचंही कौतुक केलं नाही. ती वेळ तशीच निघून गेली.

सप्टेंबरात शेतातल्या कामाची गर्दी उसळली. पोरींना कामं आवरेनात. कधी नव्हे ते आईनं दादाला मदतीसाठी विनवणी केली. दादानंही जणू हा आपला संसारच नव्हं; म्हणून मदत करण्याचं नाकारलं.

''भोग रांडं तुझ्या कर्माची फळं आता. माझं ह्या संसारात काय ठेवलईस? गेल्या धा वर्सांत मला काय पोटापाण्याला घालून दमलीबिमलीस काय?...न्हवरा मेलाय न्हवं तुझा? तर तसंच धरून चाल आता.'' दादा तावातावानं बोलला.

हिरा मधी पडली नि दादाला समजुतीनं म्हणाली; ''तसं न्हवं, दादा. घरात कुणी बापय माणूस न्हाई. सायेबदादा तिकडं पुण्यात. शिवू ह्यो असा. आप्पा-दौला कोल्हापुरात. हे श्यात कुणी बघायचं? आईचं एक सोड, आम्हा लेकींसाठी तरी मदतीला चल.''

''तिच्याबरोबरच मला लेकीबी मेल्या. त्या तरी माझ्या पोटाला घालत्यात काय?''

''आम्ही भाकरी करून देत न्हाई व्हय तुला?'' आनसानं मुद्दा मांडला.

''आगं, मला माझा समरथ ल्योक देतोय. तुम्ही काय देता मला? त्यो नसता तर तुम्ही नि ह्या रांडनं मिळून घरात तरी ठेवलं असतंसा काय मला?''

दादानं स्वत:चं दाणं दळून आणलेल्या पिठाच्या भाकरी करून आनसा देत होती. त्याचे कपडे धूत होती. माडी रोजच्या रोज लोटून काढत होती. दादासाठी पाणी भरून ठेवत होती.

आनसाचं हे काम आईनं बंद केलं.

''खाऊ दे आता काय खातोय ते. बघू तरी किती दीस चालीवतोस ते. आनसे, तेवढाच वाचलेला योळ शेतात घालवायचा. फुले, तुझी शाळा आता बंद कर नि शेतात कामाला चल. किती मी एकटीच ही कामं वडवड वडू? शिकून तू तरी कुठं आता बालिस्टराची बायकू हुणार हाईस?''

शेतातल्या कामांसाठी आईनं तडकाफडकी फुलाबाईची शाळा बंद केली

नि त्या गरीब गायीला कामाला जुंपली.

धोंडूबाईचं दुसरं लग्न करून देण्याचं आईनं ठरवलं नि फुलाबाई आमच्याकडं राहिली. आईनं तिला मुलीसारखी वाढवली. दरम्यान मी नोकरीत असल्यानं घरच्या परिस्थितीचा दाह कमी झाला होता. फुलाला शिकवण्याची मी महत्त्वाकांक्षा धरलेली. तिला शाळेला घातलेलं.

फुला स्वभावानं अतिशय गरीब. तिनं कधीही तक्रारीचा सूर लावला नाही. तिची आजी सांगेल ती कामं ती मुकाटपणे करी. आळस, अतिकष्ट असं तिनं कधी म्हटलं नाही. रडत-रखडत, नापास-पास होत होत ती जमेल तेवढं शिकत होती.

आता तिची आईनं मधनंच शाळा बंद केली. आप्पादौला या दोघांसाठी तिला शाळा सोडावी लागली. ते दोघे कागलात जाऊन येऊन शाळा-नोकरी करत राहिले असते, मधूनच शेतातली कामं जमेल तेवढी ओढत राहिले असते, तर तिला शाळा सोडावी लागली नसती. बुद्धीनं ती सामान्य असली तरी धबडग्यातनं कधी कामासाठी शाळा बुडवत, सवड झाली की दप्तर घेऊन शाळेत जात ती आठवीपर्यंत येऊन थडकली होती. आता आजीनं 'शाळा बंद कर' म्हटल्यावर तिनं मुकाटपणानं बंद केली. काहीही तक्रार न करता हातात खुरपं, गोफण घेऊन शेतावर जाऊ लागली.

हायब्रीड चांगला आला होता. त्यावर बसणारी पाखरं राखत, कणसातला दाणादाणा सांभाळत, रानातलं शिपाटलपाट म्हसरांसाठी काढत ती शेतावर दिवसभर थांबू लागली. चिमण्यापाखरं घरट्याकडं वळल्यावर किनीट पडता पडता वैरण घेऊन घरी येऊ लागली.

दादाची भाकरी आनसानं नि आईनं बंद केली. मग तो नुसताच झुणकाभात किंवा आमटीभात शिजवून खाऊ लागला. पंधरा दीस वाट बघितली नि ऑक्टोबरच्या पहिल्या आठवड्यात दादा सरळ पुण्याला निघून आला.

मी नेहमीप्रमाणं स्वागत केलं. "या, बसा." म्हटलं. स्वाती-कीर्तीला आजोबा आल्याचा आनंद झाला होता.

चार दिवसांनी फुलाबाईचं सविस्तर पत्र आलं नि मला कळलं की दादा भांडण करून आला आहे.

दादाचा मलाही थोडा राग आला...वाटू लागलं की पूर्वीप्रमाणंच दादा घरात एकत्र राहिला असता; सवतं शिजवून खात नसता तर शिवाही सवता राहिला नसता. दादा-आई एकत्र असते तर शिवाची एकटं राहण्याची हिंमत नव्हती. सवतं राहणं; स्वत: मिळवून स्वत:च सगळं खाणं; पोराबाळांना वाऱ्यावर सोडणं हे दादानं केलं नसतं तर शिवानंही केलं नसतं. दादानंच घरातल्या वस्तू

विकण्याची सुरवात करून शिवाला 'देख' शिकवली.

...आई भांडली असंल, पोरंबाळं तिच्या बाजूला झाली असतील, तरी दादानं प्रापंचिक म्हणून पोराबाळांना मूठपसा आणून घालणं कर्तव्यच होतं...निदान आता तरी कधी नव्हे ते आई मदतीची विनवणी करत होती; ती त्यानं मान्य करायला पाहिजे होती.

पण मी हे सगळं लगेच बोललो नाही. महिनाभर राहून दिवाळी झाल्यावर दादा जायला निघाला त्याच्या आदल्या दिवशी मी विषय काढला.

"दादा, फुलाबाईची म्हैनाभरात तीनचार पत्रं आली. आठ दिसामागंच चौथं आलंय."

"काय म्हणतीया?"

"हायब्रीडचं पीक यंदा भरघोस आलंय म्हणतीय. राखणीला कुणी बापय माणूस न्हाई. दादाला लावून द्या म्हणतीय. पाखरं कणसांवर बसत असणार. दीसभर कुणीतरी हाऽ हाऽ हूऽ हूऽ करायला पाहिजे. शिवाय सुगीच्या दिसात रानावर रातचं वसतीला असलं म्हंजे बरं असतंय."

"मी काय ते करणार न्हाई बघ. त्येंची ती करू द्यात; न्हाईतर मरू द्यात. मला कुणी बघत न्हाईत तर त्यांस्नी कशाला बघू?"

"त्येंनी जरी तुला बघिटलं न्हाई, तरी तुला त्यांस्नी बघायला पाहिजे. तुझ्याच पोटची पोरंबाळं हाईत न्हवं?"

"पोराबाळांसारखी वागली असती तर बघितली असती."

" ते जाऊ दे. मी काय म्हणतो; आप्पा-दौला कोल्हापूरला शिकत्यात; ते गावात असतं तर तू मदत करण्याची गरज नव्हती. आता त्येंच्यासाठी तरी तू मदत केली पाहिजे."

"ती दोन्ही तिकडच्या तिकडं मिळवून खात्यात. तू हिकडच्या हिकडं मिळवून खातोस. शिवज्या सवताच हाय. म्हंजे 'तिच्या' नि पोरींच्यासाठीच मला मदत करायला पाहिजे...दोन भाकरी नुसत्या थापटून द्यायला किती उशीर लागतोय? भाकरीत भाकरी हुईत न्हाईत? त्याबी मला कुणी देत न्हाई. मी का कुणी वळचणीचा भिकारी हाय?... ह्या सगळ्याच रांडांस्नी गांडीवर लाथा देऊन हाकलून काढीन एक दीस. गावभर भीक मागत हिंडवीन." दादाचा राग उसळला.

मला काय बोलावं क्षणभर कळेना.

मी समजुतीच्या भाषेत थोड्या वेळानं म्हणालो, "हे बघ दादा, ते सगळं ऱ्हाऊ दे. तू थोडं मन मोठं कर. चुकलीमाकली तरी रक्ताची नाती तुटत न्हाईत. रागारागानं त्येंचा इचार करायचा नसतोय आणि अपमान झाला म्हणून त्येंच्यासंगं इरेसरीनं वागायचं नसतंय. किती केली तरी बाया माणसं हाईत ती...हकलून

दिली तरी गावभर तुझंच नाव सांगत भीक मागणार. ती तुला काय घालत नसली तरी मी देतोयच न्हवं?"

"तू देतोस. तू मला वाट्टेल ते काम सांग. ते न्हाई केलं तर कान कापून देईन.

"मग मीच काम सांगतो ते ऐक आता. गावाकडचं ते शेत माझं एकट्याचं समज. त्येचं सुगीपाणी जर घरात नीट आलं न्हाई; तर मलाच पैसाअडका येचावा लागतोय. मलाच आईच्या नि पोरींच्या पोटापाण्यासाठी खर्च करावा लागतोय. माझा ह्यो ताकदीच्या बाहीर जाणारा खर्च थोडा तरी वाचवायला मला मदत कर नि शेतावर पाखरं राखायला नि राखणीला जा. बाकीचा कशाचाच इचार करू नको.

...तिथं कुणाला इचारायचंबी न्हाई नि सांगायचंबी न्हाई. हिकडं कसं घरात बिनबोलता, बिनसांगता येतोस, तसंच शेतावर रोज जायाचं. तुला जर कोणी आमच्या शेतावर जाऊ नको, म्हटलं; तर मी त्येचं बघून घेतो; तू शेतावर जायला लागलास की हिरा-आनसा तुला आपोआप भाकरी करून देत्यात का न्हाई बघ."

मी दादाला शब्दात पकडून संधी साधली. तो माझ्याकडं गोंधळल्या नजरेनं बघू लागला.

मी पुन्हा बोललो. "माझ्यासाठी एवढं कर. वाटलंच तर मी तुला म्हैनाभराचा ज्यो पैसा आता देणार हाय; त्यो पगार समज; खरं शेतावर राखणीला, वस्तीला जा."

माझी भावना ओळखून दादा क्षणभर गप्प बसला.

दुसऱ्या क्षणी मला म्हणाला; "आन्दा, आता माझं वय तरी हाय काय रं शेतावर कामं करायचं?"

मी एकदम वरमून गेलो. दादाचं वय आता सत्तरीच्या आसपास आलं होतं, हात पाय थकले होते, ही गोष्ट खरी होती. पण हेही खरं होतं, की त्याचा आळस, कामाविषयी कंटाळा, सतत झोपेच्या गुंगीत पडून राहण्याची सवय, हे आड येत होतं. मलाही दुसरा मार्ग दिसत नव्हता.

"ते खरं हाय, पर त्येला कुणाचा इलाज हाय का? पोटाला आठधा पोरं हाईत ती सगळी मार्गाला लागूपतोर जमंल तेवढं केलंच पाहिजे...बसून कुणीच खाऊ शकत न्हाई. घरात अडचण हाय; म्हणून जायाचं. सगळं जिथल्या तिथं असतं; तर मी कशाला बोललो असतो?...आता तू येऊन म्हैना झाला. खरं म्हणजे हे दीस गावात कुणाचाबी उसाचा पाला मिळंल असं हाईत. दोन सालं पाऊस-पाणी झाल्यामुळं उसाची पिकं चांगली हाईत...असं असूनबी मी एका

शब्दानं तुला इचारलं न्हाई; की 'उसाचा पाला काढून पोट भरायचं सोडून हिकडं कशाला आलास? म्हणून. तुझ्या मनाला जिथं बरं वाटेल, जसं बरं वाटेल तिथं तू ऱ्हावावं; असंच मला वाटतंय. आताबी कागलाला जायला निघालास म्हणून बोललोय. अडचणच अशी हाय की ती दुसऱ्या कुणाला सांगता येत न्हाई. तिथं घरचंच माणूस राखणीला नि वस्तीला लागतंय. तवा जमंल तेवढं कर. हिकडं तिकडं एक म्हैन्याचा मामला हाय.'' मी थंडपणानं बोललो.

''बऽऽरं! बघतो जाऊन आता कसं काय जमतंय ते.'' दादा उंचावर बघत बोलला.

दुसरे दिवशी सकाळी गाडी होती.

कोल्हापुरात ऑगस्ट महिन्याच्या दुसऱ्या आठवड्यात दौलतला 'अजब पुस्तकालयात' पार्टटाइम काम मिळालं. काउंटरवर दुपारी अडीच ते रात्री साडेआठपर्यंत पुस्तकं पुरवणं, दाखवणं, ती बांधून देणं त्याला करावं लागत होतं. पाच-सहा तास काम होतं. त्याला त्यासाठी महिना पन्नास रुपये मिळू लागले. वेळेच्या मानानं पैसे कमी होते; पण बाकीची मुलंही तशीच कामं करत होती. दौलतला गरज होती म्हणून तो कॉलेज आणि ट्यूशन सांभाळून काम करत राहिला.

ऑक्टोबरअखेरपर्यंत म्हणजे गेल्या दहा महिन्यांत आप्पानं आपल्या पगारातले फक्त एकदा-दोनदाच दहावीस रुपये घरी दिले होते. त्यापलीकडं एकही रुपया दिला नव्हता. आरंभी 'आज देतो, उद्या पाठवतो' असं करू लागला. पण नंतर त्यानं स्पष्ट कळवलं; की 'महागाई वाढलेली आहे. माझा सगळा पगार इथं संपून जातोय. मी घराकडं काही पाठवू शकत नाही.' अशी त्याची मला पत्रं येऊ लागली.

कोल्हापूरला त्यांना ठेवण्यात माझी जी योजना होती; ती सगळी फसली होती. वाटलं होतं, आप्पाचा निम्मा तरी पगार प्रत्येक महिन्याला घरी जाईल. शिवाय दोघांचं शिक्षण होईल. पण तसं झालं नाही. उलट रोज आई पाचसहा भाकरी नि भाजी-चटणी मात्र घरची पाठवत होती. तो खर्च सुरूच होता.

त्यातल्या त्यात ऑगस्टपासनं दौलतला काम मिळालं. त्याचे पन्नास रुपये तरी वाचतील असं वाटलं होतं. पण दौलतही घरी पैसे देत नव्हता. त्याला पाठवायचे माझे पैसे मात्र त्यानंतर मी बंद केले. तो आप्पाला फक्त जेवणासाठी दहा रुपये देई नि चाळीस रुपये स्वत:च्या खर्चाला ठेवी. आप्पाचं म्हणणं असं की दौलतनं निदान पंचरीस रुपये तरी जेवणखर्च म्हणून आप्पाला द्यावेत पण दौलतनं ते नाकारलं. त्यात दोघांची भांडणं सुरू झाली. 'दौला जास्त खातो; त्यामानानं दहाच रुपये देतो.' अशी आप्पाची तक्रार. मला एका गोष्टीचा पडताळा

येत गेला की आपण मिळवत असलेला पैसा सहसा आपणच खाऊन सुखात राहावं, घरात किंवा भावंडांना त्यात वाटेकरी करून घेऊ नये असं सामान्य बुद्धीला वाटत असावं. शिवा, आप्पा, दौलत, यांचा अनुभव असाच आला. शेती गेल्यावर दादानंही हेच केलं. आई फक्त सर्वांसाठी जिवाचं रान करत होती.

दौलत काही काळ आजारी पडला त्याचा औषधपाण्याचा खर्च वाढला. टॉनिकच्या बाटलीसाठी व औषधासाठी फळफळावळ खाण्यासाठी मला पैसे पाठवावे लागले...दौलतला पाचसहा तास दुकानात काम आणि उरलेल्या वेळात कॉलेज व ट्यूशन, यांचे अतिश्रम पडू लागले होते. त्यामुळं तो आजारी पडला असावा. तरीही तो कामावर जाऊ लागला...माझी इच्छा अशी होती की स्वावलंबनानं शिक्षण घेताना किती कष्ट उपसावे लागतात, कसं लोकांना धरून राहावं लागतं; याचा त्याला थोडा तरी अनुभव यावा. पैशाची, शिक्षणाची किंमत कळावी.

आप्पाला नोकरी लागूनही मला दादा, आई, दौलत यांना पैसे हे पाठवावे लागतच होते. शेतीचा वर्षभराच्या कष्ट-मशागतीचा नि लागवडीचा खर्चही मलाच बघावा लागत होता. तो चुकत नव्हता.

दिवाळीच्या सुटीत मी कागलला जाऊ शकलो नाही. पुण्यात घराचं बांधकाम जोरात सुरू होतं. ते रोजच्या रोज जाऊन नजरेखाली घालावं लागत होतं. बांगला देशासाठी केलेल्या पाकिस्तानच्या युद्धानंतर भारतातलं बरंचसं सिमेंट नुकत्याच स्वतंत्र झालेल्या 'बांगलादेशाकडं' वळवलं होतं. त्यामुळं देशात सिमेंटचा एकदम तुटवडा आला. त्यामुळं सिमेंट महाग झालं. त्याचा परिणाम एक तर पूर्वीच कॉन्ट्रॅक्ट केलेल्या बिल्डिंग कॉन्ट्रॅक्टर्सना बांधकामं पुरी करणं परवडेनासं झालं. दुसरं असं की बांधकामात 'खोटं सिमेंट' येऊ लागलं; किंवा सिमेंट योग्य प्रमाणापेक्षा खूपच कमी वापरलं जाऊ लागलं. त्यामुळं सगळीच बांधकामं निकृष्ट दर्जाची होऊ लागली होती. नंतर अनेक ढासळली म्हणून बांधकामावर नजर ठेवण्याची नितांत गरज मला भासत होती. बांधकामाचं साहित्य निकृष्ट वापरलं तर जात नाही ना; याची काळजी घ्यावी लागत होती. पैशांची सारखी तरतूद करावी लागत होती. शिवाय अकरावी एस. एस सी. बोर्डाकडून मराठी क्रमिक पुस्तिकाच्या संपादनाचं काम आलं होतं. ते मी स्वीकारलं होतं. त्याच्या मीटिंग्ज सुटी गाठून योजल्या होत्या. त्यासाठी बरंचसं साहित्य वाचून काढावं लागत होतं. त्याची इतरही बरीच कामं करावी लागत होती.

दिवाळी झाल्यावर दादा कागलला गेला होता तरी तो राखणीला किंवा वस्तीला जात नव्हता. मी आई व दादा दोघांनाही स्वतंत्र पत्रं लिहिली. तरी त्यांचा काही उपयोग झाला नव्हता. दादा, "शेतातल्या पिकात चौथाई वाटणी

द्या; मग राखण करतो.'' म्हणत होता. शिवा तर शेतात पाऊल घालत नव्हता.

हायब्रीडला लागवड वेळच्यावेळी घातल्यानं नि पाऊसपाणी वेळेवर झाल्यानं त्याचं पीक चांगलं आलं होतं. त्याच्यावर पाखरांचे भिरेच्या भिरे येऊन बसत होते. जीव तोडून फुलाबाई ओरडत होती नि त्यांना हाकारत होती. गोफणीत घालून मातीची ढेकळं पिकावर फेकत होती. कापणी अगदी तोंडावर आली होती. आठएक दिवसांत कणसांचे दाणं चांगले फुगून सुकतील, असं वाटत होतं.

आणि नोव्हेंबरच्या तेवीस तारखेचं फुलाबाईनं लिहिलेलं आईचं पत्र मला तीनचार दिवसांनी मिळालं. ''शेतातली कणसं चोरांनी सगळी खुडून न्हेली. पाचसात पोती दाणं झालं असतं. आता एक पोतंबी पदरात पडतील का न्हाई; असं वाटतंय. सगळं रान मुडं झालंय. नुसता कडबा हुबा हाय. काय करू? तुझी आई– ताराबाई.''

शेताशेजारीच मांगवाडा होता. तिथल्या चोरट्या मांगांना फावलं. कुणीच राखणीला रातचं येत नाही; हे त्यांनी हेरलं नि एका रात्री त्यांनी विळं चालवलं.

क्षणभर डोकं भिनभिनलं नि खुर्चीत मटकन बसलो. तासभर तसाच बसून राहिलो...लागवडीला घातलेला सगळा पैसा नि सगळ्यांचे श्रम मातीत गेले.

घरात चार पुरुष असूनही एकसुद्धा शेतावर गेला नाही. आता या घराचं काय करायचं?

एकतीस

पोटापाण्याला काहीच मिळेनासं झाल्यामुळं मांग-महार इत्यादी गोरगरीब माणसं पिसाळल्यासारखी झाली होती. गेल्या दोन वर्षांत गावात आणि रानात चोऱ्यामाऱ्यांचं प्रमाणही खूप वाढलं होतं. १९७३ च्या नोव्हेंबर-डिसेंबरातच सीमाप्रश्न ज्वलंत झाला होता. पण यावेळी त्याचे परिणाम कोल्हापुरातही झाले. पेटवापेटवी, दुकानं जाळणं, ठार मारणं असे प्रकार जोरात झाले...मला स्पष्ट दिसत होतं की सीमाप्रश्न हे निमित्त आहे. गोरगरीब माणसं महागाईला, बेकारीला, लाचखोरीला वैतागली आहेत. उद्योजक आणि व्यापारी गब्बर होत जाताना बघून, दुकानवाले आणि धंदेवाले काळाबाजार करताना बघून चिडली आहेत.

सरकारचं जनतेवरचं नियंत्रण सुटलं होतं नि जनतेचा सरकारवरचा विश्वास उडाला होता. दरारा राहिला नव्हता. मंत्री आणि सरकारी अधिकारी सुस्त आणि निष्काळजी झाले होते. कामचुकारपणा करत होते. लाच भरपूर खात होते. 'द्या आणि घ्या' अशी स्वार्थी वृत्ती राजरोसपणे बोकाळली होती...गोरगरीब देणार काय? नाही दिलं की त्यांना काहीच मिळत नव्हतं. खेडी अजिबात कंगाल होत चालली होती. शहरं पुष्ट होत जाताना दिसत होती. खेड्यातल्या लोकांविषयी कुणाला आस्था प्रेम राहिलं नव्हतं. एकही योजना आजवर नीट राबवली गेली नव्हती...त्यामुळं खेड्यात माणूस माणसाला खायला उठलं होतं. आजवर मांग-महार आपल्या शेजारच्या शेतात चोरी करत नव्हतं. पण तीही नीती त्यानं आता सोडली होती. चोरी हुडकण्यासाठी धाड पडली तरी परिस्थितीमुळं तिला तोंड देण्याची त्यांची मानसिक तयारी झाली होती. जगण्याचा प्रश्न अतिशय बिकट झाल्यानं माणसांनी लाजअब्रू सोडून पोटासाठी चोऱ्यामाऱ्या सुरू केल्या होत्या.

आईला हे कळू शकत नव्हतं. कळलं तरी तिला त्याचं काय? तिच्या घरादाराचा प्रश्नही याच दुष्काळानं भीषण करून ठेवला होता...ती गळ्यात गळ घुसलेल्या मासोळीगत जिवाच्या आकांतानं तडफडत होती...आठदहा दिवस तिनं शेतात उभा राहून मांगवाड्याकडं तोंड करून शिव्याशाप दिले. बोटं मोडली.

हळूहळू ती त्या दु:खातनं बाहेर पडली. दु:ख करत बसून तिला परवडणारं नव्हतं. ती उद्योगाला लागली.

गेलं वर्षभर ती आनसाच्या लग्नाचा विचार करत होती. आनसाला आता तेविसाव वर्ष सुरू झालं होतं. तरीही तिच्या लग्नाचा अजून पत्ता नव्हता. एवढा उशीर पोरीला लग्नावाचून घरात ठेवणं म्हणजे 'दारूचं कोठार' घरात ठेवणं, असं आईला वाटत होतं. लक्ष्मीच्या लग्नाच्या वेळीही ती अशीच अस्वस्थ झाली होती. त्याच अस्वस्थ मनानं ती आनसाठी जागं धुंडत होती.

एक जागा तिला पसंत पडला होता. चौऱ्याहत्तरच्या फेब्रुवारीमध्ये तो आलेला. मुलगा व्हन्नूरचा होता. पण आनसाबाईला तो जागा पसंत नव्हता.

आनसाची जाण आता वाढली होती. स्मिताच्या मदतीसाठी ती एकदीड वर्षापूर्वी पुण्यात येऊन चार-पाच महिने राहून गेली होती. तिच्यापूर्वी लक्ष्मीही काही दिवस येऊन राहून गेली होती; तरी तिच्या बोलण्यात राहण्यात फरक पडला नव्हता. तिचा सगळा ग्रामीण मराठमोळा ढंग आणि आचार तिनं सोडला नव्हता. पुण्यात आल्यावर आनसानं नऊवारीच्या ऐवजी सहावारी नेसणं सुरू केलं होतं. लक्ष्मी उठल्याउठल्या कामाला लागे. पण आनसा प्रथम उठून आंघोळपांघोळ करून, वेणीफणी करून, बारीक कुंकू व्यवस्थित लावून स्मिताचं अनुकरण करू लागली. नागरी भाषेचं वळण जमेल तेवढं उचलू लागली. आलेल्या लोकांचं आगतस्वागत मध्यमवर्गीय रिवाजानुसार करू लागली. रिकाम्या वेळात मासिकातली चित्रं बघत बसू लागली. स्मिताशी इतर स्त्रियांच्या चाललेल्या गप्पा मन लावून ऐकू लागली. जमतील तेवढे त्यांचे विचार आठवणीत ठेवून स्मिताला त्याविषयी जिज्ञासेनं विचारू लागली.

...तिचं हे सगळं वागणं बघून मला वाटून गेलं; की ही शिकली असती तर हुशार झाली असती. तिच्या अनघड ग्रामीण रूपातून एक सुकुमार अर्धवट घडवल्यासारखी वाटणारी मूर्ती मला दिसत राही. तिला स्वत:ला सुधारायचा उत्साह आहे, याची पदोपदी जाणीव होई. पण आता मी तिला या धबडग्याच्या, धावपळीच्या जीवनात वेळ काढून शिकवू शकत नव्हतो; याचं वाईट वाटत होतं. तिचा उत्साह बाकीच्या कोणत्या बहिणीजवळ दिसत नव्हता. म्हणून आनसाचं मला विशेष अप्रूप वाटत होतं.

शहरची हवा लागल्यामुळं कदाचित असेल आनसाच्या जाग्याविषयीच्या अपेक्षा वाढल्या होत्या. निदान थोडं तरी शिक्षण असलेला, साधीसुधी मास्तराची, कारकुनाची किंवा तशीच एखादी छोटी नोकरी असलेला नवरा मिळावा, असं तिला वाटत होतं. आई काढत असलेले नेहमीच्या वळणातले जागे ती नापसंत करत होती. नेहमीच्या वळणातले म्हणजे रोजगार करणारे, शेतामळ्यावर गडी असलेले, विहिरीचं फोडपाचं काम करणारे किंवा तसलेच कुणी तरी नवरे आई शोधण्याची धडपड करत होती. लोक यायचे नि त्यातले काही आनसाला पसंत करायचे. पण आनसा त्यांना नकार द्यायची. त्यामुळं आई वैतागून गेली होती.

फेब्रुवारीत आलेला जागा आईला बराच आवडला होता. दोघेजण भाऊ होते. त्यातल्या मोठ्या मुलाचं लग्न करायचं होतं. घरची शेती दोघांत दीडएक एकर होती. ते रान चांगलं पिकावू होतं. त्या रानात जोंधळा काढल्यावर शेजाऱ्याच्या विहिरीचं पाणी विकत घेऊन शाळू किंवा गहू काढला जात होता. सगळं मिळून सहासात पोती धान्य घरात येत होतं. मुलांचे वडील गुऱ्हाळात गुळव्याचं काम करत होते. नवरा मुलगा गुऱ्हाळात फडकऱ्याचं काम करत होता. एरवीही मिळेल त्या कामांना जात होता.

मुलाची आई काही कामाला जात नव्हती. त्यावरून आईला वाटे की आनसालाही कुठं रोजगाराला बाहेर लावून देणार नाहीत. घरातली कामं सांभाळत आनसा राहील. घरात पोरवडा नव्हता. ते शांत वाटत होतं. मात्र ते घर म्हणजे अगदी एक खोली होती. व्हन्नूर हे अगदीच खेडं. दीडएक हजार वस्तीचं गाव. पण ते कागलपासनं तीनसाडेतीन मैलांवर असल्यानं आईला आटोक्यातलं वाटत होतं. मुलगाही आनसाला शोभेल असा होता...पार अडाणी नव्हता. दुसरीतनं शाळा सोडली होती.

खरं तर घरात सगळ्यांना तो पसंत होता; पण आनसा नको म्हणत होती. आनसाच्या मनात वेगळं स्वप्नं होतं. 'तालुक्याच्या गावात कुठं तरी मला द्या.' असं ती म्हणे. निदान तीनचार हजार वस्तीचंच गाव असावं; असं तिला वाटे.

पण असे जागे हुंड्यासाठी अडून बसत, पोटापाण्याला असल्यामुळं त्यांच्या प्राथमिक गरजा भागलेल्या असत. अडाणीपणामुळं मगरुरी असे. बायकोनं माहेराकडनं काहीना काही आणावं, अशी अपेक्षा असे. नाही तर 'बायको सोडून देतो' अशी धमकी दिली जाई. सोडून दिली तरी दुसरी मिळण्याची खात्री वाटत असल्यानं बेफिकीर वागणं असे. म्हणून पैसे, शेती असलेल्या अडाण्याशी संबध नसावेत, असं मला वाटे. त्यापेक्षा रोजगारी माणूस स्वभावानं गरीब असतो. एकदा मिळालेली बायको पुन्हा मिळेल का नाही; या काळजीपोटी तो

बायकोला जपत असतो. असं सर्वसाधारण चित्र खेड्यात दिसत होतं. आनसाला शिकलेला मुलगा मिळणं कठीण होतं. दोन जागे आले होते; पण एकाच्या घरात बहीण-भाऊ भरपूर होते. वडील दारू पीत होते. लग्नाचा मुलगा कामं न करताच हिंडून फिरून खात होता. दुसऱ्या घरातला मुलगा शहरात हातमागावर काम करत होता. पण त्याचा पगार लग्नानंतर त्याला शहरात राहिल्यावर पुरे पडेल इतका नव्हता. म्हणजे आनसाला खेड्यावरच शेतात राहावं लागणार होतं...मलाच तो जागा एकूण विचार करता नको वाटत होता.

आनसानं व्हन्नूरचा जागा 'नको' म्हटल्यावर आईनं, आप्पानं, दौलतनं हे जागं बघितलं होतं.

नंतर अधनंमधनं वर्षभर जागं येत होतं. त्यांतलं काही चांगलं होतं; पण त्यांनी आनसाला पसंत केली नाही. त्यानंतर मग जागेच येईनासे झाले.

आई खूप चिंतेत पडली.

शेतातली चोरांच्या कचाट्यातनं मागं राहिलेली बारकी कणसं आई, आनसा नि हिरानं बडवून काढली नि आई पुन्हा आनसाच्या लग्नाच्या उद्योगाला लागली.

घरात बापई माणूस कुणी मदतीला नसल्यानं आनसावर खूपच ताण पडला होता. आईचं वय झालेलं नि हातपाठ दुखतेलं. हिराला ताणाची कामं कधी झेपत नव्हती. फुलाचा जीव अजून लहान होता म्हणून वर्षभर ताणाची कामं बाईमाणूस असूनही आनसाला ओढावी लागली होती. त्याचा परिणाम ती उन्हाताणानं काळसर पडली होती. हातपाय खारकेगत बारीक नि कांतिहीन झाले होते. चेहरा कोळपला होता. लाकडाची केल्यागत वाटत होती.

तिच्याकडं बघून आईला वाटलं; हिला म्हैना दोन म्हैने सुखात सावलीला ठेवली पाहिजे. म्हणून तिनं मला पत्र लिहिलं. "...सुगी सपलीया. घरात शेतातलं हुतं-न्हवतं ते आलंय. वरीस झालं आनसाच्या लग्नासाठी मी धडपडतोय; अजून जमत न्हाई. आता तिला म्हैना-दोन म्हैने पुण्याला घेऊन जावा. चार घास पोटात चढ जातील. सावलीला बसंल. अंगावर कळा-कांती यील..."

मी आनसाला 'पुण्याला घेऊन ये' म्हणून आप्पाला सांगितलं. डिसेंबरच्या दुसऱ्या पंधरवड्यात आप्पा आनसाला घेऊन पुण्याला आला. दोन दिवस मजेत राहून परत कागलला गेला... आनसा पुण्यात आल्यावर खूश झाली.

तिच्या लग्नाची मलाही काळजी लागून राहिली होती. तिचं लग्न झालं की सगळ्या बहिणींच्या लग्नांतून मी सहीसलामत सुटणार होतो.

पुण्याला ती आल्यावर मी तिची हळूहळू समजूत काढली... "माणसाच्या मनात खूप मोठं व्हावं असं वाटतं. पण आपण ज्या आईवडिलांच्या पोटी

जन्माला येतो; त्यांच्या मर्यादा आपल्यावर खूप मोठ्या पडतात. मुलांच्यापेक्षा मुलींवर त्या जास्त पडतात. मुलगा एकटा नशीब काढण्यासाठी हिम्मत असेल तर बाहेर पडू शकतो. पण हिम्मत, हुशारी असूनही मुलगी मात्र घराबाहेर पडू शकत नाही. उद्याचं काही मला माहीत नाही; पण आज तरी तिच्यावर खूप बंधनं आहेत. तू तर अडाणी आई-वडिलांच्या पोटी जन्मलीस. त्यातनंबी आई-दादानं तुला शिकीवलं असतं तर थोडा फरक पडला असता. कुठंबी शिवणकाम, शिकवण्या किंवा मास्तरकी करू शकली असतीस. मी नोकरीला लागलो त्या वक्ताला तू नऊदहा वरसांची हुतीस. शाळंत घालायचं तुझं वय उलटून गेलं हुतं. म्हणून मीबी काय करू शकलो न्हाई...आता तुला शिक्षणाचं महत्त्व पटलंय; तर तुझ्या पोराबाळांस्नी शिकीव. तुझं स्वप्न त्येंच्यातनं साकार हुतंय का बघ...आता तुला तडजोड करावीच लागंल. वय गेलं नि जून झालीस तर जल्माचं खोबरं होऊन बसंल...मी तुझ्यापाठीशी जलमभर हाईच.''

'आनसाला कागलला लावून द्या. पुन्हा तिला व्हन्नूरची माणसं 'इचारायला' आल्यात. तुमचा इचार काय हाय त्योबी कळवा.' असं पत्र आलं. आनसा येऊन दोन महिने झाले होते.

मी आनसाची पुन्हा समजूत काढली नि तिला अनायासे कागलहून आलेल्या माझ्या मेहुण्याबरोबर कागलला पाठवून दिली.

आप्पाला सविस्तर पत्र लिहिलं; ''काही झालं तरी लग्न जमवून टाका. खर्चाची काळजी करू नका. लग्नाचा सगळा खर्च करायला मी तयार आहे. मुलाचे कपडे, पाहुणे लग्नाला येणार किती, त्यांच्या जेवणाचं काय, हुंडाबिंडा द्यावा लागेल काय? द्यावा लागल्यास थोडा देऊ. पण तेवढ्यासाठी मोडू नका.'' अशा आशयाचं पत्र आनसाबरोबर पाठवून दिलं.

तिचा साखरपुडा झाला. आईच्या डोक्यावरचं ओझं काखेत आलं. मी पैशांच्या तयारीला लागलो. मात्र चिंतातूर होतो. वय वाढल्यामुळं शिवाच्या लग्नासारखी विघ्नं तर येणार नाहीत ना; म्हणून सचिंत होतो.

पण अडथळे काही आले नाहीत.

ठरलेल्या मुहूर्ताला एप्रिलमध्ये राधाकृष्णाच्या देवळात लग्न झालं. मला अत्यानंद झाला.

संध्याकाळी परतण्यापूर्वी मी राधाकृष्णाला नमस्कार करून उभा राहिलो. भोवतीनं भक्कम देऊळ, पूर्वी होतं तसंच होतं. तीन बहिणींची नि एका भावाचं अशी आमची चार लग्नं या देवळात झाली. हे देऊळ आता आमच्या घराण्याचं कायमचं लग्नस्थान झालं होतं...गरिबाच्या मदतीला येणारं कृष्णाचं देऊळ...हा द्वारकेचा मूळ यादव युगं ओलांडून गेली तरी अजून आमच्या मदतीला येतच

होता.

शिवाला 'बहिणीचं लगीन हाय; मदतीला चल.' म्हणून बोलवला होता. ते दोघेही आठवडाभर आपलंतुपलं न करता राबत होते. शिवाची बायको लक्ष्मी नऊदहा महिन्याच्या राजाला काखेत घेऊन इकडं-तिकडं हिंडत होती नि पडेल ते काम करत होती...शिवानं पंचवीस टक्के व्याजानं जे पन्नास रुपये कर्ज काढलं होतं; ते अजून फेडलं नव्हतं...कर्ज देणाऱ्या सणगराला 'आता एवढं वाढलेलं व्याज शिवा देईल का न्हाई; कुणास ठावं? निदान त्यानं मुद्दल तरी द्यावं.' असं वाटत होतं. कारण 'आज देतो, उद्या देतो' म्हणून शिवा सांगत होता. नि एकदाही शब्द पाळत नव्हता. लग्नाच्या निमित्तानं मी गावाकडं गेलो होतो; तर त्यानं शिवाविषयीची तक्रार माझ्याकडं केली होती.

"ते तू आणि शिवा बघून घ्या. शिवाला कर्जाऊ पैसे देताना मला इचारलं हुतंस काय?" म्हणून मी प्रतिप्रश्न केला.

तो गप्पच बसला.

"असली पठाणी व्याजाची सावकारी गल्लीतल्या गल्लीत करतोस व्हय?... बड्या कारखानदाराला तरी तुझा येजाचा दर परवडंल काय?" मी आणखी बोललो.

तो गप्पच बसला. पण घरातनं उठूनही जायला तयार नाही. तेव्हा मी म्हणालो; "आनसाचं लगीन झाल्यावर बघू. परवादिशी ये."

तो लग्न झाल्यावर आला.

त्याला मुदलाचे पन्नास रुपये दिले आणि व्याज शिवाकडनं मागून घ्यायला सांगितलं.

शिवाची राबणूक अशा रीतीनं परस्पर भागवली नि त्याला 'पुन्हा असल्या कर्जाच्या फंदात पडलास, तर याद राख बघ, शिवा' म्हणून ताकीद दिली.

दादाला लग्नात नवं धोतर, पटका, सदरा मिळाल्यामुळं दादा खूश होऊन सोप्यात बसला होता.

घर मोकळं मोकळं दिसत होतं. शेवटची बहीण लग्न होऊन नांदायला गेली होती. सगळ्या मुलींच्या लग्नाचं पाचसहा मणाचं ओझं अतरून आई मोकळी झाली होती. पोरींची लग्नं होताना तिला आनंद होई नि सासरला वऱ्हाडाच्या गाडीतनं गेल्या की मात्र दुःख होई. या वेळचं तिचं दुःख जास्त तीव्र होतं...काळ्याभोर सर्पानं आपली सगळीच अंडी खाल्लेल्या चिमणीगत तिनं एवढं एवढंसं तोंड केलेलं. बाहेर पडणाऱ्या अंधाराकडं तशीच बघत बसलेली.

लग्नानंतर दोनतीन दिवस राहिलो. वाण्याउदम्याची आणि कापड-दुकानदारांची बिलं भागवली.

शिवा सवतं राहण्यात रुळला होता. अबोला सोडून आता तो सगळ्यांशी बोलत होता. त्याच्या राजाचं कौतुक आई मधनंमधनं करत होती. शिवाच्या घरात एकुलतं एक नऊदहा महिन्याचं पोरगं, पण तेही शिळ्या पडवळासारखं मऊलूस. चेहऱ्यावर ना कांती, ना तेज. ना अंगात हलपिलीपणा, ना चपळाई. आजारी पोरागत ते गप बसून राही, पण त्याची आईवडिलांना काळजी दिसत नव्हती.

मला वाईट वाटत होतं. हे सगळे एका जागी राहिले असते, तर पोरगं टुणटुणीत झालं असतं. सगळ्यांच्या तोंडांतला एक एक घास काढून त्याला घातला असता तर त्याच्या अंगावर बाळसं आलं असतं. पण शिवासमोर कुणाचं काही चालत नव्हतं.

नव्या कपड्यामुळं दादाकडं माझं लक्ष गेलं. त्याचं शरीर वाळून आणखी बारीक झालं होतं. तरी तो अनसाच्या लग्नात आनंदी दिसत होता. देवळातल्या बाकड्यावर समवयस्क माणसांबरोबर शेताच्या, पीकपाण्याच्या गप्पा मारत बसला होता. त्याचा भरपूर पोराबाळांचा संसार या लग्नामुळं पूर्णतेला जाऊन पोचल्यासारखा झाला होता. एकूण आठ लेकी आणि चार ल्याक झालेलं. आठीतल्या चार पडझडीच्या आयुष्यात मरून गेलेल्या. उरलेल्या चारही लेकींची लग्नं झालेली.

..."पोरांची लग्नं काय ऱ्हाईत न्हाईत. कुणीबी वाटंचा वाटसरू आपल्या अवघड झालेल्या लेकी त्येंच्या पदरात बांधलं दोघांची लग्नं झाल्यात. उरलेली दोन्हीबी पोरं काय लुळी-पांगळी न्हाईत. त्येंची काळजी मला आता कायबी न्हाई. ही पोरगी शेवटची. गळ्याचं कडासनं गेलं बघा आता." दादा लग्नाला आलेल्या पाव्हण्याला चिलीम ओढत सांगत होता.

आनसाचं लग्न झालं, पाहुण्यांनी दाराघरात दाटी केली; याचं हिराला फारसं काही वाटलंच नाही. ती जणू त्या जगातली नव्हती. तिच्या म्हसरांची शेणंघाणं, चारापाणी तिला बघावं लागत होतं. शेरडांच्या धारा दोन्ही वेळेला काढाव्या लागत होत्या. जाता-येता शेणाचा पो, पडलेल्या लेंड्या खराट्यानं मागं ढकलाव्या लागत होत्या. परड्यातल्या गोठ्याच्या तीनचार पायऱ्या चढल्या-उतरल्या तरी तिला दम लागत होता...मग ती तपकीर ओढण्याच्या निमित्तानं बसे, घटकाभर विश्रांती घेई नि मग कामाला लागे. अलीकडं तिला तपकीर ओढण्याची कुणीतरी सवय लावली होती. त्यामुळं माणसाला कमी 'दम' लागतो; असं सांगितलं गेलं होतं.

धोंडूबाई पोराला काखेत घेऊन लग्नातनं उत्साहानं हिंडत होती. पाठराखणीला म्हणून तिनं आनसाबरोबर आपल्या दोन थोरल्या लेकी लावून दिल्या होत्या. आनसाचं लग्न झाल्याचा तिला आनंद झाला होता. रडतखडत तिचा संसार चालला होता. रोजगारी असला तरी नवरा शंकर जिवापाड कामं ओढत होता.

शेलकी, चार पैसे जास्त रोजगार देणारी कामं तो सतत ओढे. घरात दुभत्याची म्हस कायम असे. ही आटली की ती दूध देई. दोन म्हसरं नि त्यांची रेडकं कायम गोठ्यात दिसत असत. शिवाय तो चौथाई, तिजाई खंडानं दुसऱ्याची शेतं करत असे. कौलं शाकारणीचं हातखंडा काम त्याला येई. त्यामुळं पावसाळ्यातही त्याला रोजगार मिळत असे. धोंडूबाईच्या घरात कष्ट होते; तरी थंडावा होता...शिवाला मी नेहमी शंकराचा आदर्श सांगत असे. पण शिवा जन्मजात सामान्य रोजगारी होता. त्याला पूरक-पोषक असेच स्वभावगुण आणि मर्यादा त्याच्याजवळ होत्या. त्याच्या छपरात गेलं की मन उदास भकास होऊन जाई.

लग्न होऊन सारं थंड झाल्यावर दुसऱ्या दिवशी धोंडूबाई मला हळूच एकांतात म्हणाली; "दादा, आता आनशीचं लगीन झालं. फुडच्या वर्सी माझ्या फुलीचंबी तेवढं झटक्यासरशी करून टाका."

मी चकित होऊन धोंडूबाईकडं बघू लागलो...आनसाच्या लग्नातील तिच्या उत्साहाचा एक वेगळाच अर्थ लागला.

"अगं धोंडे, फुली अजून शिकतीया. कशीबशी तिला एस. एस. सी. करून टाकू. तिच्या जल्माचं कल्याण हुईल. मग लगीन करू. एवढी घाई करू नको." सुगी झाल्यावर फुला पुन्हा शाळेला जाऊ लागली होती. सुगीत दीडदोन महिने तिची शाळा बुडालेली.

"शाळाबिळाचा इचार आता काय मनात आणू नका. तिचं लग्नाचं वय झालंय. येळंसरी लगीन झालं म्हंजे माझी काळजी मिटली. आनशीचं वय वाढलं हुतं; तर आम्हा भणींस्नी किती घोर लागला हुता. आईचा जीव सारखा खालीवर हुईत हुता...ती पाळी फुलीच्या बाबतीत यायला नगं...पोरकं लेकरू हाय ते."

धोंडूबाईची फुलाविषयीची काळजी मी समजू शकत होतो. तिच्या दुसरेपणाच्या संसारात फुलाला स्थान नव्हतं. फुलाचा सगळा जीव आमच्या घरात गुंतलेला. आम्हां सगळ्या भावंडांचाही जीव तिच्यात गुंतलेला. तरी धोंडूबाईचं मन घारीगत तिच्याभोवती हिंडत होतं. तिच्यावर दुरून मायेची नजर ठेवत होतं.

धोंडूची होणारी घालमेल मी समजू शकत होतो; पण मी ती गोंजारू शकत नव्हतो. गोंजारली असती तर धोंडूचं मन हुळहुळं झालं असतं. ते फुलाकडं सारखं धावलं असतं. त्यामुळं कदाचित तिच्या संसाराला तडा गेला असता; अशी मला काळजी वाटत होती. म्हणून मी बाहेरून शांत होतो.

मी तिला म्हणालो; "बघू म्हणं फुडच्या वर्सी. तू फुलीची कायबी काळजी करू नको. मलाबी तिच्या जल्माची काळजी हायच की, अडाणी पोरांची लगनं लवकर हुत्यात. शिकलेल्या पोरांची उशीरनं हुत्यात. त्यांस्नी बी. ए., बी. कॉम. वगैरे व्हायलाच वीस-बावीस वर्सं लागत्यात. तिथनं नोकरी लागायला नि

त्यात ती रुळायला दोन वर्सं जात्यात. मग कुठं पंचविसाव्या वर्सात लगनाला हुबी व्हात्यात. पैलंचं सोडून दे आता. फुला एस. एस. सी. झाली तर तिला शिकलेलाच न्हवरा केला पाहिजे; कळलं? तू काय चिंता करू नको.'' मी तिची काळजी दूर करण्याचा प्रयत्न केला.

धोंडूचा संसार सुरळीत चालू असला तरी लक्ष्मीचा संसार अजून फुलून आला नव्हता. तिचं लग्न होऊन सहासात वर्षं झाली होती तरी तिला अजून मूल नव्हतं. दोघेही नवराबायको मिळवून खात होते. नवरा हातमागावर काम करत होता. लक्ष्मी एक म्हस आणि संसार सांभाळत होती...जमलं तर कामाला जात होती. तिचा बोलका, माणसात मिसळणारा स्वभाव तिच्या दोन्ही दिरांना, जावांना यशस्वीपणे एकाच घरात सवतं सवतं राहून सांभाळत होता. तिच्या संसाराची त्या बाजूनं मला काळजी नव्हती. मात्र तिला मुलाबाळांची फार हौस होती. एखादं तरी पोर तिच्या पोटी यावं असं वाटत होतं. निसर्ग असं का करतो, काही कळत नव्हतं.

दोनतीन दिवस राहून पुण्याला जायला निघालो. नव्या घराचे मला वेध लागले होते. घराचं काम झपाट्यानं चाललेलं. मेमध्ये तिकडं राहायला जाणं भाग होतं. सगळ्यांना सुटी असल्यामुळं सामान हलवणं सोपं जाणार होतं. पावसाळ्यात हलवणं अवघड गेलं असतं...शिवाय पंधरा-वीस जूनपर्यंत सगळं स्थिरस्थावर करून गाडी रुळावर आणावी लागणार होती. म्हणून कागलात जास्त राहून भागणार नव्हतं.

लग्नाला आलेल्या बहिणी, तिघे भाऊ, आई, दादा, फुला यांचा निरोप घेतला. सगळं घरदार एका जागी जमलेलं...सगळी मोठी झालेली दिसत होती. माझ्यापेक्षा एकोणीस वर्षांनी लहान असलेला दौलत आता एकवीस वर्षांचा झाला होता. कष्टानं एक-एक दिवस मागं ढकलत, पोटं आवळत सगळे एवढ्या वर्षांच्या नद्या-नाले ओलांडून इथंपर्यंत आले होते.

...सगळ्यांच्या तब्येती अशा तशाच. आप्पाला आणि दौलालाही कोल्हापूर मानवलं नव्हतं. मला वाटलं होतं; दोघेही चैनीत असतील, आप्पा सगळाच पगार खर्च करतोय, दौला फक्त दहाच रुपये देतोय आणि आपल्या जवळ चाळीसपन्नास रुपये ठेवून देतोय. 'अजब पुस्तकालयानं' त्याला नंतर साठ रुपये पगार केला होता; तरी तो आप्पाला फक्त दहाच रुपये देत होता. पण माझ्या वाटण्याला फारसा अर्थ नव्हता. कारण ते काटकसरीत जगत होते. खर्च जास्त होतोय म्हणताना भात आणि तुरीच्या डाळीची फक्त आमटीच करत होते. पावशेर दूध विकत घेत होते. ते फक्त चहालाच जात होतं. गावाकडनं थंडगार होऊन शेणकुटागत झालेली भाकरी आमटी-चटणीबरोबर खात होते. त्याचा

परिणाम होऊन दोघेही आजारी पडले होते. आप्पाला वाटत होतं; खोली सोडावी आणि सरळ कागलला जावं. जानेवारीमध्ये तो आजारी पडला तेव्हापासनं त्यानं कागलला जाण्याचा धोशा लावला होता.

त्यानं माझ्या हेही लक्षात आणून दिलं होतं की शेतातली कष्टपाणी करायची असतील, आनसाबाईला आलेलं जागं प्रत्यक्ष जाऊन बघायचं असतील; किंवा आलेलं नजरेखाली घालायचं असतील, त्यांच्याशी प्रत्यक्ष बोलणी करायची असतील तर आप्पा तिथं असण्याची गरज होती.

पण दौलतचं एस. वाय. बी. कॉमचं वर्ष होतं. कॉलेजाशिवाय त्याची शिकवणी सुरू होती. तो दुपारपासनं कामाला जात होता. ते काम आणि ती शिकवणी त्याला सोडावी लागली असती. कॉलेज, काम, शिकवणी एवढं सगळं कागलहून जाऊन येऊन करणं त्याला अशक्य झालं असतं...आत्ताच त्याची 'अजब'च्या कामात दमणूक होत होती. पण परिस्थितीपुढं तो शरण गेला होता. अशा वेळी कागलला जाणंयेणं करणं म्हणजे दिवसातले सोळासतरा तास शारीरिक झीज करण्याचा प्रकार होता. म्हणून मी आप्पाला निदान दौलतची परीक्षा होईपर्यंत खोली ठेवायला सांगितलं होतं.

परीक्षा झाल्यावर दौलतनं 'अजब'चं काम सोडून दिलं. आप्पानंही खोली सोडून दिली.

कोल्हापुरात वर्षभर एकत्र राहण्याच्या या प्रयोगात आप्पा आणि दौलत यांचे बारीकसारीक खटके उडत होते. दौलतला 'अजब'चं काम नव्हतं तेव्हा कॉलेजच्या पहिल्या टर्मच्या आरंभी पैशांची अधूनमधून गरज भासे. आरंभी माझी इच्छा अशी होती की आप्पाच्या पगारात त्या दोघाचं कोल्हापुरातील राहणं आणि शिक्षण चालावं. जो काही किरकोळ खर्च दौलतला करावा लागत होता, त्यासाठी आप्पानं पैसे द्यावेत. मी कागलचं सगळं घरदार सांभाळावं. पण आप्पाचा पगार फक्त दोघांच्या जेवणात, राहण्यात आणि खोली भाडं देण्यातच संपून जात होता. त्यामुळं दौलतला खर्चाला पैसे मिळेनात, मग तो माझ्याकडं पत्र पाठवी. मी अप्पाला थोडी करडी पत्रं पाठवून दौलतला पेसै देण्यास सांगे व दौलतला पत्र पाठवून सांगे की 'आप्पाला मी कळवलंय. तुला पैसे देण्यासाठी सांगितलंय. तू त्याच्याकडनं घे.' मी एकदमच दोघांना पत्रं पाठवीत असे. त्यानंतर कामाची गडबड असल्यामुळं उशिरा लिहिलेल्या आप्पाच्या पत्रांतनं त्याचं स्पष्टीकरण येई. मग मला आप्पाची 'आर्थिक स्थिती' कळे; की या महिन्यात त्याची अमुकतमुक कारणासाठी पैशाकडनं ओढाताण झालीय. दरम्यान आठ दिवस निघून गेलेले असत. परिणामी दौलत वेळेवर फी, फॉर्म भरले नाहीत तर सगळे घोडाळे उडतील अशा कल्पनेनं अस्वस्थ होई. गावाकडनं

किंवा दौलाकडनं अचानक आलेल्या पत्रांना मी लगेच मनिऑर्डर करून उत्तरं देऊ शकत नव्हतो. पुष्कळ वेळा मीही आर्थिक अडचणीत सापडलेला असे. पण उशिरा का होईना चेक पाठवत होतो. या चेकच्या सोबतच्या पत्रात दादाला किती पैसे द्यायचे, आईला किती, दौलतला किती किंवा इतर घरपट्टी, पाणीपट्टी यासाठी किती किती पैसे द्यायचे याची विभागणी केलेली असे. ही रक्कम मोठी असे. मनिऑर्डरनं ती पाठविण्यास खूपच खर्च येणार असतो; म्हणून मी आप्पाच्या नावे चेक धाडत असे.

गावाकडं मी जे पैसे पाठवत होतो त्याची आर्थिक व्यवस्था मी आप्पाकडं सोपवली होती. पुष्कळ वेळा दादा, आई, दौलत यांच्या पत्रांतून वस्तुस्थिती नेमकी काय आहे हे कळत नसे. दौलत फक्त आपल्यापुरतं लिहीत असे. तो सगळ्यांत लहान आणि शिकाऊ विद्यार्थी असल्यामुळं त्याच्याकडनं मी बाकीच्या अपेक्षाही करत नव्हतो. म्हणून आप्पावर मी घरची वस्तुस्थिती नेमकी काय आहे, हे कळवण्याची जबाबदारी सोपवली होती. त्यानंतर मी पैसे पाठवत असे. मार्गदर्शन करणं, निर्णय घेणं हेही करत असे. याचा परिणाम असा होई की घरात सर्वांना वाटे 'आप्पा घराकडचं काय काय कळवतोय ते कळत न्हाई. सायेबदादाचा आप्पावरच इस्वास हाय. आप्पा दादाचं कान फुंकतोय नि दादा आप्पाच्या तंत्रानं चालतोय' अशी समजूत होऊन विशेषत: आई आप्पाशी भांडण काढी. दौलतलाही वाटे की 'दादाचा आप्पावर विश्वास आहे आणि माझ्यावर मात्र नाही.' म्हणून तो आप्पावर मनातून काहीसा राग धरून होता.

मी बहुधा मागणीप्रमाणं पैसे पाठवी. पुन्हा लगेच मागणी करतील म्हणून एखाद्या वेळेस जास्तही पाठवी. गेल्या वर्षभरात तुटवडा असल्यानं मागणीप्रमाणं पैसे पाठवणं मला शक्य होत नव्हतं. सर्वांना थोडे थोडे कमी करून पाठवत होतो. आप्पा त्याप्रमाणं वाटण्या करून देई. आप्पानं पैसे कमी दिल्यानं आईला नि दौलतला त्याचा संशय येई. मधल्यामधे हा पैसे खातोय की काय असं वाटे. आप्पाला त्याचा ताप होई. तो रागारागानं त्यांना बोले. 'दादाला जाऊन इचारा जावा' म्हणून सांगे.

आप्पापेक्षा दौलतची बुद्धी शिक्षणात अधिक हुशारीनं चालली. नकळत दौलतला वाटे की त्याच्या विचारानं मी चालावं, आप्पानंही त्याचा विचार प्रमाण मानावा. आपणाला आप्पापेक्षा परिस्थितीचं अचूक ज्ञान आहे. आपले निर्णय आप्पापेक्षा अधिक वस्तुनिष्ठ असतात; म्हणून आप्पानं ते मानावेत. पण आप्पा दौलतपेक्षा वयानं मोठा होता. तो मोठा असल्यामुळं त्याचं मन दुखावलं जाई. म्हणून आप्पा दौलतचं मानत नसे. एखादी आपण सांगितलेली गोष्ट बरोबर असूनही ती केवळ वडीलधारेपणामुळं आप्पा मानत नाही; याचा राग दौलतला

येई. दौलतच्या स्वभावात लगेच संतप्त होण्याचा गुणही आहे. त्यामुळं त्याला जास्तच मानसिक त्रास होत असे. त्यातून दोघांचे खटके उडत. पुष्कळ वेळा दौलतला आप्पाविषयी अनाठायी संशय येई; आणि तो खराच आहे, तीच वस्तुस्थिती आहे; पण आप्पा ती लपवतो आहे; असं त्याला वाटे. एवढं असूनही दादा आप्पावरच विश्वास ठेवतो, असं वाटून त्याच्या मनात आप्पाविषयी एक खोलवर अढी निर्माण झालेली जाणवत होती. याच कारणासाठी माझ्याविषयीही त्याच्या मनात घुस्सा असावा; पण तो बोलून दाखवत नव्हता.

...घराचा धबडगा चालवायचा असल्यामुळं मी या किरकोळ गोष्टीकडं दुर्लक्ष करत होतो. दौलतचं एस. वाय. बी. कॉमचं वर्ष पार पडलं. तो परीक्षा देऊन मोकळा झाला. आप्पानंही मागं राहिलेला पी. डी. चा पेपर दिला. यात सुख मानून मी स्वस्थ झालो.

दौलतची लढाई आता शेवटच्या टप्प्यावर आली होती. या वर्षी त्याला आर्थिक मदत व्यवस्थित करण्याची गरज होती. त्याला कोणत्याही प्रकारची नोकरी न करण्याविषयी आणि संपूर्ण लक्ष अभ्यासावर केंद्रित करण्याविषयी मी सांगितलं. ''कागल-कोल्हापूर येऊन-जाऊन कर. तब्येतीला सांभाळ. घरच्या अन्नाची सर कशालाच नसते. घराकडंही थोडं लक्ष दे. आता आनसा नसल्यामुळं आणि आईला शेतातली कामं होत नसल्यामुळं तू आणि आप्पानं– विशेषत: तू कामाकडं जास्त लक्ष दिलं पाहिजे. नोकरीचा वेळ इकडं घालव. मी पैसे पाठवून देत राहीन. चिंता करू नको.'' म्हणून सांगितलं.

...त्यानं पहिल्या प्रयत्नातच टी. वाय. बी. कॉमचं वर्ष पार पाडावं, अशी माझी इच्छा होती आणि तसं तो पाडेल की नाही; याची मला काळजीही होती. त्याला दोनएक विषय सतत जड जात होते. त्यात 'पास होईन की नाही;' अशी त्याला नेहमी काळजी वाटे. मात्र सुदैवानं प्रत्येक वेळी तो त्यात कसाबसा काठावर सुटत गेला होता. आता शेवटचं वर्ष असल्यानं त्याला गुण उत्तम पडण्याची गरज होती. एस. वाय. पेक्षा टी. वाय. चे विषय साहजिकच अधिक वजनाचे होते. म्हणून त्याला अभ्यासाशिवाय दुसरी कोणतीही व्यवधानं ठेवायची नाहीत आणि आर्थिक विवंचनाही ठेवायच्या नाहीत, असा मनाशी निर्णय घेतला होता. दौलत पहिल्या प्रयत्नात पार पडला तर अनेक कारणांसाठी ते सर्वांनाच फायद्याचं ठरणार होतं. एकदा जरी नापास झाला तर परीक्षेविषयी आप्पासारखा कायमचा आत्मविश्वास गमावून बसेल आणि त्याच्या सगळ्या आयुष्याची बरबादी होईल, अशी मला खोलवर चिंता लागून राहिली होती.

तीस मे पंचाहत्तरला आम्ही नव्या घरी राहायला जायचं नक्की केलं होतं. मनातलं घर घिरट्या घेत आभाळातनं विमान खाली उतरावं तसं हळूहळू स्पष्ट

आकाराला येत होतं. ते आपल्यासाठी आकारतंय ही जाणीव सुख देत होती. त्यामुळं नव्या घरात राहायला जाण्याचा विलक्षण आनंद होत होता.

पुण्यात भाड्याच्या घरात प्रथम प्रवेश केला तेव्हाही आनंद झाला होता. पुण्यात वसतीला राहण्यासाठी, संसार थाटण्यासाठी एकदाचा आश्रय मिळाला. आता आपण पुण्यात आपलं नक्की बस्तान बसवू. त्याबद्दल घरमालकाला लाखलाख धन्यवाद दिले पाहिजेत. घरभाडं भरपूर असेना का, पण घरमालकानं 'तुम्ही पुण्यात राहा. जगण्यासाठी धडपडा,' या आपल्या ध्येयाला सक्रिय आशीर्वाद दिला. त्यामुळं त्याच्या कृपेखाली नम्रपणानं, काहीशा लाचारीनं जगावं लागत होतं. तो आनंद पोटभर मिळालेल्या भिक्षेचा होता. नव्या घराचा आनंद मात्र मी पुण्यासारख्या मोठ्या शहरात जीवनाच्या जीवघेण्या स्पर्धेत भाग घेऊ शकतो, तिथं स्वत:चं घर बांधू शकतो, अशा आत्मविश्वासाचा होता. निश्चयी ध्रुवानं अढळ स्थान मिळविण्यासारखा तो होता...आता आपणाला तिथून कुणीही हलवू शकत नव्हतं.

गृहप्रवेश करण्यापूर्वी 'वास्तुशांती'चा धार्मिक विधी करायचा स्मिताचा आग्रह. या निमित्तानं स्मिताच्या माहेराची आणि आमच्या घरची माणसं बोलवायची ठरवलं. त्याप्रमाणं गावाकडनं नऊदहा मंडळी आली. घर प्रत्यक्ष बघून त्यांना प्रापंचिक तृप्तीचा आनंद झाला.

मलाही आपण नव्या घरी राहायला जात आहोत, याचा आनंद सोहळा दृश्यरूपात साजरा करावा, असं वाटत होतं. घरात कार्यक्रम असल्यावर जो एक मानसिक उल्हास निर्माण होतो; तोही आम्हा सगळ्यांना हवाहवासा वाटत होता.

चार दिवस सगळ्यांचे आनंदात गेले. स्मिताच्या पैशांतनं हे घर प्रामुख्यानं उभं राहिलं. आई आणि मावशी यांनी तिचं विशेष कौतुक केलं. दोघींनाही तिचा अभिमान वाटला. स्मिता प्रफुल्ल होऊन गेली. माझ्यापेक्षा श्रद्धाळू स्मिताला या वास्तुशांतीच्या कार्यक्रमाची मानसिक गरज जास्त होती, याचा पडताळा आला.

या कार्यक्रमाला दादानं यावं, अशी माझी इच्छा होती. पण त्याची तब्येत फारशी चांगली नव्हती. तो म्हणाला; ''मी आता येत न्हाई. उन्हाळ्याचं दीस हाईत. थकावट आलीया. एवडा पावसुळा होऊ दे. मग मी दिवाळीच्या आसपास येऊन जाईन.'' मी 'हूं' म्हणालो.

स्मिताचे वडीलही आजारी होते. त्यामुळं त्यांनाही येता आलं नाही. स्मिताच्या आणि स्वाती-कीर्तीच्या वाड्यातल्या सगळ्या मैत्रिणी आल्या होत्या. विशेषत: नटलेल्या स्वाती-कीर्तीनी आणि तिच्या मैत्रिणींनी घराभोवतालच्या मोकळ्या जागेत मुक्तपणे खेळून उड्या मारून आनंद व्यक्त केला...माणसाला

आपआपली घरं पृथ्वीवर असावीत, असं फार वाटतं आणि ती मातीवरच असावीत, अंतराळात नसावीत, प्रत्येक घराच्या भोवताली फरशी नसावी; मातीच असावी, मातीत पिकाबरोबर माणसंही जीव धरतात, फुलतात, बहरतात, हे त्यामुलींकडं पाहताना जाणवत होतं.

एका अर्थी पुण्याच्या बाहेर आम्ही पडलो होतो. अतिशय विरळ स्वरूपात पद्मावतीपर्यंत पुणं पसरलं होतं. तेथून पुढं काहीही वस्ती नव्हती. त्यानंतर मग एक-दीड किलोमीटर अंतरावर 'कलानगर'ची तीस-पस्तीस बंगल्यांची आमची वसाहत. शेजारच्या दौलतनगरच्या वसाहतीनं पुण्यापासनं खूप लांब, एकांतात वाटतंय म्हणून बांधकामं थांबवली होती. तिथं घरं बांधायचा आरंभी जो सभासदांचा उत्साह होता तो नाहीसा झाला होता...आम्ही प्रथम चारजण सभासदच राहायला आलो होतो...पाणी, लाइट यांची काही सोय नव्हती. ती कामं अजून पूर्ण व्हायची होती. सोसायटीच्या मीटरवरनंच आमच्या शेजाऱ्यांनी वायर घेतली होती. त्यावरनं आम्ही तात्पुरता एक बल्ब घेतला. बांधकामावर पखालीनं पाणी मारणारे भिस्तीच आरंभी पाणी आणून पिपात टाकत. आम्ही तेच वापरत होतो. नंतर सोसायटीच्या ताब्यात असलेल्या विहिरीवर जाऊन पाणी शेंदून आणू लागलो. खिडक्यांना तावदानं नव्हती. बाहेरची मुख्य दारं तेवढी बसवून घेतली होती. सगळा संसार तंबूत टाकावा तशी अवस्था. नंतर स्थलांतर करणं शक्य नव्हतं; म्हणून राहण्याच्या दृष्टीनं घर अर्धवट असतानाही आलो होतो.

ज्या धनकवडी भागात आम्ही आलो होतो तिथं पोस्ट नव्हतं. खुद्द गाव आमच्यापासनं एक-दीड किलोमीटर आत होतं. माळरानावर बसलेलं, कवडीही धन नसलेलं गाव. आसपास तांबूळ जमिनीत पावसाळी पिकं कशीबशी घेऊन जगत होतं. गावाला ना आरोग्य, ना दिवाबत्ती. एका विहिरीचं पाणी शेंदून नेऊन सगळं गाव स्वयंपाकपाणी करतेलं. मुख्य रस्त्यापासनं तिथंपर्यंत खाचखळग्यातनं एक गाडीवाट फक्त गेलेली. तिच्यावरनं सायकलही जाणं कठीण जाई.

म्हणून मी गावात जाण्यापेक्षा किराणाभुसार, प्रपंचवस्तू आणायला सायकलीवरनं किंवा अर्ध्या तासानं एकदा येणाऱ्या कात्रज बसनं स्वारगेटला जाई. बाकीचा सगळा व्यवहार अजून जुन्या घराच्या आसपासच राहिलेला. रेशन, रॉकेल, पत्रे जुन्याच ठिकाणावरून आणावी लागत होती. मुलींची शाळा मात्र बदलून घेतली होती.

खूप धावपळ वाढली होती. महिनाभर राहिल्यावर फार एकाकी, गैरसोयीचं, वनवासात येऊन पडल्यासारखं वाटू लागलं. बाकीचे सभासद एवढ्या लांब येतील की नाही याची दाट शंका येऊ लागली. शिवाजीनगरच्या जुन्या घरी परत जाण्याचे विचार येऊ लागले.

स्मितानं धीर दिला. ''आता काही हे घर आपल्याला सोडता येणार नाही. एवढा पैसा इथं घातला आहे. तो पाण्यात पडल्यासारखा होईल. म्हणून इथंच नेटानं राहिलं पाहिजे. धकनवडीत लोक राहतातच ना? आपणही त्यातलेच एक खेडूत आहोत, असं समजून सगळ्या गैरसोयी पत्करायच्या नि इथंच मुक्काम टाकायचा. हळूहळू वस्ती वाढत जाईल. कुणी ना कुणी आमच्यासारखे गरजू आज ना उद्या इथं राहायला येतीलच.''

अशी तिनं समजूत काढली नि आम्ही तिथंच राहायचा निर्णय घेतला. होणाऱ्या ओढाताणीवर किरकोळ उपाय म्हणून एक जुनाट, तिसऱ्यांदा विकली जाणारी लूना विकत घेतली. सायकलीनं होणारी दमणूक वाचली. तरीही जुलैमध्ये घरमालकाच्या ताब्यात द्यावयाचं जुनं घर थोडे दिवस आपल्याच ताब्यात ठेवू या. असाही मी सुरक्षिततेसाठी निर्णय घेतला.

हळूहळू नवं घर अंगवळणी पडू लागलं. त्याच्या राहिलेल्या बाबी एकएक पूर्ण होत जातील तसं ते अधिक आकर्षक दिसू लागलं.

नोकरीमुळं गाव सोडावं लागलं. जिथं नोकरी तिथंच पुण्यात प्रपंच करावा लागला नि मुलं वाढवावी लागली. तिथंच त्यांचं शिक्षण होऊ लागलं. त्यांचा मित्रपरिवार, त्यांची संस्कृती, त्यांच्या हृद्य घटना तिथंच घडू लागल्या नि ती तिथली झाली. त्यांच्यासह आम्हीही तिथलेच होऊ लागलो...आता तर घर बांधून घेतलं. आता भूमीत पाय रुतले गेले. तिथंच मुळं पसरू लागली...हे सगळं शहाणं होऊन समजुतदारपणानं सोसावं लागलं आणि स्वीकारावंही लागलं.

या घरानं शेवटी आम्हांला 'पुणेरी' केलं.

●

बत्तीस

माझ्या लूनाला कॉलेजमध्ये प्राध्यापक हसू लागले. त्यांची इच्छा होती की माझ्यासारख्या नावलौकिक असलेल्या साहित्यिक प्राध्यापकानं नवी कोरी स्कूटर किंवा मोटरसायकल घ्यावी.

"तूर्त पैशाचं शॉर्टेज आहे. इथले पगार वेळेवर होत नाहीत. नव्या घरासाठी आजवरचा सगळा पैसा वेचला गेलाय; त्यामुळं तूर्त कामचलाऊ म्हणून घेतलीय झालं. जुनाट असली तरी मला घरापर्यंत खडखडत का असेना घेऊन जाते आणि कॉलेजपर्यंत आणून सोडते. तूर्त रंगरूपाकडं बघायचं नाही.'' मी मनाशीच बोले.

रंगरूपही नीट असावं असं मनातून वाटत होतं. पण नव्या घराचे हप्ते वाढले होते. स्वयंपाकघरात शेल्फ, कपाटं करायची होती. भाड्याच्या घरात दोन खुर्च्या नि फक्त एक दिवाण यापलीकडं काही फर्निचर नव्हतं. आता ते करावं लागणार होतं. हॉल मोकळा मोकळा दिसत होता. तिथं कपाटं करावी लागणार होती. घरात आम्ही चौघेजणं होतो. भाड्याच्या घरात जमिनीवरच झोपत होतो. आता चौघांना चार कॉट्स कराव्या लागणार होत्या. स्वाती-कीर्ती मोठ्या झालेल्या. त्यांना निदान एक टेबल, दोन खुर्च्या कराव्यात, असं वाटत होतं. अंगावरचे वापरावयाचे कपडे दोरीवर टाकण्याची बोर्डिंगमधली सवय आजवर चालू ठेवली होती. आता कपड्याचं एक कपाट करण्याची इच्छा होती. पुस्तकांचे ढीग खोलीत आणून ठेवले होते. त्यासाठी मोठी एकदोन कपाटं हवी होती...कोठीघरात धान्य, डबे, ट्रंका, भंगार वस्तू ठेवायला शेल्फ करायचं होतं. भाड्याचं घर सुटून 'बंगला' नावाचा घराचा प्रकार स्वीकारल्यानं वस्तू खोलीभर ढीग घालून ठेवणं, कपडे उघड्यावर दोरीवर लोंबकळणं, जमिनीवर जेवायला बसणं, झोपायच्याच

गाद्या एक आंथरून व दुसरी मागं लोडांसारखी गुंडाळून ठेवणं 'बंगल्याला' शोभून दिसत नव्हतं. सुटाला ठिगळ लावण्याचा तो प्रकार वाटत होता. म्हणून काही झालं तरी फर्निचर प्रथम करून घ्यायचं असं ठरवलं. त्यासाठी पगारावर बँकेतलं कर्ज काढलं होतं. अगोदरच आनसाबाईच्या लग्नाला खर्च बराच आला होता. त्यामुळं पैसा कमी पडू लागला.

तशात जुलैच्या पंधरा-वीस तारखेला स्मिता आजारी पडली. तिला फ्ल्यू झाला म्हणून डॉक्टरांनी औषधोपचार सुरू केले. तीन-चार दिवस गेल्यावर तिला बरंही वाटलं पण कमालीचा अशक्तपणा आला. खाल्लेलं अन्न पचेना, भूक लागेना. रजा संपली म्हणून तशीच शाळेला गेली.

स्टाफरूममध्ये बसल्या बसल्या तिला एक शिक्षिका म्हणाल्या, ''बाई, तुम्हाला कावीळ झाली असावी.''

''नाही हो. चार दिवस घरात बसल्यामुळं अंगावर पिवळेपणा आला असावा.''

''तपासून तर घ्या, म्हणजे काळजी नसते.'' तिचे हात बघून बाई म्हणाल्या.

स्मितानं मला हे सांगितलं. मी मनोमन हबकून गेलो. त्याच वेळी तिला चक्कर आल्यागत झालं. मी बघता बघता गांगरलो. तीनएक वर्षापूर्वी तिची पंधरासोळा वर्षांची तगडी धट्टीकट्टी बहीण अशीच काविळीनं गेली होती. घरात स्वत: आबा डॉक्टर असूनही काही करू शकले नव्हते. मला माहीत होतं की काविळीवर डॉक्टरी उपाय चालत नाही. त्यामुळं अधिकच गर्भगळित झालो...पण वरून काहीच दाखवलं नाही.

माझे मित्र डॉक्टर अनिल गांधी यांच्याकडं तिला घेऊन गेलो. त्यांनी कावीळ असल्याचं सांगितलं. ड्रग्ज चालत नसली तरी त्यांनी एक-दोन औषधं घेण्यासाठी लिहून दिली. मी देशी औषधांची चौकशी करत भटकू लागलो. अनेकांनी अनेक औषधं सांगितली. ती सैरावैरा धावून मिळवली. स्मिताची महिनाभराची आजारपणाची रजा मंजूर करून घेतली. कसंबसं धावत जाऊन कॉलेज करून परत येऊ लागलो. उसाचा सीझन संपला होता तरी ऊस मिळवून तिला खायला देऊ लागलो...तिचं अंग जास्त जास्तच पिवळं पडत जाई; तसे माझ्या हातापायातले त्राण गेल्यागत होऊ लागले.

...स्मिताच्या हायस्कूलमधला शिपाई एके दिवशी मांत्रिकाला घेऊन आला. त्यानं मंत्र घातला. मी त्याला काहीही विरोध न करता त्याची फी देऊन टाकली...स्मिताचा अशा गोष्टीवर विश्वास होता. तिच्या मनाला त्यामुळं बरं वाटणार असेल, तर वाटू द्या; अशी माझी भूमिका होती.

आईला, मामाला गावाकडं पत्रं लिहिली. त्या दोघांना काविळीचं औषध माहीत होतं. आप्पाला एकदा अशीच कावीळ झाली होती, ती त्या औषधांनी बरी झालेली. चौथ्या दिवशी आप्पा औषधे घेऊन पुण्यात दत्त झाला. असल्या गोष्टी मी गावाकडं आजवर कधी कळवल्या नव्हत्या. घर पोटापाण्याच्या कष्टात सतत बुडालेलं. त्यांचा झगडा लांडग्यांच्या भांडणासारखा चाललेला. त्यात आपली दुःखं नकोत; आहेत ती त्यांना रग्गड आहेत; असं वाटे. पण यावेळी मात्र कळवणं अटळ झालं. आई खूपच चिंतेत पडली. तिनं हिराबाईला आप्पाबरोबर पुण्याला पाठवलं. घरात स्वयंपाकाला कुणी नव्हतं; म्हणून मी 'कुणाला तरी मदतीला पाठवा' म्हणून विनंती केली होती. दोन दिवस आप्पा राहून परत गेला.

लोक सांगतील ते उपाय तत्परतेनं करत राहिलो.

महिनाभर असा गेला नि तिची कावीळ हळूहळू ओसरली...माझा जीव भांड्यात पडला. एका महासंकटातून वाचल्यासारखं वाटलं. तरीही भावनिक दृष्ट्या खूप खचून गेलो.

पैसा खूप खर्च झाला. कंगाल झाल्याची भावना निर्माण झाली.

पावसाळा सुरू झाल्यामुळं गावाकडं रोजगाराची कामं कमी झाली होती. आनसाचं लग्न झाल्यामुळं रोजगाराला कुणी जाऊ शकत नव्हतं. घरात आता आई, फुला नि आठ-पंधरा दिवस राहून परत गेलेली हिरा अशा तिघीजणी होत्या. फुलाची शाळा कायमची बंद झाली होती. आईला आता दिसेनासं वाटू लागल्यामुळं ती स्वयंपाक करू शकत नव्हती. हिरा ढोरागुरात गुंतलेली...त्यामुळं फुलाची स्वयंपाकाकडं नेमणूक करावी लागली. घरातली कामं उरकून तिघीही शेतात जात. भांगलण, खुरपण, कोळपण करत. तिथंच दिवसभर राहत नि सांजचं परत येत. त्यामुळं घरात आर्थिक प्राप्ती काहीच नव्हती...म्हणून पैसे पाठवण्यासाठी आईचं पत्र आलं.

आठच दिवसाच्या अंतरानं दादाचं पत्र आलं. त्यातही "आजारी हाय. बसलेला जागा उठवत न्हाई, पोटासठी पैसे लावून द्या" अशी मागणी होती.

दौलतची पैशाची मागणी जूनमध्येच मी पूर्ण केली होती.

त्यामुळं आईला आणि आप्पाला स्वतंत्रपणे पत्रं लिहून सांगितलं. "मी इकडं पैशाच्या खूप टंचाईत आहे. दादाला आणि दौलाला मी पैसे पाठवतोय. आनसा आता आपल्या घरी गेलेली आहे. आप्पा आणि तुम्ही तिघीजणी मिळून आप्पाच्या पगारावर तूर्त घर चालवावं. तसंच म्हशीचं दुभतं येतंय, त्यावर थोडं भागवावं. आप्पाला मी तसं सविस्तर पत्र लिहितोय. दौलतलाही मी तसंच लिहितो आहे. काळजी नसावी."

ऑगस्टच्या मध्यावर मी असं लिहिलं नि गावाकडं अगदीच तंग परिस्थिती

निर्माण झाली.

थोरला मामा जयसिंगपूरच्या हॉस्पिटलमध्ये मरण पावल्याची बातमी येऊन थडकली. पत्रानं कळवलं होतं. दोन-तीन दिवसांनी पत्र येऊन पोचलेलं.

गावाकडं प्रत्यक्ष माणूस पाठवून कळवलं होतं. आई मामाच्या उत्तरक्रियेला उदगावला जाऊन आली. तिचा तो थोरला भाऊ. जन्मभर कष्टानं झिजून मरण पावला. कागलात पोटाला नीटसं काही मिळत नाही म्हणून नशीब काढण्यासाठी सासूच्या गावी जाऊन राहिलेला. मामाची सासू ही त्याची आत्याही होती. तिचं नदीकाठाला रान होतं. पोटापुरती वर्षाची बेजमी होईल एवढं धान्य येत होतं. तिथं मामाला घरचा रोजगार मिळत होता. तो दुसऱ्याचं रानही खंडानं करत होता. पोटाला चार पोरी नि दोन पोरं. त्यांतल्या तीन मुलांना त्यानं रक्ताचं पाणी करून शिकवलं. मोठा मुलगा नि त्यानंतरच्या दोन्ही मुली शिकून प्राथमिक शाळेत नोकरी लागलेल्या. उरलेल्या दोन मुली नि एक मुलगा वाचण्यापुरतं शिकले...रोजगारी असूनही मामाचा संसार नीटनेटका होता. सगळे भाजीभाकरीत सुख मानत होते.

आताशा मामा कागलात फारसा येत नव्हता. दोन-एक वर्षातनं एखादी खेप टाकत होता. ही तीनही भावंडं म्हणजे दोन्ही मामा आणि आई आता आपआपल्या संसारात म्हातारी होत चालली होती. त्यामुळं आपआपल्याच संसारात कोळीष्टकात अडकलेल्या माशीसारखी गुंतून पडली होती. इकडं-तिकडं हालचाल करायला कुणाला ताकद नव्हती...तरीही आईला मामाचा मानसिक आधार होता. मामा आला की ती आपलं दुःख आणि भावना व्यक्त करी. घटकाभर रडून मोकळी होई. तिचं हे रडणं म्हणजे मनाचा निचरा करणं असायचं. आईचं औषधीठिकाण आता हरवलं...तिला एकटं एकटं वाटू लागलं. डोईवरचं छत्र वाऱ्यानं उडून गेल्याची भावना होऊ लागली.

आनसाबाईचं लग्न झाल्यावरच आईच्या मनात ही एकटेपणाची जाणीव घर करू लागली होती...तिला झालेल्या बारा मुलांपैकी फक्त हिराबाई तेवढी तिच्यापाशी होती. तीही संसाराला निरुपयोगी ठरल्यामुळं नवऱ्यानं टाकून दिली होती; म्हणून तिच्याजवळ शिल्लक राहिलेली. तिचा कष्टासाठी काही उपयोग नव्हता. फक्त रागा-लोभाचं मन बोलून दाखवायला तिच्या बरोबरीनं राहणारी तो एक मानसिक आधार होता. बाकीच्या लेकी लग्न होऊन आपआपल्या घरी गेलेल्या. दादाला तिने मनातून दूर सारलेलं. बाईमाणसाला लेकाचा आधार हत्तीसारखा असतो; असं तिला वाटे; तो शिवा सवता राहून आपला आपण झालेला. बायकोपोरांत रमलेला. आप्पा आणि दौलत शिकल्यामुळं त्या दोघांनाही आईच्या अडाणी मनाला समजून घेणं कठीण जात होतं. त्या दोघांनाही वाटे की

'आईनं आता आमच्या मनाप्रमाणं वागावं; स्वत:चा हेका सोडून द्यावा.' त्यात त्यांचा सुशिक्षित अहंकार होता; पण आई तसं वागायला तयार होत नव्हती. तिचा आजवरचा संसार ओढून आणलेला जिद्दी स्वभाव तापटपणानं वर उसळी घेत होता नि त्यांना ती जुमानत नव्हती. 'शिकून शाणं झाल्यात; नि मला धडं द्यायला लागल्यात;' असं म्हणून शेजाऱ्यापाजाऱ्यांजवळ त्यांच्याविषयी बोलत होती. ते त्या दोघांच्या कानांवर संध्याकाळी गप्पा मारायला बसल्यावर शेजारी घालत होते. 'आईला जपा, भडव्या हो' म्हणून कानपिचक्या देत होते. त्यामुळं ते दोघेही आईवर नाराज होते. एकेकदा तिची कानउघडणी करत होते...त्यामुळं आईला ते मनानं दूरचे झाल्यागत वाटत होते.

याचा परिणाम होऊन ती फुलाबाईकडनं किंवा माझा मित्र असलेल्या वसंत पाटलाकडनं पत्र लिहून घेत होती. त्यातनं आपल्या भावना व्यक्त करत होती.

'...बाबानू, तुम्ही तिघं भाऊ शिकून शाणं झालासा. तुला मी शिकीवलं नसतं तर लई बरं झालं असतं. तू असा शंभरदीडशे मैलांवर मला सोडून गेला नसतास. माझ्याजवळ ऱ्हाऊन माझ्यासंगं राबला असतास. सगळ्यांनी मिळून मिळंल त्यो घास खाल्ला असता. आता आली ही पाळी माझ्यावर आली नसती. तुझ्या शिक्षणाची दोघा धाकट्यांस्नी चटक लागली नि तीबी शिकली. तीबी आता अशीच उडून जायच्या घाईला आल्यात. मी आता त्यांस्नी 'आडगी' वाटतोय. मला आता ते म्हातारपणी खुळ्यात काढत्यात. माझ्या सोभावामुळं घरादाराचं वाटुळं झालं म्हणत्यात. एका घरात तीन चुली मीच केल्या म्हणत्यात...तुम्ही शिकलेलं माझं ल्याक मला जर असं बोलू लागलासा तर मी कुठं जाऊ? का तरुणपणी दाल्ल्याच्या जाचाला कट्टाळून हिरीत जीव द्यायला निघालो हुतो; तसा आता कुठं तरी जाऊन जीव देऊ?'

तिचं असं पत्र आलं. मी तिची समजूत काढणारं पत्र लिहिलं. आप्पा दौलत यांनाही लिहिलं...अशी पत्रं कधी रागानं तर कधी मायेनं लिहीत होतो. आर्थिक तंगी निर्माण झाल्यामुळं सगळेच वैतागले होते.

या तंगीमुळं मी दिवाळीला गावी गेलो नाही. सगळ्यांना पाच-सहा महिन्यांपूर्वी आनसाच्या लग्नात आहेर-माहेराचं मनासारखं केलं होतं. तेच त्यांनी दिवाळीचं मानावं अशी इच्छा.

दौलतची पहिल्या सत्राची परीक्षा पार पडली नि त्याचं निराशाजनक पत्र आलं. दोन पेपर्स अवघड गेले होते. याचं कारण त्या विषयांविषयी त्याला आत्मविश्वास नव्हता. तो ऑक्टोबरात पुन्हा आजारी पडला होता. त्याच्या अंगात पुन्हा रक्त कमी झालं होतं. पुन्हा त्याच्या लिव्हरवर सूज आली होती. पोटात

कळा करत होत्या. डॉक्टरांना घरी बोलावून आणलं होतं. त्यांनी औषध देऊन विश्रांती घ्यायला सांगितलं. म्हणून आठ दिवस अभ्यास न करता त्यानं झोपून काढले. अभ्यास काही झाला नाही. पोटात कळा घेऊनच तो परीक्षेला गेला. परीक्षेला बसवत नव्हतं तरी पेपरला बसला.

"दादा, मला आता शिकावंसं वाटत नाही. शिकण्याची इच्छा होती, ती पूर्ण मेली आहे. माझ्या डोळ्यांसमोर अभ्यास करतेवेळी घरची सगळी परिस्थिती उभी राहते. घरात पोटापाण्यासाठी, पैशासाठी सगळ्यांची एकमेकांशी जी भांडणं चालतात त्यातले शिव्याशाप, शब्द अभ्यास करताना माझ्या कानात घुमतात. मग दिवसभर त्यांचाच विचार डोक्यात घोळत राहतो. अभ्यास बाजूलाच पडतो. ओळी वाचतो तरी त्यांचा अर्थ मनात घुसत नाही. म्हणून शिक्षण बंद करून आता कुठं तरी नोकरी करावी, असं वाटतंय. नोकरी करून मी दुसऱ्या वर्षी खात्रीनं बी. कॉम. होऊन दाखवतो."

मला वाईट वाटलं. त्याची समजूत काढणारं पत्र पाठवलं. आजारपणात येणारी निराशा त्याच्या मनावर पसरल्याचं सांगितलं. त्याचा उत्साह वाढवण्याचा प्रयत्न केला. पुढील सहा महिन्यांसाठी त्याची टी. वाय.ची परीक्षा होईपर्यंत कमी पडतील ते पैसे मी पाठवतो; असं कळवलं.

त्याचा उत्साह वाढला.

सुटी होती. पंधरावीस दिवसांत तो उद्योगाला लागला. नोव्हेंबरात गावात शेंगाची सुगी सुरू झाली होती. गल्लीगल्लीच्या कोपऱ्यात गावठी व्यापारी शेंगा विकत घ्यायला बसत. रोजगारी बायका शेंगा काढायला जात. त्यांनी एकूण काढलेल्या शेंगांच्या आठ किंवा सहा वाटण्या केल्या जात आणि त्यांतली एक वाटणी त्यांना रोजगार म्हणून मिळे. ती नेहमीच्या रोजगारापेक्षा चार पैसे जास्त देई आणि कामं करणाऱ्याच्या वकूबावरही शेंगांची गठडी कमी-जास्त प्रमाणात फुगत. माणसं जीव तोडून शेंगा गोळा करत. बायकांना त्यांची पोरंबाळंही शेंगा गोळा करण्यास मदत करत. कामाचा उत्साह वाढलेला असे. संध्याकाळी ही गठडी घेऊन बायका घरी येत. येता येता ओल्या शेंगा वजनावर विकत नि पैसे घेऊन जात. ओल्या शेंगांचे दर ठरलेले असत. या ओल्या शेंगा विकत घेऊन गावठी व्यापारी त्या वाळवत नि कोल्हापूरच्या मार्केटला नेऊन विकत. त्यात त्यांना भरपूर फायदा मिळे.

सुटी असल्यामुळं दौलत असाच एका व्यापाऱ्याजवळ गप्पा मारत बसला आणि त्यानं सगळी माहिती मिळवली.

त्याला हा उद्योग बरा वाटला. पण जवळ एकही पैसा नव्हता. मी एकही पैसा पाठवणं शक्य नव्हतं. म्हणून त्यानं आप्पाला दोनशे रुपये बाजारी व्याजानं

कर्ज म्हणून देण्याविषयी विनंती केली. पण आप्पाला दौलतचा हा व्यापार यशस्वी होईल, असं वाटेना. त्यानं पैसे द्यायचं नाकारलं. शिवाय 'आप्पानं दौलतला दोनशे रुपयं दिलं पर घरात मातूर दहा रुपयं द्यायलाबी कचवचतोय.' असं आईला वाटंल; असंही भय त्याच्या पोटात असावं. म्हणून त्यानं 'आपल्याजवळ पैसे न्हाईत,' असं सांगितलं.

दौलतला वाईट वाटलं. डोळ्यासमोर चांगला फायद्याचा व्यापार दिसत असूनही घरची माणसं मात्र मदत करत नाहीत; या जाणिवेनं त्याला आप्पाच्या आडमुठेपणाची चीड आली. त्या सणकेत त्यानं गल्लीतल्या सावकाराकडनं दोनशे रुपये साठ टक्के व्याजानं कर्जाऊ काढले आणि शेंगांची खरेदी-विक्री सुरू केली. पंधरवड्यात त्यानं खर्च वजा जाता ऐंशीभर रुपये मिळवले. कर्ज महिन्याच्या व्याजासह परत देऊन टाकलं.

घरात त्यानं हे सर्वांना सांगितलं. परक्या सावकाराला जे व्याज द्यावं लागलं ते घरात आप्पाला आयतं मिळालं असतं; म्हणून आप्पाला बोल लावला.

दौलतनं व्यापारात उरलेले पैसे घरात दिले नाहीत. स्वत:च्या कॉलेजच्या खर्चासाठी राखून ठेवले. घरात तर अन्नाचा तुटवडा. आईची इच्छा की त्यानं ते सगळे पैसे घरात द्यावेत. आप्पालाही तेच वाटलं. त्यानं माझ्याकडं तक्रार केली...आप्पा गेले पाचसहा महिने आईला आठवड्याला दहा रुपये देत होता. दौलतकडं पैसा असूनही दौलत मात्र पैसे देत नाही, हा त्याचा दौलतवर राग.

मी आप्पाची समजूत काढली.

डिसेंबरमध्ये दौलतचं कॉलेज सुरू झालं.

शहात्तरच्या जानेवारीच्या पहिल्याच आठवड्यात आप्पाचं पत्र आलं. त्यानं आपली आर्थिक असमर्थता दाखविली. 'शेताची नांगरट, शेतफाळा, वीजबिल, घरचा नियमित खर्च मलाच बघावा लागतोय. त्यामुळं माझ्या पगारातला एकही पैसा शिल्लक पडत नाही. आता मला हे माझ्या पगारात वाहून नेणं अशक्य झालं आहे.'

दौलतचं पत्रही ताबडतोब शंभर रुपये पाठवण्याविषयी आलं होतं. खरं तर त्याच्यासाठी डिसेंबरच्या शेवटच्या आठवड्यात शंभर रुपयाची व्यवस्था मी केली होती. पण त्याचे पहिल्या टर्मचे सगळे पैसे तटले होते. दुसऱ्या टर्मच्या आरंभी आणखी पैसे लागणार होते. म्हणून त्याला आणखी शंभर रुपयांची गरज होती. त्यानं तपशीलवार खर्च कळवला होता.

त्याला नि दादाला मिळून मी ताबडतोब दीडशे रुपये पाठवून दिले. घरी मात्र काहीच पाठवले नाहीत. नुकतीच सुगी घरी आली होती. तेव्हा तूर्त पैशाची

तेवढी निकड घरी नसेल, असा मी अंदाज केला होता. आप्पाही चाचपणीसाठीच 'मला हे सर्व पाहणं कठीण झालंय.' असं म्हणतोय; त्याच्याकडं निश्चितपणे पैसे असले पाहिजेत, सगळे पैसे संपून जातात, हे त्याचं म्हणणं खरं नसावं; असं मला वाटलं होतं. दौलत व दादा यांना देण्यासाठी माझ्याकडं पैसे आहेत आणि घरी द्यायला मात्र नाहीत; असा विचार करून आप्पानं हा पवित्रा घेतला असावा, असंही जाणवत होतं.

ही गोष्ट खरी होती की नांगरटीला जास्त खर्च आला होता. चारपाच महिन्यांपूर्वी घरात वीज आली होती. ती कागलात आणि गल्लीत येऊन चौदा-पंधरा वर्षं झाली होती. खांब अगदी दारासमोरच होता. त्याच्यावर ट्यूब लाइट चमकत होती. उजेडात गप्पा मारत सगळे बसत होते. पण वीज काही घरात येऊ शकली नव्हती.

दौलतचा अभ्यास, आप्पाचाही मधूनच चालणारा अभ्यास, एखादी शिकवणी या दृष्टीनं वीज घरात येण्याची गरज होती. म्हणून ती एप्रिल-मे पंचाहत्तरमध्ये घेतली. आप्पानं वायरिंगचा खर्च आणि मी मीटरचा खर्च व डिपॉझिट भरलं होतं. पण आता महिन्याच्या महिन्याला विजेचं बिल आप्पालाच भरावं लागत होतं.

घराकडनं पैशाची मागणी आली की ती तोडणं माझ्या जिवावर येई. म्हणून आप्पाचं पत्र आल्यावर मी त्याला लिहिलं की, 'दीडपावणेदोन वर्षांपूर्वी मधुकर सणगराला मी दीड हजार रुपये दिले आहेत, ते त्याच्याकडून मिळतील तेवढे वसूल करत जा. वेळोवेळी जाऊन मागून घे व हिशोब ठेव. वर्षभरात त्यांनी देतो म्हणून सांगितलं होतं पण ते दिलेच नाहीत. आता थोडे थोडे वसूल करावेत. घरची बिकट परिस्थिती सांगावी...मात्र आईला हे सांगू नको की मी मधूला दीड हजार रुपये दिले आहेत. त्याच्या बिकट परिस्थितीत मी ते दिले होते. आईला हे कळलं तर ती मागचा-पुढचा विचार न करता मधूशी 'आत्ताच्या आत्ता पैसे दे. आमच्या पोटापाण्याला एक दाणा न्हाई.' असं म्हणून मधूच्या दारात धरणं धरील. गल्लीत मधूची शोभा होईल. ते व्हायला नको, म्हणून काळजी घे. मी मधूला आजच पत्र लिहितो.'

मधूलाही पैसे आप्पाकडं देण्यासाठी पत्र लिहिलं.

पण त्यानं काहीच दिलं नाही.

आप्पानं तसं मला लिहिलं.

आईची ओढाताण सुरूच होती.

पैसे पोचल्यावर दौलतचं एक सविस्तर पत्र आलं. त्यात त्यानं तपशीलवार वस्तुस्थिती सांगितली होती. दौलत मला आजवर स्वत:च्या खर्चासाठी पत्र

पाठवत होता. त्यात स्वत:च्या आर्थिक अडचणी मांडत होता. त्या दृष्टीनं स्वत:ची अपुरी धडपडही सांगत होता. घराविषयी काही लिहीत नव्हता. याचं कारण घराकडं त्याचं पूर्ण दुर्लक्ष होतं; असं नसून घरात चाललेली भांडणं, एकमेकांतला संघर्ष, शिवाचं वागणं, आई-आप्पाचं वागणं माझ्या पाठीमागं कसं चुकीचं चालतं हे वाचून मला त्रास होईल; म्हणून तो लिहीत नव्हता.

त्याचा मुख्य आरोप आईच्या कारभारावर होता. ती वस्तुस्थितीचा शोध न घेता तिला जो संशय येतो, तीच वस्तुस्थिती आहे, असं समजून सगळ्यांना तोंडाला येईल ते बोलत होती. सगळी दुखावली जात होती. त्यामुळं कुणाला कामं करण्याचा, आईला मदत करण्याचाच उत्साह राहत नव्हता. मग कुणी मनापासनं कामं करत न्हाईत; माझाच जीव खात्यात, म्हणून आई जास्त भांडत होती. जिवाला वैतागून जात होती.

पूर्वीपासनं ती दुधाचा धंदा करत आली होती. मळा होता तोपर्यंत म्हशी वैरण खातात किती किमतीचं; याचा विचारच करण्याची गरज नव्हती. वस्तूंच्या किमतीत हिशोब करण्याची शेतकऱ्यांच्या घरात रीतही नव्हती. धबडग्यात सगळं चाललेलं असे. पण आता मळा गेल्यापासनं म्हशीला वैरण विकत आणावी लागे. महागाईमुळं वैरणी महाग झालेल्या. दूधही महाग झालेलं. घरातल्या म्हशी पूर्वीपासनं गावठी होत्या. त्या दूध फारसं देत नव्हत्या. दोन-अडीच लिटरपेक्षा त्यांची उडी पलीकडं जात नव्हती. हळूहळू दुधाचं प्रमाणही दिवस पुढे सरकतील तसं कमी कमी होत जाई. ते दूधही त्या नऊ-दहा महिने देत आणि गाभण राहिल्यावर नऊ-दहा महिने आटून जात. त्यांना तितके दिवस वैरणी विकत आणून पोसावं लागे. दौलतच्या हिशोबाप्रमाणं या गावठी म्हशी जोवर दूध देतात तोवर वैरण आणि दूध यांचं गणित जेवढ्यास तेवढं पडतं. फार तर अर्धा लिटर घरात वापरायला मिळतं; एवढाच त्यांचा फायदा. पण त्या आटल्यावर त्यांना विकतची वैरण आणून घालावी लागते. तिचा खर्च पूर्वी घरात ठेवलेल्या अर्धा लिटर दुधाच्या तिपटीनं असतो, म्हणजे म्हैस शेवटी तोट्यात पडते. शिवाय तिची रेडकं सांभाळावी लागतात; त्यांचा खर्च वेगळाच. त्यांची उसाभर करावी लागते. त्याचा खर्च वेगळाच.

...पण आईला हे कळत नाही. तिला किती सांगितलं तरी पटत नाही. तिचा तो जन्मभराचा धंदा होता. दुधाचा पैसा आठवड्याच्या आठवड्याला मिळत असल्यानं घर-प्रपंच चालत होता. आईला म्हसराचं शेण मिळत होतं. त्याच्या ती शेणी करत होती. त्यामुळं घरचं जळण चालत होतं.

दुभत्याची म्हसरं म्हणून रोज आई बाजारातली ओली वैरण म्हसरांना विकत आणून घालत असे. त्यामुळं ती टाकभर दूध जास्त देत असत, ही गोष्ट

खरी होती. पण त्यामुळं घरातली वाळली वैरण म्हणजे कडबा ती मनापासनं खात नसत. फक्त कडब्याची पानं असलेले शेंडे खात नि ओल्या वैरणीची वाट बघत. 'वाँय वाँय' करत उभी राहत. आई म्हसरांनी अर्धवट खाल्लेल्या कडब्याची धाटं जळणाला वापरत असे. म्हणजे कडबा विकला असता तर त्याची किंमत जास्त आली असती आणि तेवढ्यात भरपूर जळण विकत घेता आलं असतं, असं दौलतला वाटे.

'...आप्पाचं घराकडं म्हणावं तसं लक्ष नाही. तो एखाद्या वाण्या-बामणावाणी संध्याकाळी शेतावर फेरी मारतो. त्याला वेळही मिळत नाही. त्यामुळं शेतावर चाललेली बैलांची नांगरट, कुळवट नीट होतेय का नाही; हे बघायला कुणीच नसतं. भाडेकरू माणसं कशीबशी कामं करून घराकडं जातात. त्यामुळं रानाची मशागत नीट होत नाही. त्याचा परिणाम पिकं नीट न येण्यात होतो. घरातल्या बायका-माणसांना या पुरुषी कामातलं काही कळत नाही. बाईमाणूस असल्यामुळं आई काय नांगरा-कुळवामागं फिरू शकत नाही.

आई रानातला कडबा, जोंधळं, तूर येतात ते गरज पडेल तसं विकत राहते. विशेषत: घरात भरपूर आलेलं दिसलं की ते भराभर विकण्याचा तिला मोह होतो. सुगीच्या दिसांत हे सगळं येतं. पण या काळात स्वस्ताई असते. माणसं किमती पाडून मागतात. आईला त्याही परिस्थितीत ते विकावंसं वाटतं नि वस्तू फुकापासरीनं जातात. घरात आलेला पैसा भरकन संपून जातो. त्याच वस्तू दमदारपणानं घरात ठेवल्या नि वर्षभर पुरवून पुरवून पोटाला खाल्ल्या किंवा किमती महागल्यावर विकल्या तर चार पैसे जास्त मिळण्याची शक्यता असते. आईनं यावेळी आलेल्या जोंधळ्यातले मणभर जोंधळे असेच विकले. पन्नास रुपयांचा कडबा असाच विकला आणि नांगरट-कुळवटीचा खर्च भागवला. हे असं नुकसान सतत होत असतंय.

शिवा वेगळा राहिला नसता तर शेतातली कष्टं वेळेवर व्हायला मदत झाली असती. नांगरटी-कुळवटी नीट झाल्या असत्या. भांगलणी, खुरपणीही झाल्या असत्या. सुगीच्या वक्ताला राखण झाली असती. पण तो वेगळा राहिल्यानं घरादाराचं कारण नसताना नुकसान होतंय. आईच्या ऐवजी दादाच्या हातात कारभार असता तर शिवा वेगळा राहू शकला नसता.' असा दौलतचा विचार.

याशिवाय त्यानं आणखी बऱ्याच गोष्टी सांगितल्या होत्या. 'हिराबाई आईसारखीच अडाणी राहिल्यामुळं आईला भांडणाला प्रवृत्त करते, सतत आईची बाजू घेत असल्यानं आईला भांडायला जोर येतो. घरात अपुरा पैसा येत असल्यामुळं बाजारात सुगीच्या वक्ताला ज्या स्वस्त वस्तू मिळतात; त्या इच्छा असून घेता येत नाहीत. किरकोळ भावानं वस्तू महाग पडतात. वर्षभर सतत

महागाई वाढत जात असते. त्यामुळं वाटतं की वर्षाच्या आरंभीच सगळं खरेदी केलं तर पुढं होणारा अधिक खर्च वाचेल. पण पैसा नसतो... माझं स्वत:चं शिक्षण चालल्यामुळं त्याच्यासाठी खर्च करावा लागतोच आहे; त्यातून अजून तरी एक पैशाचीही प्राप्ती नाही. दादांच्यासाठीही असाच पैसा जातो आहे...आप्पा सध्या घरात काहीही देत नाही. चालू महिन्यापासनं त्यानं पैसे देणं बंद केलं आहे. आम्ही सगळे एकत्र राहिलो असतो तर पाठीमागची दोन्ही छपरं कुणातरी रोजगारी माणसाला भाड्यानं राहायला दिली असती. त्यांचे तेवढेच पैसे प्रपंचाला लागले असते. पण आईला ते नको आहे. आहे ते एक छप्परही भाड्यानं द्यायला नको म्हणते. शिवाय तिच्या भांडखोर स्वभावामुळं कुणी भाडेकरू राहिला असता की नाही; ही गोष्ट वेगळीच आहे. घरात कुणाचाही कुणावर विश्वास नाही. प्रत्येकजण आपल्या विचारानं वागतो. त्यामुळं घरात सारखी भांडणं होतात. शांतता राहत नाही...त्यामुळं माझा अभ्यास होत नाही.' असं त्यानं लिहिलं होतं.

दौलतचे विचार मला पटले. त्याच्या बुद्धिमत्तेची चुणूक माझ्या लक्षात आली. पुष्कळ वेळा अशा प्रकारचे विचार माझ्याही मनात येऊन गेले होते; त्याचा पडताळा आला.

आप्पाच्या अगदी वर्षारंभी आलेल्या पत्रावरून मला वाटलं होतं; नांगरणीचे सत्तर रुपये आप्पानंच भरले आहेत, पण दौलतच्या आणि नंतर आलेल्या आईच्या पत्रावरून लक्षात आलं की ते आईनं घरातलं धान्य, कडबा विकून भरलेले आहेत.

आनसाबाईचं लग्न झाल्यापासनं आप्पामध्ये एक सूक्ष्मसा बदल झाला होता. 'त्यानंतरच्या काळात मी घराकडं काहीही पैसे पाठवू शकणार नाही. आप्पाच्या पगारावर तूर्त घर चालवा' असं मी कळवल्यावर आप्पाच्या पगारावर सगळ्यांचा रोख फिरला. एकदोन महिने त्यानं घरात महिना चाळीसभर रुपये, दादाला दहा रुपये आणि किरकोळ खर्चासाठी काही पैसे दिले. पण माझे पैसे दौलतला आणि दादाला मात्र मिळतात, हे त्याच्या लक्षात आल्यावर त्याच्यातला बदल अधिक ठळक झाला.

त्याच्या मनात त्याच्या लग्नाविषयीचा विचार चालला होता. आता त्याला पंचवीस वर्षं पूर्ण झाली होती. लग्न झालेली आनसा त्याच्यापेक्षा दोन वर्षांनी लहान होती. लहान बहिणीचं लग्न झालं की तिच्यापेक्षा मोठ्या भावाचं लग्न करण्याची रूढी होती. खरं तर आनसाचं लग्न करण्याच्या अगोदरच आईनं आप्पाच्या लग्नाविषयीचा विचार मला बोलून दाखवला होता. आनसाच्या लग्नातच त्याचंही लग्न करावं, असा बेत होता. पण मी ते चालू दिलं नाही. माझा विचार होता की नोकरी बघत बघत आप्पानं बाहेरून परीक्षा देऊन बी. ए. व्हावं. मग

त्याला बऱ्यापैकी पगाराची नोकरी मिळू शकेल. पगार पुरेसा मिळू लागला की त्यानं लग्न करावं. मग लग्न झाल्यावर दोघा पति-पत्नीचं पोट तरी एकट्याच्या पगारावर चालू शकेल. दरम्यान दौलतचंही शिक्षण बी. कॉम. पर्यंत पूर्ण होऊन जाईल. तो मिळवता होईल. घरातला एक-एक प्रश्न सोडवत जाऊ म्हणजे कुणाला त्रास होणार नाही. आप्पानं कदाचित 'आपलंही लग्न आनसाच्या लग्नातनं उरकावं' असं आईला सांगितलं असावं, या अंदाजानं मी आप्पालाही ही योजना समजून सांगितली. त्यानं ती स्वखुशीनं मान्य केली. 'आपण आईला तसं काहीच बोललो नव्हतो. आईच्याच मनाचा हा कारभार' असंही म्हणाला.

मला त्याचा आनंद झाला.

तो बाहेरून परीक्षेला बसण्याचा अधूनमधून प्रयत्न करत होता. परीक्षा-फॉर्मही भरत होता. पण त्याच्याकडनं गेल्या चार वर्षांत फक्त पी. डी. पास एवढंच झालं. दौलत मात्र आता शेवटच्या वर्षाच्या शेवटच्या सेमिस्टरला बसणार होता. त्याच्या तुलनेत आप्पाच्या लक्षात आलं असावं, की आपणाकडून बी. ए. काही पार होऊ शकत नाही. त्यानं तो नाद सोडून लग्नाचा विचार सुरू केलेला दिसत होता. एक-दोन मुलीही धाकट्या मामाच्या बायकोबरोबर परगावी जाऊन परस्पर बघून आला होता.

त्याला वाटत असावं; आपल्या लग्नाचा विचार आपणच केला पाहिजे. लग्नासाठी पैसा शिलकीला टाकला पाहिजे. आई-वडील काही आपल्या लग्नासाठी पैसा खर्च करू शकणार नाहीत. साहेबदादाचा तर लग्नाला तूर्त विरोधच राहणार. "हे भिकनुशाचं घर हाय. माझ्या जल्माचं तुम्ही काय बघशीला असं मला वाटत न्हाई. माझं मलाच ते बघावं लागणार हाय." आई घर-खर्चाला पैसे मागताना असं तो बोलू लागला होता.

यातूनच तो 'मला घर खर्चाला पैसा देणं जमत नाही; खर्च फार झाला आहे,' असं लिहू लागला होता.

त्याचं हे वागणं मी समजू शकत होतो. वय वेडं असतं, याची कल्पना मला होती. पण त्याच्याजवळ ठाम स्वरूपाचा निर्णय घेण्याची शक्ती नाही, तो अस्थिर बुद्धीचा आहे, धमक बाळगून निकरानं एखादी गोष्ट तडीस नेत नाही, मध्येच कच खातो; जीवनात हा यशस्वी होऊ शकणं कठीण आहे; असंही मला वाटत होतं.

मुली पाहण्यासाठी तो आईपेक्षा रखमाची मदत अधिक पसंत करत होता. त्यात त्याचं काही चुकलं, असं मला वाटलं नाही. कारण आईचा स्वभाव काहीसा एककल्ली. बोलण्याच्या ओघात एखादी गोष्ट भडकन बोलून जाण्याची शक्यता फार. आईच्या तुलनेत रखमा त्याच्या भावनिकतेला जवळची. रखमाचा

स्वभाव मोकळाढाकळा. तिच्याजवळ ज्या मोकळेपणानं आप्पा बोलू शकेल, बरोबरीनं संवाद करू शकेल, बेत आखू शकेल त्याच मोकळेपणानं आप्पाला आईशी व्यवहार करणं कठीण गेलं असतं. आई काहीशी हट्टी आणि स्वत:चा निर्णय मुलांवर लादणारी होती. आप्पाला ते नको असणं स्वाभाविकच होतं.

नोकरीवरून आला की तो आताशा मामाच्या घराकडं रखमाला भेटायला वरचेवर जाऊ लागला. लग्नाची सुगी जवळ आल्यामुळं त्याची घाई वाढलेली दिसत होती. घरातल्या घडामोडींकडे त्याचं लक्ष जाईनासं झालं. त्याच्या डोक्यात स्वत:च्या लग्नाचे, मुली पाहण्याचे विचार सतत घोंगावू लागल्यानं तो घरात असून नसल्यासारखा वागू लागला.

आईला वाटू लागलं की रखमाच त्याला मुली पाहायला प्रवृत्त करीत आहे. 'रखमानं आप्पाला चेडं घातलंय. आला की सारखा तिकडंच पळतोय. त्येला दुसरं काय सुचतच न्हाई. ती बया माझ्या लेकाचं वाटुळं करायला बसलीया.'

आप्पाचं हे वागणं दौलतलाही आवडेनासं झालं.

आप्पाला त्याची फिकीर नव्हती.

दरम्यान दौलतचं पत्र वाचून मी आईला सविस्तर पत्र लिहिलं होतं आणि दौलतचे मुद्दे स्पष्ट करून तिला सांगितलं की 'दौलतचं म्हणणं बरोबर आहे. तुम्ही घरची माणसं त्याच्या विचारानं वागत चला.'

आईचं त्याला उत्तर आलं. आप्पाचं लक्ष घरात लागेनासं झालेलं, दौलत आईच्या विरोधात गेलेला. आईच्या भावना समजून घेऊन फुलाला पत्र लिहायला जमत नव्हतं. म्हणून आई वसंत पाटीलकडं गेली होती आणि त्याच्याकडनं तिनं पत्र लिहून घेतलं होतं.

तिचं मन मी समजू शकलो. 'कालपरवा भुईतनं उगवलेल्या माझ्या लेकानू, तुम्ही आता सगळंच शाणं झालासा. शाणपणाचं मला गाणं गावून दावाय लागलासा. मी जर ह्यो संसार मालकाच्या मनापर्माणं हाकला असता तर तुम्ही एवढं शिकला असतासा काय? नोकऱ्या करत शेरगावात आभाळाला झुंबरं बांधायला चढला असतासा काय?..मला शाणपण सांगतासा तसं मालकाला का सांगत न्हाईसा? त्येनं नि त्या बाईलभाड्या शिव्यानं औत-अवजारं इकली. गाडी-बैलं, मोटनाडा इकला नि वाडवडलार्जित चालत आलेला कुणबावा मोडून वाळवीगत पार खाऊन टाकला. हातपाय काढून त्येंनी पोटाला इकलं नि आता घुबडावाणी एक माडीच्या अंधारात नि दुसरा छपराच्या ढेलजंत जाऊन बसलाय. तशी मीबी माझी म्हसरं नि शेरडं इकून बसू काय? मी कुणब्या घरची लेक हाय; कुणब्याच्या घरात नांदणारी हाय. त्यो कुणबावा बाकीच्यांनी मोडला म्हणून मीबी

मोडू काय? कुणबावा हाय तर मी हाय. न्हाईतर माझ्या जल्मात काय हाय? माझी म्हस दोन लिटर जरी दूध देत असली तरी मला रोज बुटीभर श्याण देती. तिच्या शेणानं मी घर सारवतोय. रोजचं अन्न तिच्याच शेणकुटावर शिजतंय; म्हणून तर घरात सगळी अन्न खात्यात. आलेला पाव्हणा सोप्यात बसला नि मागच्या दारात नुसती म्हस वराडली, शेरडानं म्याऽ करून हाक मारली तरी पाव्हणा मनात म्हणंल; 'कुणब्याचं घर हाय. घर गोठा पोराबाळांनी, ढोरागुरांनी भरलेला हाय. ह्या घरातील लेक आपल्या लेकाला करावी, ह्या घरातल्या लेकाला आपली लेक द्यावी. सुखाला लागंल.'

...आज ना उद्या माझा कोणता ना कोणता तरी ल्योक पुन्ना मळा घील, रानं घील, नदीकडंची मळी घील नि गेलेला कुणबावा परत आणंल, घरात धान्याच्या राशी लागतील; म्हणून ह्यो जीव कुडीत ठेवून आन्दू, मी केसाचा वाख झाला तरी कष्टं उपसाय लागलोय. म्हशीवरनं हात फिरवला तरी माझा जीव समाधानी हुतोय... तवा तुला वाटलं तर पैसे लावून दे; न्हाई तर तुझ्या लाडक्या भावाला धडाधडा पैसे पाठीव नि शिकवत बस. त्या बसून खाणाऱ्या मालकाला तनखा पाठीवल्यागत म्हैन्याच्या म्हैन्याला पैसे पाठवायला तुझ्याजवळ हाईत नि हाडांची काडं करत आम्ही मायलेकी त्या मातीत जलम घालवाय लागलोय; तर मला द्यायला तुझ्याजवळ पैसा न्हाई म्हणतोस.

पैसे न्हाईत तरी निदान पत्राचं उत्तर दे. मला समाधान वाटंल. आनसाचं लगीन झाल्यापासनं ती दोनदा पोटात कळा करत्यात म्हणून कागलला येऊन गेली. तिच्या औशीदपाण्याचं काय बघू का नको ते कळीव...आणि माझ्या सुनंला दीस गेलं का न्हाई? मला तिची चिंता लागून ऱ्हायलीय. देवाजवळ नवसं बोलून दमलोय. –तुझी आई.'

आईचं पत्र वाचून मी तोंड शिवल्यागत गप्प झालो. पैसे पाठवायचं थांबवून तिच्या जगण्याची मुळं मला कातरायची नव्हती. भूतकाळातल्या परंपरांत ती पार लांबवर घुसली होती.

पोस्टात जाऊन तिला शंभर रुपयांची मनिऑर्डर केली...काहीही झालं तरी आता महिन्याच्या महिन्याला आईला पैसे पाठवले पाहिजेत म्हणून मनाशी गाठ बांधली.

बसून पत्र लिहिलं. त्यात मनिऑर्डर केल्याचं सांगितलं. तसंच दौलतची परीक्षा झाल्यावर त्याला घेऊन पुण्याला ये. चार दिवस राहून सुनेला बघून जा; म्हणूनही विनंती केली.

●

तेहतीस

टी. वाय. बी.कॉम. ची शेवटची परीक्षा देऊन दौलत आणि आई एप्रिलच्या तिसऱ्या आठवड्यात पुण्याला आले. चारपाच दिवस राहिले. स्मिता आणि नुकतीच आलेली स्मिताची बहीण विमल, स्वाती, कीर्ती, यांनी आईला पुण्यातली पाहण्याजोगी स्थळं फिरवून दाखविली. देहू-आळंदीला जाऊन आल्या. दौलतची पुणं बघण्याची अनेक दिवसांची इच्छा होती, ती पूर्ण झाली. आईला बडबड्या नातींच्या सहवासात चार दिवस आनंदात घालवायचे होते, नव्या घराची नवी मांडणी बघायची होती, ते सगळं झालं...समाधानानं आई परत गेली.

दौलतला सुटी होती. तो शिक्षणाच्या चरकातनं मोकळा झाला होता.

मी म्हटलं, "राहा आणखी थोडे दिस. निवांतपणे पुणं बघ."

त्यानं मान हलवली. त्याला ठेवून घेण्यात माझा काही हेतू होता. बी. कॉम. नंतर त्याच्या मनात काय करायचं आहे, हे समजून घ्यावं, जमल्यास मार्गदर्शन करावं, असं वाटत होतं. ह्याहून महत्त्वाचा आणखी एक हेतू होता. नव्या घरी येऊन मला वर्ष होत होतं. त्या घरात आल्यापासनं माझी आर्थिक ओढाताण खूप होत होती. लेखनासाठी मासिकांच्या खूप मागण्या होत्या, पण त्या पुऱ्या करण्यास वेळ कमी पडत होता. याला कारण घरची बरीच कामं मला बघावी लागत होती. स्मिता नुकतीच काविळीच्या जोरकस आजारातून उठली होती. प्रकृती खूप अशक्त झालेली. तिला सातआठ महिने तरी जपलं पाहिजे, असं डॉक्टरांचं मत होतं. त्यामुळं स्वयंपाकपाणी, घरकाम, बागकाम, सगळं मलाच बघावं लागत होतं. दहा-अकरा वर्षांच्या स्वाती, कीर्ती आपल्या कुवतीनुसार मदत करीत होत्या. बारीकसारीक कामं दिवसभर सारखी उद्‌भवत आणि सलगपणे

लेखनाला बसणं अशक्य होऊन जाई. बसण्यात सलगपणा नसल्यामुळं ललितसाहित्याच्या सर्जनासाठी जी मनाची एकाग्रता आणि उत्कटता, सखोलता आणि निर्वेधता असावी लागते ती बिलकुल मिळत नव्हती. त्यामुळं एक तर लेखन होत नव्हतं आणि जे काही थोडंबहुत होत होतं ते मनासारखं होत नव्हतं. वरवरच्या प्राथमिक पातळीवर रेंगाळत होतं. या काळात माझ्या लेखनाला चांगली मागणी होती. माझ्या डोक्यात लेखनाचे अनेक विषय घोळत होते. सुचलेल्या विषयाची भरपूर टिपणं डायऱ्यांतून पडली होती, पण वेळ आणि स्वस्थता नसल्यामुळं मी लेखन करू शकत नव्हतो. आतून अस्वस्थ, काहीसा चिडचिडाही झालो होतो.

अशा वेळी घरचं कुणीतरी दिमतीला असावं, असं वाटत होतं. याबाबतीत दौलतची फेअर लेखनासाठी आणि माझ्यावर पडलेला इतर कामांचा बोजा कमी करण्यासाठी मदत होऊ शकेल, असं मला वाटलं. शिवाय त्याच्या वर्तनावर काही संस्कार करण्याचीही गरज मला वाटत होती. त्याच्यात आणि माझ्यात एकोणीस वर्षांचं अंतर होतं. मी पंढरपूरला नोकरीवर गेलो तेव्हा हा अगदीच लहान म्हणजे सहा वर्षांचा होता. नुकताच शाळेला जाऊ लागला होता. आनसापर्यंतच्या माझ्या सगळ्या भावंडांची घडण माझ्या डोळ्यांसमोर झालेली. सगळ्यांना मी अंगाखांद्यावर खेळवलेलं. त्यामुळं सगळ्यांचे स्वभाव मला कमी-अधिक प्रमाणात माहीत झालेले. पण दौलत नऊ-दहा महिन्यांचा असताना मी रत्नागिरीला निघून गेलेलो. नंतर वर्षभरानं परत येऊन, पुन्हा कोल्हापुरात कॉलेजसाठी राहिलेलो. माझी शेतात राहून भावंडांत मिळूनमिसळून कामं करण्याची अवस्था मागं पडलेली. मी काहीसा प्रौढ, कॉलेजकुमार झालेलो. त्यामुळंही दौलतला अंगाखांद्यावर वागवणं कमी झालेलं. हिरा, शिवा, धोंडू, सुंदरा, लक्ष्मी, आप्पा, आनसा एवढ्या भावंडांच्या गोतावळ्याला ओलांडून एकदम लहान असलेल्या दौलतपर्यंत पोचणं, त्याच्याशी गुलूगुलू बोलणं, त्याला घेऊन हिंडणं-फिरणं फारसं जमलं नाही. ते राहून गेलं. तरीही माझा त्याच्यावर जीव होता. त्याच्या गुबगुबीत अंगाच्या गोंडस हालचाली मला आवडत होत्या. पण त्याच्या बरोबरीनं खेळण्याचं माझं पोरवय निघून गेलं होतं. दौलत पहिलीत गेला होता, तेव्हापासनंच मी त्याचा साहेबदादा झालेलो, तेव्हापासनंच मी घराबाहेर राहिलेलो, तेव्हापासनंच माझा पोशाख, माझी राहणी, माझी भाषा इतरांपेक्षा वेगळी होत गेलेली. मी घरातला कर्ता पुरुष म्हणून त्याच्या मनावर बिंबत गेलो. त्यामुळं त्याच्याही मनात माझ्याविषयी प्रेम असण्यापेक्षा प्रथम आदर आणि नंतर प्रेम अशी स्थिती असलेली. दोघांत मानसिक अंतर बरंच राहिलेलं.

त्याच्या जन्मापासून गेली वीस-बावीस वर्षं अशीच गेलेली. दोघांतलं हे

अंतर कमी व्हावं; त्याचा स्वभाव, वृत्ति-प्रवृत्ती, आवडीनिवडी समजून घ्याव्यात, अशी गरज मला वाटत होती. त्याच्या स्वभावाविषयी आई, आप्पा आणि इतर भावंडंही अनेक तक्रारी करीत होती. पण त्यातला खराखोटा भाग मला आजवर पडताळून बघता आला नव्हता. मला तो आप्पाच्या तुलनेत बुद्धिमान वाटत होता. प्रत्येक वर्षी पास होत त्यानं आजवरच शिक्षण पार करत आणलं होतं. त्यामुळं त्याच्या स्वभावाविषयीच्या तक्रारींकडं मी दुर्लक्ष करत आलो होतो. तूर्त मला त्याचं शिक्षण महत्त्वाचं वाटत होतं. ते आता पूर्ण झाल्यात जमा होतं. कारण बी. कॉम. नंतर पुढं शिकण्याची त्याची इच्छा दिसत नव्हती.

'आईचा लाडका ल्योक' म्हणून घरदार त्याच्याकडं बघत होतं. त्याच्यानंतर आईला मूल नसल्यामुळं आईच्या अंगावर तो जास्त दिवस राहिला. त्याच्या पूर्वीपर्यंत तशी अवस्था नव्हती. आईला निदान दर दोन वर्षांनी मूल होत होतं. त्यामुळं तिला दिवस गेले की वर्षा-सव्वा वर्षाचं तिच्या अंगावरचं पोर थानतुटं व्हायचं. कोवळेपणीच त्याच्या दुधाचा देठ खुडला जायचा नि ते आईच्या अंगावेगळं जाडंभरडं अन्न खाऊन, पाणी नसलेल्या झुडपासारखं कसंबसं वाढत राहायचं. ते भावंडाच्या काखेत जायचं. भावंडं त्याला कुठंही ठेवून खेळत बसत. ते फडक्यात हगलं मुतलं तरी त्याच्याकडं कुणाचं लक्ष जायाचं नाही. झिपरं, शेंबडं, तोंडावर माश्या बसलेलं ते पोर एकटंच काहीतरी खेळत बसे किंवा हाताला दिलेला भाकरीचा तुकडा चोखत राही.

दौलतच्या वाट्याला हे आलं नाही. शेंडेफळ म्हणून तो वाढत होता. तीन-एक वर्षाचा होईपर्यंत आईच्या काखेत बसत होता. आईच्या जोपासनेमुळं तब्येत लहानपणापासनं चांगली होती.

आठ-नऊ वर्षांचा तो होता, तेव्हा आमचा मळा गेला. त्यामुळं त्याला मळ्यातली कुणबाऊ कामं काहीच करावी लागली नाहीत. कधीतरी शेरडं राखत, हिराबाईच्या म्हसरांबरोबर तो बांधावरनं फिरत होता. इकडं-तिकडं वासरागत हुंदडत, खेळत राहत होता.

तो सहासात वर्षांचा झाला तेव्हा माझ्या शिक्षणाची गोमटी फळं घरादाराला मिळू लागली. त्यामुळं त्याला शाळेत घालायला आईदादांचा काडीचाही विरोध झाला नाही. उलट आईचं प्रोत्साहन मिळालं. तो सुखानं शाळेत जाऊ लागला.

प्राथमिक शाळेत त्याचं शिक्षण सुखानं झालं. घरात बाकीची सगळी राबणारी असल्यामुळं त्याच्या वाटणीला कोणतीही कामं टाकली जात नव्हती. वाटणीची कामं काहीही झालं तरी ज्याची त्यालाच करावी लागत असत. तशी याची परिस्थिती नव्हती. क्वचित एखादं किरकोळ काम त्याला करावं लागे. स्वखुशीनं त्यानं केलं तरी ते चालण्यासारखं असे. नाही केलं तरी बिघडत नसे.

आई ते पोरींकडनं करून घेत असे.

आईचं सगळं लक्ष त्याला कौतुकानं वाढवण्यात राहिलं. एवढं एकुलतं एक पोरच मनाप्रमाणं वाढवण्याची संधी तिला मिळाली. तिचं प्रौढ मातृत्व आणि अनुभवी वात्सल्य दौलतला भरपूर मिळालं. पण ती अशिक्षित होती. परिणामी दौलतचा राग, लोभ, मान, अपमान, विचार, भावना, वासनाविकार अनघड राहिले.

घरच्या कामाची सक्ती नसल्यामुळं हायस्कूलच्या काळात तो वेळच्या वेळी अभ्यास करी नि उरलेल्या वेळात मित्रांबरोबर गप्पा मारी. त्या त्या मित्राकडे जाऊन ग्रुप करून गावातून फिरून येई. सर्वसाधारण असलेल्या ग्रुपचा परिणाम या वयात मजेशीर होत असावा. तरुण वयाला साजेशा गप्पा मारणं, नटूनथटून इकडंतिकडं हिंडणं किंवा सिनेमाला जाणं, हॉटेलात बसून गाणं ऐकत चहा घेणं, असं सुरू होत असावं. ध्येयवादापासून निर्माण होणाऱ्या एकाकी, कष्टमय, व्रतस्थ जीवनाची ओढ कमी होत असावी. कारण सामान्याच्या नजरेतून तो टिंगलीचा विषय होतो. सामान्य माणसाची सामान्य दृष्टी हीच व्यावहारिक खरी दृष्टी, यशस्वी होण्याची तीच खटपटी गुरुकिल्ली; असं वाटू लागतं...दौलतवर त्या हवेचा परिणामही होणं अशक्य नव्हतं.

दुर्दैवानं त्याच्या वाट्याला आलेला शिक्षणाचा काल असा होता की शिक्षणाची नैतिक मांडणी मोडली गेली होती. एखाद्या कारकुनाची किंवा टायपिस्टची नोकरी असते तशीच शिक्षकाचीही 'नोकरी' असते, अशी समजूत दृढ झाली होती. ते व्रत असतं, शिक्षक हा मूलत: जीवनातील नैतिकता पायाभूत धरून शिक्षण देणारा 'नमुनेदार माणूस' असतो, शिकवणं हे शुभकार्य मानून मुलांना अंतर्बाह्य घडवायचं असतं, ही जाणीव नष्ट झाली होती. त्यामुळं दौलतवर शाळेतही अपेक्षित संस्कार झाले नाहीत.

एस. एस. सी. झाल्यावर त्याला कॉलेजला प्रवेश मिळविण्याची वेळ आली. या काळात महाराष्ट्रात 'आर्ट्स' ला काही व्यावहारिक किंमत राहिली नव्हती. सायन्सला जाण्याइतकी दौलतमध्ये बौद्धिक कुवत त्याच्या मार्कांवरून मला दिसली नाही. सगळीकडं साखर कारखाने, सहकारी सोसायट्या, दूध-डेअऱ्या, ग्रामीण बँका, शेतकरी सहकारी संघ, एम. आय. डी. सी., ग्रामीण उद्योगधंदे यांची जाळी पसरत होती. त्यातून बी. कॉम. झालेल्यांना नोकऱ्या मिळत होत्या. प्राथमिक पातळीवर जगण्याचे प्रश्न महत्त्वाचे होत चालले होते. उद्योगधंदे वाढल्यामुळं आर्थिक व्यवहारांना महत्त्व आलं होतं. पदोपदी पैसा मोजावा लागत होता. अर्थप्रधान नवी संस्कृती जन्माला येऊ घातली होती. ती सगळ्या वातावरणात नवा उग्र मोहक गंध पसरवत होती. या सगळ्या महापुरात

तरंगत राहायचं तर दौलतला कॉमर्सला घातलं पाहिजे, असं वाटू लागलं.

त्यानं कॉमर्सकडं प्रवेश घेतला. त्याच्या मित्रांचे लोंढेही तिकडंच जात होते. तिकडं जाण्याची लाट आली होती. या सगळ्यांचा परिणाम दौलतवर कमीजास्त प्रमाणात झाला असावा असं मला वाटत होतं. त्यामुळं तो विशिष्ट पद्धतीनं वागत असणार. तो मोठा होत गेला तशा त्याच्याकडनं घरादाराच्या अपेक्षा बदलत गेल्या नि काहीशा वाढल्याही. पण त्यांना प्रतिसाद मिळेना; म्हणून आई-आप्पा, भावंडं त्याच्याविषयी माझ्याकडं तक्रार करू लागली.

मला वाटू लागलं; अनायासे, दौलतची परीक्षा झाली आहे. काही दिवस आपल्या सहवासात ठेवून घ्यावं. त्याला अंतर्बाह्य पारखता येईल. काही संस्कार करता आले तर पाहावं. हे सगळं हळुवारपणानं घेतलं पाहिजे. त्याला नीट वळण लावलं पाहिजे; नाहीतर तोही आयुष्यभराचं ओझं होऊन बसेल.

मी त्याचा अंदाज घ्यायचं ठरवलं.

संध्याकाळी गप्पा मारत बसलो होतो.

"कसं काय वाटतं मग पुणं?"

"बरं वाटलं की." तो पुण्यावर खूश दिसला.

"मग इथं कामबीम लागलं तर राहशील काय?"

"राहीन की."

"लगेच होकारही दिलास; अं? तुझे पेपर चांगले गेलेत म्हणतोस. म्हणजे तू नक्की बी.कॉम होणार; असं धरून चालू...तूही तसंच धरून चालत असशील."

"होय."

"मग बी. कॉम. झाल्यावर काय करायचं ठरवलं आहेस?"

"काही तरी उद्योग करावंसं वाटतंय."

"भले! नोकरी नाही का करावीशी वाटत?"

"उद्योग नाहीतर नोकरी; असं मनात आहे."

"पुढं एम. कॉम, व्हावंसं नाही वाटत? एम. कॉम. झालास तर कॉलेजात प्राध्यापकाची नोकरी मिळू शकेल. बी. कॉम.ला हायस्कूलमध्ये नोकरी मिळणं कठीण असतं."

"मला टीचर किंवा प्रोफेसर व्हायचं नाहीये. तो जॉब आवडत नाही आणि एम. कॉम. होण्याचीही इच्छा नाही."

"का बरं? एम. कॉम.ला बँकेत वगैरे चांगल्या नोकऱ्या असतात."

"मला आता शिक्षणाचा कंटाळा आलाय. शिकत असताना पैशाची ओढाताण लई होतीय. मग शिक्षण नको वाटतंय. कुठं तरी नोकरी करावी, पैसा

मिळवावासं वाटतंय.''

''ठीक आहे. मग आपण असं करू; तुझा रिझल्ट लागेपर्यंत तू इथंच राहा. बी.कॉम. झाल्यावर नोकरीसाठी इथंनच अर्ज करत राहा. त्याबाबतीत मी तुला मदत करीन. इथं खाजगी कंपन्या पुष्कळ आहेत. नोकरी मिळेपर्यंत तू मला मदत कर. मी तुला महिना शंभर रुपये देत जाईन. माझ्याकडंच राहायचं, माझ्याकडंच जेवायचं. त्याचा तुला काहीच खर्च येणार नाही. तुझे महिना शंभर रुपये शिलकीला पडत राहतील...मलाही तुझी मदत होईल. तू जर इथं राहिलास तर मी योजलेली लेखनाची माझी कामं झपाट्यानं होतील. माझं रफ लेखन फेअर करणं, आसपास बाग आहे; तिथं तुझं मन रमण्यासाठी काही बागकाम करता येईल. मला गावात जाऊन किराणा माल आणावा लागतो. तेवढं जरी केलंस तरी पुष्कळ झालं. इथं काही 'आठ तास' ड्यूटीचा प्रकार असणार नाही. मला मदत करण्याची भावना असणं महत्त्वाचं आहे. हे घर कागलच्या आपल्या घराचा एक भाग म्हणून मानायचं नि आपल्याच घरात आपण राहतोय, अशी भावना ठेवायची. तरीही तुझा राहण्या-जेवण्याचा सगळा एकत्र विचार केला तर आप्पाइतका पगार पडणार आहे. दरम्यान बाहेर कुठं चांगला पगार असलेली नोकरी मिळाली तर प्रश्नच नाही.''

त्यानं कुचंबत होकार भरला.

एरवी माझ्या वाट्याला पडतील ती कामं तो करू लागला. त्याला तशी ती करण्यास मी सांगू लागलो.

कसाबसा महिना झाला. तोपर्यंत आईचं पत्र आलं; ''रानाची कष्टं करायची हाईत, दौलतला हिकडं ताबडतोब लावून दे. मला हितं कुणीच मदतीला न्हाई.''

मीच स्वत: जायचं ठरवलं. शेताच्या कष्टासाठी आईला पैसे द्यायचे आणि दौलतनं नि मी घेतलेला निर्णय तिला समजून सांगायचा नि परत यायचं, असा बेत आखला.

दौलतला तसं सांगितलं नि मी कागलला जाऊन आठ दिवस राहून सगळी व्यवस्था करून आलो.

नंतर दहा-बारा दिवसांतच आठ जूनला दौलतचा रिझल्ट लागला नि तो सेकंड क्लासमध्ये पास झाला. दौलतच्या मित्राचं आणि आप्पाचं तसं पत्र आलं.

घरात सर्वांना आनंद झाला.

''आप्पाला पत्र लिही नि तुझी जी काही असतील ती सर्टिफिकेट्स आणि बी. कॉम. च्या मार्कलिस्ट्स पण मागवून घे. शिवाजी विद्यापीठात जाऊन आप्पाला घेऊन ये म्हणावं...म्हणजे नोकरीसाठी अर्ज लगेच करायला बरं.'' मी

दौलतला म्हणालो.

त्यानं तसं आप्पाला पत्र लिहिलं.

रिझल्ट लागल्यानंतर आठएक दिवसांत त्याच्या मनात बदल झालेला दिसून आला. "दादा, माझ्या मनात काहीतरी उद्योगधंदा करावंसं आलंय. मी कागलला जातो नि काही तरी उद्योग करत नोकरीसाठी अर्ज करत राहतो. आईलाबी तिकडं माझी मदत होईल. मला एक हजार रुपये द्या."

"हजार रुपयांत काय उद्योग करणार तू? त्यानं तुला काय फायदा होणार आहे? नीटपणे पोटपाणी चालायचं असेल तर उद्योगात भांडवल भरपूर पाहिजे."

"मी ते वाढवतो. तूर्त मला एक हजार रुपये द्या."

"आणि पूर्वी घेतलेल्या निर्णयाचं काय झालं?"

"माझं हितं मन रमत नाही. मी गावाकडं जातो. मला हजार रुपये द्या. मी काही तरी धंदा करतो."

"...एकदम हजार रुपये मी कुठले देऊ? गेले चार महिने कॉलेजचा पगार झालेला नाही. घरासाठी कर्ज काढून पैसा घातलाय ते तू बघतोसच...आणि बी. कॉम. होईपर्यंत मी तुला भरपूर मदत केली आहे; आता तू बी. कॉम. झाला आहेस; अशा वेळी उक्ती मदत नाही मिळणार. तिच्यासाठी तू श्रम केले पाहिजेस. निदान वर्षभर तरी तू काम कर. मग मी तुला हजार बाराशे रुपये देईन. तेवढा वेळ त्यात घालव आणि स्वत:च्या पायावर भांडवल उभं कर. ते मग तू म्हणतोस त्याप्रमाणे वाढव. मोठा उद्योग कर. तुझी काही जिद्द दिसून आली तर मी तुला पुढं जरूर मदत करीन. अशा गोष्टी मन मारून कराव्या लागतात. मन रमेल तिकडं जाणारा माणूस वाहवत जातो. स्वत:जवळ चिवट महत्त्वाकांक्षा असलेला माणूस आपल्या योजलेल्या कार्यापाशी पाय रोवून भक्कम उभा राहतो...मी असा मनाचं कौतुक करत बसलो असतो तर कागलात शिवाच्या शेजारी तसाच फाटका संसार दाभणीनं शिवत राहिलो असतो... तू जिद्दीनं इथं राहा. तुझं सगळं व्यवस्थित होईल. मलाही तुझी काळजी आहे, हे लक्षात ठेव."...त्याचं बदलत जाणारं मन पाहून त्याला मी बरंच काही ऐकवलं.

निरुपायानं दौलत गप्प बसला.

दोन दिवस गेले.

तिसऱ्या दिवशी म्हणाला; "दादा, मी कागलला जातो. माझा मी काही तरी तिकडं उद्योग करतो. नोकरीसाठी तिकडंच कुठं तरी प्रयत्न करतो. इथं खाजगी नोकरीत फारसं काही मिळेल, असं वाटत नाही. सरकारी नोकरीसाठी मी प्रयत्न करत राहतो. तोवर काही तरी उद्योगधंदा करतो."

"दौलत, आता मिरग मागं पडला. पावसाळा सुरू झालाय. असल्या

पावसाळ्यात त्या कागलात जाऊन तू काय उद्योग करणार? सगळी जणंच तिथं पावसाळ्यात बसून खातात. त्यात तूही जाऊन खाणार नव्हं? मलाच तिकडं पैसे पाठवावे लागतात. त्यापेक्षा तू इथं का राहत नाहीस? मला तुझी मदत होईल. लेखन करून आक्टोबरच्या परीक्षांचे पेपर्स तपासून, येतील ती कामं स्वीकारून, चार पैसे मी इथं जास्त मिळवीन. ते घरादारालाच उपयोगी पडतील नव्हं?''

''नको. माझं इथं मन रमत नाही. मी उद्या कोल्हापूरला जाणार.'' त्याचा आग्रह सुटेना.

''ठीक आहे.'' मी हतबुद्ध झालो.

प्रवासखर्चाचे पैसे दिले.

तो कोणत्याही परिणामाचा आणि विनंतीचा विचार न करता कोल्हापूरला गेला.

मी माझं लेखन गुंडाळून ठेवून पुन्हा घरकाम ओढू लागलो...दौलतनं केलेला अपेक्षाभंग मनाला खूप वेदना देऊन गेला...नंतर माझ्या लक्षात आलं, की माझ्या अशा करण्यानं त्याच्या स्वातंत्र्यावर गदा येत होती. लहान भाऊ असला तरी मी तसं करणं योग्य नाही. माझ्या स्वार्थापोटी त्याला इथं ठेवून घेतल्यासारखं झालं असतं.

गेल्या वर्षी हिराही अशाच वेदना देऊन गेली. स्मिता काविळीनं आजारी असल्याचं गावी कळवल्यावर आप्पा ताबडतोब जुलैच्या शेवटी पुण्याला आला होता. ''इथं मदत करायला घरातलं माणूस कुणीही नाही; तेव्हा कुणीतरी दोनतीन महिने घरात माणूस पाहिजे. लक्ष्मी, फुला, हिरा यांपैकीय कुणी लावून देता आलं तर द्या, किंवा शिवाच्या बायकोला मुलासह पाठवून द्या. शिवाच्या जेवणाची काळजी घ्या. त्यासाठी मी पैसे पाठवून देतो.'' असं मी कळवलं होतं.

त्यामुळं हिराला बरोबर घेऊन आप्पा पुण्याला आला होता.

हिराला कागदोपत्री घटस्फोट मिळून आठ-नऊ वर्षं झाली होती. तिच्या नावावर नवऱ्याच्या घराची एक खोली आणि चार महिने पुरेल इतकं धान्य देण्याचं कबूल करून हे सोडपत्र आम्ही घरच्यांनी आणि हिरानंही स्वीकारलं होतं.

पहिल्या वर्षीच तिला फक्त चार पायली जोंधळे शंकरकडनं मिळाले होते. नंतर त्यानं 'माझ्याच पोटाला काय न्हाई, नि तुला कुठलं देऊ?' असं म्हणून कधीच धान्य दिलं नाही. आम्हीही ते मागण्याचा नाद सोडला. हिराही नंतर त्या खोलीवर कधीच राहायला गेली नाही की आजवर तिच्या ताब्यात ती खोली मिळाली नाही. सगळं कागदात राहिलं होतं.

हिराला खाजगीत सोडपत्र दिलं होतं तरी कायदेशीररीत्या ती शंकर बोंद्रे

यांची पहिली पत्नी होती. तिला मूल होत नाही म्हणून शंकरला तिनं दुसरं लग्न करण्यास परवानगी दिली होती. आणि 'त्यासाठी मी राहण्यासाठी घराची एक खोली घेऊन व पोटगी घेऊन सोडपत्र घेत आहे' असं तिच्याकडनं लिहून घेतलं होतं. त्यामुळं शंकरचं दुसरं लग्न होणार होतं.

शंकरला दुसऱ्या बायकोपासून दोन मुलं झाली. नंतर तो खूप आजारी पडला. त्याच्याही अंगात रक्त नव्हतं. पिवळा, सुजरा, अशक्त असा होऊन तो उंबऱ्यात बसू लागला. त्याच्या अंगातली शक्ती गेल्यामुळं त्यानं आपल्याला सुरक्षित कूळ म्हणून मिळालेला मळा दुसऱ्याला कसण्यास दिला होता. त्यावर कर्ज काढलं होतं. हे कर्ज औषधपाण्यात नि घरप्रपंचात खर्च होऊन गेलं. नंतर शंकर दोन वर्षांपूर्वी मरण पावला. सगळं घर उघड्यावर पडलं. घरात कुणी कर्तं माणूस राहिलं नव्हतं.

त्याचा फायदा घेऊन मळ्याच्या मालकानं शंकरच्या दोन्ही बायकांविरुद्ध कोर्टात केस दाखल गेली नि "कर्दा स्वत: रान कसत नसल्यामुळं आमचा मळा आम्हांस परत मिळावा" अशी मागणी केली.

त्या केसच्या तारखा चालू होत्या. खरं तर हिराचा त्यांच्याशी आता काडीइतकाही प्रत्यक्षात संबंध उरला नव्हता. तरीही ती कोर्टात जाई आणि परत येई. तिला कुणीच काही विचारत नसे.

ती अशी नुसती तारखांना जाई आणि दिवसदिवसभर बिनकामाची तिथं बसून येई. म्हणून तिला मी पूर्वीच सगळं समजून सांगितलं होतं.

"हिरा, तुझा ह्या केसमध्ये तसा कायबी संबंध न्हाई. तू शंकरची पैली बायकू. तसं तुला त्येनं नऊदहा वर्षांपूर्वीच सोडपत्र दिलंय. तरीसुद्धा कायद्याप्रमाणं तुला तारखेची नोटीस पाठवावी लागती एवढंच. तुझं कोर्टात खरं कायबी काम न्हाई. घरातली कामं सोडून उगंचच खुळ्यासारखी तिथं कशाला जाऊन बसतीस?"

"न्हाई दादा, माझी सवत पारबती मला म्हणाली; 'मळ्याच्या मालकानं मळा ताब्यात मिळावा म्हणून दावा लावलाय. आपण दोघी मिळून त्येच्यासंगं भांडू या. आम्ही दोघीजणी शंकर बोंद्रेच्या रांडमुंड बायका हाय. ह्यो मळा गेल्यावर आम्ही पोटाला काय खावावं? न्हवरा आजारी हुता. घरात दुसरा कुणी बापय माणूस न्हवता. म्हणून आम्ही तात्पुरता दुसऱ्याकडं मळा कष्टाला दिला हुता. आता आमचं आम्ही रोजगारी माणसं लावून मळा पिकीवतो. असं म्हणू या,' असं ती म्हणाली."

"समजा म्हणाली असंल. तिचं ती काय असंल ते बघून घेईल. तुला त्येचा काय फायदा?"

"फायदा हाय तर. आम्ही दोघी इधवा बायका असल्यामुळं आम्हां

दोघींस्नी कोरट मळा वाटून देणार हाय. माझ्या वाट्याला जर निम्मा मळा आला तर माझ्या जल्माचं पांग फिटंल.''

हिराची ही खुळी समजूत होती. कायद्याप्रमाणं तिला काहीच मिळणार नव्हतं. मळ्याच्या मालकाला तिनं सोडपत्र घेतलंय, हे कायदेशीररीत्या माहीत नसल्यानं तिचं नाव त्यानं कोर्टाच्या केसमध्ये गुंतवलं होतं.

त्याचा फायदा शंकरच्या दुसऱ्या बायकोनं मायावीपणानं उठवायचा ठरवलं होतं. तिनं हिराला 'निकाल लागल्यावर अर्धा मळा तुला नि अर्धा मला मिळणार हाय;' असं मधाचं बोट लावलं होतं. एकाला दोन विधवा स्त्रियांवर अन्याय होतोय म्हणून कणवेपोटी 'कोर्ट' शंकरच्या बाजूनं निकाल देईल; असं शंकरच्या बहिणीच्या नवऱ्याला वाटत होतं; म्हणून त्यानं हिराला शंकरच्या बायकोकडून तसं सांगायला भाग पाडलं होतं. हिरा त्या मायाजाळाला बळी पडली होती.

हिराच्या अडाणीपणातून तिची अशी समजूत झाली होती. सांगितलं तर पटत नव्हतं. म्हणून तिची समजूत काढण्याचा विचार मी सोडून दिला होता. ती मनाशी काही खुळी स्वप्नं धरून जगते आहे, तर जगू दे. तिच्या भोळसट मनाला तेवढाच विरंगुळा मिळेल; म्हणून मी गप्प बसलो होतो.

अशा पार्श्वभूमीवर हिरा पुण्याला आली होती.

दोन दिवस राहून एकटाच परत जाताना आप्पानं मला सांगितलं; ''आक्काला दिवाळी होईपर्यंत ठेवून घ्या; नि दिवाळीला गावाकडं येताना घेऊन या. म्हणून आईनं सांगितलंय.'' हिरानंही त्याला मान्यता दिली.

माझी चिंता मिटली.

या काळात माझी सगळी घडी विसकटली होती. जूनपासनं माझं कॉलेज नि स्मिताची शाळा सुरू झाली होती. कॉलेज सकाळी सव्वासातला सुरू होई. साडेअकरापर्यंत मला तास असत. स्मिताला बससाठी सकाळी साडेसहालाच बाहेर पडावं लागत होतं. दोन बसेस कराव्या लागत होत्या. स्वाती-कीर्तीची नवी शाळा पावणेबाराला सुरू होत असे. स्वाती दहासाडेदहा वर्षांची नि कीर्ती नऊ वर्षांची. तरी त्या दोघी आम्ही परत येईपर्यंत घर सांभाळत होत्या. दूधबाटल्या आणत होत्या. त्यांचे पैसे देत होत्या. दूध तापवणं, प्रसंगी त्यांच्यापुरत्या पोळ्या करणं, जेवणं, स्वयंपाकघर आवरणं, घर बंद करून योग्य वेळी शाळेला जाण्यापूर्वी बाहेर पडणं, वेणीफणी त्यांची त्यांनीच करणं, सकाळच्या अंघोळी-पांघोळी त्यांनीच उरकणं, त्यासाठी बंबातलं पाणी काढून घेणं त्याच करत होत्या. बसस्टॉपला कीर्तीला पुढं घालून स्वाती मागून चढत होती. या सगळ्या कामाधामात ती वडीलधारेपणानं कीर्तीला छान सांभाळत होती. ते चिमणे जीव अकाली एवढे शहाणे झाले होते; की त्यांच्या धडपडीकडं आणि समजुतदारपणाकडं

पाहून मला गहिवरून येत होतं. पण दुसरा मार्ग नव्हता.

या काळात माझ्या पोटाची कळ आणि सर्दीचा विकार खूपच वाढला होता. रात्री झोप लागत नव्हती. डॉक्टरांचे उपाय आणि औषधे घेऊन थकलो होतो. म्हणून पुण्यातल्या प्रसिद्ध नानल वैद्यांकडून प्रदीर्घ तपासणी करून घेऊन त्यांची औषधं सुरू केली होती. त्याचा परिणाम हळूहळू होईल; पण ठाम स्वरूपाचा होईल; असं त्यांनी सांगितल्यामुळं त्यांची औषधं सुरू केली होती. बाकीच्या औषधांपेक्षा ती खूप महाग आणि सतत घ्यावी लागत असल्यानं पैसा भारंभार जात होता.

कॉलेज मोडकळीला आल्यागत झालं होतं. नव्या नियमानुसार प्राध्यापकांचे तास वाढले होते. त्यात अनेक प्राध्यापकांना तास पुरेसे नाहीत, म्हणून नोटिसा दिल्या होत्या. मी सुद्धा 'पार्टटाइम' होईन की काय, अशी परिस्थिती निर्माण झाली होती. घर बांधून बसलो असल्यानं वाढीव खर्चाच्या अशा परिस्थितीत पार्टटाइम झालो तर संपलंच, अशी काळजी वाटत होती. कदाचित तिचा परिणाम होऊन पोटातली अल्सरची कळ वाढत असावी.

गेल्या वर्षापासनं स्मिताला मूल व्हावं, म्हणून अनेक प्रकारचे अनेकांकडून डॉक्टरी इलाज चालू होते. त्यातही भरपूर खर्च होत होता. हॉस्पिटलमध्ये नुसतं बसून डॉक्टरांची प्रतीक्षा करण्यात, ते आले की आपल्याला बोलावण्याची वाट पाहण्यात भरपूर वेळ जात होता.

तीन-तीन चार-चार महिने कॉलेजचे पगार होत नव्हते...सगळंच विस्कटून गेलं होतं. तशातच स्मिता जुलैमध्ये आजारी पडली.

अशा वेळी हिरा मदतीला आली, म्हणून आनंद झाला. पण तो आठ दिवससुद्धा टिकला नाही.

कागलहून हिराबाईच्या नवऱ्याकडचं कोर्टाच्या तारखेचं एक पत्र हिराबाईला आलं.

हिराबाईची स्थिती घरात सगळ्यांना माहीत होती. आईला आणि आप्पाला तर चांगलीच माहीत होती. असं असतनाही हिराबाईचं कागलला आलेलं हे पत्र माझ्या पुण्याच्या पत्त्यावर रिडायरेक्ट करून पाठवलं.

मी कॉलेजमध्ये असतानाच माझं टपाल घरी येऊन पडत असे.

आजारी असलेली स्मिता ते सहज जिज्ञासेपोटी फोडून वाचत असे. तिला कागलकडची हिराला येणाऱ्या कोर्टाच्या तारखेची पार्श्वभूमी काहीच माहिती नव्हती. घराकडच्या असल्या किरकोळ गोष्टी मी स्मिताला सांगत नसे. तिच्या डोक्याला अशा गोष्टींचा ताप नको, असं मला वाटे.

पोस्टमननं माझ्या 'द्वारा' हिराला आलेलं रजिस्टर पत्र हिराच्या सहीच्या

निशाणीचा अंगठा घेऊन दिलं...हिराच्या बरोबर लक्षात आलं, की ही कोर्टाच्या तारखेची नोटीस आहे. तिनं ते स्मिताला वाचून दाखवायला सांगितलं. स्मितानं ते प्रांजळपणानं वाचलं. "कोर्टात कसली तरी शंकर बोद्रेंच्या शेताची केस आहे. त्याच्या तारखेची तुम्हाला आलेली नोटीस आहे."

"किती तारीख हाय?"

स्मितानं तारीख सांगितली.

"मग मला गेलंच पाहिजे."...तारीख आठ-नऊ दिवसांवर आली होती. हिरानं स्मिताला सगळा तोच इतिहास पुन्हा सांगितला.

मी कॉलेजवरून आलो.

बारा-साडेबारा वाजले होते. खूप थकलो होतो. कडाडून भूक लागली होती.

आल्या आल्या हिरा म्हणाली, "दादा, मला उद्याच उद्या कागलला घालवा. माझी कोर्टाची तारीक हाय."

मी सगळी पुन्हा चौकशी केली. हिराला पुन्हा सगळं समजून सांगितलं. पण हिराचा आग्रह एकच: "मला उद्याच्या उद्या गावाला पाठवा."

"अगं हिरे, स्मिता हितं काविळीनं आजारी हाय. तिच्या जवळ कोण तरी सारखं माणूस लागतं. घरकामं बघायला हितं कुणी न्हाई. माझं कॉलेज, पोरींची शाळा हे सगळं असताना तू कशाला जातीस? जाऊन तुझा तिथं कुणालाबी फायदा न्हाई. तुलाबी त्यातनं काय मिळणार न्हाई. हे तुला किती सांगितलं तरी का पटत न्हाई?"

"दादा, तुमच्या जल्माचं काय हाय ते तुमचं तुम्ही बघा. कुठली तरी रोजगारी बाई कामाला लावा. माझ्या मी जल्माचं बघतो. तेवढा अर्धा मळा मला मिळाला की मी पुन्ना परत येईन."

"आगं, कुठला मळा मिळतोय?...तुला का खोटं सांगतोय? भणच हाईस न्हवं माझी? मला काय तुझ्या जल्माची, कल्याणाची काळजी न्हाई?"

"तुम्हाला माझ्या जल्माची काळजी असती तर माझ्या जल्माचं असं वाटूळं झालं नसतं. एवढं तीन भाऊ शिकलं सवरलं; एकबी कुणी माझ्या जल्माचं कल्याण करणारा निघाला न्हाई. आता माझ्या जल्माचा मलाच इचार केला पाहिजे. तुमच्या जल्माचं तुम्ही बघा. माझ्या जल्माचं मी बघतो...मला उद्याच्या उद्या कागलला लावून द्या."

"मी तुला आता कागलला लावून देणार न्हाई. निदान एवढा म्हैना हितं काढ. स्मिताला जरा बरं वाटलं की तुला मी लगीच लावून देतो." मी तिला निक्षून सांगितलं नि स्वैपाकघरात जाऊन जेवयाला बसलो.

तीन-चार दिवस असेच गेले. रोज तिचा हेका सुरू झाला. ती आसपासच्या

शेजाऱ्यापाजाऱ्यांना विनवू लागली.

''माझी कोर्टाची तारीख हाय. मला अर्धा मळा मिळणार हाय. दादा मला लावून देत न्हाई. तुम्ही त्येला जरा सांगा. त्यो जलमभर असाच वागत आलाय. आपलं तेच खरं करतोय. कुणाला भीक घालीत न्हाई. त्येच्या बायकूच्या पायात माझ्या जल्माचं वाटूळं करायला बसलाय. तुम्ही जरा सांगा.''

स्मिताला शेजारणी सांगू लागल्या.

घरात सुतार खिडक्या-कपाट करण्यास येत असे. त्यालाही तिनं असंच सांगितलं. तिच्या या सांगण्यात ती स्मितावर आणि माझ्यावर शिंतोडे उडवू लागली. लोकांसमोर घरातल्या गोष्टी विपर्यस्त करून मांडू लागली.

स्मितानं मला हे सांगितलं.

मी गार पडलो. हिराचा हा जुना स्वभाव होता. स्वत:चं संरक्षण करण्यासाठी नि आपली बाजू भक्कम करण्यासाठी ती सहजपणे वस्तुस्थितीचा विपर्यास करत होती. वाढत्या वयाबरोबर तिची समज वाढली असेल, असं मला वाटत होतं; पण तिचा स्वभाव काही बदलला नव्हता आणि समजही काही वाढली नव्हती. अडाणीपणाचा शाप तिलाही भोवत होता. पण मला त्याची अकारण फळं भोगायला नकोत, शेजाऱ्यांना खऱ्याखोट्याचं सोयरसुतक नसतं, दुसऱ्यांच्या भानगडी ऐकण्यात, त्यांची शहानिशा न करता चघळपणे चर्चा करण्यात, त्या चव्हाट्यावर मांडण्यात त्यांना आनंद असतो. त्यातून आपल्याविषयी अपसमज पसरतील, असं वाटू लागलं.

मी हिरापुढं शरणागती पत्करली नि तिला प्रवासखर्च देऊन कोल्हापूरच्या बसमध्ये बसवून दिली.

तावातावानं आप्पाला एक पत्र लिहिलं; ''तुला हिराच्या कोर्टाच्या प्रकरणातील निरर्थकता माहीत असूनही तू तिच्या कोर्टाची नोटीस पुण्याला रिडायरेक्ट करून का पाठवलीस? ती तिथल्या तिथं घेऊन तुला घरी ठेवता आली नसती काय? हिरा जर दिवाळीपर्यंत इथं राहावी, अशी घरच्यांची व तुझी इच्छा होती तर मग हा नोटिसीचा खेळ खेळण्याचं कारणच काय?''

आप्पाचं सरळ काखा वर करणारं उत्तर आलं. ''आईच्या सांगण्यावरून मी ती रिडायरेक्ट केली. हिरा गेल्यापासनं हितं आईची लईच अडचण होऊ लागलीय. आनसा होती तोवर तिला घरकामात मदत होत होती. आता मदत करायला कुणी न्हाई. शेतातली कामं तशीच खुळांबल्यात. म्हसरं दीसदीसभर खुट्ट्याला तशीच तारताळ्या देत बसल्यात. तवा आई म्हणाली, 'ही नोटीस बघून तरी हिरी चटक्यासरशी कागलला येईल'.''

पत्र वाचून माझं डोकं फुटायची पाळी आली.

आईचे असे अनुभव पुष्कळदा येत. विशेषत: लक्ष्मी, आनसा, हिरा यांना ती पुण्याला माझ्या घरी मदतीसाठी म्हणून पाठवत असे. काहीतरी आजारपणं निर्माण होत. घरात पाहणारं दुसरं कुणी नसे. अशा वेळी तीनचार महिन्यांसाठी म्हणून ती कुणाला तरी पाठवी आणि पंधरावीस दिवस झाले की लगेच बोलावून घेई; किंवा स्वत: येऊन घेऊन जाई...आसपास शेजाऱ्यांची गर्दी; म्हणून मी आईशी पुण्यात कधीही वाद घालत नसे. तिच्या मताप्रमाणंच ती करणार, हे माहीत असल्यामुळं मी गप्प बसत असे.

एकदा तर मी खूप अडचणीत आलो होतो. स्वाती अडीच-तीन वर्षाची होती. कीर्ती वर्षा-दीड वर्षाची होती. मी आणि स्मिता दोघेही नोकरीत होतो. पण स्मिताची शाळा स्मिता नोकरीस लागली तेव्हा दुपारची होती. माझं कॉलेज सकाळचं करून मी तत्परतेने घरी जाई नि स्मिता दुपारच्या शाळेसाठी जायला निघे. बाराच्या दरम्यान मी येई नि स्मिता अकराच्या दरम्यान बाहेर पडलेली असे. सकाळी नऊ ते साडेबारापर्यंत मुलींना सांभाळण्यासाठी एक मुलगी कामाला ठेवली होती. ही मुलगी मुलींना सांभाळी आणि स्मिता नऊ ते अकरापर्यंत स्वत:ची नि मुलींच्या आंघोळी, सकाळचे इतर विधी उरकून स्वयंपाक करी. अकरापर्यंत मुलींना भरवून जायला निघे. बाहेरची खोली मुलींसाठी उघडी ठेवली जाई. मग मी येऊन जेवण करी नि मुली पाहणाऱ्या मुलीला घरी जायला मोकळीक देई....या काळात आईनं घरात तीनही बहिणी असताना एकीलाही लावून दिलं नाही.

नंतर तर आणखी पंचाईत झाली. स्मिताची सकाळच्या शाळेवर बदली झाली. म्हणजे तीही सकाळी साडेसहाच्या दरम्यान आणि मीही पावणेसातच्या दरम्यान बाहेर पडू लागलो. घरात मुलींचं पाहणार कोण? कामवाली मुलगी तर नऊच्या आधी यायला तयार नव्हती. अचानक बदली झाल्यामुळं काहीच करता येईना. शेवटी भल्या पहाटे चार-साडेचार वाजता आम्ही दोघं उठू लागलो. स्वयंपाक आवरू लागलो. अंघोळी-पांघोळी करून मग पाचसाडेपाचला दोन्ही मुलींना हलवून हलवून जागं करून उठवू लागलो. त्यांच्या अर्धवट झोपेतच त्यांना शी-शू करायला बसवू लागलो. तशा अवस्थेतच त्यांना अंघोळी घालू लागलो. दोघेही दोघींना साडेसहा वाजता घेऊन बसला उभे राहू लागलो. कॉलेजवर गेल्यावर वॉचमनच्या खोलीवर दोघींना ठेवू लागलो. वॉचमनची पत्नी प्रेमळ होती. तिला चिरीमिरी द्यायचं कबूल केलं. मुलींचं दूध, अन्नाचा छोटा डबा तिच्या ताब्यात देऊन स्मिता हायस्कूलमध्ये निघून जाई नि मी कॉलेजवर निघून जाई. सुदैवानं स्मिताचं हायस्कूल नि माझं कॉलेज एकाच परिसरात जवळजवळ होतं. पिरिएड नसताना वॉचमनच्या झोपडीत जाऊन मी मुलींना भरवत असे.

पंधरा मिनिटांच्या सुटीत येऊन स्मिता मुलींना पाहून, पाच मिनिटं त्यांचं दूधपाणी बघून जाई.

आईनं लक्ष्मीला एप्रिलमध्येच तिला 'जागा' आलाय म्हणून बोलावून नेलं होतं. नंतर तिला पाठवूनच दिलं नाही. 'तुझ्या घरात राबायला माझ्या लेकी काही मोलकरणी न्हाईत;' असं उन्हाळ्यात मी गेल्यावर म्हणाली. स्मिताला नव्यानंच नोकरी लागली होती. महत्प्रयत्नानं तिची नेमणूक झाली होती. घरादाराला सुखाचे दिवस येणार होते; पण आईला त्याचं काही कौतुक नाही की नातींचं हाल होईल याची काळजी नाही.

घरात तीन बहिणी असून, त्याही रोजगार करून खात असून, माझी यथाशक्ती मदत तिकडं सतत जात असूनही आईनं एकाही बहिणीला लावून देऊ नये; याच्या खूप वेदना झाल्या.

भरपूर पैसे देऊन एक वृद्ध बाई कामाला ठेवली. सकाळी मुलींना उचलून बाहेरच्या खोलीत झोपवू लागलो. त्यांचं सगळं जेवण्याखाण्याचं साहित्य बाहेरच्याच खोलीत ठेवू लागलो. बाई सकाळी साडेसहाला दत्त होत आणि दुपारी बारा वाजता मी आलो की निघून जात. आम्ही मग मुलींना रात्री झोपण्यापूर्वी आंघोळी घालत असू.

त्यावेळी मनाशी निर्णय घेतला की आता घराकडचं कुणी बोलवायचंही नाही आणि घराकडं एकही पैसा पाठवायाचा नाही. तोच मोलकरणींना द्यायचा.

एकाला दोन मोलकरणी ठेवल्या. दुपारी चार वाजता ती मुलगी येऊ लागली नि रात्री सात वाजता परत जाऊ लागली. दरम्यानच्या काळात स्मिताचं चक्की, निवडपाखड, झाडेलोट, भाजी, किराणा, धान्य आणणं इत्यादी होई. माझं दुपारी चार ते सातपर्यंत लेखन-वाचन मनासारखं होई.

घराकडं पैसे पाठवायाचे एकदम बंद केल्यावर आईनं कसाबसा दोन-तीन महिने तग धरला. मग पैसे पुन:पुन्हा मागू लागली. "इकडं मोलकरणी दोन ठेवल्या आहेत त्यांना पैसे द्यावे लागत असल्यामुळं घराकडं एकही पैसा पाठवू शकत नाही. तुझ्या तू लेकी भोवतीनं घेऊन त्यांच्याकडं पोटभर बघत बैस."

आईनं तडफडाट केला. तिचा आजवरचा एक हुकमी एक्का माझ्या बाबतीत होता. "तुला मीच शिकवला, मोठा केला इत्यादी." असं ती भावनिक आवाहन मला करी नि माझं मन ढवळून काढी. मी मग हळवा होऊन तिला शरण जाई. तिची इच्छा ती पुरी करून घेई. पण यावेळी मी तिच्या कोणत्याही भावनेची फिकीर केली नव्हती.

तिच्या लक्षात आलं की आपलं चुकलं. मग ती थोडेफार दिवस कुणाला ना कुणाला स्वत:ची सोय बघून पाठवून देऊ लागली.

पावसाळा आला, रोजगाराची कामं मिळेनाशी झाली की मग एखाद्या बहिणीला पाठवून देई. आम्ही घरचं कुणीतरी मदतीला असावं म्हणून सदैव आसुसलेले होतो. त्यामुळं बहिणी येताच आनंद होई. पण त्या किती दिवस राहतील याचा भरवसा नसल्यामुळं घरकामाला मुलगी मात्र कायमची ठेवली गेली.

पण नव्या घरात राहायला आल्यावर परिसर एकदम वेगळा पडला. जुन्या घरापासून नवं घर दहा एक किलोमीटर अंतरावर होतं. तिथं जुन्या घरच्या कामं करणाऱ्या मुली येणं अशक्य होतं. नव्या परिसरात कुणाशीच परिचय नव्हता. मुलगी कुठं मिळू शकेल माहीत नव्हतं; म्हणून कुणाला तरी पाठवून देण्यासाठी विनवलं होतं. आईनं हिराला लावून दिलेलं.

हिरा आता छत्तीस-सदतीस वर्षांची होती. माझ्या पाठीवर तिचा जन्म झालेला; पण ती जे काही बोलून निघून गेली त्यावरनं कळलं की ती आपल्यापासनं मनानं खूप लांब गेलेली आहे. तिला तिच्या संसाराचे पाश नाहीत. जन्मभर आईबरोबर, भावंडांबरोबर जगत आहे. तरीही तिच्या मनात भावांच्या संसाराविषयी आस्था नाही की आपुलकी नाही...ती अजूनही स्वत:च्या संसारसुखाचाच भ्रामक विचार करते आहे. गावाकडच्या घरादारासाठी मी किती करतोय हे तिला माहीत आहे. त्या घरादारात तीही आलीच. तरीही तिला तिच्या जन्माची ती आणि माझ्या जन्माचा मी वाटतोय. तिच्या जन्माचं वाटोळं मी केलं असं तिला वाटतंय...मी कसं काय वाटोळं केलं?... मी तिच्या जन्मासाठी काय काय करायला पाहिजे होतं; म्हणजे तिचं समाधान झालं असतं?..मला तिच्या म्हणण्याचं गूढ उकलेना. मनात मात्र एक गाठ पक्की बसली की ती फक्त तिच्यापुरताच विचार करते आहे. माझ्या दु:खाचा विचार तिला एवढ्या एका प्रसंगातही का करता येऊ नये? साध्या, कधी नव्हे ते बेतलेल्या एखाद्या प्रसंगीही ही माणसं मला मदत करीत नाहीत. मग मीच कशासाठी सतत त्यांच्यासाठी जीव आटवायचा? धस सोसून, गैरसोयी सहन करून कशासाठी पैसा पाठवायचा?

...माझा भ्रमनिरास झाला. हिरा माझी लहान बहीण आहे, ती माझं मानेल, माझ्या संसारात दोनतीन महिने काढील नि मला मदत करील; असं जे वाटलं होतं ते साफ धुऊन गेलं.

माझं मुळातच काही चुकतंय, असं वाटू लागलं. शिवानंही माझा असाच भ्रमनिरास केला होता. तोही स्वत:चा स्वतंत्रपणे विचार करत होता. त्याला एकत्र राहण्यासाठी किती समजावलं! त्याचं, त्यांच्या मुलाबाळांचं त्यात शेवटी कसं कल्याण आहे, हे दाखवून दिलं. बाकीचे तीन शिकतील, नोकऱ्या करत पुढं जातील, त्याच्या मिळकतीनं मागं शेती वाढत राहील नि शेवटी ती तुझ्याच

कारभारीपणाखाली राहील. तुला यामुळं भरपूर सुखाचं दिवस येतील–त्याला मी हे सांगितलं, तरी त्याला ते पटलं नाही. हूं हूं म्हणत गप्प बसला नि शेवटी स्वत:पुरताच विचार करून सवताच राहिला...मला मात्र ह्यांच्या कल्याणाची वेड्यासारखी ओढ. सगळ्यांना एकत्र ठेवून घरदाराला सोन्याचा उंबरा घालावा ही इच्छा.

ह्या इच्छेला खरा सुरुंग लावला तो दौलतच्या निघून जाण्यानं. आतापर्यंत आई, दादा, शिवा, हिरा ही घरातील वडीलधारी फक्त स्वत:पुरताच विचार करत होती...दादालाही असं वाटलं नाही की, "आपली बायकू सोताकडं कारभार घेतीय तर घेऊ दे. तिच्या इचारानं घरदार चालवत असंल तर चालवू दे. शेवटाला पोरंबाळं आपलीच हाईत. त्येंच्यासाठी राबलं पाहिजे. त्येंच्यासाठी मिळवून आणून घरात टाकलं पाहिजे. मग ती कशा का वाटण्या करंना. आपलीच पोरं खातील, असं त्याच्या मनात आलं नाही. त्यानंही फक्त स्वत:पुरताच विचार केला नि सवतं शिजवून खाऊ लागला. 'मी तुम्हास्नी वाढीवलं. मी तुम्हास्नी वाढीवतोय;' असं स्वत:चा अहंकार गोंजारत आई म्हणत असली तरी ते खरं असतंय. तिच्या किंवा बाकीच्यांच्या होणाऱ्या चुकांकडं, आप्पलपोटेपणाकडं एखाद्या वेळेस आपण दुर्लक्ष करतो. कारण ती सगळी अडाणीच आहेत. त्यांना दूरचे दिसत नाही. स्वत:च्या स्वार्थापुढं नातंगोतं, कुटुंब, गोतावळा त्यांना कळत नसेल; पण दौलतला का कळू नये? त्याची आता सुशिक्षित माणसांत जमा आहे. अडाणी माणसापेक्षा त्याला जास्त समजूत आलेली असली पाहिजे. कुटुंबातील प्रत्येकानं प्रत्येकाला साहाय्य करून एकमेकाला वर आणलं पाहिजे. आजवरचा त्याचा शिक्षणखर्च त्याच हेतूनं मी केला. पण शेवटी तोही हिराबाईसारखाच स्वत:पुरता विचार करून निघून गेला.

...त्याला इथली कामं करायला नको होती. मोठा भाऊ म्हणून माझा फक्त पैशासाठीच उपयोग करायचा त्यानं ठरवलेलं दिसलं. 'मी पैसे तसेच देणार नाही त्यासाठी तुला काही दिवस कष्ट करावे लागतील' असं म्हटल्यावर लगेच घराकडं जायला निघाला...त्याच्या मानअपमानाच्या कल्पना तीव्र आहेत. सोशीकपणा नाही.

...मोठा भाऊ म्हणून माझ्याविषयी त्याच्या मनात विश्वास, श्रद्धा, प्रेम असेल, असं वाटलं होतं. मी मात्र माझ्या सगळ्याच भावंडांत माझ्याविषयी तसं काही आहे, असं गृहीत धरून वागतोय ते आता सगळं चुकीचंच वाटू लागलं.

आप्पा आतापर्यंत मला पुन:पुन्हा सांगत होता. "दादा, घराकडं आल्यावर तुम्ही जे काही सगळ्यांना शहाणपण सांगत असता ते फक्त सगळीजणं खाली मुंडी घालून 'हूं हूं' म्हणून ऐकतात. सांगून तुम्ही पुढं गेल्यावर तुमची टिंगल

करतात. पैसे घेण्यापुरतं तेवढं 'हूं हूं' म्हणतात. तुमच्या मागं आपलंच पावणेपाच चालू ठेवतात.''

मी त्याच्या या सगळ्या बोलण्याकडं दुर्लक्ष करत होतो. तसेच पैसे पाठवत होतो. पण दौलत निघून गेल्यावर मात्र खात्रीच झाली की मी फक्त घरच्या सगळ्यांना पैसे देणारं एक साधन आहे, या पलीकडं माझं कुणाला काहीही सोयरसुतक नाही.

...म्हणजे त्या घरात मी तसा उपराच. मला वाटत होतं आपलं घरदार आतून-बाहेरून घडावावं. पण माझी साधी गोष्टसुद्धा कुणी विश्वासानं मानत नाही. मग मी आतून नि बाहेरून तरी घडवणार काय? जे ते आपल्या पिंडधर्माला प्रमाण मानूनच वागणार, असं दिसतंय...संस्कारांचं महत्त्व, कर्तृत्वाची महती कुणालाच कळत नाही. ...या घरादारानं माझा संपूर्ण भ्रमनिरास झालाय.

दौलत निघून गेल्यावर मन असं भरकटत होतं. एका चुकीच्या वाटेनं गेली वीस वर्षं आपण प्रवास केला की काय, असं वाटू लागलं.

आठ-दहा दिवस अशाच अवस्थेत गेले. माझ्या मी उद्योगाला थंडपणे लागलो.

दीडएक महिन्यानंतर फुलाकडनं लिहून घेतलेलं आईचं पत्र आलं. त्यात तिनं लिहिलं होतं की दौलतनं घर आणि शेत लिहून देऊन बँकेतनं पाच हजार रुपये कर्ज काढलं आणि दोन जाफराबादी म्हशी विकत घेतल्या आणि तो दुधाचा धंदा करू लागलाय.

मला आश्चर्य वाटलं आणि बरंही वाटलं...दौलत काही तरी स्वतंत्र डोकं लढवतो आहे; नुसता इतर पदवीधर तरुणांसारखा गावातनं घरातलं फुकटचं खात हिंडत नाही. त्याला जीवनात स्वतंत्रपणे काहीतरी मनापासनं करावंसं वाटतंय. घरादारावर कर्ज काढलं तरी ते परत फेडण्याचा निदान त्याच्याजवळ आत्मविश्वास आहे...त्याला मदत केली पाहिजे. किती झालं तरी तो शेवटी आपला भाऊ आहे. तो काय किंवा घरची बाकीची माणसं काय प्रत्येकजण स्वत:पुरताच विचार करतात म्हणून आपणही स्वत:पुरताच विचार करून भावंडांना मदत करायचं थांबवलं तर मग त्या सामान्य बुद्धीच्या माणसांत नि एम.ए., पीएच. डी. झालेल्या आपल्यासारख्या चांगल्या सुशिक्षित साहित्यिक प्राध्यापकात फरक काय?...इतर लोक आपलं मन मोठं करीत नाहीत; म्हणून आपण स्वत:ही आपलं मन क्षुद्र आणि संकुचित ठेवण्याचा हा प्रकार आहे. आपण सांगून पाहिलंय. आपलं काम झालं. हातात काठी घेऊन किंवा मानगूट धरून कुठल्या भावंडाला आपण आता सांगू शकत नाही. सगळी मोठी झाली आहेत. कुणी लहान राहिलं नाही. दौलतच्या आजच्या वयात मी होतो तेव्हाच महिन्याच्या महिन्याला आईला पैसे देत होतो. गावात माझ्या

मजुरीचे महिनाभराचे पैसे होतील, तेवढे पैसे आईच्या हातात ठेवत होतो. आईची भावना व्हावी की जणू माझा ल्योक गावात कामालाच हाय. या वयात माणसाला कळत नाही, असं मुळीच नाही. खूप कळतं. असं असेल तर मग दौलतला जे कळत असेल त्याप्रमाणंच तो वागणार. त्याच्या अनुभवानं तो शहाणा होत जाईल. ठेच लागली की फक्त आपण तिथं उभं राहायचं. कोणत्याच कारणांनी लागली आहे हे सांगायचं नि तेवढ्यापुरतं फडकं बांधायचं. लंगडत का होईना चालायचं काम त्याचं त्यालाच करायला लावायचं. उचलून खांद्यावर घ्यायचं नाही. ज्यांनी त्यांनी आता आपआपली जबाबदारी उचलावी. स्वभाव कसे का असेनात; त्यांच्यावर औषध नाही हे खरंच असावं.

कॉलेजमध्ये अनेक कटकटी सुरू असल्यामुळं मी दिवाळीत पुण्यातच राहायचं ठरवलं. घराकडं दिवाळीसाठी पैसे पाठवून दिले आणि निर्माण झालेल्या कटकटींवर लक्ष ठेवून राहिलो. मात्र दिवाळी झाल्यानंतर दहा-बारा दिवसांनी कागलला गेलो.

दुसऱ्या दिवशी दौलत नाहीसा बघून आईनं दौलतविषयी तक्रार करायला सुरुवात केली. "एका कामाला हात लावत न्हाई. नुसती बाऽची वळ उचललीया. फौजदारासारखा आरडावरडा करून आम्हांस्नी कामं सांगतोय. लई म्हंजे लई तापट. एक शबूद कुणाचा चालू देत न्हाई. ह्येच्या म्हशी दोन-दोन बुट्ट्या एका वक्ताला श्याण हगत्यात. त्यो कुठला तरी चंदीभरडा त्या म्हसरांस्नी चारतोय. त्येंचं शाण नुसतं घणतंय. आम्हांला त्यात हात घालवत न्हाई. तरीबी मी नि हिरी ती शेणं भरून टाकतावं. माणसांस्नी आंघोळी घालाव्यात तशी म्हसरं रोज धुतावं...दूध तेवढं डेअरीला घालायला आपूण ऐटीत जातोय बघ. सगळा पैसा त्येच्या हातात. एक पै सुदीक घरात न्हाई... आम्हां दोघींची ह्येच्या म्हसरांसाठी सगळी राबणूक फुकट. ह्यो घरातलं आयतं अन्न खाऊन नुसता हिंडतोय. ह्येच्या अन्नासाठी कुठला पैसा आणू? त्येला घरात थोडं तरी पैसं द्यायला सांग. शेतातली गाडीभर कामं नि ह्येच्या म्हसरांची रोजची कामं दोन्ही मला झेपत न्हाईत. तू त्येची त्येला निदान म्हसरांची कामं तरी करायला सांग."

"मी त्येला आता कायबी सांगू शकत न्हाई, आई. माझं कुणी पैल्यापासनं सांगितलेलं ऐकलं असतं तर मी आताबी सांगितलं असतं. तुझा लाडका ल्योक हाय त्यो. लहानपणापासनं मायेच्या पदराखाली वाढवलाईस. तूच सांग की आता त्येला समजून सुधरून. ऐकलं तर तुझंच ऐकणार त्यो, न्हाईतर निस्तार की तुझ्या लाडक्या लेकाचं." तिच्या बोलण्याकडं दुर्लक्ष करून मी बोललो.

"त्या कर्जाचं काय करायचंय?" तिनं माझं मत ओळखून विषय पालटला.

“आजपतोर एक पै आम्ही कुणाची घरावर का रानावर काढली नव्हती. आता त्येनं एवढं पाच हजार काढल्यात; ते फेडायचं कुणी?”

“त्येचा त्यो फेडंल. त्येला काळजी असणारच की. म्हणून तर त्यो सोता दूध घालायला जातोय नि पैसा आपल्याजवळ ठेवतोय. म्हसरांसाठी खर्च किती नि जमा किती, ह्येचा हिशोब तुझ्यापेक्षा त्येला चांगला येतोय. त्येचं बी. कॉम. चं शिक्षण झालंय, आई.”

“आणि हे न्हाईच फिटलं नि घरादारावर जप्त्या आल्या तर? का हे घरबी भाऊबंदागत देशोधडीला लागू दे? गोसावी होऊन मुलूख फिरण्याची पाळी येईल.”

“तसं झालं तर बघू फुडच्या फुडं. तू काय घरादाराची काळजी करू नको.” मी तिला धीर दिला.

खेड्यातला सावकारी हिसका तिला माहीत होता. कायदे आले तरी साठ टक्के दरानं कर्ज देणारे सावकार अजूनही गावात धंदा करत होते. कर्जासाठी घरं-रानं लिहून घेत होते. एकदा गरीब माणसं कर्जाच्या खोल चिखलात गेली की पुन्हा कधीच वर येत नसत. नुसतं व्याजही त्यांना वर्षाच्या वर्षाला फिटत नसे. त्या व्याजात मग सुगीच्या काळात घरादारातील माणसं, पोरं, बायका ताणून नेऊन शेतावर कामाला जुंपली जात होती नि दीस बुडताना तशीच घराकडं हकलून दिली जात होती. घरादाराच्या बोकांडी महापुरासारखं व्याज वाढत जाणारं कर्ज पुन्हा असायचं ते असेच. शेवटाला पाचसहा वर्षांनी घरादाराचं खरेदीखत होऊन माणसं हकलून दिली जात. असे आमचे तीनचार भाऊबंद आजवर वाटेला लागले होते. अधनंमधनं मोकळ्या हवेला गप्पा मारताना त्यांचा विषय सारखा येत असे. आईसमोर त्यांची काळी चित्रं तरळत असत. म्हणून तिला वाटे; ‘घरादारावर एवढं कर्ज नको.’ आजवर आम्ही ते पाळलं होतं. दौलतच्या दुधाच्या उद्योगासाठी प्रथमच ते काढलं गेलं होतं.

दौलतला मी त्याच्या धंद्याचा तपशीलवार अहवाल विचारला. सर्व खर्च-अर्च, व्याज जाऊन त्याला फारच थोडं हातात पडत होतं...घरच्यांचे म्हशीच्या देखरेखीसाठी जे श्रम होत होते त्याची किंमत त्यात धरलीच नव्हती.

“तुला ह्यात मग काहीच मिळत न्हाई.”

“तूर्त मिळत न्हाई. हळूहळू मिळंल असं वाटतंय. माझ्या बाजूनं मी भरपूर धडपड करतोय.”

“हळूहळू कसं काय मिळणार? म्हशी दूध तेवढंच देणार. त्या वाढवायच्या तर पुन्हा कर्ज काढावं लागणार. ते काढलं तर पुन्हा व्याज भरावं लागणार.”

“मग काय करू?”

"काय करायचं ते तुझं तू ठरव...आहे या परिस्थितीत तू काही तरी जोडधंदा करावास असं मला वाटतंय. नुसतं दूध घालून हिकडं तिकडं हिंडण्यात दिवस घालवण्यापेक्षा काहीतरी किरकोळ उद्योग बघ. एवढ्या उद्योगात तुझं तुलाही पोट भरता येणार नाही, असं दिसतंय."

"बघतोय काय तरी."

दौलत पुण्यात राहिला असता तर त्याचे महिना शंभर रुपयं सरळ शिल्लक राहणार होते. एवढेही इथं घरदार राबून शिलकीला पडत नव्हते...पण मी त्याला त्या संदर्भात काही बोललो नाही...कदाचित त्याला वाटेल की मी त्याला पुन्हा पुण्याला नेण्याचा हिशोब मनात धरून बोलतोय. मला ते आता नको होतं. दौलतनं आपल्या पायावर उभं राहण्याला सुरुवात केली आहे तर त्यानं ती प्रयत्नपूर्वक यशस्वी करावी, अशी माझी इच्छा होती.

शिवानं नवी मागणी सुरू केली होती. "पावसाळ्यात मला कुठं कामं मिळत न्हाईत. माझ्या पोटाचं लई हाल हुत्यात. माझ्या वाटणीची शेतातली एक पट्टी मला द्या."

"तुला शेताबितात आताच वाटणी मिळणार न्हाई. अजून आप्पा-दौला, फुला ह्येंची लगनं व्हायची हाईत; ती झाली; जे ते सोता मिळवून खाऊ लागलं की मग शेतात वाटणी मिळंल."

"मग खाऊ काय?"

"राबून खायाचं. इर्शेनं सवता ऱ्हायलाईस; तसं आपलं आपूण मिळवून खायाचं."

शिवाचा संसार बघून मला त्याची कणव येत होती; पण ती दाखवणं सोयीचं नव्हतं. मला अजून घरचे प्रश्न सोडवायचे होते. शिवाला वाटणी करून दिली तर तो लगेच त्यावर कर्ज काढून किंवा विकून पोटाला खाऊन मोकळा होईल, अशी साधार भीती वाटत होती...घरात जोपर्यंत काही आहे तोपर्यंत राबून नवं काही आणायचं शिवाच्या स्वभावात नव्हतं. जे आहे ते चाटूनपुसून चैनीत बसून खायाचं नि ते संपलं की, अगदीच नाइलाज झाला की, मग कामाला जायचं; ही त्याची रीत होती. त्यामुळं त्याच्या नावावर कोणतीही वस्तू ठेवायची नाही; असं मी ठरवलं होतं. त्याला दुसरंही एक कारण होतो; की शिवाला आता मुलं होत होती. आपल्या मुलांचं शिक्षण, दवापाणी, आरोग्य, इतर निगा तो नीटपणे करील असंही वाटत नव्हतं. एकदा जर का त्याला वाटणी दिली आणि त्यानं ते सगळं मोडून पोटाला खाल्लं तर त्याची मुलंबाळं भीक मागत हिंडतील, शेवटी त्यांच्या आयुष्याचं मलाच बघावं लागणार, ही मला काळजी होती. त्याच्या मुलांबाळांना निजाय-बसायला गावात घर नि

कोरचतकोर खायाला रानात शेत असावं; असं वाटत होतं. हा विचार मी घरात कुणालाही सांगू शकत नव्हतो.

चार-पाच दिवस कागलात राहून सगळ्यांना भेटून मी पुण्याला परतलो.

नोव्हेंबरच्या शेवटच्या आठवड्यात दौलतचं पत्र आलं की मी 'बँक ऑफ महाराष्ट्र'मध्ये भरावयाच्या जागांसाठी अर्ज करतोय. तुम्ही मदत करा. त्यानं पुढं असं लिहिलं होतं; ''नोकरीसाठी धडपडण्याचं कारण म्हणजे नोकरीमध्ये कोणत्याही प्रकारचा धोका नाही. प्रत्येक महिन्याला ठराविक उत्पन्न मिळेल, याची खात्री असते. तसं धंद्यामध्ये नाही. माझ्या सध्याच्या धंद्यापेक्षा नोकरी कधीही बरी, असं मला वाटतं आहे.''

सगळं काही माझ्या लक्षात आलं. मी जमेल तिथं त्याच्या नोकरीसाठी प्रयत्न करायचं ठरवलं.

तो अनेक ठिकाणी धडपडू लागला. महाराष्ट्र राज्य विद्युत मंडळात काही जागा भरावयाच्या होत्या. तिथं त्यानं अर्ज केला. ती सरकारी नोकरी होती. तिच्यासाठी तो प्रयत्न करू लागला. त्याची निवड व्हावी म्हणून मीही प्रयत्न करू लागलो. इतरत्रही स्वतंत्रपणे त्याला नोकरी मिळावी म्हणून मी चाचपणी सुरू केली.

त्याच्या सुदैवानं त्याची महाराष्ट्र राज्य विद्युत-मंडळावर उमेदवारीसाठी मार्च सत्त्याहत्तरमध्ये निवड झाली. महिना एकशेतीस रुपयांवर तो इचलकरंजीला रुजू झाला.

एका फार मोठ्या जबाबदारीतून बाहेर पडल्याचा मला आनंद झाला. आज ना उद्या तो शासनाच्या नियमित नोकरीत रुजू होईल याची खात्री वाटत होती.

●

चौतीस

दौलतला नोकरी लागल्याचा आनंद साजरा करण्याची घरादाराची मन:स्थिती नव्हती. त्याला नोकरी लागायच्या महिनाभर अगोदरपासनं घर एका मोठ्या दु:खातनं चाललं होतं.

एकोणीस फेब्रुवारी सत्त्याहत्तरच्या दिवशी हिरानं अचानक आत्महत्या केली... दुसऱ्या दिवशी सकाळी मला हे कळलं. बंगल्याभोवतालच्या मोकळ्या जागेत मनासारखा भाजीपाला केला होता. मळा गेल्यापासनं बाराएक वर्षं पिकापासूनचा संबंध तुटलेला. वाळल्या शेतातली सुगी जानेवारीत घरी यायची. त्यामुळं उन्हाळ्याच्या सुटीत शेतात काही नसायचं. दिवाळीच्या सुटीत पिकं सुगीच्या तोंडाला आल्यामुळं त्यांच्यात खुरपण, भांगलण करण्यासारखं काही उरायचं नाही. त्यामुळं शेताच्या मातीत हात घालायला, तिच्यातल्या बाळपिकांची निगानिगरण करायला, त्यांना पाणी द्यायला कधी संधी मिळाली नव्हती. ती संधी आता मिळत होती. मेथी, राजगिरा, कोथंबीर यांचे वाफे तयार करून सुटीच्या दिवशी त्यात रमत होतो. त्या रविवारी असाच सकाळी उठून वाफ्यातलं तण काढत होतो.

शेजारच्या नवरेवहिनींनी हाक मारली; "यादवकाका, तुमचा ट्रंककॉल आहे कोल्हापुराहून."

कोल्हापूरच्या पाहुण्यांनी तो केला होता आणि ती बातमी मला सांगितली.

लगेच मी, स्वाती-कीर्ती, स्मिता असे कोल्हापूरची गाडी पकडून कागलला निघालो.

प्रवासात मनावर ताण येत नव्हता. डोळ्यांतून पाणीही येत नव्हतं. 'बरोबर पत्नी आहे, मुली आहेत, भोवताली पन्नास घरचे प्रवासी बसले आहेत,

त्यांच्या देखत रडायचं कसं? लोक आपल्याला हसतील. कदाचित स्मिताही हासेल. मुली टकमक माझ्याकडं बघून गलबलून जातील. मी रडताना बघून त्या घाबरतीलही. पत्नीसमोर, मुलींसमोर पतीन, बापानं रडणं बरोबर नाही. अश्रू आवरले पाहिजेत. आपण आता प्रौढ झालोय. त्याला शोभेल असं वागलं पाहिजे...प्रौढ झालोय का हिराबद्दल आपणाला प्रेमच वाटत नाही?'

गेले पाच-सात महिने माझा तिच्यावर राग होता. परवाच्या दिवाळीत खर्चासाठी पैसे पाठवले होते. त्यात बाकीच्या तिन्ही बहिणींना आणि शिवाच्या बायकोला, फुलाबाईला लुगडंचोळी घेण्याविषयी सांगितलं होतं. 'हिराला काही घेऊ नका' असंही लिहिलं होतं. गेल्या जुलैत ती माझी विनंती न मानता, घरातील विचित्र अडचण समजून न घेता, स्मिताच्या आजाराचा विचार न करता निघून गेली होती. तिला मदतीला मी पुन:पुन्हा कधीच बोलावत नव्हतो. गेल्या दहा-बारा वर्षांत तिला फक्त दुसऱ्यांदा बोलावलं होतं. तरीही मदतीची भावना न ठेवता ती फक्त दहा-बारा दिवस राहून तडक निघून गेली. जाता जाता खूप झोंबणारं बोलली. मला वाटलं होतं, माझा राग तिला कळलाच पाहिजे.

नंतर नोव्हेंबरात शेवटी शेवटी कागलला गेलो होतो. गेल्या गेल्या सगळ्यांना खुलवण्याचा प्रयत्न करायची मला एक नकळत सवय जडलेली. 'काय हिरा, काय म्हणती तुझी 'हरणी' म्हस?– काय फुलाबाई, अधनंमधनं तरी तुझी शाळा तुझी आठवण काढती का न्हाई? जाईत जा तिला अधनंमधनं भेटायला.' असं प्रत्येकाला काही ना काही बोलत होतो. प्रत्येकाची चौकशी करत होतो. कुणाची काही तक्रार, कुणाचं काही मागणं असलं तर ऐकून घेत होतो ते निवारण्याचा प्रयत्न करत होतो.

त्यावेळी सगळ्यांची चौकशी केली पण हिराची चौकशी केलीच नाही. तीही माझ्याशी बोलली नाही. कारण दिवाळी नुकतीच होऊन गेली होती. माझा राग ताजा होता याची तिला जाणीव होती. मी कागलला गेल्यावर प्रथम पाय धुवायला पाणी तीच आणून देई. चहा करूनही तीच देई. त्यावेळी तिनं ते केलं नाही. ती समोरही आली नाही. जणू घरात नेहमीचंच रहाटगाडगं सुरू आहे, अशा समजुतीनं ती आपल्या कामात गर्क राहिली. पूर्ण मुक्कामात काही बोललीच नाही.

नंतर तिची माझी भेट नाही...मुक्यानंच ती निघून गेली.

आमच्या घराला ती कंटाळली होती. घरात तिला सारखं काम करावं लागत होतं. घरात एकदोन म्हसरं, दोनतीन शेरडं यांची उस्तवारी तिला करावी लागायची. त्यांच्या शेणाघाणीच्या उचलत नसलेल्या पाट्या तिला उचलाव्या लागायच्या नि उकीरड्यापाशी नेऊन टाकाव्या लागायच्या. भरपावसात माळाला

म्हसरं चारायला न्यावी लागायची. दीसभर पोतं पांघरून पावसात उभं राहून ढोरं चारावी लागायची. पावसाळा संपला की माळाला म्हसरं नेणं बंद व्हायचं. कारण हिरवाट वाळून गेलेलं असायचं. मग तिला कुणाच्या तरी उसाचा पाला काढून, किंवा शेतातलं शिपाटलपाट खुरप्यानं, विळ्यानं काढून म्हसरांसाठी भारा बांधून आणावं लागायचं. तिची चाल अतिशय धिम्मी. कासवासारखी सावकाश चालायची. डोक्यावर ओझं असेल तर माणसानं भरभर चालून घर गाठावं नि ओझ्यातनं मानगूट मोकळ करून घ्यावं; अशी रीत असते. हिराला ते कधीच जमलं नाही. अंगात रक्त नसल्यामुळं, ॲनिमिक कंडिशन नेहमी असल्यामुळं चालताना तिला दम लागायचा. तो ओझ्यामुळं अधिक लागायचा नि ती जास्तच सावकाश चालायची. त्यामुळं ओझं मानेत रुतायचं. मान अवघडून जायाची. तरीही तिला ओझी आणावीच लागायची...घरात आल्यावर पुन्हा शेणंघाणं, पाण्याच्या बारड्या उचलून म्हसरांना पाणी दावणं, आई दिसभराच्या कामानं दमली असेल तर मग तिला रातच्या भाकरी थापटाव्या लागायच्या. आनसाचं लग्न झाल्यापासनं रोज रातच्या भाकरी थापटणं तिच्याकडं आलं होतं. भांडी घासणं, सकाळी लौकर उठून आप्पाचा डबा तयार करणं ती करत होती. तशात आता दौलतच्या जादा दोन म्हशी गोठ्यात आल्यानं तिची बेजमीच झाली होती. दौलत कामाला हात लावत नव्हता...त्याला शिव्याशाप देत ती म्हसरांची गाडाभर कामं ओढत होती. या कामांनी तिचा जीव आंबून जाई. तरीही ती कामं केल्याशिवाय तिला भाकरी मिळत नसे.

जेवताना तिला घास गिळता येत नसे. तिच्या घशात काहीतरी दोष होता. घशातून न जाणारं प्रचंड काहीतरी गिळत असल्यागत प्रत्येक घासाला तिचा चेहरा, डोळे, घशाच्या शिरा ताठ होत.

"हिरे, घास गिळताना नरडं दुखतंय व्हय गं?"

"न्हाई." ती पड्या आवाजात म्हणे.

"मग घास गिळताना तुझा चेहरा असा का हुतोय?"

"होऊ दे माझा चेरा. मी घास गिळथाना तिकडं कशाला तुम्ही बघत बसता?"

तिला ते अपमानास्पद वाटायचं. बाकीची भावंडंही तिच्या घास गिळण्याची नक्कल करून तिची टिंगल करत असत...अखेरपर्यंत तिच्या घशाची डॉक्टरी तपासणी करायचं राहून गेलं.

घरात म्हसरं, शेरडं जन्मभर पोरींनी सांभाळली तरी त्यांना दूध-दुभतं टाकभरही मिळत नसे. बहुतेक सगळं दूध रतिबाला जाई. उरलेलं फक्त पोरींना मिळे. पोरींना भातही कमीच. हिराच्या नशिबी फक्त आमटी-भाकरीच.

तिच्या जिभेला तिखट लागू देत नसे. नेहमी तोंड आलेलं. सगळे भाऊ आणि आई सुद्धा तिला बोलत. प्रसंगी मारत, शिव्या देत. तिच्या रडण्याकडं, तक्रारीकडं ते हासून दुर्लक्षून पाहात. दरिद्री घरात कुणालाच कुणाकडं पाहणं परवडत नाही. एकमेकाला जाणून घेण्याइतकं मन स्वस्थ असत नाही. जो तो आपआपली कामं ओढत असतो नि घाईत असतो. एखादा चुकार तट्टू पुरुष असतो. बायकांना दम देत आपली कामं त्यांच्यावर लादत असतो. बायका पायाला पळाव बांधलेल्या ओझ्याच्या गाढवागत ती कामं गुमान ओढतात. कारण त्यांना बाहेर उघड्या जगात कुठंच पळून जाता येत नाही. शारीरिक प्रतिकारही करता येत नाही. केला तर जनावराला बडवून काढावं तसा हाग्यामार मिळतो. हिराचं तसंच काहीसं झालेलं. आमच्या सनातन संस्कृतीनं तिला ओझ्याचं गाढव केलं होतं.

घरच्या लहानापासून थोरापर्यंत सर्वांनी हिराला जवळजवळ खुळचटात काढली होती. खरं तर ती सोशीक होती. तिच्या बोलण्याला सगळी हासत. म्हणून ती कमी बोलत होती. ती कमी बोले ह्याचा अर्थ सगळेजण, 'तिला काही कळत नाही', असा करून घेत. त्यात तिची हेळसांड नि हाल होत.

ती सुजरीफुगरी असल्यामुळं मोठेपणी तिचं कोणत्याच प्रसंगी कौतुक झालं नाही. तिच्या अंगावर कधी अलंकार दिसला नाही की ती कधी नटलेली दिसली नाही. ती कधी जोडवी-मासोळ्या घातलेली, कधी घोट्यापर्यंत नऊवारी नेसलेली, कधी नाकात नथ घातलेली, कधी कोणालाच दिसली नाही...आईनं तिला कधी 'नट' म्हटलंच नाही. तिनं सतत घरासाठी, भावांसाठी कष्टत राहावं, असंच आजपर्यंत झालं.

तिच्या आजाराकडं, दुखल्याखुपल्याकडं दुर्लक्ष होई. तिला खूपच दम लागू लागला. ती घुसमटल्यागत होऊ लागली, अंगावर खूपच सूज आली, तोंडावरच्या सुजीनं तिचे डोळे अगदी सुजल्यागत झाले, की मग आई काहीतरी करी. सरकारी दवाखान्यातल्या डॉक्टरला दाखवी. सणाची पक्वान्नं आणावीत तशा टॉनिकच्या बाटल्या, गोळ्या आणून देई. त्याही ती नीटपणे पोटात घेत नसे.

अडाणीपणातून तिच्यात काही खोडी निर्माण झालेल्या होत्या. सहसा ती तीन-चार दिवसांपेक्षा जास्त दिवस औषध घेत नसे. आणलेल्या गोळ्या तशाच पडून राहत. टॉनिकची बाटली कुठं तरी खोपड्यात धूळ खात पडे.

आई घेण्याचा आग्रह करी.

हिरा म्हणे, "नगं बाई, मला औशीद...त्येला चव का ढव. मला ते पिववत न्हाई. गोळ्या खाल्ल्या की घाण घाण ढेकार येत्यात...पोटाला चांगलं

खाल्लं की सगळं बरं वाटतंय बघ.'' असा तिचा विचार.

ती तपकीर खूप ओढीत असे. नाक भरून जाई. कित्येकवेळा पावसात खूप भिजल्यानं, चिखलात खूप उभं राहून काम केल्यामुळं सर्दी होई. नाक इतकं गच्च होऊन जाई की तिला नाकानं श्वासही घेता येत नसे. ती गेंगाणं बोलू लागे. तोंडातून अनुनासिकं उच्चारी. मग नाक मोकळं होण्यासाठी खूप तपकीर ओढे. तिला चहा प्रत्येक वेळी भरपूर लागे. त्यावरनं तिला बाकीचे खूप बोलत.

आई तिच्याशी भांडे. ''रांडं तुझ्या च्याऽला रोज एवढा गूळ नि एवढी पावडर कुठली आणू?''

गुळाच्या चहामुळं तिचं तोंड येई. जिभेला तिखट लागू देत नसे. मग ती आमटी-भाकरी खाऊ शकत नसे. तशीच अर्धीपाऊण भाकरी खाऊन कामाला लागे.

मला वाटत होतं की हिरानं आमच्याकडं राहावं. आम्ही दोघंही नोकरीत असल्यामुळं घरच्या कुणातरी मोठ्या माणसाची गरज कायम असे. मोलकरीण होतीच. हिरानं स्वयंपाकपाणी करावं, घर सांभाळावं नि राहावं. ती आमच्याकडं आली तर तिची तब्येत सुधारेल. डॉक्टरांना दाखवून तिला वेळच्या वेळी औषधपाणी करता येईल.

आईला हे मानवत नव्हतं. तिच्या हाताबुडी हिरा लागत असे. सगळ्या बहिणींत ती थोरली; म्हणून आईला सुखदु:खं सांगायला ती जवळची वाटे...शिवाय माझ्याकडं पहिल्यांदा हिरा आली नि लगेच गंभीरपणे आजारी पडली. मरणाच्या दाढेतनं तिला यावेळी बाहेर काढली होती. म्हणून आई मला म्हणे, ''नगं बाबा, तुझ्याकडं माझी लेक. रोगाट सोगाट हाय. कुठं तरी आजारी पडून जिवाला मुकंल. माझ्याजवळच हाय ते बरं हाय.''

आईपुढं कुणाचीच मात्रा चालत नसे.

सोडपत्र दिल्यावर प्रापंचिक जीवन संपल्याची तिची खात्री झाली होती. तिचं दुसरं लग्न करून देणंही शक्य नव्हतं. तिला मूल होणार नव्हतं. क्वचित सात-आठ महिन्यांनी पाळी होई. मूल झालं तर तिला दगाफटका होण्याची भीती होती. ...उगीच दुसऱ्याचा संसार उधळू नये म्हणून किंवा दुसऱ्या नवऱ्यानं तिला 'मूल होत न्हाई' म्हणून टाकून दिली तर काय घ्या; म्हणून आम्ही कुणी तिचं दुसरं लग्न केलं नाही.

हिराबाईला काही काळ असं वाटत होतं; की आपलं दुसरं लग्न आज ना उद्या करतील; पण ते कुणीच करत नाही; अशी तिची खात्री झाल्यावर मग तिनं 'पती' म्हणून आपली निष्ठा शंकर बोंद्रेवरच मनानं ठेवली. दुसऱ्या लग्नाचा त्याचा संसार तिकडं फळाला आलेला बघून ती इकडं फुलून येई. शंकरच्या

गोष्टी निघाल्या की जणू आपल्याच घरच्या गोष्टी निघाल्यागत वाटून ती त्यात आत्मीयतेनं भाग घेई. शंकरला झालेलं मूल आपलाच मुलगा माने. पुष्कळ वेळा आप्पा मनात थट्टा करण्याचा सुप्त हेतू ठेवून हिरासमोर मुद्दाम शंकरच्या गोष्टी काढी. हिराला मनसोक्त खुलवी. सारेजण मग खुसूखुसू हासत. तिची टिंगल करत.

तिनं ज्या दिवशी आत्महत्या केली बरोबर त्याच दिवशी शंकरचा मृत्यू तीन वर्षांपूर्वी झाला होता. मनोमन शंकरबरोबर संसार करणारी हिरा या काळात विधवा म्हणून वावरत होती. ती कुंकू लावेनाशी झाली होती. आईनं तिकडं दुर्लक्ष केलं. तिच्या आयुष्यात या विधवापणानं, कुंकू न लावल्यानं काहीच फरक पडणार नव्हता. तिची कष्टं सुरूच होती.

रातचं आईनं नि हिरानं आंथरुणाला पाठ लावली की त्या दोघी काहीबाही 'जन्माचं बोलणं' बोलत. पासष्टीच्या घरात असलेली आई आता खूपच थकली होती. तिलाही चालताना दम लागत होता. ओझं डोक्यावर घेतलं की हातपाय थरथरायचे. तरी आपणाला अजून कष्ट ओढावेच लागताहेत या भावनेनं आई एकदम निराश होऊन बोले; "ह्यो जलम मला आता नको नको वाटतोय बघ, हिरे. देवा भगवानानं माझं डोळं असंच निजंतल्या निजंत मिटवावंत, माझ्या जल्माला आता काऽयबी इरं ऱ्हायलं ऱ्हाई."

"बरी बोलतीस की. मी का तुला मरू देईन? तू अशी फुडं गेल्यावर मागं मला कोण? मला काय ठेवलईस तू मागं? मला का पॉर-बाळ, मला का घरदार, मला का ऱ्हवरा; कोण हाय गं मला?- तुला जायचंच असंल तर तुझ्या आधी मला घालीव. मी तरी किती दीस राबायचं नि कुणासाठी राबायचं?...तुझ्या लेकांसाठीच मला तू राबराब राबीवतीस; तरीबी योक भाऊ मला सरळ बोलवत ऱ्हाई. लगनं झाली की आपआपल्या बायका घेऊन येगळं निघत्यात. ह्या आप्पूच्या लगनाचीबी तू आता घाई कराय लागलीस. उद्या नोकरी लागल्यावर दौलूबी बायकू मागाय लागणारच. मग तुझ्यामागं मला कोण? कुठं जाऊ मी?... तवा तुझ्या आदूगर मला माती दे नि मगच फुडं जा. तुला तुझं चौघं ल्याक तरी ऱ्हेतील. मला कोण ऱ्हेणार? मी अशीच कुठं तरी खोपड्यात मेलेल्या पालीगत मुंग्या लागूस्तवर पडून ऱ्हाणार." आईजवळ ती अशा वेळी भडाभडा बोलत असे.

नवऱ्याच्या मळ्याच्या तारखा कोर्टात सुरू झाल्यावर हिराच्या मनात एक स्वप्न फुललं होतं...ऱ्हवऱ्यानं आपल्या नावानं एक खोली केलीय, कोर्टातनं अर्ध रान मिळाल्यावर आपूण त्या खोलीत ऱ्हायाचं. एक म्हस घ्यायची. तिचं दूध काढून इकायचं. रानात जाऊन माणसं घेऊन कष्ट करायची. मग हक्काचं रान, हक्काचं घर नि हक्काची भाकरी आपल्याला मिळंल...मग ती खाईत सुखानं

न्हवऱ्याच्या नावानं संसार करायचा.

पण तेही केविलवाणं शेवटचं स्वप्न जळून राख झालं. नुकताच शंकरच्या मळ्याचा निकाल जमीन-मालकाच्या बाजूनं लागला होता आणि त्याचा तोही संसार खडकावर पडून फुटला होता...सरकारनं काहीही संरक्षण दिलं नाही. नवे कायदे गरिबांना माणसातनं उठवत होते.

तिला आता चाळीसभर वर्षं झाली होती.

एकोणीस फेब्रुवारीला दुपारी बाराच्या सुमाराला शेताच्या ओढ्याकाठी म्हसरं चारून ती परत आली.

आल्या आल्या आई तिला म्हणाली, "रांडं, आलीस का एवढ्या लौकर? आणखी तासभर चारली असतीस तर का जीव गेला असता तुझा...जा परत ती म्हसरं घेऊन."

असं म्हणून आईनं तिचं मानगूट धरलं नि शेताच्या वाटेवर तिला ढकललं.

हिरा कोलमडून पडली. तिला खूप भुका लागल्या होत्या. म्हसरांनी तिला खूप दमवलं होतं...त्यानं ती चिडून संतापून गेली होती. त्या सणकेत आईला वाट्टेल तशा शिव्या देत ती आईच्या अंगावर म्हसरांची काठी घेऊन धावून गेली.

आईनं तिची काठी हिसकावून घेऊन तिला खूप लाथलली...सकाळी म्हसरांनी दूध बरंच कमी दिलं होतं. रतिबाला त्यामुळं कमी घालावं लागलं. तेवढे पैसे कमी झाले. आईनं याला जबाबदार हिरालाच धरलं. ती म्हसरांची निगा नीटपणे करत नाही, असा तिच्यावर सकाळी आरोप केला होता...आई असं नेहमीच बडबडते म्हणून हिरानं कानाडोळा केला होता.

दुपारी पुन्हा हिरा म्हसरं घेऊन लौकर परत आली, असं आईला वाटलं. त्या सणकेत हिरावर तिनं हात टाकला.

"अशी कामं करू लागलासा तर कुठलं घालू तरी तुम्हास्नी?" म्हनून तिनं हिराला भरपूर मार दिला.

"सगळं तुझ्या लेकांस्नी घाल. मी मरतो अशीच. त्या म्हसरामागं किती पळू मी? दीस डोईवर फुटला तरी माझ्या पोटात अजून तुकडा न्हाई...मरू देत तुझी ती म्हसरं नि तुझा संसार..." म्हणून तशीच परड्यात बसून राहिली.

उन्हात तंगलेली म्हसरं गोठ्याच्या सावलीत जाऊन शांतपणे उभी राहिली होती.

तास झाला तरी हिरा परड्यातल्या कडक ऊन्हात तशीच दगडागत बसलेली. जणू तिला कुणीतरी उन्हात बसायची शिक्षा ठोठावलेली. आईनं ते

स्वयंपाकघराच्या दारातनं बघितलं. तिलाच पान्हा फुटला. ती फुलाला म्हणाली, "त्या रांडंला आण हिकडं फरफटत नि गिळायला घाल." आई मग आपल्या कामाला गेली नि फुलाबाईनं हाताला धरून ओढून आणून जेवायला बसवलं.

दोघी मिळून जेवता जेवता फुलाला हिरानं सांगितलं.–

ओढ्याचं दड्डी गवत म्हसरांनी दातलून दातलून संपल्यात जमा झालं होतं. किती जरी दातलण्याचा प्रयत्न ढोरांनी केला तरी तोंडात काही येत नव्हतं. त्याला कंटाळून ती सारखी पुढं पुढं जात होती किंवा घरच्या दिशेनं जाऊ बघत होती. उन्हं तापतील तशा त्यांच्या काळ्या पाठी तव्यागत तापू लागल्या नि ती घरच्या दिशेनं उधळली. हिरा त्यांच्या मागोमाग आली.

जेवणं झाल्यावर दीडच्या सुमाराला हिरा बाहेर कुठंतरी जाऊन आली. परड्यात पुन्हा वळचणीला जाऊन घटकाभर बसली. मग स्वयंपाकघराच्या खोलीत दारा तोंडाला तोंडावर पांघरूण घेऊन मुस्कट मारून झोपली.

तासभर मध्ये गेला. सोप्यात दौलत झोपला होता. त्याला जाग आली. त्याच्या लक्षात आलं की कधी न घोरणारी आक्का विचित्र घोरती आहे; म्हणून त्यानं तिला उठवण्याचा प्रयत्न केला.

'ओऽऽ' करून ती एकदम मोठ्यानं ओरडली. त्यानं तोंडावरचं पांघरूण ओढून काढलं. तिच्या तोंडातून बाहेर फेस येत होता. उठवून बसवल्यावर तिला दोन जोरकस उलट्या झाल्या.

दौलतच्या लक्षात आलं की हे काही तरी वेगळं दिसतंय. म्हणून तो एस. टी. स्टँडवर धावत गेला आणि त्यानं भाड्याची टॅक्सी आणली. हिराला टॅक्सीत घालून सरकारी दवाखान्यात नेली.

तिथं तिनं ढेकणाचं विषारी औषध पोटात घेतल्याचं सांगण्यात आलं. डॉक्टरनी तिला एक इंजक्शन दिलं नि तसंच कोल्हापूरच्या हॉस्पिटलमध्ये नेण्यास सांगितलं.

तिला कोल्हापुरास नेली.

अर्धा तास प्रयत्न झाले पण शेवटी ती गेली.

तिचं पोस्टमार्टेम केलं. दौलतचा नि आईचा जाब लिहून घेतला. तेवढ्या परिस्थितीतही पोलीसांनी पन्नास रुपये दौलतकडं मागितले. 'नाही दिलं तर लफडं होईल; तुम्ही बहिणीला डायझोन पाजलं नाही कशावरून, असं विचारलं तर?' असं म्हणू लागले.

आई पोलिसांच्या हातापाया पडू लागली. "बाबानू, आम्ही गरीब रोजगारी माणसं. आमच्या अंगावरची धडुती तरी बघा. ईख खायाला आम्हांस्नी पैसा न्हाई. मग तुम्हास्नी आणि कुठलं देऊ? माझी लेक ही असं करून बसली."

आई रडू लागली.

एका पोलीसानं तिला दम देऊन गप्प केलं. "तीस रुपयं तरी द्याच. न्हाई तर गाडी सोडत न्हाई." म्हणाला.

शेवटी दौलत कोल्हापूरचे पाहुणे शामराव पाटील यांच्याकडं सायकल भाड्यानं घेऊन गेला नि त्यांच्याकडनं उसने आणून पोलिसांना तीस रुपये दिले. तेव्हा कुठं प्रेत हलवण्यास परवानगी दिली.

हिराच्या मृत्यूच्या दुसऱ्या दिवशी आम्ही कागलात जाऊन पोचलो.

मी घरात शिरताना आक्रोश-आकान्त वाढला. मला भडभडून आलं. पण मीच रडू लागलो तर बाकीच्या लहान भावंडांचं काय? त्यांना कोण धीर देणार? म्हणून मी सगळं आतल्या आत दाबत होतो.

पण लक्ष्मीनं माझ्या मनाचा ठाव घेतला. मी दारात दिसल्याबरोबर ती "आक्का, तुझा सायेबदादा आला गंऽ; त्येला पाय धुवायला पाणी दे गंऽ आक्काऽऽ." असं म्हणून तिनं आक्काच्या नावानं हंबरडा फोडला.

माझ्या डोळ्यातनं घळाघळा पाणी गळू लागलं. ओठ-तोंड थरथरल्यागत होऊ लागलं. उमाळा बाहेर पडेल असं वाटू लागलं. तोवर तो बांध फुटलाच.

आई अधनंमधनं राहून राहून वेड्यासारखं रडत होती. आत कुठं तरी तिला अपराध्यागत वाटत होतं. तिच्या मारण्यामुळंच हिरानं डायझोन घेतलं, असं तिला वाटत होतं. हिरानं खूप कष्ट सोसल्याची तिला जाणीव होत होती नि वाक्यावाक्यागणिक रडून शोक करत होती. तिच्याबरोबर सगळी भावंडं भडभडून आकांत करत होती. घरात एकदमच कालवा उसळला होता. सगळ्यांच्या पाठीवरून हात फिरवू लागलो. गप करू लागलो.

हिरा गेली...सख्खी पाठची बहीण गेली हे खूप मोठं दुःख आहे, पण एका कष्टाचा अखंड प्रवास संपला. या कष्टाचंही तिला काही वाटलं नसतं. तिचा नवरा भिकारी जरी असता आणि त्यानं तिला पत्नी म्हणून ठेवून घेतलं असतं तरी त्या संसारात तिला सुख मिळालं असतं. तिचं बाईपणाचं स्वप्न होतं. एखाद मूल तिला झालं असतं तर तिनं खाईत उभं राहूनही उपाशी पोटानं ढोरं राखली असती. तिच्यातलं आईपण त्यामुळं फळाला आलं असतं. एवढंच तिचं स्वप्न होतं. पृथ्वीवर येऊन एवढंही तिला मिळालं नाही. खुळचटासारखी भाबडेपणानं तिनं अनेक वर्षं त्याची वाट पाहिली. शेवटी कंटाळून कंटाळून निघून गेली...याच्याबद्दल कुणाला जाब विचारायचा हेही तिला कळलं नाही.

एका गोष्टीचं त्यातल्या त्यात बरं वाटलं. आईनं हिराच्या पिंडावर ठेवायला अनेक पदार्थ केले होते. हिराच्या आवडीच्या किती तरी वस्तू, अन्न, चहा, पापड, भजी, लाडू, तपकीर, इत्यादी इत्यादी. ते सगळं हिराच्या राखेपाशी

ठेवून आम्ही सगळे राखेला नमस्कार करून लांब जाऊन बसलो. अनेक कावळ्यांनी त्यावर झडप घातली. काही कावळे त्यांतल्या वस्तू घेऊन देवतांसारखे आकाशमार्गानं निघून गेले. काही भुकेवलेल्या हिरासारखं तिथंच बसून खाऊ लागले.

पुन्हा एकदा रडण्याचा कल्लोळ उसळला.

रडता रडता आईनं समाधान व्यक्त केलं. ''माझ्या लेकीनं माझा राग धरला न्हाई. मी तिला तिच्या मनासारखं शेवटचं खायाला घातलं. माझा जीव थंड झाला गंऽ हिराऽऽ...तुझ्या हरणीच्या पोटाला आलीस तर सांभाळीन गंऽमाझे लेकीऽऽ.'' म्हणून तिनं हिराशी शेवटचा संवाद केला.

...'हरणी' हिराची लाडकी म्हस. हिरानं तिला हाक मारून बोलवलं की ती आज्ञाधारकपणे तिच्याकडं 'आँय' करत लगालगा येई. तिचा हात चाटे. तिची थाप पाठीवर पडली, 'जा-जा' म्हटलं की चरायला निघून जाई...आम्हां भावंडांना तिच्या 'हिरणीचं' कौतुक वाटे. फुलाबाईजवळ विरंगुळ्याच्या गोष्टी बोलताना म्हणे, ''फुले, मी मेल्यावर माझ्या हरणीच्या पोटाला येणार बघ. मी मेल्यावर तिच्या पोटाला रेडी झाली तर संभाळ. शेताच्या वड्याच्या काठावर तिला चरायला सोडत जा. माझा जीव त्या वड्याच्या, बाभळीच्या सावलीत थंडगार असतोय बघ. तिथं कुणाचं एक न्हाई का दोन न्हाई.''

फुला हे गमतीला येऊन आम्हां भावंडांना सांगे. हिराचा विषय मनोरंजनासाठी घेतला की तिच्या देखतच फुला सांगे...हिरा ते हासरं डोळं ठेवून अपूर्वाईनं ऐके.

तिची ही इच्छा आईनं पुरी करायचं कबूल केलं. तिनं अगोदर मनोमन ठरवलं होतं; पण पिंडाला कावळा शिवल्याबरोबर तिनं ते मोठ्यानं शोक करत बोलून दाखवलं. ...अपराध फिटल्यागत तिला वाटलं. भावंडांनाही 'हिराचं मन कशाकशात अडकलं नाही. तिनं लगीच अन्न शिवलं' म्हणून बरं वाटलं. त्या सगळ्यांना तसं वाटलं; म्हणून मला बरं वाटलं. ती आता निर्मळ खुल्या मनानं उद्योगाला लागतील याचा आनंद झाला.

राख सावडून आम्ही सगळे पुण्याला परतलो.

बसमध्ये बराच वेळ एकांत मिळाला. खूप काहीबाही आत भरून येत होतं. तरी मनाला मी हळुवारपणे थोपटत होतो. त्याला हिराच्या आठवणींनी जाग येऊ नये, याची काळजी घेत होतो. आत खोल खोल हिराचं दुःख निजल्यासारखं वाटत होतं. ते खूप प्रयत्न करून करून झोपवलं; म्हणून कधी जागं होईल सांगता येत नव्हतं...बारीक सूर लावून धरणारं खोलच खोल-सखोल दुःख. त्याचा सूर खर्जाच्याही खाली आणखी सहा पट्ट्या. इतका तो माझा मलाच फक्त ऐकू येणारा, माझ्यापुरता. माझा जीव आतल्या आत हदरवून टाकणारा आदिम खर्ज.

...हिरानं आत्महत्या केली, सुंदरानं आत्महत्या केली, थोरल्या बहिणीनं आत्महत्या करण्यासाठी विहिरीत उडी टाकली; पण वाचवली. मीही आत्महत्येच्या काठावरून परतलो. आईला आपला जीव बसल्याजागी जावंसं वाटतं. आमच्या घरात एवढं दु:ख भरून आहे?...हे उपसायला कुणी मदत करणार आहेत की नाही? कुणाला हा खर्ज ऐकायला येण्याजोगे तीव्रतर कान आहेत का?...

गाडी लागते म्हणून स्मिता हळूच माझ्या मांडीवर कलंडली नि तंद्रीत पेंगणाऱ्या मला जाग आली...दोनतीन दिवसांच्या जागरणाचा तो परिणाम होता.

दीडएक तासानं कराड आलं नि मी तोंड धुऊन चहा प्यालो. डुलकी निघाल्यामुळं ताजं ताजं वाटलं.

ग. ल. ठोकळांनी आपल्या प्रकाशनातर्फे नुकतंच प्रसिद्ध केलेलं एक पुस्तक फेब्रुवारीच्या पहिल्या आठवड्यात दुकानात सहज गप्पा मारत बसलो असताना मला दिलं. ''वाचा. सहज जमलं तर एखादं परीक्षण लिहा.'' म्हणाले.

पुस्तकाचं नाव होतं 'इंदुमती राणीसाहेब,' आणि लेखक होते कृ. गो. सूर्यवंशी... प्रवासात पुस्तक वाचण्याचं व्यसन जडलेलं. चाळा करायला हाताशी काही तरी असावं म्हणून ते मी बरोबर घेतलेलं. मनाची जडता घालवावी, त्याला दुसऱ्या कशात तरी रमवावं, म्हणून ते घेऊन मी वाचण्याचा प्रयत्न करू लागलो.

उरलेल्या चारसाडेचार तासांत मी ते पुस्तक वाचून काढलं...राजर्षी शाहू महाराजांच्या जीवनाविषयी, त्यांच्या घराण्याविषयी लहानपणापासून आकर्षण. त्यांच्याच नावाच्या हायस्कूलमध्ये शिक्षण झालेलं. दुसरे पुत्र प्रिन्स शिवाजी यांच्या नावानं चालवल्या जाणाऱ्या बोर्डिंगातच मी कॉलेजचं शिक्षण घेताना राहिलेलो....त्याच 'प्रिन्स शिवाजींच्या' एका पुण्यतिथीला त्यांच्याच पत्नी असलेल्या इंदुमती राणीसाहेबांचं भाषण प्रिन्स शिवाजी बोर्डिंगातच अगदी जवळ बसून ऐकलेलं. त्यांचंच चरित्रच आता वाचून काढलं होतं.

अतिशय सुंदर असलेल्या राणीसाहेबांची मूर्ती मनासमोरून हलेनाशी झाली होती. लग्न झाल्यानंतर एका वर्षातच बाल-विधवा झालेल्या. वय अवघं अकरा वर्षांचं... शाहूमहाराजांची सून असलेल्या राणीसाहेबांच्या मनोरंजनासाठी त्यांच्या भोवती पुष्कळ पुष्कळ उभं केलं. त्यात त्यांचं कोवळं, कोमल मन रमविण्याचा भगीरथ प्रयत्न केला. त्याही त्या षोडशोपचारात आयुष्यभर रमल्या. शाहूमहाराजांनी महान सामाजिक कार्याचा वारसा मागं ठेवला होता. आपल्या परीनं त्या तो चालवीत होत्या. चारपाच वर्षांपूर्वी म्हणजे १९७१च्या अगदी शेवटी शेवटी त्यांचं 'नागिणी'नं निधन झालं. तीन-साडेतीन वर्षं त्यांना ही जलाल 'नागीण' छळत होती...सुगावा लागू न देता तिनं त्यांच्या शरीरात प्रवेश

केला होता. प्रथम ओटीपोटावर पुरळांचा एक पट्टा उमटला. सर्पिणीच्या पिवळ्याहडूळ तेजस्वी पिलासारखा तो दिसत होता. अत्यंत दाहक अशी ही नागीण अंगभर फिरत राही. जिथं ती उमटे तिथं आगडोंब उसळे. पिवळे पुरळ हळूहळू लाललाल होत नि नंतर फुटत, जखमा होत. त्या जखमांना हाताचा किंवा कपड्याचा स्पर्श झाला की विजेचे झटके बसावेत तशा वेदना होत... नागिणीच्या त्या डंखांनी राणीसाहेब व्याकुळ, अर्धबेशुद्ध होत.

पुस्तक संपवून मिटलं नि मी राणीसाहेबांविषयी विचार करू लागलो...काय लिहायचं ह्या पुस्तकावर? अवघड आहे..पुस्तकभर महाराजांचा सामाजिक, शैक्षणिक वारसा चालवणारी फक्त कर्तृत्ववान देखणी, कोमल सून दिसते आहे...पण मला जाणवते आहे ती फक्त नागीण. स्त्रीत्वाच्या रक्तात सळसळणारी. आतल्या आत मनाला डंख मारणारी. शेवटी शेवटी तेथूनही बाहेर पडून शरीरावर उसळत हिंडणारी. 'बाई', 'आई' म्हणून सार्थक न झालेल्या शरीराला डंखावर डंख मारून शेवटी नष्ट करणारी. ...झाडाला फूल, फळ नसेल तर नुसत्या हिरव्या पानांचा शोभाळू कोरडा पोशाख काय कामाचा? तो इतरांना सावली देईल खरा, पण झाडाच्या झाडपणाचं काय?

या पुस्तकाचं परीक्षण आपणाला करता येणार नाही...या दोनशे पानांच्या पलीकडं राणीसाहेबांचा आत्मा स्पंदन पावतो आहे...ती जीवघेणी नागीण समजून घेतली पाहिजे...हिराचाही तिनं असाच जीव घेतला आहे.

मी पुस्तक मिटून गप्प बसून राहिलो. गाडी लागलेली स्मिता माझ्या मांडीवर निर्धास्त झोपली होती. तिला माझ्या मनातल्या डंखणाऱ्या नागिणीनं स्पर्शही केला नव्हता. मी तिच्या केसांवरून आणि चेहऱ्यावरून हळुवार हात फिरवला.

चटकन माझ्या लक्षात आलं की शेजारी बसलेली बारा वर्षांची स्वाती, माझी कन्या ते बघत आहे. चटका बसल्यासारखा मी तो हात उचलून मागं घेतला. स्वातीकडं किंचित बघितलं नि हासलो.

हासत स्वातीनं माझ्याकडं बघितलं नि म्हणाली, "आईबाई कशी खुशाल झोपलीय."

"हंऽऽ! 'आई,' 'बाई' खुशाऽल झोपलीय. तुम्ही दोघी आहात, मी आहे, म्हणून तिला कशाचीही काळजी नाही."

●

पस्तीस

हिरा जिवाला मुकल्यावर दहाबारा दिवस सगळ्यांनी दुखवटा पाळला. दुखवटा असो नाही तर दुष्काळ असो, पोट कुणाला गप्प बसू देत नव्हतं; म्हणून सगळी आपआपल्या कामाला लागली. दौलत इचलकरंजीला रुजू झाला. आप्पाची नोकरी सुरू झाली.

आईचा हात मात्र मोडल्यागत झाला. हिराची कामं आता तिला नि फुलाला वाटून करावी लागली. सगळी कामाला गेल्यावर आईला घर मोकळं मोकळं वाटू लागलं. दौलतची म्हसरं नि घरातली दोन म्हसरं, एक रेडकू नि दोन शेरडं तिला झेपेनाशी झाली. आप्पाचा जेवणाचा डबा रोज सकाळी लवकर उठून करून देणं आईला जमेनासं झालं. तशात हिराबाई गेल्यावर महिनाभरात आनसा बाळंतपणाला आलेली. अवघडून घरात बसून राहिलेली. पुढं पुढं बाळंत झाल्यावरही आईलाच तिचं बघावं लागत असलेलं. तिला वाटू लागलं की आप्पाचं लगीन आता केलंच पाहिजे. सून हाताबुडी आली पाहिजे.

आप्पालाही आता सत्ताविसावं वर्ष सुरू होतं. त्याच्या मनात एक-दीड वर्षापासूनच लग्नाचे विचार घोळत होते. आता दौलतची नोकरीतली उमेदवारीही सुरू झाली होती... घरात स्वयंपाकपाणी बघणारं कुणीतरी तगडं बाईमाणूस पाहिजे होतं. म्हणून आप्पानं मुली पाहायला जोर धरला. आईही त्याच्याबरोबर मुली पाहायला जाऊ लागली.

आईच्या मनात आणखी एक विचार होता...आप्पाच्या मनात लग्नाचे विचार शिरल्यापासनं तो घरात खर्चाला, निदान त्याच्या अन्नाच्या खर्चालाही पैसे देत नाही; असं आईचं म्हणणं होतं. आता लगीन केल्यावर तरी आप्पा घरात सगळा पगार देईल; असं तिला वाटत होतं.

त्या वाटण्याच्याही पार पलीकडं आणखी स्वप्न खोलवर पडून होतं. त्याला बाहेरच्या प्रकाशाची वाट हवी होती...आप्पा कोल्हापूरला रोज कागलहून जाऊन येऊन नोकरी करत होता. त्यामुळं तिला वाटे; सून कागलात हाताबुडी राहील... आता आपूण ठकलोय. डोळ्यांस्नी दिसत न्हाई. आता कुठंतरी एका खोपड्यात बसून सुनंच्या हातचं खाईत बसीन. दोन तशाच आबूट गेल्या. निदान तिसरी तरी माझ्याजवळ ऱ्हाईल. माझ्या हातातलं काम घेईल. तापलेलं पाणी हातपाय धुवायला देईल, उनउनीत घास-तुकडा ताटलीत पडंल... निदान माझ्या ह्यापणात तरी मला ते मिळंल; अशी तिची इच्छा आतल्या आत चिवट जीव धरून बसली होती.

तीस मे सत्त्याहत्तरचा आप्पाच्या लग्नाचा मुहूर्त होता. त्या निमित्तानं आम्ही पुण्याहून सगळे गेलो.

दारात पाऊल ठेवलं. घर सताड उघडं. त्याच्या चारी सोप्यांची चारही दारं उघडी. रस्त्याकडंच्या दारातनं सरळ नजर टाकली तर परड्यातलं बेळं दिसत होतं. त्या बेळ्यातनं गुरंढोरं घेऊन शेतात जायला बाहेर पडायचं. त्यामुळं पुढच्या दाराच्या उंबऱ्यावर बसूनही परड्यात आल्यागेल्याची राखण व्हायची.

दुपारी तीनचा सुमार. मी उंबऱ्याच्या आत उभं राहून सरळ नजर टाकली. पुढं सरकत नजर परड्यात गेली; तर बेळ्याच्या जागी तुळशी-वृंदावनासारखं काही तरी दगडी बांधकाम उभं दिसलेलं...माझी उत्सुकता वाढली.

आई मधल्या सोप्यात दुपारच्या इस्वाट्याला पडलेली. तिच्या शेजारीच फुला. स्वयंपाकघराच्या सोप्यातनं आनसाचा आवाज आला. ''कोण हाय ते?''

''मी हाय गं आनसा...निजल्यात वाटतं सगळी?''

माझा आवाज ओळखून चटक्यासरशी आई-फुला उठली.

''बाकीची कुठं हाईत? माझ्या नाती आल्या न्हाईत वाटतं?'' आई उत्सुकतेनं बोलली.

''आल्यात. यायला लागल्यात पाठीमागनं. बॅगेचं ओझं होतंय म्हणून मी झटक्यानं पुढं आलोय.''

फुला उठून दाराकडं गेली.

''हातपाय धुऊन घेतो.'' म्हणून मी परड्यात गेलो...वृन्दावनासारखं दिसणारं हिराबाईचं थडगं बांधलं होतं...त्यावर घडीव काळ्या दगडात कोरलं होतं. 'हिराबाई शंकर बोन्द्रे. मृत्यू दि. १९/२/१९७७.' वरच्या घडीव दगडात हिराबाईची दोन पावलं कोरलेली...पाठीमागची बेळ्याची वाट गराडा घालून बंद केलेली. दुसऱ्या बाजूच्या कोपऱ्यातनं नवी वाट पाडलेली. तिला बंद करायला कळकीचं काटेरी कुंपणासारखं बेळं.

मी गंभीर झालो. नकळत त्या दोन पावलांना स्पर्श करून मी पाया

पडलो.

परत आलो. हातपाय धुतले.

खुंटीवरचा धडपा घेऊन हातपाय पुसत पुन्हा थडग्याकडं बघू लागलो...तिथं परतीच्या वाटेवर हिरा उन्हात शेवटचं तासभर बसली होती; तिथंच थडगं उभं होतं. आठवणीनं गलबल्यासारखं झालं, पण मन आवरलं.

फुलाबाईनं चहा केला.

तो पितापिता सहज आईला म्हणालो, "हिराबाईचं थडगं बांधलंस?"

"व्हय. माझी लेक माझ्या घराची राखणदार हुती. परड्याची राखण आता तिच्याकडं दिली. जातायेता तिची हरणीबी तिला दिसंल...आता तिथं मी रान खणून बाग करतो. दोन सावलीची झाडं वाढीवतो. त्या सावलीत उन्हाचं ती नि माझी ढोरं खुशाल बसू द्यात." ...आई कहाणीतल्यासारखं बोलत होती.

मी मुकाट ऐकत होतो.

आप्पाचं लग्न सुरळीत पार पडलं...मुलगी सिद्धनेर्लीची होती. आठवी शिकलेली, चारजणींसारखी दिसणारी, शेतकरी कुटुंबातली.

मी आप्पाला सुचवलं होतं, 'निदान एस. एस. सी. झालेली मुलगी असावी. म्हणजे कुठं तरी पोटापुरती नोकरी लागू शकेल. हुशार असेल तर अधिक शिकवता येतं. त्यामुळं संसार अधिक सुखाचा होईल.'

पण त्याला तशी मुलगी मिळाली नाही. एस. एस. सी. झालेल्या मुलींच्या अपेक्षा 'पदवीधर नवरा पाहिजे' अशा होत्या...आप्पानं ह्या म्हणण्याकडं फारसं लक्ष दिलं नव्हतं. दौलतला नोकरी लागल्यावर, स्वत: पदवीधर होऊन, लग्न करण्याचा माझा सल्ला त्यानं आपली मर्यादित कुवत ओळखून बाजूला सारला होता. त्याचं वय वाढत होतं. आता त्याला लग्न लवकर करण्याची गरज भासत होती. म्हणून तो माझ्या मताला मान हलवत हलवतच परस्पर मुली पाहत होता. त्यात त्यानं दहाबारा मुली बघितल्या. त्यांत एक वर्ष निघून गेलं होतं. या काळात शिक्षण पुरं करून दौलत नोकरीलाही लागला होता. त्यामुळं माझी अर्धी वाट आपोआप पुरी झाली होती. शिवाय 'हिराच्या मागं घरात कुणी तगडं बाईमाणूस न्हाई.' ही आईला वाटणारी उणीव त्याचा मूलाधार झाली होती.

तरीही माझ्या होकाराची आप्पाला नैतिक गरज वाटत होती. मी तो समजून उमजून दिला. घरात मनापासून मला मानणारा, सहसा माझा विचार न डावलणारा असा माझा तो एकमेव भाऊ होता. माझ्या पाठीमागं "दादा काय सांगतोय? त्यो मोप शाणपण सांगंल नि पुण्याला निघून जाईल. माझं मलाच पाठीमागं बघावं लागतंय...उगंच पैसे देतोय; म्हणून हूं हूं म्हणायचं झालं." असं म्हणणाऱ्यांत त्याची जमा नव्हती.

त्याला साहित्याची मनापासनं आवड होती. कथा-कविता लिहीत होता. पुण्याच्या 'समाजशिक्षण मालेनं' त्याचा 'वावरी शेंग' नावाचा ग्रामीण कवितांचा एक संग्रह काढला होता. माझं साहित्य तो आवडीनं वाचे. इतरांचंही वाचे... "दादासारखं साहित्यिक व्हावं, तसंच आपण राहावं, आपली पत्नीही शिकलेली असावी, वहिनीसारखी तिनंही नोकरी करावी. दादाचेच विचार आपण आत्मसात करावेत; म्हणजे मग दादासारखीच आपणालाही समाजात, साहित्याच्या क्षेत्रात मान्यता मिळेल, आपण प्रसिद्ध साहित्यिक होऊ, दादाच्या मित्रांसारखे मोठेमोठे मित्र आपण मिळवू." असं त्याच्या मनात होतं.

माझं जीवन, संसार, विचार हेच त्याचे आदर्श असल्यामुळं माझ्या मार्गदर्शनाच्या बाहेर जाणं त्याला नको वाटे. मीही त्याच्याशी उलटसुलट चर्चा करून 'या परिस्थितीत तुला हे करणं योग्य आहे. त्यात तुझं भलं आहे,' हे पटवून देण्याचा प्रयत्न करीत असे.

लग्न झाल्यावर आप्पाचा उत्साह वाढला. त्याचं नवं जीवन सुरू झालं.

मी त्याला म्हणालो; "आप्पा, माझं लग्न झालं त्यावेळी स्मिता फक्त एस. एस. सी.च होती. नंतर ती कॉलेज करून बी. ए., बी. एड. झाली; तसं तूही अनिताला शिकव. तू स्वत: जरी एफ. वाय. पर्यंत गेलेला असलास तरी अनिताचं तेवढंच शिक्षण घेतलं पाहिजे, असं नाही. निदान बी. ए. पर्यंत तरी तिला शिकवण्याचा प्रयत्न कर. त्यात अळम् टळम् करू नको."

"नाही."

"तुझं संसारी जीवन त्यामुळं अधिक सुखी होणार आहे. तिला नोकरी मिळेल, तिची मानसिक कुवत वाढेल, पुढं होणाऱ्या मुलाबाळांवर घरातल्या घरात चांगले संस्कार होत राहणार आहेत. अडाणी माणसाशी वागताना पुष्कळ वेळा जो आपल्याच डोक्याला कायमचा ताप होतो, तोही तुझा वाचणार आहे, घरात शांतता नांदणार आहे...याशिवाय आणखी काही पुष्कळ मिळणार आहे. हे सगळं ध्यानात ठेवून निदान तिचं तरी शिक्षण पुरं कर."

त्यानं मी सांगितलेलं मानलं.

जूनमध्ये लगेच अनिताचं नाव हायस्कूलमध्ये नववीला घातलं. त्या बातमीनं मला आनंद झाला.

पावसाळा सुरू झाला. रानं भिजून त्यांना घाती आल्या. वेळवर रानं पेरून घेण्याची घाई सुरू झाली. आईलाही ती काळजी होतीच. पण घरात पेरणी करायला कुणी नाही. दौलत, आप्पा नोकरीवर. दादा माडीवर. शिवा सवता. हिरा गेलेली. आनसा बाळंत झालेली. अंधळी होत चाललेली आई थकलेली...घरात कामाची नुसती फुलाबाई. तीही सतरा-अठरा वर्षांची.

तरीही आईनं कमर कसली. ''अनिता, तेवढ्या पेरण्या करून घेऊ या. चार दीस तुझी शाळा ऱ्हाऊ दे. पोटापाण्याचा परस्न हाय. येळंसरी पेरणी झाली पाहिजे.''

''आत्ती, माझा अभ्यास बुडतोय. रोजच्या रोज मला शाळंत जावं लागणार.''

''मढं झाकून चाडं बांधावं लागतंय लेकी, पेरणीसाठी. घरात पेरणी कराय दुसरं कोण हाय?''

''सांजच्याला ते आल्यावर त्यास्नी तुम्ही सांगा. ते काय तरी करतील येवस्था.''

आई संतापली. सून आपलं ऐकत नाही; याचा तिला राग आला. तिला पेरणीचं महत्त्व कळत नाही, यानं ती तडकली नि अनिताला फडाफडा बोलून घेतलं. ''रांडंऽऽ तुला घरात आयतं बसून कुठलं खायाला घालू? लगीन करून हिकडं शाळा शिकाय आलीस व्हय? तुझ्या तिकडं शिकायला का तुझं घर वसाड पडलं हुतं काय? पोटं फाडून काढलेल्या माझ्या लेकींस्नी ते मला शिकवायचं झालं न्हाई. जल्माच्या अडाणी ऱ्हायल्या; म्हणून रोजगाऱ्याच्या गळ्यात बांधाव्या लागल्या. कष्टाला नि गरिबीतल्या सासुरवासाला कट्टाळून दोघींनी जीव दिला. आता तू हितं येऊन राजाची राणी होऊन शिकतीस व्हय? म्हातारपणी हाडं नदीला गेली तरी मी आता तुझ्यासाठी राबत बसू काय?... येऊ दे त्यो भाड्या सांजचं; म्हंजे त्येला इचारतो, तुला कशाला हितं आणलीया ते.''

...तावातावानं आई नि फुला दोघीच पेरणीला गेल्या. रेघोळं न मारताच त्यांनी रागारागानं दाणं टोकणलं. सून हाताबुडी येईल, आपल्या हातातलं काम घेईन, ही तिची अपेक्षा तिसऱ्यांदा धुळीला मिळाली.

आईच्या अनपेक्षित तोफखान्यानं नुकतीच नांदायला आलेली अनिता गारद झाली होती...आप्पा नोकरीवरनं आल्या आल्या तिनं त्याला सांगितलं. ''आत्ती शाळा बंद करून शेताकडं चल म्हणत्यात. पेरणी अडलीया. अभ्यास बुडतोय म्हटलं; तर वाट्टेल ते बोलल्या. 'येऊ दे त्यो भाड्या. त्येला जाब इचारतो' म्हणाल्या आता त्या तुमच्यासंगं भांडतील. माझ्या शाळेमुळं हे सगळं हुतंय. मला ही शाळा असल्या परिस्थितीत नको.''

दिवसभर कामानं थकून-वैतागून आलेल्या आप्पाच्या डोक्याचा भडका उडाला. आतापर्यंत त्याची नि आईची भांडणं पुष्कळ वेळा अनेक बारीकसारीक कारणांवरून होत. त्यात त्याला आई काहीही बोले. पण यावेळी नुकतीच नांदायला आलेली त्याची नवथर बायको, तिच्यासमोर आईनं त्याला वाटेल तशा दिलेल्या शिव्यांचा राग आला. सणकेसरशी त्यानं आईशी भांडण काढलं.

दिवसभर पावसात भिजत पेरणी करून आलेली आई गारठून गेली होती. चुलीपुढं ती कुडकुडत शेकत बसली होती. फुला भाकरी करत होती...उभं आयुष्य झिजवलं नि लेकांना शिकवलं; ते सगळं वाया गेल्यासारखं तिला वाटत होतं. दिवसभर ती त्या संबंधी फुलाबाईजवळ बोलत पेरणी करत होती.

तेवढ्यात आप्पा बाहेरच्या सोप्यातनं आत तणतणत आला नि दोघांचं भांडण जुंपलं.

"हे बघ आईबाई, तुझ्या लेकीस्नी शिकवायला मी काय कवा नको म्हटलं न्हवतं. तुझ्या लेकी शिकल्या न्हाईत; म्हणून मीबी माझ्या बायकूला शिकवायचं न्हाई, असा कायदा न्हाई."

"माझ्या लेकींस्नी का शिकीवलं न्हाई; हे बरं इचारलं न्हाईस?"

"ते इचारायची मला काय गरज न्हाई."

"आरं मेलमुशा, त्या अशा नटारंगीगत नटवून शाळंला लावून दिल्या असत्या तर तुमची शिक्षणं झाली असती काय? त्या तिकडं रानात जल्माची माती करून पिकं आणत हुत्या; म्हणून तुमची शिक्षणं झाली. म्हणून तुम्ही आयतं खाऊन शिकलासा."

"मग त्यांस्नीबी आयतं खायला घालून शिकवायची हुतीस आमच्यासारखं."

"कशानं शिकवू? ह्या घरात वतनं, इनामं असती तर मग शिकिवल्या असत्या."

"वतनं, इनामं न्हाईत तर मग एवढी पोरं पोटाला घालायची कशाला?"

"ते माडीवर बसलेल्या घुबडाला इचार. पोरं कुणी काढली ती? त्येला जाब इचार, शिकवायला जमत न्हवतं तर एवढी पोरं कशाला काढलीस म्हणून. माझ्या मढ्यावर हे सगंळ लेंढार आदळून त्यो नामानिराळा होऊन बसलाय बघ." आई एकदम उसळली. ती आता दादावर घसरली. पुन्हा एकदा आपल्या संसाराचा सगळा हिशोब तिनं आप्पाजवळ मांडला.

"ते आता शंभर येळा मी ऐकलंय. मला तेच ते पुन्ना पुन्ना सांगू नको. तुला एक शेवटचं सांगून ठेवतो. माझ्या बायकूला मी शिकीवणार. तिला कुणी कामं लावायची न्हाईत नि तिला कुणी बोलायचंबी न्हाई. तुमच्या असल्या डोंबारखान्यानं नि भांडणानं माझ्या बायकूचा अभ्यास हुणार न्हाई. तिची ती नेमानं शाळंला जाईल; तुमची तुम्ही कामं बघा."

"उद्या मग धाऽ माणसं सांगतो पेरणीच्या कामाला. एक दिसात ती पेरणी आटपून घेतो. त्येंच्या रोजगाराचं पैसे तेवढं दे म्हंजे झालं."

"मी एक पैसा देणार न्हाई. तिथं कंपनीत काय पैशाची झाडं लागली न्हाईत; रोज पानं तोडल्यागत पाचपन्नास नोटा तोडून आणायला."

"मग पेरणी कशी करू?"

"ती तुझी आटलेली लाडकी म्हस ईक नि पेरणीला पैसे घाल. रोज भाराभर वैरण फुकट खाती नि बुट्टीभर श्याण हागती बघ ती. नुसतं 'आयतं बसून' खाती. जनावरांस्नी बसून खायाला घालायचा नि माणसास्नी कामाला लावायचा तुझा खाक्या हाय. तुझ्याच अशा वागण्यानं घरदार भिकंला लागलंय."

"तुला तसं वाटत असंल तर तू सवता ऱ्हा. तुझ्या बायकूला खुश्शाल बसून खायाला घालायला माझ्याजवळ आता ताकद न्हाई...माझं एक एक काम वाढतच चाललंय. सून आल्यावर एखादं काम कमी हुईल असं वाटल हुतं, तर तीबी आता 'सासूबाई, मला बसून खायाला घाला, म्हणती. मी काय गावाच्या पोटाला घालायचा खंडपत्कोरा घेतला न्हाई. तुम्हांस्नी मोठं केलं; तेवढं रग्गड झालं. चांगलं पांग फेडलंसा माझं."

आई स्वत:च उठली नि परड्यातल्या दुसऱ्या छपरात जाऊन सवती राहिली... अनिताची शाळा सुरू झाल्यापासनं ते पेरणीचा दिवस उगवेपर्यंत आणखी एकदोन गोष्टी तिच्या लक्षात आल्या होत्या. सकाळी लवकर उठून आप्पाचा डबा अनिता तयार करत होती. त्यासाठी आप्पापुरतीच भाजी, आप्पापुरतीच भाकरी करून ती मोकळी होत होती. बाकीचा स्वयंपाक मग फुलाला आणि आईला करावा लागत होता. दौलतचे, दादाचे आणि आईचे कपडे फुलालाच धुवावे लागत होते. रानात नांगरट, कुळवट करून घेतल्यामुळं, बियाणासाठी पैसे खर्च झाल्यामुळं पैशाची ओढाताण सुरू झालेली. दौलतही इचलकरंजीला जेवण मनासारखं मिळत नसल्यामुळं आणि इतरही हाल होऊ लागल्यामुळं कागलला रोज जाऊ-येऊ लागला होता. म्हणजे तोही घरात जेऊ-खाऊ लागला. तशात दुधाची म्हैस आटल्यानं आईच्या हातात येणारा आठवड्याचा पैसा बंद झाला. त्यामुळं तिनं आप्पाकडं जास्त पैशांची मागणी सुरू केली होती. आप्पानं ते द्यायचे नाकारले होते. "माझ्यापुरतं मी रग्गड पैसे देतोय. मला आता एकबी पैसा जादा देता येणार न्हाई. एक हिश्शानं मी नि माझी बायकू खातोय; तर तुम्ही तीन हिश्शानं खाता. शिवाय घरपट्टी, इजंचं बिल, शेताची सरकारी फाळापट्टी मलाच भरावी लागती. मी एवढं कुठलं आणू पैसे? दौलाकडनं जादा पैसे घ्या." असं म्हणू लागला.

दौलत घरात महिना पन्नास रुपये देत होता. बससाठी त्याचे तीस रुपये खर्च होत होते. किरकोळ खर्चासाठी काही थोडे खर्च होत होते. उरलेले पैसे तो शिल्लक टाकत होता. त्यानं विकत घेतलेली म्हसरं नुकतीच विकून टाकली होती. त्या सगळ्या व्यवहारात आणि व्याजापोटी त्याला बाराशे रुपयांचा तुटवडा आला होता. ती रक्कम लवकरात लवकर भरून टाकणं भाग होतं. त्यासाठी तो

थोडी थोडी बचत करून पैसे शिलकीला टाकत होता. त्याला घरांत जादा पैसे देता येत नव्हते.

...आप्पाला वाटत होतं त्यानं कमी पैसे द्यायचे आणि आपणच जादा पैसे द्यायचे हे काही बरोबर नाही. म्हणून तो पैसे द्यायचे नाकारत होता. तशात मी आईला लिहिलं होतं की, "आप्पाबरोबर कोल्हापूरला जाऊन डोळ्यांच्या डॉक्टरांकडून डोळे तपासून घे. जो नंबर असेल त्याचा चष्मा करायला टाक, म्हणून आप्पाला सांग."

तिनं आप्पाला तसा लकडा लावला. आप्पानं तिला सांगितलं; "दादाकडनं दोनशे रुपय मागून घे. मग तुला डोळ्यांच्या डॉक्टरांकडनं तपासून आणतो. माझ्याजवळ आता एकबी पैसा न्हाई."

"आईला याचा राग आला. ती दौलतला बरोबर घेऊन डोळे तपासून आली. दौलतनं तिच्या नंबरचा चष्मा तिला घेऊन दिला. तिला वाटत होतं की लग्न झाल्यावर पगाराचे सगळे पैसे आप्पा आईच्या हातावर ठेवील. आता सगळा संसार त्येचाच हाय. त्येनंच आता घर चालवायचं ही भावना त्याच्या मनात आपोआप रुजेल नि घरदार सुखाला लागेल, असं तिला वाटत होतं. पण तसं काहीच झालं नाही; त्यामुळं ती चिडली होती.

आप्पाचा पगार दोनशेच्या आसपास होता. त्याला वाटत असावं... 'सगळा पगार आईच्या हातात देता कामा नये. दिला तर शिल्लक काहीच राहणार नाही. आईला सतत पैसे लागतातच. त्यामुळं तिला देईल तेवढं थोडंच आहेत. आपल्या जन्माचा आपण काही विचार केला पाहिजे. आपला वाढता संसार. उद्या आपल्या बायकोचं बाळंतपण येईल. त्यात तिचे बहिणींचे जसे हाल होतात तसे होतील. तिला त्या दिवसांत कसांचं अन्न खायला दिलं पाहिजे. ते दिलं तर आपली पोरं धट्टीकट्टी होतील नाहीतर ती आपल्या भावंडांगत, शिवाच्या राजागत अशक्त, अंगावर रया नसलेली होतील. जन्मापासनं रोगट झाली तर आपणाला आयुष्यभर त्यांच्यावर खर्च करावा लागेल...आज उद्या दौलतचं लग्न झालं तर सगळ्यांना स्वतंत्र राहावं लागेल. आतापासनं आपण आपला पैसा जपून ठेवलेला बरा. त्याशिवाय मनासारखा संसार उभा करता येणार नाही,' त्याची कुवत लक्षात घेता तो असाच विचार करणार; असं मला वाटत होतं...एरवी माणसाला घरदार, आई-वडील, बहीण-भाऊ यांच्याविषयी खूप काही वाटत असल तरी त्या वाटण्याला सामान्यत: पैशाचं पाठबळही तसंच भक्कम असावं लागतं; याचा मी अनुभव घेत होतो.

आप्पाच्या या वागण्यामुळं आई स्वतंत्र झाली. घरात आता तिनाच्या चार चुली झाल्या.

आई, आप्पा, दौलत यांची स्वतंत्रपणे मला पत्रं येत होती. प्रत्येकजण आपआपली बाजू मांडत होता. ती बाजू प्रभावीपणानं मांडण्याच्या भरात सोयीची वस्तुस्थिती सांगत होता. गैरसोयीची वस्तुस्थिती डावलून पुढं जात होता. हे सगळं प्रत्येकाकडून नकळत होत असलं पाहिजे. स्वत:च्या भावना दुखावल्यामुळं, अपमान झाल्यामुळं, कठोर वास्तवाला सामोरं जाताना दुसऱ्याच्या मनाचा विचार न झाल्यामुळं, आईच्या मुलांकडून 'आई म्हणून अपेक्षा' असल्यामुळं, नकळत प्रत्येकजण आप्पलपोटा विचार करत असल्यामुळं, प्रत्येकजण दुखावला जात होता. हे सगळं कशामुळं होतंय याचा व्यापक विचार करण्याची कुवत नसल्यामुळंही प्रत्येकाच्या वाट्याला दु:खं येत होती.

भावनाप्रधान आप्पालाही 'आपलं लग्न झाल्याबरोबर आपणांस लगेच वेगळं टाकलं, आपल्या बायकोबरोबर आता कुणीच बोलायचं नाही; असं सगळ्यांनी ठरवून टाकलंय; काय ही आपली आई, काय ही आपली भावंडं!' असं वाटत होतं.

शेतात कुणीतरी पुरुष माणूस असण्याची गरज होती म्हणून आईनं शिवाशी संधान बांधलं.

शिवाला आता या गोष्टीची गरज वाटत होती. गेल्या पाचएक वर्षांत स्वतंत्र राहून संसार करण्यातली दु:खं त्याला माहीत झाली होती. पोटाला एक पोरगा झालेला. नीट खायला-प्यायला काही नसल्यानं तो नि:सत्त्व झालेला. आईनं त्याला शेतात वाटणी न दिल्यामुळं त्याला केवळ रोजगारावर पोट भरावं लागत होतं. त्याच्या अनियमितपणामुळं उपासमार चांगलीच होणारी. त्यामानानं घरातली बाकीची रोजगार करत होती. कमी पडलं तर त्यांना शेताचा लंगडा आधार मिळत होता. तोही कमी पडला तर साहेबदादा संसाराला हातभार लावत होता. याचे फायदे त्याला मिळत नाहीत, हे त्याच्या लक्षात आलं होतं. म्हणून त्यानंही शेतात स्वत: कामं करण्याची भावना आईला बोलून दाखविली.

आईला शिवाचा संपूर्ण विश्वास वाटत नव्हता. सुगी होईपर्यंत तो काम करील आणि सगळ्या धान्यावर आपला वाटणीचा हक्क सांगील; म्हणून आईनं शिवाची मदत घेतली; तरी चुली स्वतंत्र ठेवल्या. शिवाच्या कामाचे दिवस ती त्याला न कळत फुलाबाईच्या मदतीनं मांडून ठेवू लागली.

चुली स्वतंत्र असल्या तरी स्वयंपाकाची दोन छपरं नि एक खोली सोडली तर बाकीच्या घरात सगळ्यांचाच राबता होता. एकच न्हाणी, एकच नळ होता. सगळेच परड्यात जाताना आणि पुढच्या रस्त्यावर जाताना एकमेकांना ओलांडत जात होते. गप्पा मारायला प्रत्येकजण येऊन बाहेरच्या सोप्यात बसत होता.

या सगळ्या धबडग्यात आप्पाची बायको एकटी पडली. शिवा तिच्याशी

काही ना काही कारणावरनं भांडणं काढू लागला.

'...ही घरात आली; म्हणून घराचं वाटुळं झालं.' असं म्हणू लागला. तिच्या मनावर त्यामुळं मानसिक ताण पडू लागला. शिवाच्या तोंडाला लागण्यात काही अर्थ नाही; म्हणून आप्पा गप्प बसत होता. मात्र अनिता तो नोकरीवरून परत आल्यावर घरातला सगळा वृत्तांत त्याच्या कानावर घालत होती. पुष्कळवेळा मग आप्पा शिवाला जाब विचारी. शिवाला वाटे; 'ह्येची बायकूच ह्येचं कान भरती.'... आणि यातनं गैरसमज, वाद, भांडणं होत राहत.

याची हकिकत स्वतंत्रपणे प्रत्येकजण मला कळवत होता. ती वाचून माझ्या डोक्यात कीड पडल्यासारखी होई...कधी सुन्न होऊन, कधी निराश होऊन मी बसून राही. पुष्कळ वेळा एकूणच घराविषयी प्रचंड उदासीनता येई.

'परक्या घरची पोर नुकतंच लगीन होऊन आपल्या घरात आलीय. तिला अजून सतराअठरा वर्संबी पुरी झाली नसतील. तवर तिच्यावर पर्पंच्याचा भार टाकला. अजून सतराअठरा वर्संबी पुरी झाली नसतील. तवर तिच्यावर पर्पंच्याचा भार टाकला. सगळ्यांनी भांडून तिचा पिट्टा पाडला. एकबी कुणी बोलाय तयार न्हाई. उलट ह्यो शिवज्या तिला येताजाता दम देतोय...सुक्काळीचा दीरपण गाजवाय लागलाय?' माडीवर दीसभर पडून राहिलेल्या दादाच्या मनात असे विचार येत. माडीला नुसत्या फळ्याच असल्यामुळं खालच्या मधघरात, स्वयंपाकघरात नि बाहेरच्या सोप्यात काय काय बोललं जातंय, ते माडीवर स्पष्ट ऐकायला येत असे. खालच्या माणसाला मात्र वर दादा आहे का नाही; याची पुष्कळ वेळा माहिती नसे. पुष्कळ वेळा आपण बोलतोय हे वर दादाला ऐकायला जात असेल, याचं भान नसे. शिवा आणि आई यांना तर दादाला त्याचं कोणतंही बोलणं ऐकायला गेलं तरी त्याची फिकीर नसे. तो त्यांचं काहीही वाकडं करू शकत नाही, असं त्यांना वाटे.

अनिताला वेगळं काढल्यावर आणि तिला एकटं पाडलंय हे दादाच्या लक्षात आल्यावर तो एके दिवशी उठून अनिताकडं गेला नि म्हणाला; "पोरी, काय काळजी करू नको. तुला ह्या गावची काय म्हायती न्हाई. काय पाहिजे असंल, काय आणायचं असंल तर मला सांग. मी ते आणीन. तू शाळा शिकतीस तर शीक. घरात बसून तरी काय करणार?...शिकलीस तर आन्दाच्या बायकूगत नोकरी तरी मिळंल. जल्माचं कल्याण हुईल...'ती' आणि शिवज्या दोन्हीबी तोंडाळ हाईत. त्येंच्या तोंडाला लागू नगं."

नोकरीवरनं आप्पा परत आल्यावर अनितानं हे सांगितलं...दादाला आईनं वेगळून टाकलंय याचं आप्पा, दौलत यांना कळत्या वयात वाईट वाटत होतं. आईचा त्यांना मनोमन रागही येत होता. आईचा दादावरचा राग मी समजू शकत

होतो; याचं कारण दादाच्या तरुणपणातील दादाचा अवतार मला माहीत होता. आईला दादा रागापोटी छळत कसा होता, हे मी बघत होतो. शिवाही बघत होता. पण माझ्यापेक्षा पंधरा वर्षांनी लहान असलेल्या आप्पाला नि एकोणीस वर्षांनी लहान असलेल्या दौलतला हे फारसं बघायला मिळालं नाही. ते कळतेसवरते झाले तेव्हा दादाची पन्नाशी ओलांडली होती. शरीरातला ताण कमी झाला होता नि आईचा आत्मविश्वास वाढला होता.

अशा वेळी दादा काही जरी एखादा शब्द बोलला, वयोमानानुसार जरी त्यानं कामं चुकवली, तरी आईनं दादाला एवढं बोलायला नको, त्याला वेगळून टाकण्याइतकी कठोर शिक्षा द्यायला नको, असं त्यांना वाटे. पण आईच्या म्हणण्यापुढं ते जाऊ शकत नव्हते. आजवर ते आईवरच अवलंबून होते.

आप्पाला वेगळून टाकल्यावर आणि एकत्र राहण्याची त्याची विनंती धुडकावून लावल्यावर आप्पा चिंतेत पडला. तो पुढं नोकरीवर गेल्यावर पाठीमागं आई आणि शिवा अनिताचे वाभाडे काढतील, तिला धरून मारतील, अशी त्याला धास्ती होती. दिवसभर तो या काळजीत काम करत होता आणि ऑफिस संपल्यावर तातडीनं परत येत होता.

पण आता दादाचं बोलणं अनितानं आप्पाला सांगितल्यावर आप्पानं दादाला जवळ केलं. दादाचा त्याला मानसिक आधार मोठा वाटू लागला.

हळूहळू दादा अनिताला मीठ, मसाला, चहाची पूड, साखर, रॉकेल, येशेल असं जे लागेल ते बाजारातनं आणून देऊ लागला. गहू, ज्वारी चक्कीवर दळायला नेऊ लागला. अनिता त्याला गरम गरम जेवायला घालू लागली. दादाला मी पाठवत असलेले पैसे दादाजवळ असत. त्यातले खर्च करून तो आपल्या वाट्याचं तांदूळ, ज्वारी तिला देऊ लागला...दादाला पोटभर खायला मिळू लागलं. कमी खाल्लं, का जास्त खाल्लं याचा विचार न करता दादाला अनिता आणि आप्पा पोटभर खायला घालू लागले. दादाला माझी मनिऑर्डर गेल्याची चाहूल घरात पुष्कळ वेळा लागत असे. पोस्टमन दादाची सही घेताना, त्याला पैसे देताना आईच्या, शिवाच्या, फुलाच्या लक्षात येत असे. मी दादाला जास्त पैसे पाठवतो, असा आईचा माझ्यावर पूर्वीपासूनचा आरोप होता. त्यामुळं दादाला मनिऑर्डर आल्यावर आणि दादा काही कामानिमित्त बाहेर गेल्यावर दादाचे पैसे किती आले हे दादाच्या खुंटीला अडकलेल्या जुन्या कोटाचे खिसे चाचपून पाहिले जाई. दादानं हा कोट गेल्या पंधरावीस वर्षांत कधीच घातला नव्हता. कधी तरी चाळीसपंचेचाळीस वर्षांपूर्वी तो केलेला. मी सहा महिन्यांचा असताना दादासह माझा एक फोटो काढलेला आहे, त्या फोटोतही तोच कोट आहे. आता या कोटाच्या चिंध्या झालेल्या. मूळचा रंग गेलेला. त्याचे चारपाच

खिसे मात्र शाबूत होते. तो कोट खुंटीला टांगून दादा त्या खिशांचा कपाटासारखा वापर करत असे.

त्याच्या या कोटाचे खिसे चाचपले असतील तर पुष्कळ वेळा त्याला कळे. त्याला चिल्लर नीटपणे मोजता येत नसे. दशम पद्धतीची असलेली नवी नाणी त्याच्या नीटपणे लक्षात राहत नसत. खिशातल्या इतर वस्तू हलवल्याचे त्याच्या लक्षात येई. त्यावरून त्याला वाटे; आपले पैसे कमी केले जातात, चोरले जातात...म्हणून आताशा तो आपली पैशाची ठेव आप्पाजवळ ठेवू लागला.

आईच्या हे लक्षात आल्यावर आई माझ्यावर खवळली. तिला वाटू लागलं, की दादाला मी जे पैसे देतो आहे ते सगळे दादा आप्पाला देतोय. वास्तविक आप्पानं असे पैसे घेऊन दादाला जेवायला घालू नये. 'वडील' म्हणून त्याचा पैसे न घेताच सांभाळ करावा आणि मी दादाला पैसे जे पाठवतोय ते आता त्याला पाठवू नयेत. ते आईला पाठवावेत...मी ते नाकारलं. आईनं आप्पाला वेगळं काढलं; हे मनापासनं मलाही आवडलं नव्हतं आणि तूर्त आप्पानं दादाची जबाबदारी स्वतंत्रपणे उचलावी असंही मला वाटत नव्हतं. आप्पानं दादाची जबाबदारी उचलायचं नाकारलं नसतं; पण आप्पाच्या तुटपुंज्या पगारात दादाचे हाल झाले असते; असं मला वाटत होतं. म्हणून मी दादाला पैसे पाठवतच राहिलो..दादा खूपच थकला होता. त्याला आता बाहेरची कामंधामं, उसाचा पाला कापून आणणं नि तो विकणं अशक्य होतं.

या सगळ्या घटना आप्पाचं लग्न झाल्यापासूनच्या पहिल्या तीन महिन्यांतल्या. झपाट्यानं घडत होत्या. मला कळत होतं की तुटपुंजा पैसा, जगण्याची अतिशय अपुरी साधनं, आई-दादाचं म्हातारपण; तरी आईला करावे लागणारे कष्ट, तिच्या साध्या-सुध्या स्वप्नांचीही आयुष्यात न झालेली पूर्तता, नव्या सरकारी कायद्यांचा परिणाम होऊन गेलेला मळा, घरादारात भरून राहिलेलं दारिद्र्य आणि अपार कष्ट, अज्ञान आणि अडाणीपणा, घरातल्या माणसांत असलेल्या मानवी स्वभावाच्या मर्यादा या सगळ्यांचा हा परिणाम आहे.

...हे कळत असूनही माझा त्याच्यावर इलाज चालत नव्हता. पत्रांतून मी सगळ्यांना तात्पुरते उपाय सांगत होतो, काही शहाणपणाच्या गोष्टी सांगत होतो. आचाराची रोजची वर्गवारी करून देऊन घराची घडी नीट घालण्याचा प्रयत्न करत होतो; पण पत्रांतून सांगत असल्यामुळं त्याचा परिणाम होत नव्हता. सुटीवर कधी साताठ दिवस गेलो की सगळ्यांना समजून सांगत होतो. पण परत आल्यावर मागचं तसंच पुढं चालू व्हायचं. कायम तिथं राहिलो असतो तर साम, दाम, दंड यांसारखे उपाय योजून घर काबूत ठेवलं असतं. कदाचित एकाच चुलीवर सगळ्यांचा स्वयंपाक झाला असता. पण मला कायम तिथं राहता येणं

अशक्य होतं. मग तारतम्य जाणून पत्र आणि पैसे तेवढेच पाठवू शकत होतो...पैसे पाठवण्याची माझी कुवतही सगळ्या घरादाराला बसून खायला घालण्याइतकी पुरेशी नव्हती. तसं घालणंही मला योग्य वाटत नव्हतं...घर चाललं होतं, दिवस पाठीमागं पडत होते; एवढंच त्यातलं खरं होतं.

सप्टेंबरच्या चौदा-पंधरा तारखेच्या दरम्यान आईचं पत्र आलं. त्यात तिनं सांगितलं होतं; की 'दादा आजारी पडला आहे. त्याला हगवण लागली आहे. त्यामुळं हातापायाची ताकद गेली आहे. पायाला कापरं भरलंय. दादा गांगरल्यासारखा झालाय एकदा येऊन बघून जा.'

पुण्यात माझा कामांचा व्याप खूप वाढला होता. नोकरीच्या संघर्षात अडकलो होतो. मन व्यग्र होतं. त्यामुळं गावाकडं जाण्याची इच्छा होत नव्हती. शिवाय आईच्या पत्रात 'एकदा येऊन जा, बघावंसं वाटतंय, मला तुझ्यासंगं थोडं बोलायचं हाय, असं नेहमीच असे. घरात कुणी आजारी पडलं तर मग ती ही संधी जाणीवपूर्वक घेई नि पत्रातून मला तिकडं येण्याच्या आग्रहावर जोर देई.

मला हा अनुभव असल्यानं मी आप्पाला स्वतंत्र पत्र पाठवी नि वस्तुस्थिती काय आहे, मी येण्याची खरोखर गरज आहे का, ते विचारी. त्याच्या पत्रावरूनच मी गावाकडं जायचं का नाही; ते ठरवत असे. म्हणून आप्पाच्या पत्राची वाट बघू लागलो.

आप्पानं तसं काहीच लिहिलं नाही. ऑक्टोबरच्या शेवटच्या आठवड्यात मात्र त्याचं पत्र आलं की 'दादाची तब्येत ठीक नाही. डॉक्टरांना घरी आणलं होतं. औषध वगैरे केलं आहे. फार थकले आहेत. अंगात उठायबसायलाही त्राण उरलेलं नाही...भेटण्यास शक्यतो लौकर यावे.'

नोव्हेंबरच्या पहिल्या आठवड्यात मी कागलला गेलो.

दादा खूप थकला होता. हाडांचा सापळा झाला होता. त्याचं मळलेलं, जुनाट, कुबट वास मारणारं आंथरूण बघून अतिशय वाईट वाटलं. अंगावरचा एकुलता एक अंगरखा. तो कधी घातला होता कुणास ठाऊक! घरात आईला, फुलाला, आप्पाला नि त्याच्या बायकोलाही तडातडा बोललो. त्याच्याकडं सगळ्यांनी दुर्लक्ष केल्याचा पडताळा आला.

एक दिवस राहिलो. दादाची तपासणी केलेल्या डॉक्टरांना भेटलो. त्यांच्या सल्ल्याप्रमाणं टॉनिकची बाटली दिली. फळफळावळ खाण्यासाठी, औषधपाण्याच्या खर्चासाठी भरपूर पैसे दिले. दादा दिवसभर उपाशीतापाशी एकटाच आंथरुणावर ताटकळत पडत होता. त्याची आणि त्याच्या जेवणाची फारच आबाळ झाली होती. आई, फुला शेतात कामाला, नाहीतर माळाला ढोरं घेऊन जात होती. शिवा नि त्याची बायको रोजगाराला आपआपलं पोटचं अन्न शिजवून पळत

होती. अनिता कसाबसा सकाळचा स्वयंपाक आवरून शाळेला जात होती. परीक्षा जवळ आली म्हणून पुस्तकात तोंड घालून बसत होती. आणि सुटी पडल्यावरही जेवढ्यास तेवढं करून मोकळी होत होती.

...मी तिला समजू शकत होतो. किती केलं तर ती परक्या घरची मुलगी. घरात येऊन फक्त पाचएक महिने झालेले. तशात या घराविषयी मनापासून आपुलकी निर्माण व्हावी; अशी तिला कुणाचीही वागणूक मिळाली नव्हती. दादानं जीव लावला असला तरी दादा हे एक घरातलं म्हातारं माणूस. अनिताचं अजाणतं वय. कर्तव्याची प्रखर जाणीव या वयात नसते. तशात दादा पुरुष माणूस. हगवण लागलेली. त्याचे कपडे, आंथरूण बदलणं अनिताला नको वाटणं स्वाभाविक होतं. ते मी समजू शकत होतो; पण दादा अशा एका मरणाच्या टप्प्यावर येऊन पडलेला असातनाही आईला काहीच वाटत नव्हतं; याच मला अतोनात दु:ख झालं; म्हणून तिला बोललो.

तिसऱ्या दिवशी पुण्याला यायला निघालो. कोल्हापुरापर्यंत बरोबर आप्पा होता. त्याला घेऊन दादासाठी एक गादी, तक्क्या, पांघरूण, आंथरायचा बेडशीट, दोन सदरे आणि एक धोतर एवढं घेऊन दिलं आणि मगच पुण्याच्या गाडीत बसलो.

आठ-आठ दिवसाला मला पत्र पाठवायला आप्पाला सांगितलं. गाडीत बसलो तरी मन अस्वस्थ होतं. ह्या घराची माणसं कधी सुधारणार? का मेलेल्या जनावराच्या मांसाचे लचके तोडताना कुत्री जशी कायम भांडतात, एकमेकाला चावतात तशीच ही जगत राहणार?

आठ दिवसांनीच आप्पाचं आणि दौलतचंही पत्र आलं की दादाची तब्येत एकदम सुधारली आहे. आता काय काळजी करण्याचं कारण नाही.

दादाची प्रकृती ठीक नसल्यानं दिवाळीचं घरात काही केलं नव्हतं. आता ती ठीक झाल्यावर अनितानं दिवाळीचे खाण्याचे पदार्थ केले. त्यात गऱ्याचे लाडू, कडबोळी, करंज्या, कानवले, शेवचिवडा होते. दादानं ते मागून भरपूर खाल्ले आणि त्याची काबूत आलेली तब्येत पुन्हा बिघडली. त्याला पूर्वीसारखंच होऊ लागलं.

दादाला तोंड आवरत नाही. चवीचं काही असेल तर ते भरपूर खायला लागतं. खरं तर वय, पचनशक्ती यांचा विचार न करता आणि पथ्यपाण्याचाही विचार न करता दादा जन्मभर खात आला. त्यामुळंच त्याची पुष्कळ वेळा तब्येत बिघडत गेली. आताही तेच झालं.

दौलतचं सविस्तर पत्र आलं की दादाची प्रकृती दिवाळीचे पदार्थ खाण्यामुळं पुन्हा बिघडली.

मी पुन्हा आई, आप्पा आणि दौलत यांना दादाची विशेष काळजी घेण्यासंबंधी पत्रं लिहिली...खर्चासाठी आणखी शंभर रुपये पाठवून दिले. टॉनिकच्या बाटल्या, औषधे, गोळ्या वेळेवर घेण्यासाठी आणि ते सगळं वेळेवर देण्यासाठी बजावलं.

पण तब्येत ढासळत गेली.

अठ्ठावीस डिसेंबरला तार आली. 'दादाची प्रकृती गंभीर आहे. ताबडतोब या'... मन एकदम चरकलं. विचित्र शंका आली.

मी लगेच गेलो.

माडीवरनं त्याला खाली आणलं होतं. बाहेरच्या सोप्यात पडदीच्या आडाला झोपवलं होतं. उठायला, चालायला येत नव्हतं. एकदोन दिवसांपासनं बोलणं बंद झालं होतं. त्यापूर्वी डोळे मिटून झोपेत मळ्याविषयी तो बडबडे. ते सगळं विसंगत असे. एखाद्या आत्मचरित्रातली अधलीमधली पानं वाचत जावं आणि शेवटी त्यांचा अन्वयार्थ काहीच लागू नये, असं त्याचं बडबडणं होतं. एकटाच रडत होता. कुणी विचारलं तर काही सांगत नव्हता आणि डोळेही उघडत नव्हता. एका कुशीवरनं दुसऱ्या कुशीवर वळण्याची शक्तीही नव्हती. दिवसा तासातासाला 'कूस बदलून घ्या' म्हणून आईला, अनिताला सांगितलं.

...समाधान एवढंच वाटलं की नोव्हेंबरात मी येऊन भांडून गेल्यापासनं आई त्याची सेवा करत होती. गरम गरम अन्न त्याच्या पोटात चमच्यानं घालत होती. त्याची यावेळी चांगली व्यवस्था राखली होती. त्याच्या अंगावरचे कपडे, आंथरुणं आई वेळच्या वेळी धूत होती. औषध वेळच्यावेळी दिली जात होती..तरीही अडाणीपण नडत होतं. आई दादाच्या आवडीचं अन्न त्यानं चार घास खावेत म्हणून देण्याचा प्रयत्न करी.

आप्पा म्हणे; ''त्या अन्नानं पोट बिघडेल, डॉक्टरांनी सांगितलं तेवढंच द्या. फळांचा रस, भातासारखं पचायला अगदी हलकं अन्न थोडं थोडंच द्यावं. 'पोटभर' देऊ नये. अपचन होईल.''

''पोटभर दिलं न्हाई तर अंगात शक्ती कशी येणार?'' म्हणून ती आप्पा नोकरीला गेल्यावर दादाला चमच्यानं पोटभर भरवी.

वादावादीतच दिवस चालले होते. आईची नि आप्पाची भांडणं दादाच्या अंथरुणाजवळच होत...दादाला शांतता हवी असे. तो हातानंच 'लांब जावा, निघून जावा, इथं थांबू नका.' अशा खुणा करी.

दोन दिवस राहून मी दादाचा निरोप घेतला. त्यानं डोळे उघडून पाहिलंही नाही की एकही शब्द बोलू शकला नाही.

मला वाईट वाटलं...दादा आता या जगाचा राहिला नव्हता. दुसऱ्या

जगाच्या स्वाधीन झाला होता. तिकडच्या प्रवासाच्या वाटेवर महत्त्वाचा टप्पा ओलांडून गेला होता.

खर्चासाठी पैसे देऊन मी परतलो. यापलीकडं मी काहीही करू शकत नाही, याची मला जाणीव झाली नि मी व्यथित झालो.

१६ जानेवारी १९७८ रोजी त्याचं निधन झालं. पुण्यात शेजारी राहणारे नाना नवरे यांचा फोननंबर पूर्वीच दिला होता. त्यावर सकाळी दहाच्या सुमारास कळवलं गेलं.

लगेच दुपारी एकच्या पुणे-कोल्हापूर गाडीनं स्मिता आणि मुली यांना घेऊन निघालो. रात्री साडेआठच्या सुमाराला कागलात जाऊन पोचलो.

दादाची भेट झाली नाही. रीतीप्रमाणं सायंकाळपर्यंत सगळं आटपून घेतलं होतं...आटपून घेतलं होतं ते बरंच झालं. घरातल्या माणसाचा मृतदेह पाहण्याचं सामर्थ्य माझ्याजवळ नाही. मी कुणाही बहिणीचा मृतदेह पाहिला नाही. आतापर्यंत माझ्या चार बहिणी गेल्या. त्यांतील अर्धीअधिक पुरलेली चंद्रा तेवढी आठवते. ते चित्र अजून मनासमोरून जात नाही. शाळेतनं मला बोलवून आणलं होतं आणि तिच्या तोंडात शेवटचं पाणी घालण्यासाठी नेलं होतं. त्यानंतर कुणाचंही मृतदर्शन मी घेऊ शकलो नाही. जनावर मरताना मला बघवत नाही, माझ्या मळ्याचा उभ्या पिकावर ताबा घेतला जाणार होता; ती घटना मला सहन होणार नाही; म्हणून मी गेलो नाही. मला अपघात बघवत नाही. मी दुबळा आहे.

पुण्याहून कोल्हापूरला जाताना प्रवासभर मन उदास होतं. पुढची सर्व चित्रं दिसत होती. मी गेल्यावर हलकल्लोळ होईल नि आपणाला ते सहन होणार नाही, याची घाबरवून टाकणारी जाणीव होत होती. दादाची मी पाहिलेली सगळी हयात आठवत होती. मनासमोरून चित्रपटासारखी त्याची विविध रूपं जात होती. त्याचं तारुण्य, राग, लोभ, भांडणं, माझ्या बाळपणातले निकराचे प्रसंग आठवत होते.

कागलच्या मातीवर पाय ठेवले.

घर जवळ येईल तसं मन अधिकाधिक कठोर करत चाललो होतो. युद्धाच्यावेळी हल्ला करण्याचा क्षण हळूहळू जवळ येईल तसा ठाम हिय्या करून सर्व प्रकारच्या प्रसंगांना सामोरं जाण्याची तयारी सैनिक करत असतो; तशी तयारी करत त्या क्षणाकडं चाललो होतो.

जाऊन पोचलो नि अपेक्षेप्रमाणं कल्लोळ माजला. पण त्याची लाट अपेक्षेपेक्षा किती तरी प्रचंड होती. तिच्या दणक्यात मी आईच्या मांडीवर कोलमडलो. कोसळून आडवा झालो...दादासाठी सर्व आयुष्याचं रडून घेतलं. माझा हा अनपेक्षित अवतार बघून मुली घाबरून रडू लागल्या, स्मिता त्यांना

सावरून धरत स्वत: भिंतीला टेकून मटकन बसली नि रडू लागली. आकाश कोसळल्यागत सगळेच मोकाट रडू लागलो.

मूळ वृक्ष उन्मळून पडला होता. आम्ही त्याच्या सावलीतली रोपटी वैशाखाच्या उन्हाताणात आलो असं वाटू लागलं. गेल्या बारापंधरा वर्षांत दादानं आपल्या प्रपंचासाठी काही केलं नव्हतं; तरी त्याचा सगळ्यांना मानसिक आधार फार मोठा होता; हे कळून आलं. तो फार महत्त्वाचा होता; याची विशेष जाणीव झाली.

दादा गेल्याच्या तिसऱ्याच दिवशी दीस घातले. दादाचे जे वृद्ध दोस्तमैतर, ओळखीपाळखीचे लोक होते, त्यांना जेवणासाठी बोलावलं. दादाच्या आवडीचे पदार्थ त्यांना करून घातले. दादा आजारपणात शेवटी शेवटी ज्या बाहेरच्या सोप्यात पडून होता, तिथंच त्याच्या दोस्तमैतरांची पंगत पडली. जणू दादा त्यांच्यात सामील होऊन सगळ्यांबरोबर आवडीचं 'पोटभर' जेवत होता...मित्रांना सांगत होता; 'पोटभर जेवा. आता तुमचे माझे संबंध कायमचे संपले. ही शेवटचीच पंगत.'

उरलेल्या तिन्ही बहिणींना माहेर केलं. धाकट्या मामाची बायको रखमा ही आम्ही भावांनी माझ्या थोरल्या बहिणीच्या ठिकाणी मानली होती. तिलाही माहेर केलं. धाकटी आत्ती, थोरली आत्ती यांनाही कितीतरी वर्षांनी आमच्या घरात लुगडी-चोळी नेसवली. दादाच्या संसारातलं हे शेवटचं माहेर. आता दादाच्या मुलींना, बहिणींना खऱ्या अर्थानं माहेर संपलं, दुसऱ्या पिढीचा राबता सुरू झाला, जुनी पिढी आणि तिचा प्रत्यक्ष संबंध संपला, असा याचा अर्थ होता. या रिवाजाच्या कल्पनेनं मन अतिशय व्याकुळ झालं.

वडीलधाऱ्या माणसांच्या शोकाकुल दु:खित मनाच्या पहिल्या पंगतीनंतर तरुण माणसांची, पोराबाळांची फक्त जेवणातच रस असलेली दुसरी पंगत गलबला करत जेव्हा बसली तेव्हाही असंच वाटलं...आता दुसऱ्या तरुण पिढीचा संसार सुरू झाला. पहिल्या पिढीचा प्रमुख कायमचा झोपण्यासाठी निघून गेला.

सगळं उरकून मी पुण्याला जायला निघालो. परतताना पोरकं झाल्याची नवी जाणीव सारखी होत होती. ती घर सोडू देईनाशी झाली होती. माझ्याबरोबर घरातली सगळी पोरकी झालेली...शेवटचा दौलत तर ऐन पंचविशीत आहे, त्याचं अजून लग्नही झालं नाही. सगळ्या भावंडांत मी भाग्यवान. दादाच्या अस्तित्वाचा आधार मला चाळीस वर्षांपेक्षाही जास्त मिळाला. त्या मानसिक आधाराच्या सावलीत मी शिकलो, नोकरीत शिरलो, विवाह झाला, मुलं झाली, पुण्यात घर झालं...माझं सगळं भक्कम स्थिर झाल्यावर आधार निखळून पडला...बाकीच्या भावंडांचं तसं नाही. त्यांना काय वाटत असेल? त्यांना या आधाराची फार गरज होती. 'आईवडील आहेत' एवढंही मनाला माहीत असलं

तरी फार बरं वाटतं. येणाऱ्या भल्याबुऱ्या प्रसंगांना तोंड देता येतं.

किती जरी झालं तरी आईला कुंकवाचा फार मोठा आधार होता. कपाळावर तो धारण करून गावात उजळ माथ्यानं वावरत होती. संसारासाठी झट्याझोंब्या खात होती. स्वत:च तिला संसाराचं निभावून न्यावं लागत असल्यानं गावातल्या पुरुषमाणसांशी ती सडेतोड बोलत होती. प्रसंगी त्यांच्याबरोबर भांडत होती, त्यांना न जुमानता आपलं खरं करून दाखवत होती. यापाठीमागं तिच्या कपाळावरचं मोठं लाल गोल निशाण तिला फार मोठा आधार देत होतं. तेच काळानं आता हिसकावून नेलं.

...घरादाराच्या मनात दादाला जी मानसिक जागा होती; ती आपण भरून काढली पाहिजे...मी वडीलधारा आहे.

सगळ्यांना एकत्र बोलावून समजून सांगितलं. प्रत्येकानं आता जबाबदारीनं समजुतदारपणानं, एकमेकाला सांभाळून घेत कसं आणि का वागलं पाहिजे; हे घरादाराला काळजीपोटी बोललो.

जेवण करून जायचं होतं. अजून स्वयंपाक सुरू होता. आलेले पै-पाहुणे सगळे गेले होते. घरात निवान्त होतं. एकटाच सोप्यात बसलो होतो.

वाटलं; माडीवर जाऊन बसावं.

माडीवर हळूहळू पायऱ्या चढत गेलो.

बारापंधरा वर्षांत दादाचा मुक्काम माडीवरच असे. आम्हा सगळ्यांचं उठणं-बसणं-झोपणं, सगळंच खालच्या खाली असे. त्यामुळं माडीवर निवान्त बसताना काही वेगळं वाटू लागलं. दादाच्या आठवणी गजबजून उठू लागल्या. त्यांना आवर घालत इकडं तिकडं बघू लागलो.

दादानं मळ्यातली एकट्याला उचलतील तेवढी सगळी अवजारं माडीवर आणून ठेवली होती. मळ्यातली सगळी खोपच जणू त्यानं इथं आणून ठेवली होती. उंदरं लागू नयेत म्हणून खोपीत मोट अंतराळी टांगून ठेवतात तशीच माडीवर ठेवलेली. कधीची अठराएकोणीस वर्षापूर्वीची मोट. वाळून कटंग होऊन गेलेली. तिचा आता काहीही उपयोग नव्हता. तरी दादानं ती ठेवलेली. त्याला वाटत होतं; आज ना उद्या मळा मला सरकार देईल, नवं कायदं हुतील नि माझा मळा मला मिळंल.

खोपीत झोपल्यागत तो माडीवर वाकळ आंथरून, घोंगडं पांघरून झोपायचा. मळ्यात एकटा वस्तीला असल्यावर घराकडं जाण्यायेण्याचा कंटाळा करून तो मळ्यातच भात शिजवायचा नि सकाळची उरवून ठेवलेली आमटी-भाकरी खाऊन राहायचा. तसात तो आप्पाचं लग्न होईपर्यंत आताही माडीवर भात शिजवे, आमटी करी. पोरींकडून सकाळी करून घेतलेल्या भाकरीबरोबर खाई. उरलेलं

अन्न मोटेत ठेवी नि तिच्यावर मोकळं पोतं पसरून ठेवी. औतअवजारांच्या संगतीत त्याला मळ्यात असल्याचा अर्धा अधिक आभास होत असावा...बाहेरच्या जगात झालेला बदल तो मनानं स्वीकारायला तयार नव्हता.

त्याच्या औतअवजारांत त्याला त्याचा कुणबावा दिसत असे. हा कुणबावा त्याच्या वडिलांकडून त्याच्याकडं आलेला. बापजाद्यांचा तो वारसा होता. दादाची पंचविशी ओलांडून एकदोन वर्षं होतात न होतात इतक्यात दादाच्या आईबानं हा कुणबावा दादाच्या स्वाधीन केला नि ते निघून गेले.

हा कुणबावा स्थिर स्वरूपाचा जुना होता. अनेक शतकं तो चालत आला होता. त्यात काही बदल, सुधारणा झालेल्या नव्हत्या. त्यामुळं तो पुराणपुरुषासारखा वाटे नि दादा त्याचा प्रतीकरूप प्रतिनिधी वाटे.

तीस वर्षांपूर्वी स्वातंत्र्य आलं. नवे कायदे, नवे सरकार, नव्या सुधारणा, नव्या योजना आल्या. पंधरा वर्षांपूर्वी शतकानुशतकं चालत आलेला दादाचा वारसा एका अंदाधुंद ठोकरीसरशी उडवला गेला. दादाचं तिथं पहिलं मरण घडलं...मग तो नव्या राज्यानं फाशी दिलेल्या प्रेतासारखा फरफटत राहिला.

गावात अशी प्रेतासारखी जगणारी दादाच्या वयाची बरीचशी माणसं शिल्लक होती. मांग, महार, चांभार, कोष्टी, सुतार, लोहार, छोटे शेतकरी, बलुतेदार असे अनेक जातिजमातींचे लोक होते. ते असेच उखडले गेले होते. सुधारत्या शेतीला, बदलत्या धंद्यांना, नव्या उद्योगांना जागा मोकळी करून देणार होते. नव्या समाजातील तरुण पिढ्यांच्या पंगती त्या जागेवर बसून 'पोटभर' जेवणार होत्या.

"दादा, जेवायला या."

मला जेवणासाठी खालून हाक आली.

मी खाली गेलो.

रजेवर असलेल्या आप्पाला म्हणालो; "आप्पा, ती माडीवरची अवजारं आता माळ्यावर टाकून दे. आता त्येंचा कायबी उपयोग न्हाई. वाटलंच तर जळणाला फोडून वापरा. उगंच जुन्या आठवणी होतात. त्यांत मन गुंतवण्यात अर्थ नाही. माडी मोकळी करून घ्या. भिंती सारवून घ्या. तुमचा वावर तिथं असू दे. कपाटाजवळच्या खुंटीवर दादाचं धोतर, कुडतं नि पटका कुणीतरी अडकून ठेवलाय. तो तेवढा तसाच थोडे दिवस राहू द्या. असू द्या तिथंच."...ते बघून दादा घरात असल्यागत वाटत होतं.

●

छत्तीस

फेब्रुवारीच्या पहिल्या आठवड्यानंतर स्मिता म्हणाली; ''यावेळी माझी पाळी चुकलीय, हो. आठदहा दिवस होऊन गेले आहेत.''

''तुला मुलगा होणार.'' मी एकदम उद्गारलो. माझी प्रतिक्रिया मला न जुमानता तात्काळ बाहेर पडली. गांधीजी जिला 'इनर व्हॉईस' म्हणत तसं काही तरी झालं. एखादा माणूस त्याला माहिती न होता, बोलण्यावर स्वत:चा ताबा न ठेवता झोपेत जसा बोलतो तसं काहीसं झालं.

१९७३च्या ऑक्टोबरात ॲबॉर्शन झालं नि स्मितानं मानसिकदृष्ट्या हाय खाल्ली. त्यावेळी कीर्तीच्या जन्मानंतर सात वर्षांनी तिला निसर्गकृपेनं दिवस गेले होते. त्यानंतरची पुन्हा पाच वर्षं निसर्गाची अवकृपा होती.

१९७४ पासून आम्ही डॉक्टरी इलाज सुरू केले होते. या चार-पाच वर्षांत तिचं गर्भाशय दोन वेळा स्वच्छ करून घेतलं. खूप वाट पाहून, औषधोपचार करूनही काही परिणाम होत नाही, असं दिसून आल्यावर स्मिता अतिशय निराश झाली. दोघांतही काही दोष नसताना असं का व्हावं, याचं कोडं तिला पडलं होतं नि डॉक्टरही 'असं होऊ शकतं,' असं सांगत असल्यामुळं ती आणखी निराश होत होती.

तरीही डॉक्टरी इलाज सुरूच होते. १९७६ मध्ये आम्ही एका स्पेशालिस्ट असलेल्या नामांकित स्त्री-डॉक्टरांकडं गेलो. त्यांनी पुन्हा सर्व तपासणी केली. ती सगळी पूर्ण झाल्यावर त्यांनी एकत्र बोलावून मला सांगितलं. ''गर्भाशय पूर्ण निकामी झालं आहे. कॅन्सर होण्याची दाट शक्यता आहे. तुम्ही ताबडतोब मिसेसचं ऑपरेशन करून घ्या नि गर्भाशय काढून टाका. त्यांच्या जिवाला धोका आहे.''

विजेचा प्रचंड प्रवाह अंगातून जावा तसा मी चरचरलो. डॉक्टरांकडं नि स्मिताकडं नुसता बघत राहिलो.

"मुलगा होण्यासाठी आम्ही प्रयत्न करत आहो. आम्हांला दोन मुलीच आहेत." स्मिता नम्रतेनं म्हणाली.

"मुलगा मुलगा काय घेऊन बसला आहात? दोन मुली आहेत ना? त्यांचं पालन-पोषण करा. मुलगा-मुलगी यांत तुम्ही अजून भेद करता?" डॉक्टर मला उद्देशून बोलू लागल्या. त्यांच्या आवाजाची पट्टी थोडी वरची होती. त्यांच्यातील स्त्री संतापल्यासारखी वाटत होती. त्यांना वाटलं स्मिता जे बोलत आहे; त्यापाठीमागं माझा पुरुषी दबाव आहे.

मी स्वत:ला सावरत म्हणालो; "डॉक्टर, मला मुलगा-मुलगी ह्यांत भेद वाटत नाही; पण मुलगा हवा ही 'तिची' इच्छा आहे. तिच्या काही जीवनविषयक श्रद्धा आहेत. कितीही प्रयत्न करून मी पाहिले; पण त्या पालटू शकत नाहीत." मी प्रांजळपणे वस्तुस्थिती सांगून मोकळा झालो.

डॉक्टर स्मिताकडं वळल्या; "तुम्ही एवढ्या सुशिक्षित आहात, शिक्षिका आहात, आधुनिक जगात वावरत आहात, तरीही तुम्ही मुलगा-मुलगी यांमध्ये भेद करता आहात? असं करू नका. गर्भाशयाची अशी अवस्था आहे की तुमच्या जिवावर बेतण्याचा धोका नाकारता येत नाही...येत्या चार-आठ दिवसांत ऑपरेशन करून टाकू. तुम्ही तयारी करा. कधी येता बोला."

"बाकीची सगळी तयारी करायला पाहिजे. मेडिकल लीव्ह काढली पाहिजे, पैशांची तयारी केली पाहिजे, घरचं कुणी तरी बोलावून घेतलं पाहिजे. तरी येत्या पाच सहा दिवसांत मी तयारी करून येतो." मी बोललो.

"या."

त्यांची तोवरची फी चुकती करून आम्ही बाहेर पडलो. माझी पाचावर धारण बसली. "स्मिता, ताबडतोब तुझं ऑपरेशन करून गर्भाशय काढून टाकलं पाहिजे. 'गर्भाशयाच्या कॅन्सरची चिन्हं' म्हणजे कॅन्सर झालेलाच असणार. डॉक्टर मंडळी पेशंटनं एकदम घाबरून जाऊ नये, म्हणून अशी भाषा वापरतात. चार-आठ दिवसांत आपण तयारी करू. वाटलंच तर डॉ. अनिल गांधींना भेटू. शक्य असेल तर त्यांच्याच हॉस्पिटलमध्ये ऑपरेशन करू." रिक्षास्टँडकडं जाता जाता मी स्मिताला बोलत होतो.

"कॅन्सरबिन्सर मला काही झाला नाही. ती बया काय सांगती. माझं गर्भाशय अगदी व्यवस्थित आहे. पाळी अगदी ठराविक दिवसांनी व्यवस्थित होतीय. ऑपरेशन-बिपरेशन काही नको. सात वर्षांनी दिवस राहिले होते. त्यावेळी फ्ल्यूचं निमित्त झालं नि उष्णता वाढून माझं अॅबॉर्शन झालं. तसेच आता आज

ना उद्या दिवस जातील.''

''स्मिता आता अॅबॉर्शन होऊन तीन वर्षं झाली. त्यानंतर गर्भधारणा व्हायची असती तर लगेच झाली नसती काय?... कसला विचार करतीस तू हा? मुलासाठी जीव गमावून बसायची पाळी येईल. पुन्हा तो मुलगाच होईल की नाही; याची खात्री नाही. तिसरी मुलगीच झाली तर?'' मी अस्वस्थ होऊन बोलू लागलो.

''तुम्ही काही काळजी करू नका. आज ना उद्या मला दिवस जातील आणि मुलगाच होईल. मला खात्री आहे.''

''बस तर. काही झालं तर त्याला मी जबाबदार नाही. जिवाला धोका आहे एवढं लक्षात ठेव.'' मी हात चोळत रिक्षात बसलो.

घरी जाईपर्यंत तिच्याशी काही बोललो नाही.

तीन साडेतीन वर्षांपासनं तिचं देवधर्म जोरात चाललं होतं. जुन्या घराशेजारच्या नानींच्या साहाय्यानं ती नवस बोलत होती. वार करत होती. देवीचे उपासतापास कडकपणे करत होती. वेळच्या वेळी रोज देवपूजा करत होती. आयुर्वेदीय औषधं घेत होती...या बाबतीत मी तिला विरोध करत नव्हतो. तिचं मन श्रद्धाळू, पारंपरिक स्थितिगतीनं वाहणाऱ्या प्रवाहातून जाणारं होतं. त्यामुळं तिला मानसिक शांतता लाभत होती. मला ती शांतता, ती आशावादी वृत्ती अतिशय महत्त्वाची वाटत होती. कार्यकारण संबंध शोधत राहणाऱ्या माझ्या मनात अशा प्रकारची शांतता आणि आशा निर्माण होऊ शकत नव्हत्या; त्याला माझाही नाइलाज होता.

१९७१ सालापासून आम्ही संततिनियमन सोडून दिलं. तेव्हापासून मला सारखं वाटत होतं; की कीर्ती आता पाचवर्षांची झाली आहे. स्मिताला दिवस जावेत नि चटकन तिला मुलगा व्हावा. तिला किती मुली झाल्या तरी मुलगा हा हवाच आहे तेव्हा तो लवकर व्हावा. मुलगा झाला तर तिला मानसिक शांतता लाभेल. माझ्या इतकी मनानं ती खंबीर नाही. दुबळी, हळवी आहे. तिला आयुष्यात मुलगा हा फार मोठा मानसिक आधार वाटतो. तो नसल्यामुळं ती खूप निराश, हताश वाटते आहे.

गावाकडं घरातही आम्हांला मुलगा व्हावा म्हणून कधीपासून बोलणी सुरू झाली होती. स्वाती, कीर्ती पावणेदोन-दोन वर्षांच्या अंतरानं जन्माला आल्या होत्या. त्याच अंतरानं तिसऱ्या खेपेस मुलगा होईल असं सर्वांना वाटत होतं. मलाही तिसऱ्या खेपेस मुलगाच होईल असं वाटत होतं. माझ्या नि स्मिताच्या घरी जी चर्चा चाले; त्यात 'माझ्या घरी दोन मुलींवर मुलगा' आणि स्मिताच्या घरीही 'दोन मुलींवर मुलगा' अशीच निसर्ग-परंपरा होती. तीच पुढं

चालेल, असं दोन्ही घरांना वाटत होतं.

पण त्यानंतर दोन वर्षं गर्भधारणा झाली नाही. निसर्गक्रमात १९७३च्या जुलै मध्ये तिला दिवस गेले; पण तीनचार महिन्यांतच ॲबॉर्शन झालं...तिचा अपेक्षाभंग झाला.

दिवस जसजसे जातील तशी हळूहळू तिची निराशा वाढू लागली. मग औषधोपचार आणि इतर इलाज सुरू झाले. मी हे इलाज करण्याच्या बाबतीत आरंभी अळम्‌टळम्‌ करत होतो. निसर्गक्रमात कधी तरी गर्भधारणा होऊन जाईल असं वाटत होतं. नाही झाली तरी फारसं काही बिघडेल, असं वाटत नव्हतं. दोन बुद्धिमान, नीटस मुली आपल्याला आहेत, हे पुरेसं वाटत होतं. मुलगा असलाच पाहिजे, असा देवाजवळ किंवा निसर्गाजवळ हट्ट करण्यात काही अर्थ नाही, अशी माझी मानसिकता होती.

मी हे स्मिताजवळ बोलत होतो. पण स्मिताला हे पटत नव्हतं. प्रसंगी तिला माझा राग येत होता. तिसरं मूल मला नकोच आहे; असा तिचा गैरसमज झाला होता. त्यातनं घरात तणाव निर्माण होत होते.

स्मिताला निराशेनं घेरलं. तिला माझ्याशी बोलण्यात, माझे स्नेही-सोबती आले की त्यांचं आगत-स्वागत करण्यात रस वाटेना. ती स्वत:-स्वत:त, स्वाती-कीर्तीत पूर्ण रमल्यासारखी आणि माझ्याशी अबोला धरल्यासारखी वागू लागली.

तिचं हे वागणं बघून मी माझी भूमिका बदलली. केवळ निसर्गधर्मावर भरवसा न ठेवता मी तिच्यावरील डॉक्टरी इलाजांच्या उद्योगाला लागलो. दोघांचीही तपासणी केली, क्युरेटिन केलं; तरी यश येईना.

या सर्वच अपयशाला मुळात मीच कारणीभूत आहे, असं तिला वाटू लागलं. मी तिसरं मूल आरंभीच निसर्गक्रमात होऊ द्यायला पाहिजे होतं; असं ती म्हणू लागली; पण स्वाती-कीर्ती लहान होत्या. स्मिताचं शिक्षण सुरू होतं. माझ्यावर गावाकडच्या आर्थिक जबाबदाऱ्या मोठ्या होत्या. पुण्यात आमच्या मदतीला गावाकडचं यायला कुणी तयार नव्हतं. शिवाय स्मिताच्या आरोग्याच्या दृष्टीनंही ते बरोबर नव्हतं. तीन मुलांना प्राप्त परिस्थितीत वाढवता येणं फार कठीण गेलं असतं, असं मला वाटत होतं.

स्मिताची ही पश्चात्‌बुद्धी होती. ते तिला मी समजून सांगण्याचा प्रयत्न करत होतो. पण तिच्या निराश मनाचं समाधान होत नव्हतं. घरात तणाव सुरूच होते.

हे सगळे उपचार करत असताना दिवस आणि वर्षं निघून जात होती. स्मिताची निराशा वाढत होती. तिच्या प्रकृतीवर त्याचा परिणाम होत होता. ती

खराब झाली होती. नंतरच्या काळात तिचे देवधर्म, उपासतापास, नवससायास सुरू झाले होते. ती स्वत:चे हाल करून घेत होती; ते मला बघवत नव्हते. केवळ असहाय होऊन मी ते बघत होतो. औषधोपचार व इतर डॉक्टरी इलाज यांशिवाय दुसरं काही करू शकत नव्हतो.

हे सगळं करत असतानाही माझ्या पोटात भीतीचा गोळा खोलवर दडून बसलेला होता...अशा प्रयत्नांनी समजा स्मिताला दिवस गेले; तर मुलगाच होईल याची काय खात्री?...माझ्या तीनएक मित्रांना तीन मुली आहेत. एकाला तर पाच मुली आहेत. स्मितालाही तिसरी मुलगीच झाली तर?...तिसरी मुलगी झालेल्या स्मिताची मला काही केल्या कल्पना करवेना. दुसरी मुलगी झाली तर स्मिता किती निराश होऊन गेली होती. खचल्यासारखी झाली होती. तिसरी मुलगीच झाली तर ती अर्धमेली होईल, ती कदाचित वेडीही होऊ शकेल, अशी मला भीती वाटत होती. ती तर मला तिसरा 'मुलागाच होणार आहे' असा मनोमन घोष करत होती. वेळप्रसंगी मला बोलून दाखवीत होती...तिचे कडक उपासतापास आणि देवधर्म यांत चाललेले हाल पाहून स्मिता 'मुलग्या'साठी आपलं अस्तित्वच कसं पणाला लावत होती, याचा पडताळा आला. 'डॉक्टरांनी कॅन्सरची शक्यता' बोलून दाखवलेली असतानाही ती गर्भाशय काढून टाकायला तयार नव्हती...मी आतल्या आत हबकून गेलो होतो. पण स्मिताला समजून सांगायची काही सोय नव्हती.

– अशा परिस्थितीतून जात असताना स्मितानं दिवस गेल्याचं सांगितलं नि माझ्यातल्या अंतरात्म्यानं तिला जणू भविष्य वर्तवावं, तसं खात्रीपूर्वक सांगितलं. तो उद्गार म्हणजे गेली पाच वर्षं आम्ही जे भोगत होतो त्याचं साकळून आलेलं रसायन होतं.

'तुम्हांला मुलगा असायला पाहिजे' अशी सूचना देऊन आणि तिच्या पूर्ततेची वाट पाहून स्मिताचे वडील वर्षभरापूर्वी स्वर्गवासी झाले होते. माझी आई तिकडं देव-देवतांना साकडं घालून वाट बघत बसली होती. भाऊबीज, राखीपौर्णिमा आल्या की स्वाती-कीर्तीचे चेहरे केविलवाणे होत. त्या शेजारच्या मुलांना नटूनथटून ओवाळत, राख्या बांधत नि दुधाची तहान ताकावर भागवत. नऊ वर्षांची कीर्ती अन्नावरची वासना उडलेल्या आईला सांगत होती, "आई, तू खूपखूप खात जा गं. म्हणजे तुझं पोट मोठं होईल नि तुला बाळ होईल. आम्हांला भाऊ मिळेल. तू नेहमीच फार कमी खातेस."

गेल्या पाचसहा वर्षांत दादा वर्षातनं दोनदा तरी पुण्याला येत होता. दोन-तीन आठवडं राहून परत जात होता. मला मुलगा नाही म्हणून व्याकुळ होत होता. प्रत्येक भेटीत काही ना काही निमित्त साधून मला म्हणत होता; "तुला

मुलगा देवानं दिला न्हाई; तर मरून मी तुझ्या पोटाला येईन.''

मी हे सगळं हसण्यावारी नेत होतो. पण खरोखरच दादाचं निधन झालं नि पंधरा-वीस दिवसांनीच स्मिता मला म्हणाली; ''माझी पाळी यावेळी चुकलीय हो.''

सुकलेल्या लाकडासारखी तिची मूर्ती आणि नुकतंच झालेलं दादाचं निधन नि त्याच्या मनात मुलगा होऊन माझ्या पोटी येण्याची असलेली इच्छा; हे सगळं आठवून मी पोटतिडकीनं तळमळून म्हणालो की ''तुला मुलगा होणार!''

तर्कशील विचार करणारा मी पुनर्जन्म मानत नव्हतो; पण माझ्यातील शेकडो वर्षांचं भारतीय संस्कृतीचं रक्त मला न जुमानता उसळून वर आलं...''मुली, तू मुलगा व्हावा म्हणून खूप हाल सोसलेस. तुझं सारं अस्तित्व पणाला लावलंस. शरीराचा कण नि कण पुत्राच्या स्वागतासाठी सिद्ध ठेवलास. तुझ्या घरच्या गरीब, निरुपद्रवी सर्व जीवात्म्यांना वाटतं की तुला मुलगा व्हावा...तुम्हा सर्व जीवांच्या खोलखोलवरच्या स्वाभाविक आत्मिक इच्छेपलीकडं निसर्ग जाऊच शकणार नाही. तो तुला मुलगाच देईल. हे तपस्विनी, तुला मुलगाच होणार.''

मी गावाकडं पत्रं लिहिली. स्मिताच्या पोटी 'दादा' येणार अशी भावनेच्या भरात लेखी ग्वाही दिली...दुसरं काही होऊच शकणार नाही; असं मला निकरावर आलेली आतील सणक ठणकावून सांगत होती.

अठ्ठ्याहत्तर फेब्रुवारीच्या एक तारखेपासनं मी शाहू कॉलेजची नोकरी सोडून देऊन पुणे विद्यापीठाच्या मराठी विभागात प्रपाठक म्हणून रुजू झालो होतो. या नोकरीमुळं मी जीवनातील एक महत्त्वाचा टप्पा ओलांडला होता.

रुजू होताना दादाची आठवण तीव्रतेनं झाली...आठवणींनी जडभारी झालेलं मन घेऊन वावरत होतो. मनात दुसरं काही येत नव्हतं. म्हणून दोन-तीन दिवस बसून 'दादांची भाकरी' हा ललित लेख लिहून काढला. पुढं जूनमध्ये तो 'केसरी' मधून प्रसिद्ध झाला. लेख लिहिल्यावर मनाचा निचरा झाल्यागत वाटलं. लेखनाच्या दुसऱ्या उद्योगाला लागलो.

मार्चमध्ये स्मिताची तब्येत गायनाकॉलॉजिस्ट डॉक्टर संगमनेरकर यांना दाखवली. काही काळ त्यांची ट्रीटमेंट यापूर्वीही घेतली होती. आता स्मिताच्या पोटातील गर्भ नीट वाढावा, इतरही काळजी डॉक्टरांच्या सल्ल्यानं घ्यावी म्हणून स्मिताचं नाव तिथं नोंदवलं होतं.

त्यांनी तिला विश्रांतीचा सल्ला दिला होता. म्हणून एप्रिलच्या पहिल्या आठवड्यात शिवाच्या बायकोला मदतीसाठी बोलावलं. मुलाला घेऊन ती आली. निदान दोन महिने तिनं पुण्याला राहावं, पावसाळ्याला पुन्हा परत जावं; अशी इच्छा होती. शिवाकडून तसं कबूल करून घेतलं होतं. पंधरावीस दिवस गेल्यावर

शिवा लगेच बायकोला न्यायला आला. ''बायकूला लावून द्या. पोटापाण्याचं लई हाल हुत्यात. पोरालाबी सारखं बघावंसं वाटतंय.''

मी दोघांना दोन महिने पुरतील एवढ्या बेजमीचे पैसे दिले. बायकोला चोळीपातळ घेतलं, शिवाला शर्ट-चड्डी घेतली. बारक्या राजाला नटवलं नि पाठवून दिलं.

आठच दिवसांनी स्मिताला 'मे'ची सुटी पडली. यावेळी गावाकडं फक्त स्वाती-कीर्तीला पाठवलं नि मी नि स्मिता दोघेच पुण्यात राहिलो. हे पहिलंच वर्ष असं की स्मिता उन्हाळ्यात कागलला न जाता पुण्यात राहिली. तिला पुण्यात हवी तशी विश्रांती मिळेल, असं वाटलं. प्रवासाची दगदग तिला सोसली नसती. आबा गेल्यापासनं तिचा कागलचा ओढाही काहीसा कमी झाल्यासारखा वाटत होता.

आबांना जाऊन आता दीड वर्ष झालं होतं. २६ नोव्हेंबर १९७६ रोजी घशाच्या कॅन्सरनं त्यांचं निधन झालं. शांतपणे ते गेले. आमचं नवं घर त्यांना बघता आलं नाही. आजाराच्या शेवटच्या दिवसांत पनवेलहून कागलला टॅक्सीनं जात असताना ते फक्त घराजवळ रात्री एकच्या सुमाराला आले. गाडीत बसूनच त्यांनी न बोलता आमचा निरोप घेतला. त्यांना घरात येता येणं शक्य नव्हतं. अंधारातच त्यांनी आमचा आणि घराचा शेवटचा निरोप घेतला. त्या प्रवासातच त्यांचं पहाटेच्या सुमारास निधन झालं.

स्मिताच्या घरचा गोतावळा मोठा. त्यामुळं मुलींची उन्हाळ्याची नि दिवाळीची सुटी कागलात मजेत जाई. हे घर मध्यमवर्गीय सुशिक्षितांचं. त्यामुळं स्वाती-कीर्ती त्यांच्यात रमत. आमचं घर रोजगाऱ्याचं. त्यामुळं तिथं त्यांच्या सोयीपेक्षा गैरसोयीच जास्त. त्यामुळं स्वाती, कीर्ती नि स्मिता तात्पुरत्या दिवसभर आमच्या घरी येऊन परत जात. आई तेवढ्यात नातीचं नि सुनेचं कौतुक करून मोकळी होई. त्या गेल्यावर आपल्या कामाला लागे...दोन्ही घरांची वळणं वेगळी आणि वेगवेगळ्या आर्थिक स्तरांतील असल्यामुळं त्यांचा परस्परसंबंध फार थोडा येत असे. क्वचित प्रसंगी निरोपांची देवघेव होई तेवढंच.

ऑगस्टच्या शेवटच्या आठवड्यात आई आणि धाकटा मामा पावसात भिजत अचानक पुण्याच्या घरी आले. सुदैवानं मी घरीच होतो. त्यांना असं अचानक आलेलं बघून चकित झालो. येणार असल्याची सूचना, पत्र वगैरे काही नव्हतं.

''कसं काय अचानक आलात?''

''आलो तुझा नवा बंगला बघायला. वास्तुशांतीला मला काय यायला जमलं न्हवतं; म्हणून आलो झालं. एवढ्या वर्सांनी सूनबाईला दीस गेल्यात;

तिलाबी बघावंसं वाटलं.''

जेवता जेवता गप्पा झाल्या. बरीच माहिती कळली.

जुलैपासनं दौलत उमेदवारीचा काळ संपवून चिपळूणला महाराष्ट्राच्या विद्युतमंडळात रीतसर नोकरीवर रुजू झाला होता.

थोरल्या मामाच्या दोन मुली आणि एक मुलगा आक्काताई, अंजनी आणि बाबू कणकवली परिसरात नोकरीस होते. आक्काताई हायस्कूलमध्ये लागली होती; तर बाकीचे दोघे प्राथमिक शाळेत शिक्षक होते.

आक्काताई, बाबू यांची लग्नं होऊन त्यांचे संसार मार्गी लागलेले. अंजनीचं वय आता विवाहयोग्य झालेलं. आमच्या घरात आम्हां भावंडांपैकी दौलतचंच फक्त लग्न व्हायचं राहिलेलं. त्याची नोकरी आता निश्चित झालेली. लग्न करून संसाराला लागण्यासाठी जी प्राथमिक तयारी लागते ती पूर्ण झालेली.

थोरला मामा, आई आणि धाकटा मामा या तीनही भावंडांच्या मनात एकमेकांचे संबंध पुढच्या पिढीतही घट्टपणे जोडून द्यायची भावना पूर्वीपासूनची. पण या बाबतीत थोरल्या मामाला त्याच्या हयातीत यश आलं नही. ते यश मिळवावं म्हणून आई, धाकटा मामा झटत होते..अंजनीच्या मनात आणि दौलतच्या मनातही एकमेकांशी विवाहित होण्याची इच्छा होती. याबाबतीत आक्काताई-अंजनीनं धाकट्या मामाला आणि दौलतनं आईला लक्ष घालून हे जुळवून आणण्याविषयी सुचवलं होतं. आई नि मामा दोघेच उदगाव, नरसोबाची वाडी, कागलच्या परिसरातील हलसिद्ध आप्पाची वाडी, कणकवली इकडं जाऊन फिरून आले होते...सगळ्या गणगोतांना भेटून देवदेव करून आले होते. म्हणजे आई-मामा या दोन भावंडांत आणि दौलत-अंजनी या दोघांत मिळून अगोदरच सगळ्या गोष्टी नक्की झाल्या होत्या...माझी फक्त त्यांना अनुमती हवी होती. मी ती न देण्याचं काहीच कारण नव्हतं. उलट थोरला मामा आणि आई यांची अनेक वर्षांची अपुरी इच्छा पूर्ण होतेय, याचा मला आनंद झाला होता. अंजनीत असं काहीही कमी नव्हतं की ती दौलतची पत्नी म्हणून कुठं कमी पडेल. शिवाय ती नोकरीत होती. दोघे कोकणात नोकरी करत होते. दोघांच्या मिळवतेपणानं त्यांचा संसार लौकरच स्थिर होणार होता आणि सुखाचा व्हायला आर्थिक मदत होणारी होती....मी त्याला आनंदानं मान्यता दिली.

''दिवाळीच्या नाहीतर नाताळाच्या सुटीत कधी तरी लग्न करून टाकू या. तोवर पूर्वतयारी करायला त्यांच्या घरी सांगा.'' असं मी म्हणालो.

रात्री भरपूर गप्पा झाल्या. मामानं आपल्या सगळ्या आयुष्याची म्हणजे लहानपणापासनं ते आज घडीपर्यंतची चित्तरकथा तपशीलवार सांगितली. मग आईनंही सगळं आपलं आयुष्य माझ्यासमोर मांडलं. मला त्या दोघांची सविस्तर

माहिती हवी होती; म्हणून मीच त्यांना प्रश्न विचारत गेलो.

शेवटी आई आपल्या आयुष्याच्या ध्रुवपदावर येऊन थांबली. "एवढा जलम झाला; पर सुख म्हणून मला काय मिळालं न्हाई बघ. तुम्ही बापलेकांनी मिळून माझ्यावर लई अन्याय केला. तूबी बापयाच्या जातीवर गेलास नि मालकालाच सामील झालास."

"हे बघ आई, आता दादा मातीला मिळून गेला. त्येला तूच जर नीटपणानं समजून घेतलं असतंस तर तुला सुख मिळालं असतं. झालेल्या अन्यायाची धग कमी वाटली असती."

"केलेला अन्याय तुला पोटात घालता येतोय; पर मला ते जमत न्हाई. मला छळलेला माणूस समोर दिसला की माझी तळपायाची आग मस्तकाला जाती. जलमभर त्यो माझ्यावर अस्सील नागागत फुत्कारात हुता."

"तसं न्हाई, आई. दादा रागीट हुता, आळशी हुता, ऐतखाऊ हुता, हे सगळं खरं. म्हणून त्येला का टाकून द्यायचं? त्येलाबी मन हुतं, दुःख हुतं. मळा गेल्यावर त्येचा जीवप्राण असलेला कुणबावा काढून घेतल्यागत झालं हुतं. आपण फसलो, आपल्या शेतकरीपणाच्या जल्माचा अपमान झाला, असं त्येला वाटत हुतं. 'शाळा नको' म्हणून मला त्येनं छळलं, तरी त्यो रूढीचा बळी हुता. त्येला वाटत हुतं आपल्या पोरानं आपल्यागत शेतकरी व्हावं, आपल्या हातातली कामं घ्यावीत नि आपल्या बापपणाचं सार्थक व्हावं. यात त्येचं काय चुकलं?...तुलाबी लक्षीनं, आनसानं, धोंडूनं आपल्या हातातली कामं घ्यावीत, असंच वाटतंय का न्हाई? त्यासाठी तू मला मदतीला लावून दिलेल्या तुझ्या लेकी आजवर म्हैन्या दीड-म्हैन्यात परत बोलावून घेतल्यासच की. तुझ्या लेकी तुला तुझ्याजवळ लागत हुत्या. तुला आईपणाचं त्यात सार्थक वाटत हुतं. तसंच अडाणी दादाचंबी हुतं. आपल्या घरातली माणसं आपूणच समजून घेतली तर दुःखाच्या तिखट धारा जरा मोंड हुत्यात. तू नुसता तुझाच इचार करतीस...निदान दादाला आता तरी समजून घे. तुझ्या जिवाला सुख आणि शांतता मिळव. सुखाचं सोनं सोनार-कट्ट्यावर, बाजारात कुठंच मिळत नसतंय. ते मनाच्या पेटीत धुंडावं लागतंय. ते तुला गावलं तरच तुझ्या मनाला थंडावा मिळंल. स्वर्गात दादाच्या आत्म्यालाबी बरं वाटंल...फुडच्या जल्मासाठी मग त्यो तुझी वाट बघंल."

आई चिंतागती झाल्यागत दिसली.

कागलला जाताना मामानं मला नि स्मिताला पोटभर आशीर्वाद दिला. "तुम्ही दोघांनी जल्माचं सोनं केलंसा. सगळं तुम्हांला मिळालं. आता एवढा देवानं पोरगा द्यावा. त्यो दिला की तुम्ही हयातीत समदं समदं जितलंसा बघा. जातो आम्ही."

आई नि मामा कागलला निघून गेले.

कसाबसा महिना गेला.

आक्टोबरच्या पहिल्या आठवड्यात रक्ताच्या गुळण्या टाकून झोपेतच मामाचं निधन झाल्याचं पत्र आलं. तीन दिवस होऊन गेले होते.

मी हादरलो.

मामाच्या दारूनं मामाचं आयुष्य आणि त्याचा प्रपंच उद्‌ध्वस्त करून टाकला होता. अलीकडं तर त्यानं दारू पिण्याचं ताळतंत्रच सोडून टाकलं होतं. आता कच्चीबच्ची असलेली आठनऊ पोरं आणि बायको यांना सोडून तो संसाराच्या मधनंच उठून निघून गेला. मामाचं वय साठएकसष्टच्या आसपास निघत होतं. बाळू, आण्णा, शिवज्या हे तिघंच कुठं तरी पोटासाठी कामं करत बाहेरगावी भटकत होते. बाळूनं आपल्या बाबाचं दारूचं व्यसन एकनिष्ठेनं उचललं होतं. हातभट्टीची दारू; त्यामुळं अठ्ठावीस एकोणतीस वर्षांचा बाळूही सुजरा फुगरा झाला होता. तसाच कुणाकुणाच्या ट्रक्सवर ड्रायव्हरकी करत हिंडत होता. सुदैवानं तीनही मुलींची लग्नं झाली होती. पण अजून तीन लहान पोरं घरात होती. ती अशी बेवारस झाली.

मामा बुद्धीनं अतिशय हुशार होता. स्वत:च्या बुद्धीनं त्यानं काही काळ भरपूर मिळवलं होतं. तो कुठल्याही शाळेत गेला नव्हता. पण पाहून पाहून शंभरापर्यंतचे आकडे तो काढत होता. त्यांच्या बेरजा आणि वजाबाक्या तो भराभर करू शकत होता. इंजिनातली त्याला फार चांगली माहिती होती. त्या जोरावर तो पैसे मिळवत होता.

पण त्याची बुद्धी चांगल्या कामासाठी फार थोडा वेळ चाले. चटकन पैसे मिळविण्यासाठी ती चाले. त्याला जुगाराचा, आकड्याचा नाद लागला. ड्रायव्हर, जुगारी, दारूडे लोक यांची संगत लागल्यानं त्याला दारूचं अतोनात व्यसन लागलं. त्यानं तारुण्यात खूप धाडसं केली. चैनही भरपूर केली. त्याचं बोलणं अतिशय तरल आणि तैलबुद्धीच्या माणसाचं वाटे. मामा नेहमी दृष्टान्त देऊन बोले. रूपक, प्रतीक यांचा तो सहजासहजी बोलण्यात वापर करीत असे. हिंदी, इंग्रजी शब्द तो सहजासहजी वापरे. तो विचार मांडताना माझी मती गुंग होई. पण हे सगळं दारूत पार बुडून नष्ट होऊन गेलं...मला सारखं वाटायचं; की मामा शिकला असता तर इंजिनिअर, शास्त्रज्ञ किंवा साहित्यिक नक्की झाला असता. कोणत्याही इंजिनातला दोष तो बघता बघता काढून देई. त्यासाठी लांब लांबची बोलावणी त्याला येत...पण दारू दिवसभर पिऊ लागल्यानं ती बोलावणी बंद झाली. या दारूमुळं त्याची नोकरी गेली. गावातली त्याची लायकी गेली. त्याला उधारउसनवार कुणी देईनासं झालं. संसाराचं सगळं वाटोळं झालं.

मी त्याला दारू सोडण्याविषयी किती किती सांगितलं, पण ती सुटली नाही. ती त्यानं खूप वेळा चार-चार, आठ-आठ दिवस सोडली. पण 'बेचैनी फार वाढते, मन अतिशय अस्वस्थ होतं, दुसरं काही मग सुचतच नाही' असं तो म्हणे. दारूत बुडून जाई.

मामा हा आईचा गावातला एकमेव आधार होता. तोही आता गेला. तीन भावंडांतली आई आता एकटी राहिली.

मामाच्या घरी गेलो तेव्हा कळलं की गेल्या महिन्यात 'देव देव' केल्यापासनं त्यानं महिनाभर दारू पूर्ण सोडली होती. रात्री घरात गप्पा मारत बसलेला असतानाच त्याला एकाएकी "पोटात भडभडल्यासारखं हुतंय. दरदरून घाम यायला लागलाय. उलट्या हुत्यात काय, असं वाटतंय." असं तो म्हणू लागला. 'लिंबूमीठ' खावं; म्हणजे मळमळणं कमी होईल, म्हणून त्यानं कुणाला तरी बाजारातनं लिंबू आणायला पाठवलं...तरीही दोनतीन उलट्या झाल्या. रात्री दहाचा सुमार. अंधारातच वळचणीकडंला उलट्या झाल्या. रक्त पडलं होतं हे सकाळी कळलं.

"उलट्या झाल्यात, पोटात काय तरी गेलं असंल ते पडलं असणार. गप खालीवर पांघरूण घेऊन झोपा." असं रखमानं सांगितलं नि तो झोपला.

मग घरदार झोपलं.

रात्री एकदा लघवीला उठला होता. पण पहाटे 'कसं वाटतंय?' म्हणून रखमा उठवायला गेली होती; तर झोपेतच मरून पडला होता.

रखमाचं सांत्वन करून मी बाहेर पडलो. गाल सुजलेल्या बाळूला चार उपदेशाचे शब्द तिथंच सुनवले. "तुझीबी गत मामासारखी व्हायला उशीर लागणार न्हाई. तवा शाणा असशील तर दारू सोड नि माणसात ये." असं शेवटी सांगून उठलो.

वीस ऑक्टोबरच्या पहाटे साडेचार पाचच्या सुमारास स्मिताच्या पोटात कळा करू लागल्या. मी झोपलेलो होतो. आक्कांनी मला साडेपाचच्या सुमारास हाक मारली. मी चटकन उठून बसलो.

"स्मिताच्या पोटात कळ उठू लागली आहे. तिला हॉस्पिटलला नेलं पाहिजे."

"कळ उठू लागली आहे?...दिवस भरायला अजून पंधराएक दिवस कमी आहेत ना?"

"तिच्या हिशोबाप्रमाणं कमी आहेत. कदाचित ती दिवस मोजायला चुकली असेल किंवा असं मागंपुढंही होऊ शकतं. त्याचा विचार आता करत बसू नका...हॉस्पिटलमध्ये नेण्याची व्यवस्था अगोदर करा."

मी उठलो. पाच मिनिटांत सगळं काही आवरून कपडे केले. एक चमत्कारिक अडचण जाणवली. स्मिताला टॅक्सीनं ताबडतोब हॉस्पिटलला नेणं आवश्यक होतं. डेक्कन जिमखाना किंवा एस. पी. कॉलेजपाशी टॅक्सी आणण्यासाठी जाण्याची गरज होती. पावसाळा नुकताच संपून गेल्यानं रस्त्यावर खड्डे आणि खबदाडं भरपूर होती. म्हणून स्मिताला रिक्षानं नेण्यात मला धोका वाटत होता. लूनावरून जाऊन टॅक्सी आणण्याची गरज होती. ती आणण्यात निदान अर्धापाऊण तास सहज गेला असता ...काय करावं कळेना. तरीही मी लूना बाहेर काढत होतो.

कलानगरच्या शेजारी डॉ. चांदगकर यांनी एक दोनतीन खोल्यांचं साधं घर बांधलं होतं. ते स्वत: तिथं राहत नव्हते. त्या खोल्यांत नुकतंच एक बिऱ्हाड येऊन राहिलेलं. त्यांच्या दारात एक जुनाट कार उभी राहिलेली दिसली.

म्हटलं; जाऊन प्रयत्न करू या.

सकाळची वेळ. मी त्यांना माझी सगळी अडचण सांगितली.

"हात्तेच्या! एवढंच होय? चला ना; मी तुमच्या मिसेसना सोडून येतो."

स्मिता, आक्का आणि मी असे तिघेजण डॉक्टर संगमनेरकरांच्या हॉस्पिटलला गेलो. स्मिताला ॲडमिट केलं. फोन केल्यावर ते लगेच आले. स्मिताला दिवस गेल्यापासून तिची प्रत्येक पंधरवड्याला त्यांच्याकडं तपासणी होत होती. त्यांच्या सल्ल्यानं चालत होतो.

डॉक्टरांनी सांगितलं की; "काळजी करण्याचं कारण नाही. त्यांच्याबरोबर बाईमाणूस राहू द्या. तुम्ही जायला हरकत नाही. दुपारी आलात तरी चालेल."

तरीही मी डॉक्टर गेल्यावर दोन तास थांबलो. मग काहीच हालचाल दिसेना झाल्यावर साडेनऊच्या सुमाराला घरी परत आलो...

चौदा वर्षांची स्वाती आणि साडेबारा वर्षांची कीर्ती हळूहळू आपलं आवरून स्वयंपाक करत होत्या.

त्यांना म्हटलं; "आज तुमची शाळा राहू द्या."

दोघींनी मान डोलावली.

जेवणाचा डबा घेऊन अकरा-सव्वाअकराच्या सुमाराला हॉस्पिटलमध्ये गेलो. अजून सगळं सामसूम होतं. मग पंधरावीस मिनिटं थांबून आक्कांना म्हणालो; "मी विद्यापीठात जाऊन एक तास आहे तेवढा घेऊन दोनअडीचपर्यंत परत येतो. चालेल ना?"

"चालेल की. इथं तरी बसून काय करणार तुम्ही?"

मी निघालो.

बाळंतपणाचं हॉस्पिटल. सगळीकडं स्त्रियांचा वावर. कोवळ्या मुलांचं

रडणं, बायकांची सारखी ये-जा. मला तिथं राहायला संकोच वाटत होता. आणि आता डॉक्टरांच्या स्वाधीन केल्यामुळं काही काळजी नव्हती. स्मिताची आतापर्यंतची दोन्ही बाळंतपण अगदी आपसुख, काहीही त्रास न होता झाली होती. म्हणून चिंता नव्हती.

...विद्यापीठात लूनावरून जाताना मनात एक पाल सारखी चुकचुकत होती. मुलगा होतोय की मुलगी कुणास ठाऊक? आपल्या भाबड्या, अनुकूल तेच चिंतणाऱ्या मनाला काहीही वाटत असलं तरी निसर्ग आपल्या स्वभावधर्माप्रमाणं सरकत राहणार. स्मितानं हा क्षण आयुष्यात येण्यासाठी खूप खूप हाल सोसलेत. देवावर पूर्ण विश्वास ठेवून मागणं मागितलंय. अशा परिस्थितीतही तिला मुलगीच झाली तर समोर जाण्याची, तिला पाहण्याची माझी धडगत राहणार नाही. ती एकदम खचून रसातळाला जाईल. तिला मी भगीरथ प्रयत्न करूनही सावरू शकणार नाही; इतकी ती खचून जाईल.

त्या चिंतेतच पेट्रोल-पंपावर पेट्रोल घेतलं. उरलेले पैसे परत घ्यायचं विसरून तंद्रीत पुढं चाललो होतो. मुलानं हाक मारून पैसे हातात ठेवले.

सव्वाबाराच्या सुमाराला विद्यापीठात गेलो. खाली शेडमध्ये गाडी लावत होतो, तोपर्यंत वरच्या खिडकीतून मला पाहिलेला मराठी विभागाचा शिपाई जाबरे धावत खाली आला. ‘‘सर’’ अशी हाक मारून अटेन्शनमध्ये सैनिकासारखा उभा राहिला नि त्यानं मला कडक ‘शॅलूट’ ठोकला. ‘‘सर, डॉक्टर संगमनेरकरांचा आत्ताच तुम्हांला फोन आला होता. त्यांनी सांगितलंय तुम्हांला मुलगा झालाय. अभिनंदन केलंय.’’

‘‘असं?’’

मला आनंदाच्या उकळ्या फुटल्या. मन आतल्या आत कारंजू लागलं.

मी तिथल्या तिथं त्याला बक्षिशी दिली.

‘‘घरी जाताना मुलांना पेढे घेऊन जा.’’

‘‘येस सर.’’

तो खूश झाला.

मनात नाचणारा आनंद बाहेर जराही न दाखवता अतिशय शांतपणे तास घेतला. एक-दोन किरकोळ कामं होती; ती केली नि विभाग-प्रमुखांची परवानगी घेऊन अडीचच्या सुमाराला हॉस्पिटलवर पोचलो.

पडून राहिलेल्या स्मिताच्या हसऱ्या चेहऱ्यावर जीवनातील सर्व काही जिंकल्याचा आनंद ओसंडत होता.

बाळाचं दर्शन लांबूनच घ्यावं लागलं. त्याला बंदिस्त काचघरात ठेवलं होतं. गाढ झोपल्यासारखे मिटलेले एवढे एवढेसे डोळे, हनुवटीवर छोटीशी

जन्मखूण...आबा, दादा, आई, मामा, स्वाती-कीर्ती, मी या सगळ्यांच्या पुण्याईचा आणि तळमळीचा ठेवा साकार होऊन स्मिताच्या इच्छापूर्तीसाठी जन्माला आला होता...मी स्मिताच्या परमेश्वराचं उदंड कृतज्ञतेनं ऋण मानलं. मनोमन त्याला दंडवत लोटांगण घातलं... दयाघना, मनासारखं घर, नोकरी, मुलगा हे सर्व मिळालं. मी कृतार्थ झालो. या क्षणी तरी तुझ्याकडून माझी काहीही अपेक्षा नाही...माझ्या भावी आयुष्यातून काय निष्पन्न होईल ते होवो.

दिवाळीचं वातावरण संपल्यावर बारा नोव्हेंबर रोजी बारशाचा समारंभ करायचं ठरवलं. तसं सगळ्यांना पत्रांनी कळवलं. घर बांधल्यापासून वास्तुशांतीपलीकडं एकही समारंभ मनासारखा करता आला नव्हता. आता तो करावा, असं वाटत होतं. सगळ्या हितसंबंधितांना मित्रांना, कलानगरमधील नव्या शेजाऱ्यांना, शिवाजीनगरमधील जुन्या शेजाऱ्यांना बोलवायचं ठरवलं. त्याची तयारी जोरात सुरू झाली. भरपूर खाऊपिऊ घालायचं ठरवलं. नोव्हेंबरच्या एक तारखेला दिवाळीचा पाडवा होता. त्या दिवशी बाळाला बरोबर बारा दिवस होत होते. अनायासे चांगला मुहूर्त होता. म्हणून घरगुती स्वरूपात बारशाचा विधी करून नाव ठेवायचं ठरवलं. फक्त दोन घरच्या शेजाऱ्यांना आणि स्वाती-कीर्तीच्या मैत्रिणींना बोलावून अगदी अनौपचारिक स्वरूपात कार्यक्रम उरकून घेतला. स्मिताला आवडलेलं 'श्रीकृष्ण' आणि मला आवडलेलं 'आशुतोष' ही दोन नावं ठेवली. रूढ होईल ते होवो...

दोन नोव्हेंबरला भाऊबीज होती. स्वाती-कीर्तीनं भाऊबीज जोरात केली. त्याला किती नटवला, उराशी धरून किती किती बोलल्या...लांबवर जाऊन किती किती फटाके उडवले.

अकरा नोव्हेंबरला म्हणजे समारंभाच्या आदल्या दिवशी कागलहून आई, आप्पा, दौलत, लक्ष्मी, आप्पाची बायको, माझ्या सासूबाई ही मंडळी आली. आप्पाला कळवलं होतं की 'घरच्या बहिणी-भावांपैकी ज्यांना ज्यांना यायचं असेल त्या सगळ्यांना घेऊन ये. प्रवासखर्चाची काळजी करू नको. मी सगळ्यांचा खर्च देतो आहे.'

धाकट्या मामाचं निधन नुकतंच झाल्यामुळं त्याच्या घरचं कुणी आलं नाही. उदगावच्या थोरल्या मामाची मुलगी अंजनी आली होती...सगळी उत्साहानं भरलेली.

दुपारी चारच्या सुमारास सगळे येऊन पोचले. बाळ शांतपणे कॉटवर झोपला होता. हातपाय, तोंड धुऊन सगळ्यांनी त्याचं प्रथम दर्शन घेतलं नि हॉलमध्ये चहा पिण्यासाठी येऊन सगळे बसले.

चहा हॉलमध्ये कपबशांतून येऊ लागला.

आई गंभीरशी वाटली. ती उठून आत गेली.

प्रवास कसा काय झाला; बाकीची कोणकोणत्या कारणांमुळं येऊ शकली नाहीत, यासंबंधी हसत, खळखळत चर्चा सुरू झाल्या.

बाळ झोपलेल्या खोलीतून बाईमाणूस मोठ्यानं रडत असल्याचा आवाज अचानक ऐकू आला.

मी धावत गेलो.

आई बाळाच्या पायशाला बसून, त्याचे दोन्ही पाय दोन्ही हातांत धरून सूर लावून रडत होती.

"माझ्यावर राग करूऽन, तुम्ही हितं आलासा काय होऽऽ?
हयातभर मी तुमचंऽऽ ऐकलं न्हाई गंऽऽ बाई.
भांडून तुम्हाला मीऽऽ येगळं पाडलं गंऽऽ बाई.
येळंसरी तुमच्या फुड्यात, माझं ताट गेलं न्हाई गंऽऽ बाई.
माझा धनी मी जलमभर उपाशी ठेवला गंऽऽ बाई.
माझ्या धन्याची म्हातारपणी, मी सेवा केली न्हाई गंऽऽ बाई.
म्हणून माझ्यावर रुसून, हितं आलासा काय होऽऽ धनी."

मी आईची समजूत काढण्याचा प्रयत्न करू लागलो. पण तिला कढ आवरत नव्हते. अनावर होऊन, मला उद्देशून ती रडत सांगू लागली.

"...आन्दा, तुझा बाऽ आता, कायमचा तुझ्या घरात आला रं ऽऽलेका.
तुझ्या बाऽला आता पोटभर जेवायला घाल रंऽऽ.
त्येच्या आंगावर मनाजोगी कापडं घे रंऽऽ आन्दाऽऽ.
त्येच्या मनासारखं त्येलाऽ, खर्चाला पैसे दे रंऽऽ आन्दा ऽऽ.
तुझ्या घरादारात सुखानं, फिरायला आल्यात रंऽऽ धनीऽऽ
लेकाच्या माझ्या बागंत, काम करायला ऽ आल्यात रं धनीऽऽ"

हॉलमधले सगळेच चटाचटा उठून खोलीत आले. स्थिर नजरेनं आईकडं बघू लागले. दादाच्या आठवणी सगळ्यांनाच रसरसून आल्या. सगळ्यांचे डोळे पाणावले. चित्रासारखे सगळे उभे...माझ्याही डोळ्यांना धारा लागलेल्या.

शेवटी माझ्या सासूबाईच आईला म्हणाल्या; "काय म्हणायचं हे! आठवणी काय तुम्हांस्नीच हुत्यात काय? आम्हीबी तेच दु:ख भोगतोय न्हवं? उद्या नातवाचं बारसं हाय. त्यो मिळवायला लेकाला नि सुनंला वाट बघत एक तप काढावं लागलं. सोन्यासारखा दीस उगवलाय नि रडं काय मांडलाईसा हे. शेजारपाजारच्या माणसांस्नी तरी काय वाटंल?"

लक्ष्मीनंही आईची समजूत काढली. "गप गप आता, तुझा धनी लेकाच्याच घरात आलाय न्हवं? कुठं दुसरीकडं गेला न्हाई. काय ऱ्हायली असंल ती सेवा

आता करून घे. तुझा जलम हुईस्तवर तुला पुरंल ती.''

आमच्या बोलण्यानं आईनं कढ आवरले. वाहणाऱ्या मनाला बांध घातला. तिथंच कॉटवर भिंतीला टेकून शांतपणे डोळे मिटून बसली.

बाळ गलक्यानं जागा झाला होता. मिटल्या डोळ्यांनीच तो अस्वस्थ झाल्यासारखा वळवळत होता.

आक्का हळूच पुढं सरकल्या. त्यांनी बाळाला आंथरुणासकट हळूच उचललं. ''हे घ्या. तुमच्या रडण्यानं त्येला जाग आली बघा. निजवा आता मांडीवर. करा सेवा.'' आक्कांनी बाळाला हळूच आईच्या मांडीवर ठेवला. सगळे हसले.

डोळे गळणारी आईही हसली. तिनं बाळ ठेवलेली मांडी हळूहळू हलवायला सुरुवात केली.

दुसरे दिवशी बारसं जोरात झालं. बाळासाठी कौतुकानं अनेकांनी भेटी आणल्या होत्या.

दीडएकशे लोक येऊन फराळ करून गेले.

आई आंघोळ करून उत्साहानं स्वयंपाकघरात काहीबाही करत बसली होती. तिचा सुरकुतलेला चेहरा आतबाहेर निर्मळ झाल्यासारखा आणि टवटवीत दिसत होता.

●

सदतीस

बारशाच्या दुसऱ्या दिवशी पुण्याच्या घरात अंजनीचा अनौपचारिक साखरपुडा झाला. चोवीस डिसेंबर ही तारीख लग्नासाठी नक्की केली. कागलला लग्न.

तेवीस डिसेंबरला मी कागलला गेलो. दारात मांडव घालण्याचं काम चाललेलं होतं. आई खुशीत दिसली. तिच्या लाडक्या लेकाचं लग्न. थोरल्या भावाची लेक घरात सून म्हणून येणार. मरून गेलेल्या दोन्ही भावांच्या इच्छेची पूर्तता केल्याचा तिच्या मनात आनंद.

लग्नाला उदगावची बरीच मंडळी आली. त्यांच्याबरोबर उदगावच्या मंडळींचे पाहुणेही आलेले. माझ्या आईकडचा गोतावळा आणि त्याचे पाहुणे मला एकत्र बघायला मिळाले...ज्यांना फार लहानपणी पाहिलं नि नंतर ती माणसं एकदम पस्तीस-छत्तीस वर्षांनी दिसली. किती बदलून गेली होती. माझ्या शिक्षणानं नि नोकरीनं मला कधी मोकळंढाकळं, निवान्त-निर्वेध होऊन पै-पाहुण्यांच्या भेटीगाठींसाठी भटकू दिलं नाही. त्यांच्या लग्नकार्याला, जन्ममरणांच्या शुभाशुभ प्रसंगी कधी जाऊ दिलं नाही. त्यांच्यापासनं तुटल्यासारखा झालो होतो.

आम्ही सगळे भाऊ, सगळ्या बहिणी त्यांची बारकी बारकी पोरं सगळे एकत्र आलो होतो. शिवा-आप्पा, त्यांच्या बायका ताणतणाव विसरून एकत्र वावरत होते.

घरातलं शेवटचं कार्य. माझं सगळ्यांत शेवटचं भावंडं विवाहित होत होतं.

गेल्या दोनअडीच वर्षांत विचित्र घटनांतून मी चाललो होतो. थोरला मामा गेला; धाकटा मामा गेला, वडील गेले, स्मिताचे आबा गेले; तरीही मुलगा झाल्याचा आनंद मला नि स्मिताला होतो आहे. घरादाराला होतो आहे. दौलत-

अंजनी उद्याची सुंदर स्वप्नं रंगवीत बोहल्यावर बसली आहेत. सगळीच भावंडं ठेवणीचे कपडे घालून नटूनथटून आनंदात वावरत आहेत.

...आई दौलतच्या लग्नात जणू शेवटचं नटून घेते आहे. माहेरचा वटवृक्ष पाहत त्याच्या सावलीत तृप्तीनं वावरते आहे...आता सगळ्या मुलांचे तरुण संसार पाहायला ती मोकळी झाली आहे. एका घरात चार जणांचे चार संसार आणि चार जणींचे सासर-संसार जन्माला आले आहेत. सत्तरीच्या आसपास आलेल्या आईनं ते फक्त अजान वृक्षाच्या सावलीत बसून, सावली होऊनच बघायचे आहेत.

आपल्या वडीलधाऱ्या आतेबहिणीबरोबर कुठल्या तरी अज्ञात तृप्तीनं बोलणारी आई हासत होती. हाडांच्या सापळ्यागत झालेली. खरडून काढलं तरी तिच्या अंगावर मांस मिळालं नसतं. तरी तिला कसला तरी गूढ आनंद झालेला...तिला माहीत नव्हतं की दौलतच्या लग्नाबरोबर तिच्या जन्मापासून चालू असलेला तिचा संसार संपुष्टात येणार आहे किंवा कदाचित तिच्या सखोल सुप्त मनाला तेच माहीत झालं असावं आणि आयुष्याच्या सत्त्वपरीक्षेतून सहीसलामत पार झाल्याचा आनंद तिला होत असावा.

...आई-दादाचा दुबळा संसार उघड्या माळावरचा होता. गोसाव्याच्या पालासारखी त्याची अवस्था. कदाचित तो वाऱ्यावादळात, कडसार-दुष्काळात असाच पालापाचोळ्यासारखा उडून गेला असता आणि आम्ही भावंडं देशोधडीला लागलो असतो. त्या संसाराला एखाद्या तरी भिंतीचा आडोसा मिळावा, तिथल्या आम्हां भावंडांच्या मिणमिणत्या पणत्या भर्रकन विझून जाऊ नयेत; म्हणून मी वेडीवाकडी धडपड करत होतो. तरीही दोन बहिणींचे दिवे विझले. धोंडूबाईचे नि शिवाचे विझू घातले, ते पुन्हा नीट लावण्यासाठी धडपडलो...तेवढंच मला करता येणं शक्य होतं.

घरादाराचं माझं एक स्वप्न होतं. ते अर्धवटच आकाराला आलं. मला चौघांची घरं हातात हात घालून उभ्या राहिलेल्या चौघा भावांसारखी बांधता आली नाहीत. बहिणींची शिक्षणं करता आली नाहीत. कशीबशी त्यांची लग्नं झाली खरी; पण त्यांना चांगली घरं मिळवून देता आली नाहीत. शिवाला घडवता आलं नाही. परिस्थितीनं फुलाबाईला अर्धवटच शिकवलं. दादाची घोर निराशा मी घालवू शकलो नाही. दादाविषयी आईच्या मनात असलेला खोलवरचा राग वेळीच मी नाहीसा करू शकलो नाही...पुण्यात मी माझ्यापुरतं घर बांधून बसलो. खुद्द कागलात किंवा कोल्हापुरात नोकरीच्या निमित्तानं आलो असतो तर आणखी काही करता आलं असतं. पण कागल-कोल्हापुरात येण्यासाठी मी धडपडलो नाही. वाङ्मयीन महत्त्वाकांक्षेनं प्रभावित होऊन केवळ आत्मविकासाच्या मोहाला

बळी पडलो नि पुण्यातच राहण्याचा निर्णय घेतला...मी संवेदनशील असूनही; संपूर्ण स्वत्व विसरून पूर्णपणे घरदार होऊन जगण्याइतकी माझी संवेदना व्यापक झाली नाही. आचारशील भावनेलाही त्याच मर्यादा पडल्या. तत्त्वज्ञ, संत, विचारवंत यांचे ग्रंथ वाचूनही मी सामान्यच राहिलो...

कागलात चार दिवस राहिलो.

पुण्याला परतताना सर्वांचा निरोप घेतला. सगळी आनंदात होती. मी मात्र गंभीर झालो होतो. दौलतचं लग्न झाल्याचा आनंद नि उत्साह कुठल्या कुठं निघून गेला होता.

पुण्याला निघालो. गाडीत गडबडीनं चढताना चपलेचा अंगठा पायरीला ठेच लागून ताट्कन तुटला. तशीच जागा धरली.

...दौलतच्या लग्नसोहळ्याचं चित्र पुन्हा डोळ्यांसमोरून वाजत-गाजत जाऊ लागलं. अनेक वर्षांनी भेटलेला, गावोगांव विखुरलेला नि लग्नानिमित्तानं एकत्र आलेला गोतावळा मनासमोर पुन्हा दिसू लागला.

...ही माणसं आनंदानं नटून पान-तंबाखू खात थाटानं वावरत होती. तरीही सुगीचे दाणे काढून घेतलेल्या कणसांच्या पिशासारखी निःसत्त्वं दिसत होती. जळक्या लाकूड-फाट्यागत वाटत होती.

...यांच्यासाठी आपण काहीच केलं नाही. मामा, गोपातात्या, किसातात्या, मारुतीतात्या यांची पोरंबाळं बिरकुंडासारखी कळाहीन दिसत होती...आपल्या कोवळ्या-सोवळ्या सुखांच्या गळ्यांना नखं लावत जगणारी रोजगारी माणसं अशीच दिसणार!

..किती दिवस, किती काळ ही माणसं अशीच दिसणार? किती युगं अपार दुःख सहन करूनही कष्ट उपसणार?...घाम गाळून ही माणसं अन्नधान्य पिकवतात. त्यातलं त्यांना मात्र दोन वक्ताला पुरेल इतकंही मिळत नाही.

...त्यांच्याकडनं ते अनंत प्रकारांनी हळुवारपणे काढून घेण्याची किमया समाजात पुराण-काळापासून चालू आहे. आधुनिक समाजात तर ही यंत्रणा भक्कमपणे उभी आहे. ही यंत्रणा ते काढून घेतलेलं सगळं अन्नधान्य मी ज्या नव्या जगात जगतोय त्या जगात आपसुख आणून सोडते आहे. हिलाच समाजाची संस्कृती म्हटलं जातंय. ही सगळी संस्कृती माझ्या या नव्या जगात पिकते आहे.

...या नव्या जगाचा मी पाईक झालोय. ही संस्कृती पिकवायला मीही आता हातभार लावतो आहे. गेल्या पंधरावीस वर्षांत मी अन्नाचा एकही कण पिकवला नाही. तरीही मी हवं ते अन्न, हवं ते पक्वान्न चैनीत खाऊ शकतो आहे..मी माझ्याच गोताचा काळ झालोय.

...मी अस्वस्थ झालो.

वास्तविक ही अस्वस्थता गेली पाचसहा वर्षं रुजत चालली होती. अनेक घटना घरादारात, गावात, समाजात घडत होत्या नि ती हळूहळू वाढत चालली होती. कळत-नकळत तिला मी दडपून टाकत होतो. कारण तिच्यातनं अनेक प्रश्न निर्माण होत होते नि मला चक्रव्यूहासारखे घेरत होते. मी आणि माझा गाव, मी आणि माझा समाज, मी आणि नव्या नव्या शिक्षणसंस्था, मी आणि शिक्षण संस्थांतलं वातावरण, प्राध्यापक मी आणि गरीब ग्रामीण विद्यार्थी मी, मी आणि सांस्कृतिक-सामाजिक पुणं, मी आणि माझं साहित्य, मी आणि वर्तमान मराठी साहित्यप्रवाह, 'मी' आणि 'मी' यांच्या संबंधाविषयी मला नवे नवे पेच पडत होते. कडव्या महारथीसारखे समोर येऊन ठाकत होते...त्यांना बघून मी अभिमन्यू व्हायचं नाकारत होतो. तसा झालो तर हे सगळे रथीमहारथी मला माझ्यापासून तोडून टाकतील; अशी अंधारी अजगर-भीती मला गिळत होती...त्यांच्यातून यशस्वीपणे बाहेर पडण्याच्या नव्या वाटा शोधताना मला निकराचा संघर्ष करावा लागणार होता. मी आजपर्यंत केलेली प्रगती, प्रसिद्धी, प्रतिष्ठा या पुनर्मांडणीत पणाला लागणार होती. आजवर घडलेलं माझं व्यक्तिमत्त्वही मला मोडून काढून नवंच रचावं लागणार होतं...ते रचता आलं नाही; तर सगळाच माझा 'मी' कायमचा कोलमडणार होतो. म्हणून ही अग्नीची पिलं माझ्या कापडी पिशवीत तूर्त नको वाटत होती. पण ती तेजस्वी दिसत होती. ती जिकडं जातील तिकडं प्रकाशाच्या वाटा फुटताहेत असं वाटत होतं. ती माझ्याच मनाच्या अरण्यात जन्मल्यामुळं निपटूनही काढता येत नव्हती. मी त्यांना तसाच निकरानं सांभाळत होतो.

स्वत:ला चुचकारत होतो. '...घाई करू नको. सगळे प्रश्न हळूहळू सुटतील. लोकशाही आहे. लोकांना आणखी हक्क मिळत जातील. आजवर गर्तेत गेलेले जीव हळूहळू माणसांत येतील. तोवर घरचे प्रश्न सोडव. तुझं घर, जगणं प्रथम महत्त्वाचं आहे. ते आधी माणसांत आण.'

...दौलतच्या लग्नानं सगळं घर काहीसं माणसांत आल्यासारखं झालं होतं. दौलत माझं शेवटचं भावंडं होता. त्याला नोकरी मिळाली होती. प्रपंच होईल इतका पगार होता. अंजनीही मिळवती होती. दोघे विवाहित होऊन आता त्यांचे ते बघणार होते. आता मला फक्त आईचीच काळजी वाहायची होती.

सगळी मार्गी लागलेली; म्हणून आजवर दबलेलं मन उसळी मारून वर येऊ बघत होतं...गेली तीसभर वर्षं आलेली लोकशाही पुन:पुन्हा वांझोटी वाटत होती. पुष्कळ विकास-योजना पार पडल्या होत्या. पुढाऱ्यांच्या भाषणांतून डरकाळ्या देत होत्या. वर्तमानपत्रांतून फोटोंसह बदाबदा छापल्या जात होत्या. शेवटी कागद चितारून, फाइलीतून निपचित पडत होत्या. अधले-मधले मात्र गडगंज होत

होते. पांढरेशुभ्र पोशाख अधिक पांढरेशुभ्र होत होते.

जुना समाज मोडकळीला येऊन इतिहासाच्या वळचणीला कधीच पडला होता. तरीही नव्या समाजाचा पाया आकाराला येत नव्हता. घराचे, गोताचे, गावाचेही दु:खं, कष्टं संपले नव्हते. वाऱ्यावर फेकून दिलेली नवी ग्रामीण तरुणांची शिक्षित पिढी भ्रमिष्ट, वेडी, आत्मक्लेशी झाल्यासारखी वाटत होती. जगण्यासाठी एका वांझोट्या म्हशीचं दूध काढण्याच्या प्रयत्नात ती आत्मविश्वास पार गमावून बसली होती...म्हशीला प्रत्येक पाच वर्षांनी वरवंटाच होत होता. त्या वरंवट्याला पाळण्यात घालून अंगाई गीत म्हणायचं ही पिढी आता नाकारू लागली होती...मला ते अधिक तीव्रतेनं जाणवत होतं. हे वास्तव माझी अस्वस्थता अधिकच वाढवत होतं.

...या वास्तवाला लेखक म्हणून मी आजपर्यंत कितपत न्याय देत होतो?

गेल्या दोन वर्षांत ही अस्वस्थता सुरुंगाच्या दारूसारखी स्फोटक बनली होती. गेल्या वर्षाच्या नोव्हेंबरात तिचा चाचणी-स्फोट सूक्ष्म रूपात घडूनही आला होता. तरुण ग्रामीण साहित्यिकांच्या पहिल्या मेळाव्याच्या रूपानं तो झाला होता.

पण त्यातून गुंतागुंतीचे अनेक दूषित प्रश्न बाहेर पडले होते. त्यांची नीट क्रमनिष्ठ मांडणी करता येईनाशी झाली होती. त्यातून बाहेर कसं पडायचं कळत नव्हतं.

त्यासाठी लागणारी हत्यारं, शस्त्रास्त्र माझ्याजवळ नव्हती. ती कशी जमवायची, त्यांचा वापर कसा करायचा, त्याचं युद्धशास्त्र मला कळत नाही; याचा पडताळा आलेला. ते पूर्णपणे समजून घ्यायची ओढ लागली होती.

पुण्याचं घर सोडलं तर कौटुंबिक जबाबदारी आता बरीचशी संपुष्टात आली होती. आता खूप बौद्धिक तयारी करायची होती...अग्निपिलं पकडून हातात धरायची होती. प्रश्नांचं वळवळतं भेंडोळं उघडून उकलायचं होतं.

...त्या लहानमोठ्या असंख्य प्रश्नांचा चक्रव्यूह पुन्हा मनासमोर दिसू लागला नि मी पुण्याच्या एस. टी. स्टँडवर उतरलो.

तुटकी चप्पल ओढत पायात अडकलेल्या गुंत्यागत चालू लागलो. हातातली बॅग मनातले सगळे प्रश्न कोंबून भरल्यागत जडशीळ झालेली...ओझं वाटू लागलेली. आता पावलोपावली ठेचा लागतील. कसं चालायचं?...चिंता वाटू लागली.

तसाच एका जागी उभा राहिलो.

माझ्यापेक्षा कितीतरी जास्त ओझं घेऊन समोरून एक हमाल झपाट्यानं चालला होता...'धन्याचा हा माल । मी तो हमाल भार वाही ।।'

डोक्यात काहीतरी चमकलं. चपला काढून सरळ शबनम पिशवीत टाकल्या...आता कितीही ठेचा लागल्या, तळव्यात काटे-खिळे घुसले तरी त्या अनवाणी हमालासारखं झपाझप चालायचं; असा हिय्या करून वेगानं पावलं उचलू लागलो.

...जाता जाता स्वत:चं नाव 'हमाल' ठेवलं. मग बॅगेच्या ओझ्याचं काही वाटेनासं झालं.

●

आनंद यादव यांचा जीवनपट उलगडणाऱ्या कादंबऱ्या

झोंबी

आजच्या आर्थिक आणि सामाजिक परिस्थितीत अस्वस्थ होऊन धुमसणे हाच ग्रामीण जीवनाचा स्थायीभाव आहे त्या अस्वस्थपणाचा स्फोट मराठी साहित्यात सुरू झालाच आहे हे व्हायला हवेच होत.

शिवाय साऱ्या जगातलं साहित्य समृद्ध केलं आहे ते या 'झोंबी' सारख्या वाचकाला अस्वस्थ करणाऱ्या ग्रथांनीच!

नांगरणी

इच्छा-आकांक्षांची पूर्तता करणारा पाऊस कृपावंत होऊन पडावा म्हणून तहानलेल्या पृथ्वीनं वासलेली चोच म्हणजे नांगरणी. नांगरणी म्हणजे हिरव्या चैतन्याला जन्म देऊ पाहणाऱ्या सर्जनोत्सुक भूमीची घुसमटणारी निर्मितिपूर्व करुणावस्था.

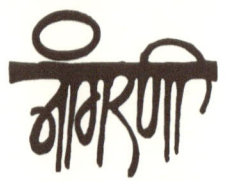

घरभिंती

ग्रामीण समाजाच्या सर्वसाधारण स्तरातील कुटुंबाची ही प्रातिनिधिक तरीही वैशिष्ट्यपूर्ण कहाणी. जन्मप्राप्त, अटळ, जीवघेण्या आर्थिक हलाखीचा चक्रव्यूह भेदून बाहेर पडण्यासाठी केवळ काही शैक्षणिक सुविधांच्या तुटपुंज्या आधारावर एका तरुण, संवेदनशील मनाने दिलेला निकराचा पण यशस्वी लढा, हा या घरभिंतीचा गाभा!

काचवेल

'झोंबी', 'नांगरणी' आणि 'घरभिंती' या आत्मचरित्राच्या तीन खंडांनंतरचा हा चौथा खंड काचवेल.

नव्या घरातील सोप्याच्या भुईवर ग्रामीण भागात काचवेल काढण्याची लोकप्रथा आहे. काकणांच्या काचतुकड्यांनी ही वेल रेखली जाते. ही वेल वंशवेलीचंही प्रतीक असते. काचवेल ही मराठी समाजाचं आणि संस्कृतीचं प्रतीकही आहे.

❖❖❖

www.ingramcontent.com/pod-product-compliance
Lightning Source LLC
Chambersburg PA
CBHW030921020726
47498CB00001B/65
* 9 7 8 8 1 7 7 6 6 5 9 3 2 *